அயோத்திதாச பண்டிதரின்

தமிழன் இதழ்க் கடிதங்கள்

தொகுப்பு

முனைவர் பெ. விஜயகுமார்

அறம் பதிப்பகம்

அயோத்திதாச பண்டிதரின்
தமிழன் இதழ்க் கடிதங்கள்

தொகுப்பு: முனைவர் பெ.விஜயகுமார்

முதல் பதிப்பு: ஆகஸ்ட் 2021

வெளியீடு:
அறம் பதிப்பகம்
3/582, முல்லைத் தெரு, கஸ்தூரிபாய் நகர், TNHB எதிரில்,
முள்ளிப்பட்டு கிராமம் & அஞ்சல்
ஆரணி வட்டம்,
திருவண்ணாமலை மாவட்டம் – 632316
தொடர்புக்கு: 9150724997
மின்னஞ்சல்: arampublication50@gmail.com

அச்சிட்டோர்: துர்கா பிரிண்டர்ஸ், சென்னை–117

வடிவமைப்பு: ஜீ. முருகன்

பக்கங்கள்: 680

ISBN: 978-93-91480-16-5

Ayothidasa panditharin
Thamizhan ethazhk kadithangal (Letters)

Editor: Prof. P. Vijayakumar

First Edition: August, 2021

Published by: Aram publication
Address: No. 3/582, Mullai street, Kasthuribai nagar,
Mullipattu village & post,
Arani Taluk - 632 316
Tiruvannamalai Dt, Tamil nadu

Contact Cell No: 9150724997
e-mail: arampublication50@gmail.com

Printed at: Durga printers, Chennai-117

Pages: 680

பொருளடக்கம்

அணிந்துரை – முனைவர் பேராசிரியர் பிக்கு போதிபால 14
தென்னிந்திய அறிவியக்க ஊற்றுக்கண் – முனைவர் க. ஜெயபாலன்.............. 18
தொகுப்புரை – முனைவர் பெ. விஜயகுமார்....................24
பதிப்புரை – மா. அமரேசன்....................32

1. கடிதக்காரர்களுக்கு அறிக்கை....................35
2. ஆல்தோட்டம்....................36
3. இப்பத்திரிகை அவசியமா? 38
4. இந்நாட்கண்ணி....................40
5. கடிதக்காரர்களுக்கு அறிவிப்பு....................42
6. ம–ள–ள ஸ்ரீ ஒருபைசாத் தமிழன் பத்திராதிபரவர்கள் சமூகத்திற்கு 43
7. கடிதம்....................48
8. பகவத் காலக்ஷேப சபை 49
9. கடிதக்காரர்களுக்கு அறிவிப்பு....................51
10. ஒற்றுமெய்....................52
11. சம்பாஷணை 55
12. ஆதிதமிழர் அபிவிருத்தி சங்கம் 58
13. மெய்யறிவு 59
14. கண்டதைவுரைப்போன்....................63
15. M.T.C. 69
16. வஞ்சகக் கூத்து 65
17. பரோபகாரத்திற் சிறப்புற்றோங்கிய எமது கனதனவான்களுக்கு, விஞ்ஞாபனம் 67
18. சாதி 69
19. பூர்வ சுதேசிகளுந் தற்காலப் பறையர்களும் 72
20. உதகமண்டலத்தில் புத்தர் சிலை....................77

21. கடிதம் 78
22. கடிதம் – எமது சொந்த நிருபர்களிடமிருந்து 79
23. A V. சோஜப்பு பிள்ளையவர்கள் கூறிய வாழ்த்துப் பாமாலை........81
24. கனந்தங்கிய ஒருபைசாத் தமிழன் பத்திராதிபரவர்கட்கு வந்தனம்..83
25. புதுவருஷம் 84
26. நவவருட சரண் 87
27. சுவர்க்க நரகத்தின் உற்பத்தி 89
28. கடிதம் 92
29. உலகத்தில் துக்கத்தை மிக நுகர்வோர் யாவர்? 93
30. ஸ்ரீமத் பௌத்தர் கொள்கை 95
31. விளங்கா வினாக்கள் 97
32. தீட்டின் உற்பத்தி 98
33. உ.கோ. தி. சி. நா 100
34. தே. சி. வடிவேலு 102
35. ஓர் பி. ஏ. பிள்ளைக்கும் பட்டிக்காட்டுப் பெண்ணுக்கும் வாஹம் 103
36. உதகமண்டலம் ஓம் அசலபீடம், வித்தியாதன சபை ஐந்தாவது வருஷோற்சவ வைபவம் 105
37. சமயங்களின் பேரில் பிரையாது 107
38. அறிவானந்தம் ஐம்பத்தொன்று – பிரகிருதி 109
39. பௌத்தர் நீதி 111
40. அறிவானந்தம் ஐம்பத்தொன்று – மனத்தின் நிலைமை............. 113
41. அறிவானந்தம் ஐம்பத்தொன்று – ஒற்றுமெய் 115
42. ஓர் முக்கிய குறிப்பு 118
43. அறிவானந்தம் ஐம்பத்தொன்று – சாதிசங்கற்ப நிராகரணம் 120
44. இந்தியர்களுக்கு சுய அரசு 126
45. யோசனை.. 129
46. கோலார் மாரிகுப்பம் சாக்கைய பௌத்த கிளை சங்கம்............ 133
47. மெய்யறிவு புலான் மறுத்தல்... 134
48. தற்கால சுதேசிகள் கூட்டம் வெறும் பொய்யே 137

49. பித்துகொண்ட போலி பிரசங்கியாருக்கு பின்னும் அறிவுறுத்தல்........ 141
50. நேச நிருபம் திரிகுறள் 142
51. ஓர் வெள்ளையர் ஊழியன்........ 143
52. பஞ்சசீல தர்மோபதேசப் பிரகடனம்........ 144
53. நமோ புத்தா........ 146
54. நமோசாமி 148
55. சவத்தை மயான பூமிக்கு எடுத்துச் செல்லுகையில் செய்யப்படுவதாவது........ 149
56. வேதாந்திகள் சர்வமும் பிரம்ம மயமென சொல்லுவதை ஆராய்வோம்........ 150
57. வேதாந்த குருக்களை வினாவல்........ 152
58. ஆடி மாதம் அம்பிகை தியானம் 155
59. தமிழைப் பற்றிய சந்தேகம் 156
60. சுதேசமித்திரன்........ 157
61. ம-ள-ள-ஸ்ரீ எ. வி. இராமலிங்கம் பிள்ளையவர்கள் 159
62. பௌத்த கியானம்........ 161
63. இந்திய நாடு 163
64. சத்திய தருமம் 164
65. நமது குலக்கன்னிகைகளின் தற்கால நிலை 166
66. கடித மறுப்பு 170
67. இந்துவேதம், இந்துவேதம், இந்துவேதம் 171
68. மாயாவாத கொள்கை 179
69. ஐதிராபாத் மூஸா நதியின் விபத்து 184
70. சுத்தஞானம் – தெய்வச் செயல் 187
71. நமோபுத்தா, புலவர் சிறப்பு 190
72. ம-ள-ள ஸ்ரீ N. C. கண்ணபிரான் முதலியார் அவர்கள் பிரசங்கம்...192
73. அறிவதும் அறியாததுமாகிய விளக்கம் 194
74. ஒரு உபந்நியாசம்........ 204
75. கோலார் மாரிகுப்பம்........ 208
76. கையொப்ப நேர்களுக்குக் கவனமூட்டல்........ 210

77. கையொப்ப நேயர்களுக்கு அறிவுப்பு 211

78. கடித வரவு 212

79. கோலார் ஜெயராம் பிள்ளை 213

80. இந்திய மன்னர்களுக்கும் பிரஜைகளுக்கும் மாட்சிமை தங்கிய மகாராஜா சக்கரவர்த்தி யவர்கள் அனுப்பிய நற்செய்தி 214

81. புலவர் பெருமான் 220

82. பட்டினத்துச் சுவாமிகள் 221

83. கடிதம் தி. ஆ. பெ. 223

84. நெ 96, ஒரத்தூர் கிராமம் 228

85. செங்கல்பட்டு ஜில்லா மதுராந்தகம் தாலுக்கா 96வது நெம்பர், ஒரத்தூர் கிராமம் 231

86. பெங்களூர் சாக்கைய பௌத்த கிளைச் சங்கத்தினதும் சரசுவதி பாடசாலையினதும் முதல்வருஷ உற்சாகம் 233

87. வர்த்தமானக் கடிதம் 235

88. நிரூபம் – ஓர் உபந்நியாசம் 236

89. சூத்திரகமலாகரம் 238

90. கோலார் மாரிகுப்பத்தில் பௌத்தாலயம் 242

91. பௌத்தர் நீதி 245

92. வைத்திய நூற்கள் 247

93. கடந்த 28ந்தேதி ஆதிவாரமாலை கொண்டித்தோப்பில் நடந்த பிரசங்க சுருக்கம் 248

94. தர்ம குணவான்களுக்கு அறிக்கை 251

95. ஸ்ரீராமர் பட்டாபிஷேகம் 252

96. கோலார் தென்னிந்திய சாக்கைய பௌத்த சங்கத்தோரின் சௌமிய வருஷோற்சவக் கொண்டாட்டம் 253

97. ஜி. நாயன சாஸ்திரியார் சுதேசமித்திரனில் எழுதியுள்ள நல்லெண்ண கடிதம் பிராமண விதவைகளின் கஷ்ட விமோசன சாதகம் 255

98. ஸ்ரீ மதுரைவீரசுவாமி பூசை 257

99. றெயில்வேயில் நடந்த அக்கிரமம் 259

100. A. V. இரத்தினவேலு எங்களிருவருக்கும் எழுதியிருக்கிற கடித விபரம் 263

101. அறிக்கை 264
102. திருப்பத்தூரில் வியாஜ்ஜியம் 266
103. சர்வ தேசாபிமான மது விலக்குச் சங்கம் 268
104. மத்தியாவாதகண்டன மிருகேந்திரனெனும்
சத்தியவேதனுக்குச் சற்புத்தி புகட்டல் 270
105. கோலார் மாரிகுப்பம்...273
106. பெருமிருகத்தின் பிழைகூறல்...275
107. மிருகேந்திரனுக்கு மறுப்பு 276
108. போலி இலக்கணங்கற்ற போப்பு மார்க்கத்தோரே...........................277
109. கடிதங்கள்..280
110. கோலார் 284
111. சாதி சிங்கார விளக்கம்..286
112. துடைப்புக் கட்டைக்குப் பட்டுக் குஞ்சமோ.................................292
113. சென்னை ராஜதானியைச் சார்ந்த சானிட்டேரி
கமிஷனர் அவர்களுக்கு விண்ணப்பம் 294
114. ஒரு கொலை குரங்குகளால் வெளிக்கு கொண்டுவரப்பட்டது 296
115. கொலை 297
116. பெரிய மிருகத்துக்கோர் பாட்டும் பெயரெழுதத்
தெரியாதவருக்கோர் சீட்டும்..299
117. திராவிடசபையோரால் நடந்துவருஞ் செயல்களும்,
அடைந்துவருஞ் சுகங்களும் நீலகிரியில் 1891 வருடம்
நிலைநாட்டிய திராவிட சபையோரால் காங்கிரஸ்
கம்மிட்டியாருக்கு அநுப்பிய விண்ணப்ப பாயிர
சுருக்கம்..300
118. நீலகிரியில் 1891 வருடம் நிலைநாட்டிய திராவிட சபையோரால்
சென்னை மகாஜன சபைக்குப் பிரதிநிதியை அநுப்பி
அனுகூலம் பெற்ற விஷயங்கள்..303
119. நமது கவர்னரவர்களின் ஏகபுத்திரர் இறந்த துக்கவாறுதலுக்கு
விடுத்த பத்திரம். 318
120. திருப்பத்தூர் சாக்கைய பௌத்தசங்க தீர்மானம்..............................320
121. கடிதங்கள் நல்ல ஆயன்...322

122. கோபம் 325
123. கனம் பி. கிருஷ்ணசாமியார் வாசிக்கப்பட்ட
சபையின் சுருக்க வியாசம்....................328
124. கடிதம் – நமோபுத்தாயா....................332
125. அகங்கார வியாதி....................333
126. நமோபுத்தாயா 336
127. இந்திய திருத்தங்களைப் பற்றிய கடைசிக் கடிதம்....................339
128. கடிதங்கள் – நன்றி....................340
129. தேசபேதம்....................342
130. ஞானவிளக்கம் 343
131. தசராபண்டிகை பூனையாகம் 345
132. உற்றதுரைத்தல்....................348
133. அவலட்சணாபிஷேகம்....................351
134. தீபவதி ஸ்நாநமெனும் தீபாவளிபண்டிகையும்,
திருமழிசை ஸ்ரீமந். E. L. கந்தசாமி முதலியாரவர்களும் 354
135. சருவவியாபியிற்றோன்றிய பெரியவரே உமக்கு
வேத முண்டோ....................355
136. விளம்பரம்....................358
137. கடிதம்....................360
138. குணமும் பணமும் 365
139. முக்கிய போதனை....................367
140. துரபிமானம் 369
141. விளம்பரம் சுதேசி ஸ்டீம் நாவிகேஷன் கம்பெனி [லிமிடெட்]
தூத்துக்குடி 371
142. நட்புநிலை....................374
143. ஸ்ரீ ராம நாடகம்....................377
144. சுதேசி ஸ்டீம் நாவிகேஷன் கம்பெனி [லிமிடெட்] தூத்துக்குடி....378
145. நன்னட்பின் வலிமெயும் தீநட்பும் 381
146. பஹிரங்கப் பிரகடனம்! 364
147. சங்கராந்திக் கொண்டாட்டம் 385
148. இரங்கோனுக்கு தமிழ் புத்தகசாலை 387

149. பஹிரங்கப் பிரகடனம் 389
150. எமதபிப்பிராயம்....................390
151. பொறுமெயும் பொறாமெயும் 391
152. கடிதக்காரர்கள்....................399
153. கடிதக்காரர்களுக்கறிக்கை....................400
154. கடிதங்கள்....................401
155. ஓர் வேண்டுகோள்....................402
156. நம்மவர்களுக்குப் பொது வர்த்தகசாலை....................404
157. வரவுக்கு மிஞ்சிய சிலவு....................405
158. உத்தியோகம் வேண்டுமா?....................406
159. மனிதர் மனோபிராந்தியால் நாடித்திரியும் ஆகாரபேதங்கள்......411
160. பெங்களூர் சாக்கைய பௌத்த சங்கம் 415
161. உலகரட்சகராகிய கௌதம புத்தஜயந்தி கோலார்
சாக்கைய புத்தச் சங்கத்தார் விளம்பரம் 416
162. இரங்கோனில் மதுரைக்கலம்பகம் அரங்கேற்றம் 418
163. யமன்பட்டணம் ஏன் காணவில்லை 420
164. புத்த ஜனன திருமஹோற்சவ வைபவம் 426
165. விவேகாநந்தா அஸோஸியேசன் கேத்தை 428
166. ஜார்ஜ் சக்கிரவர்த்தி இந்தியருக்கு அனுப்பிய செய்தி 429
167. நாமத்தின்யீற்றில் வரையும் பிள்ளை என்பதைப் பற்றியது.......432
168. இரங்கூனில் நிறைவேறிய ஸ்ரீ மதுரைவீரசுவாமி பூசை 435
169. கொன்றை ராசன் ஆதன கிராம பட்டம் 436
170. கடிதக்காரர்களுக்கு விடை இரங்கூன் 437
171. இந்தியநாடு முழுவதும் சாவித்திரிகளாக சூழ்ச்சிக்
கண்டிருக்கிறார்களாமே....................439
172. கடிதங்கள்....................445
173. புத்ததன்ம உபந்யாசம் 446
174. பிரபஞ்ச பிண்ட உற்பத்தி விவரம்....................447
175. சோடசாவதானச் சிறப்பு 451
176. குடிவெறி 455

177. அறிவுக்கேற்ற கடவுளர் 463
178. முறைத்தப்பிக் கல்யாணஞ் செய்வதனால்
உண்டாகும் கெடுதி 465
179. திருமணமஹோர்ச்சவம்....................466
180. வந்தனோபசாரம் 468
181. வெள்ளை யானைக் குட்டி 471
182. ஆரியருக்கு தேவாலயங்களே அன்ன சத்திரமென்பது 472
183. இத்தேசத்தவரின் ஆசாரத்தைப் பற்றியது 474
184. தமிழன் பத்திரிகை புத்தகாபி விருத்தி நன்கொடை
பெட்டித் திறப்பு....................476
185. ஆரியர் எழுதியுள்ள இதிகாச வரலாறு 478
186. பிரம்மம் வினா? 480
187. உரிகம்....................483
188. கோலார் கோல்ட் பீல்ட்ஸ் 485
189. கடிதத் தடை 488
190. மாவலி அமாவாசி தன்மப் பிரசங்கப் பிரகடனம் 489
191. கோலார் தென்னிந்திய சாக்கைய பௌத்த தர்ம
சகாய நிதியின் தீர்மானங்கள்....................490
192. தர்ம சகாய நிதி சட்டங்கள் 491
193. இரங்கோன்....................499
194. ஆசாரம் அல்லது தீட்டென்பது இதுதானோ....................500
195. ஆதிகால ஆரியரின் மனோ பிராந்தம்....................503
196. இத்தாலி தேசத்தில் பௌத்த மடம்....................504
197. தீபாவளி பிரசங்கப் பிரகடனம் 505
198. கடிதங்களின் தடை 506
199. கார்த்திகை தீபப் பிரசங்கம் 507
200. தீபாவளி கார்த்திகையென்னும் பண்டிகைகள் 508
201. வேதாந்த சிரவணம் 511
202. கோலார் கிறிஸ்துவடியான் அன்பரே....................514
203. சாம்பியன்ரீப்ஸ் பால்குரோஸ் நாய்டு அன்பரே....................516
204. இராம அயனமே சாம அயனமாம் 519

205. கார்த்துல தீபமென்னும் கார்த்திகை தீப மாற்றம்....................521
206. கடிதம் – வியாபாரச் சங்கம் 522
207. ஒரு சோதிடருக்கு நேர்ந்த கேடு 524
208. கடிதங்களின் தடை 525
209. கடிதங்களின் தடை 527
210. ஜாதி பேதமும் கிறீஸ்து வேதமும்....................529
211. கடிதங்களின் தடை 534
212. பிரம்மம் வினாவுக்கு விடை 535
213. இந்திய தேச பௌத்தர்கள் 536
214. சந்தேக வினா....................539
215. கடிதம்....................540
216. கடிதம்....................541
217. கடிதம் – பிரம்மம் விடைக்கு எதிரான சங்கை....................542
218. கனகமணி கடிதக்காரர்....................544
219. மாரிக்குப்பம் வந்தேனபசாரப் பத்திரம்....................547
220. திருப்பத்தூர் வந்தேனோபசாரப் பத்திரம் 548
221. கடிதங்களின் தடை 549
222. கடிதங்களின் தடை 550
223. பிரம்மம் விடைக்கு மேல்வினா 551
224. முகில் 552
225. பொறாமெக் காய்ச்சல் 553
226. இந்திய தேசப் பூர்வக் குடிகளும்....................554
227. பௌத்தர்களின் நம்பிக்கை 560
228. கோலார் சங்கறாந்திப் பண்டிகைப் பிரகடனம்....................562
229. சந்தேக வினா மறுப்பு 564
230. பிரம்மம் விடைக்கு மேல்வினாவுக்கு மேல்வினா 568
231. முகில் வினா விடை 569
232. கடிதம்....................570
233. கடிதங்கள் – ஸ்ரீ புத்தரது பதுமாசன சிலை 573
234. சந்தேக வினா மறுப்பிற்குத் திருப்பு 574

235. கேட்டுள்ள வினாக்களுக்கு விடையளிக்க வியலாது வினாவுக்கு மேல்வினா தோன்றியது விந்தையே 575
236. கடிதங்களின் தடை 577
237. சாதிபேதமற்ற திராவிடர்கள்....................................578
238. A FOOT BALL MATCH....................................579
239. பெங்களூர்....................................580
240. கடிதங்களின் தடை 583
241. கோயமுத்தூர் 584
242. கடிதம் – கழுமரம்....................................586
243. A FOOT BALL MATCH 588
244. கடிதங்களின் தடை 589
245. கடிதம் – கல்விக்கு அரசனாகிய தமிழன் பத்திராதிபரே 591
246. கடிதம் – சர்வவியாபி பத்திரிகை 593
247. தற்கால பிராமணர்கள் செய்யும் விவாகமும் முற்கால வள்ளுவர்கள் செய்யும் விவாகமும் இந்து விவாகமாமோ........594
248. கடிதம் – செக்கந்திராபாத் பௌத்த கிளைச் சங்கத்தார்............597
249. சக்கிந்திராபாத் சாக்கைய பௌத்த சங்கம்............................598
250. சற்குருவேநம பௌத்த தன்மப் பிரசங்கப் பிரகடநம் 599
251. திரிசிரபுரம் பிரஜாநுகூல சமரச சமாஜம் 600
252. FOOT BALL MATCH....................................601
253. இரங்கூன், சாக்கைய பௌத்த சங்கம் 602
254. கடிதங்களின் தடை 604
255. காமதகன விளம்பரம் 606
256. M. அருள்தாஸ் குளறுபடையின் விடைகளுக்குத் தடை 607
257. கடிதம் – அரியான்தெடல் என்னும் சுடலையின் விவரம் 611
258. மரணம் 614
259. தமிழன் பத்திரிகை புத்தகாபி விருத்தி நன்கொடை பெட்டித் திறப்பு....................................621
260. கடிதங்களின் தடை 623
261. இந்து பெண்கள் கல்விச்சாலையும் கோலாட்டமும் 625
262. பரம் பிரம்மம் கடவுள் யாது....................................630

263. விசேஷ வினா 633
264. THE YOUNG MEN'S UNION 635
265. ஓர் வேண்டுகோள் 637
266. கடிதம் – பூட் பால் டோர்னமெண்ட் 638
267. WESAK DAY THE SAKYA BUDDHIST SOCIETY MADRAS 639
268. KOLAR – புத்த ஜயந்தி பிரகடனம் 640
269. கடிதம் 641
270. மதப் போராட்டம் 643
271. இந்திரர் ஜெநந விழாக் கொண்டாட்டம் 646
272. பகவான் புத்த ஜயந்தி கொண்டாட்டம் 648
273. நமோ புத்தாய, புத்த ஜயந்தி மஹோற்சவப்ரகடனம் 650
274. திருப்பத்தூர் சாக்கைய பௌத்த சங்கம் 652
275. தர்மக்கைங்கிரியப் பிரகடனம் 653
276. இந்துதேய பூர்வக் குடிகள் முன்னேற்றத்திற்காய முயற்சி 654
277. பண்டிதர் அயோத்திதாஸ் அவர்களும் மகாபோதி சங்கமும் 657
278. L. P. C. AROCKIASAMY PILLAY 675
279. கடிதம்–நாவலர் பட்டமும் கோவில் புத்தியும் 676

அணிந்துரை

முனைவர் பேராசிரியர் பிக்கு போதிபால
தர்ம விஜய ஸ்தூபி,
குட்லாடம்பட்டி (அருவி அருகில்),
மதுரை மாவட்டம் – *625 218*

பேராசிரியர் முனைவர் பெ. விஜயகுமார் அவர்கள், அறிஞர் அயோத்திதாச பண்டிதர் அவர்களின் கடிதங்களைச் சேகரித்து தொகுப்பாக வெளியிட்டுள்ளார்கள். இத்தொகுப்பு முதல் கட்டம் என்று கருதுகின்றேன்.

பழங்காலத்தில் கடிதப் போக்குவரத்து மன்னர்களுக்கிடையே இருந்து வந்துள்ளது. ஒரு மன்னன் மற்றொரு நாட்டிற்கு அல்லது தனது நாட்டின் அருகில் இருக்கும் நாட்டிற்கு, அம்மன்னனுக்குச் செய்திகளை அனுப்புவான். கடிதம், லிகிதம், நிருபம் என பல பெயர் கொண்டு அழைக்கப்பட்டது.

மண ஒப்பந்தங்கள் தொடர்பான கடிதங்களாக அவை இருக்கும், பேரரசன், சிற்றரசர்களுக்குக் கப்பம் கேட்டு எழுதப்படும் கடிதங்களே அதிகமாக இருக்கும். சில நேரங்களில் போர் அறிவிப்புக் கடிதங்களாகக்கூட இருக்கும். அல்லது போர்க்களத்தில் இருக்கும் தளபதிகளுக்கு மன்னன் அனுப்பும் ஆணையாகவோ அல்லது ஆலோசனையாகவோ இருக்கும். ஒரு மன்னன் மற்றொரு மன்னனுக்கு அனுப்பப்படும் தூதுவர்கள் செய்திகளை ''வாய் மொழியாகவோ'' அல்லது ''எழுத்து வடிவமாகவோ'' தெரிவிப்பதை நாம் வரலாற்றில் காண்கின்றோம்.

தனிமனிதர்கள் மற்றொரு தனிமனிதருக்கு அது நன்பரோ அல்லது உறவினரோ அவர்களுக்கு எழுதப்படும் கடித

வரலாற்றை ஆராய்வது சற்றுக் கடினமாகவே உள்ளது. அதாவது கடிதப் போக்குவரத்து துவங்கிய நாளை அறுதியிட்டுக் கூறமுடியவில்லை. இலக்கியக் கண்ணோட்டத்தில் பார்க்கும் பொழுது அவை ''தூது இலக்கியங்கள்'' என்றதொரு பாணியில் இருக்கின்றன.

கி.பி. இரண்டாம் நூற்றாண்டில் மகாயானப் பேரறிஞர் நாகார்ஜுனர் தனது நண்பராகிய ''கௌதமி புத்திரன்'' என்ற வடக்கு கர்நாடகாவை ஆண்ட மன்னனுக்கு ''சுரிலேகா'' என்று தலைப்பிட்டு ஒரு நீண்டதொரு கடிதத்தை எழுதியுள்ளார். அது ''பௌத்த அற நெறியைக் கூறும்'' ஒரு சிறந்த சமய நூலாகவே இன்று கருதப்படுகின்றது.

கி.மு. 3ஆம் நூற்றாண்டிலேயே அசோகப் பேரரசர், இந்தியத் துணைக்கண்டம் முழுவதும் தம்மப் பணியாற்றும் ''தர்ம மகா மாத்திரர்களுக்கு'' வேணடிய ஆலோசனைகளையும் ஆணைகளையும் ''பாறைக் கல்வெட்டின்'' மூலமாக ஆணை யாகப் பிறப்பித்துள்ளார். இதுவும் ஒரு விதத்தில் ''கடிதம் போன்றதே.''

அசோகரின் ஐந்தாவது மனைவி சிஷ்யரக்சிதை சதிக் கடிதங்களை எழுதும் வழக்கத்தைக் கொண்டிருந்தாள். அசோ கரின் மைந்தனான குணாளனின் இரு கண்களையும் ஒரு சதிக் கடிதத்தின் மூலம் பறித்துவிட்டான் என்று அசோகரின் வரலாறு கூறுகின்றது.

பதனிடப்பட்ட ஒட்டகத் தோல் மற்றும் ஆட்டுத் தோல் களையும் அரபு நாடுகளில் எழுதும் பொருட்களாகப் பயன் படுத்தப்பட்டன. வாய்மொழியில் சொல்லப்படும் கருத் துக்களைத் தோலில் எழுதுவதற்கு என்று ''சிறப்புத் திறமை'' பெற்றவர்கள் இருந்துள்ளார்கள்.

விவிலியத்தில் புதிய ஏற்பாட்டில் உள்ள பவுல் அடியார் எழுதிய கடிதங்கள் அனைத்தும் தொகுக்கப்பட்டு அவை ''சமயத் திருமுறைகள்'' என்றத் தகுதியைப் பெற்றுள்ளன.

கி.பி. 14ஆம் நூற்றாண்டிற்குப் பின்னர் இந்தியத் துணைக் கண்டத்தில் ''அச்சுத் தொழில்'' தொடங்கப்பட்டது. இந்தியா விலேயே முதன் மொழி தமிழ் மொழிதான் அச்சில் ஏறியது. தரங்கம்பாடியில் டச்சு, மற்றும் ஸ்பானிய கிறித்தவத் துறவிகள்

புதிய ஏற்பாட்டிலுள்ள ஒரு சில பகுதியை மொழிபெயர்த்து அச்சில் ஏற்றினர்.

1880– களில் அச்சுத் தொழில் ஒரு பக்கம் முழுமை பெற்று வளர்ந்தது போன்று அஞ்சல் துறையும் நன்கு வளர்ந்தது. அஞ்சல் துறைதான் தனிமனிதர்களுக்கிடையே கடிதப் போக்குவரத்தை ஊக்கவித்தது என்றால் அது மிகையல்ல.

டால்ஸ்டாய், கவிஞர் தாகூர், மகாத்மா காந்தியடிகள், அண்ணல் அம்பேத்கர் போன்றவர்கள் கடிதங்களை எழுதி னார்கள் – பதில் கடிதங்களையும் பெற்றார்கள். தாங்கள் நடத்தி வந்த இதழ்களிலும் அவற்றை வெளியிட்டனர். அவையாவும் தொகுப்புகளாக இன்று நமக்குக் கிடைக்கக்கூடியதாக இருக் கின்றன.

ஆனால் தமிழ் உரைநடைக் கடிதங்களுக்கு வித்திட்டவர் அருட்பிரகாச வள்ளல் பெருமான் அவர் *1860*– களிலேயே தனது சீடர்களுக்கும் புரவலர்களுக்கும் எழுதத் தொடங்கினார்.

அதன் பின்னர் பண்டிதர் அயோத்திதாசர்தான் அதிக அளவு கடிதப் போக்குவரத்தைக் கொண்டிருந்திருக்கின்றார் என்பது நன்கு புலப்படுகின்றது. கடிதப் போக்குவரத்துகள் எண்ணற்ற செய்திகளையும் கருத்துக்களையும் பரிமாறுகின்றன. அவற்றை எல்லாம் இங்கு கூறுவது ஒரு விமரிசனம் போலாயிவிடும் என்று கருதுகின்றேன். அச்சுத் தொழில் மிகவும் இளம் நிலையில் இருந்த பொழுது ஒரு இதழை வெளியிடுவது என்பது ஒரு மீமனித இயல்பு என்றே நான் பணிவாகக் கருதுகின்றேன். எனது மனதைக் கவர்ந்த ஒரு சில கருத்துகளைக் கோடிட்டுக் காட்ட விரும்புகின்றேன். தகுதியற்ற கடிதங்கள் அழிக்கப்பட்டுள்ளன என்பதையும் பண்டிதர் கூறுகின்றார்.

(1) கிறித்தவத்திற்கு மாறினும் சாதி ஒழியாதிருப்பது.

(2) மனு ஸ்மிருதி கண்டனம்.

(3) ஆங்கிலேயர்களை ஆதரிக்கச் சொல்லுகின்றார்.

4) பறையர்கள் தங்களை வேளாளர்கள் போன்று வேஷ மிட்டுக் கொள்கின்றனர் என்று சாடுகின்றார்.

மற்றவர்கள் தங்களது உள்ளக்கிடக்கைகளை வெளியிடு

வதற்கு ''தமிழன்'' ஒரு சிறந்த ஊடகமாக இருந்துள்ளது என்பது உண்மையே.

என்னை மிகவும் கவர்ந்தது, அன்பர்கள் கடிதங்களை முடிக்கும் பொழுது தங்களுக்குத் தாங்களாகவே சூட்டிக் கொண்ட புனைப் பெயர்கள்.

(1) ''உள்ளது உரைப்போன்'' *(2)* ''உண்மைப் பிரியன்'' *(3)* ஆன்றோர்க்கடியன் *(4)* ''உண்மையுரைப்போன்'' *(5)* ''திருப் பணித் தொண்டர்கள்'' *(6)* ''கண்டதுரைப்போன்'' போன்ற பெயர்கள்.

இரண்டாவது தொகுப்பையும் வெளிக் கொள்வதற்குப் புத்த மும்மணிகளின் ஆசி பேராசிரியர் முனைவர் பெ. விஜயகுமார் அவர்களுக்கு அருளப்பட வேண்டுமென இறைஞ்சி வேண்டு கின்றேன்.

குட்லாடம்பட்டி
சனவரி 2017

என்றும் புத்த தம்மத்தில்
பிக்குபோதிபால

தென்னிந்திய அறிவியக்க ஊற்றுக்கண்: அயோத்திதாச பண்டிதர் தமிழன் இதழ்க் கடிதங்கள்

பேரா. முனைவர் க. ஜெயபாலன்
அரசு கலைக் கல்லூரி (தன்னாட்சி)
நந்தனம், சென்னை 600 035
செல்பேசி; 90030 56091
email: jayabalankannan74@gmail.com

"**த**மிழன்'' ஏட்டில் வெளியான நூறாண்டுகளுக்கு முந்தைய கடிதங்களை எல்லாம் தேடித்தொகுத்து அயோத்திதாச பண்டிதரின் ''தமிழன் இதழ்க் கடிதங்கள்'' எனும் தலைப்பின் கீழே ஒரு நூலாகப் பேரா. முனைவர் பெ. விஜயகுமார் தொகுத்துத் தந்திருப்பது மகிழ்ச்சிக்குரியதாகும்.

நவீனகால இந்திய வரலாறு 19ஆம் நூற்றாண்டில் இருந்தே தொடங்குகிறது. அதிலும் சமய மறுமலர்ச்சி இயக்கங்களும் ஆன்மீக, உண்மைத் தேடும் பௌத்த மறுமலர்ச்சி இயக்கங்களும் இந்நூற்றாண்டில் மிகப்பெரும் மறுமலர்ச்சியைத் தொடங்கியது. இதன் விளைவாகவே இருபதாம் நூற்றாண்டில் சமூகத்தில், அரசியலில், பொருளாதார, கலை, இலக்கியப் போக்குகளில் பல்வேறு விடுதலை இயக்கங்கள் உருவாயின; மாபெரும் ஆளுமையாளர்கள் உருவானார்கள். இன்றைய நவீன பாரதத்தின் அடித்தளம் உண்மையில் ஆங்கிலேய ஆட்சியாளர்களால் புறவடிவில் ஆட்சியளவில் அமைக்கப்பட்டிருக்கலாம். ஆனால் உண்மையிலேய இந்தியாவின் அடித்தளத்தை ஆன்மீக, சமூக மறுமலர்ச்சி முன்னோடிகள் சிறப்பாக வடிவமைத்தனர். சுதந்திரம், ஜனநாயகம், சமத்துவம் என்ற அடிப்படைகளில் அமைக்கப்பட்டது. இன்றை இருபத்தொன்றாம் நூற்றாண்டில் எழுந்து வருகின்ற இந்திய தேசியமென்பது வேறு விதமாக

வெளிப்பட்டு நின்றாலும் இருபதாம் நூற்றாண்டில் துவக்கத்தில் உருவான தேசியப்போக்கு, சிந்தனை முக்கியமான ஒரு கூறாகும். அப்போக்கில் வெறுமனே அந்நிய வெறுப்புக் கூடுதலாக பேசப்பட்டபோது உண்மையான இந்திய தேசியம் என்பது வெறுப்பில் அல்ல சுதந்திரம், சமத்துவம், சகோரத்துவம், ஆகியவற்றின் மீது கட்டப்பட வேண்டும் என்று வேகமாக, ஆழமாக, அழுத்தமாக எடுத்துரைத்தவர் பண்டித அயோத்திதாசர் *(1845–1914)* என்றால் மிகையல்ல. இதே பார்வையில்தான் அவரின் தமிழ்த் தேசிய, திராவிடப் பார்வைகளும் அமைந்தன. இந்திய தேசத்தின் அடிப்படைக் கட்டுமானத்தைச் சமத்துவச் சிந்தனைகளின் மீது வைத்துக் கட்டப்பட வேண்டிய அவசியத்தை வலியுறுத்தியதாலேயே வள்ளலார் போன்று, வைகுண்டர் போன்று, நாராயணகுரு, ஜோதிராவ் பூலே, தயானந்தா, இராமகிருஷ்ணர், விவேகானந்தர், போன்று பண்டித அயோத்திதாசரும் மிக முக்கியமான இந்திய ஆன்மீக முன்னோடியாகிறார். அதே நேரம் ஆன்மீகத்தில் மட்டுமின்றி அரசியல், சமூகம் உள்ளிட்டக் களங்களிலும் முன்னோடியாகிறார். இதனால்தான் அவரின் சிந்தனைகளும் அவரைத் தொடர்ந்து இயங்கிய பௌத்த இயக்கங்களும் நவீன இந்தியாவின், அறிவியக்கத்தின் முக்கியமான ஊற்றுக்கண்களாக அமைகின்றன. அந்த வகையில் இக்கடிதங்கள் மிகுந்த முக்கியத்துவம் பெறுகின்றன. மேலும் இக்கடிதங்கள் பௌத்தருமம் எனும் சங்கப்பலகை மீது நடைபெற்ற விரிந்த பரந்த சொல்லாடல்களாக உள்ளன.

இன்றைய இந்தியா(2016) முற்றிலும் நம்பிக்கையற்ற, விரக்தி மிகுந்த, வெறுமைபடர்ந்த களமாக உள்ளது. அரசியல், சமூகம், சமயம், ஊடகம், இலக்கியம், கல்வி, நீதி என்று அனைத்துத் துறைகளிலும் நீக்கமற ஊழலும் அநீதிப் போக்கும் நீக்கமற நிறைந்துள்ளன. இதை, இச்சூழலை விவரிப்பதும் வெறுப்பதும் மட்டுமே அறிவாளர் பணியல்ல. அதையும் தாண்டி தேக்கத்தை நீக்கி நாட்டை முன்னேற்றுவதே முக்கிய பணியாகும். இதற்குச் சமயம், அரசியல் என்ற இரு களங்களிலும் சீர்திருத்தம் மிக அவசியமாகத் தேவைப்படுகிறது. இந்தியாவில் என்னதான் உருகி உருகி சமயப் பிரச்சாரம், பாராயணம், உபன்யாசம் செய்யப்பட்டாலும் இவை யாவும் அவை செய்யப்படும் சாதி தாண்டி வெளியே வருவதில்லை. இந்தியாவின் எண்பது

சதவித மக்கள் அறியாமையில், வறுமையில் இன்றும் வைக்கப் பட்டுள்ளனர். சமயம் (அ) மதம் இந்தியாவைப் போல் உலகின் வேற எந்த நாட்டிலும் சீர்கெட்டு இருக்கவில்லை. இந்தியர்கள் சமயமற்றவர்களாக உள்ளனர். அதேநேரம் சாதிப்பற்றுடன் உள்ளனர். திசை திருப்பப்பட்டு பல நூற்றாண்டுகளாக இருளிலேயே உழல்கின்றனர். இச்சமயச்சீர் கேட்டினால் அரசியல், சமூகம், பொருளாதாரம் என்று எல்லாத் துறைகளிலும் ஊழல் மலிந்துள்ளது என்று பண்டித அயோத்திதாசர் மிக அழகாகக் குறிப்பிடுவார்.

''சாமி லஞ்சமே சதா லஞ்சமாக முடிந்தது.'' எனவே சமயச் சீர்திருத்தமும் அரசியல் சீர்திருத்தமும் அவசியமாகத் தேவைப்படும் இன்றைய இந்தியாவிற்குப் பண்டித அயோத்திதாசரின் அறிவியக்கச் சிந்தனைகள், கடிதத் தொடர்புகள் மிகுந்த ஊக்கம் தரும் ஒன்றாக அமையும் என்பதில் சந்தேகமில்லை. அந்த அடிப்படையிலும் இத்தொகுப்பு முக்கியமான ஒன்றாக அமைகின்றது.

இருநூற்றி எழுபத்தொன்பது கடிதங்கள், கடிதக் குறிப்புகள் இத்தொகுப்பில் உள்ளன. வெறுமனே தகவல் என்ற அடிப் படையில் மட்டுமின்றி தத்துவங்கள், இலக்கியங்கள், சமய உண்மைகள், அரசியல் பிரச்சினைகள் என்று பல்வேறு பொருண்மைகள் இக்கடிதங்களில் அலசி ஆராயப்பட்டுள்ளன. இக்கடிதங்களைப் பற்றி விரிவான ஒரு நூல் எழுதத் திட்டம் உள்ளது. காலம் கனியட்டும்.

தமிழ்ச் சமூகத்தில் ஏற்பட்டிருந்த அறிவு வேட்கைகளின் முக்கிய பதிவாக இக்கடிதங்கள் உள்ளன. தத்துவ விவேசினி, தமிழன், குடியரசு உள்ளிட்ட அனைத்து ஏடுகளும் தமிழ்ச் சமூக அறிவு மரபின் முக்கியப் பகுதியாகும். அண்மையில் தமிழில் வெளிவந்துள்ள தரம்பால் எழுதிய கல்வி வரலாறு நூலும் பிறவும் ஒப்பிட்டுப் பயிலத்தக்கன.

1. முற்போக்கு (அ) உயர்வாழ்வியல் கூறுகள்

இருபதானம் நூற்றாண்டுத் தொடக்க காலங்களில் உலகம் முழுதும் ஒப்பற்றக் கடித இலக்கியங்கள் உருவாயின. டால்ஸ்டாய், மக்சீம் கார்க்கி, தாகூர், காந்தியடிகள், பாபாசாகேப் அம்பேத்கர் உள்ளிட்ட உலகின் பல்வேறு ஆளுமையாளர்கள்

இதற்குச் சான்றாக உள்ளனர். அறிவியல் மிக வேகமாக வாழ்வைப் புரட்டிய குறிப்பாக அகில நாடுகளைப் புரட்டிய நேரம் அது. அக்காலத்தில் கிழக்குக்கும் மேற்குக்குமான கடிதங்கள் புத்துலகை நோக்கி மிக விரிவான பார்வையாக விரிகின்றன. அத்தன்மையில் பண்டித அயோத்திதாசரின் தமிழன் இதழ்க் கடிதங்கள் உயர்வாழ்வியல் கூறுகள் பலவற்றைப் பேசுகின்றன. சாதி ஒழிப்பு, மதவெறுப்பு ஒழிப்பு, பகுத்தறிவு நோக்கு, அன்பும் கருணையும் வளர்த்தல், அறிவியல் பார்வை என பற்பல கூறுகள் பல கடிதங்களிலும் வெளிப்படுகின்றன.

2. பரந்துபட்ட பார்வை

48ஆம் கடிதத்தில் ''உண்மையான சீர்திருத்தம்'' என்ற குறுந்தலைப்பின் கீழ் வருகிறச் சிறுபகுதி இதோ:–

''இந்தியன் யென்னும் ஒரு ஜாதி தவிர மற்ற அனாச்சார ஜாதியெல்லாம் ''பாழ்ஜாதி'' என அறத்தள்ளல் வேண்டும். அதுதான் புத்திசாலிகளுக்கு அழகு. அப்படிக்கில்லாமல் என் ஜாதி பெரிய ஜாதி, உன் ஜாதி சின்ன ஜாதி நான்தான் மேன்மையடை வேண்டும், நான்தான் அதிகாரியாக வேண்டும் மற்றவர்களெல்லாம் மேன்மெயானால் எப்படி பார்ப்போம் அப்பொழுது தர்மதேவதை நாலு பாதத்தில் நடக்க மாட்டாளே என்னும் அக்கிரமத்தை விடாமல் வாயால் மாத்திரஞ் சீர்திருத்தம் வேண்டுமென்றால் வருமா, வராதே. இது எப்படி யிருக்கிறதென்றால் சமுத்திரத்தை சுண்டுவிரலால் ஆழம் பார்க்கப்போன கதையைப் போலிருக்கிறது. ஆதலால் இந்த ஜாதி யென்னும் அனாச்சார சாக்கடையை விட்டுவிட்டு ஒற்றுமையுடன் பாடுபட்டால் தக்க சுகங்கிடைக்கும்.

3. தத்துவ விசாரிணை

உண்மையைத்தேடும் பயணம்தான் அனைத்து விதலைக்கும் அறிவு வளர்ச்சிக்கும் வித்திடுகிறது. ''தேடுகிறவன் கண்ட டைவான்'' என்றுரைத்த இயேசுவும் ''விழிப்புணர்வும் கவனமும் ஒழுக்கமுமே மெய்யறிவுக்கு வித்திடுகிறது'' என்ற புத்தரும் இன்னும் பலநூறு அறிஞர்களும் இவ்வாறே கூறியுள்ளனர். இக்கடிதங்களில் இத்தகு உண்மை, தத்துவ தேடல்களும் நிறைய உள்ளன. சான்றுக்கு மாயாவாதம் பற்றிய கடிதம் (எண். 68) போதும்.

4. இலக்கிய நயங்கள்

1. புனைபெயர்கள், 2. மொழிநடை, 3. உவமை, 4. பழமொழிகள் எனப் பல தன்மைகளில் இலக்கிய நயங்கள் இக்கடிதங்களில் உள்ளன.

5. அகல உலகத் தொடர்பு

சென்னை, கோலார் தங்கவயல் பகுதிகளை மையமிட்டு தமிழ் பௌத்த இயக்கம் 1890–1930களில் வளர்ச்சியுற்று இருந்தாலும் இவ்வியக்கத்தின் அகல உலகத் தொடர்புகள் வியக்கும் வண்ணம் உள்ளதைக் கடிதங்கள், தொடர்புச் செய்திகள் காட்டுகின்றன.

6. தமிழ், சிராமண அறிவு மரபின் ஆளுமை

இக்கடிதங்களில் வெறுமனே பௌத்தம் சார்ந்த அறிவு மரபு மட்டுமன்றி இந்தியாவின் அனைத்து ஞானமரபுகளின் கூறுகளும் உள்ளே ஒளிக்கின்றன. மேலும் தமிழ் மரபின் சித்த, பௌத்த, ஜைன, சைவ, வைணவ, கிறித்துவ, இசுலாமிய மரபுகளும் ஒளிர்கின்றன. மொழி அடிப்படையால் தமிழும் தத்துவ அடிப்படையால் சிராமண மரபும் காலந்தோறம் பெற்றுவரும் சவால்களை, நெருக்கடிகளை, தேக்கங்களைச் சந்தித்துள்ளது. அதேநேரம் அழித்துவிட முடியாத பஞ்சபூதங்கள் போல அவை மீண்டும் மீண்டும் எழுந்து வருகின்றன. ''புத்தர் காலம் தொட்டு பூத்திருந்த பௌத்தம் தமிழகம் வழியாகவே 14ஆம் நூற்றாண்டளவில் வெளியேறினாலும் 18, 19ஆம் நூற்றாண்டுகளில் தென்னிந்தியா, தமிழகம் வழியாகவே இந்தியாவின் உள்ளே வந்தது. மீள் எழுச்சி கண்டது'' என்று டாக்டர் பிக்கு போதிபால கூறுவதன் விளக்கமாக இக்கடிதங்களிடையே காணப்படும் பௌத்த சங்கத்தின் செயல்திட்டங்கள் விளங்குகின்றன.

7. பௌத்தத் தத்துவ விவாதப் பார்வை

இருபதாம் நூற்றாண்டின் தொடக்கத்தில் ஐரோப்பியர்களும் அதற்கிணையாக ஆசியர்களும் (Orientalist) சிறப்பாக பௌத்தத் தத்துவ விவாதம் நடத்தினர். அந்த விரிவான விவாதப் பகுதிகளில் (தியோசபிகல் சொசைட்டி, சத்யசோதச் சமாஜ், சமரச சன்மார்க்க இயக்கம், பிரம்ம சாமாஜம், ஆரிய சமாஜம்,

தென்னிந்திய சாக்கிய பௌத்த சங்கம், பாலிடெக்ஸ் சொசைட்டி, மகாஜன சபைகள், ஏஷியாடிக் சொசைட்டிகள் இன்னபிற) ஒன்றின் விளக்கமாக இக்கடிதங்கள் அமைகின்றன.

8. நூற்றாண்டுகள் தாண்டி முன்னோக்கிச் சிந்திக்கும் பார்வை

மனிதர்கள் 98 சதம்பேர் கடந்த, எதிர்காலங்களில்தான் வாழுகின்றனர். ஞானிகள், அறிஞர்கள், தீர்க்கதரிசிகள் தான் யாவும் அறிந்து கூறுகின்றனர். அவ்வகையில் பல்வேறு சிந்த னைகளை நாஸ்டரடாமஸ்போல், சித்தர் போரக்கர் போல், பண்டிதரும் அவரின் வழித் தோன்றல்களும் வெளிப்படுத் தியுள்ளனர். புத்தரின் காரணகாரியக் கோட்பாடு, மெய்யறிவை அறிதல், தியானித்தல் உள்ளிட்ட பல உயர் போக்குகளை அறிந்து செயல்பட்டதால் இவ்வெளிப்பாடு சாத்தியப்பட்டது எனலாம்.

இத்தகு அரிய கடிதத் தொகுப்பை ஊக்கமுடன் தொகுத் தளித்துள்ள பேரா. பெ. விஜயகுமார் அயோத்திதாசரின் ''திரிக் குறள்'' பற்றி முனைவர் பட்ட ஆய்வைச் செய்தவர். என்னுடன் இணைந்து சில பௌத்தத் தொகுப்பு நூல்களையும் உருவாக்கியவர். இன்னும் பல தொகுப்பு நூல்களையும் உருவாக்கி வருகிறார்.

ஆர்வமுடன் செயற்படும் இவரின் நோக்கும் போக்கும் ஊக்கப்படுத்துவதற்குரியன. அந்த வகையில் இன்னும் பல நூல்களை எழுதியும் சிறந்த வாழ்வினைப் பெற்று பேரும் புகழும் அடைய மனமுவந்து பாராட்டுகிறேன். புவியின் அனைத்து நியமங்களும் நேரிய வழியில் செல்வோர்க்கு வழிகாட்டும். இது சத்தியம்.

பவது ஸப்ப மங்களம்
சாதனைகளில் சந்திப்போம்
க. ஜெயபாலன்.

நாள்: 20.12.2016
இடம்: சென்னை – 15

தொகுப்புரை

அயோத்திதாச பண்டிதரின் தமிழன் இதழ் பல உள்ளடக்கப் பகுப்புகளைக் கொண்டது. அதில் ஒன்றுதான் கடிதம் எனும் பகுதியாகும். இது Correspondence, நிரூபம் என்ற பெயரிலும் வெளிவந்துள்ளது. வர்த்தமானக் கடிதம், சங்கைக் கடிதம் என்ற கடிதப் பகுதியும் உண்டு. வர்த்தமானம் என்பது ஒவ்வொரு பகுதியின் நடப்பு நிகழ்வுகளை வெளிக்காட்டக் கூடியது. இதில் சங்கைக் கடிதம், சங்கைத் தெளிவு ஆகியவை முக்கியத்துவம் வாய்ந்த ஒரு பகுதியாகும். வாசகர்களின் சந்தேகத்திற்குப் பண்டிதர் அளித்த விளக்கங்கள் அமைந்த பெரும் பகுதி. அதனைத் தனியாக விவரிக்க வேண்டி உள்ளது.

அக்காலத்தில் பண்டிதரோடு இணைந்து சமூக மாற்றத்திற்கு, பௌத்த மறுமலர்ச்சிக்கு வித்திட்ட பலர் தமிழன் (1907–1914) இதழுக்கு எழுதிய கடிதங்களே இப்பகுதியில் இடம் பெற்றுள்ளன. மாரிகுப்பம், பெங்களூர், நாக்பூர், நெட்டால், திருப்பத்தூர் உள்ளிட்ட தென்னிந்திய சாக்கிய பௌத்த சங்க சான்றோர்கள் இன்னும் பலரது சிந்தனைகள் இப்பகுதியில் சிறு கட்டுரையாகவும் தொடர் கட்டுரைகளாகவும் இடம் பெற்றுள்ளன. பண்டிதருடைய எழுத்துகள் என்று குறிப்பிடும் படியாக பெரிய அளவில் எதுவும் இப்பகுதியில் இல்லை. இருப்பினும் அவரது சிந்தனையின் தாக்கம் பலரது கட்டுரை முழுமைக்கும் காணமுடியும். பல்வேறு பகுதியிலிருந்து கடிதங்களில் வந்த தொடர் கட்டுரைகளை ஒழுங்குப்படுத்தி வெளியிட்டதில் பண்டிதரின் பணி முதன்மையானது.

பண்டிதர் எழுதிய கடிதங்கள்

பண்டிதர் எழுதிய கடிதங்கள் 1907 – 1914 வரை வெளிவந்தவை தமிழன் இதழிலே புதைந்துள்ளன. அதற்கு முன்பு எழுதிய

இரண்டு கடிதங்கள் கிடைத்துள்ளன. அதில் An argument against conversion என்ற கடிதம் ஆங்கிலத்தில் அமைந்துள்ளது. இது சீனிவாச ராகவ ஐயங்காருக்கு அம்மையப்ப முதலிதெரு, இராயப்பேட்டை என்ற முகவரியிலிருந்து எழுதியது. இந்தக் கடிதம் 1894 இல் எழுதப்பட்டிருக்கலாம் என்று கருடப்படுகிறது. பண்டிதரின் சிந்தனை பௌத்தத்தின் பக்கம் திரும்பிய காலத்தில் எழுதப்பட்டிருக்க வேண்டும். மற்றொன்று A Unique Petition (தன்னேரில்லா விண்ணப்பம்) என்பதாகும். இது தங்களுடைய பௌத்த செயல்பாடுகளுக்கு உதவும்படி 1898 ஜுனில் கர்னல் ஆல்காட்டிற்கு எழுதியதாகும். இவ்விரண்டு தனி கடிதங்கள் மட்டும் கிடைத்துள்ளன. தமிழன் தொடங்குவதற்கு முன்பான செயல்பாடுகள் பெரும்பாலும் அறிவதற்கில்லை.

தமிழன் இதழ் பௌத்தத்தின் வாயிலாக சமூக விடுதலையை வென்றெடுப்பது, சாமானிய மக்களுக்குத் தமிழ் உணர்வை ஊட்டுவது, தமிழ் மொழியை விருத்தி செய்வது, பௌத்தத்தை மக்களிடையே கொண்டு செல்வது என சில கோட்பாடுகளை அடிப்படையாகக் கொண்டு தமிழன் இதழ் செயல்பட்டு வந்தது. இந்தப் போக்கில் பத்திரிகையைக் கொண்டு செல்வதோடு கடிதம் எனும் பகுதியையும் சேர்க்க வேண்டும் என்பது பண்டிதரின் முன் திட்டமாக இருந்தது. அதனைப் பத்திரிகை தொடங்கியதும் செயல்படுத்தினார். பத்திரிகையாசிரியர் மட்டும் பேசுவது என்றில்லாமல் வாசகர்களும் பேசுவதற்கான ஒரு வாய்ப்பை ஏற்படுத்தி தருவது ஜனநாயக பண்பு. அதைத் திறம்பட செயல்படுத்தினார். அதற்குக் கடிதம் எனும் பகுதி முதன்மையாக விளங்கியது. இதில் ஒரு சிக்கலும் உள்ளது. எந்தச் செய்தியை வெளியிட வேண்டும் வெளியிடக்கூடாது என்ற முழுப் பொறுப்பும் பத்திரிகையாளரைச் சார்ந்தது. இருப்பினும் செய்தி மீதான விமர்சனப் பார்வையும் கருத்துகளையும் வாசகர்கள் வைப்பதுண்டு அதற்குப் பதில் சொல்ல வேண்டிய கடமை பத்திரிகை ஆசிரியருக்கு உள்ளது. இது ஒருவகையில் கூடுதல் சுமைதான், இருப்பினும் ஆசிரியர் அதைத் திறம்பட கையாள வேண்டியுள்ளது. பண்டிதரும் அதனை நுட்பமாக கையாண்டார்.

கடிதம் எப்படி அமைய வேண்டும் என்பதை ஆரம்பத் திலேயே வாசகர்களுக்குத் தெரிவித்து விடுகிறார். அதற்கு மாறாக வருகின்ற கடிதங்களை வெளியிடுவது இல்லை

என்பதில் உறுதியாக இருந்தார். ஏழாண்டு இதழ் நெடுகிலும் சில கடிதங்கள் ஆங்காங்கே தடை செய்யப்பட்டதைப் பார்க்க முடியும். அரசாங்க விரோதம் இல்லாமல், மத கண்டனம் இல்லாமல், உண்மைக்கு விரோதம் இல்லாத கடிதங்கள் வெளியிடப்படும் என்று பண்டிதர் தெளிவுபடுத்தினார். குறிப்பாக கடிதங்கள், தெரியாத விஷயங்களை மக்களுக்குத் தெரிவிக்கும் படியாக இருக்க வேண்டும் என்றார். இதை இரண்டு விதத்தில் அணுகலாம். ஒன்று புதிய செய்தியை மக்களுக்குத் தெரியப்படுத்துவது. இரண்டாவது தெரியாத அல்லது சந்தேகமான ஒரு செய்தியைப் பன்முக ஆளுமை மிக்க பண்டிதரிடம் வினாவாக எழுப்பி தெரிந்து கொள்வது. இந்தப் பின்புலத்தில் அமைந்த கடிதங்கள் மக்களுக்கு ஒரு புரிதலை ஏற்படுத்தின.

ஒரு பைசாத் தமிழன் எல்லா மக்களுடைய பொது நன்மைகளைக் கருதி உண்மையைப் புகட்டுவதற்காக வெளிவந் துள்ளதால் நன்மையை நாடும் கடிதங்கள் ஏற்றுக்கொள்ளப்படும் என்ற பண்டிதரின் பார்வை பொது நிலையிலிருந்து சமூகத்தை அணுகுவதை உணர்த்துகிறது. இதில் எவ்விதமான வட்டத்தையும் அவர் போட்டுக் கொள்ளவில்லை. ஒரு விசால மான பார்வை இருந்ததைப் புரிந்து கொள்ள முடியும். அதே நேரத்தில் கடிதத்தில் வெளிப்படுகின்ற செய்திக்கு அந்தக் கடிதத்தை எழுதியவரே பொறுப்பாவார் என்பதையும் தெளிவு படுத்தினார். இவற்றையெல்லாம் கொண்டு பண்டிதர் சரியான புரிதலோடு இயங்கினார் என்பதை அறிந்து கொள்ள முடியும்.

தொடக்கத்தில் கடிதம் பகுதியில் வெளிவந்தவை முரண் பாடுகள் மிக்கதாகவும் மனத்தாங்கலை ஏற்படுத்துவதாகவும் இருந்தன. பண்டிதர் எண்ணியது போல் இல்லை. அவற்றை வெளியிடலாமா? வேண்டாமா? என்ற சந்தேகமும் எழுந்தது. அதற்கான நேரத்தையும் அவர் எடுத்துக் கொண்டார். அதை நேர்மையாகக் கடிதக் காரர்களுக்கும் தெரிவித்தார். சிலவற்றிற்கு விளக்கம் கொடுக்க வேண்டியிருந்தது. சில கடிதங்களால் எவ்விதமான பயனும் ஏற்படப்போவதில்லை என்பதை உணர்ந்து அவற்றை வெளியிடாமல் தவிர்த்தார். கடிதம் வெளியிடப் படாததற்கான காரணமும் வாசகர்களுக்குத் தெரிவிக்கப்பட்டது. கடிதத்தின் போக்கு, தன்மை, அது ஏற்படுத்தும் மனத்தாங்கல் உள்ளிட்டவற்றைக் கருத்தில் கொண்டு அவற்றை அடுப்புக்கு

இரையாக்கிவிட்டோம், அக்னிக்கு இரையாக்கி விட்டோம் என்று நயமாகக் குறிப்பிட்டார்.

கடிதத்தின் மூலமாகவே வாசகர்களுக்குள் கருத்து மோதல்கள் ஏற்படும் போது அவ்விடத்தில் பண்டிதரின் செயல்பாடு மேதமையோடு இருந்தது. அதை வெளியிடாமல் நிறுத்தவும், சில கடிதத்திற்கு வாசகர்களைக் கருத்துகள் தெரிவிக்க வேண்டு வதும் என கடிதம் பகுதியில் பதிப்பாசிரியராகப் பண்டிதர் சமூக அக்கறையோடு செயல்பட்டார்.

கடிதம் பகுதி மூலமாக மக்களுக்குப் புதிய செய்திகளைச் சொல்ல முடியும்; கருத்துகளைப் பகிர்ந்து கொள்ள முடியும் என்று நினைத்தார். ஆனால் தொடக்கத்தில் எதிர்மறையாக ஒடுக்கப்பட்ட சமூகத்தின் மீதும் அவர்களது அறிவார்ந்த செயல்பாடுகளின் மீதும் மாற்று சமூகம் மட்டுமல்ல சொந்த சமூகமும் கொண்டிருந்த தவறான புரிதலுக்கு விளக்கம் அளிக்க வேண்டியதாயிற்று. இதற்கு ஆங்காங்கே ஒரு பைசாத் தமிழன் இதழ் வருகையின் மீது பற்றுக் கொண்ட பண்டிதரின் செயல்பாடுகளை உற்று நோக்கிய சிலர் விளக்கம் கொடுத்து அவதூறு பரப்பியவர்களைப் பண்டிதரின் பணிகளை நேசிக்க செய்தனர்.

பண்டிதரின் கொள்கைகளுக்கும் பௌத்தம் பரவுவதற்கும் பெரும் உந்துதலாய் இருந்தவர்கள் ஆதரவு சக்திகளே. இவர்கள் சமூகத்தைப் புரிந்து கொண்டவர்களாகவும் பகுத்தறிவு மிக்க வர்களாகவும் இருந்தனர். பழைய ஒடுக்குமுறைகளிலிருந்து மீளுவதற்குப் பண்டிதரின் பௌத்தம் இவர்களுக்குச் சரியான வழிகாட்டியாக இருந்தது. அதனைப் பற்றிக் கொண்டு மிக துணிச்சலுடன் செயலாற்றி வந்தனர். இவர்களே தமிழன் இதழின் ஆதரவு சக்தியாகவும் கடிதக்காரர்களாகவும் இருந்தனர். எங்கெல்லாம் அநீதி மேலெழும்புகிறதோ அங்கெல்லாம் பௌத்த தம்மதின் மேன்மையையும் சமத்துவத்தையும் போதித்து வந்தனர். பண்டிதரின் கருத்தியல் ரீதியாகவும் சமூகத்தை அணுகினர்.

தமிழன் இதழ் அக்காலத்தில் பிராமணர்களின் சூழ்ச்சியை அம்பலப்படுத்துவதில் முதன்மையாக இருந்தது. இது சார்ந்து பண்டிதர் நூல்களும் கட்டுரைகளும் எழுதினார். அதனைத் தமிழன் இதழ் தொடர்ச்சியாகப் பதிவுசெய்து வந்தது.

பண்டிதரைப் பின்பற்றி உண்மையை வெளிக்கொண்டு வரும் நோக்கில் பௌத்த சங்கத்தைச் சார்ந்தவர்களும் பிறரும் பகுத் தறிவு பின்புலத்தில் பௌத்தத்தை முன்னிறுத்தி தொடர்ச் சியாக எழுதி வந்தனர். ஏ.பி. பெரியசாமிப் புலவர், ஜி.அப்பாதுரையார், உ.கோ.நாராயணசாமி பிள்ளை, மாசிலா மணி முதலியார் இன்னும் பலர் தொடர் கட்டுரைகளையும் சிறுசிறு கட்டுரைகளையும் எழுதி வந்தனர். இவை கடிதம் எனும் பகுதியில் இடம்பெற்று வந்தன. இவர்களது ஆழ்ந்த புலமையும் எழுத்துத் திறமையும் பண்டிதருக்குப் பக்கபலமாக இருந்தன. தமிழன் இதழில் இவர்களது எழுத்துக்கள் நல்ல வரவேற்பைப் பெற்றன. அவை பலவற்றைக் கேள்விக்கு உட்படுத்தி விமர்சனம் செய்யும் போக்கில் அமைந்திருந்தன.

கடிதம் எழுதுபவர்கள் தாங்கள் உள்வாங்கிய, மக்களால் நம்பப்படுகின்ற அல்லது ஏமாற்றப்படுகின்ற பல வற்றைக் குறித்தும் சிந்தித்தனர்; ஆய்வு செய்தனர். இதனால் இந்து மதம் கட்டிவிட்ட கதைகளின் சாயம் வெளுத்துப் போனது. ‘சொர்க்கம் நரகம்‘ பற்றிய பித்தலாட்டங்கள் வெளிக் கொண்டுவரப்பட்டன. அவை மக்களுக்குப் புரிதலை ஏற்படுத்தி பௌத்தத்தின் தேவையை உணர்த்தியது.

பண்டிதர் மட்டுமல்ல அவரைச் சார்ந்து இயங்கிய, தமிழன் இதழில் எழுதிய ஒவ்வொருவரும் மிக நுட்பமாக சமூகத்தைப் புரிந்து வைத்திருந்தனர். சமூக ஏற்றத்தாழ்வு களுக்கு யார் காரணம், அதனைத் தாங்கி பிடிப்பது யார் என்பதையும் மிகத் தெளிவாக அறிந்திருந்தனர். அதற்கு மாற்று பௌத்தம் என்பதையும் உள்வாங்கி செயல்பட்டனர். எந்தச் சூழலிலும் தங்களைப் பிறர் அவமானமாகப் பேசுவதையோ எழுதுவதையோ அவர்கள் ஏற்றுக் கொள்ள வில்லை. தங்களைச் சுயமரியாதையுடன் நடத்துவதையே விரும்பினர். பழைய இழிவு நிலையிலிருந்து மேம்பட்டு கல்வி, பொருளாதாரம் ஆகியவற்றில் ஓரளவு தன்னிறைவு பெற்றவர்களாக இருந்த அவர்கள் சுயராஜ்யம் என்று போராடுபவர்களையும் நம்பவில்லை. ஒரு சமூகத்தினு டைய உரிமை, வாழ்வாதரங்களைப் பறித்துக் கொண்டவர்கள் தங்களுடைய நலனுக்காக பிரிட்டிஷ் அரசிடம் போராடுவது போலித்தனமானது என்ற சிந்தனை அவர்களிடம் இருந்தது.

அந்த வகையில் சாக்கிய வீரன் என்பவர் 'இந்தியா' பத்திரிகைக்கு எழுதி அதனை வெளியிடாமல் தமிழன் வெளியிட்ட கடிதம் இப்பகுதியில் இடம்பெற்றுள்ளது.

ஒடுக்கப்பட்ட மக்கள் சமத்துவத்தை நோக்கி நகர்வதற்கு எப்பொழுதும் முனைப்பாக இருந்தனர். ஆனால் சுதேசிகளும் பிற சாதிய பற்றாளர்களும் மேம்போக்கான சமத்துவத்தையே கொண்டிருந்தனர். அவர்கள் சாதியை அகத்தில் கொண்டு புறத்தில் சமத்துவத்தையும் தேச விடுதலையையும் பேசினர். அவர்களை நன்கு புரிந்து கொண்டு எதிர்த்தும் அவர்கள் செயல்பாடுகளிலிருந்து விலகியும் இருந்தனர்.

தமிழனில் வெளியிடப்பட்ட செய்திகள் பலருக்கு எரிச்சலைக் கொடுத்தன. இதனைத் தாங்கி கொள்ள முடியாமல் அவதூறுகளைப் பரப்பினர். அதன் தொடர்ச்சியாக எதிர்ப்புகளும் எதிர்வினைகளும் வந்தன. 'நல்ல ஆயன்' எனும் பத்திரிகையின் விமர்சனத்திற்குக் கடுமையான எதிர்ப்புகள் எழுந்தன.

ஒடுக்கப்பட்ட மக்கள் தங்களை மேம்படுத்திக் கொள்வதற்கு மேற்கொண்ட முயற்சிகள் இப்பகுதிகளில் தெளிவாக இடம்பெற்றுள்ளன. இந்து மதத்தில் இருந்து தங்களை விடுவித்துக்கொள்ளவும் சாதி அடையாளங்களை துறக்கவும் அவர்கள் துணிந்து இருந்தனர். பௌத்தர் என்ற அடையாளத்துடன் தங்கள் புதிய வாழ்வினை மேற்கொள்ளத் தொடங்கினர். எல்லா நிலைகளிலும் தங்களை உயர்த்திக் கொள்வதற்கு எடுத்துக்கொண்ட முயற்சிகள் தெளிவாக இந்தக் கடிதம் பகுதியின் மூலமாக வெளிப்படுகின்றன.

ஒடுக்கப்பட்ட மக்கள் தங்களுக்கு நடக்கின்ற அநீதிகளை அரசிடம் எடுத்துச் சொல்லி நீதி பெறுவதற்குரிய வழியாக தமிழனையும் பண்டிதரையும் கருதினர். நெடுங்காலமாக ஆதிக்க சாதியர்களால் நடக்கின்ற கொடுமைகளை விரிவாக எடுத்துரைத்தனர். வாழ்வாதாரம் இன்றி பரிதவித்த நிலையை கண்ணீர் மல்க பண்டிதரிடம் எடுத்துரைத்ததைக் காணமுடிகிறது. ஒரத்தூர் கிராமம், திண்டிவனம் அருகிலுள்ள மேல்பாக்கம், பாஞ்சாலம், சாத்தனூர் கிராமத்து மக்கள் எவ்வளவு இன்னல்களை அனுபவித்தார்கள் என்பதைக் கடிதம் பகுதியைப் படித்தால் புரிந்துகொள்ள முடியும்.

தமிழன் இதழில் எழுதியவர்களில் சிலர் தங்களின் சுயத்தை வெளிப்படுத்தாமல் பொதுப் பெயரில் எழுதி வந்தனர். பெயர்கள் அவர்களது எழுத்தின் தனித்தன்மையை வெளிப்படுத்துவதாக உள்ளன. இம்முறையில் எழுதும்போது சொல்ல வேண்டிய கருத்தை ஒளிவு மறைவு இல்லாமல் வெளிப்படையாக பேசுவதற்குப் பெரிதும் உதவின. கருத்தியல் ரீதியான அணுகுமுறைக்குச் சுய அடையாளமே போதுமானதாக இருந்தபோதிலும் பொதுப்பெயரில் எழுதும்போது தனி கவனம் பெற்றது எனலாம். இவர்கள் தமிழன் இதழுக்கு வெளியிலிருந்து எழுதுபவர்கள் அல்ல பெரும்பாலும் தமிழன் இதழ்க்கடிதம் பகுதியில் எழுதி புகழ் பெற்றவர்களே பொதுப்பெயரிலும் எழுதி வந்தது குறிப்பிடத்தக்கது. தங்களது உரிமைகளை மீட்டெடுப்பதற்கான முயற்சியில் மென்மையாகச் சாடுவதற்கும் உரக்கச் சாடுவதற்கும் சுய, பொது அடையாளங்கள் அவசியமாகின்றன. அந்த வகையில் இவர்களது அடையாளங்கள் கவனத்தில் கொள்ளத் தக்கவையாக உள்ளன.

பேச்சற்ற ஒடுக்கப்பட்ட மக்கள் பேசுவதற்கும் தினந்தோறும் அனுபவித்துவரும் கொடுமைகளை வெளிக்கொண்டுவரவும் உரிமைகளை மீட்டெடுக்கவும் உதவியாகத் தமிழனும் பண்டிதரும் இருந்தனர். இதனால் பெரும் நம்பிக்கையும் ஆதரவும் மக்களுக்குக் கிடைத்தது. தங்களை அடிமைப்படுத்துகின்ற, அவமானம் படுத்துகின்ற ஒன்றை எதிர்த்து கேள்வி கேட்கும் துணிச்சலைப் பெற்றனர். இத்தகைய சுயமரியாதை மீட்டெடுப்பில் தமிழன் இதழ் முக்கிய களமாக விளங்கியது. கடிதம் பகுதியில் பிரச்சனைகளை மட்டும் முன்னிறுத்த வில்லை கல்வி, தொழில், பொருளாதாரம் மேம்பாடு, பண்பாடு என எல்லா நிலையிலும் மாற்றத்தை நோக்கி நகர்வதற்கான முயற்சிகள் மேற்கொள்ளப்பட்டன. குறிப்பாக இந்து மதத்தின் மீதான விமர்சனங்கள் மிகக் கடுமையாக வைக்கப்பட்டன. ஒடுக்கப்பட்ட மக்கள் படிப்பறிவு இல்லாதவர்கள், புத்திக்கூர்மை இல்லாதவர்கள் என்று சொல்லப்படுகின்ற வார்த்தைகள் எவ்வளவு அபத்தமானது என்பது இப்பகுதி வழியே அறிய முடியும்.

தமிழன் இதழில் இதுவரை வெளிவராத பகுதிகளை வெளிக்கொண்டு வரவேண்டும் என்கின்ற முயற்சி 2015ல் தொடங்கியது. கடிதம் பெரும் பகுதியாகவும் அதிகமான

தகவல்களை உள்ளடக்கி இருப்பதால் அதனை வெளியே கொண்டு வர வேண்டும் என்று முயற்சி செய்தபோது 2500 பக்கங்களுக்கு மேல் தட்டச்சில் வந்தது. இதனால் பெரும் பொருட் செலவும் கால விரயமும் ஏற்பட்டது. இதனை மொத்தமாக வெளியிடுவதைக் காட்டிலும் சிறு சிறு பகுதியாக பிரித்து வெளியிடுவது சிறந்தது என்று எண்ணி அதிலிருந்து சங்கை வினாக்கள் (சந்தேக வினாக்கள்), ஏ.பி. பெரியசாமிப் புலவர், கி. அப்பாத்துரையார் பற்றிய பதிவுகள் தனிப் பகுதியாக கொண்டுவர பிரித்து எடுக்கப்பட்டுள்ளது. அவை பின்னர் தனி நூலாக வெளிவரும்.

தமிழன் இதழில் இருந்து கடிதம் 2016 இறுதியில் பகுதியை தொகுத்து கொண்டிருக்கும் பொழுதே முதல் தொகுதி கொண்டுவரலாம் என்று முயற்சி செய்து அதற்காக மறைந்த பிக்கு போதிபால அவர்களிடமும் பேராசிரியர் முனைவர் க. ஜெயபாலன் அவர்களிடமும் வாழ்த்துரை அணிந்துரை வாங்கியிருந்த நிலையில் அதனை வெளியிட இயலவில்லை. அதற்கான நேரமும் காலமும் இப்போதுதான் கனிந்துள்ளது போலும். இந்த நூலுக்கு அணிந்துரை வழங்கிய பௌத்த அறிஞர் முனைவர் பிக்கு போதிபால அவர்களுக்கும் பௌத்த அறிஞர் முனைவர் பேராசிரியர் க. ஜெயபாலன் அவர்களுக்கும் நன்றி. இவ்விரு அறிஞர்களின் நூல் குறித்தப் பார்வையும் மிகு நேர்த்தியானது; ஆய்வுப்பூர்வமானது. நூலின் உள்ளடக்கத்தைச் சரியான முறையில் புரிந்துக்கொண்டு எழுதப்பட்டுள்ளது. உயர் தம்மத்தின் வெளிப்பாடாகவும் அமைந்துள்ளது. இவ் வகையில் மா. அமரேசன் அவர்களின் பதிப்புரையும் பொருத் தப்பாடுடையது. நூல் குறித்த இம்மூவரின் பதிவுகள் நூலின் மதிப்பை உயர்த்தியுள்ளது. தமிழன் இதழின் பழைய எழுத் துக்களையும் செல்லரித்த பகுதிகளையும் சிரமம் பாராமல் தட்டச்சு செய்து கொடுத்த சம்பந்தம் சங்கர் அவர்களுக்கும் இந்நூலினை வெளியிடுகின்ற அறம் பதிப்பகம் மா. அமரேசன் அவர்களுக்கும் நன்றி. பல்வேறு வகையில் உதவி வருகின்ற பௌத்த ஆளுமைகளுக்கும் சான்றோர்களுக்கும் நன்றி.

20.05.2021 **முனைவர் பெ. விஜயகுமார்**

தி. நகர்

பதிப்புரை

முனைவர் பெ.விஜயகுமார் அவர்கள் தொகுத்துள்ள அயோத்திதாச பண்டிதரின் தமிழன் இதழ்க் கடிதங்கள் தொகுதி–1 புத்தகத்தை வெளியிட்டதில் அறம் பதிப்பகம் பெருமை கொள்கிறது.

வரலாற்றின் பல இருண்ட பக்கங்களுக்கு இந்தப் புத்தகத்தில் உள்ள ஒவ்வொரு கடிதமும் விளக்கொளியாய்த் திகழ்கின்றன. பத்தொன்பதாம் நூற்றாண்டு காலத்தில் பறையர் சமூகத்தின் வரலாறு மற்றும் விருப்பம் இவற்றோடு இயங்கியல் போக்குகளை அறிந்து கொள்ளும் முயற்சி இது.

சமூகவியல் மற்றும் வரலாற்று ஆய்வாளர்களின் கைகளில் அவசியம் இருக்க வேண்டிய காலக் கண்ணாடி இந்தப் புத்தகம்.

நூற்றாண்டுக்கும் மேற்பட்ட காலமாக பறையர் சமூகம் எதைப் பற்றி பேசுகின்றது, எதை நோக்கி செயல்படுகின்றது, எங்கே தேங்கி நிற்கின்றது என்பதையெல்லாம் ஆய்வுப் பூர்வமாக அறிந்து கொள்ளும் முயற்சியே இந்தப் புத்தகம்.

கூடுதலாக, அயோத்திதாசரின் சமகாலத்தில் அவரை யாரெல்லாம் பின்பற்றினார்கள், சமூக மாற்றத்தை உருவாக்கியதில் அவர்களுடைய பங்களிப்பு எவ்விதத்திலெல்லாம் இருந்தன என்பதை அறிந்து கொள்ள ஒரு வரம் இந்தப் புத்தகம்.

அயோத்திதாசரின் கருத்துக்களுக்கு அடித்தள மக்கள், பாமரர்கள், படித்தவர்கள் மற்றும் அரசு ஊழியர்கள் அரசியல் வாதிகள், ஆளுங்கட்சி எதிர்கட்சி வெள்ளையர்கள் போன்றோரிடம் எவ்வகையான ஆதரவும் எதிர்ப்பும் இருந்தது என்பனப் போன்ற தளங்களில் இனிவரும் காலங்களில் ஆய்வுகள் நிகழ இந்தப் புத்தகம் திறவுகோலாகவும் வழிகாட்டியாகவும் இருக்கும் என்பது எனது நம்பிக்கை.

ஏன் அயோத்திதாசர் இன்றும் தேவைப்படுகிறார் என்பதற்கான காரணங்களை இந்தப் புத்தகத்தில் உள்ள ஒவ்வொரு கடிதமும் நமக்குப் பறைசாற்றுகின்றன.

இந்தப் புத்தகத்தை ஆய்வாளர்கள், அறிஞர்கள், ஆய்வு மாணவர்கள், கல்லூரிகளில் உள்ள ஆய்வுத்துறை என பலரும் பயன்படுத்தி பறையர் வரலாற்றை மீட்டுருவாக்கம் செய்யலாம். அல்லது தமிழகத்தின் நூற்றாண்டு கால பௌத்த பாரம்பரியத்தையும் மீட்டெடுக்கலாம். காலம் எப்படி இந்தப் புத்தகத்தை பயன்படுத்திக் கொள்ள உள்ளது என்பதைக் காண உங்களைப் போலவே நானும் ஆவலாய் உள்ளேன்.

இந்தப் புத்தகத்தை அச்சிட அறம் பதிப்பகத்துக்கு தந்த முனைவர் பெ. விஜயகுமார் அவர்களுக்கு நன்றி.

சிறப்பான வடிவமைப்பு மற்றும் அட்டைப்படம் தந்த தோழர் ஜீ. முருகனுக்கு நெஞ்சார்ந்த நன்றி. அச்சிட்ட துர்கா பிரிண்டர்ஸ்சுக்கும் கனிவான நன்றி.

பதிப்புத் துறையில் செயல்பட வாய்ப்பளித்துக் கொண்டிருக்கும் பிரபஞ்சத்துக்கும் அருட்பேராற்றலுக்கும் மனமார்ந்த நன்றி நன்றி நன்றி.

அறம் பதிப்பகத்துக்காக

மா. அமரேசன்

ஆரணி,
ஆகஸ்ட் 2021

சுருக்கக் குறியீடு

ம–ள–ள–ஸ்ரீ	–	மரியாதையாக அழைக்கும் சமஸ்கிரத வார்த்தை
E.D.	–	Editor
ப.ர்.	–	பதிப்பாசிரியர்

(E.D., ப.ர். என்ற பெயரில் இடம்பெற்றிருக்கும் செய்திகள் அனைத்தும் அயோத்திதாச பண்டிதருடையது.)

1. கடிதக்காரர்களுக்கு அறிக்கை

அரசாங்க விரோத மில்லாததாயும் மத தூஷண மற்றதாயும் உண்மெய்க்கு விரோத மில்லாததாயு முள்ளக் கடிதங்களை பிறருக்கறிவிக்கப்படும்.

தெரியாத விஷயங்களைத் தெரிய விரும்புமன்பர்களுக்குத் தெரிபொருளாகத் தேர விளக்கப்படும்.

தெரிந்துந் தெரியாததுபோல் விரிந்த சங்கையை விரித்து விதண்டாவாதம் வளர்க்குங் கடிதங்களை பிறருக் கறிவிக்கப்படா.

இப்பத்திரிகை சகலருடைய பொது நன்மைகளைக் கருதி வெளிவந்துள்ளமையால் நன்மையை நாடுங் கடிதங்களை நன்றியறிந்த வந்தனத்துடன் ஏற்றுக் கொள்ளப்படும்.

கடிதக்கார ரபிப்பிராயங்களுக்குப் பத்திராதிபர் பொறுப்பாளி யன்று.

சகலருக்கும் நன்மெய் புகல வேண்டுமென்பது முன்னோக்கம் அது தவரில் சகலரிடத்தும் நன்மெயாக நடந்துக் கொள்ள வேண்டும் என்பது பின்னோக்கமாம்.

19 ஜூன், 1907

2. ஆல்தோட்டம்

ம–ள–ள–ஸ்ரீ ஜோ. ஆ. தம்புசாமி பிள்ளையவர்களுக்கு

அன்பரே,

தாம் இம்மாதம் இரண்டாந்தேதி விடுத்த கடித வுரையை யுடைத்து உள்ளுள்ளதைப் படித்து மிக்க வியப்புற்றேன்.

காரணம் பத்திராதிபர்கள் பல பாஷாபத்திரிகைகளில் வரும் விந்தையை சுயபாஷையில் மொழிபெயர்த்து சுற்றும் பிரசுரிப் பதியல்பாம்.

இதுபோல் ஓர் கிரீஸ்தவ பர்மியர் 45 ரூபா சம்பளம் பெற்றுப் போதகராயிருந்து அதை வெறுத்து சம்பளமில்லா புத்ததர்மத்திற் சார்ந்தாரென்று பிரம்ம தேச ஜூன் மாதத்திய (The friend of Burmah) என்னும் பர்மிய பத்திரிகையில் வெளியிட்டிருந்ததை இராயப்பேட்டை பௌத்தாச்சிரமத்தில் வசிக்கும் சிரமணகுரு மொழி பெயர்த்து நமது தமிழ் பத்திரிகையில் வெளியிடும் படி கேட்டுக் கொண்டார். அதுபோல் வெளியிட்டோம். தங்க ளுக்கதில் ஏதேனும் சங்கை யிருக்குமாயின் பிரம்ம தேசத்தில் வெளிவரும் மேற்படி பத்திராதிபருக் கெழுதி தெளிந்துக் கொள்ளலாம்.

இதில் எமதபிப்பிராயம் யாதென்பீரேல் அந்த பர்மியக் கிறீஸ்தவர் கிறீஸ்துவின் போதனைகளை வாசித்துள்ளவரா தலின் என்னத்தை யுண்போம், என்னத்தை யுடுப்போம், என்னத்தைப் பானம் பண்ணுவோமென்று கவலைப் படா திருங்கள். அப்படி யார் நினைப்பார்களென்றால் அஞ்ஞானிகள் நினைப்பார்களென்று கிறீஸ்து போதித்திருன்றார்.

அப்போதனையை சிரமேற்கொண்ட பர்மியர் உண்பதற்கும் உடுப்பதற்கும் கவலையாய் 45 ரூபா சம்பளம் பெற்றுக் கொண்டு அஞ்ஞானியாகத் திரியாமல் புத்ததன்மத்தைச் சார்ந்து மெய்ஞ் ஞானியாக வேண்டு மென்பதேயாம்.

45 ரூபா சம்பளத்தை வெறுத்து கிறீஸ்து மார்கத்தை போதிக்கலாகாதோ வென்பீரேல், கிறிஸ்துவை நம்புவதற்கும் கர்மத்தை நம்புதற்கும் அனந்தபேதமுண்டு. அதனை வருகிற வாரம் வெளிவரும் கர்மபாகத்தாற் கண்டுக் கொள்ளலாம்.

10 ஜூலை, 1907 கடிதங்கள்

சிவம்– தங்களுடையக் கடிதம் வருகிற வாரம் வெளிவரும்.

A.D. அந்தோனியத்வைதி – தங்களுடையக் கடிதத்தை யோசித்து வெளியிடுவோம்.

E.D.

10 ஜூலை, 1907

3. இப்பத்திரிகை அவசியமா? ஆம் அவசியமே

சென்னை 22

பெரிய தனந்தாரர்கள் மிராசுதாரவர்கள் தமிழ்ப் பாஷையை எழுதவும் படிக்கவுங்கூடும். அவர்களில் அநேகர் பண்டித மாமணிகளாகவும் இருக்கிறார்கள். ஆனாலும் இங்கிலிஷ் பாஷையை அறியாதவர்கள் அநேகர். அறிந்தவர்கள் இருந்தாலும் இங்கிலிஷ் பத்திரிகையை வாங்குவதும் சிரமமாகும். இங்கிலிஷ் தெரிந்த பிரபுக்கள் இங்கிலிஷ் பத்திரிகைகள் எல்லாம் வாங்கி படித்தாலும் தாங்கள் மட்டுமே ஆனந்தப்படுவார்கள். தமிழர் இதரர்களுக்கு அவ்விடயங்களைத் தமிழில் மொழி பெயர்த்துச் சொல்வதனால் அவர்களுக்கு அவசரமிராது. ஆகையால் தாங்களே படித்து ஆனந்தப் படும்படியாகவும் இருப்பதால் இப்பத்திரிகையை ஒவ்வொருவரும் வாங்க வேண்டிய தவசியமே.

மேலும் நமது அன்பிற்கினிய நம் நாட்டுச் சிறுவர்களும் சிறுமிகளும் தமிழ்ப் பாஷையில் தேர்ந்து நல்வடக்கை வாய்ந்து சொல்நலம், பொருள் நயம் தோன்ற இனிய மொழிகளில் வாசிப்பது எவ்வளவு பெருமையாயிருக்கும் ஆதலின் இப்பெருமையை அடைவதற்கு இப்பத்திரிகை அதிஅவசியமானது.

இதன்றி, எந்த பாஷையால் நமது ஆழ்வார் சாதிகளும் நாயமார்களும் கடவுளை ஸ்தோத்திரஞ் செய்துயர் யுச்சியத்தை அடைந்தனரோ எந்த பாஷையானது நமது முன்னோர்கள் நமக்கு ஓர் மூலதனமாக வைத்திருக் கின்றார்களே, எந்த பாஷையானது ஸாக்ஷாத் அகஸ்திய மகரிஷியால் சம்ஸ்கிருதத்துக்குச் சமமாக விருத்தியாக்கப் பட்டதோ, எந்த பாஷையை நமது தாய் மார்கள் தங்களமுதுடன் சேர்த்து நமக்கு ஊட்டினார்களோ அப்படிப்பட்ட அருமையான நமது தமிழ் பாஷையை விருத்தி

செய்யத்தக்க வழியைக் காண்பிக்க காலஞ் சென்ற கனவான் கர்னல் ஆல்காட் இலவசமாய் 700 சிறுவர்கள் சிறுமிகளுக்காக ஸ்தாபித்து ஐந்து பாடசாலைகளின் போதனைகளோடு இத்தமிழ் பத்திரிகையையும் நம் நாட்டு வாசிகளாகிய பிரபுக்கள் அனுபவிக்க வேண்டாமா? ஆதலின் எவ்விதத்திலும் உபயோக முள்ள இந்த ஒரு பைசாத்தமிழனை கனவான்களான நமதினத் தவர் யாவரும் ஆதரிப்பது அவசியம்.

24 ஜூலை, 1907

4. இந்நாட்கண்ணி

1\. ஆரணங்க ளாகமங்க ளயனாதி தேவர்களுங்

காரணங்க ளென்றெண்ணுங் கருத்தொழிவ திந்நாளே.

2\. வேதியர்கள் கூடிமுன்னாள் வேணபடிகட்டிவைத்த

வாதனைசெய் வேதத்தை வாட்டிடுவ திந்நாளே

3\. வேதமெனும் வேதாளம் வேதனை செய்யாதோடப்

பாதகஞ் செயுஞ்சமயப் பற்றொழிவ திந்நாளே.

4\. ஜாதி சமயமெனும் சண்டாளப் பேயோட்டி

நீதிநெறி நின்று நிஜம் பெறுவ திந்நாளே.

5\. சமயமெனும் பேய்க்கதையைச் சாற்றிமதிமருண்டு

சுமைகொண்ட பேதச் செருக்கருப்ப திந் நாளே.

6\. மந்திரங்கள் யந்திரங்கள் மயக்குபில்லி சூனியங்கள்

தந்திரங்க ளென்றெண்ணித் தள்ளுநா ளிந்நாளே.

7\. வேட்டியுந் தாழ்வடமும் வெண்ணீறும் வெண்பல்லுங்

காட்டிக் களவுசெய்வோர் காடுரைவ திந்நாளே.

8\. சமய குரவரெனுஞ் சண்டாளடர் பொய்மொழியை

இமைப்பொழுது மெண்ணா திருக்குநா ளிந்நாளே.

9\. கள்ளுனை வேட்டுக் களிக்கின்ற ஞானிகளை

எள்ளாம லெள்ளி யிகழுநா ளிந்நாளே.

10\. அத்தனிருப்பை யெண்ணி யாராய்ந்துக்கண்டு

சுத்த சுயஞானம் முதிருநாளிந்நாளே.

11\. உளியிட்ட கல்லும் உருப்பிடித்த செஞ்சாந்தும்

புளியிட்ட செம்பும் பொய்யாவ திந்நாளே.

12. சிந்தை சிவமென்னுந் தீப்பிடித்து மாளாமல்

முந்த சுயஞானம் முதிருநா ளிந்நாளே.

13. அவஞானங் கொண்டு அலைந்தழிந்து போகாமல்

சுயஞானங் கொண்டு சுகிக்குநா ளிந்நாளே.

14. ஆலையங்க ளோடிநிதம் அர்ச்சனைகள் செய்வோரை

வேலையற்ற வீணரென வெறுக்குநா ளிந்நாளே.

15. வேசை யாசையாலே விழாக்களுக்கு ஓடிநிதங்

காசழிக்கு நீசர்களைக் கடியுநா ளிந்நாளே.

16. தீர்த்தங்களாடித் திரிந் தலைந்து மாய்வோர்க்கு

வார்த்தை சொல்லி நன்னெறியில் வரிக்கு நா ளிந்நாளே.

Madras சி. ம. இராகுவேல் மூர்த்தி

22–7–07

31 ஜூலை, 1907

5. கடிதக் காரர்களுக்கு அறிவிப்பு

அன்பர்காள்:–

எழுதுங் கடிதங்கள் அவலை நினைத்து உரலை இடிப்பது போல் மற்றவர்கள் மனதைப் புண்படச் செய்கின்றமையால், அவைகளை நிருத்தி அக்கினிக் கிரையாக்கி விட்டோம்.

அபிமானி:–

தங்கள் கடிதம், அவன்கெட்டான் குடியன் எனக்கு இரண்டு திரான் போடென்று சொல்லுவதுபோல் அயலார் குற்றங்களைப் பதரைப்போல் தூவி உமது குற்றங்களாகிய பொறாமெய், பொய்ச்சாப்பு, டம்பம், நயவஞ்சகம், குடிகெடுப்பு இவைகளை அடக்கிக் கொண்டு பெயரையும் ஊரையுங் குறிப்பிடாமல் அபிமானியென்று வெளிவந்த கடிதத்தை அடுப்புக்கிரையாக்கி விட்டோம்.

E.D.

7 ஆகஸ்ட், 1907

6. ம-ள-ள-ஸ்ரீ "ஒருபைசாத்தமிழன்"

பத்திராதிபரவர்கள் சமூகத்திற்கு

ஐயா,

தாங்கள் 2, 3, 4, 5 – தொகுதிப் பத்திரிகைகளில் குறிப்பிட்டிருக்கிற ஜாதி விஷயத்தை நான் வாசித்துக் கொண்டிருக்கையில் என் சமீபத்திலிருந்த இருவரி லொருவராகிய திருப்பணித் தொண்டர் கோபாவேசங் கொண்டு என்னைப்பாத்து இந்த சண்டாள பத்திரிகையை வாசித்துக் கெட்டுப்போக வேண்டாம். இதைக் கிழித்து நெருப்பில் போட்டுவிடும் என்றார். அதைக் கேட்ட மற்றொருவராகிய காரியவாதி புன்சிரிப்புக் கொண்டு திருப்பணித் தொண்டரை நோக்கி ''ஏனையா கோபிக்குறீர் உமது சினத்தை மூட்டை கட்டி ஓர்பக்கத்தில் வைத்துவிட்டு ஆறினமனதுடன் நான் வினவும் வினாக்களுக்கு தக்க விடை பகருவீராகில் உமது அபிமானத்தில் நானு மிரங்கி உமது கோபாக்கினிக்கு இதைகொடுத்து உம்மை திருப்தி செய்கிறேனென்று சொன்னவுடன் திருப்பணித் தொண்டர் எழுந்து காரியவாதி கரங்களைப் பற்றிக் கொண்டு வினாவும் என்றார்.

அவ்விருவருக்கும் நடந்த வினா விடைகள் பிரயோசன முள்ளவைகளாயிருப்பதினால் இதனடியிற் குறித்திருக்கின்றேன். தங்கள் பத்திரிகையை வாசிப்போ ரனைவரும் அவைகளைப் பார்க்கும்படியாக அவைகட்கு தங்கள் பத்திரிகையினோர் புரத்திலிடங்கொடுக்க தங்கள் கனத்தை வேண்டுகிறேன்.

வினா– இவ்வுலகம் படைக்கப்பட்டதா, படைக்கப்படாததா.

விடை– படைக்கப்பட்டதே.

வினா– படைத்தவர் யார்.

விடை– பிரம்ம, விஷ்ணு, ருத்திராளென்கின்ற மூவர்.

வினா– அம்மூவரும் சுவருபத்திலும், நடக்கையிலும்

அபிப்பிராயத்திலும் பேதமுள்ளவர்களா, அபேதமுள்ளவர்களா.

விடை– பேதமுள்ளவர்போல பாவனையே தவிற வஸ்து ஒன்றுதானே.

வினா– ஒரே வஸ்துவென்று யோசிக்குங்கால் அந்த பேதம் என்னமாகிறது.

விடை– நசித்துப்போகிறது.

வினா– ஒரேவஸ்துவென்று நீர் எதைச் சொன்னீரோ அது படைக்கப்பட்டதா.

விடை– அந்த வஸ்து படைக்கப்பட்டது, படைக்கப்படாதது என்று சொல்ல சந்தேகம்.

வினா– அந்த வஸ்து எப்படியிருக்கிறது.

விடை– சத்து, சித்து, ஆனந்த வடிவாயிருக்கிறது.

வினா– மறுபடியும் நீர் சொல்லும் உலகத்தையும், சகல பிராணிகளையும், படைத்தவர் யார்.

விடை– முந்தி நான் சொன்னது ஒரேவஸ்து.

வினா– பிராணிகளை சிருஷ்டிப்பதில் இருக்க வேண்டிய கடவுள் என்ன செய்திருக்கிறார்.

விடை– ஜாதி பேதத்தை சுவரூபத்திலே அறியும்படியாம் அனேக பிரிவுகளை உண்டாக்கியிருக்கிறார்.

வினா– கடவுளுடைய சிருஷ்டிப்படிக்கு மனிதருடைய ஜாதிபேதத்தைச் சொல்லும்.

விடை– ஆண், பெண் என்கிற இரண்டு ஜாதி தான்.

வினா– ஒருபைசாத் தமிழன் குறித்த ஜாதி என்பது எப்படிப்பட்டது.

விடை– பிர்ம்ம, க்ஷத்திரிய, வைசிய, சூத்திரரே.

வினா– இந்த ஜாதிபேதத்தை உண்டாக்கியது கடவுளா, மனிதனா.

விடை– மனிதன்தான்.

வினா– இந்த ஜாதிபேதம் ஏற்படுவதற்கு முன்னே மனிதருக்குள் ஜாதிபேதமுண்டா.

விடை– ஆண், பெண் என்பது தவிர வேறு ஜாதிபேதமில்லை.

வினா– மேற்குறித்த நான்கு ஜாதிபேத்தை உண்டாக்கினவர் யார்.

விடை– மனு.

வினா– அவர் இப்போது இருக்கிறாரா.

விடை– இல்லை.

வினா– அந்த மனு தமது காலத்தையும் அனுபவத்தையும் கொண்டு மாத்திரம் அந்தப் பேதத்தை ஏற்படுத்தினாரா எப்படி.

விடை– தன் காலத்தையும் அனுபவத்தையும் கொண்டு மாத்திரந்தான் ஏற்படுத்தினார் இதரகாலங்களும் அனுபவங் களும் அவருக்கு எப்படி கிடைக்கும், கிடையாது.

வினா– மேற்கூறிய நான்கு ஜாதிபேதம் ஏற்பட நியாயமென்ன.

விடை– அறிவின் தாரதம்மியங்களை நிச்சயித்து புத்திக்குத் தகுந்த உழைப்பை அதாவது தொழிலை அவனவன் அனுஷ்டிக்கச் செய்வதினாலும் நல்ல அபிவிர்த்தியும் பிரயோஜனமும் அடை யலாமென்கிற நம்பிக்கைக் கொண்டு ஏற்படுத்தப்பட்டது.

வினா– ஒவ்வொரு ஜாதியின் யோக்கியதையைப் பற்றி விவரஞ்சொல்லும்.

விடை– கடவுளை தியானித்து வணங்கத்தக்க புத்தி யுள்ளவர்களை பிராமணரென்றும், பாகுபல முள்ளவர்களை க்ஷத்திரியரென்றும், சொத்துகளின் சம்ரக்ஷணைக்காக வைசிய ரென்றும், அறிவிற் சிறியோரை சூத்திரரென்றும் நான்கு ஜாதியாராக பிரிக்கப்பட்டது.

வினா– சென்ற காலாள் திரத்தில் தாழ்ந்த ஜாதியில் ஜனித்த ஒருவன் தன் அறிவின் மிகுதியைக் கொண்டு யாதொரு மேலான அந்தஸ்தை அடைந்திருப்பதுண்டா.

விடை– அனேகர் பிராமண ஜாதியரால் ரிஷிசிரேஷ்டர்களாக

அங்கீரிக்கப்பட்டு மேன்மையை அடைந்திருப்பதுண்டு.

வினா– இப்போது உமக் குண்டாயிருக்கும் அபிப்பிராயப் படிக்கு ஜாதிக்கு காரணமெது.

விடை– அறிவுதான்.

வினா– மேற்குறித்த நான்கு ஜாதிகளும் எந்த உத்தேசத் தின்பேரில் ஏற்பட்டனவோ அந்த உத்தேசம் இப்போது எப்படி யிருக்கிறது.

விடை– கலைந்துப்போயிருக்கிறது.

வினா– கலைந்த காலமும், காரணமும் சொல்லும்.

விடை– காலம் மனதுக்கெட்டவில்லை. காரணமோவெனில் ஒரு ஜாதிபுருஷன் மற்றொரு ஜாதி ஸ்திரியைப் புனருவதினால் ஜனிக்கிறப் பிள்ளைதான்.

வினா– இப்போது எத்தனை ஜாதி ஏற்பட்டிருக்கிறது.

விடை– அனந்தம் ஜாதி ஏற்பட்டிருக்கிறது.

வினா– அவ்வளவு ஜாதியேற்பட வேண்டியதென்ன.

விடை– சில ஜாதிக்குக் காரியகாரணம், சில ஜாதிக்குத் தேககாரணம், சில ஜாதிக்குச் சங்கரமம் காரணம்.

வினா– ஒருபைசாத் தமிழன் பத்திரிகை ஜாதியைப்பற்றி என்ன சொல்லிவருகிறது.

விடை– ஜாதி கலைந்து போயிருப்பதை சொல்லி யிருக்கிறது.

வினா– காலம் மாறும்போது நடவடிக்கை எப்படியாகும்.

விடை– மாறிக்கொண்டு வரும்.

வினா– நடவடிக்கை மாறும்போது ஜாதி என்னாக வேண்டியது.

விடை– மாறத்தான் வேண்டியது.

வினா– ஒருபைசாத்தமிழனை இப்போது சுடலாமா.

விடை– சுடவேண்டாம் வளர்ந்தேறிவரட்டும்.

வினா– உம்முடைய கோபமூட்டை எங்கே.

விடை– யாரோ கொள்ளை கொண்டார்கள்.

வினா– அதைக் குறித்து உமக்கு பிராதுண்டா.

விடை– இல்லை கொள்ளைபோனது எனக்குத் திருப்திதான்.

26.7.07

இங்ஙனம்

சி. ம. இ. மூர்த்தி

7 ஆகஸ்ட், 1907

7. கடிதம்

ம–ள–ள–ஸ்ரீ,

ஐயா பொதுநலப்பிரியரே,

சண்டாளன் என்னும் வார்த்தைக்குப் பொருள் சிலர் தாழ்த்தியும் சிலர் உயர்த்தியும் கூறுகின்றனர்.

ஆயினும் அம்மொழி வடமொழியேயன்றி தென்மொழி யன்று.

அதாவது சண்மதம், சண்முகம் என்னும் மொழிகளைத் தழுவி, சண் ஆளனென்னா மொழியும் வழங்குகின்ற மையால், அறுவகைத் தொழிலின் செயலைக் குறிக்குமே யன்றி மற்றும் இழியச் செயலை குறிக்காவாம்.

அறுவகை யிழியச்செயல்க ளென்னூற்களிலு மில்லாமையால் அந்தண ரறுதொழில், அரச ரறுதொழி, வணிக ரறுதொழில், வேளாள ரறுதொழிலாகும். ஒருவர் தொழிலை வழுவாது செய்யுஞ் செயல் மொழியன்றே கூறத்தகும்.

இத்தகைய சிறப்புற்ற மொழியை யிழிவாக வழங்குங் காரணம் யாதென்பீரேல் பொறாமெயேயாம்.

விவரம்:– தேவ அடியாளென்னும் சிறப்பு மொழியும் தட்டுவாணி எனும் சிறப்பு மொழியும் தற்காலம் பேரிழிவாக வழங்குவதுபோல் சண்டாளளென்னும் சிறப்புமொழியும் இழிவாக வழங்கிவருகின்றது.

ஒவ்வொருவரு மிம்மொழியை பகுத்தறியா காலங்களில் இழிவாக வெண்ணினபோதிலும் பகுத்தறிந்தக்கால் அம் மொழியை சிறப்பிக்க வேண்டியதேயாம்.

தன்–ஆமரை தண்டாமரை, பண்–வோளம் பண்டோள மென்பதுபோல், சண்–ஆளனென்பது சண்டாளனென வழங்கி வருகின்றது.

E.D.

7 ஆகஸ்ட், 1907

8. பகவத் காலக்ஷேப சபை

சென்ற சில வருஷங்களுக்கு முன் சீர்குறைந்திருந்த சிந்தாதிரிப் பேட்டையானது தற்போது நாகரீகமும் நன்னிலைமையுங் கொண்டு விளங்குவது பலரரிந்த விஷயம். இதில் சென்ற 1902ம் வருஷம் டிசம்பர் மாதத்தில் அவ்வூர்வாசிகளான மிஸ்டர் K. ரங்கசாமி ஐயங்கார், A. வேதாசல முதலியார் இவர்கள் இன்னும் சிலருடைய உதவியைக்கொண்டு மேற்படியூர் அக்கிரஹார வீதியில் சபை ஸ்தாபிக்கப்பட்டது. அதன்பின் 1905ம் வருடம் மேற்படியூர் சாமி நாயுடு தெருவு 19–வது நெ. வீட்டில் மாற்றப்பட்டு, அச்சபையாரால் ஏற்படுத்தப்பட்ட தற்கால காரியதரிசிகளான மிஸ்டர் G.P. வரதாசாரியார், B. வேணுகோபால் நாயுடு இவர்களின் மேல்பார்வைக்கு வந்தநாள் முதலாக, இச்சபையானது விசேஷ நிலைமையடைந்து விளங்கு கின்றது. இச்சபையின் நோக்கமானது இதனால் பொருள் சம்பாதித்து ஜீவிக்க வேண்டுமென்பதைத் தவிர்த்து மததூஷ ணையை யகற்றி பாகவதர்களைக் கொண்டு மாதத்திற் கொருகதை நடத்தி சாமானியர்கட்கும் நல்லுணர்ச்சி யுண்டாக்க வேண்டு மென்பதையே மேற்கொண்டு நடைபெற்று வருகின்றது. இச்சபையின் பலவித பாகவதர்களுள் ஒருவரான பிரம்மஸ்ரீ மாங்குடி சிதம்பர பாகவதரவர்கள் ஸ்ரீமத் ராமாயணத்தைக் கதாரூபமாக சுமார் 2 வருஷ காலமாக நடத்திவருகிறார். சென்ற மாதம் 27ல் நடந்த கதையில் ''தசக்கிரீடனாகிய இராவணன் தனக்கு விரோதியான இராமருக்கு தன் சகோதரனான விபீஷணனே உதவிசெய்கிறானென்ற கோபத்தால் தன்னிட மிருந்த சக்தி யென்னும் ஆயுதத்தைப் பிரயோகஞ்செய்ய அதன் அபாரசெய்கையைக் கண்ட விபூஷணன் உடனே இராமனைச் சரணாகதியடைய, இடையிலிருந்த லக்ஷ்மணன் அச்சக்தியை எதிர்த்த மாத்திரத்தில் மூர்ச்சையடைய அதைக்கண்ட இராமர் தம்பியின் பிரதாபத்தை எடுத்துக்காட்டிப் பரிதாபமடைந்த கதையை மேற்படி சிதம்பர பாகவதர் அடுத்துக் கூறியதும்,

இடையில் அந்தந்த சந்தர்ப்பத்தில் காட்டிய உருக்கமும் வாக்கு சாதுரியமும் பொருத்தமான உவமானங்களும் கேட்ட ஒவ்வொருவரும் அனந்திக்காதாரில்லை. ஆனால், இப்பாகவதர் கதைநடத்தும் சாமர்த்தியத்தைப்பற்றி நாமிங்கு அதிகம் கூற வேண்டிய தில்லையாயினும், இவராலேயே இம்மாதம் பட்டாபிஷேகம் பூர்த்தி செய்யப் போவதாயும் அதுசமயம் 1000 பேருக்கு அன்னதானஞ் செய்ய வேண்டுமென்று சபையார் நோக்கங்கொண் டிருப்பதாகவும் தெரியவருகிறது. இப்பெரு முயற்சிகொண்டு நடைபெற்று வருகிற இச்சபைக்குப் போதுமான பொருளாதாரம் வேண்டுவது அவசியமேயாகும். ஆனால், இந்நாளில் நல்விஷயத்தை நாடுவோர் அதிக சுருக்கம். தீயவழியில் செலவிடுவோர், பெருக்கமாகக் காண்கின்றது. இருப்பினும் இச்சிந்தாரிப் பேட்டையில் கனவான்களும் செல்வ வான்களும் நிரம்பியிரு...... போபட்ட சபையுடன் ஒத்துழைப்பையை இன்னும் விசேஷ நிலைமை...... கொண்டு வராமல் மௌனஞ் சாதிப்பது...... அன்பின் குறைவைக் காட்டுவது. ஆனதால் இனியேனும் நமது .... அன்புற்று இச்சபையாருக்கு பட்டாபிஷேகத்தை முடித்து, அத...... இரண்டு கதையேனும் நடத்துவார்கள் என்றே நம்புகின்றேன். இதனை அச்சபையாரும் கவனித்து தேகசிரமத்தைப் பாராது பொதுஜனங்களிடம் சென்று தக்கப்....... அதன் மெம்பர்களைச் சேர்த்து, ..மழியாப் புகழ்கொண்டு விளங்கு............ செய்வதோடு அடுத்து .... டாபிஷேபத் தினத்தன்று நம் நாட்டு............... த்தின் பொருட்டு ஏற்பட்டுள்ள .... அச்சபையின் பேரால் இயன்ற சன்ம...... ப்பார்களாக.

சி. மாணிக்க முதலியார்.

14 ஆகஸ்ட், 1907

9. கடிதக்காரர்களுக்கு அறிவிப்பு

ஐயா, தாங்கள் ஒவ்வொருவரும் வரைந்துள்ளக் கடிதங்கள் சேர்ந்திருக்கின்றன. பத்திரிகையிற் கலம் போதாமையால் வாரவாரம் வெளியிடத் தவணையாகின்றது. நம்பத்திரிகை எட்டுபக்கமேந்தி வெளிவருங்கால் பலருக்கும் பிரயோ சனத்தை உண்டுசெய்யுங் கடிதங்கள் யாவையும் வாரந் தோரும் வெளி யிடுவோம். கடிதங்கள் எழுதுவதாற் பயனில்லை. கையொப்பக் காரர்களைப் பெருக்கி பத்திரிகையை நிலைக்கச் செய்வதே பயனும்.

21 ஆகஸ்ட், 1907

10. ஒற்றுமெய்

இந்தியா தேசமானது கல்வி, நாகரீகம், விவசாயம், வர்த்தகம், கைத்தொழில் முதலியவற்றில் சிறந்திருந்ததெனப் பல நூற் றாண்டின் முன்னரே பிரசித்தம். இப்படிப்பட்ட தேசம் பெரும்பாலும் பதினொன்றாவது நூற்றாண்டின் தொடக்கத்தில் சோற்றுக்கும் வடைக்கும் சண்டையிடும் சுயப்பிரயோசன சோம்பேரிக ளிடத்தும் மகமதீயருடைய கொடுங்கோலிலு மகப்பட்டுக் கிருஷ்ணபக்ஷத்துச் சந்திரனைப்போல விருத்தியிற் குறைவடைந்தது. அது சர் ஷா, அக்பர் முதலிய சில துருக்கரசர்கள் காலத்தில் விருத்தி யடைந்ததெனினும், பெரும்பாலும் துன்புற்றதென்பதே சொல்லுதல் கூடும். இவ்வாறாக விருத்தியிற் பெரும்பாலும் க்ஷீணதிசையுறக் கரையகன்ற கப்பன்மா–லிமிக் கோர் துறை யெய்தினாற்போல, மேற்றிசையினின்றும் நாகரீக முதலுயவை யோர் வடிவெடுத்ததொத்த ஆங்கிலேயர் பதினேழாவது நூற்றாண்டின் தொடக்கத்தில் கிழக்கு இந்தியா சங்கத்தவரெனக் கூறப்பட்டுப் பலவிடங்களிலும் வர்த்தக சாலைகளைக் கட்டி வர்த்தகஞ் செய்பவராய் நாளா வட்டத்தில் இத்தேச முழுதுங் கைக்கொண்டு பேரரசராய்ப் பிறங்கினர். அவர்கள் கி. மு. 55–வது வருஷத்தில் உரோமக ராச்சியாதிபதியான ஜுலியஸீஸரென்னும் சக்கிர வர்த்தியால் ஐரோப்பா முழுதும் அரசாளத் தொடங்கிய காலத்தில் தோலை யுடுத்தியும் அணிமணியின்றித் தழையைப் புனைந்தும் நாகரீக மிலிகளாயிருந்தவர் இத்துணைப் பெருஞ்செல்வப் பெருக்கேய் தினவை யவர்களுக்குளதா மொற்று மெயாலன்றோ? ஒற்றுமெ யென்பது எவரையும் எல்லாப் பெருஞ்செல்வமும் எய்துவிக்கும் பெருஞ்செல்வமன்றா? அன்பு, பொருமை அவாவடக்க முதலிய எத்துணை நற்குணங்களுங் கோட்டிக் கொண்டு நிற்பது இதனிடத்தெனவே கூறலமையும்.

இவ்வொற்றுமெய் பூர்வத்திலேயே இராமையானன்றா

மகமதியர் இன்னாட்டைக் கைகொண்டனர். அவரா லித்தேசத்துச் சகல சமய நூல்களும், மிக்க திரவியமு நஷ்ட மாயின. இவ்வொற்றுமெ யிருமெனின், அனேக தேவால யங்களும் மடாலயங்களும் இடிக்கப்பட்டும் தகர்க்கப்பட்டும் போமா? உரோமராச்சியம் சைதியர், கிரேக்கர், மகமதீயர் தாம் முயற்சியடைந்து சிறந்தமை அவரவர் ஒற்றமெயாலன்றா? நாம் சற்று கவனித்துப் பார்ப்போம். இந்துக்களாகிய நம் முன்னோர் நாகரீக முதலிய பெருஞ்செல்வ பெருக்கினரா யிருந்தும் இவ்வொற்றுமெ ஒன்றுடையராயின், எத்துணை விருத்தி முன்னரே யடைந்திருத்தல் கூடும். இவர்கள் மநு முதலிய நூற்களில் கூறியப்படி பலசாதி கட்டுடையரா யிருந்ததினாலும் இவ்வாறான துன்பம் நேரிட்டதெனக் கூறலமையும். நமது துரைத்தனத்தார் அமேரிக்காவில் குடியேறியிருந்தும் ஐக்கிய நாட்டாரைப் போல் எல்லா சிறப்பு மெய்தினரெனக் கணிக்கப்படாமையா யிருக்கின்றதன்றா. ஐக்கிய நாட்டார் ஒற்றுமெயுடைமையானின்றும் என்றுஞ் சிறப்பெய்தி செழிக் கின்றனர். ஏன் ஒற்றுமையுடன் நடாத்தும் கைத் தொழிலாதி களாலன்றா. தற்காலத்தில் பிராஞ்சியரும் தங்கள் சக்கிரவர்த்தியை யிழந்திருந்து மொற்றுமெ யென்னு மொரு பெருங்குணம் அவர்களை யெவ்வாற்றானுஞ் சிறப்பெய்த செய்திருக்கின்றது. பெரும்பாலும் ஒருமதமாயிருப்ப தினாலேயே சிங்கள் தீபமாகிய சிலோன் துரைத்தனம் ஒற்றுமெயிற் சிறந்து தழைத் திருக்கின்றது. இத்தென்னிந்தி யாவானது திரிமத பாஷிய கர்த்தர்க ளவதரித்து வித்தியாசங்கள் ஏற்படுத்திய விடமாதலின் மதபேத உண்மையானே ஒற்றுமெ பெறுதல் அரிதாம். ஆயினும் கூடியவரையும் மதவிஷய முதலியவற்றினை யொருசாரிக்கச் செய்து பொதுநன்மையை நாடி ஒற்றுமெயுடன் பலவகை தொழிற்சாலைக ளேற்படுத்தி யாவரும் ஜாதிவித்தியாசமின்றி விருத்தியடைய முயல்வோமாயின் எவ்வெவருஞ் சிறப்படைதல் கூடும். எவ்வளவுந் தாமதமின்றி யிதனை நாடுவரேல் செல்வமும் புகழுந் தழைத்தோங்கும். நம்மிந்தியாவானது எக்காலும் ஒற்றுமெ யற்று க்ஷீணதிசையி லிருப்பதற்கு முக்கிய காரணஸ்தர்களாய் நின்றவர்கள் நம்முன்னோர்களே. அஃதெவ்வாரெனின், நம் முன்னோர் ஜாதி வித்தியா சத்தையும், பல பாஷைகளையும் ஏற்படுத்தி நம் மொவ்வொருவரையும்

ஜாதி வித்தியாசமென்னும் படுகுழியில் விழச் செய்திருப்பதே ஒற்றுமைக்கு ஹானியாயிருக்கின்றன. ஒற்றுமெயை நாடுவதே உசிதம். கைத்தொழில் நாட்டுவதே கைலாய போகம்.

இங்ஙனம்,

தி. சி. நாராயணசாமி பிள்ளை,

உ.கோ.

21 ஆகஸ்ட், 1907

11. சம்பாஷணை

நாகரத்தினம்:– நேற்று நாகபார்த்த புஷ்ப விமானம் வெகு வாஸனை யுண்டாக்கக்கூடிய புஷ்பங்களால் செய்யப்பட் டிருந்தனவல்லவா?

பச்சையம்மாள்: என்ன? வெகு வாஸனையுடைய புஷ்பங் களா அல்ல, உலகில் எத்தனையோவித புஷ்பங்களிருக்கின்றன. அவைகளில் வாஸனை யுண்டெனவும் கூறகின்றார்கள். ஆனால் எனக்குத் தெரிந்த எட்டு புஷ்பங்களின் வாஸனை மற்ற புஷ்பங்களுக்குக் கிடையாது.

நாக: என்ன? எட்டுவகை புஷ்பங்கள்.

பச்: அஹிம்ஸை யொருபுஷ்பம்,

இந்திரியங்களை அடக்குதல் ஓர் புஷ்பம்,

எல்லாரிடமும் இரக்கம் பாராட்டுதல் ஓர் புஷ்பம்,

ஞானம் ஓர் புஷ்பம்,

விரதம் அல்லது தபசு ஓர் புஷ்பம்,

தியானம் ஓர் புஷ்பம்,

பொறுமை ஓர் புஷ்பம்,

சத்தியம் ஓர் புஷ்பம்.

நாக: ஸத்தியமாகிய புஷ்பத்தை இன்னுமெதர்க்கு ஒப்பிடலாம்.

பச்: ஸத்தியமே தபசு,

ஸத்தியமே பிரம்மம்,

நாக: ஸத்தியமே அழியாத புஷ்பமென அப்

புஷ்பத்தை யாருக்கு காணிக்கையாக சமர்ப்பிக்கலாம்.

பச்: உலக இரட்சகராக அவதரித்து தூசியில் கண்திருஷ்டிக்குத் தெரியாமல் மறைந்திருக்கும் கிருமிகள் முதல் பஞ்சறிவுடைய மனுக்கூட்டங்களின் துக்கம்

துக்கத்தின் காரணம் துக்க நிவிர்தியை கண்டுணர்ந்து தன் மசக்கரத்தை உலகமெங்கும் உருட்டி திருவிழியையுடைய ததாகதராகிய சாக்கையமுனி ஒருவருக்கே சமர்பிக்கலாம்.

நாக: அப்படி ஸமர்பிக்கும் வழக்கமுண்டா?

பச்: ஆம், இன்று, நேற்று அல்ல சுமார் மூவாயிரத்து ஐந்நூறு வருஷங்களாக தீபத், நேபாளம், மங்கோலியா, மஞ் சூரியா, ஜப்பான், சைனா, சையாம், பர்மா, சிலோன், மற்றும் புத்த நீதிபோதனைகள் பரவியுள்ள நாகடில் அநுதினமும் புஷ்பங்களை அவர் போதித்த நித்திய ஸத்தியத்தின் பாவனையாக அநுசரிப்பதாய் சங்கை க. அயோத்திதாஸ் பண்டிதர் சொல்லும் உபந்நியாஸங்களில் கூறிவருவதை நீயும் தெரிந்திருப்பாய்.

நாக: புஷ்பங்கள் தவிர, ஆடு, மாடு, கோழி இவைகளையும் கோவில்களில் பலியிடுகிறார்களே அவர்களார்?

பச்: பேதை ஜனங்கள்.

நாக: எப்படி அவர்களை பேதையரென்று கூறலாம். அவர்களில் சிலர் வாசிக்கும் திறமுடையவர்களா யிருக்கிறார்களே.

பச்: கிரந்தங்களைப் படிப்பதனால் மட்டும் பேதமை நீங்கிவிடுமா. கவனித்துப் பார். நமது நாகடு பஞ்சாங்கங் களில் மழை வருஷிக்குமென்று எழுதியிருக்கிறது. அப்பஞ் சாங்கங்களைக் கசக்கிப் பிழிந்தால் துளி மழையாவது விழுகிறதா, இல்லையே. அது போல் கிரந்தங்களைப் படித்துவிட்டால் யாதுபயன். அக்கிரந்தங் களிற் கூறியவாறு அனுஷ்டிப்ப தவசியம்.

நாக: ஆம் நமது பாடசாலையில் வாசிக்கும் வினா விடையினும் அனுஷ்டானமே முக்கியமெனத் தெரிகிறது.

பச்: பள்ளிக்கு போகும்வேளை யாயிற்று போகலாம் வா.

க. நாகரத்தினம்

ஆ. பச்சை அம்மாள்

16.8.07 OLCOTT, P. F. SCHOOL.

28 ஆகஸ்ட், 1907

12. ஆதிதமிழர் அபிவிருத்தி சங்கம்

இந்துதேசத்தில் பராயர்களால் நசுக்குண்டு தற்கால பிரிட்டிஷ் துரைத்தனத்தாரால் தலை நிமிர்ந்து நிற்குமெழியக் குடிகளைச் சீர்படுத்தி சிரப்பபடையச் செய்வதற்கு ஓர் கூட்டத்தார் இருந்தே தீரவேண்டும்.

அக்கூட்டத்திற்குரிய பெயர் ஓர் பாஷையையேனும் ஓர் மதத்தையேனும் ஓர் சாதியையேனுங் குறிக்காமல் பொதுவாக சரித்திரத்தை யனுசரிக்கும் சிறப்புப் பெயராயிருத்தல் வேண்டும்.

அப்பெயர் இன்ன வகுப்பாரைச் சார்ந்ததென்று இராஜாங்கத் தாரும் மற்றவர்களுந் தெரிந்துக் கொள்ளு வதற்கு இருபத்தோர் ஜில்லாக்களிலுமுள்ள பூர்வத்தமிழ்க் குடிகளின் பிரதிநிதிகளை வரவழைத்து பெருந்தொகையார் சம்மதப்படி அப்பெயரை ரிஜிஸ்டர் செய்து நிலைநிருத்தல் வேண்டும்.

இவ்வகை நோக்கமின்றி ஓர் பாஷையின் பெயரால் சங்கத்தை நிலைநிருத்துவோமானால், ஆதவரும் ஆதி தமிழரென்பர். வன்னியரும் ஆதி தமிழரென்பர். நாடாரும் ஆதி தமிழரென்பர். வேளாளரும் ஆதி தமிழரென்பர். இவ்வகை யிடுக்கத்தில் இராஜாங்கத்துப் பதிவில் இப்பெயர் நிலைக்குமா நிலைக் காதாவென் றாராயல் வேண்டும்.

அஃதேனென்பீரேல் 1890ஆம் வருடத்தில் பூர்வீக திராவிடர்களென்று கூறி வெளிவந்த போது இராஜாங்கத்தார் அதை சற்று நிதானிக்குங்கால் பராயர்கள் தோன்றி, தமிழ் பாஷைக் குடிகள் யாவருந் திராவிடர், கன்னடருந் திராவிடர் மராஷ்டியருந் திராவிடர் ஆந்திரருந் திராவிடரென்று கூறி கலைத்ததினால், இராஜாங்கத்தார் பறையர்களென்னும் பெயரை மாற்றிப் பஞ்சமர்களென்னும் ஓர் பெயரைக் கொடுத்து அதை யநுஷ்டானத்திற்குக் கொண்டு வருகின்றார்கள்.

ஆதலின் இப்பெயரை இராஜாங்கத்தார் ஏற்றுக் கொள்ளுவாரோ பராயர் மறுப்பால் தூற்றிக் கொள்ளுவரோ அறியேம்.

4 செப்டம்பர், 1907

13. மெய்யறிவு

சங்கை ''ஒருபைசாத் தமிழன் பத்திராதிபருக்கு'' நமஸ்காரம் செய்தெழுதுவது யாதெனில், நிகழும் 1907வது வருடம் ஆகஷ்டு மாதம் 31ந்தேதி சனிவாரம் மாலை சென்னை வேளாள தேவனாம்பேட்டை சென்ட் ஜார்ஜ் கத்தீடிரல் சாலையின் ''ஆல்காட் தாமோதர் பிரீ ஸ்கூல்'', Temporary கொட்டாய் பந்தலில் பறையரைக் கடைதேற்றுவதன் பொருட்டு கூட்டம் ஒன்று நிறைவேறியது. இக்கூட்டத்தின் அழைப்பு சீட்டு ''பொதுஜன அறிவிப்பு'' என குறிப்பிட்டிருந்தது. இது எவ்வளவு நாளைக்கு பொதுவோ? தவிர இச்சென்னை இறுபது பிரிவாக பிரிக்கப்பட்டிருக்க இதில் முப்பத்திரண்டு கிராமங்களின் குடிகள் கைசாத்திட்ட இந்த பொதுஜன அறிவிப்பு பல பாகங்களில் கூட்டம் கூடினதாகவும் சில பாகங்களை விட்டிருப்பதாகவும் தெரிகிறது. இந்த கடைசி கூட்டம் ஓர் தமிழ் வித்வானவர்களால் அக்கிராசனம் வகிக்கப்பட்டது. இருவர் ஒரு சங்கமும் ஒரு பத்திரிகையும் அவசியமென்று பேசிமுடித்தார்கள். மூன்றாவது ஒருவர் இந்த சங்கம் ''பூர்வதமிழ் அபிமானசங்கம்'' என்று முடிசூட்டப்பட்டது இப்பெயர் தகும். தகாதென இன்றைக்கே இவ்விடத்தில் முடிவு செய்யாமல் வெளியே பேசலாகாது அப்படி பேசுவதுங்கூடாது. இச்சபை நடுவே எழுந்துபேசி முடிவு செய்யாது புறங்கூறுவோர் ஆண்பிள்ளைகள் அல்ல என்றார். இதுதான் அபிமான சங்கத்தின் அஸ்திபாரம் போலும், அந்தோ இதுவரையிலுந் தானெடுத்தச் செயல்கள் யாவும் ஆண்பிள்ளையின் செயலா வீண்பிள்ளையின் செயலாவென விளக்கியிருப்பாராயின் சபையோருக்கு எவ்வளவோ மனமகிழ் வாயிருக்கும். பிரசங்கிக்கவந்தவர் வழிபடு நூலாகிய சத்திய வேதத்தில் பிரசங்கி அதிகாரம் 8, 9ம் வசனங்களையும், லூக்கா 19ம் அதிகாரம் 44ம் வசனத்தையும் மறந்ததேனோ.

நான்காவது இச்சங்கம் அவசியம் என ஒருவர் வறைந்தனுப்பிய

வியாஸம் வாசிக்கப்பட்டது. இந்த வியாஸம் எழுதியவர் வேண்டுகோளாவது இதர சங்கங்கள் தூங்குவதுபோல தூங்கா திருக்க வேண்டியதாம் அன்னோர் தூங்குகிறார்களென்று விழித்திருக்குமிவர் சகோதர வாஞ்சையா லக்ஷியத்தைச் சீர்பெறச் செய்யாமல் சதா வுருளைமயக்கத்தால் ஆனந்த நித்திரை செய்கின்றார் போலும்.

அந்தோ திருநாளைப்போவார் சங்கத்திலிருந்து முக்திய டைந்தாரா? தனியே முக்தியடைந்தாரா? பொ–மை. அவர் ஞாபகத்தை மறைத்ததாக்கும்.

ஐந்தாவது ஒருவர் பறையன் எனும் பெயரை மாற்றுவது கூடாது என்றார் இவர். தாத்பரியம். There is no cast by birth என்பதற்கும் உண்மெயில் கர்மத்தால் ஜாதியே யென்பது அறிஞர் ஒப்புக்கொள்ளக்கூடும்.

இன்னொருவர் எழுந்து கறுப்பு மனிதன் (Hat) தொப்பி அணிந்து கொள்ளுவதை ரூபித்துப் பேசினார்.

அன்னவரை (Hat) தொப்பி போட்டுக் கொள்ளக்கூடாது என்று தடுத்தவரெவரோ? இவர் தைரிய குறைவால் பின்வாங்கினால் யார் என்ன செய்யலாம்.

1857ம் வருடம் லோகமாதாவாகிய குயின் விக்டோரியா இராணியம்மாள் இந்திய துரைத்தனத்தைக் கைக்கொள்ளும் பொழுது செய்வித்த விளம்பரத்தில் எந்த ஜாதியாரானாலும் எந்த மதஸ்தரானாலும் நமது குடிகளில் கல்வியினாலும் திறமையினாலும், யோக்கியதையினாலும், யார் யார் எந்தெந்த அலுவலை நடத்த சக்தியுள்ளவர்களா யிருக்கிறார்களோ அவர்களை அந்தந்த அலுவலில் கூடியமட்டும் தடங்கலொன்று மில்லாமல் நிஷ்பட்ச பாதமாய் வைத்துக் கொள்ள வேண்டுமென்பது சித்தமா யிருக்கிறது என்று கூறியுள்ளதை இக்கூட்டத்தை ஸ்தாபித்தவர்கள் தெரிந்தும் ஏற்கெனவே இச்சென்னையில் சால்வேஷன் ஆர்மியார் மிஷ்டர் பாண்டியன் ஒற்றுமை, கல்வி, கைத்தொழிற்சாலை, ஐக்கிய சங்கம், பறையன் மகாஜன சங்கம், ஆங்கிலேய அரண்மனை, ஐக்கிய சங்கம், சுதேச மதுவிலக்கு சங்கம், திராவிட பாண்டியன் சங்கம் இவைகள் சதா பறையர்கள் நிலமையைப்பற்றி ஸ்தாபித மானதுதானே இவைகளில் சிலது முதலில் ஸ்தாபித்த

நோக்கத்தை விட்டு இடையில் வேறுருகொண்டு பொதுநலம் கருதாது சுயநலங் கருதி மறைந்ததை இச்சென்னைவாசிகள் மறந்துவிடவில்லை. பறையறென் றழைக்கப்படுவோர் இத் தென்னிந்தியாவில் எறக்குறைய ஐந்து கோடியுள்ள ஒரு பெருஞ் ஜனாங்கத்தாரா இருக்கிறது. அரசாங்கத்திற்கு விளங் காமற்போகாது. அவர்களிடத்தில் ஒவ்வொரு வகுப்பின் துகைக் கொடுக்கப்பட்டிருக்கிறது. இந்த ஜனாங்கத்தாரை மாத்திரம் கல்வியிலும், உத்தியோகத்திலும், ஜாதியிலும் தாழ்த்தப்படவும், மற்றவர்களை உயர்த்தப்படவும் நமது அரசாங்கக் கருணையானது நடந்த சம்மதப்படாது. ஆனால் Self help இல்லாதவர்களுக்கு அந்நியர் Help எப்படி கிடைக்கும். Help your self Heaven will help you. நீ பூர்வ தமிழனா யிருந்தாலும்சரி, புது தமிழனா யிருந்தாலும் சரி தன்னைத்தான் அடக்கியாளும் திறமை உன்னில் அமையாதவரையில் நீ கடைத்தேற முடியாது அல்லவா. பறையனென் றழைப்பது சகியாதவர்கள் கத்தோலிக், புரோடிஸ்டான்டு மார்கத்தில் நுழைந்து அங்கும் பறையனென வெளிவந்து வோர் கூட்டம் வேண்டுமென் றரைவதை நோக்குங்கால் மானைக்காட்டி மானைப் பிடிப்பதுபோல் ஆளைக்காட்டி ஆளைப்பிடிக்கும் பஞ்சகால அவசரக் கூட்டமென்று அறிவாளிகள் கூறுகின்றனர்.

மேல்பார்வைக்கு சிங்கத்தோல் போர்த்திய கதையைப் போல் நாம் பூர்வ தமிழன் என்று சொல்லிக் கொள்வதில் யாது பயன். நமது செய்கையும் அப்படியிருந்தல் அவசிய மல்லவா. இந்தச் செய்கையை நிதானமாய் வைத்துக்கொள்ள நமக்கு அநுதின அப்பியாசங்கள் அவசியம். அஃதாவன, நல்ல நம்பிக்கை, நல்ல எண்ணம், நல்ல வார்த்தை, நல்ல கொள்கை, நல்வழியில் சம்பாத்தியம், நன்முயற்சி, நல்ல கியாபகம், நல்ல தியானம். தீயசெய்கைக்குக் காரணமா யுள்ள மதுவை யருந்துவதால் மதியிழந்து பல துன்பத்திற் குள்ளாக்குகிறதை ஒவ்வொருவரும் நாம் பார்த்திருந்தும் அந்த மதுவை கலியாணகாலத்தில் குறைவுபட கண்டவர் சத்தஜலத்தை மதுவாக மாற்றிகொடுத்து ஜனங்களை சந்தோஷப்படுத்தியது போல பறையரை சந்தோஷப் படுத்துவார் என்ற விவேகசாலிகள் சொன்னாலும் இக் காலத்தில் பெயரை மாத்திக்கொண்டு செய்கையை மாற்றாவிடில் யாதும் பயன்படாது. அப்படி செய்கையை மாற்றாவிடில் யாதும் பயன்படாது, அப்படி செய்கையை மாற்றி நடக்க

எண்ணமுள்ளவர்கள் பூர்வதமிழனை அகற்றி புது தமிழனை ஆவலோடு தாவிபிடிப்பார்களாகில் அவர்களுடைய கெட்ட கர்மத்தினால் இச்சனனத்தில் அநுபவிக்கும் துக்கங்களைப் பார்க்கிலும் மறு ஜனனத்தில் மேலான இன்பசுகங்களை அடைவார்களென்று கருதுகிறேன்.

''தெரிந்தவினத்தொடு தேர்ந்தெண்ணிச் செய்வாரிக்
கரும்பொருள் யாதொன்றுமில்.''

பூர்வத்தமிழ் அபிமான சங்கத்தார் ''திராவிட கோகிலம்'' என ஒரு தமிழ் சஞ்சிகையும் வரைந்துள்ளார். அதின் கருத்தாவது – இயல் சோம்பலுடைய கோகிலம் = குயில் எப்படி தன்னபிவிரத்தியைக் கஷ்டத்தோடு கட்டிய காகத்தின் கூண்டில் வளர்த்தெடுக்கிறதோ அது போல் பறையர் கஷ்டங்களை கொண்டு தாங்கள் சுகமடைய நோக்கமே.

சென்னை **சி.ம.இ. மூர்த்தி,** F.T.S.
4.9.07

11 செப்டம்பர், 1907

14. கண்டதைவுரைப்போன்

ஐயா தாங்கள் கடிதம் அவலை நினைத்து உரலை யிடிப்பதுபோல் நீண்ட சங்கையாவதுமன்றி தமிழனில் பள்ளத் தமிழனானாலும் மேட்டுத்தமிழனானாலும் இராஜாங்கத்தாராலும் பராயர்களாலும் ஏற்றுக்கொள்ளக் கூடிய பெயராயிருத்தல் வேண்டும்.

E.D.

18 செப்டம்பர், 1907

15. M.T.C.

தங்கள் கடிதம் பருத்திருப்பதன்றி பௌஷியம் ஒன்றையுங் காணோம். அதாவது கவர்னரையும் கவர்னர் ஜெனரலையும் நேரில் தெரிசித்தக் கூட்டத்தார் யாது பலனடைந்தார்கள். எமிகிரேஷனிடங்களுக்குப் போய்ப் பிழைத்துக் கொள்ளுங்கோள் என்பதே.

தங்கள் கூட்டத்தார் ஏழாவது எட்வர்ட் அரசரை நேரிற் கண்டபோதிலும் முன்கிடைத்த எமிகிரேஷன் பூமியின் சுகமேனும் தற்கால கூட்டத்தாருக்குக் கிடைக்காதென்பது திண்ணம் சவுத் ஆபிரிக்கா சரித்திரங் காண்க.

E.D.

18 செப்டம்பர், 1907

16. வஞ்சகக் கூத்து

ம–ள–ள–ஸ்ரீ ஒருபைசாத் தமிழன் பத்திராதிபருக்குப் பணிவான வந்தனம்.

ஐயா, யானிதனடியில் வரையுஞ் சங்கதிகளைத் திருத்தித் தங்கள் பத்திரிகையில் வெளியிடக் கோருகிறேன்.

அன்னிய சாதியோர்களால் நமது குலத்தார் நசுங்குண்ட சங்கதிகள் யாவும் இப்போதுதான் எனக்கு விளங்குகிறது.

நமது குலத்தாருக்கு வித்தை புத்தி ஞான முதலியத் தெளிவிருந்தும் பராயசாதியார் பலவித சாதிபேத துன்பங் களுக்குக் கஞ்சி மகமதியர்களை அடைக்கலம் புரிந்தவர்கள் போக சிலர் கத்தோலிக்குக் கிறிஸ்தவர்களிடஞ் சேர்ந்தார்கள். அவர்களிடஞ் சேர்ந்தும் பறைக் கிறிஸ்தவர்கள் தமிழ்க் கிறிஸ்தவர்களென்று பிரித்து அவர்கள் கோவில்களில் வேறுயிடங்களில் உட்கார வைத்ததின்பேரில் இங்கும் நமக்குச் சத்துருக்கள் வந்து விட்டார்களென்று பயந்து பிராட்டிஸ்டன்ட் கிறிஸ்தவர் களானார்கள். அங்குந் தற்காலம் வேளாளக் கிறிஸ்தவர் களென்றும் செட்டிக் கிறிஸ்தவர்களென்றுந் தோன்றியும் இவர்களை யிடுக்கஞ் செய்வதுடன் முன்போல் தக்க வுத்தியோகங்களைக் கொடாமலுந் தாழ்த்துவதால் சிலக் கிறிஸ்தவர்கள் சென்னையில் பலக்கூட்டங் கூடி பறையர்களை விருத்தி செய்துவிடுவதாயும் அதினால் கோலாரிலுள்ளவர்கள் ஒருபைசாத் தமிழன் பத்திரிகையை வாங்க வேண்டாமென்று சென்னையிலிருந்து சிலக் கிறிஸ்தவர்கள் கடிதம் எழுதியதாகவும் இரண்டொருவர் வந்து எனக்குத் தெரிவித்தார்கள். அவர்களை நான் சுரங்கத்திடம் உட்காரவைத்து சென்னையிலுள்ளக் கிறிஸ்தவர்கள் இக்கூட்டத்தை யாரம்பித்தக் கருத்தென்ன நீங்களதிற் சேர்ந்தப் பயனென்னவென்றுக் கேட்டேன். அதின் சங்கதிகள் பின்னால் தெரியுமென்றார்கள். ஏது காரியத்திற்குச் சேர்ந்தோமென்று முதல்கூடிய கிறிஸ்த மூப்பவர்களுக்குத்

தெரியாது. அவர்களைப் பின்பற்றிய வுங்களுக்கு அதன்பயனுந் தெரியாது. உங்களை அஞ்ஞானிகள் அஞ்ஞானிகளென்று புறங்கூறித் திரியும் கிறிஸ்தவர்களைப் பின்பற்றிக் கொண்டு நமது சொந்த பத்திரிகையைத் தடுக்கவந்ததைப் பற்றி மெத்த விசனப் படுகிறேன். கிறிஸ்தவர்கள் வார்த்தையை நம்பி வாஸ்துவ அஞ்ஞானிகளாய் நீங்களவர்கள் போதனையைக் கேட்டுக் கொண்டதுபோல, எங்களுக்குப் போதிப்பதில் பயன்படாது. மற்றவர்களிடமும் ஒருபைசாத் தமிழன் பத்திரிகையைப்பற்றி தீது பேசவேண்டாம். அவ்வகை தீதான எண்ணம் உங்களை அழிக்கும் என்று சொல்லி அனுப்பிவிட்டேன். நமது பத்திரிகையை வாங்க வேண்டாமென்று சென்னையிலிருந்து எழுதியவர்கள் பெயரைக் கூடிய சீக்கிரத்தில் கண்டு எழுதுகிறேன். நமது சங்கத்தார் அந்தக் குலத்துரோகிகள் விஷயத்தில் ஜாக்கிரதையாக சவகாசஞ் செய்ய வேண்டியது.

டி.வி. கோபால்,

கோலார்.

9 அக்டோபர், 1907

17. பரோபகாரத்திற் சிறப்புற்றோங்கிய எமது கனதனவான்களுக்கு, விஞ்ஞாபனம்

நமது ஹிந்துமத அபிவிர்த்திக்குச் சுயபாஷையே காரணமா யிருப்பது நமக்குத்தெரிந்த விஷயமே. சுயபாஷா ஞானமில் லார்க்குச் சமய நிலையும், சமயநூல்களும், சமயக் கோட் பாடுகளும், பக்தி சாதனங்களுங் கிடைப்பது துலபம். ஆகவே இகபர சாதனங்களுக்குக் கல்வியே மூலமா யிருக்கிறது. நம்மவர்களில் பெரும்பான்மையோர் மிஷன் பாடசாலைகளில் வாசித்து அம்மதத்தினோ போதனைகட் கிணங்கி சுயமதக் குருடர்களாய் அம்மதத்திற் சிக்குண்டு கெடுகின்றனர். அன்றியும் நமது ஜனங்களில் பெரும்பாலார்க்கு வித்யா வாசனையே கிடையாமல் எவ்விதத்திலும் க்ஷீணதிசை யடைந்துவருகின்றனர். தானங்களிற் சிறந்தது அன்னதானமென்பரேனும் அதினினுஞ் சாலச் சிறந்தது வித்யாதானமே என்பர் பெரியோர். இத்தியாதி காரணங்களால் நமது சிறுவர்களுக்கென்றே ஓர் (பிரைமெரி) பாடசாலையும், பெரியவர்களுக்கு ஓர் வாசகச்சாலையும், நமக்குள் மதாபிவிர்த்தியும், நேசபான்மையும், ஒற்றுமையும் விர்த்தி செய்வதற்கான ஓர் சங்கமும் ஸ்தாபித்தல் ஒவ்வோர் மதாபிமானியுடைய முக்கிய கடமையாகும்.

ஓள்ட்பூர் அவுஸ் வீதி 231, நெம்பர் கிரஹத்தில் சென்ற மூன்றுவருடமாக சிறுவர்களுக்கென்று நடைபெற்றுவந்த மிஷன் பாடசாலை ஏதுகாரணத்தினாலோ தற்போது மூடப்பட்டதால் இதுவரையில் அப்பள்ளியில் வாசித்துவந்த சிறுவர்களுக்கு இடைஞ்சல் உண்டாகும் என்பதற்கு ஆக்ஷேபனையில்லை. இதற்காகவே அதேயிடத்தில் நமது பிரைமெரி பாடசாலையும் ஸ்தாபிக்கவேண்டியது அவசியமென்பது நாம் சொல்லாமலே விளங்கும். ஆதலால் நமது சிறுவர்களுக்கு ஓர் பிரைமெரி பாடசாலையும், பெரியவர்களுக்கு ஓர் வாசகச்சாலையும், ஓர் சங்கமும் ஸ்தாபித்து நடத்திவர எண்ணங்கொண்டு தங்களின் பேருதவியை நாடி முன்வந்தோம். இதைக் கண்ணுறும்

கனவான்கள் ஒவ்வொருவரும் இச்சத்காரியத்திற்குப் பின்வாங் காமல் "காலத்திற்செய்த நன்றி சிறிதெனினும் ஞாலத்தின் மாணப்பெரிது" என்பதைக் கவனித்து தங்களா லியன்றவரையில் பலதுளி பெருவெள்ளம் என்பதுபோல திரவிய சகாயஞ்செய்து எங்களுடைய முயற்சியை வீணாக்காமல் எங்களுடன்கூடி ஒற்றுமையுடன் உழைத்து மேற்படி காரியத்தைப் பூர்த்திச் செய்விக்குமாறு வெகுவாய்ப் பிரார்த்திக்கின்றோம்.

இங்ஙனம் தங்கள் விதேயர்,

பு. வி. பொன்னுசாமிபிள்ளை

பெங்களூர் தண்டு

J. N. R. Rudrachavelu

19.9.1907

T. N. Haridoss Pillay,

சி. மாணிக்கம் பிள்ளை,

தி. ச. ஆதிமூலம்

9 அக்டோபர், 1907

18. சாதி

சமஸ்த மனுகுலத்தாரால் தருமசாத்திரமென்று அங்கீகரிக்கப் பட்ட தெதுவோ அதுவே நீதிநூல்.

அது பாரிசேடமின்றி எதார்த்த உபதேசமுள்ளதாய் இருத்தல் வேண்டும்.

பாரிசேடமின்றி எதார்த்த உபதேசமுள்ள சாஸ்திர மெதுவோ அதுவே மெய்நூல்.

மனுநீதிநூலோ அத்தன்மையுள்ளதல்ல, ஆதலால் அது மெய்நூலல்ல.

மனுநூலில் வருண பேதத்தைப் பற்றிய அரோசியமான கட்டுக்கதைகள் விஸ்தாரமாக நிறைந்திருக்கின்றன.

மனு மனிதர்களுக்கு நற்போதனை யூட்டி அவர்கள் நன்மார்க்கஞானம் பெற்று யீடேற்ற மடையும்படி தூண்டு தற்கேற்ற யதார்த்தத்தை எழுதிவைத்ததாகக் காணவில்லை. ஆதலால், அதனை சத்தியநூலென்று ஒப்புக்கொள்ளக் கூடாது.

ஆகவே, மனுநூலில் சொல்லியிருக்கிற வருணபேதத்தை மெய்யென்று அங்கீகரிப்ப தெப்படி?

இப்பரியாதீபத்தின் இலௌகீக வைதீக நூற்களில் அனந்தம் பேதமையினால் உண்டானவையாய் தெரிய வருகிறது. ஆனால், ஜாதிபேதமோவெனில் தந்திரத் தினாலும், இறுமாப்பினாலும், பொறாமையினாலும், சோம்பலினாலும், பகுத்தறிவில்லா மாந்தர்க்கு துர்ப்போதனை யூட்டி ஆசைக் கொளுத்தி நாசம் வருவித்து அவர்கள் தங்கட்குக் கீழமைந்து ஒழுகவேணுமென்னு ஆணவ சிந்தையினால் ஏற்படுத்தப்பட்டதென பூரணமாய்த் தெளிவாகிறது.

ஜாதிபேதத்தைப்பற்றி இருவித அபிப்பிராய முண்டாகிறது. அவை:– 1. ஜன்மத்தினாலோ அல்லது 2. தொழிலினாலோ வென்பதே.

1. ஜன்மத்தினால் ஜாதிபேதம் ஏற்பட்டதெனில், பூலோகத்து மனிதர் அனைவருக்கும் காமக்குரோத முதலியவைகளும், மெய் வாய் முதலியவைகளும், சுவை யொளி ஓசை முதலியவைகளும், மனம் புத்தி முதலியவைகளும், விருப்பு வெறுப்புகளும் சரியாய்ச் சமைந்திருப்பதினால் இவன் பிராமணன், இவன் க்ஷத்திரியன், இவன் வைசியன், இவன் சூத்திரன் என்னும் பேதம் எப்படி வெளிப்பட்டது? வருணபேதம் வழங்க வேண்டுமென்பது பிறவிக்குணமானால் தேகத்தில் வருணபேதத்தைக் குறித்தும் யாதொரு அறிகுறியும் வெளிப்படாதிருப்பதுமன்றி, நம்பத் தகுந்த சாதாரண கலைகளில் ஒரு அத்தாக்ஷியேனுங் கண்டது மில்லை. ஆயிரங்கோடி ஜனத்திற்கு மேற்பட்ட பூலோகத் தாருக்குள் நூறுகோடிக் குட்பட்ட இத்தேசத்தார் மாத்திரமே வருண பேதத்தைக் கைக்கொள்ளுகிறவர்கள். இத்தேசத்தாருக்கு மாத்திரம் வருணபேதத்தைக் குறிக்கும் ஏற்பாடு விதிக்கப் பட்டதா? விதிக்கப்பட்டதெனில், அதற்கு சாக்ஷி என்ன? யாதொரு சாக்ஷியுமில்லையே. ஆதலால், உற்றுநோக்குமிடத்து தங்களை மேற்குலத்தோரென்று விகற்ப உபதேசங் கொளுத்தும் பிராமணர் தங்களுக்குச் செல்வத்தையும், புகழ்ச்சியையும் விருத்தியாக்குவதற்கு ஏற்படுத்திக் கொண்ட யேற்பாடென்று பல ஞாயங்களால் தெளிவாகிறது.

கிறிஸ்து சமயத்தைக் கைப்பற்றின ஓர் பிராமணனை பிரா மணனென்று கூறாமல் கிறிஸ்தவனென்றும், ஜாதி பிரஷ்ட னென்றும், கீழ்ஜாதியானென்றுஞ் சொல்லக்கூடாது. ஏனெனில், ஜன்மத்தினால் ஜாதிவகுப்பு பிரிந்திருக்கிற மாடப்புறா எவ்வாறு மணிப்புறாவாகும்? அது போல ஜன்மத்தினால் வருணபேதம் ஏற்பட்டதெனில், அது எவ்வாறு கெடும், கெடுமெனில், அது ஜன்மத்தினால் ஏற்பட்டதல்ல. ஆகையால் இவ்வித துற்போத னையினால் மனிதரை நாசப்படுத்தத்தக்க சாஸ்திரங்களை ஏற்றுக் கொள்ளவே கூடாது.

2. தொழிலினாலே வருணபேதம் ஏற்பட்டதெனில், இக் காலத்தில் உயர்குலத்தோரென்று சொல்லிக் கொள்ளு பவர்கள் இயற்ற வேண்டிய தொழிலை கீழ்குலத்தோரும், கீழ்குலத்தோர் பின்பற்ற வேண்டிய தொழிலை மேற்குலத்தோரும் இயற்றி வருவதால் தொழிலினால் ஏற்பட்ட ஜாதிவேற்றுமை தன்நிலை யினின்று தவறிப் போய்விட்டதல்லவா? அவரவர் தத்தமது செய்கடனைத் தாமே செய்துவருவார்களானால் நான் பெரியன்,

நீ சிறியன், நான் மேலான சாதியான், நீ கீழான சாதியானென்னும் பேதமிருப்பதில்லையே. வருண பேதத்தினால் இக்கீழ் கண்டத்தில் தலைப்பட்டிருக்கிற கேடுக ளொன்றுந் தலைப்படுவதில்லை. ஆகையால், இக்கோட்பாடு தார்க்கிக மதத்திற்கு மாறுபட்டு ''ஜாதிபேதம் இல்லை'' என்பதாயிற்று.

ஓர் இந்திய பெண் – ஓர் ஆங்கிலேயனை அல்லது ஓர் காபூல்காரனை அல்லது ஓர் சீனனை அல்லது ஓர் ருஷியனை அல்லது ஓர் சுவாமியை சேருவாளாயின் விகற்பமின்றி புத்திர சந்தான முண்டாம். ஆதலால் ஜாதி இல்லை.

இங்ஙனம்,

தி. சி. நாராயணசாமி பிள்ளை,

உ.கோ., நீலகிரி

16 அக்டோபர், 1907

19. பூர்வ சுதேசிகளுந் தற்காலப் பறையர்களும்

இவர்களில் எல்லாருமே பூர்வீக வீரவாகு, இச்சுவாகு சன்மார்க்க இராச சந்ததியைச் சார்ந்தவர்கள். ஆனால் முற்கால தற்கால சில போலி பிராமணர்கள் தற்காலம் பறையர்களென் றழைக்கப்படுகிற பூர்வீக சுதேச பௌத்தர்களை, எல்லா வற்றிலும் கீழாக்க வேணுமென்கிற துர் எண்ணம் வகித்து சில பல சிற்றரசர்களை பல நளின வார்த்தையாதி துற்போத னைகளால் கைவசமாக்கிக் கொண்டு சுத்தமும், நீதியும், ஞானமும், ஜீவ காருண்ணியமும், சதா கடைபிடித் தொழுகியும், ஏனைய மாக்களுக் குபதேசித்தும்வந்த பூர்வீக பௌத்தர்களைக் கீழான வேலையாகிய பிணஞ் சுடுதல், பிணக்குழி வெட்டல், பறையடித்தல், அசுவங்காத்தல், கஷ்டத்தோடு புல் விற்றல் முதலிய இன்னும் பலவிதத் தாழ்ந்த வேலைகளைச் செய்விக்கச் செய்தும், வீதிகளில் நடமாடக் கூடாதெனக் கற்பித்தும், விட்ணு–சிவன்–கோளி–காளி–கூளி–காட்டேறி முதலிய தற் கால செம்பு – கல் – மண்ணாதி போலி – நீலி சாமிகளின் அறைக்குள் வராவண்ணமும் உள்வராமலே வெளியில் தூரநின்றே வணங்கும்படிக்கு செய்வித்துக் கஷ்ட நிலைமைக்குக் கொணர்ந்துத் தாங்கள் சுகமாக உட்கார்ந்து நோகாமல் தக்ஷணை வாங்கி உண்டு சுகித்து வேடிக்கைப் பார்த் தானந்தித்துக் கொண்டே பிறர்பொருளால் தங்கள் மனைவி மக்கள் பந்து மித்திரர்களை பேர்ஷித்தும் வருகின்றார்கள்.

அதுவிஷயம் முக்காலங் கேட்பாரில்லாமல் சரிதான் சரிதா னென வழங்கியும் புழங்கியும் வந்தது. தற்காலமோ அதி நீதி ஆச்சார ஜாதி மதபேதமில்லா ஆங்கிலேயர்கள் இந்தியாவுக்கு வந்து நற்காலம் விஜயஞ்செய்தபின் நாளடைவில் கல்வி கேள்வி மிஞ்சிக் கண்திறக்கப்பட்டு வரு மிப்போது சிலர் தங்களைப் பறையன் என்று சொல்லிக் கொள்ள வெட்கமடைந்து மறைத்துக் கொண்டு சில நாவலர் பாவலர்களும் உத்தியோகஸ்தர்களும் தங்களை நீர் யாது குலம் என்று ஏனையோர் கேட்குங்கால்

தான் வெள்ளாள னென்றும், முதலியென்றும், நாயுடு என்றும், கைக்கோள னென்றும் சிலர் தாங்கள் உண்மெயாகவே இந்துவாக விருந்தும் தன்னை கிறிஸ்தவனென்றும், சிலர் தங்களைப் பறையரென்றுச் சொல்லிக் கொள்ள வெட்கமடைந்துத் தொப்பி மாட்டிக் கொண்டுத் தன்னை East Indian என்றும், சிலர் தமது சாதி பறையனென்று சொல்ல முக நாணி கிறிஸ்தவனாயும், சிலர் எமது தந்தை சுத்தமுதலி ஆனால் பஞ்சகாலத்தில் கிறிஸ்தவராயினர். ஆதலால் நான் Caste Christian என்றும், போகுமிடமெல்லாம் பாதாதிகேச பரியந்தம் பொய்சொல்லியுந் திரிகின்றனர். இது விஷயம் மிக்கக் கேவல மென்றுக் கற்றறிந்த நண்பர்கட்குச் சொல்லாமலே விளங்கும். சூரியன் ஒளிபோன்று உள்ளங்கை நெல்லியங்கனிபோல் காட்டும் தற்கால பௌத்த சங்கத்தில் மேற்படியார்கள் தங்கள் தங்கள் நாமதேயங்களை ரிஜிஸ்டர் செய்துக் கொள்ளுவார்களாயின் அவரவர் செல்லுமிடமெல்லாம் தாராளமாக ஐயமின்றித் தங்களைப் பூர்வீக பௌத்தர்களென்றுச் சொல்லி மனபயமும் வெட்கமுமின்றி சுகித்து வாழலாகும். பொன்போன்று நமது கையிற் கிடைத்திருக்கும் நமது பூர்வீக பௌத்த மதத்தை விட்டு ஏனோ பொய்பேசி மாழ்வது. வையகம் புகழும் மெய்யறிவுள்ள நமது பௌத்தமதம் தற்காலம் சென்னை இராயப்பேட்டையில் ஸ்தாபிதமா யிருக்கிறது. இதைக் காணாதார் இல்லை. கண்டுங் காலதாமதஞ் செய்வ தெற்றுக்கோ. கறும்பு தின்னக் கூலி வேண்டும் போலும். பறையர் என்றழைக்கப்படுகிற அன்பார்ந்த இந்து சோதர்காள் நாம் எவ்வளவோ நன்மெய்களை மேல்குலத்தா ரென்போருக்கும் செய்தும் செய்துவந்தும் நம்மை விட்ணு, சிவன் கோவில், கேவலம் காட்டேறி – கருப்பண்ணன்–மதுரைவீரன் கோவிற் குள்ளும் புகவிடாமற் றடுத் தரசுசெய்து வருகிறார்கள். நாம் கொண்டேகும் தேங்காய் – பழம் முதலியவற்றையும் உள்ளுக்குக் கொண்டேகா வண்ணந் தடுத்து நாம் தொட்டதினால் தேங்காய் – பழம் தீட்டாய்விட்டதாக வதன்மீதுத் தண்ணீர் தெளித்து வெளியிலேயே உடைத்து தக்ஷணையைமாத்திரம் இருகரத்து மேந்தி முத்தாட்டி ஜேப்பிலிட்டுக் குடித்து கும்மாளமிட்டு ஜரிகைவேட்டி யணிந்து தாசிவேசிகளின் இல்லமேகி சரசசல்லாபஞ்செய்து வாழ்கின்றனர். இந்த வநீதங்களைக் காலையு மாலையும் கண்திறந்து பார்த்தும், நம்மவர்கட் கின்னும் மனக்கண் திறக்காவிட்டால் பின் எப்போது உண்மெய்

யறிவது. அன்பார்ந்த நண்பர்களே, மேல்விஷயம் எப்படி யிருக்கிறதென்றால் நாம் உழக்கு மிளகு கொடுத்து ஒளிந்திருந்து மிளகு நீரும் வண்டலுங் குடித்ததை யொக்கும். பிராமணன் ஓதும் வேதத்தை சூத்திரன் கேட்பானாயி னவன் காதில் நாராசத்தைக் காச்சி ஊத்தும்படி மனுநீதி ஓதுகிறதே. நாமும் சூத்திரர்தானே. நமக் குறித்தல்லாத வேதங்களையும் கேவலம் சாமிகளையுந் தொழுவதில் யாது பயன், யாது சுகம். நமது சொந்த–பந்த–அந்த–கந்த பௌத்த சமயம் கண்டு கற்கண்டென வுண்டு யாவற்கும் விண்டுவந்தாலன்றோ நாமும் நமது பின்னடியார்களும் சுகமுற்று வாழவம். இலதேல், மாழ்வம் – மாளவம்.

30 அக்டோபர், 1907

சென்றமுறைதங்களைப்பறையர்களென்றுசொல்லிக்கொள்ள வெட்க மடைந்தவர்கள், தொப்பி மாட்டிக் கொண்டு East Indian என்றும், விபூதியிட்டு நா மடிக் கட்டி ஏகுமிடங்களில் தாங்கள் வெள்ளாளப் பிள்ளையென்றும், நெற்றியில் வெள்ளையுஞ் சிவப்புமான திரிசூலமிட்டு வைணவர்களென்றும், பறையர் கொண்டேகும் தேங்காய் – பழம் – தீட்டாய் விட்டதாக வதன் மீது தண்ணீர் தெளித்து கிணற்றில் தூக்கியெறிந்தாலுந் தானே எழுந்துக்கொள்ள சக்தியில்லா உள்கல்லுசாமிமுன் உடைக்காமல் வெளிகல்லுசாமிமுன் உடைத்துக் கொடுப்பதைப் பற்றியும், தக்ஷணையை மாத்திரம் மகாபத்திரமாக வெடுத்து மூன்று முடியிட்டு அரைஞான் கயிற்றில் கட்டிக் கொள்ளுவதைப் பற்றியும், மேற்படி தக்ஷணையால் தாங்களுந் தங்கள் பந்துவழி சுற்றத்தாரும் தங்கடங்கள் வைப்பாட்டிகளாகிய தாசிவேசிகளும் திருப்தியாக உண்டுடுத்தி உல்லாசக் காலக்ஷேபம் செய்வதைப் பற்றியும் மற்றும் எழுதியிருந்தேனல்லவா? இன்னுஞ் சில உண்மெய்யான விஷயங்களைப் பற்றியு மெழுதுவாம்.

தற்காலம் பறையர்களில் சிலர் இவர்கள் தங்களைப் பறையர் களென்றுச் சொல்லிக் கொள்ள உண்மெய்யாகவே வெட்கப் படுகிறார்கள். ஆம், இவர்கள் ஏற்கனவே பறையர்களாக விருந் தால்தானே பறையர்களெனப் பகவர்வர். இவர்கள் பூர்வத்துதேச பௌத்தர்களாதலின் தங்களைப் பறையர்களென்றுச் சொல்ல வெட்கமடைந்து மறைக்கின்றனர். இஃது ஒருவாறு சத்தியந்தான்.

ஆனா லித்தகையார் மனபயம், நடுக்கம் இவைகளுடன் உலகை வஞ்சிக்க வீணே பொய்யாகத் தங்களை வெள்ளாள னென்றும், முதலியாரென்றும், வைணவர் களென்றும், கியாஸ்ட் கிறிஸ் டியன் என்றும் சொல்லிக் கொள்ளுவதைப் பார்க்கிலும் தற்காலம் தங்கள் சொந்த பூர்வ சுதேச பௌத்த சங்கத்தில் சேர்ந்து பௌத்தர்களென்று உலகப்பிரசித்தஞ் செய்வார்களாயின் அது தங்கட்குத் தங்கள் பின்னடியார் கட்கும் மங்கா தீபம்போல் எங்கும் பிரகாசித்து நறுமணம் வீசி சுகிர்தத்தை விளைவிக்கும். இலதேல், பழயகுருடிக் கதையாக முடியும்.

நிற்க, எமது மைத்துன ரொருவர் 1st Class Hospital Assistant தம்மைப் பறையர் என்று சொல்லிக் கொள்ள வெட்கமடைந்து வேளாளனென வேஷமிட்டு வருகின்றனர். இவரும் இவரது சந்ததியாரும் ராயப்பேட்டை பௌத்த சங்கத்தில் பௌத்தர் களென ரிஜிஸ்டர் செய்துக் கொள்ளுவார்களாயின் அவர்கள் எக்காலும் தாழ்வின்றி வாழ்வர்.

எமதூரி லொருவர் தன்னைப் பறையனென்றுச் சொல்லிக் கொள்ள வெட்கமடைந்து வேளாளனெனப் பகட்டிவருங்கா லோர் சந்தர்ப்பத்தில் தமது வீட்டில் நீட்டுவர்களை மேளம் வாசிக்கவும், தாசிகளைக் கூத்தாடவும் வைத்த தினிமித்தம் மேற்படி தாசி நீட்டுவன் இவர்களின் சந்ததியார் விஷயமறிந்து மேற்படி தாசிக்கும் நீட்டுவனுக்கும் ஆளுக்கு ரூபா 100 அபராதம் விதித்தனர். தங்களினத்தாராகியப் பறையர்களை யழைக்காம லிக்கோலஞ் செய்ததினால் இக்கள்ள வேடதாரியாகிய பறை வெள்ளாளனையினத்தாரும் நீக்கினர். இஃது தான் கெட்டதுமன்றி சந்திரப்புஷ்கரணியையுங் கெடுத்த தையொக்கும்.

மேல்கண்ட அவர் தமது இல்லத்தில் நடக்கும் விவாகாதி சந்தர்ப்பங்களில் தம்மினத்தவர்களைத் தருவித்து சடங்காதிகளை நடாத்த வெட்க முற்றனர்! ஏன் இவர் திருட்டு வெள்ளாளனாம்!! ஏனையர் பறையராம்!!! இவ்வாறு நடைபெற்று வரும் விஷயாதிகளைக் கண்ணூடாகப் பார்த்துவந்த அன்னவரின் சாதியார் கடைசியாக மேற்படியாரின் நன்மெய் தின்மை இவைகட்குப் பேகாமல் நின்றனர். அந்தத் தருணத்தில் மேற் படியாரின் தாய் இறந்தனள். அண்ணாத்தே உதவியின்றிக் கோறினர். என்னென்னமோ வேண்டியும் ஊரார் சாவீட்டுக் கேக மறுத்தனர்.

ஐயா, என்ன செய்வார் பாபம்! கடைசியாகத் தமது தாயாரை தோட்டிகளுக்குக் கூலி கொடுத்துத் தூக்கி சுடலைசேர்த்து இனி யிங்கிருக்கின்றேன் ஐயம் யாது சாயாதென மற்றானாளே ஐயா வேளாளப்பறையன் கம்பிநீட்டி விட்டனர்.

இனத்தவரை மதியாமல் வேளாள வேஷமிட்டு நடித்ததற்குக் கிடைத்த பலன் தன் தாயாரை க்ஷேமிக்க தோட்டிகளுக்குக் கூலி கொடுத்துத் தூக்கவைத்ததே புகழ்.

தி. சி. நாராயணசாமி பிள்ளை,

உ. கோ.

(இன்னும் வரும்)

27 நவம்பர், 1907

20. உதகமண்டலத்தில் புத்தர் சிலை

உதகமண்டலம் ''பெல்க்கி'' என்னும் மலை குகையில் ஒரு புத்தர் சிலையும் அதன்முன் மயிலிறகை ஏந்தியிருப்பது போல் ஒரு சமணர் சிலையும் பாலி பாஷையில் எழுத்துகளும் எழுதி சித்திரித்திருக்கிறதாம். பெல்க்கியில் மேற்படி குகையும் மேற்படி சிலைகளையும் Mr. பிரிக்ஸ் துரையவர்களும், ஏனைய துரைகளும் கண்டார்களாம். உதகமண்டலம் அசலபீடம் ஸ்ரீமான் சாது யோகீஸ்வரர் சுவாமிகளும் காணுங் கூடிய சீக்கிறம் ஆங்கேகி இன்னும் விஷயங்களைக் கண்டுத் தெரிவிப்போம். மேற்படி சிலை முதலியன (400) வருஷம் முந்தியதேயன்றி பிந்தியதல்லவாம்.

இங்ஙனம்

தி. சி. நா. உ. கோ.

27 நவம்பர், 1907

21. கடிதம்

இம்மதி மூன்றாநாள் சுயாபிமானி யெனக் கையொப்ப மிட்டு யெம்பால் விடுத்தக் கடிதத்தைக் கண்டு மெத்த வியப்புற்றோம்.

அவதூறுகூறி யச்சிட்டப் பத்திரிகையுங் கண்ணுற்றோம். அதற்காக நீதிவாத மியற்றியுள்ளோ மென்னும் புத்தகத் தையும் பார்வையுற்றோம். இவ்விருதிறக் கூற்றும் மூங்கி லுடன் மூங் கில் உராய்வதாகத் தோற்றுகிறதன்றி குலாபிமானமேனுங் குலா பிவிருத்தியேனுங் கொண்டவர் களாகக் காணவில்லை.

இத்தகை வீண்வீராப்பினால் எத்தனையோ குடும்பங்கள் நசிந்துகிடப்பது சகலருக்கும் பிரத்தியட்சமாக விளங்க யிவ்விரு திரத்தாருக்கும் விளங்காததும் வித்தியாச காலமே.

ஒருவனை வுயர்த்திப் பேசுவதால் உயர்ந்து போக மாட்டான், தாழ்த்திப் பேசுவதால் தாழ்ந்து போகமாட்டான். ஒருவனைத் தாழ்த்துவதும் உயர்த்துவதும் அவனவன் செயல்களேயாம்.

துற்செய்கையால் பெருந்தொகை யாருக்கும் விரோதியா யுள்ள ஒருவனை மற்றொருவன் அவிரோதியெனக் கூறுவானாயின் ஏற்பாரிரா.

நற்செய்கையால் பெருந்தொகையாருக்கு வுபகாரியா யுள்ள வொருவனை மற்றொருவன் அபகாரியென்று கூறுவானாயின் அவற்றையு மேற்பாரிரா.

ஆதலின் நபதன்பர்க ளிருவருந் தங்கடங்கட் செய்கைகளை யுணர்ந்து சம ஆதனமுற்று சுகவாழ்க்கையைக் கருதுவார்களென்று நம்புகிறேன்.

நமது வீட்டுள் பிடித்த தீயை அன்னியவர் வந்து அவிப் பதற்குமுன் நாமே யவிப்பது மிக்க சுகமாகும்.

ED.

11 டிசம்பர், 1907

22. கடிதம்

(எமது சொந்த நிருபர்களிடமிருந்து)

உதகமண்டலம்

சுகம் – குளிர் தொடங்கி வாட்டுகிறது. அதநூடே வெய்யிலும் கிஞ்சித்து உபகாரஞ்செய்கிறது.

ரெய்ல் வேலைகள் – அனேகமாக ஆய்விட்டது. இன்னும் முடிவாக வேண்டிய வேலைகள் ரெய்ல்வே ஸ்டேஷனும், இஸ்ஐனெஷ் மைசூர் மஹாராஜா அவர்கள் அரண்மனை கேட்டில் நடக்கும் செய்படு சுரங்கமும், வேறுபாலங்களுமே. வெலிங்டன் புதுக்கடைக்கு மேல்வரையிலும் பாலஸ்டர்டிரேன் நடைபெற்றுவருகிறது. எனினும் டிரேன் உதகமண்டலத்தை யெட்டிப்பார்க்க (1908)ம் வருடம் முடிவாகு மென்று வதந்தி.

சீசன்போய் குரு வந்துவிட்டார் – இங்கு துரைகளின் உத்தி யோகஸ்தர்களாகிய சோதரர்கள் அனேகர்களுக்கு வேலை யில்லை. பாவம் இவர்கட்குக் கூலிவேலை முதலியன செய்யவும் பழக்கமில்லை. ஏனெனில் இவர்கள் நடை, உடை,பாவனை உண்பன முதலிய விஷயங்களில் என்று சொகுசா யிருப்பவர்கள். 6 மணிநேரம் சீசன் வேலையும் 6 மணிநேரம் சும்மாவிருக்க மித்தகையார் இங்கு நடாத்தும் கிழங்கு, தர்க்காரி முதலியன பயிர்செய்துப் பழகி ஜீவிப்பார்களாயின் இருவிதத் தொழிலிலும் கஷ்டநஷ்டமும் பட்டிணியுமின்றிச் சுகமுறலாம்.

''ஆரோக்கிய வைத்தியசாலை'' – இந்நகரின்கண் ஜனனமாய் நற்பெயரொடு பொற்சீவனமுற்று நெடுங் காலமாக "Watch & Clock" ரிப்பேர் தொழிற்புரிந்து அரிய உரிய பிரிய யாவத் ப்ரஜைகளாலும் உத்தமனென நன்கு மதிக்கப்பெற்று வாழும் ரோமன் கத்தோலிக் கிறிஸ்தவராகிய ஸ்ரீமான் வி. ஆரோக்கியம் பிள்ளை என்பவர் தக்கத் தமிழ் தேற்சியடைந்தவராதலின், தமது ஆசான் பால்வைத்திய வாகட பாயிரம் முதலியன

நன்குணர்ந்தும், இந்நிலா சலத்திற்கு விஜயமாகும் சந்நியாசிகள் மஹான்களிடத்தும் தொண்டுபூண்டு வைத்தியமுறைகள் வேண்டுவனக் கற்றும் பரோபகார ராத்தமாக வைத்தியஞ் செய்துவருவதை இந்நகர் தர்மபரிபாலன சீலர்களாகிய ஈரோ ஷியர், விரும்பிரர், நாயுடு முதலிய தற்காலம் பறையர் கஎென் றழைக்கப்படுகிற பூர்வ பௌத்தர் துலுக்கர் டிரசர் இன்ன மனேகர் ஆதரணைக் காத்தாக்களாக வேற்பட்டு ஓர் மஹானால் ''ஆரோக்கிய வைத்தியசாலை'' என நாமகணஞ் சூட்டப்பட்டு, ஏழைகட்கு தர்மார்த்தமாகவும், உள்ளவர்கட்கு சகாயமாகவும், மெம்பர்களுக்கு ஓர் ஏர்ப்பாட்டின் பேரிலும், மிக்க ஏழைகளுக்கு உணவாதிகளுங் கொடுத்து மருந்தீய்ந்து பரிபாலிக்கப்பட்டு வருகிறது.

காந்தல் அசலபீடம் சுவாமிகள் – காந்தல் அசலபீடம் மடத்திற் றிருக்கோவிற்கொண்டெழுந்தருளியிருக்கும் ஸ்ரீமான் சாதுயோகீஸ்வர சுவாமிகளிடத்து அனேக மேலவர் கீழவர் யாவரும் சிஷியவர்க்கத் தொண்டுபூண்டு வேதாந்தப் பாடங் கேட்டு அறிவானந்த மடைந்து வருகின்றனர். மேற்படி சுவாமிகளை இங்கும் லாரன்ஸ் அசைலத்திலும் ரயில்வே வேலைக்காக விஜயஞ்செய்திருக்கும் 64மீலீ பைநீரும், சாப்ரஸ் மைனீரும் ஆகிய (5) கம்பனியாரும் கோரிக் கொண்டதின்பேரில் (5) ஆதிவாரமும் விடாமல் பக்தி முதலிய விஷயங்களை யாவத் ப்ரஜைகளும் எளிதில் உணர்ந்துக் கொள்ளும் வகையாய் சர்க்கரைப் பந்தலிலே தேன்மாரி பெய்ததுபோல அனேக மேற்கோள்களுடன் ப்ரசங்கித் தறிவூட்டினர். கோஷ்டிகள் கரகோஷ மீட்டினர். யின்னும் ஏற்றிப் போற்றினர். மகனை சான்றோனெனக் கண்டதாய் என்றபடிக்கு இஃதன்றோ நற்பேர். மேற்படி சுவாமிகட்கு வயது (30) தானிருக்கும். இந்த உத்தமகுணாள மணாளனாகிய மஹானை அனேக ஜமீன்களும் சிற்றரசர்களும் வந்துக் கண்டேகினர்.

தி. சி. நாராயணசாமி பிள்ளை.

உ. கோ.

11 டிசம்பர், 1907

23. A.V. ஜோசப்பு பிள்ளை யவர்கள் கூறிய வாழ்த்துப் பாமாலை

சென்னை பூர்வீகப் புத்தசங்கப் போதனாசிரியக் காரியதரிசியும், ஆயுள்வேதபாஷ்கரரும், சத்விஷயப் பன்னூலாக்கியோனும், பலபத்திரிகைகளி னாசிரியரும், முத்தமிழும் நாற்கலியு மோர்ந்து கவிமாரி பொழியும் கலாஞான சாரதா பீடமுமாய் விளங்கும்,

ம–ள–ள–ஸ்ரீ க. அயோத்திதாஸ கவிராஜ பண்டிதர்

அவர்கள் வித்தியாவிருத்தி சங்க சத்விஷயோபகாரமாக விங்கெழுந்தருளியதை முன்னிட்டு முகக் கமல மலர்ந்துஅகக் கமல மகிழ்ந்த பல ரபிப்பிராயப்படி மேற்படி பண்டிதருக்கு வன்புமிகுத்த நெடுங்கால நேயரும் பெங்களூர் பிரபல வித்துவானுமாகிய ம–ள–ள–ஸ்ரீ A.V. ஜோசேப்பு பிள்ளை யவர்கள் கூறிய,

வாழ்த்துப்பாமாலை – விருத்தம்

கங்கைதிரை கொழிசென்னை பதிபுலவர்
　　மகிழ்நிபுணக் கல்வியாளன்
றுங்கமிகு மாயுர்மறை யோர்ந்துபிணி யா
　　ளர்நலி துயரறுத்தோ
னெங்கும்புகழ் அயோத்திதாசகவி ராஜ
　　ரிங் கெழுந்ததாலே
பொங்குமுளம் பூரித்து பூமாலை சாற்றிமி
　　கப் போற்றி னேனே.

சுபம்! சுபம்!! சுபம்!!!

12.12.07

பெங்களூர்.

பூமாலை பாமாலை ரண்டினி லமைந்தமெய்ப்
போதனைப் பொறையாதனை
பூமாலனைப் போற்றுபுலவர் பாலன்பார்ந்த
புலவன் ஜோசப்பென்னுமால்
பூமாலை பாமாலை ரண்டையு மளித்தநல்
புன்னன்பை யென்சொல்குவேன்
பூமாதகத்துரைப் போதநல்லாதனன் புநித
நிலை வாழிமாதோ.

18 டிசம்பர், 1907

24. கனந்தங்கிய ஒருபைசாத் தமிழன் பத்திராதிபரவர்கட்கு வந்தனம்

கீழ்வரும் விண்ணப்பத்தைத் தங்கள் மேன்மைதங்கிய பத்திரிகையினோர் கோணத்தில் பிரசுரிக்கப் பிரார்த்திக் கின்றேன்.

அதாவது நம்மவர்களுக்குள் புலவர்கள், பண்டிதர்கள், வேதாந்திகள், வைதீகப் பண்டிதர்கள், கவிராயர்கள், பாலக் கவிகள், மதுரகவிகள், அருட்கவிகள், வித்வசிங்கங்கள், உபாத்தியாயர்கள், பாவலர்கள், நாவலர்கள், சாஸ்திரிகள், வித்வான்கள், அத்வைதிகள், புராணிகர்கள், சுத்த அத்வைதிகள், சுவாமிகள், மடாதிபதிகள், விசிஷ்டாத் வைதிகள், பத்திரிகைகளுக்கு எழுதுபவர்கள், அஷ்டவ தானிகள், சஷ்டவதானிகள், இதற்கு மேலான கல்வி யுடையவர்கள் நம்மவர்களுக்குள்ளிருந்தால் அவர்கள் நாமேதேயங்களையும், ஆங்கிலேய பாஷையில் தேர்ந்த நம்மவர்களுடைய நாமதேயங்களையும், விலாசங்களையும் கையொப்பக்காரர்கள் தங்கள் பத்திரிகையின் மூலியமாய் தெரிவிக்க வேண்டுகிறேன். நம்மவர்களென் றெழுதியதில் (கிறிஸ்தவர்களல்லர்) இவ்விருப்பத்தை ஒரு மாதத்திற்குள் சென்னையிலும் வெளிதேசங்களிலுமுள்ள கையொப்பக் காரர்கள் கவனித்து பத்திரிகை மூலியமாய் தெரிவிக்கப் பிரியமில்லாதவர்கள் அடியிற் கண்டவர்க்கு நேராய் எழுதவும்.

தற்காலம் இந்தியாவில் நம்மவர்கள் நிலைமையை கவனிக்க.

இப்படிக்கு

நுங்கம்பாக்கம் வி. டி. பென்ஜமென், சென்னை

விலாசம் : வி. டி. பென்ஜமென், குட்டித் தெரு

25 டிசம்பர், 1907

25. புதுவருஷம்

ஆதித்தன் கிழக்குத் திக்கில் உதயமாகி மேற்கி லஸ்தமானது போல 1907 வருடம் சென்ற செவ்வாய்க் கிழமையோடு அஸ்தமானமாய்விட்டது. மனிதராதி பசுபக்ஷிகளுடையவும், பூச்சி புழுக்களுடையவும் வாழ்நாட்களையும், மற்றுமுள்ள தாவரசங்கமப் பொருள்களின் வாழ்நாட்களையும் சிறிதும் பிசகாமல் அளக்கவல்ல அளவுகோலாகிய ஆதித்தனைப்போல ஆண்டுகளும் சீவர்களது வாழ்நாளை யாண்டுவருகின்றன. இப்படிச் சகடக்கால் போல ஆதித்தனும், ஆண்டுகளும் இடைவிடாது மாறிமாறி யுதிப்பினும் மனிதர்கள் செய்துவரும் ஹிதாஹிதங்கள் மட்டும் என்றைக்கும் மாறாத சிலாசாசனம் போல நிலை நின்று விடுகின்றன. காலஞ் செல்லும் வார்த்தை நிற்கும். (புத்தபிரான் நிருவாண திசை யடைந்து ஏறக்குறைய 3,000 வருடத்திற்கு மேற்படுகிறது. ஆயினும் உலகத்தவர் சீர்பெற்றுய்ய அவரால் ஸ்தாபித்த சத்தியசன்மார்க வாய்மைகள் நான்கும், சீலங்களைந்தும், வாழ்க்கைக ளெட்டும், ஜீவகாருண்ணியமும் நிலைத் துள்ளதற்கு பதுமநிதி தன்மநிதி சங்கநிதி) என்னும் பழமொழியே போதிய ஆதாரமென்க. சென்ற வருடத்தில் நாம் புரிந்த கருமங்களெல்லாம் மாந்தர்களது மனோசிலையில் பதிவெய்தியிருக்கின்றன. இந்த கி.பி. 1908ம் வருடத்தில் நாம் செய்ய வேண்டிய கருமங்களெல்லாம் நம்மா லியன்றளவு திருந்த செய்தல் வேண்டும். வைதிகிகள் யாதேனுங் குற்றங்களைச் செய்யின், அக்குற்றங்கள் அவர்களால் வணங்கப்படும் தேவ ஆராதனைகளாலும், வழிபாட்டாலும், தீர்த்த மாடுதலினாலும், யாத்திரை செய்தலினாலும், பிராமணதானஞ் செய்தலினாலும், திருப்பணிகளாலும் – கல், மண், செம்பு, பித்தளை, பீங்கான், மரம், புத்து, கங்கை, சூரியன், பூவாடைக்காரி, பசு, பக்ஷி, நாகன், எலி, வைரவன் இவைகளைக் கும்பிடுதலினாலும் இன்னு மனேகமாகப் பணஞ்செலவிட்டு யாகாதிக் கிருத்தியங்கள் புரிதலினாலும்

நிவிர்த்தியாய் விடுகின்றனவாக அவர்களுக்கு அறியாமலே ஓர் மனோ திருப்தியேனும் உண்டு; லௌகிகிகளாகிய நமக்கோ அத்தகைய மதங்களும் மதாசிரியர்களும் புராணாதி இதிகாசங்களும் மனோசிருட்டி தேவதைகளும் தீர்த்தங்களும் கிடையாவாதலால் வந்தபின் காத்துக் கொள்ளுகிறதற்கு நமக்கு யாதொரு வழியும் கிடையாது. நாம் வருமுன்னரே காத்துக் கொள்ளுதல் வேண்டும். மேற் சொன்னபடி வைதிகிகள் தாங்கள் செய்த குற்றத்தைப் பணங் கொடுத்துப் பரிகரிக்கலாம்! இலௌகிகிளாகிய நாம் கோடிகோடியாய்த் தேடிய திரவியத்தை யெல்லாஞ் செலவிட்டாலும் நாம் செய்த தீமைக்குப் பரிகாரம் எவ்விதத்திலும் கிடையாது. எண்ணெயுந் தண்ணீரும் போல நாம்செய்த குற்றம் ஒருபுறமும் குணம் ஒருபுறமுந் தனித்தனியே நின்றுவிடும். ''தீயினாற் சுட்ட புண்ணுள்ளாறுமாறாதே நாவினாற் சுட்ட வடு'' என ஆன்றோர் நீதிவாக்கிய மிருக்கின்ற மையால் நாவினாற் சுட்ட வடுவும் – தீச்செயலால் உண்டாக்கிய இரணமும் என்னென்ன மருந்து எவ்வளவுகால மிடினும் குணப்படா. நாம் செய்யுந் தீமையும் இத்தன்மைத்தே யாத லால் அது ஒருபோதும் பரிகரிக்கப்படாது. குற்றம் முதலிய தீமைகளைச் செய்துவிட்டு, அக்குற்றம் மாறும்படிப் பல தான தருமங்களைச் செய்தல் எத்தன்மைத்தெனின், தேகத்திலுள்ள இரண்டு கைகளில் ஒருகையைப் புண்படுத்தி மற்றக்கையைக் கழுவிச் சுத்திசெய்து களப கத்தூரி சந்தனாதி வாசனைத் திரவியங்களைப் பூசி யுபரித்தல் போலாம். ஆதலால் நம்மவர் களாகிய இலௌகிகிகள் வைதிகிகளைப் போலக் குற்றத்தைச் செய்துவிட்டுப் பணஞ்செலவிட்டுப் பரிகாரந் தேடிக் கொள்ளலா மென்றிராமல் குற்றத்தையே புரியாதிருக்க முயலுதல் வேண் டும். நன்மெயே நாம் தொழுந் தெய்வம். நன்மெய்யாளர் வதியுந் தானங்களே நாம் செல்லத்தக்க ஆலயம். நன்மெய்மைப் புரிதலே நாம் அநுசரிக்க வேண்டிய மதம். நீதிநூலே நமது குரு. நீதிநூற் போதனையே நாம் கொள்ள வேண்டிய குருவாக்கியம். தத்துவ சாத்திரங்களே நாம் ஆராய்ந் தறிவேற்றம் பெற்றடைய வேண்டிய மோஷம். கசடறக் கல்வி கற்பதே நல்வழி. ஆதலால் இலௌகிகிளாகிய நாமொவ்வொருவரும் வெகு ஜாக்கிரதையதையோடு காலங்கழிக்க வேண்டியிருக்கிறது. ஆனால் சிலர் கண்ணிற் காணா யுத்தி புத்தி யநுபவத்திற்கெட்டா

தெய்வபய மிருந்தால்தான் உலகத்தில் நீதி தலைத்தோங்கும், இல்லாவிட்டால் அவ்வவர் மனம்போனபடி கடிவாள மில்லாக் குதிரை போலும், அங்குசமில்லா யானை போலுமாவார்கள். ஒருவன் மனைவியை ஒருவன் கைப்பிடிக்க அஞ்சான். பிறர் பொருளைக் களவுச் செய்யப் பின்வாங்கான். கொலைகள் காமாதிகளை விலை கொடுத்து வாங்குவான் என்கின்ற வைதிகிகளுக்கு நான் சொல்லத்தக்க விடை யாதெனில் கூறுதம் – கடவுள் உண்டென்பவர்கள் பாவமும் உண்டென்றும், புண்ணிய முண்டென்றும், பாவமன்னிப் புண்டென்றும் வேத புராணாதிகள் முறையிடுகின்றமையால் குற்றத்தைச் செய்து பின் பரிகாரந் தேடிக் கொள்ளலாமென்று வெகு லேசில் செய்துவிடக் கூடுமாதலால் அப்படிக் குற்ற தண்டனையும் பாவமன்னிப்பும் புரியுங் கடவுளை மனோசிருட்டி செய்தலைக் காட்டிலும் அவ்வவர் குற்றத்திற்குப் பரிகாரமில்லை யவர்களே பொறுப்பென்பது மஹா உத்தமமெனத் தோன்றவில்லையா! நமக்காராக்ஷியிற் தெரியாததைக் கற்பித்து அதனோடு மல்லாடி துன்மார்க்க விருத்திக்கும் ஏதுதேடுதலில் யாது பிரயோசனம்! ஆய்ந்து உணர்க வுணர்க உண்மெய் விளங்கும்.

இங்ஙனம்

தி. சி. நாராயணசாமி பிள்ளை

உ. கோ.

1 ஜனவரி, 1908

26. நவவருட சரண்

பு.பி.3390 – கி.பி. 1906

சீர்பூத்த மகுடமன்னவர் போற்று சாக்கைகுல
    திகழ் சக்கரவர்த்தி பூமான்
தினகரன் சுத்தோதனர்க்கு மாசேயனாய்
    செகமீதி லவதரித்து
பேர்பூர்த்தபோதனென உலகர்கள் போற்றிடப்
    பேசருஞ் சினந்தவிர்த்து
பிசகற்ற வாய்மை நாலைந்து சீலம்வாட்கை
    பிரியர்மன மகிழ்வதெட்டும்
தார்பூத்த சீவகாருண்ணியமுடன் தன்மநிதி
    சங்கநிதி பதுமநிதியும்
சகமீதமைத்த சற்குரு பௌத்த ஸ்வாமிக்குந்
    தக்கமதியூட்டு வல்ல
கார்பூத்த ஸ்ரீமான் க. அயோதிகவி பண்டிதர்
    கழற்கும் பத்திரிகை நேயர்
கருணைவளர்திரு முக மின்றென்று மன்புற்றுக்
    கழறினேன் வந்தனமிதே வந்தனம்
பற்பலவாஞ் சமயமதை நன்காராய்ந்துப்
    பாரிலிதுதக்கதெனச் சிரமே லேற்று
உற்பனமிதன்றென்று உணர்ந்து ஒன்றா

யுறவாடி யுலகதுக ளகலவேண்டி

கற்பகமாங் கோலாரூர் பெங்களூரர்

கனிவாளர் ஸ்தாபித்த கலைநூல்பௌத்த

நற்சங்க விற்பனர்க்கு இன்றுமென்றும்

நாடிதந்தேன் வந்தனங்கள்கோடி தானே.

இங்ஙனம்

தி. சி. நாராயணசாமி பிள்ளை, உ. கோ.

1 ஜனவரி, 1908

27. சுவர்க்க நரகத்தின் உற்பத்தி

கர்மமெனினும் வினையெனினு மொக்கும். கர்மம் அல்லது வினையானது நல்வினை யென்றுந் தீவினை யென்றும் இருவகைப்படும். நல்வினையாவது ஜீவ கோடிகளுக்கு இடுக்கண் ஒன்றுஞ் செய்யாது நம்மெயே புரிதலாம். தீவினையாவது ஜீவகோடிகளுக்கு நன்மெய் புரிவதையொழித்து தீமெயை யியற்றுதலாம். மனிதருக்குள் உத்தமர்கள் நல்வினை புரிய முயல்வர். மற்றவர்கள் தீமெயை யியற்றி வருவர். தீமையை யொழித்து நன்மெயை புரியும் உத்தமர்கள் ஜீவகாருண்ணியரெனப் பிறரால் புகழப் படுகின்றனர். நன்மெயை யொழித்து தீமெயை யியற்றும் அதமர்கள் பிறரால் இகழப்படுவது மன்றித் தாம் தாம் செய்த குற்றத்திற் கொத்தவாறு தண்டிக்கப்பட்டும் வருகின்றனர்.

ஆனால் சிற்சில உத்தமர்கள் தாம்தா மியற்றும் நற்கிருத்தியங்களுக்காகப் பிறரால் தூஷிக்கப்படாமலுந் தண்டிக்கப் படாமலும் இருப்பதை மனிதர் கண்டுள்ளா ராதலால், அன்னோரிருதிறத்தாரும் இறந்த பிறகாவது முறையே புகழ்ச்சியாலும் இகழ்ச்சியாலும் பெருமெயையும் சிறுமெயையும் அடைய வேண்டுமென்று மனிதர் நினைக்கிறார்கள்.

இந்த நினைவு காரணமாகத்தானே மனிதர் நன்மெபுரியும் உத்தமர்கள் புகழுடம்பைப் பெற்று புகழ்ச்சியுடன் வாழும் படியாக ஆகாயத்தின்கண் சுவர்க்கத்தையும், தீமைபுரியும் அதமர்கள் இழிய துன்பத்தை யநுபவிக்கும்படியாக பாதாளத்தின்கண் நரகத்தையும் மனோசிருஷ்டி செய்து விட்டனர். இவ்வாறு மனோ சிருஷ்டியால் உண்டாக்கிய சுவர்க்க நரகங்களைப்பற்றி வெவ்வேறு வகுப்பாரும் வெவ்வேறான அபிப்பிராயங்களை யுடையவர்களாக விருக்கின்றனர்.

(A) இதில் கிறிஸ்தவ சகோதரர்களின் கருத்தியாதெனில் மனுகுலத்தவர்களில் எவரெவர் எந்தெந்த நற் கிருத்தியங்களைச்

செய்யினும் அவர்கள் மூலபாவத் தினால் அபராதிகளாக விருக்கின்றமையால் யாவ ருடைய பாவத்தின் பொருட்டும் பலியாக நின்ற இயேசுவினில் நம்பிக்கை வைப்பவர்கள் நித்திய சுவர்க்கத்திலும் நம்பிக்கை வையாதவர்கள் நித்திய நரகத்திலும் அனுப்பப்படுவார்களென்பதே.

எப்போது அனுப்பப்படுவார்களெனில் நியாயத் தீர்ப்பு நாளில். அதுவரை எங்கிருப்பது? இது பரமரகசியம். ஒருவருக்குந் தெரியாது. பௌத்தாள் சொல்வதென்ன.

"No man can purify another"

What you shows that you now.

இவ்விரண்டு போதனைகளை சீர்தூக்கி பார்க்குமிடத்து கிறிஸ்தவ சகோதிரர்கள் சொல்லும்வண்ணம் பலர் செய்த குற்றத்திற்காக குற்றமற்ற ஒருவரைக் கொன்று சரிபங்கிடுவது நீதியோ? அநீதியோ? கல்வி, நாகரீக மலிந்த இக்காலத்தில் அறிவாளிகள் தெரிந்துகொள்ளலாம்.

(B) சுவர்க்க நரகத்தைப்பற்றி கிறீஸ்தவர்களது கருத்திதுவாக இந்துக்களின் கருத்தை பற்றிச் சற்றுவிசாரிப்போம்.

இந்துக்கள் ஆன்மாவானது பிரத்தியேக பதார்த்த மெனவும், அது செய்யும் கிருத்தியங்களுக் கேற்ப இடையிடையே ஜென் மங்களையும், நரக வேதனையையும் பெற்று வருகின்றன வென்றும், கடையில் பாசபந்தங்க ளெல்லாங் கழலப் பெற்று பரமாத்துமாவிடத்திலே ஐக்கியமாய் விடுமென்றும் சொல்லு கின்றனர். இக்கொள் கையை யுடைய இந்துக்களே தத்தம் மூதாதைகளில் இருபத்தேழு தலைமுறையோர்க்கும் ஸ்ரார்த்த மிடுகின்றனர்.

இவர்களிடும் ஸ்ரார்த்தமானது உண்மெயாகவே மூதாதை களால் ஏற்றுக் கொள்ளப்படுவதாயின் அம்மூதாதைகள் வெவ் வேறு ஜனனங்க ளெடுத்திரா திருத்தல் வேண்டும். வெவ்வேறு ஜனனங்களை அவர்கள் அடைந்திருப்பாராயின் அவர்களுக் கென்று ஸ்ரார்த்த மிடுவதேன். பிராமணர் பிழைக்கவா? அன்பர்காள் Do good and be good.

N.B:- இவ்வித ஆபாசங்களை விளக்கி விறிவாக எழுத வேண்டி ''ஒருபைசாத் தமிழன்'' அடுத்தமாதம் முதல் டிம்மி

என்னும் பெரிய ஸைஸில் நாலுபக்கங்களை யுடையனவாய் வெளிவர ஏற்கெனவே பத்திராதிபர் கூறிய சந்தாதொகை மூன்று ரூபாயையும் பொதுநலங் கருதுவோர் பூர்த்தி செய்வார்களென்று எதிர்பார்க்கும்,

Lucknow, குலாபிமானி.

19–12–07.

1 ஜனவரி, 1908

28. கடிதம்

கனம் பத்திராதிபருக்கு வந்தனம்

தாங்கள் பகுதி–*1*, தொகுதி *28*, பக்கம் *3* இதில் சங்கை வி. டி. பென்ஜமென் விடுத்த விண்ணப்பத்தைப் பார்க்கில் விந்தையினும் விந்தையாக இருக்கிறது.

நம்மவர்கள் என்றால் யார்? இவர் பெயரால் இவர் கிறிஸ்தவரே. ஆகையால் அவ்வகுப்பாரை நீக்கி மற்றவர்களை இவர் வினவ வேண்டிய அவசரம் யாது?

லக்னௌ, விடை
விரும்பி.

8 ஜனவரி, 1908

29. உலகத்தில் துக்கத்தை மிக நுகர்வோர் யாவர்?

ஒளியும் இருளும் போலும் தகிக்கும் வெப்பமும், பனிக்கும் குளிச்சியும்போலும், இவ்வுலகத்தின்கண்ணே சுகமென்றும் அசுகமென்றும் இரண்டும் எதிர்த்துவ விரோதத்தன்மை யுள்ளனவல்லவா? இவை எல்லாச் ஜீவகோடிகளாலும் அறியப் படும் விஷயமே. இவ்வித சுகதுக்கங்களைச் ஜீவகோடிகள் நுகர்ந்துவரும் விஷயத்தில் சுகத்தையாவது, துக்கத்தையாவது சிறிதாகவாகிலும், பெரிதாகவாகிலும் நுகருமவை யெவை யெவையென விசாரிக்குமிடத்து பதார்த்த பரிசோதனையில் ஜீகோடிகளுக்குள் எவ்வளவு பதார்த்தத்தின் உண்மை விளங் கியுள்ளதோ அவ்வளவின தாகவே ஜீவகோடிகளால் நுகரப்படும் சுகதுக்கங்களின் தார தம்மிய மிருக்கிறது. இதனையே சுருங்கக் கூறுமிடத்து எச்சீவன் எவ்வளவு தூரம் பிரபஞ்சப் பொருள்களை அறிந்துளதோ அவ்வளவினுக்கே சுகம் பெருகவும் துக்கஞ் சிறுகவும் ஜீவிக்கத் தலைபடுகின்றது. இதற்கு திருஷ்டாந்தம் பற்பல விஷயங்க ளிருப்பினும் நமது ''தமிழன்'' சிறு அங்கம் இன்னும் பெருகாமையால் ஓர் திருஷ்டாந்தம் ரூபிப்பாம். அஃதாவன:

சுமார் இரண்டாயிர வருஷங்களுக்கு முன் நாகரீகத்தில் சிறப்புற்றிருக்கும் ஐரோப்பியராலுமே ''தேயிலையின்'' பிரயோ சனம் அறியப்படாதிருந்தது. இப்பொழுதோ அதன் பிரயோசனம் வீசுங் காற்று வாசஞ்செய்யும் பூசாரங்கள் எங்கும் விசிதமாய் அறியப்பட்டு வெகுவாய் அனுபவிக்கப் பட்டு வருகின்றது. இவ்வாறே காப்பிக் கொட்டையும் இந்துதேசம் ஒழிந்த மற்ற தேசங்களிலும் விளையும் பதார்த்தங்களைப் புசிக்கக்கூடாதென விருது கட்டிக் கொண்டிருந்த நமது தேச பிராமணர்களுமல்லவா ''காப்பி ஓட்டல்'' தலைவர்களாய் உகந்து பானம் பண்ணத்தக்கதா யிருக்கின்றது.

இதுபோலவே அயர்லாந்து தேசத்தாருக்கு நித்திய போஜனமாக

உருளைக்கிழங்கு உபயோகிக்கப்பட்டு வருகின்றது. மேலைய திருஷ்டாந்தங்களினால் தேயிலை, காப்பி, உருளைக்கிழங்கு, இவைபோல்வனவற்றால் பிரஜைகளுக்கு எவ்வளவு சுகம் அதிகரித்திருக்க வேண்டுமென்பதையும் எவ்வளவு அசுகங் குறைவெய்திருக்க வேண்டு மென்பதையும் விசிதமாக விளங்க வறிகிறோ மல்லவா? இத்தியாதி விஷயங்களால் நாமனைவரும் அறிந்துகொள்வ தென்னவெனில் ஜீவகோடிகளால் நுகரப் படும் இன்பதுன்பங்கள் அன்னோரது பதார்த்த ஞானவள வினவாகுமென்பதே. ஆதலால் ஞானவான்கள் மிகுந்த சுகத் தையும் குறைந்த துன்பத்தையும் நுகர்வார். இவ்வுலகத்தில் துக்கத்தை மிக நுகராநிற்பவர்கள் கல்வி அறிவொழுக்க மில்லாதவர்களே. ஆகவே இவ்வுலகத்தில் நுகரப்படும் துக்கமானது மிகப் பெரியதாகின்றது. இதை யொழிக்க வேண்டு மானால் அறியாமை யென்னும் அந்தகாரத்தை ஞானமென்னும் சூரியோதயத்தால் அதமாக்க வேண்டும். பிரார்த்தனை, பலி, பொங்கல், தாடி வளர்த்தல் இவைகள் அறியாச் செய்கையே.

இதர்க்கு பரிகாரம் கிறிஸ்துவுக்குமுன் 500 வருஷங்களாய் இந்தியாவில் பரவிவர நயவஞ்சகர் சிலரால் உலகரக்ஷகரான சாக்கைய முனியின் துக்கம், துக்க நிவாரணம் இவைகளை தெள்ளென விளக்காமல் தனக்குமேல் ஒன்று உண்டு அதன் விருப்பம்போல் ஆட்டுவிக்கும் என்ற நூதன போதனையை ஸ்தாபித்து சூத்திரன் வேதம் வாசிக்கப்படாது என்று சில தந்திர ஸ்லோகங்களை விஸ்தரிப்பித்து கல்வியை பரவவிடாது செய்த வண்ணம் தற்கால ஆங்கிலேய அரசாக்ஷியில் செய்ய முடியாமல் விழிப்பவர்கள் செவ்வென தாங்கள் வாழ்நாளை கழித்துவர பௌத்த ஆஸ்ரமத்தில் நிறைவேறும் பொது நீதிபோதனைகளில் ஒன்றான ''துக்கம் துக்க நிவாரணம்'' யெனும் உபந்நியாசங்களை திரட்டி புஸ்தகரூபமாய் வெளியிடுவது ''தமிழன்'' பத்திராதிபர் கடனேயாம்.

Allahabad, **சி. ம. இ. மூர்த்தி.**

8–1–08.

15 ஜனவரி, 1908

30. ஸ்ரீமத் பௌத்தர் கொள்கை

இத்தமிழ் தேசத்தின்கண் ஸ்ரீ பௌத்தர் கொள்கையை விளக்கும் படியானப் பத்திரிகை யொன்றுமில்லாக் குறையை யகற்றத் தோன்றிய உமது பத்திரிகையையும் யான் கண்டு களித்தேன்.

சில வாண்டுகளுக்குமுன் இத்தேச முழுதும் ஸ்ரீ பௌத்தர் கொள்கை நிறைந்துலாவி யரசு புரிந்து வந்ததை நிதரிசனமாக்க வனேக சாசனங்க ளிருப்பனவற்றை இன்னுங் காண்க. யாம் கண்டவரையில் மைசூர் நாட்டில் ஷிராவணபெலகுலா என்னு மோர் கிராமத்தில் ஸ்ரீ பௌத்த ராலயம் விசாலமானதும், விசித்திரமானதும், அழகியதும், ஆச்சரியப்படத்தக்கதுமானக் கைத்தொழிலோடு கூடியதும் அனேக வாண்டுகளுக்கு முன் அமைக்கப்பட்டதை இன்னும் ஆங்கிலேயர், அமெரிக்கர், ஜர்மினியா பிரஞ்சியர் முதலிய தேச சாஸ்திர விர்ப்பன்னர்கள் காணக்கோரி அங்கு சென்றதைக் கண் டதிசயித்துவருகிறது பிரசித்தம். பிரஸ்தாபக் கொள்கையுடையோரால் நம்மதேசத்தின் பிரபலமான ஆலயங்களையும், சந்யாச மடங்களையும், தரும சாலைகளையுங் கட்டியிருப்பதின் சின்னங்கள் சாசனங்கள் முதலியவைப் பின்னுதித்தப் போலி பிராமணர்களால் கவர்ந்து மாறுபாடாக்கியத் தந்திரங்களை இப்போதிய விவேகிகள் கவனித்தும் கவனிக்கப்பட்டும் வருகிறார்கள்.

இந்து, கிறிஸ்து, மகமது முதலிய மதங்களனைத்தும் பௌத்தர் கொள்கைக் கிணங்கச் சிற்சில ஆசாரங்களைக் கைப்பற்றிக் கவுரவமடைந்து வந்தபோதிலும் ஸ்ரீ பௌத்தர் கொள்கையாகிய மனுஷத்தன்மை விளக்காமல் பின்னடைந்தே வருகிறது. இம் மதங்களின் ஆஸ்திக்கியத்தை விவரிப்பினும் பௌத்தரது ஆஸ்திக்கியம் மௌன சமாதியின்கண் விளக்காமற் போகவில்லை. இதை யறியாதோர் பௌத்தர் கொள்கை நாஸ்திகமென்பதை அநுபவத் தேர்ச்சியுள்ள விவே கிகள் மறுப்பார்கள். பரிசுத்தமான ஆஸ்திக்யத்தை மனிதன் புறம் பேறியத்தக்கதா யில்லாமையா லதைத் தனக்குள் ளறியத்

தக்கவனா யிருப்பதினால் நாஸ்திகனாவனா? ஆஸ்திகமும் நாஸ்திகமும் தற்போதத் தடிப்பால் கூறவந்ததேயன்றி உண்மையி லிரண்டுமில்லை. வெளியிடும் ஆஸ்திகம் நாஸ்திகமாகும். வெளியிடா ஆஸ்திகம் ஆஸ்திகமே. ஆகையால் பௌத்தர் கொள்கைப் பரிசுத்தாஸ்திகமென்பது திண்ணம்.

17–1–08 **ஜி. ஸத்தியவாதி.**

பெங்களூர்

22 ஜனவரி, 1908

31. விளங்கா வினாக்கள்

1. கடவுள் யாவர்?

2. உலகம் சத்தா அசத்தா?

3. வானம் வழங்குவ தார் செயல்?

4. புலவர் பெருமான் யாவர்?

5. நாஸ்திகரென்போர் யாவர்?

6. கிராமம் என்பது என்ன?

7. உப்பு விளைபொருளா, கைதொழிலா?

LUCKNOW, **சி. ம. இ. மூர்த்தி.**

13–1–08

22 ஜனவரி, 1908

32. தீட்டின் உற்பத்தி

பிராமணர்கள் என்போர் தாங்கள் தொன்றுதொட்டு உண்டுவந்த மாமிச போஜனத்தை பௌத்தர்களைக் கண்டு நிக்கிரகித்துத் தாங்கள் மேன்மெயடையக் கருதி, நெடுங்கால வழக்கத்தைத் திடீரென்று விட்டுவிடக் கூடாதவர்களாகவும், அவ்வாறு விடுவதினால் தேகசௌக்கியக் குறைவு நேறிடுமெனவுங் கருதி எக்கியம், வேள்வி, யாகம், ஸ்ரார்த்தம், தேவாராதனை முதலிய பிரயோஜன காலங்களில் மட்டும் உண்ணலாமென ஏற்பாடு செய்து அவ்வாறே உண்டுவந்தனர். சிலர் இவ்வேற் பாட்டின் வரம்பில் உறுதியாக நிற்க சக்தியற்றவர்களாக மற்றக்காலங்களிலும் அதனை உண்டுவந்திருக்க வேண்டும். இரகசியமாக உண்ணுவதை மற்ற வகுப்பார் கண்டால் தங்களை மதியார்களெனக் கருதி தங்கள் பாகசாலைகளுக்குள் மற்ற ஜாதியார் வரலாகாதென்றும், தங்கள் போஜன வகைகளை அவர்கள் பார்க்கின் அது தீட்டாகிறது என்றும் ஏற்படுத்தி இரகசியமாக மற்றகாலங்களிலும் மதுமாமிசாதிகளை உண்டு வந்திருக்க வேண்டும். இதற்கு சிலகாலத்திற்குப்பின் தாங்களும் மது மாமிசங்களை உண்ணாதவர்களென்றும் பிரசித்தப்படுத்தி இத்தேசப் பிரஜைகளால் வருகிற காலத்தில் மதுமாமிசங்களை இரகசியமாக விலைக்கு வாங்கவாகிலும் அல்லது எவர்களைக் கொண்டாகிலும் தேடிக் கொள்ள அனுகூலிக்காதிருக்க வேண்டும்.

மதுமாமிசங்களை விட்டுவிட்டு அவற்றிற்குப் பிரதியாக உழுந்து தேனைத் தெரிந்து கொண்டார்கள். இரகசியமாக மதுமாமிசங்களை உண்டுவந்த காலத்தில் சூத்திரர் முதலியோர் தங்கள் பாகசாலையினுள் வரலாகாதென்றும், தங்கள் போஜன பதார்த்தங்களை இத்தேசத்தார் பார்க்கலாகாதென்றும், பார்க்கின் தீட்டாகிறது என்றும் ஏற்படுத்திய நிபந்தனையை மரக்கரி பதார்த்தங்களை மட்டும் உண்ணும் இக்காலத்திலும் ஏன்? வைத்திருக்க வேண்டும். அந்நிபந்தனை முன்போல் அவ்வாறே

இருப்பது கௌரவமென்றும், இஷ்டமிருந்து மதுமாமிசங்களை உண்ணுபவர்களின் இரசியம் வெளிபடாதிருக்கட்டும் என்றல்லவா அவ்வேர்பாட்டை இன்னமும் முன் போலவே வைத்திருக்கிறார்கள். ஓர் பௌத்த தரும சங்க பிரியரான அரசன் தவளையைப் பிடித்த சர்பத்திற்குத் தன் தொடையினின்று சிறு துண்டு மாமிசத்தை அறுத்துப் போட்டுத் தவளையை தப்பவிட்டதாக சரித்திரமுண்டு. இத்தகைய சரித்திரம் பிராமணர் சரித்திரத்தில் எங்காகிலும் எழுதியிருக்கிறதா? இல்லையா.

வாகநகர் துவசமன்னா நின்னுனுதவி

நீகமுயிர் பெறவே நீக்கியே–நாகத்தின்

தன்பசியைத்தீர்த்த தயாளா இவ்வேளை தனி

லென்பசிக் கேது இல.

LUCKNOW, **சி. ம. இ. மூர்த்தி.**

16–1–08

29 ஜனவரி, 1908

33. உ. கோ. தி. சி. நா.

தங்களுடையக் கடிதத்தை வெளியிடாமல் நிறுத்தியிருக்கின்றோம். காரணம்—ஞானமென்பது இன்னதென்றும் அஞ்ஞானமென்பது இன்னதென்று மறியாத அவிவேகிகள் தானத் தகைய வார்த்தையை வெறுமனே கூறித் திரிவரன்றி விவேகிகள் ஒருக்காலுங் கூறமாட்டார்கள்.

விவேகமுள்ளக் கிறீஸ்தவர்கள் தங்களை அஞ்ஞானிகளா ஞானிகளாவென்று உணர்ந்து அடங்கிக் கொள்ளுவார்கள். விவேகமற்றக் குடி, விபச்சாரம், பொய், களவு முதலிய துற்கிருத்தியம் நிறைந்த கிறிஸ்தவர்கள் மற்றவர்களை அஞ்ஞானிகளென்று கூறி அவமதிப்பது அவர்கள் அவிவேக சுவாபம்.

அதாவது, தென்தேசத்திலுள்ள சில கல்வியற்றோர் தங்கள் பொறாமெகுணத்தால் பறையனா தமிழனாவென்று உசாவுகின்றார்கள். அவ்வகை அறிவிலி வினாக்களை உணரா அவரினும் மறிவிலி மூகைகள் தாங்கள் தமிழனாம் யிருந்தும் பறையனென்று பதில் கூறுவதுபோல் கிறீஸ்தவனா அஞ்ஞானியாவென்று உசாவும் அறிவிலிகடாக்களுக்கு அஞ்ஞானியென்று விடை பகரும் அறிவிலிகளா லஃது நிலைத்திருக்கின்றது. பறையனா தமிழனா வென்று கேட்போனைத் தடுத்து ஏதையா நீர் வாசித்தவரா, வாசிக்காதவரா. பறையனென்றால் பராயர்கூறுஞ் சாதிப்பெயர் தமிழனென்றால் பாஷைப்பெயர் இவ்விரண்டுங் கெட்டக் கேழ்வியைக் கேழ்க்காதீர். தாங்கள் வாசித்த அளவின் நிலையிற் கேழ்க்க வேண்டுமாயின் பறையனா—பார்ப்பானா, தமிழனா—தெலுங்கனா வென்று உசாவுவீரேல் அஃது உமுது விவேகத்தை விளக்குமென்று மறுத்துக் கூறுவானாயின் அன்றே அவ்வறிவிலி வினாக்கள் அடிப்பட்டுப்போம்.

அதுபோல் கிறிஸ்தவனா அஞ்ஞானியாவென்று உசாவுவோனை தடுத்து கிறிஸ்தவனென்பது மதப்பெயர், அஞ்ஞானியென்பது செயற் பெயர் இவ்விரண்டு வார்த்தையின்

பொருளறியா பஞ்சகாலத்து அஞ்ஞானியா இருந்து கொண்டு எம்மை அஞ்ஞானியாவென்று உசாவுவது அறிவின்மெயே என்று கூறுவார்களாயின் அன்றே கிறீஸ்து அஞ்ஞானிகளின் கேழ்விகள் அடங்கியப்போம்.

கிறிஸ்தவனா மகமதியனா வென்பது மத வினாக்கள் அஞ்ஞானியா மெஞ்ஞானியா வென்பது செயல் வினாக்கள். இவ்விரு வினாக்களின் பேதமறியா பேதைகளிடத்து வாது புரிவது பிழையாதலின் தாங்களவர்கள் வார்த்தையை மதியாதிருப்பதே மகிழ்வாம்.

E.D

29 ஜனவரி, 1908

34. தே. சி. வடிவேலு

தங்கள் கடிதத்தை வெளிவிடாமல் நிறுத்தியிருக் கின்றோம். காரணம் யாதெனில்,

பொங்கல் பண்டிகையைக் கூறிய பராயசாதியா ரொருவர் பௌத்தர் மீதுள்ள பொறாமெ குணத்தால் இழிந்தோரெனும் மொழி பரக்கத் தீட்டிவிட்டார்.

அதனந்தரார்த்த மறியா பத்திராதிபர் அன்னியன் செயலைத் தன் செயலென்று தாலாட்டு மாபோல் இறகுகோலை சிறக்க நாட்டிவிட்டார்.

ஆதலின் பொங்கல் பண்டிகை எழுதினோர் யாரென்று அறிய விருப்பமுறின் இன்று இம்மாதம் 12 வெளிவந்துள்ள சதேசபானு பத்திரிகையைப் பார்வைவிடிற் பூர்வம் விளங்கும்.

சமயம் இன்னதென்றும் அதன் சரித்திரம் இன்ன தென்றும் இழிந்தோர் என்னும் வாக்கியத்தின் பொருள் இன்னதென்றும் அறியாதோர்பாற் சங்கை செய்தற் பிழையாம்.

E.D

29 ஜனவரி, 1908

35. ஓர் பி. ஏ. பிள்ளைக்கும் பட்டிக்காட்டுப் பெண்ணுக்கும் விவாஹம்

விவாகம் நியமித்துள்ள மூன்று நாளைக்குமுந்தி பெண் வந்து வீடுசேர்ந்துவிட்டது. தாயானவள் பிள்ளையை நோக்கி அப்பா நலங்கிட்டுக் கொள்ள வாரு மென்றாள். நலங் கென்றால் (வாட் நான்சென்ஸ்) என்றான். அப்பா நமது நாட்டு வழக்கம் தாய் வீட்டின் நலங்கு வைக்க வேண்டுமென்றாள். தாய் வீட்டின் நலங்கும் பொய் நாய் வீட்டின் நலங்கும் பொய் (கோட்டு ஹெல்) என்று சொல்லிக் கொண்டே பிள்ளை மெத்தை–யின்பேரில் போய்விட்டார்.

அதை யறிந்த குடும்பத்தோர் பிள்ளை, ஙி.கி. பட்டம் பெற்று பூட்ஸ் சென்ட்லமிட்டு காலர் நெக் டை கட்டி கண்ணிற் கண்ணாடி கையிற் பிரம்பு தடி பிடித்துக் கொண்டபடியால் பரதேசி நடை பெருகி சுதேசநடை குறுகிவிட்டது. இருக்கட்டும் விவாக காரியங்களை நடத்தி மணவரையிற் பிள்ளையைக் கொண்டுவந்து சரடு சூட்டச் செய்யலாமென்றார்கள்.

அப்படியே முகூர்த்த நேரம் வந்தவுடன் பெண்ணை மனையில் உட்காரவைத்து பிள்ளையைத் தருவித்தார்கள். பிள்ளையோ பூட்ஸ் பென்ட்லம் காலர் நெக் டையுடன் கீழே யிரங்கிவந்தார். மணையில் உட்காரச் சொன்னார். பிள்ளை ஐயரைப்பார்த்து பார்வோய் பாப்பான் நானுங் கீழே உழ்க்கார வேண்டுமோ வென்றார். ஆமென்றார். யாதுக்கென்றார். வேழ்வி முடிக்கவேண்டு மென்றார். வேழ்வி யாவற்றையும் நீரே முடித்துக் கொண்டு தாலி கட்டும்போது என்னைக் கூப்பிடுமென்று சொல்லிக் கொண்டே மெத்தையின்பேரிற் போய்விட்டார். ஐயரும் அப்படியே சகல காரியங்களையு முடித்துவிட்டு பிள்ளையைத் தருவித்து தாலியைக் கட்டும்படிச் செய்துவிட்டார். சேஷை முதலியவை கிடையா.

கண்டதை விண்டோன்.

கண்டதை விண்டவரே, இன்னுஞ் சிலநாட் சென்றால் சுதேச விவாஹம் நிலைக்குமா பரதேச விவாஹம் நிலைக்குமா வென்பதை தாங்களே கண்டறியவேண்டும்.

E.D.

12 பிப்ரவரி, 1908

36. உதகமண்டலம் ஓம் அசலபீடம், வித்தியாதன சபை ஐந்தாவது வருஷோற்சவ வைபவம்

1. சங்கீத, சாஹித்ய, துரதவபிநயத்துடன் அநேக பக்த சிரோன்மணிகள் கிராமபோன் முதலிய சங்கீத காலக்ஷேபம் நடந்தேறியதுடன் சுமார் 600 அகதிகட்கு அன்னதானம் வெகு விமரிசையாக நடந்தேறியது.

2. ஸ்ரீமான் மூலகர்த்தா ஏகாம்பர தேசிக ஸ்வாமிகள் பத்நிரத்நமாகிய அம்மணி யம்மாள் அவர்கள் வெகு பக்தி சிரத்தையாய் பூசை நைவேத்தியங்கள் புரிந்து வந்துள்ள ஒவ்வொருவருக்கும் பௌத்தமாபூதி யளித்தனா. மேற்படி அம்மணியின் பக்தியும் அன்பும் அற்புதமுடைத்தேயாம்.

3. சென்ற வருடத்தில் மடத்துக்காக உதவி செய்த பிரபுக்களின் நாமதேயங்களை மடத்தின் காரியதரிசி ஸ்ரீமான் கோவிந்தசாமி பிள்ளையவர்களால் வாசிக்கப் பட்டது. மடத்தின் பிரயோசனத்திற்காக 250–ரூபாய் வரையிலும் செலவிட்டு தண்ணீர்குழாய் போட்டுத் தந்த தர்மபரிபாலன சீலரின் நாமதேயத்தை வெளியிடல் வேண்டாமெனக் கேட்டுக் கொண்டபடியே வாசிக்கப் பட்டது. இஃது ''வலக்கரஞ் செய் தானத்தை இடக்கர மறியாதிருத்தல்'' தர்மமென முன்னவர் கூறிய முதுமொழி இங்கு தெற்றென விளங்கிற்று.

4. ஸ்ரீமான் சிவ அருணகிரி முதலியார் என்பவரால் ஒருமணிநேரம் வரையில் ''பிரமநிக்ஷயம்'' என்னும் விஷயத் தைப் பற்றி அநேக மேற்கோள்களுடன் காலக்ஷேபம் நடந் தது. முதலியாரின் ஒவ்வோர் வார்த்தைகளும் ஓராயிரம் பொன் பெறுமென ஆங்கு விஜயஞ் செய்திருந்தவர்களால் கரக்கோட்டத்துடன் கொண்டாடப் பெற்றது. மேற்படி முதலியார் உபந்நியாசித்தவை யாவும் நமது பௌத்தபிரான் போதனைபோல் விளங்கிற்று. இடைக்கிடை நாரதபிரம்மமும் பிரமிக்கும் படியான கின்னர–மிரதங்க–சங்கீத பாடல்களும் நடந்தேறிவந்தது.

பின்னர் ஸ்ரீமான் சாது G.T. யோகீஸ்வர ஸ்வாமிகள் விஜயமாய் அநேக வற்புதங்களை யெடுத்தோதி இடைக்கிடை சபையை களிக்கச் செய்ததல்லாமல் மேற்படி ஸ்வாதீன ப்ரகாசர் இயற்றிய ''மஹாசித்தர் பஞ்சரத்தின பாமாலை நூலை'' அநேக மேற்கோள்களுடன் உரைசெய்து ஏனையர் சித்தங்களிக்க வைத்தனர். யாவரு மனமுவந்து கரக்கோட்டமிட்டனர். மேற்படி சுவாமிகளது பிரதாப வாக்கு வல்லமெயைக் கூற எமதுதரமல்ல. மேற்படி சுவாமிகள். இங்கிலீஷ், இண்டி, சமஸ்கிருதம், திராவிடம் முதலிய பாஷைகளில் தேர்ந்த பண்டிதர். உபந்நியாசத்தில் இடைக்கிடை இங்கிலீஷிலும் சமஸ்கிருதத்திலும் மேற்கோள்கள் எடுத்துக்காட்டும் வல்லுநர். மேற்படி சுவாமிகள் இளவயதாயினும் இவர்பால் அனேகர் சிஷியவாக்க தொண்டுபூண்டு வேதாந்த பாடங்கேட்டு உபந்நியாசிக்குஞ்சக்தி வாய்ந்துள்ளார். ஈற்றில் மஹாசித்தா பஞ் சரத்தின பாமாலையும் **1908**ம் வருஷம் காலண்டரும் கற்கண்டு பொட்டணமும் பூச்செண்டும் கொடுக்கப்பட்டது.

மேற்படி சபையில் யாவராலும் ஆமோதிக்கப்பட்டு சபாநாயகராக வீற்றிருந்த உதகமண்டலம் முனிசிபல் டிரேனேஜ் ஓர்க் சூப்பர்வைசர் ஸ்ரீமான் இராமமூர்த்தி ஐயர் மேற்படி நடந்த விஷயங்கள் யாவற்றையும் ஐயந்திறிபற யாவத் பிரஜைகளுக்கும் விளக்கிக்காட்டினர். ஆநந்த கரகோஷ்டத்துடன் சபை கலைந்தது, சுகம். ஜெயதுமங்களம்.

இங்ஙனம்,

தி. சி. நாராயணசாமி பிள்ளை,

H. F. U. உ.கோ.

26 பிப்ரவரி, 1908

37. சமயங்களின்பேரில் பிரையாது

சுயக்கியான மென்னும் வாதி—சாஸ்திரக் கூட்ட மென்னுஞ் சபையில் வீற்றிருக்கிற நியாயமென்னும் அதிபதிக்கு முன்பாக உலகத்திலுள்ள பல சமயங்களாகிய பிரதிவாதிகளைக் கட்டளை யனுப்பி வரவழைத்து நிறுத்தி யான் ஆதியில் இந்த பல சமயங்களுக்குள் சைவ சமயத்தவனாயிருந்து அது ஆபாசமானதாகக் கண்டுக் கொண்டு மற்ற மதங்களை ஆராய்ந்த சிற்சிலர் அவற்றை அப்படிப்பட்டவை யென்றே சொல்லத் தெரிந்து கொண்டு சிவன், விஷ்ணு முதலிய கடவுளர்களையும் நரக சொற்கம் என்கிற பதவிகளையும் சாதிபேதங்களையும் சமயங்களுக்கு விரோதமாகப் பொய்யெனக் கூறும் வேதாந்த மாகிய அத்வைதத்தில் உண்மெய் யிருக்குமெனத் தோன்றின மையால் அதை ஆராய்ந்ததில் தொன்றுதொட்டு நிலைபெற்று நடந்துவருகிற பிரபஞ்சத்தை மித்தை யெனவும், சம யிகள் கூறுவனவற்றுள் பலவற்றை மறுத்து அத்வைதத்திற்கு இன்றியமையாதனவாகிய கர்மம் – மாயை – பிறப்பு இவற்றை ஒப்புக் கொள்ளுவதாகவும் கூறுவது எனது கருத்துக் கிசையா மையால் பூததத்துவ சாஸ்திரிகள் கூறும் நியாயங்களை உணர்ந்து அவை எனது அபிப்பிராயத்துக்கு ஒத்திருந்தமையால் இவ்வாறு எனது சொந்த முயற்சியினாலே அடைந்த கியானத்திற்கு சுயக்கியானமெனப் பெயரிட்டேன். சமயிகள் காணாததைக் கண்டதாக நடித்து வெற்று சொல்லாகிய ஆஸ்திகமெனப் பெயரிட்டுக் கொண்டார்கள்.

அதினாலே அதை மறுக்கிற எனக்கு எதிர்மறையான நாஸ்திகமென்னும் பெயர் உண்டாயது. என்னைச் சீர்ப்படுத்த முயலுவதாக எண்ணங்கொண்ட பிரதிவாதிகள் நான் எவற்றை மறுக்கிறேனோ அவற்றை ஸ்தாபிப்பதற்கு நியாயங் களிலிருந்தால் அவற்றை யெடுத்துப் பேசாமல் நான் எதை மறுத்திருக்கிறேனோ அதையே மறுபடி ஒவ்வோர் சமயத்தில் பேசிக் கொண்டு மற்ற சமயங்களில் என்னை துஷிக்கிறதும் சபிக்கிறதுமா யிருக்கிறார்கள். அதினிமித்தம் யானும் ஒவ்வோர் சமயத்தில் வீண்வார்த்தை பேசும்படி நேரிடுகிறது. ஆகையால் நியாயாதிபதியாகிய தாங்கள் எங்க ளிருதிரத்தாருக்கும்

வீண்வார்த்தை பேசாமல் இஷ்டமிருந்தால் நியாயவாதஞ் செய்யும்படி உத்தரவு பண்ணவேண்டுமென்பதே எனது பிரார்த்தனை என்றான்.

நியாயாதிபதி பிரதிவாதிகளை நோக்கிக் கேட்டக் கேள்விக்கு அவர்களில் ஒவ்வொருவரும் தன்தன் சமய மின்னதென்றும் அது மெய்யானது மற்றவைகள் பொய்யானவை யென்றுஞ் சொல்ல; இத்தனை மதங்களுக்குள்ளும் ஒன்றுதானே மெய்யானதாயிருக்கும், அதிலுள்ள பல பிரிவுகளிலும் ஒன்றுதானே கடவுளால் ஏற்படுத்தப்பட்ட உண்மையான தாகும், அந்த ஒரு பிரிவிலும் கடவுளினுடைய கற்பனையின்படி சரியாய் நடக்கிற வெகு கொஞ்சம் பேர்தானே மோட்சத்திற்குப் போகிறவர்கள் மற்றவர்கள் நரகத்திற்குப் போக வேண்டியதானே இது இருக்கட்டும், சற்கரை தித்திப்பா–கசப்பா? சூரியன் வட்டமா சதுரமா? என இதுபோன்ற சில கேள்விகள் அதிபதி கேட்டதற்கு ஒவ்வொருவரும் தித்திப்பு, வட்டம் என ஒற்றுமெயான மறுமொழி சொன்னார்கள். சந்திரனில் மனிதன் இருக்கிறானா? பாதாளத்திற்கு செல்ல பூமியில் துவாரமிருக் கிறதா? என்று கேட்டதற்கு சிலர் உண்டென்றுஞ் சிலர் இல்லையென்றுஞ் சொன்னார்கள். புலன்களால் அறிந்தவற்றைப்பற்றி ஒருமைப் பட்டீர்கள், அறியாதவற்றைப் பற்றி வேறு பட்டீர்கள் கடவுளென்பதை யறிந்து நீங்கள் நிச்சயித் திருந்தால் பலசமயிகளாயிருக்கமாட்டீர்கள். உங்களில் ஒவ்வொருவரும் தன்தன் சமயத்தை சிறப்பித்து மற்ற சமயங்களைத் தாழ்த்துவதினால் எல்லா சமயங்களும் பொய்யாகின்றன. அதனால் உங்களுக்குப் பொதுப் பெயராகிய ஆஸ்திகமென்பது தகாது. இந்தப் பெயரை நீங்கள் நிலைக்கச் செய்துக் கொண்ட பிறகுதான் உங்கள் எதிரிக்கு நீங்கள் நாஸ்திக மென்னும் பெயர் கொடுக்கக் கூடும். பலசமயிகளாகிய நீங்கள் ஆராச்சி செய்து உண்மெயான மத மின்னதென்று தெளிந்த பிறகுதான் உங்கள் சித்தாந்தத்தை நீங்கள் எதிரிகளுக்குப் போதிக்க வேண்டும். அதுவரையில் அவர்கள் உங்கள் மதங்கள்பேரில் செய்கிற ஆட்சேபங்களுக்குத் திருப்திகரமான சமாதானங்கள் செல்ல வேண்டுமேயல்லாமல் இருதிரத்தவரும் வீண் வார்த்தை பேசலாகாது, போய்வாருங்களென்று அனுப்பிவிட்டார்.

இங்ஙனம்

தி. சி. நாராயணசாமி பிள்ளை.
உ. கோ.

4 மார்ச், 1908

38. “அறிவானந்தம் ஐம்பத்தொன்று பிரகிருதி”

பிரகிருதி யென்னுஞ் சொல்லில் நிலம், நீர், தீ, கால், வளி யென்னும் பஞ்ச பூதங்களும் அவற்றின் காரண காரிய குழுக்களும் இயக்கமாதி நிலைமாற்றங்களும் அடங்கும். வஸ்துவானது கூம்பல் மலர்தல் நெகிழ்தல் பற்றல் வளர்தல் பருத்தமாதி தத்துவங்களால் நவீன சொரூபோற் பத்திகளுக்குக் காரணமாகும். இத்தகைய காரணத்தை நோக்கியே அவ்வஸ்து மூலத்திற்கு மூலப்பிரகிருதி யெனப்படும். இந்த மூலப் பிரகிருதி தத்துவத்தையே ரூபகப்படுத்தி வாக்கு வல்லப முடையார் அசுவதாட்டியாக பல வேறு கவிகளும், பல வேறு காவியங்களும், பல வேறு ஆகம வேதபுராணாதிகளும் இயற்றிச் சமயகோடிகளாய் மதக்கடைப் பரப்பி பெருக்கி ஒவ்வொருவரையும் விசாரலோபத்துவ முடையவராக்கி அவ்வவர் வாழ்நாளை வீழ்நாட் படுத்திவிட்டனர். உடனுற்ப வித்து உயிரை வாட்டும் நோய்போல அவ்வாக்குவல்லபிகளே தம்மினத் தவர்களாகிய மனிதர்களது ஞானத்திற்கு மரலிகளா யிருந்தனர். வேலி பயிரை மேய்ந்த வினோத சரித்திரம் போல நம் சில முன்னோரே தம்பின்னோர்களது பீடழிகைக்குப் பெருங்காரணமாயினர். சருவஞானம், சருவ வல்லமை, சருவ நன்மெய், சருவகர்ணாதித்துவம், நிர்விகாரத்துவ மில்லாத மூல பிரகிருதியினை அவை யனைத்து உடையதாய் ரூபகாரப் படுத்தற்கு அம்முன் முன்னோர் மனத்து ஜனித்த வாஞ் ஞை நன்மெய் காரணமாகவோ தீமை காரணமாகவோ, பரோப காரார்த்தமாகவோ, சுயகாரியார்த்தமாகவோ, அறி யாமை காரணமாகவோ வென்பதனைத் தேறித்தெளிதல் எம்மனோர்க்குக் கூடமெய்யாகலான் அன்னோர்பால் தோஷா ரோபணஞ் செய்தலை விட்டு அவர்களது சித்தாந்தஞ் சத்தியமோ அசத்தியமோ வென்பதனை மாத்திரம் இவ்விடத்து வியவகரிப்பாம்.

வானம் வருண விசும்பிநின்றும் ஓர் துளியும் வீழாமல் பசும்புற்றலை தரிசனமும் காணப்படாமல் பஞ்சமென்பது எஞ்

சாது எம்மருங்கும் நஞ்சைப்போல வருத்த வருந்தி மனிதாதி பசு பக்ஷிகள்பசிக்குப் பலியாய்விடுவதும்சருவநன்மெய்சருவகருணா நிதித்துவமுடைய பிரகிருதியின் செயல்தானோ? பூத்துங் காய்த்தும் அரும்பியும் கிளைத்தும் மணத்தும் களகளவெனக் கண்காட்சியாகக் காண்பதற்கும் நா உருசையாக புசிப்பதற்கும், நல்மணமாக உசிவா சித்தற்கும், பசித்தணிய உண்டற்கும், பலவகை பக்ஷி மிருகங்களும் மனிதரும் குஞ்சுங்குழவிகளோடு ஆரோக்கியமாய் வசித்தற்கும் ஆதரவாயுள்ள சோலை, வனம், நாடு, மேடைகளின் மேலும், கோவில் குளங்களின் மேலும், தங்கள் தங்கள் தெய்வங்களென பூசித்துவரும் கல், மண், பஞ்சலோகாதி விக்ரகங்கள் மேலும், அகஸ்மாத்தாய் இடிவிழுந்து அவையனைத்தையும் அதோகதியாக்குவதும், சருவ நன்மெய் சருவகருணாநிதித்து வமுடைய பிரகிருதியின் செயல்தானோ? ஆடு, மாடு, மக்கள் முதலிய பல குடிகளும் நிர்ச்சிந்தையாய் வாழ்ந்துவரும் நாடுநகரங்களில் எரிமலைகளும், பூகம்பங்களும், பிரவாகங்களும், கொடும் பிணிகளும் உண் டாய் அடியோடு மாய்ப்பதும் சர்வ நன்மெய் சருவ கருணா நிதித்துவமுடைய பிரகிருதியின் செயல்தானே? இன்னும் இவை போன்ற பல கொடுமைகளையும் கண்டுங் கேட்டும் படித்தும் அப்பிரகிருதியின் ரூபக அலங்கார குணங்களைப் புகழ்ந்து துதித்து வணங்குவது எவ்வளவு அறியாமை.

ஆனால் இவை யனைத்து அப்பிரகிருதியின் செயல்தான். அதற்குக் குணங்கள் கற்பித்தது மாத்திரம் தவறெனின், குணர கிதமாகியும் சுவாதந்திரிய மற்றதாகியும் உள்ள பிரகிருதியை வணங்குதலினாலும் வாழ்த்துதலினாலும் போற்றுதலினாலும் புகழ்தலினாலும் இகழ்தலினாலும் அது செய்யவல்லது ஒன்று மில்லையே. அதனால் ஆகத்தக்கது ஒன்றுமில்லையே. வைக் கோலுக்கு நீர் பாச்சுவதால் யாது பிரயோசனம்?

இங்ஙனம்

தி. சி. நாராயணசாமி பிள்ளை, உ. கோ.

11 மார்ச், 1908

39. பௌத்தர் நீதி

தற்காலம் இவ்வுலகத்தின்கண்ணே நூற்றிற்கு நாற்பதுவீதம் பரவியுள்ள ஜனத்தொகையினராகிய பௌத்த சன்மார்க்க மதஸ்தர்களைப் பற்றியும் அன்னோர் நீதியைப் பற்றியும் யீண்டு தீட்டுவாம்.

மனிதரால் செய்யப்படும் குற்றங்கள் (கி) மனம், (ஙி) வாக்கு, (சி) காயம் என்னும் இவற்றால் செய்யப்படும் பாகு பாட்டினை யுடையனவென்றும் இத்தகைய குற்றங்களைக் களைந்து ஒழுகுவதே மாநுஷீக மென்றும் பௌத்தர் கூறுவர்.

(A) மனத்தால் இயற்றும் குற்றங்கள் மூன்றனுள்:

(1) பிறர்பொருளைக் கவர்தல்.

(2) பகை பாராட்டல்.

(3) சர்வத்தையும் சூன்னியமென நினைத்தல்.

(B) வாக்கா லியற்றும் குற்றங்கள் நன்கினுள்:

(1) பொய் பகரல். *(2)* பழிமொழி கூறல்.

(3) நிந்தித்தல். *(4)* தற்புகழ்தல்.

(C) தேகத்தா லியற்றும் குற்றங்கள் மூன்றினுள்:

(1) கொலை. *(2)* களவு. *(3)* காமம்.

I

தாய்தந்தையர்கள் பிள்ளைகளுக்குச் செய்ய வேண்டிய உரிமைகள்:

(1) பிள்ளைகளை துன்மார்க்கத்தில் செல்லாவழி பாதுகாக்கக்கடவர்.

(2) பிள்ளைகளை சன்மார்க்கங்களில் பழக்கிவரக்கடவர்.

(3) பிள்ளைகளுக்கு லௌகீக சாஸ்திரங்களையும் தர்ம நூல்களையும் போதிக்கக்கடவர்.

(4) புருஷருக்குத் தக்க பெண்களையும், பெண்களுக்குத் தக்க புருஷர்களையும் தேடியமைக்கக்கடவர்.

(5) பிள்ளைகளுக்குத் தங்கள் பிதுரார்ச் சிதங்களைக் கொடுக்கக்கடவர்.

II

தாய்தந்தையர்க்குப் பிள்ளைகள் செய்ய வேண்டிய கடமைகள்:

(1) தங்களைப் பாதுகார்த்து வந்தவர்களைத் தாங்கள் கார்க்கக்கடவர்.

(2) அன்னோர் குடும்பங்களை ரஷிக்கக்கடவர்.

(3) அன்னோர் பொருள்களைப் பாதுகார்க்கக்கடவர்.

(4) அன்னோர் உரிமைக்கு பாத்திரவான்களாக நடந்துக் கொள்ளக்கடவர்.

(5)அன்னோர் காலஞ்சென்று விட்டபோதும் அன்னோர்க்குக் கீர்த்தியை விளைவிக்கக்கடவர்.

III

மாணாக்கருக்குக் குருமார்கள் செய்யவேண்டிய உரிமைகள்:

(1) மாணாக்கர்களைச் சத்விஷயங்கள் யாவற்றிலும் பழக்கிவரக்கடவர்.

(2) மாணாக்கர்களை உண்மெயைக் கடைபிடிக்கும்படிக் கற்பிக்கக்கடவர்.

இங்ஙனம்

தி. சி. நாராயணசாமி பிள்ளை., உ. கோ.

18 மார்ச், 1908

40. அறிவானந்தம் ஐம்பத்தொன்று மனத்தின் நிலைமை

அறியாமைக்குத் தொண்டுபூண் டொழுகுதலினு மிக்க வீனத்துவமான தொன்றில்லை யாதலாலும், சுயாதீனத்தினு மிக்கது அறிவினிடத்துதிப்பதில்லை யாதலானும் நன்மெயை விரும்பித் தீமெயை வெறுக்கும் ஒவ்வொருவரும் பெற்றுய்ய வேண்டுவது சுயாதீனமாகும். ஆயினும் மனிதனுடைய சரித் திரத்தைப் பூர்வந் தொட்டுத் தீட்டப்புகின் அஃது முழுவதும் அறியாமைக்குத் தொண்டு பூண்ட சரித்திர மாகவே முடியும். மனிதர் அறியாமைக்குத் தொண்டு பூண்டு வருகையில் அரசன் குரு இவ்விரு திறத்தாருங் கூடிக் கொண்டவர்களைத் தத்தம் மனம் போனபடியெல்லாம் ஆட்டுவித்து அவர்கள் ஊழியத்தாலும் ஊதியத்தாலும் வயிறு வளர்த்து வந்தனர். இவ்வாறு இவ் வசத்தில் வயிறு வளர்க்கும் வியாபாரமானது இடையில் ஓர்கால் ஊன மடையாவண்ணம் அன்னோர் மண்டையில் மூடபக்தி யென்னுங் கூச்சடித்து அக்கூச்சினிடமாக அபிமானம், பிடிவாதம், வைராக்கியம், கோபம், கொடூரம், அறியாமைக் காட்பட்டுத் தெரியாமைக்குத் தொண்டுபூண்டு அந்தகாரத்திற்கு வந்தனஞ் செய்தல் முதலிய மதகஜங்களைக் கட்டிக் காவல்வைத்து விட்டனர். இக்காவலினிடத்துக் கட்டுப்பட்டுள்ள மனமானது பிரபஞ்சத்தின்கண்ணேயுள்ள விஷயாதிகளைத் தானே சுதாவிலே கண்டறிய முடியாததாய் குருக்கள்மார்களால் சொல்லப் பட்டவைகளைச் சொல்லப்பட்டவாறே யறிந்தும் அரசர்களால் செய்யச் சொன்னவைகளைச் சொன்னபடி செய்தும் வருகின்றது.

இவ்வாறு மனமானது குருவின் சிட்சைக்கும் இராசாவின் ஆக்கினைக்கும் உட்பட்டு அரசனை நம்பி புருஷனைக் கைவிட்டதுபோல அறிவின் புத்திரனாகிய சுயாதீனனைக் கைவிட்டு அறியாமையின் புத்திரனாகிய யடிமையனை நம்பி அவனுக்குத் தொண்டுபூண்டு அந்தகாரமென்னும் அடவியுள் சிறைப்பட்டிருக்கின்றது. மனமானது இத்தகைய நிற்பாக்கிய ஸ்திதியிலிருக்கையில் சுயக்கியான சூரியனுதயமாதலும் அந்த

காரமென்னும் அடவியில் பதுங்கிக் கிடந்த நியாயம் என்னும் சிங்கமானது கர்ச்சனைசெய் தெழுந்து மனதைச் சூழ்ந்து காவல் செய்து நிற்கும் அபிமானம், பிடிவாதம், வைராக்கியம் கோபம், கொடூரம், அந்தகாரத்திற்கு வந்தனஞ்செய்தல் முதலிய மதகஜங்களைஅதமாக்குகின்றது.அதமாகிவரும்இம்மதகஜங்கள் மண்டையில் நாட்டப்பட்டுள்ள மூட விசுவாசத்தினிடமாகப் பிணைக்கப்பட்ட வாக்காக கொத்துயிரும் தாமுமாகத் தொங் கியவாறே யெங்குந் துயரமென்னும் துர்நாற்றத்தை வீசா நிற்கின்றன. இத்துயரமென்னும் துர்நாற்றமானது மனிதர் இன்றியமை யாமல் சுவாசிக்க வேண்டிய நீதியாகிய காற்றினைக் கெடுத்துவிடா வண்ணம் மூடவிசுவாச முனையையும் அத 0 னைப்பற்றித் தொடங்கிக் கிடக்கும் பிரேதங்களாகிய அபி மானம், பிடிவாதம், வைராக்கியம், கோபம், கொடூரம், அந்த காரத்திற்கு வீணே வந்தனஞ்செய்தல் 96 – தத்துவமில்லா வத்துவை வணங்கல் முதலியவைகளையும் மனதினின்று நீக்கி யப்புறப்படுத்தி விடுவோமாக.

விட்ட அப்பொழுதே சுயாதீனம் பெற்று சுகிர்தமடைவது திண்ணமாம்.

ஜெபது சுபமங்களம்.

இங்ஙனம்

தி. சி. நாராயணசாமி பிள்ளை.

உ. கோ.

25 மார்ச், 1908

41. அறிவானந்தம் ஐம்பத்தொன்று ஒற்றுமெய்

ஒற்றுமெ யென்பது ஐக்கியம் இவ்வொற்றுமெயால் வரும் பயன் மிகப் பெரிது. ஒற்றுமெய் ஒருவருக்குண்டாவது முதலிலே தந்தை தாயருடன், அப்பால் சகோதரருடன், அப்பால் சுற்றத்தாருடன், அப்பால் சிநேகருடன், அப்பால் சுஜாதியாருடன், அப்பால் சுயவூராருடன், அப்பால் சுயபாஷையாளருடன், இவ்வாறு பெருகி விரியும் ஒற்றுமெய்க்குத் துணையாயுள்ள முயற்சியும் அறிவும் இவை மூன்றுங் கூடுங்கால் எவன் பகைவன்? எவனை வெல்லுவதரிது? எக்காடு கழனி யாகாது? எம்மலை பள்ளமாகாது? எது அசையாது? எது பெயராது? எக்கிராமம் பெரியநகர மாகாது? எக்கடல் தூராது? எவர் பசியாயிருப்பர்? எவர் துன்புறுவர்? எவன் உதவிபுரியான்? எவன் இரந்துண்பான்? எது முடிதற்கரிய கருமம்? எது கிட்டாத பொருள்? நம்மவர்களுக்குள்ளே இஃதில்லா திருப்பதினால் எவ்வளவு கேடுகள் உண்டாயிருக்கின்றன. நம்மவர்கள் யாதா யினும் ஓர் கருமத்தை நடத்துதற்கு ஒருங்குகூடுதல் அரிது. ஓரேவழி கூடுகினும் ஐக்கியத்தோடு நிலைபெற்று எடுத்த கருமத்தை நிறைவேற்றல் மிக அரிது. அவர்கள் ஐக்கிய மேயின்றிப் பெரும்பான்மையுந் தங்கள் உள்ளத்தில் விளையும் பகையையும் அழுக்காற்றையும் பாராட்டிக் கலகம் விளைத்து எடுத்த கருமத்தை கை நெகிழவிடுதலே வழக்கம். இதற்கு திருஷ்டாந்தமாக 1907ம் வருஷம் டிசம்பர் காங்கிரஸ் வாலாக்கள் ஒருவருக்கொருவர் வெட்கமின்றி புறநாட்டார் நகைக்க நாற்காலி! சண்டை போட்டுக் கொண்டதே சான்றாகும். இது பற்றியே நம்மவர்கள் லௌகீகநெறி வைதீகநெறி என்னு மிரண்டினும் மேன்மையடையாது அன்னிய தேசத்தார்களும் அன்னிய பாஷையாளர்களும் அன்னிய சமயத்தார்களுமா யுள்ளவர்களாலே அவமதிக்கப்பட்டுத் தலைகவிழ்கிறார்கள். ஒற்றுமெ யுடையவர்கள் தமது சுற்றத்தார், சுயவூரார்,

சுயபாஷையாளர் என்னுமிவர்களுக்கு வருந்துன்பங்களை தமக்கு வந்தவைகளாக பாவித்து விலக்க முயல்வர். கூடாதாயின் அவர்களோடு தாமும் அத்துன்பத்தை அநுபவிப்பார்கள். இப்படியிருந்தால் எவ்வளவு பெருமெய்! எவ்வளவு சந்தோஷம்! எவ்வளவு சகாயம்! எவ்வளவு புண்ணியம்! எவ்வளவு நன்மெய். நம்மவர்கள் ஐக்கியமாயிருக்கின் அரசினர் அஞ்சாது ஒன்றை வழக்கத்திற்கு மாறாகச் செய்வாரா? செய்ய நினைப்பாரா? இவ்வூரிலே வர்த்தகம் இறங்கியது எதனால்? முன்னில்லாத கேடான வழக்கங்களுண்டாயினது எதனால்? தரித்திர மிகுந்து ஒவ்வொருவரையும் வாடி வதங்க வைத்தது எதனால்! எல்லாம் நம்மவர்களிடத்தில் ஒற்றுமெயில்லாத காரணத்தாலன்றோ! ஒப்புயர்வற்ற ஒற்றுமெய் யிருக்குமாயின் எத்தனை தொழிற் சாலைகள் இங்கே உண்டாகா! எத்தனைப் பெரிய வர்த்தகக் கூட்டங்க ளுண்டாகா! எத்தனை ஏழைச்சனங்கள் இவ்வூரில் ஜீவனம்பெறார்கள். ஐயோ! ஐக்கியமென்பது உண்டாக்கிக் கொள்ளக் கூடாதோர் அரியகுணவானா! அஃதோர் அறிய குணமா? யோக்கியதை குறைந்துவிடுமா? ஜாதிக்கடாத தொழிலா?

ஐயோ ஜாதிக்கட்டு, சமயக்கட்டு என்னும் படுகுழியில் நம்முன்னவர் வீழ்ந்து இந்துதேய சோதரர் என்னும் ஐக்கியமற்று வீண் விறாப்புற்று வந்ததினாலன்றோ நாட்டையும், வீட்டையும், பாட்டையும்விட்டு இஞ்சிதின்ற குரங்கு போல பல் இளித்துக் குந்தி, மூளிமுக்காடிட்டு எண்ணாதுமெண்ணி யேங்கி வீங்கி தூங்கா நிற்கின்றோம்.

அவனவன் திருந்துவானேல் உலகம் எளிதில் திருந்தி விடுமென ''ஷேக்ஷ்பியர்'' மஹான் சொல்லுகிறபடி படித்து உண்மெயறிந்த சிலர்கள் உலகத்தில் மனுக்கள் யாவரும் ஒரே தாய்தந்தையின் பிள்ளைகள் என்று உணர்ந்து ஒற்றுமெயைக் கைக்கொள்ளுவார்களாயின் இமையடிக்கு முன் ஒற்றுமெய் வளர்ந்தோங்கிவிடும். இலதேல் பசுமரத்தாணி போலாம். நாம் ஒவ்வொருவரும் ஜாதிபற்று என்னும் இருப்பு சங்கிலியை இடுப்பில் கட்டிக்கொண்டு, சமயப்பற்று என்னும் படுகுழியில் வீழ்ந்திருக்குங் காலமட்டும் ஒற்றுமெய் எங்ஙன முண்டாகும். ஆதலால் எல்லாவிதமான கேட்டுக்கும் ஆதாரமாக முன் நிற்கும் அநாச்சாரமாகிய ஜாதி சமயப்பற்றை ஒளிப்போமாயின், மூன்றாவதும் பின் முதலாவதுமாகிய ஒற்றுமெ யென்னுங்

கதிரவன் எங்கும் பிரகாசித்து க்ஷாமத்தைப்போக்கி க்ஷேமத்தை உண்டாக்கி வளர்ப்பன். ஒற்றுமெ யற்றவர்கள் கரும்புதின்னக் கூலிகேட்டவர்களுக்கு ஒப்பாவர்.

ஜெபது சுபமங்களம்.

இங்ஙனம்

தி. சி. நாராயணசாமி பிள்ளை.

உ. கோ.

1 ஏப்ரல், 1908

42. ஓர் முக்கிய குறிப்பு

சகலருக்கும் அஞ்ஞானத்தை நீக்கி மெய்ஞானத்தை ஊட்டும் தமிழன் பத்திராதிபருக்கு வந்தனம்.

தயைகூர்ந்து தங்களின் மேன்மை தங்கிய பத்திரிகையில் கீழ்காணுஞ்சங்கதியை ஓர்கோணத்தில் பிரசுரிக்கும்படியாக வேண்டுகின்றனன்.

பூர்வகுடிகளாகிய பறையரென்போர் அநேகர் தங்கள் பூர்வமதமாகிய பௌத்த மார்க்கத்தை கவனியாமல் சீர்திருத் தக்காரர்களென்று சொல்லி சுயராச்சியம் வேண்டுமென்று திரியும் 'இந்து'க்களிடஞ் சேர்ந்துக் கொண்டு வெட்கத்திற்கும் குலநிந்தைக்கும் ஆளாகிறார்கள். எப்படியெனில், பறையர் களிடஞ்சேராமல் இந்துக்களிடஞ் சேர்ந்துக் கொண்டிருந்தால் அவர்களுக்கு சுயராச்சியங் கிடைத்துவிடும். நம்மையுந்தூக்கி மேடைமேல் உட்கார வைப்பார்களென்று குருட்டுமதியால் நங்குலத்தாருக்கு இங்கிலீஷ் ராஜாங்கத்தார் செய்த உபகாரத் தையுங் கவனியாமல் திரிகிறதைக்காண பெருத்த விசனத்தையும, ஆச்சரியத்தையுந்தருகின்றது. சுயகுலபிரஷ்டர்கள் கீழ்காண்பதை நன்றாய் கவனிக்கட்டும். சென்னையில் உகஉ மார்ச் மாதம் 1908 தமிழில் பிரசுரமான ''இந்தியா'' என்னும் பத்திரிகையில் 8வது பக்கம் 3வது காலத்தில் திருநெல்வேலி கலகத்தில் ஐந்துபேர் இறந்து விட்டார்கள். அதில் ''ஒருவர் மகமதியர்'' ''ஒருவன் பறையன்'' என பிரசுரித்திருக்கிறார்கள். இதில் என்ன விளங்குகிறதென்றால், இந்துக்களென்பவர்கள் பறை யர்களென்னுங் குலத்தவர் மேலிருக்கும் வைராக்கி யத்தையும், பகையையும் நன்கு காட்டுகின்றது. எப்படி யென்றால் மகமதியன் என்பதற்கு மகமதியர் என்று மரியாதையுடன் பிரசுரித்தும், பறையர் என்பதற்கு பறையன் என்று அவமரியாதையாய் பிரசுரித்திருக்கின்றார்கள்.

சிலர் (கம்பாசிட்டர்) தப்பிதமென ஆட்சேப சமாதானஞ் சொல்லிக் கொள்வார்கள். இது சுத்த பிசகாகும். எப்படியெனில், ''ஒருவன் ஒருவர்'' என்பது தப்பிப்போயிற் றென்று நினைப்பின் ''மகமதியர், பறையன்'' என்பது எப்படி ஆயிருக்கலாம். மேலும், ''ஒருவர் மகமதியன்'' என்றும் ''ஒருவன் பறையர்'' என்றும் இருப்பின் அது தப்பிப் போயிற்றென்று நினைக்கக்கூடும். அப்படி இல்லாதிருக் கின்றதினால் இது கெர்வத்தினாலும், வஞ் சினத்தினாலும், வெளியிட்டதேயாம். இவைகளை நம்மவர்கள் ஆழ்ந்து சிந்தித்தால் அவர்களுக்கிருக்கும் கெடு புத்தியும், பகையும் பளிங்கைப் போல் விளங்கும். இவ்வித புத்தியையுடை யவர்கள் ஒருகாலும் ஒற்றுமெயாகப் போகிறதுமில்லை, அனாச் சாரமான ஜாதிபேதம் ஒழியப் போகிறதுமில்லை, இவர்களுக்கு சுய ராஜாங்கம் கிடைக்கப் போகிறதுமில்லை. சிலசமயம் இவ்வித அனாச்சாரமுடையவர்களுக்கு சுய ராஜாங்கம் கிடைத் தால் பறையர்களை என்ன செய்யத் துணியமாட்டார்கள். நமது பூர்வராஜரீக வைபவ சுக மெல்லாம் கெட்டு சீர்குலைந்தது இந்த இந்துக்களாலேயே அல்லவா. ஆனால் தற்காலம் இங்கி லீஷ் ராஜாங்கத்தால் அதில் கொஞ்சமாவது அனுபவித்து மகிழ்கின்றோம்.

SECUNDERABAD, **''ஓர் சாக்கைய வீரன்''**

28–3–08.

1 ஏப்ரல், 1908

43. அறிவானந்தம் ஐம்பத்தொன்று சாதிசங்கற்ப நிராகரணம்

ஆதியிலே விராட்புருஷனுடைய முகத்தின் கண்ணே பிரமனும், புஜத்தின்கண்ணே க்ஷத்திரியனும், தொடையின் கண்ணே வைசியனும், பாதத்தின்கண்ணே சூத்திரனும் பிறந்தார் களென்று புருஷ சூக்தத்திற் சொல்லப் பட்டிருக்கிறது. ஆனால் அவ்விராட்புருஷன் எங்கிருந்து எப்படி உற்பவித்தானென்றும், அவனுடைய பாதத்தைக் காட்டினுந் தொடையும், தொடையைக் காட்டினும் புஜமும், புஜத்தைக் காட்டினு முகமும் எப்படி சிரேஷ்டப்பட்ட தென்றுங் கூறப்படவில்லை. புழையுடைய நவத் துவாரங்களை விட்டுப் புழையில்லாத முகம், புஜம், தொடை, பாதங்களில் எப்படி யுற்பவித்தார்களோ அது பெருத்த ஆச்சரியம்! இதுவல்லாமலும் மேல்சாதி புருஷனுங் கீழ்சாதி ஸ்திரீயும் கூடப்பிறந்தவர் அநுலோமர் என்றும், கீழ்சாதி ஆணும் மேல்சாதிப் பெண்ணுங் கூடப்பிறந்தவர் பிரதிலோமரென்றும், புருஷனை யறியாமல் வியபசாரம் பண்ணிப் பிறந்த பிள்ளை குண்டகனென்றும், கைம் பெண்ணிற்குப் பிறந்த பிள்ளை கோளகனென்றும், போகம் விற்றுண்ணும் விலைமாதருக்குப் பிறந்த பிள்ளை கெடிலனென்றும், வெள்ளாட்டிக்குப் பிறந்த பிள்ளை விடவனென்றும் தொகையில் *(2040)* சாதியாகவும் வகையில் பாரப்புழி யனேகமாகவும் சூதசங்கிதை முதலிய புராணங்களில் கூறப்பட்டிருக்கிறது. இது உண்மெயேல், முகத்திலே யுற்பவித்தவன் பிராமணனாகில் ஈஸ்வரனும், புஜத்திலே க்ஷத்திரியனாகில் விட்ணுவும் தொடையிலே வைசியனாகிற் பிரம்மாவும், பாதத்திலே சூத்திரனாகில் இந்திர னும் இப்படி நால்வரும் சிருட்டி யாரம்பத்திலே பிறந் தார்களெனின் இப்போது அந்தந்தத் தானங்களிலே நாலு வருணத்தாரும் பிறவாமல் சுக்கில சுரோணித சம்பந் தத்தினால் யோனிவழியே பிறப்பதென்னோ? இக்கதை சொல்லலங்காரமாய்க் கட்டி விடப்பட்டதே யல்லாமல் சத்தியமென்று திலப்பிரமாணமேனும் நம்புதற்கு இடமில்லை.

இஃது எமக்கே யுரிய சந்தேக மாத்திரமல்ல, உண்மெய் விசாரமுடைய ஒவ்வொருவருக்கும் உண்டாகத்தக்கதே.

நமது முன்னோர்களாகிய தத்துவக்கியானிகளும் அடியிற் கண்டவாறு ஆசங்கைசெய்து வேதாகமாதி புராண பிரதி பாகத்தைப் பூர்வ பட்சப்படுத்தியிருக்கின்றார்கள்.

''ஆதியிற் பிரமனேதா னனைவர்க்கும் பிதாவாமென்றும்
வேதியர் வேந்தர் மிக்க வணிகர் சூத்திரர்கள் மற்றும்
நீதியிற் சங்கரங்க ணீசராம் பறையராதி
சாதிபேதங்கள் சொல்லுந் தன்மெயா மறிகிலேமே.''
''தந்தையாம் பிரமன்தன்பாற் சனித்தவத்தானந்தோறும்
அந்தண ராதிசாதி யன்றுபோற்பிறக்கக் காணேன்
உந்தியி லுதிரஊத்தை ஒழுக்கறா யோனியாலே
வந்தெலாம் பிறந்து சொல்லும் வாசியே சாதியையா.''

இதுவல்லாமலும் எண்ணிறந்த சராசரங்களாகிய சீவராசிகளெல்லாம் பஞ்சபூதாத்மிகமானபடியினாலே எல்லாச் சீவனும் நீ மேல்சொன்ன நியாயத்தினாலே ஒன்றாமல்ல வோவெனின் ஒருசாதி யோனியிலே மற்றொரு சாதி யுற்பத்தியாகாதபடியினாலே, சீவராசிகள் முதலாகிய தாவராதி களெல்லாம் வேறு வேறு சாதியேயாம்.

இதுவல்லாமலும் பிறப்பின் பேத மனேகமாகவும், யோனி பேத மனேகமாகவும் இருக்கின்றமையான் மனிதரைப் போலா காது வேறு வேறு சாதியேயாம். ஆயின் மனிதருக்குள் இத்தியாதி யுற்பத்திப் பேதங்களும், யோனி பேதங்களுமின்மெயான் மனிதரெல்லாம் ஒரே சாதியென் றுணர்க. இந்த தத்துவத்தை யுய்த்துணர்ந்த வைதீக சாத்திரிகளும் இச்சித்தாந்தத்திற்குச் சார்பாகவே கூறியிருக்கின்றார்கள்.

''தாதுவின் மயமதொக்குஞ் சகலபூதங்களொக்கு
மோதுநன் புலன்களொக்கு மவ்வவருருவந்தோறு
மாதியாய் நின்றநாத னொருவனே யாதலொக்கும்
பேதமாஞ் சாதிபேத மென்கொடு பேசினாயே.''

மனிதர்களுக் கெல்லாம் ஐம்புலன்களுஞ் சத்த தாதுக்களும், 25–தத்துவங்களும்; ஆகாரம், நித்திரை, மைதுனம் முதலிய உபாதித்திரையங்களும்; தும்மல், இருமல் முதலிய அவஸ்தை களும்; நரைதிரை, பிணி, மூப்புச் சாக்காடு முதலியனவும்;

மயக்கம், சோம்பல், துக்கம் முதலியனவும் ஒத்திருக்க அவர்களை வேறுபிரித்துச் சாதிபேத மோதுவ தென்ன பேதமை. நதிமூலங் கண்டவர்களுக்கு அசுத்தமில்லை, ருஷிமூலங் கண்டவர் களுக்குச் சாதியில்லையென்று பழமொழியுந் தொன்று தொட்டு நம்முள் வழங்கிவரக் கண்டிருந்தும் சாதிபேத மோதுவது அந்தோ! என்ன பேதமை. நம்மவர்களால் மஹத்துக்களென்று வழிபடப்பட்ட இருடிகள் உற்பவத்தைப் புராண திருட்டாந்தங் களினாலேயே எண்பிக்கின்றோம். காண்பீர்களாக.

''பிரமனுக் கூர்வசி பெற்றபிள்ளைதான்
வரமுடை வசிட்ட னவ்வசிட்டமாமுனி
விரைவினிற் குணுங்கிதோள்விழையப் பெற்றனன்
சுரதமாஞ் சத்திமா முனிவன் றன்னையே.''

''சத்திமா முனிவன்றன்பாற் பராசரன் பராசரர்க்கு
மச்சிபகேந்தி யென்பாள் வயிற்றினி லவதரித்து
வித்தையின் மிகுதியாலே வியாசனா முனியு மானான்
கொச்சைநீ சாதிபேத மென்கொடு கூறினாயே.''

''சாதியொன் றுயர்ந்தது தாழ்ந்ததொன்றனப்
பேதமே வல்லராய்ப் பிதற்றுவார் சிலர்
சோதியே யனாதியாய்த் துன்னிநின் றமெய்
போதியாமெயால் வரும்புன்மைவேதமே.''

என்று இன்னவாறு கூறியிருக்கின்றமெயான், சாதிபேதம் பேசும் விவேக சூனியர்களுக்கு அறிவுதிக்குமாறு சாதி சமய பேதத்தை யொழித்த சான்றோர் வாக்கைப் பிரமாணமாக வெடுத்துக்காட்டுவோம்.

8 ஏப்ரல், 1908

சென்ற சஞ்சிகையில் காட்டிய பாவினங்களின் முக்கியார்த்த மென்னெனில், பிரம்மாவுக்கு வைப்பாட்டி யாகிய ஊர்வசி வயிற்றிற் பிறந்தவர் வசிட்டர். இந்த வசிட்ட மாமுனிக்குஞ் சண்டாளச்சிக்கும் பிறந்தவர் சத்திமாமுனி. இந்த சத்திமாமுனிக்கும் புங்கனூர் மரபினளாகிய புலையச்சி யொருத்திக்கும் பிறந்தவர் பராசர். இந்த பராச முனிவருக்கும்,

மச்சகந்திக்கும் பிறந்தவர் நாலு வேதங்களையுஞ் சிக்கறுத்த வியாசமாமுனிவர். இன்னும் இது வல்லாமலும் கழுதை, நாய், கிளி முதலிய இழிந்த யோனிகளிற் பிறந்தவர்களும் யோக ஞான விசேஷங்களால் நான் நீ என்னும் போதமற்று, சர்வமும் ஒன்றென உற்று மஹரிஷிகளாகி யரசர்களோடு சமபோஜனஞ்செய்து அவர்களாலும் ஏனையமக்கள் மேலவர் களாலும் மதிக்கப் பெற்றிருந்தனர். இஃதிங்ஙனமிருக்க பிராமணனே சகல சாதிகளினும் உயர்ந்தவனென்றும், அவனே சகலரினுஞ் சிரேஷ்டனென்றும் வேதாகம புராணங்கள் முறை யிடுவ தென்னெனின் அவற்றிற்குப் பிரதமாசிரியர்களும் ஆக்கியோர்களும் பிராமணராக விருந்தமெயாலென்க. இடவே தாகம புராணக்கூற்றை நம்மவரில் பரிசுத்த ஞானிகளாய் விளங்கியிருந்த விவேகிகள் கண்டித் திருக்கின்றமெயைப் பாருங்கள்.

''பறைச்சியாவ தேதடா பணத்தியாவ தேதடா
விறைச்சிதோ லெலும்பிலே விலக்கமிட்டிருக்குதோ
பறைச்சிபோகம் வேறதோ பணத்திபோகம் வேறதோ
பறைச்சியும் பணத்தியும் பகுந்துபாருமும்முளே.''

ஞானரத்நாகரம்.

''மண்கொடு கடங்களை வனைந்துபலபேரிட்
டெண்கொளி னியற்கை களின்மண்கள் பலவாமோ
தண்குலன் மறைக்குல னெனச்சகலசாதி
விண்கொண் முதலேந்தின் விகாரமதுண்டோ.''

''சாதியாவதேதடா சலந்திரண்ட நீரலோ
பூதும்வாசலொன்றலோ புக்கும்வாசலொன்றலோ
காதிலோலை கம்பிவாளி பாடகம் பொன்னொன்றலோ
சாதிபேத மோதுகின்ற தன்மையென்ன தன்மையே.''

ஆனால் மரங்களெல்லா மொன்றாமோ? தெங்கு, பலா, வாழை முதலிய பலசாதி மரங்களிருப்பது போல மனித ரெல்லாம் ஒன்றாகாமல் பலசாதியினராக விருக்கின்றார்க ளெனின், ஒரு மரத்தின் விதையை யொருமரத்திலிட்டால் அந்த விதை படியே மரத்திலே மரமுளைக்கு மல்லாமல் வேறு முளையாது. அந்த மரம்போலில்லை மாந்தராதலாலும், பிராமணன் பறைச்சியோடு கூடின் அக்கூட்டுறவினாற் ஜனித்தப்

பிள்ளை இன்னசாதி பிள்ளையென்று வேறு பிரிக்கக்கூடாம லிருக்கிறபடியாலும், மேற்சொன்ன ரிஷிகளெல்லாம் என்னதான் தாழ்வாகிய யோனிகளில் பிறந்தாலும் வைதிகிகள் சம்மதித்து மேன்மெயாகவே கொள்ளு கின்றமெயனும் மரங்களைப் போலாவது மனிதரெல்லாம் ஒரே சாதி யென்றுணர்க. மரங் களை யவ்வவற்றின் கனிகளால் தரம்பிரித்திருப்பதுபோல் மனிதர்களை யவ்வவர் செய்கையால் மேலோர் கீழோரென்று தரம் பிரித்தல் வேண்டும். எங்ஙனமெனில்:

''பிறப்பொக்கு மெல்லா வுயிர்க்குஞ் சிறப்பொவ்வா
செய்தொழில் வேற்றுமெ யால்.

என்றவையா லென்க. சாதி சங்கற்பம் பூர்வீகத்திலில்லை யென்பதற்கு அனேக பிரமாணங்க ளுளவாயினும், நடுவாந் தரத்திலே மநுவாதி நூற்களை வேஷபிராமணர்கள் ஏற்படுத் தியதில் தம்மை யுயர்த்தியும், ஏனையோர்களைத் தாழ்த்தியும் கற்பிதஞ் செய்தார்கள். இந்த மாயாஜாலத்துட் பட்டு நம்மவர்கள் மதிமயங்கி யொருவரை யொருவர் உயர்வு தாழ்வென இழுக்குப்பேசி போந்த அறிவின்மையால் ஒற்றுமெயற்று நாளுக்குநாள் க்ஷீணதிசையை யடைந்தார்கள்.

சாதியானது பிறப்பினாலும், செய்கையினாலும், நிஷ்டை யாகங்களாலும், பூணூலாலும் உண்டானதல்லவென்றும், சாதிபேதப்படுத்தல் ஆன்றோர் சம்மதமல்லவென்றும், ''வச்சி ரசூசி அதாவது வஜ்ஜிரஊசி'' யென்னும் சத்தியசன்மார்க்க நீதிபோதனா ''புத்தசமய'' கிரந்தத்தால் நன்கு வெளிப்பட்டி ருக்கிறது. இதுவல்லாமலும் திருமூலநாயனா ரருளிச் செய்த திருமந்திரத்திலும்,

''இக்குல மக்குல மென்பவ ரேழைக
ளெக்குலமர்கிலென் எவ்வுயிராகிலென்
சுக்கில மொன் றல்லவோ தோன்றுங் குலமெல்லாஞ்
சுக்கில மொன்றல்லவோ?''

என்றுங்கூறியுள்ளார், இதுமட்டோ!

''ஆதிபேதந்தானிலாமை யறிந்தவர்கள்
சாதிபேதஞ் சிறிதுஞ்சாற்றுவரோ–சாதிகுல
நல்லார்தொழதக்க ஞானமுடையவரே
யல்லாரிழிகுலத்தவராம்.'' –

என்றும்,

சந்தன அகிலம் வேம்புந் தனித்தனி வாசம்வீசும்
அந்தணர் தியில் வெந்தா லதின்மணம் வேறதாமோ
செந்தழற் புலையர் வீழ்ந்தாற் றீமணம் வேறதாமோ
பந்தமுந் தீயும் வேறோ பாச்சலூர் கிராமத்தாரே.''

''குலந்தனைக் கேட்டீராகிற் குடிமியும் பூணநூலும்
கலந்துடன் பிறந்தாருண்டோ
கல்வியால் வகுத்துக்கொண்டீர்.''

என்று சாதிபேதம் பேசும் பிராமணாதியர்களைக் கண்டித் திருக்கின்றார்கள். இதனால் சாதிபேதம் இடையிற் கற்பிக்கப் பட்டதென்றும் அது ஆன்றோர் சம்மதமல்ல வென்றும் நாட்டப் பட்டது.

மிருகம், பட்சி, பூச்சி, புழு முதலியவற்றுள் தான் விகற்ப வித்தியாசஞ் சாதிபிரிவினை உண்டேயல்லாமல் மனுக்களில் சாதியென்னும் அநாச்சார வித்தியாசங் கிஞ்சித்தேனும் கிடை யவே கிடையாது.

''கற்றறிந்த விவேகிகள் கறுதார்கள் சாதியை.'' ''சர்வமும் தாமாயிருக்கையில் அதில் நாமன்பதென்னை?'' மேல் குலத்தா னென்பவனுக்கு *(96)* தத்துவமும், கீழ்குலத்தா னென்பவனுக்கு *(95)* தத்துவமுமா யிருக்கிறது!

பாப்பானென்பவர் ரத்தமும் பறையன் ரத்தமும் பிராமணச்சி சக்கிலிச்சி இவர்களுடைய கற்போறபவ நாளுஞ் சரியாக விருத்த லாலும் மநுகுலத்தில் ஆண் பெண் இருதிறத்தவர்கட்கும் உட்கருவி புறக்கருவி யாவுஞ் சரியொத் திருத்தலாலும் மக்களில் யாவரும் ஒன்றே.

ஜெபது சுபமங்களம்.

இங்ஙனம்

தி. சி. நாராயணசாமி பிள்ளை.

உ. கோ.

15 ஏப்ரல், 1908

44. இந்தியர்களுக்கு சுய அரசு

மூன் எக்காலோ நளன் என்னும் ஓர் அரசன் விஷ்ணுவின் சக்கரத்தால் யாதொரு நியாயவழுவின்றி அரசாண்டதாக கட்டுக் கதைகளில் கண்டிருக்கின்றோம். ஆனால் கண்ணில் கண்டவர் களில்லை. நாம் கண்டவரையில் நம்மை ஆண்டுவரும் மாட்சிமை பொருந்திய ஆங்கிலேய கவர்ன்மென்டில் பசுவும் புலியும் ஓர்துரையில் தண்ணீர் அருந்தவும், பிரபுவும் பிச்சைக்காரனும் நீதியில் சரிசமமாகவும், பார்ப்பானும் பறையனும், சரியாசனம் வகிக்கவும், இத்யாதி குறைவின்றி வாழும் இந்நாளில் மேல்சாதியென்று சொல்லிக் கொள்ளும் சிலர் எங்கு பார்த்தாலும் குழப்பமதிகரித்து உயிருக்கு ஆனி விளைவித்து வருகிறதை நமது இனத்தவர் அறிந்த விஷயம். இத்யாதி விஷயத்திற்கும் காரணம் யாதெனில்:- கவர்ன் மென்டாரின் கவனக் குறைவே. ஆதியில் ஆங்கிலேயர் இந்தியாவில் கால் வைத்ததுமுதல் இந்நாள் பரியந்தம் அவர்களுக்கு ஊன்றுகோலாம். வேலைக் காரனாகவும், அரும்பசிக்குதவும் ஆப்தனாகவும், வியாதியாய் படுக்கையிலிருக்குங்கால் கவனமுடன் காக்குங்கா வலனாகவும், சகோதிரனாகவுமிருந்து இன்றையவரையில் உழைத்துவரும் ஏழைப் பறையரென்னும் வகுப்பார்மீது நோக்கம் வையாமல் சதா வைரியாகவேயிருந்து சமயத்திற்கு நல்ல உத்தியோகஞ் சம்பாதித்துக் கொண்டு ஊரையடித்து உலையில் போடப் பட்டவர்களுக்கே சகாயஞ் செய்து வருவதினாலேயாம்.

பறையன் கல்வியில் தேர்ந்து இராஜாங்கத்தில் ஏதாவது உத்தியோகத்திற்கு வந்தால் அதை கவனியாமல் அவர்கள் சொல்லுவதையே ஏற்றுக் கொண்டு பறையரென்போரை அலட்சியஞ்செய்து வந்ததால் இவ்வித கெடுதிக்கு வந்தது. கடைசியாகஆங்கிலேயரைஊரைவிட்டுதுறத்த வேண்டுமென்றே மேல்சாதியென்று சொல்லிக் கொள்ளுவோர் ஆரம்பித்து விட்டார்கள். பைரங்கக் கூட்டங்களை வைத்தும் அவர்களால் பிரசுரிக்கப்படும் ''சுதேசமித்திரன்'' ''இந்தியா'' ''இந்து''

என்னும் பத்திரிகைகளில் ஜனங்களுக்கு வெறுப்புண்டாகும்படி எழுதி பலவகைக் குழப்பத்திற் கேதுவாக்கி இந்தியாவை கலகத்தில் குழப்பி வைத்திருக்கின்றார்கள். இச்சமயம் நம்மி னத்தவர் கவனிக்க வேண்டிய கடமை யாதெனில், நாம் உழைத்துப் போட சோம்பேரிகளாகிய மேல்சாதியென்று சொல்லிக் கொள்ளும் திண்ணைத் தூங்கி, சாப்பாட்டி ராமன்கள் சதா நமதினத்தவற்கு வைரியாகவும் நமதினத்தை தலையெடுக்கவொட்டாமல் நசுங்கும்படி செய்துக் கொண்டும் 'பறையன்' ''பறையன்'' என்றும், கீழ்சாதி யென்றும் கேவலம் மிருகத்திற்கு சமானமென்றும் கோவிலில் சேர்க்கப்படாது குளத்தில் கால் வைக்கப்படாதென்றும், தெருவில் செல்லக் கூடாதென்றும், நம தினத்தவர் விர்த்திக்கு வேர்ப்புழுவாகநின்று நம்மை தலையெடுக்க வொட்டாமல் நசித்துவரும் மேல்சாதி யென்போர் தந்திரவலையில் சிக்காமல் நமதினத்தவர் விர்த்தியடைய வேண்டிய மார்க்கத்தை குரங்கு பிடி பிடித்து நாட்டிலும் நகரிலுமுள்ள நமதினத்தவர் ஒவ்வொருவருக்கும் மேற்சாதி என்போர்களால் நமக்கிருக்கும் இடுக்கண்களை தெரிவித்து இப்பேர்ப்பட்ட குழப்பங்களில் சேர வொட்டாமல் தடுத்தும், நமதினத்தவரை இழிவுபடுத்தும் ''சதேசமித்திரன்'' ''இந்தியா'' என்னும் பத்திரிகைகளைப் போன்ற பத்திரிகை களை வாங்காமலும் வாசியாமலும் அவர்கள் கூட்டுங் கூட்டங்களுக்கும் நாட்டிலிருக்கும் நாட்டான்களுக்கும் பயிர் முதலிய தொழிலுக்கும் உடன்படாமலிருக்க வேண்டும். ஏனெனில், நாம் இந்து தேசத்திற் பிறந்து இந்துமதக் கோட்பாட்டையே கைக்கொண்டு தமிழ் பாஷையைத் தாய்ப் பாஷையாய்க் கொண்டு நாம் உழுது பயிரிட்டுக் கொடுக்க நமது சத்துருக்கள் பெண்சாதிபிள்ளை சகிதம் உட்கார்ந்து தின்பதுடன் சும்மயிராமல் ''சுதேசமித்திரன்'' பத்திரிகையில் சதா நமதினத்தை கேவலப்படுத்தி பேசிவருவதுடன் 21ந்தேதி மார்ச்சு மாதம் வெளியான ''இந்தியா'' என்னும் பத்திரிகையில் திருநெல்வேலி கலகத்தில் சுடப்பட்டவர்களில் ஒருவர் மகமதியர், ஒருவன் பறையனென்றும் வெளியிடப் பட்டிருக்கிறது பார்த்தீர்களா, நமதினத்தவர் மேலுள்ள பொறாமையை துலுக்கன் சுடப் பட்டானென்றால் மகமதியர் பொருக்கமாட்டார்கள். பலா னதைக் கொடுங்கோளென்று ஒருவர் சொன்னால் எல்லாம் மார்மாரென்று மாரிவிடுவார்கள். பறையனை என்ன

சொன்னாலும் கேழ்ப்பாரில்லை யென்கிற கெர்வத்தாலும் அகங்காரத்தாலும் இவ்வளவு கேவலமாக அவமதித்து வருகி றார்கள். இவர்களா சுய அரசு ஆளும் திறமுடைய வர்கள். ஆகையால் இதைக் கண்ணுறும் ஒவ்வொரு குலாபிமானிகளும் நாட்டிலும் நகரிலுமுள்ள நமதினத் தவரை சேர்த்து பெரிய பகிரங்க கூட்டம் வைத்து மேற்கூறிய மேல்சாதி என்போர்களால் நமக்கிருக்கும் இடுக்கண்களை எடுத்துக்காட்டி இந்தியர்கள் சுய அரசாள எவ்வளவும் அருகரல்லவென்று பார்லிமென்டு மஹா சபைக்கு ஒரு மனுவனுப்புவதுடன் கவர்ன் மென்டாரும் நமதினத்தவரை கவர்ன்மென்ட் உத்தியோகங்களில் நிறைத்து வைத்தால் இப்பேர்பட்ட ஆபத்துக்கள் தெரியா தென்பதையும் கவனப்படுத்த வேண்டும்.

கத்திட்ரல், P. O. இப்படிக்கு

3rd April, 1908 **விஜயின்**

8 ஏப்ரல், 1908

45. யோசனை

கணக்கன் கணக்கறிவான் தன் கணக்கைத் தானறியான்'' எனும் பழமொழிக்கிணையாக நம்மவர்கள் தாங்கள் புரியும் ஒவ்வொரு கருமமும் பரியாலோசனை செய்தே புரிந்துவருகிறதாக நாம் பார்த்து வருகிறோமே அல்லாமல் அநேகமாக யோசனை யில்லாமலே காரியங்களை நடத்தி வீண்விரஞ் செய்கின்றார்கள். புழக்கத்திலிருப்பதற்குப் பரிசோதனை வேண்டியதில்லை யென்பது நம்மவர் துணிவுபோலும்.

இப்படி பழக்கத்திலிருப்பதெல்லாம் பழுதற்றதென்றும், பழக்கத்திலில்லாததெல்லாம் பழுதுற்றதென்றும் மதோன்மத்த மாயெண்ணி விஷய விசாரணை செய்யாது காலத்தையும், கனத்தையும், வீணேபோக்கி விழலாண்டி களாவது அநியாயம்! அநியாயம்! இப்படி வழக்கத்தி லிருக்கும் இழுக்கை கண்டிப்போரை இகழ்ந்து பேசுவதும், சபைகூட்டுவதும், சஞ்சிகை பிரசுரிப்பதும் இன்னும் தம்மாலியன்ற இடுக்கண் எவ்வளவோ அவ்வளவையுஞ் செய்து அவர்களை அதோக திபடுத்த முயல்வது அதனினும் அநியாயம்.

இவ்வளவிற்குங் காரணந் துரபிமானமே யல்லாமல் வேறல்ல. ''துரபிமானத்தை யொழித்தோரே தக்கோர். துரபிமானத்தை யொழித்தவர்களே நியாயவாதிகள். துரபிமானமென்னும் மனக் களிம்பை நடுநிலையென்னும் பரிசவேதியால் போக்கி சுத்த நிஷ்களங்க சகிதமாய் விளங்கும் மனமுடையாரே மனுடப் பிறவியை எடுத்ததால் அடையத்தக்க பயனைப் பெற்றார்.

தற்காலம் அபிமானமென்பது துரபிமானத்திற்கே பெயரெனப் பலரும் எண்ணுகின்றார்கள். இது பெரும்பிழை. ஏனெனில், அந்நிய தேசத்தாரை யடித்துப் பிடிங்கிச் சுதேசத்தாருக்குக் கொடுப்பது தேசாபிமானமன்று. எல்லா மதத்தையுங் கண்ட கண்டபடி துவேஷங் காரணமாகக் கண்டித்து சுயமத புகழ்ச்சி செய்வது சமயாபிமானமன்று. ஊர் பிள்ளைகளின் உடமை

களையெல்லாம் பறித்துத் தன் சொந்த புத்திரனுக்கு அலங் கரிப்பது புத்திராபிமானமன்று. இவையெல்லாந் துரபிமா னமே. இவ்வாறே பிதாவானவன் சித்தவிகற்பத்தினாலோ, வியாதினாலோ, வாசனா விசேஷத்தினாலோ அல்லது ரூபாலிங்கரா விசேஷத்தி னாலோ ஓர் கைக்குங் கனியைக் கூனியாமல் கொடுத்து மைந்தா, இத்தீங்கனி யெவ்வளவு சுவையாயிருக்கிறது பார் என்றாள். அதைத் தன் சுவானுபவத்தால் பரிசோதித் துணர்ந்து உண்மெயை யுறையாமல் ஆம்! ஆம்!! நன்று! நன்று!! மிகு இனிப்பாயிருக்கிறதென்று தாளத்திற்குத் தக்க மத்தளம் போடும் மைந்தன் பிதுர்வாக்கியாபிமானியன்று.

துரபிமானியே, இத்தியாதி நியாயங்களையே நாமடைந் திருக்கும் கடவுட் கியானவிஷயத்திலும் பிரயோகித்துப் பரிசோதிப்போமானால், நமது கடவுட் கியானம் துரபிமானங் காரணமாகவே நிலைபெறுகின்றதேயல்லாமல் வேறல்லவென்று ஸ்பஷ்டமாய் விளங்கும். அஃதாவன:– கடவுள் ஏகர், சர்வஞ் ஞர், சர்வ வியாபகர், சர்வ வல்லவர், கருணாநிதி, தன்வயத்தர், வரம்பிலின்ப முடையார், அனாதிநித்தியர், அளவிலாற்ற லுடையார் என்று நம்பி தாங்களாயினும், போதகாசிரியர் களாயினுஞ் சொல்லின்,

கடவுள் ஏகரேல் அவரன்றி நாமார், உலகமேது என்றும், சர்வ வியாபியேல் அவருக்கு கோயிலேன்? என்றும் அவர் தன்வயத்தரும் சர்வ நல்லவருமேல் அவருக்குப் பிரார்த்தனை யேனென்றும், அவர் சர்வஞ்ஞரேல் அவரை வேண்டுவதேன் என்றும் இத்தியாதி சங்கைகளைச் செய்து இப்படி மனோவாக்கு. காயங்களுக்கு எட்டாததும், லக்ஷணாபிவிருத்தமா யுள்ளதுமாய பொருளை யெப்படி நம்பலாமென்றும் தீர்க்காலோசனை செய்து துரபிமானத்தை யொழித்து அபிமானத்தை அனுசரித்து ஒழுகுதலே யோசனா புருஷத்துவமாம். உலகத்திலே மனித ருக்கு கீழ்பட்ட சீவராசிகளும் அவ்வவற்றின் கருவிகளின் அமைப்புக்குத் தக்கவாறு யோசனைச் செய்கின்றன. சிலர் அவற்றிற்கு யோசனை யில்லை யென்றும் அவை பழக்கத்தால் தமக்கொத்தபடி செய்கின்றனவென்றுஞ் சொல்லுவார்கள் இவை கட்கு யோசனை யில்லையேல் மனிதரைக் கண்டு அஞ்சுவதேன்? தமக்கு அனுபவப்பட்ட சில மிருகராசிகளைக் கண்டு அஞ்சாமல் புறங்கிடப்பதேன். தாம் புசிக்கத்தக்க பதார்த்தங்களையே தேடிப்

புசிப்பதேன். காற்று, தீ, ஜலம் முதலாய அபாயங்களுக்கு அஞ்சி தப்பித் திரிவதேன்?

பழக்கமென்றால், பழக்கமாவதென்ன, முன்பின் நடந்ததை கவனத்தில் வைத்து இது தக்கது. இதன்படி செய்தால் அனுகூலம். இது தகாதது, இதன்படி செய்தால் பிரதிகூலமாம் என்று கருதி செய்தலேயல்லவா? பழக்கப்படி நடத்தலுக்கும் யோசனையே காரணமாகின்றபடியால் அற்ப ஜெந்துக்களும் யோசனையோடே நடக்கின்றன. ஆதலால் மனிதர் யோசனையோடேயே சகல காரியத்தையும் நடத்த வேண்டியது ஆவசியகம்.

24.4.08

29 ஏப்ரல், 1908

II PART

ஸ்ரீராமபிரான் இராவண சம்மாரம் முடித்த பின்னர் அயோத்தியில் சீதாபிராட்டிசமேதராயிளைய பெருமாளும் பரதாழ்வார், சத்துருக்காழ்வார் முதலிய சகோதிரர்கள் புடைசூழச் சிம்மாசனாதிபதியா யேக சக்கிராதிபத்யஞ் செய்துக் கொண்டு வருங்கால் ஓர் தினந்தானுந் தனது குருவாகிய வசிஷ்டரு மேகாந்தமாயோர் மண்டபத்தில் உட்கார்ந்து சம்பாஷித்துக் கொண்டிருக்கையில் ஸ்ரீராமபிரானானவர் தனது உத்தம தேசிக மூர்த்தியை நோக்கி அய்யா குலகுருவே, என்னுடைய வம்சத்திற்கு இரகுவம்சமென்னும் நாமதேயம் வழங்கிவருகின்றதே அந்த இரகுவானவர் யான் முடித்த காரியங்களைப் பார்க்கினும் யாதேனும் விசேஷமாய் முடித்ததுண்டோ? அல்லது சமமான காரியங்களை யேனுஞ் செய்ததுண்டோ? யானோ இவ்வுலக ஆசையை விட்டுச் சர்வ இந்திரியங்களையு மடக்கிச் சதா வெமது குருவருட்பிரகாசத்தையே தியானித்துக் கொண்டிருந்த யோகீஸ்வராளையும் யாகாதிகிரிகைகளைச் செய்துக் கொண்டு மலைச் சாரல்களில் தவஞ்செய்யும் மகான்களாகிய முனீஸ்வ ராளையும் உபத்திரவஞ் செய்துக் கொண்டிருந்த சண்டாளியாகிய தாடகையைச் சம்மாரஞ்செய்து யோகீஸ்வராளுக்கும் முனீ ஸ்வராளுக்குந் திருப்தியைக் கொடுத்ததுடன் விஸ்வாமித் திரருடைய யாகத்தையும் நிறைவேற்றினேன். இரண்டாவது கவுதமருடைய சாபத்தினால் கல்லுருவாய் நெடுங்காலமிருந்த

அகலிகையினுடைய சாபத்தைத் தீர்த்துப் பெண்ணுரு வாக்கினேன். மூன்றாவது வானுலகிலுள்ள தேவ தேவர்க ளினாலும் வையகத்திலுள்ள ராஜராஜாக் களினாலும் மெடுத்து நிறுத்தி வளைக்க முடியா கோதண்டத்தை வளைத்தேன். நான்காவது இருபத்தொரு தலைமுறைவரை யிற் ஷத்திரியர்களைத் தும்சப்படுத்தித் தனக்கு நிகரற்றவர்கள் இவ்வீரேழு பதினான்கு லோகத்தினுங் கிடையாதென்னு மிருப்பாடைந்திருந்த பரசுராமர் கைவில்லை யொடித்துப் பங்கஞ்செய்து ராஜராஜாக்களுக்குச் சுகத்தைக் கொடுத்தேன். ஐந்தாவது தனக்கெதிர்முகமாய் வந்தவர்கள் திரிமூர்த்திகளா யிருந்த போதிலும் அவர்களுடைய புஜபல பராக்கிரமத்தின் அர்த்த பாகத்தைக் கவர்ந்துகொள்ளும் வரப்ரசாதியாகிய வாலியை யோர் பாணத்தால் சம்மாரஞ் செய்தேன். ஆறாவது இவ்வுலகமென்னும் பூதேவியானவள் அணிந்துக் கொண்டிருக்கு மாடைக்கொப்பாகிய பெருஞ் சாகரத்திலணைக் கட்டினேன். ஏழாவது திரிமூர்த்தி களுந்தன் னேவலைச் செய்யும்படியாய் மகா வீரதீர கெம்பிரத்துடன் இலங்காபுரியை அரசாண்டுவந்த இராவணனையு மவன் சந்ததிகளையுஞ் சம்மாரஞ் செய்து தேவர்களுடைய யிடுக்கண்களைத் தீர்த்தேன். இவ்வித வற்புதங்களி லொன்றேனுஞ் செய்யாத இரகுச்சக்ர வர்த்தியின் நாமதேயத்தின்மீது என்னுடைய வம்மிஷ மென்னுங் கட்ட டமானது கட்டப்பட்டிருப்பதுடன் யானு மக்கட்டடத்துள் வசிக்க வேண்டியவனா யிருப்பது வெனக்கு மதிக அவமானமா யிருப்பதா லின்றிருந்து இரகு வம்ஷமென்பதை நீக்கி இராமவம்மிஷமென்று ஸ்தாபிக்க இயாதேனுஞ் சந்தேக மிருக்கிற் றிருவாய் மலர்ந்தருள வேண்டுமென்று கேட்டார். (தொடர்ந்து வரும்)

MADRAS **சி. ம. இ. மூர்த்தி**

4–5–08.

6 மே, 1908

46. கோலார் மாரிகுப்பம் சாக்கைய பௌத்த கிளைச் சங்கம்

இச்சங்க வன்பர்கள் மெத்தவும் ஊக்கமெடுத்திருக்கின்ற னர்கள். ஏழை பிள்ளைகளுக்கும் வேலைசெய் வோருக் கும் இலவசமாய் கற்பிக்கக் கருதி சாக்கைய பௌத்த வித்தியாபிவர்த்தனி வாசகசாலை திறந்து இலக்கண வித்வான் ஸ்ரீமான் நா. ஐயாகண் பாவலரை உபாத்தியாயராகவும் ரீடிங் ரூமுக்கு ...... ஜவாப்புதாரியாகவும் நியமித்திருக்கின்றனர்கள். அவரிடத்தில் சிலர் இலக்கண இலக்கியங் கற்றுவருகின்றனர். மேற்படி சங்கத்தார் உதவியால் கலகவருஷ வாக்யதிரியாங்கமும் வெளிவரும்.

6 மே, 1908

47. மெய்யறிவு புலான் மறுத்தல்

இரத்தத்தினாலாகிய தசை, நிணம், தோல் முதலிய புலாலைப் புசித்தல் கூடாதென்பது பற்றி நுவல ரொருவர் பிரசங்கஞ்செய்வதைக் கேட்டிருந்த எனது சினேகிதர் ஒருவர் என்னிடத்தில் அந்தப் பிரசங்கம் வெகு சிறப்பா யிருந்ததென்று பேசிக்கொண்டிருக்கையில் புலையனிடத்திற் சென்று புலால் வாங்கிவந்து புசிப்பவர்கள் அந்தப் புலையன் தங்களிடத்திற்கு வந்தால், அடா கிட்டவராதேயென்று (மருட்டி–உருட்டி–அதட்டி) விலகி போடா வென்கிறார் களே இதென்ன அநியாயமென்று அந்த நாவலர் சொன்னதாக வியந்துபேசி, அன்றுமுதல் சைவ சிகாமணியாகத் தலைப்பட்டனர். அது கேட்ட யான், இந்தச் சைவசிகாமணிகளுக்கு தெய்வலோகத்திலிருந்து எந்தத் தெய்வசிகாமணிகள் வந்து தங்கள் கைபட்ட பட்சண பண்டங்கள் தருகிறார்களோவென்று யோசிக்கையில், அந்தப் புலையர்கள் கைப்படத் தந்தவைகளல்லாது வேறொன்றையுங் காண்கிலேன். தானியத்தைப் பார்க்கிலோ, விதைவிதைப்பது முதல் அந்தத் தானியஞ் சைவர்கள் என்பவர்கள் கையில் வந்து சேருகிறவரையில் நடந்த தண்ணீர்மாச்சல், களைகட்டல், மிதித்தல், அறுத்தல் முதலிய சகல தொழில்களும் அந்தப் புலையர்கள் கைப்பட்டவை களாவே யிருக்கின்றன. (இங்கு எருமை மாட்டுத் தோல் பரியூடே சதா ஊறிக் கொண்டிருக்குந் தண்ணீரையும் முக்கியமாக யோசிக்க வேண்டியது) காய்கறி பதார்த்தங்களில் ஒவ்வொன்றையும் யோசிக்கையில் அவை அவர்கள் தொட்டிறைத்த தண்ணீரும் இட்ட (கெட்ட) எருவும் ஊறி வளர்ந்து மற்றத் தொழில்களி லும் அவர்கள் கைப்பட்டவையாகவே யிருக்கின்றன. இந்தச் சைவர்கள் அந்தப் புலையர்களை விலகிப்போக சொல்லுகிற தில்லையாக்கும். சொன்னால் அநியாயந்தான். இது இருக்கட்டும், சைவர்கள் புலால் புசிப்பதில்லையென்பதை யோசிப்போம். இவர்கள் குழந்தை பருவத்தில் தாய் முலைப்பாலாகிய மானிட ரத்தத்தை

உண்டு வளர்ந்தவர்கள். இதினாலேயே மாட்டின் பால், தயிர், நெய்யும் இப்படிப்பட்டவையென்று இதை வாசிப்பவர்கள் தெரிந்துகொள்ளுவார்கள்.

செடிவாக்கங்களோவெனில், சிலசில செடிகளுக்கு வெவ் வேறுவகை எருபோட்டாலொழிய விருத்தியாகா. வெற்றிலைக் கொடிக்கு ஆட்டுமயிர் வேண்டும். கொடிமுந்திரிக்குப் பன்றிப் புட்டை, அழுகின மீன், ஆட்டுத்தோல் வேண்டும். இவ்வாறே ஒவ்வொரு செடிக்கும் பயிருக்குந் தாங்கள் பார்த்தமட்டில் போட்டுவரப்படும் எருவையும் மேற்கண்ட சங்கதிகளையும் சைவர்கள் யோசிக்கட்டும். அவர்கள் தாங்களும் புலால் புசிப்பதுண்டென்று ஒப்புக்கொள்ளுவார்கள். புலால் புசிப்பதே யில்லை என்பார்களாகில் ஜலபானஞ்செய்வதை யும் விட்டுவிட வேண்டியவர்க ளாவார்கள். ஜலத்தில் கண்ணுக்குப் புலப்படாத தேள், சிலந்தி, முதலிய ரூபமுள்ள அற்ப ஜந்துக்களிருப்பதை கண்ணாடிக்கருவி சகாயத்தினால் பார்த்தவர்களுங் கேட்டறிந்த வர்களும் அனேகருண்டு.

சைவர்கள் பாலைத் தேவாமிர்தமென்றும் ஜீவவதை செய்து மாமிசத்தைப் புசிக்கிறதில்லை யென்றும், இவ்வித சமாதானஞ்சொல்லுவார்கள். ஜீவவதை செய்து மாமிசத்தைப் புசிக்கிறதில்லை யென்றால் ஜீவவதை செய்யாமல்பிண மாமிசத்தையும் புசித்தால் புசிக்கலா மென்றும், வதை செய் யாமல் உயிரோடு விழுங்கி விடலாமென்றும் ஒப்புக் கொள்ளுகிறவர்களாவார்கள். இப்போது எவ்வித புலாலாவது புசிப்பதுண்டோ இல்லையோவென்பது சங்கை. இச்சங்கை நிவாரண மாகும்படி உண்மெய் என்னும் பீடத்தின் மேல் நடுநிலைமையாக நின்று சொல்லப்படுஞ் சமாதானங்கள் ஏற்றுக் கொள்ளப் படத்தக்கவைகளே அல்லாது. ஒரு ஜீவனைக் கொன்று பின்பு சோதிக்கப்பட்டதைக்கே புலால் என்று பெயர். சாஸ்திரம் முறையிடுகிறது. வேதங் கோஷிக்கிறது...... பெரியோர்கள் ஒப்புக்கொண்டிருக்கிறார்கள் என்று சொல்லுகிற சமாதானங்கள் சரிவறாது. ஏனெனில், பூமி நிலையாய் நிற்கிறதென்கிற காரணத்தினால் நிலமென்றும் பெயரிடப்பட்டது. அது நிலையாய் நிற்காமல், அசைகிறதென்று தெரிந்து கொண்ட காலத்தில் அந்தப் பெயர் உதவாது. ஒரு பொருளுக்கு அதைக் குறிப்பதற்காக மரமென்று பெயரிடப்பட்டது. அந்தப் பெயருக்கு

பதிலாக வேறொரு பெயர் இட்டிருந்தாலு மிருக்கலாமே? அதினால் அந்தப் பொருள் மாறாதே. ஒருவனுக்கு ராமன் என்று பெயர் அது ஸ்ரீராமருடைய லட்சணங்களெல்லாம் அவனுக் கிருக்கிறதாக அல்ல, ஆளைக்குறிப் பிக்கிறதற்காகதான் அது போல உயிரிழந்த மாமிசத்தைப் புலாலென்றாலுஞ்சரி, உயி ருள்ள மாமிசத்தைப் பொறக்கட்டியென்றாலுஞ்சரி, பாலை அமிர்தமென்றாலுஞ்சரி, உயிருள்ள மாமிசத்தைப் பெரிற்கட்டி யென்றாலுங்சரி, யான் சொற்களின்பேரில் தோஷஞ் சொல்ல வில்லை (புலையனும் விரும்பாத விப்புன் புலால் யாக்கை என தேகத்தைப்பற்றி முன்னோர்கள் சொல்லியிருக்கிற இழிவை யோசிக்க.) பொய்யைக்கொண்டு மெய்யை வெல்லக் கருதி, சொற்களின்பேரில் வாதாடிக் கொண்டு சம்பந்தமில்லாத திருஷ்டாந் தங்களையுங் கதைகளையுஞ் சொல்லி மலைக்கச் செய்து, நாடோடியான ஜனங்களுக்கு மேற்பூச்சாக நம்பிக்கை வரப்பண்ணுவது. அறிவிலிகளின் லட்சணம், அப்படிக் கல்லாமல் அந்தந்தப் பதார்த்தத்தின் லட்சணங்களை ஆராய்ந்து ஒன்றற்கொன்று இருக்கிற பொருத்தத்தையும் பொருத்த மின்மையையும் கண்டறிவது அறிஞரது உத்தம லட்சணம்.

ஜெபது சுபமங்களம்

(இன்னும் வரும்)

9–5–08 இங்ஙனம்

தி. சி. நாராயணசாமி பிள்ளை

13 மே, 1908

48. தற்கால சுதேசிகள் கூட்டம் வெரும் பொய்யே

பூர்வத்தில் ''புத்தபிரான்'' சகலருக்கும் அஞ்ஞான இருளை நீக்கி மெய்ஞ்ஞான வொளியூட்டினார். இக்காலத் திலோ பறையர்களென்போர் நிலைகுலைந்து சகலசுகமும் கெட்டு தம்மதம் புரமதமென தெரியாதலைபவர்களுக்கு பூர்வநிலை யைத் தெரியப்படுத்தி அவர்களை முன்னுக்குக் கொண்டுவர ஞான சூரியனைப்போல் வெளிவந்த ''தமிழன் பத்திராதிபரே'' மிக்க வந்தனம். தயைகூர்ந்து கீழ்காணும் இச்சிறிய சங்கதியை புகழோங்கிய தங்கள் பத்திரிகையில் பிரசுரிக்கக் கோருகின்றனன்.

சகோதிரர்களே, தயவுகூர்ந்து கீழ்வரையும் சங்கதியை சீர்தூக்கி பார்க்க வேண்டுகின்றனன். அதாவது, தற்காலஞ் சுதேச சீர்திருத்தமென வெளிவந்திருக்கும் இந்துக்கள் ஜாதிபேதத்தை நீக்கிவிட்டு ஒற்றுமெயாக வேண்டுமென வீண்புரளி செய் கின்றார்களே யொழிய நிச்சயத்தில் ஜாதிபேதத்தை நீக்க பிரயத்தினப்படுபவர்களாக இல்லை. அவர்கள் முக்கியமாய் ஜாதிபேதம் விட்டுவிட வேண்டு மென பிரசங்கிப்ப தெல்லாம் பிரம்ம, க்ஷத்திரிய, வைசிய சூத்திரர்களாகிய நாலுவர்ணத்தார்கள் மாத்திரம் சேர்ந்து கொள்ளவேயாம். மற்ற தாழ்ந்தவர்களெனச் சொல்லும் ''பறையர்'' முதலானவர்களிடம் சமயத்திற்கு மாத்திரம் இவர்களுடன் சேர்ந்து போர் செய்து ஜெயித்து சுயாதீனம் பெறவேண்டும். அது தீர்ந்தபிறகு முன் பறையர்கள் பறையர்களே யொழிய அந்த நாலு வர்ணத்தாருடனுஞ் சேரமுடியா வென்பது எல்லா சுதேச சீர்திருத்தக் காரர்களுடைய கொள்கைகளேயாம்.

இவ்விடமிருக்குஞ் சுதேச சங்கத்தின் மெம்பர்களில் சிலரு டனும் ஜாதி வித்தியாசத்தைப் பற்றி பேசினதில் அவர்களின் கொள்கையுஞ் சமயத்திற்கு ஒற்றுமெயாக வேண்டும். பிறகு அவர்கள் ஆச்சாரபிரகாரம் நடக்க வேண்டியது. அப்படியில் லாமல் ''பிராமணன் முன், பறையன் சரியாசனதில் உட்கா ருவது தருமத்திற்கு அடாதென்கிறார்கள். ஆஹா, இவர்

களுடைய எண்ணத்தை பார்த்தீர்களா இவர்களுக்கு பறையர்கள் மேலிருக்கும் பொறாமெயே ஸ்வராஜ்யம் வேண்டும் பறையர்களை குரூரமாய் நடத்த வேண்டுமென்னும் கொள்கைக் காரர்களா யிருக்கிறார்கள்.

இதற்கு திருஷ்டாந்தமாக சென்னையில் வெளியாகும் ''இந்தியா'' என்னும் பத்திரிகைக்கு ஜாதிபேத விஷயத்தில்'' உண்மெயான சீர்திருத்தம் என தலை பேரிட்டு ஓர் வியாசம் 23–3–08ல் எழுதினேன். ஜாதிபேதத்தை விட்டுவிடும் படியாக எழுதியிருக்கிறதை எப்படி பிரசுரஞ் செய்யலா மென்று இதுவரைக்குமே பிரசுரஞ் செய்யவில்லை. இதற்குப் பின்னால் 16–4–08ல் அனேகர் எழுதிய கடிதங்களை பிரசுரஞ் செய்திருக்கிறார். ஆனால் நமது கடிதத்தில் என்ன குறைகண்டு பிரசுரஞ்செய்யாமல் விட்டாரோ அறியோம். இவை யெல் லாம் கவனிக்குங்கால் பறையர்கள் மேன்மெய்க்கு வரக்கூடா தென்னும் எண்ணமே இவர்கள் மனதிலிருக்கிறதாக தெற் றென விளக்கிக் காட்டுகின்றது. அக்கடிதத்தை இதற்கு கீழ் வரைகின்றேன். சகோதிரர்கள் ஆழ்ந்து சிந்தித்தால் அவர் பிரசுரஞ் செய்யாததற்குக் காரணமும் அவர்களுக்கு நம்மவர்கள் மேலிருக்கும் பொறாமெயும் உள்ளங்கை நெல்லிக்கனிப்போல் விளங்கும்.

உண்மெயான சீர்திருத்தம்

பாரததேசத்தில் அனேகர் ஒற்றுமெய் வேண்டியது நாம் ஜாதிபேதத்தை விட்டுவிட வேண்டுமென்று அனந்த பத்திரி கைகளுக்கு எழுதியுஞ் சபைகளில் சகலரும் மெச்சிக் கொள்ளும்படி குதித்து குதித்து பிரசங்கித்து மிருக்கிறார்களே யொழிய அதற்குத்தக்க ஏற்பாடு செய்கிறதில்லை. அச்சபையை விட்டு வெளியேரினவுடனே அந்த ஒற்றுமெகளும் ஏற்பாடு களும் பழைய குருடி கதவை திரடி என ஓடிப்போகிறது. இச்செய்கைகளைக் காண நமக்கு பெருத்த விசனத்தைத் தருகின்றது. ஆனால் ஒற்றுமெய் ஒன்றுண்டு. அது என்னவழி யென்றால் ''ஜாதிபேத கண்டனம்'' தற்காலம் வரைக்கும் அனேகர் ஜாதி அனாசாரத்தை விட்டுவிட வேண்டுமென்று எழுதியும் பிரசங்கித்துமிருக்கிறார்கள்.

ஆனால் நம்முடைய தாத்பரியத்தைப் போல் சார்ந்ததாகத் தோன்றவில்லை. அறிவாளிகள் இதை நன்றாய் ஆழ்ந்து சிந்தித்தால் அவர்கள் இதயத்திற்கு தெற்றென விளங்கும். அவர்களும் ஒத்துக் கொள்வார்கள். ஒத்துக் கொள்ளாதவர்களை சரியான சுதேசி யென்றும் ஒற்றுமெய்க்கு உண்மெயாய் பாடுபடுபவர்களென்றும் நம்ப முடியாது.

பாரத தேசத்திற்கு உரியவர்களென்று சொல்பவர்கள் ஒவ்வொருவரும் தங்கள் தங்கள் பெயரில் ஈற்றில் வைத்துக் கொள்ளும் ஐயர், முதலி, நாயுடு, பிள்ளை, கோனார், ஒட்டர், ஆச்சாரி, ராவ் என்னும் ஜாதி அனாச்சாரப்பட்ட பெயர்களை எடுத்துவிட வேண்டும். ஒவ்வொருவரும் நான் பலான ஜாதியென்றும் பிராமணன், ஷத்திரியன், வைசியன், சூத்திரனென்றும் சொல்லக்கூடாது. என்ன ஜாதி யென்றுங் கேட்கக்கூடாது. அறியாத மூடர்கள் கேட்டாலும் ''இந்தியன்'' என்றே சொல்ல வேண்டும். இந்தியன் யென்னும் ஒருஜாதி தவிர மற்ற அனாச்சார ஜாதியெல்லாம் ''பாழ்ஜாதி'' என அறத் தள்ளல் வேண்டும். அதுதான் புத்திசாலிகளுக்கு அழகு. அப்படிக்கில்லாமல் என்ஜாதி பெரியஜாதி, உன்ஜாதி சின்னஜாதி நான்தான் மேன்மெயடைய வேண்டும், நான்தான் அதிகாரியாக வேண்டும் மற்றவர்களெல்லாம் மேன்மெயானால் எப்படி பார்ப்போம் அப்பொழுது தர்மதேவதை நாலுபாதத்தில் நடக்கமாட்டாளே என்னும் அக்கிரமத்தை விடாமல் வாயால் மாத்திரஞ் சீர்திருத்தம் வேண்டுமென்றால் வருமா, வராதே. இது எப்படி யிருக்கின்றதென்றால் சமுத்திரத்தை சுண்டுவிரலால் ஆழம் பார்க்கப்போன கதையைப் போலிருக்கின்றது. ஆதலால் இந்த ஜாதியென்றும் அனாச்சார சாக்கடையை விட்டுவிட்டு ஒற்றுமெயுடன் பாடுபட்டால் தக்க சுகங்கிடைக்கும்.

பாரத சகோதிரர்களே, முக்கியமாய் நாம் இன்னொன்று கவனிக்க வேண்டியிருக்கின்றன. என்னவெனில், தற்காலம் ஒவ்வொரு ஊருக்கும் ஒவ்வொரு கமிட்டி ஏற்பட வேண்டும். இவர்களெல்லாம் சாஸ்த்திர சம்பன்னர்களா யிருக்க வேண் டும். அக்கமிட்டியார் நன்றாய் வேதசாஸ்திரத்தில் தேர்ந்தவர் களை பரிட்சை செய்து ஒன்றோ அல்லது இரண்டு மூன்றோ அவ்வூர் விஸ்தீரணத்திற்கு ஏற்றாப்போல் ''சாஸ்திரிகளை'' அமைக்க வேண்டும். அந்த சாஸ்திரி களையே எல்லா ''நம்மெய் தின்மெய்''களுக்கும் ''கர்ம குரு''க்காளாய்

அங்கீகரிக்க வேண்டும். அப்படிக்கின்றி வைதீக பிராமணர்க ளென்று சொல்லிக் கொண்டு ஒன்றுந் தெரியாமல் திரிபவர் களையும் நிபுணராயிருந்தாலும் கமிட்டியாரின் அதிகாரம் பெராதவர்களையும் ''கர்ம குரு''க்களாய் ஒப்புக் கொள்ளக் கூடாது. இவர்களுக்கு ''படி அரிசி'' முதலானதுங் கொடுக்கக் கூடாது. இவர்களெல்லாம் வேலை செய்தே பிழைக்க வேண்டும். சிலர் தர்மமென்று கவனிப்பார்கள். ஆனால் யிவர்களுக்குக் கொடுப்பது தர்மமல்ல.

''பாத்திரமறிந்து பிச்சையிடு'' என்னும் வேதவாக்கியத்தை சீர்தூக்கிப் பார்ப்பார்களாகில் நன்கு விளங்கும். இல்லாமல் இவர்களுக்கு ஊட்டி வளர்த்து வந்தால் வெரும் அக்கியானமும் சோம்பேரித்தனமும் இந்தியாவில் குடி கொள்ளும். அப்பொழுது சீர்திருத்தமென்பது தலை தெரியாமல் ஓடிவிடும். ஆதலால் ஆன்றோர்கள் கவனித்து சீக்கிரம் மேல்கண்டவைகளை வெளிக்குக் கொண்டுவந்து ஊர்ஜிதப் படுத்துவார்களாகில் நமது பாரத தேசத்தில் ஒற்றுமெயென்பது வெகு விமரிசையாயுஞ் சுருசுருப்பாயுஞ் சித்தியடையு மென்பதில் ஒன்றுமே சந்தேக மில்லை.

உண்மெ யுரைப்போன்

சகோதிரர்களே, – பார்த்தீர்களா, இனியாவது ''இந்துக்களென் பவர்களுடன் சேராமல்'' நீங்க ளனைவரும் ஒற்றுமெயாய் பறையரெனும் இழிச்சொல்லை நீக்கி நமது பூர்வமார்க்கமாகும் புத்ததன்மத்தைத் தழுவி மேன்மெயாய் புகழோங்கி வாழ்வீர் களென நம்புகின்றனம்.

SECUNDERAPATH **சாக்கைய வீரன்**

17.05.08

27 மே, 1908

49. பித்துகொண்ட போலிபிரசங்கியாருக்கு பின்னும் அறிவுறுத்தல்

சொல்லுக சொல்லைப் பிறிதோர் சொலச் சொல்லை
வெல்லுஞ் சொலின்மை யறிந்து

சங்கை,

''தமிழன்'' பத்திராதிபருக்கு நமஸ்காரம். தாங்கள் சஞ்சிகை பகுதி–2 தொகு–51 பக்கம் மூன்றில் சி. வி. சதாசிவம் வினவிய வினாவிற்கு தாங்க ளளித்த விடையுடன் பின்வரும் விஷயத்தையும் பிரசுரஞ்செய்து மேற்படி போலிபுலவர் வழிபடு நூல்களாகிய பதினென் புராணங்கள் யாவரால் எழுதப்பட்டது? சமய குரவருக்கு அழுக்காருண்டா? என்பதை நூலாதரத்துடன் வெளியிடுவாரேல் அன்னவர் அன்பர்களான அப்பர், சுந்திரர், சம்மந்தர், மாணிக்கவாசகராகிய நல்வர் சரித்திர விபர உண்மெய் நன்கு விளக்கப்படும்.

1–6–08 **சாக்கை சஞ்சாரிகள்.**

10 ஜுன், 1908

50. நேச நிருபம் – திரிகுறள்

எப்பொருள் யார்யார் வாய்க்கேட்பினு மப்பொருள்
மெய்ப்பொருள் காண்ப தறிவு.

போக்கன் ஒருவனோடு சுத்தவீரன் ஒருவன் மல்யுத்தஞ் செய்ய நேர்ந்தபோது போக்கன் கைகால் அசைய வொட்டாமல் போரில் விதித்த விதிப்படிப் பிடிப்போட்டுக் கீழே வீழ்த்தியிறுத்த, அப்போக்கன் தான் மறுபிடி போட்டுத் தன்னை விடுவித்துக் கொள்ளச் சக்தி யின்மெயால் யுத்த தருமத்திற்கும், வீரத்தன்மைக்கும் பழுதுவரினும் வரட்டு மென்று நகை நாணாது அபகீர்த்திக்கும் அஞ்சாது கடிமுடுவல்போல் பல்லால் கடித்து கப்பரையும் கம்பிளியுங் கையேந்திய கங்கையன் வீண் வாதம் பேசி வாய்பந்தலிட்டு சுற்றிச் சுற்றி வருவது விவகார ஆமையன்று. இவர் ''நால்வரை'' கைவிட்டாலென்ன? விடாது கைபற்றினா லென்ன? எங்கள் நேசபான்மை நீறில்லா நெற்றியானாலும், மல்லையில் கூழ்குடிக்கும் வழக்க முடை யோனாய் இருந்தாலும் நாங்கள் புறக்கணிக்க துணியோம். வேறுவேறு நாங்கள் விரோதிக்கும் குணமுடையோறல்லர். முக்காலுஞ் சத்தியம்! சத்தியம்!! என்று சொல்லி சமயத்திகுத் தகுந்த நயவஞ்சக வார்த்தை பேசி மந்த மதியுடையோரைத் தன் மயக்க வலையில் சிக்க முயல்வது இவரது அறியாமையே. இம்மட்டிலிவர் அடங்கிவிடுவது மாநுஷீகத் தன்மை, இன்றேல் இவர் வசைமொழி கூறும் அன்பில்லா மனம் என்றும் தகழியில் அறிவாகிய நெய்யை நிறைத்து உயிர் என்னுந் திரியிலே பிராணன் என்னுங் காற்றை நிறுத்தி ஆணவத் துன்பம் என்னும் இருளை நீக்கிச் சிவஞானம் என்னுந் தூண்டா விளக்கின் சுடர் வீசப்படும்.

MADRAS, **திருப்பணித் தொண்டர்கள்.**

3–6–08.

10 ஜுன், 1908

51. ஓர் வெள்ளையர் ஊழியன்

ஐயா, தமது பத்திரிகையி லிதற்கிடந்தர தங்கள் மேலான கனத்தைக் கோருகிறேன்.

ஜுன் மாதம் 27ந்தேதி இந்தியா பத்திரிகையில் அநேகர் இந்திய மதஸ்தர்களுக்கு சீர்திருத்தங்கள் எழுதியிருந்தது. ஆனால் அதில் ஒரு ஆச்சரியம் குரோதமில்லாத வண்ணமாய் சமமாய் பாவித்து காலத்துக்குத் தக்கபடி வெள்ளையனுக்கு சமையல் செய்பவனும் வண்டி ஓட்டுகிறவனும் வீட்டு வேலை செய்பவனும் நம்முடைய ஜனங்கள் என்றார். மேற்சொல்லிய வேலை செய்பவர்களை முதலி, நாய்க்கர், ஐயர் இன்னும் அநேகர் தீண்டப்படாது வாசனை உதவாது பறையன் முகத்திலேயே விழிக்கப்படாது என்று புறக்கணிக்கிறவர்கள் இப்போது பொறாமெயில்லாத வர்களைப் போலவே நடித்து எல்லாரும் நம்முடைய ஜனங்கள் என்று சொன்னது பிசகு ஐயா, நான் தாடி வளர்த்துக் கொண்டு பட்டையாய் சாத்திக் கொண்டு குரங்குகளைப் போல கூத்தாடிக் கொண்டு உலக்கை கெட்டப்பாறையைப் போல தோத்திரம் பாடிக் கொண்டு பிச்சை யெடுத்துக் கொண்டு கோயிலுக்கு வந்தாலும் உள்ளே வரக்கூடாது, சுவாமியிடத்தைப் பார்க்கக்கூடாது என்று அப்புரந்தள்ளுகிறவர்கள் எங்களைப் பற்றி எழுதியது மிக்க ஆச்சரியமே.

ஓர் வெள்ளையர் ஊழியன்.

1 ஜுலை, 1908

52. பஞ்ச சீல தர்மோபதேசப் பிரகடனம்

எழிலும் புகழும் பெற்ற நந்தமிழன் கையொப்பக் காரருக்கும் மற்றைய அன்பர்களுக்கும் வந்தனத்தோடு அறிவிப்பது யாதெனில்:–

இச்சென்னை தென்னிந்திய சாக்கைய பௌத்தாச் சிரமத்திலிருந்து 1908 ஜுன் மாதம் 15ந்தேதி திங்கட்கிழமை மாலை 6 மணிக்கு பௌத்த சன்னியாசி விசுத்த சிரமனீரா சாம்பியன் ரீப் ஸ்டேஷனில் வந்திறங்கினார். கோலார் தங்கவயல் மாரிகுப்பம் 9–வது கேணியருகில் ஸ்ரீ சிவகேசவாத்வைத சிற்சபையாய் விளங்கிய தென்னிந்திய சாக்கைய பௌத்தக் கிளைச்சங்கத்தார் யாவரும் எதிர் சென்று சபைக்கு எழுந்தருளக் கேட்டபடியால் சுவாமிகள் எழுந்தருளினார். 1908ம் வருடம் ஜுன் மாதம் 26ந்தேதி வரைக்கும் 70 பேர் குடும்ப சஹிதராய் பஞ்சசீலம் பெற்றுக் கொண்டார்கள். பழைய மெம்பர்கள் 30 பேர் பஞ்சசீலம் பெற்றிருந்தவர்கள் 26ந்தேதி மாலை 6 மணிக்கு காரியதரிசி ஸ்ரீமான் எம். இராகவரவர்களால் பஞ்சசீல வாக்கியத்தின் பேரில் நமது பூர்வ நிலையை பிரசங்கிக்கப்பட்டது. அனேகர் விஜயஞ் செய்து சிரவணானந்தமுற் றேகினர். 1908–ம் வருடம் ஜுலை மாதம் 1ந்தேதியன்று ஸ்ரீமான் எம். இராகவருடன் சன்னியாசி பெங்களூர் பௌத்தக் கிளைச் சங்கத்துக்கு போயிருக்கின்றனர். சுவாமிகள் பெங்களூரி லிருந்து வந்ததும் இன்னு மனேகர் பஞ்சசீலம் பெறுவார்கள். பஞ்சசீலம் பெற்றவர்கள் நாமதேயங்களை பேப்பரில் வெளியிட இடந்தரா தாகையால் நிறுத்தினேன். ஆயினுஞ் சங்கத்தின் ரிஜிஸ்தர் புத்தகத்தில் பதிவு செய்து வைத்திருக்கிறது. அடுத்தடுத்து பஞ்சசீலம் பெற்றவர்களை வெளியிட உத்தேசம்.

கோலார், இப்படிக்கு

5–7–08. **சிவானந்தப்பிரியன்.**

8 ஜுலை, 1908

பெங்களூர் தென்னிந்திய சாக்கைய மடத்துக்குச் சென்றிருந்த பௌத்த சந்நியாசி விசுத்தச் சிரமனீரா சுவாமிகள் பெங்களூரில் 18 பெயருக்கு பஞ்சசீலங் கொடுத்துவிட்டு கோலார் கிளைச் சங்கத்துக் கெழுந் தருளினார். சங்கத்தாரனைவருஞ் சந்தோஷங் கொண்டாடி னார்கள். முன்வாரத்தியப் பத்திரிகையில் 70 பேர் குடும்பத்துடன் பஞ்சசீலம் பெற்றதாய் வெளியிட்டிருந்தேன். சுவாமி வந்தபிறகு 31 பேர் பஞ்சசீலம் பெற்றார்கள். யூரேஷியர் மிஸ்டர். டக்வர்த் என்பவரும் பஞ்சசீலம் பெற் றார். சில துரைகளும் துரைசானிகளும் சுவாமியை சந்தித் தானந்தங்கொண்டார்கள். சாம்பியன் ரீப்ஸ் போஸ்ட் மாஸ் டரும் சந்தித்தார். புதிதாய் சீலம் பெற்றவர்கள் யாவரும் சுவாமியை மாலை வந்து தர்மங் கேட்டுப் போவார்கள். சுவாமி சென்னை மடத்துக்கு 1908ம் வருடம் ஜுலை மாதம் 11ந்தேதி போய்விடுகிறாரென்று 10ந்தேதி மாலை அனுப்பு பத்திரம் வாசிக்கப்பட்டது.

ஜுலை மாதம் 4ந்தேதி விகடனில் பௌத்த மடத்தைச் சேர்ந்த ஐரோப்பியர் ஒருவர் அம்மதத்தைச் சேர்ந்த குருவென்று சொல்லி ஸ்டீவன்சன் கேம்ப் கடைத் தெருவில் தெரு பிரசங்கஞ் செய்வதாய் வெளியிட்டிருந்ததைப் பார்த்து அறியாமையே யென்றுக் கருதினேன். சங்கத்தாரும் அவ்வாறே கூறினார்கள். அவ்வகைத் தெருப் பிரசங்கம் நிறைவேறவில்லை.

கோலார் இப்படிக்கு

11–7–08 **சிவானந்தம்**

15 ஜுலை, 1908

53. நமோ புத்தா!

சென்னைத் தென்னிந்திய சாக்கைய பௌத்தாச் சிரமத் திலிருந்து கோலார் கனகமலை மாரிகுப்பம் 9ம் கேணியருகில் தென்னிந்திய சாக்கைய பௌத்தக் கிளை யாச்சிரமத்திற்கு எழுந்தருளியிருக்கும் பௌத்த சந்நியாசி, விசுத்தசிரமனீரா சுவாமி 1908ம் வருடம் ஜுலை மாதம் 11ந்தேதி சனிவாரங் காலை 7–மணி வண்டியில் சென்னை மடத்துக்கு போகிறபடியால் கிளைசங்கத்தா ரனுமதிபடி திருப்பத்தூர் A.P. பெரியசாமிப் புலவரவர்களா லியற்றி 1908ம் வருடம் ஜுலை மாதம் 10ந்தேதி மாலை 6 மணிக்கு சுவாமின் முன்னிலையில் அரங்கேற்றிய,

அநுப்புப்பத்திர நமஸ்காரப் பாசுரம்

பதிநான்குசீர்க் கழிநெடிலடி யாசிரியவிருத்தம்.

சீர்பூத்தப் புவியினில் புகழ்பெற்ற விந்திய
தேயவுத் ராய ணத்தில்
தேம்பொழிந் தமுதோடி வயல்பாயக் கதிரோங்கு
செந் நெல் விளை மகத நாட்டில்
பேர்பூத்த பௌத்தமே ரூபமா யுருவாகி
பேரின்ப நிஷ்டை கண்டு
பேரருள் நாதனால் வந்திட்ட வள்ளலின்
போதனைச் சிரசில் தாங்கி
தார்பூத்த யுண்மெநிலை யடையவே சந்யாச
தகமை சேராடை போர்த்து
தாயற்றச் சிசுவா யலைந்திட்ட வடியார்க்கு
தந்திடப் பஞ்ச சீலம்
நீர்பூத்த தங்கவயல் கிளைசங்க மோங்கவே
நேர்மையாய் வந்த ஞான
நீதி சேர் சந்யாசி விசுத்தச் சுவாமியின்
நீள் பதம் நமஸ்து நமஸ்தே!

சுவாமியின் திருவடி வாழ்க

சுபம்.

இப்படிக்கு

மாரிகுப்பம், **தென்னிந்திய சாக்கைய**

10.7.08. **பௌத்தக் கிளைசங்கத்தார்.**

15 ஜுலை, 1908

54. நமோசாமி

சென்னை பௌத்த மடத்தினின்றிங் கெழுந்தருளியிருந்த விசுத்தச்சிரமணீரா சுவாமிகள் சென்னை போவதின் பொருட்டு கோலார் சாக்கைய பௌத்தச் கிளைச்சங்க அன்பர் ஸ்ரீ சி. பூசலிங்கம் அவர்களா லியற்றி திருப்பத்தூர் ஸ்ரீமான் பெரியசாமிப் புலவரவர்களால் ஜூலை மாதம் 10ந்தேதி சுவாமியின் திருச்சமுகத்தில் அரங்கேற்றிய,

பணிப்பா

எண்சீர்க் கழிநெடிலடி யாசிரிய விருத்தம்.

சிவமமைந்த வுண்மெய்நிலைத் தாரோர்த்தாங்க
சின்மயத்தைக் கண்டுணர்ந்துத் தெளியச் சொன்னார்
தவம்பூத்தக் குருவான விசுத்தசுவாமி
தழுவியதைப்பல்லோர்க்கு சாற்றவேண்டி
பவம்பூத்தச் செய்கைதனைப் பரக்கக்காட்டி
பஞ்சமந்திர உபதேசம் பலர்க்கு மோதி
நவம்பூத்த பௌத்த கிளைச்சங்கந் தன்னை
நாட்டினா ரவர்பதத்தை நாடினேனே.

கோலார் கிளைச்சங்கத்தார்.

22 ஜூலை, 1908

இரங்கூன் விஜயானந்த சங்கதி வருகிற வாரம் வெளிவரும்.

E.D.

55. சவத்தை மயான பூமிக்கு எடுத்துச் செல்லுகையில் செய்யப்படுவதாவது

பவுத்த சமயினர் தம்மவரில் மரித்தவருக்குத் தாங்கள் செய்யும் கடைசி மரியாதையாக விருக்க (சவத்தினிடத்து ஏதுந் துர்க் கந்தமில்லாதிருக்க) சவத்தைத் தண்ணீரால் சுத்திகரித்து, அதை ஆடையாபரணங்களாலும் மலராலும் அலங்கரித்து தண்டிகையில் வைத்தெடுத்து, தம்பட்ட மடித்து மயானபூமிக்கு எடுத்துச் செல்லல் வேண்டுமென சித்தார்த்தர் போதித்துப் பின்னும் மிகபடக் கூறுவதாவது:-

உயிர்ப்பு, ஜீவன் அல்லது பிராணன் என்பது தேகத்தின் அகம்புற சம்பந்தங்கள் இடைவிடாது ஒத்து இயங்குவதே யாதலால், அவ்வியக்கம் மக்கனமடைவதே மரணம் அல்லது சாவெனப்படும். இவ்வாறு செத்த சீவர்களின் தேகம் சவமென்னப்படும். இச்சவத்தை அடக்கஞ் செய்வான் வேண்டி மயானபூமிக்குக் கொண்டுபோகுங்கால் குறுக்கிடும் முச்சந்தி முனைகளில் இச்சவத்தை நிறுத்தித் தம்பட்ட மடித்து ஜனசங்கமாகும் படிச்செய்து அவர்களுக்கு ஜீவதிசை இன்னதென்றும் மரணதிசை இன்னதென்றும், ஜீவ மரணத்திற்கு ஸ்தானமாயிருக்கும் இத்தேகம் எந்தெந்த பூதாதாரங்களால் உருப்பட்டதோ அந்தந்த பூதங்களிலேயே ஐக்கியமாய் விடுகின்றமையால் இதைக் கண்டுணரும் நீங்கள் யாவரும் ஒருவருக்கும் ஒரு தீங்கினையும் புரியா திருக்கக் கடவீர்கள் என்று தத்துவ நீதியைப் பிரசங்கித்துக் கொண்டே சவத்தைக் கொண்டுபோய் சுடலையில் சேர்த்தல் வேண்டுமென சித்தார்த்தர் கூறினார்.

ம. மாசிலாமணி.

29 ஜுலை, 1908

56. வேதாந்திகள் சர்வமும் பிரம்ம மயமென சொல்லுவதை ஆராய்வேம்

1. சர்வம் பிரமம். 2. சர்வம் மித்தை. 3. சர்வம் நான்

என்னும் இந்த மூன்று வாக்கியங்களையுஞ் சீர்தூக்கிப் பார்க்குமிடத்து ஒன்றிற்கொன்று முரண்பட்டு சர்வ சூனியமாய் விடுகின்றபடியால் மயக்கொழிந்து சித்த சமாதானத்தோடு நிராட்சேபமாகிய விடை பகர்ந்து வேதாந்த கொள்கையைநாட்டி பௌத்தர்களது சந்தேகத்தை யோட்டி விடும்படி பௌத்தர்கள் வேதாந்திகளைபலமுறை மன்றாடிக்கேட்டுக்கொள்ளுகிறார்கள். இவை எவ்வாறு முரண்பட்டு சாவசூனியமாய் விடுகிறதெனின், சொல்லுவோம்:– ஒருவஸ்துவிற்குத்தனித்தனிசமமாயிருக்கின்ற பல வஸ்துக்களும் தம்முள் ஒன்றோடொன்று ஒத்திருக்கின்ற தன்றோ? அதுபோல் சர்வம் பிரம்மம், சர்வம் மித்தையானால் பிரம்மம் மித்தையாகின்றதல்லவா? இவ்வாறே இரண்டாம் வசனத்தையும் மூன்றாம் வசனத்தையும் பொருள்படுத்துங்கால் ''நான்'' என்பதும் மித்தையா கின்றதல்லவா? இவ்வாறே சர்வமென்பதும், பிரம்மமென்பதும், நானென்பதும் மித்தையா னால் உண்மையாயுள்ளதுதா னெதுவோ? அவான் மனோகோசர மாகிய ஒன்றை யுண்டென்றும் பிரத்தியட்ச அனுபவமாகிய பிரபஞ்சத்தை யில்லை யென்றும், சாதிக்கப் புகுந்த வேதாந்திகள் பிள்ளை வரத்திற்குச் சென்று கணவனை பரிக் கொடுத்தது போலவும், நீராடச் சென்று சேறு பூசிக் கொண்டது போலவும், நித்தியத்துவம் பெறச்சென்று நித்திரைத்துவம் பெற்றது போலவும் ஆகின்றார்கள்.

இவ்விடத்தில் சர்வம் என்பதற்கும், பிரம்மம் என்பதற்கும், நான் என்பதற்கும் பொருள் தெரியாது. கண்டித்தோ மென்னில், அவற்றிற்கு வியாசர் மொழிந்த பொருளைக் கொண்டே பரிசோதிப்போம். 'சர்வம் என்பது தோற்றும் பிரபஞ்சமே.

அது மனோ சங்கற்பமேயாம்; அச்சங்கற்பமும் மண்ணைத்தவிர இடமிராததுபோல, பிரமத்தைத்தவிர வேறாகாமையினால் தோற்றரவாகிய பூதபௌதிகப் பிரபஞ்சம் உண்மையாயில்லை வியாச சூத்திரப் பொருளைப் பொருள்படுத்துங்கால் சர்வம் என்பது பிரபஞ்சமேயென்றும், இப்பிரபஞ்சம் மனோசங்கற்பமே யென்றும், அம்மனோ சங்கற்பமே நானென்பதும் பிரம்மமென் பதுமாம். இங்கும் சர்வமும் மித்தையானபோது தோற்றும் பிரபஞ்சமும் உண்மையாயில்லை; பிரபஞ்ச மில்லாதபோது மனோசங்கற்பமில்லை; மனோசங்கற்ப மில்லாதபோது நானென் பதும் பிரம்மமென்பதுமில்லை; இவ்விரண்டுமில்லாத போது சர்வ சூனியமாகின்றது. சர்வசூனியத்தையா வேதஞ்சொல்லும். ஆகையால் வேதாந்திகள் இதற்கு சமாதானம் எமக்குச் சொல்லுதல் வேண்டும்.

புத்தமித்திரராகிய,

ம. மாசிலாமணி முதலியார்.

நெ. 33, தாதா முத்தியப்பன் தெரு
ஜார்ஜ் டவுன், சென்னை.

12 ஆகஸ்ட், 1908

57. வேதாந்த குருக்களை வினாவல்

மிகு விவேகமும் பெருந்தகைமையு முடைய வேதாந்த போதகர்களுக்கு வந்தனப்பூர்வமாகச் சொல்லும் விஷயங்கள் சில விருப்பதால் அவற்றை வேதாந்திகளைக் கேட்டு விடை தெரிந்துக் கொள்ளுவீர்களென நம்புகிறோம். பௌத்த சமயத்தை நியாய விருத்தமுள்ளதென வெண்ணி வேதாந்த விசாரதித்தராய் வெளிப்பட்ட நீங்கள் உங்களது விசாரபாதையில் வெளிவந்து தடுக்குஞ் சந்தேகங்களையும், ஆட்சேபனைகளையும் பரஸ்பர விரோதங் (ஒன்றிற்கொன்று விரோதம்) களையுங் கேட்டு உங்களைத் தடைப்படுத்தும் மயக்கத்தை அதமாக்குவீர்களௌன நம்புகிறோம். தங்கள் வேதாந்த போதகாசிரியர் பிரக்கினையை (அறிவை)த் தவிர வேறொன்றில்லை' யென பகரின் பிரக்கினை யாவதென்ன? அது குணமா? குணியா? காரணமா? காரியமா? சுயாதீனமா தேகாதீனமா? பிரத்தியேகமா? நிராலம்பமா? (ஆதாரம் வேண்டாதது அது குணியுஞ் சுயாதீனமும் பிரத்திக் யகமும் ஆலம்ப (ஆதாரம் வேண்டாது) முமாயின் அதை தேகத்தைத் தவிர வேறு காணக்கூடுமே. காண்பானுங் காட்சியும் விதேக (அத்தாட்சி)மாகக் காட்டி உங்கள் சந்தேகத்தை யோட்டிவிடும்படி வேதாந்த குருக்களைக் கேளுங்கள்.

அகண்ட சச்சிதானந்த பரிபூரண சுயம்பிரகாசமாயிருக்கிற பிரமத்தினிடத்திலே அந்தகார வடிவாயிருக்கிற அவித்தை யுண்டென்று வேதாந்திகள் சொல்லுகிறபக்ஷம் சுயம்பிர காசம் இருட்டிற்கு விரோதமானபடியால் எங்ஙனம் இரண்டும் பொருந்தி விளங்கி நிற்கும்? பிரம்மம் அகண்ட பரிபூரணமாக அவித்தை வசித்தற் கிடனேது? அவித்தை பொய்ப் பொருளென்றால் ஆவரண விக்ஷேப சக்திகள் மறைக்கவுந் தோற்றவுங் கூடாதே. அவித்தியா வசத்ததாகிய (மனமயக்க) ஆவரண (மறைவு) விக்ஷேட சக்திகள் (ஒன்றை சொல்லத் தொடங்கி வேறு கியாபகத்தால் அதை சொல்லாமல் விட்டுவிடுதல்) இல்லையென்றால் அப்போது குருவும்

வேதாந்த சிரவணமும் நிஷ்பிரயோஜனமாகிறதே. கர்ப்பூரத்தை வாங்கி கனலுக்கிரையிடுவது போல எமது வேலையெல்லாம் கெட்டு வேதாந்த சிரவணந் தொட்டது கையை மூடி கனத்த பொருளுண்டென்று சொல்லிப் பின் இல்லையென்று சொல்லுவதற்குத்தானா? வென்று கேளுங்கள்.

உலகாதி சகல வஸ்துக்களும் மித்தையாயின் வேதமும் மித்தை, வேதாந்த சாஸ்திரங்களு மித்தையாகின்றனவே. ஆகவே இவற்றைச் சிரவணங் கேள்வி மனனம் நிதிநித்தியாசனம் (சிந்திப்பு) செய்வதால் உண்மை யெங்ஙனம் விளங்கும்? சகலமும் மித்தையானபோது வேதமாத்திரம் மித்தையல்ல வென்றும் அதனைச் சிரவணஞ்செய்ய வேண்டுமென்றும் மனம் எவ்வாறு நாடக்கூடும்? மனமும் மித்தை யெனின் மித்தையாகிய வேதத்தைச் சிரவணஞ்செய்தால் (குருடனைக் குருடன் துணைப் பற்றிச் செல்வது போல்) உண்மை எங்ஙனம் விளங்கும்? மேலும் வேதாந்த நூல்களின் ஞானவாசிட்ட என்னப்பட்ட நூல் வசிட்டராலே இராமருக்கு போதிக்கப்பட்டதென்றும் அதனாலே மனோலயமாகு மென்றுஞ் சொல்லுகின்றீர்களே வசிட்டர் அந்நூலை இராமருக்கு என்ன பருவத்தில் போதித்தார்? அதனால் அவருக்கு மனோலயங் கைவல்லியமாகியதா? ஆயின் அவர் அந்நூலைச் சிரவணஞ்செய்த பின்னர் காம வசத்தராய்ச் சீதையை மணம் புரிந்ததும், பின் இராவணன் சிறையெடுக்க இராகத்துவேஷாதிகள் (ஆசையும் வெறுப்பும்) மேற்கொண்டு இலங்கையிலுள்ள இராக்கதரைக் கொன்று சீதையைச் சிறைமீட்டதும் அந்நூலினா லடைந்த மனோலயப் பிராப்திதானோ? வசிட்டரைப் போலொத்த மகரிஷியை நேரே குருவாகப் பெற்று அவர் வாக்கினாற் சொல்ல சிரவணஞ் செய்த 'ஸ்ரீமந்நாராயணன்' அவதாரமாகிய ஸ்ரீராமருக்கே அந்நூல் பிரயோசனப்படாமல் மனோலய கைவல்லியம் பெறக் கூடாததாக விருக்க எம்போலிய சிற்றறிவுஞ் சிறுதொழிலு முடையார் நும்போலிய குருமுகமாய் அந்நூலைச் சிரவணஞ் செய்தால் யாது பயன் கிடைக்குமென்று கேளுங்கள்.

சகலமும் மித்தையாயின் பசித்தபோது உணவும் நோய் வந்தபோது மருந்தும், தாகம் உண்டானபோது தண்ணீரும் மோகமுண்டானபோது பெண்டீரும், மித்தையோவென வினாவுங்கள். மித்தையேல் பிணிபாதி பசிநோய் காமநோய் உண்டானபோது அருந்தல் பொருந்தலாதி பொருள்களைத்

தேடுவதேன் எனக் கேளுங்கள். இவ்வாறு நீங்கள் கேட்கின் விடை கொடுக்க முட்டுப்படுமேல் அவர் திரும்ப உம்மையே நோக்கி கேட்கிறது யாரென வினாவுவர். அப்போது நீங்கள் இதுகாறும் சுவாமிகள் யாருக்கு அல்லது எதற்கு வேதாந்தபோதகஞ் செய்துவந்ததோ அவரே அல்லது அதுவே கேட்கிற தென்னுங்கள். உம்மையே திரும்பவும் வினாவினால் எமது அறியாமையை ஆதரவாகக் கொண்டா உமது வேதாந்தத்தை நாட்டப் போகின்றீர்களெனச் சொல்லுங்கள். ஆமென்பரேல் உமது கியானஞ் சால அழகுடைத்தெனச் சொல்லி வீண்காலம் போக்காமல் ஒழுக்கவகை நாடி பிழைக்கும் விதந் தேடிப்பிழையுங்களென மொழியுங்கள்.

புத்தமித்தரராகிய,

ம. மாசிலாமணி முதலியார்.

நெ. *33*, தாதா முத்தியப்பன் தெரு,
ஜார்ஜ் டவுன், சென்னை நகர்.

19 ஆகஸ்ட், 1908

58. ஆடி மாதம் அம்பிகை தியானம்

மாரிகுப்பம்

17–8–1908.

மாரிகுப்பம் சாக்கைய பௌத்தக் கிளைச் சங்கத்தார் ஆடிமாதம் அம்பிகை தியானத்தின் பொருட்டு 16.8.08 பஞ்ச சீலம் பெற்றவர்களும், பஞ்ச சீலம் பெறாதவர்களும் ஒன்றுகூடி பஞ்ச வர்ணக் கொடிகள் பரக்கவும், சங்கக்கொடி சிறக்கவும், நாகசுர மேளவாத்தியங்களுடன் கூழ்ப்பானைகள் தூக்கிக் கொண்டு ஸ்ரீ அகிலாண்டகோடி பரமேஸ்வரியாய் விளங்கிய அம்பிகை சந்நிதிக்குச் சென்று அம்மனை வலம் வந்து பூஜை நைவேத்தியஞ் செய்து கும்பமிட்டு ஏழைகளுக்கு அன்னதானஞ் செய்யப்பட்டது. திரளான ஜனங்கள் கூடியிருந்தனர். பஞ்ச சீலம் பெறாத அனேகரும் சங்கத்தார் சொற்படி கேட்டு ஆடு கோழி எருமைக்கடா பலிகளை நிறுத்தி சுத்த பூஜையாய் செய்தார்கள். பிறகு மாலை 4 மணிக்கு பெருஞ்சபை கூடிற்று. கனம் ஹெட் நாட்டாண்மை பு. செல்லப்ப மேஸ்திரியாரவர்கள் அக்கிராசனாதிபதியாகவும் சானிட்டேரி ஓவர்சீர் மஸ்டர் காலிங் துரையவர்கள் உப அக்கிராசனாதிபதியாகவும் கொலு வீற்றிருந்தனர்கள். அவர்களிருபேருக்கும் புஷ்பஹாரம் கர கோஷ்டத்துடன் சூட்டினார்கள். இடையில் கனம் ஒய் ராகவரவர்கள் வெது சாதுரியமாய் அம்பிகை சரித்திரம் அரங்கேற்றினர். மாலை 6 மணிக்கு சபை கலைந்து அம்ம னுக்கு ரதம் ஜோடிக்க எட் நாட்டாண்மை கனம். பு.செல்லப்ப மேஸ்திரியாரவர்கள் 100–0–0 ரூபாய் கொடுப் பதாய் வாக்களித்தார். இச்சங்கம் நீடுவாழ்க பகவனருள் சுரக்குமாக.

அம்பிகை சரித்திரம் வேண்டுபவர்கள் சங்கத்தாருக்கு –அணா ஸ்டாம்பு அனுப்பி பெற்றுக்கொள்ளலாம்.

உள்ளதுரைப்போன்.

26 ஆகஸ்ட், 1908

59. தமிழைப் பற்றிய சந்தேகம்

தமிழைப்பற்றிய சில சந்தேகங்கள் விளைந்திருப்பதால் இவற்றைப் பரிசீலனைச் செய்வதே உத்தமமெனக் கருதிச் சில வினாக்களை அடியிற்கடாவினோம். அறிந்த விவேகிகள் தயவுசெய்து அவற்றிற்குத்தக்க விடைகளை இப்பத்திரிகை யின் வாயலாய்த் தெரிவித்தால் தமிழுலகோர்க்குப் பொதுநல முண்டாகுமென்று நம்புகின்றனம்.

1. தமிழ் சமஸ்கிருத பாஷையாலுண்டானதா? அல்லது தனிமையான பாஷையா?
2. தமிழ் சமஸ்கிருதத்தினா லுண்டானதாகில் திருஷ்டாந்தமென்னை? அல்லது தனிமையானதாகில் ஆதாரமென்னை.
3. தமிழ்பாஷைப் பிறந்தகால மெப்போது?
4. தமிழ் பாஷையை யியற்றியவர் யாவர்?
5. தமிழ்பாஷைக் காதாரம் சமஸ்கிருத பாஷையிலுள்ள நான்கு வேதங்களா? அல்லது தமிழ் பாஷையிலேயே வேதங்கள் இயற்றப்பட்டிருக்கின்றனவா? உண்டெனில் அவையாவன?
6. தமிழ் பிறந்த நகர் அல்லது நாடு எது?
7. தமிழ்பாஷையில் சமஸ்கிருத பாஷை யியற்றியுள்ள மநு நீதிசாஸ்திரம் போன்ற நூலுண்டா? உண்டெனில் அது யாது?
8. தமிழர் குறள் நூலைத் தமிழ் வேதம் என்று வழங்குதற்குக் காரணமென்னை? இது யியற்றினதற்குமுன் தமிழ்வேதம் என்று கூறாமலிருந்ததற்கு ஞாயமென்ன?
9. தமிழர் ஆரியராவரா? ஆகுவரெனில் அத்தாட்சி யென்னை?

பெங்களுர். **டி. உண்மைப் பிரியன்.**

26 ஆகஸ்ட், 1908

60. சுதேசமித்திரன்

சென்ற ஆகஸ்டு மாதம் 11ம் தேதி வெளிவந்த சுதேசமித்திரனில் ''இராமேஸ்வரம்'' என்னும் கடிதத்தின் தலைப்பின்கீழ் 'வெங்கிடராம சாஸ்திரிகள்' என்று கையொப்பமிட் டெழுதி யுள்ள சங்கதிகளை கண்ணுற்றோம். ராமேஷ்வரம் செயர்மேன் ம–ள–ள–ஸ்ரீ மாணிக்கம் பிள்ளை யவர்கள் தொத்து வியா திகள் அணுகாவண்ணம் தெருக்களெல்லாம் சுத்தமாயிருக்க முயற்சித்திருப்பதற்காக மிகவும் சந்தோஷமடைந்தோம். அவ்வூர் ஸ்ரீ இராமநாத சுவாமி சந்நிதி தெரு முழுமையும் பிராமணாள் வசிக்கும் அக்கிரகாரமா யிருப்பதாலும் வைதீகர் களாயிருப்பதாலும் மேற்படி தெருவின் கீழ்பக்கத்துள்ள அக்கினி தீர்த்தத்திற்கு யாத்திரை ஜனங்கள் போக்குவருத்தா யிருப்பதாலும் பறையர்களும், சக்கிலியர்களும் குப்பை வண்டியுடன் தெரு சுத்தஞ் செய்ய வருபவர்களை செயர்மேனவர்கள் தடுத்து தொம்பஜாதி தோட்டிகளை நியமிப்பது நலமென்று மேற்படி சாஸ்திரியவர்கள் தெரிவித்திருக்கின்றார். இதை யோசிக்கு மிடத்து பெருத்த சந்தேகத்திற் குள்ளாகிறது. தொம்பஜாதி முதலிய எந்த ஜாதியானாலென்ன? தோட்டியெனத் தொழிற் பெயர் பூண்ட பொழுது இழிவானவனல்லவா? தொம்ப ஜாதியில் தோட்டி வேலை செய்பவரிருந்தால் ஒவ்வோர் ஜாதியிலும் தோட்டிவேலை செய்பவர் இருந்தே தீரவேண்டும். பறையர் வேறு சக்கிலியர் வேறென்பது தெரிந்த விஷயமன்றோ! பறையரே தோட்டியென்றால் சக்கிலியர் என்ன ஆவரோ? பறையரைவிட தொம்பஜாதி தோட்டி உயர்ந்திருப்பது சாஸ்த்திரியவர்கள் மூலயமாய் நூதனமாய்த் தெரியவந்தது. அன்றியும் சானிடெரி டிபார்ட்மெண்டில் இன்ஸ்பெக்டர், ஓவர்சியர் முதலிய உத்தியோகங்கள் பெற்று சுகாதார விஷயமாம் குப்பை கூழங்களையும் முக்கியமாய் மலவிசர்ஜனம் செய்யுமிடங் களையும் நாணமும் அசங்கிதமுமில்லாமல் பார்த்து வருவதும், ஆங்கிலேய வைத்திய சாலைகளில்

படிக்கும் போதும் படித்து பரிட்சையில் தேறி டிரசர், டாக்டர் முதலிய உத்தியோகங்கள் பெற்றபிறகும் அனேக பிணங்களை யறுத்து பரிசோதித்து வருவதும் தற்காலத்திய பிராமணாளுக்குச் சகஜமாயிருப்பதால் பறையர் சக்கிலிகளை நீக்கித் தொம்பஜாதி தோட்டிகளை நியமிப்பதைவிட அவ்வூர் பிராமணாளையே மேற்படி தொழிலுக்கு செயர்மேனவர்கள் நியமித்தால் பெருத்த உபகாரமாயிருக்கும். நம்மவீடு, நம்மவாசல், நம்ம தெரு, நம்ம அக்கிராரம், நம்ம நாடு என்று பிராமணாளுக்கு ஊக்கம் பிறக்கும். தெருக்களும் மெத்த சுத்தமாகும். அக்கிராரத்து பிராமணாளுக்குள் ஜாதீய ஒற்றுமெய்யும் உண்டாகும். யூனியன் செயர்மேனுக்கும் அதிக சிரம மிராது. யூனியன் பணமும் சிலவாகாது. நாட்டுக் கைத்தொழில்களை விர்த்தி செய்ய வழியுண்டாகும். சுதேசியமும் பலக்கும், இராமேஸ்வரம் சாஸ்திரி யவர்களுக்கும் சீக்கிரத்தில் சுயராஜ்ஜியமும் கைகூடும் என்று என் சிற்றறிவிற்குத் தோன்றுகிறது. இதை மேற்படி ஊர் செயர்மேனவர்கள் கவனிக்கும்படியாக வேண்டுகின்றேன்.

பெங்களூர், **தி. ச. ஆதிமூலம்.**

26 ஆகஸ்ட், 1908

61. ம-ள-ள-ஸ்ரீ எ. வி. இராமலிங்கம் பிள்ளையவர்கள்

உமது கடிதம் அதிக விரிவடைந்துள்ளதால் பத்திரிகையில் வெளியிடாது விடுத்து அதனிலுள்ள சந்தேகத்தை மட்டும் இவ்விடம் நிவர்த்திக்கின்றேன்.

அதாவது அம்பிகையம்மன் சிறப்பையும் அம்மனால் வணங்கப்பெற்ற அருகனாம் புத்தபிரான் சிறப்பையும், பின் கலை நிகண்டிலும், அம்பிகா தருமத்திலும் கூறியுள்ளது போல் மற்றும் சார்பு நூற்கள் ஏதேனும் கூறியுளதோ வென்பது உமது சந்தேகமாதலின் அதனை அடியிற் குறித்துள்ள நூலா லறிந்துக்கொள்ளுவீராக.

உதீசு தேவரியற்றிய திருக்கலம்பகம்
அறிவன் காதற் பெருங்கிழத்தி
யகிலமாளுந் தாயென்று
மழியாக்கன்னி யறம் வளர்த்த
வன்னை யாறு சமயத்தின்
பிறிவு தான்பாற் றோன்றியவள்
பிறங்கு புவனத் தனிவிளக்குப்
பிறழாமுத்தி நாயகி நம்
பிறவி பகைத்தி யுயிர்க்கெல்லாஞ்
செறியுங் கருணை சுரந்தளிக்குந்
தெய்வச் செவிலி கற்புடைய
செஞ்சொற் பாவை யானந்த
வல்லிஞான செழுங்கொழுந்து
பொறி யைம்புலத்தின் வேட்கைநோய்
தீர்க்கு மருந்தென் றிருந்தவள்
போற்றும் பதத்தான் செய்யபதம்
போற்றா ருணர்வு பொங்காவே.

கருத்துரை

வாலறிஞனாகும் புத்தபிரான் செயலுக்கு வுரித்தானவள்

உலகத்தை யாளும் அரசியானவள், அழியாக் கன்னிகை யானவள், தருமத்தை வளர்த்த செவிலித் தாயானவள், அறுவகை சமயவாதத்தைப் பிறித்தோதினவள், மங்கிய உலகை விளக்குந் தனிதீபமானவள், வழுவா நிருவாணமாம் முத்திக்கு நாயகியானவள், நமது பிறப்பையறுக்கும் ஞானவாளானவள், சீவர்களுக்கெல்லாம் நெருங்கியக் கிருபையுடைவள், ஞானாமுதூட்டு மாதிதேவியானவள், கற்பு நிறைந்தூட்டும் செவ்விய வாக்கையுடையவள், பச்சைப் பாவையானவள், இன்பக் கொடியானவள், ஞானக் கொழுந்தானவள், ஐம்புல நுகர்ச்சியா லுண்டாம் ஆசாபாச வியாதிகளுக்கு மருந்தானவள் அரிய தவத்தைப் பெற்றவள், தனது முடியில் தரித்துள்ள முதல்வனின் கமலபாதத்தை என்றுந் துதியாதவர் அறிவு பெருகாதென்பதாம்.

ப.ர்

2 செப்டம்பர், 1908

62. பௌத்த கியானம்

பௌத்த கியானம் என்பது அசுத்தம், அசப்பியம், துன் மார்க்கம், துர்க்கிருத்தியம், மனச்சிறை, மலைவுபாடு, அபி மானம், என்னும் வழிகாட்டிகளால் செலுத்தப்பட்ட நிர்மானு ஷியமாகிய மார்க்கங்களில் மனதைச் செல்ல வொட்டாமல், மனச்சாட்சிக்கும் நீதிக்கும் ஒரு சிறிதும் நெறிபிறழாத சன் மார்க்கத்தையே தொடர்ந்து நியாய மென்னும் சங்காரத் துணைவனோடு, நன்மார்க்கத்திலேயே மனதைச் செலுத்து தலாம். இவ்வாறு செல்லவல்ல தடைபடாக் கியானியினது உலக யாத்திரையை ஊறுபடுத்த ஒருவராலும் ஆகாது. இப்பவுத்த சிங்கம் எக்காலத்தும் எத்தேகத்தும் எல்லாத் தன்மைகளிலும் விருதியையே விரும்பி நிற்பதாதலால், விஷய விசாரமின்றி ஓர் இயல்பினதாயும் ஓர் பொருளினதாயும் ஓர் நிலையினதாயும் நியாயத்திற்கும் நீதிக்கும் மனச்சாட்சிக்கும் வேறுபட்டு நில்லாது, பௌத்தர்கள் பல சமயங்களையும் பல மதங்களையும் பல கொள்கைகளையும் பல மாதிரிகளையும் வெறுப்பும் மனவாட்டமும் இல்லாமல் தன்கைக் கெட்டிய மட்டும் வாசித்தறிந்து அவற்றின் குணாகுணங்களைப் பிரித்து தக்கவை இவை, தகாதவை இவை, ஒத்தவை இவை, ஒவ்வாதவை இவையென்று பாகுபடப் பிரித்துப் பலர்க்கும் காட்டித் தக்கவற்றையும் ஒத்தவற்றையும் பலரும் மேற்கோளாகக் கொள்ளவுந் தகாதனவற்றையும், ஒவ்வாதனவற்றையும், சிலரும் மனத்தாலேனும் நினைக்கவொட்டாமல் தள்ளவும் போதிப்பார்கள்.

தாம்தாம் தொழுவது இன்னதென்றும், தம்மாற் தொழப்பட்டது இன்ன இன்ன இலக்கணத்தை யுடையதென்றும், இன்ன இலக்கணங்கள் ஒருங்கு அமைந்து இருத்தல் சாத்தியமென்றும், அவ்வாறு ஓர் பொருள் நிஜசாதனமாய் உண்டென்றும், பரஸ்பர விரோதமல்லாமல் சுருதி யுக்தி, அனுபவங்களுக்கு ஒப்பப் பிரமாணத்தா லல்லாமல் ஒருபோதும் நம்பார்கள். பௌத்த

மார்க்ககியாணிகள் இவர்கள் கர்ப்பிணி கர்ப்பிணியென்று சோற்றையுண்டு மலடிவாயில் மண்ணைப் போடுவது போல் சுவாமி சுவாமி யென்று சொத்துக்களை யெல்லாம் செலவிட்டு முப்பது நாழிகையும் உபவாசமிருந்து ஊர்வலம் செய்யார்கள். கல்லைக் கல்லென்றே சொல்லுவார்கள். நெஞ்சை யொளித்து ஒருவஞ்சகமும் பேசார்கள். பழமை என்று இலக்ஷயமும் பாராட்டார்கள். இளமெயிற்றரித்த சொக்காயை முதிர்ந்த உடலில் நுழைத்து வருந்தார்கள். உடல் பருக்கப் பருக்க சொக்காயையும் பருக்கச் செய்வித்துக் கொள்வார்கள். பழமெயும் பாகுபடுத்தக்கூடிய தேகப்பழுது பார்த்துக் கொள்வார்கள். கூடாதபக்ஷத்தில் தள்ளுவார்கள். ஆதலால் சாதிபேதமென்னும் மலைமேல் நின்றோனைச் சமய சாகரத்தில் வீழ்வான் போலும். அபிமானமாகிய சண்டமாருதத்தை (காற்றை) நியாயமான படை கொண்டு நீர்மூலப்படுத்த வல்லது பௌத்தக்கியானமாம்.

சென்னை, ம. மாசிலாமணி முதலியார்.

2–9–08.

9 செப்டம்பர், 1908

63. இந்திய நாடு

ஏ இந்திய நாடே! எக்காலத்தில் ஜாதியென்னும் பெரும் வியாதி நின்னை விட்டகலும்? எக்காலத்தில் தெருப்பிள்ளை களைக் கொணர்ந்து பள்ளியிலமர்த்தி ஈடேற்றுவாய்? எக்காலத்தில் திக்கற்றோர்க் கிறங்குவாய் எக்காலத்தில் கீழ்ச் சாதியோரென நசுங்குண்டு கிடக்கும் களங்கமற்ற நெஞ்சத்தினரை நினது தர்மக்கடலின் திரையால் தினேதினே கூவியழைத்துக் கொள் வாய்? அதருமத்திற் கெதுகாறும் இடமளித்து வருவாய்? நினது நாட்டில் சாக்கைய குலத்தி லவதரித்துவந்த சித்துபுருஷாள் எங்கு சென்றனர்? காரணம் யாது? அசத்து புருஷர் நினது நாட்டில் குடிகொண்டனரோ? நினது நதிகளைப் போன்ற அசத்துப்புருஷர் நினது கடலில் வந்து சேர்வரன்றோ? நினது கடலாம் ஆதிகாலத் தந்தணரின் சித்தர் கணங்களாம் சமணமுனிவோர்களி னருளன்றி நினது நதிகளாம் அசத்து புருஷாளுக்கு யாது தோன்றும்? நினது சிற்ப சாஸ்திரி களெங்கே? நினது புலவர்களெங்கே? நினது தத்துவ சாஸ்திரி களெங்கே? நினது மடாதிபதிகளெங்கே? நினது வைத்திய சாஸ்திரிகளெங்கே? நினது சீர்திருத்தக்காரர்க ளெங்கே? நினது அந்தணர்களெங்கே? அம்மஹான்கள் அவதரித்து வந்த வம்மிஷத்தையா! தற்போது நினது நாடு தாழ்ந்த ஜாதியென பழிக்கின்றது? தற்போது நினது நாட்டை ஆளும் அரசாங்கத்தை என்னென்று நினைத்து விட்டாய்? நினது அசத்தியம் நிலை பெறாது. இந்தியமே நின்னைப் பூர்வ அந்தஸ்த்திற்குக் கொண்டுவருதற்கே பிரிட்டிஷ் துரைத்தனம் வந்து தோன்றியது. ஐரோப்பியர்களின் பேருதவியாம் சீர்திருத்தமும் சுகமும் பெற்று வருகின்றாய். எளியோர்க்கு இறங்கி பாடுபடும் கிறிஸ்டியன் மிஷனெரிகளின் நன்றியை ஏன் பழிக்கின்றாய் பகவனது ஞான ஒளியின் காரணங்கள் அங்கும் இங்கும் பிரகாசித்து வருகின்றன. இடங்கொடாது நிற்பாயேல் நினது நாடு சீர்கெடும். எதுகாரும் நினது நாட்டில் அசத்தியம் குடிகொள்ளும்.

சென்னை **நாகஸேனன்**

4.09.08

9 செப்டம்பர், 1908

64. சத்திய தருமம்

பஞ்சமாபாதகனும் தான்செய்யும் வினைக்கு ஏற்கனவே சாக்குப் போக்கான நியாயங்கள் சொல்வதற்கு கற்றுப் பேசுவதுபோல மதஸ்தர்கள் ஒவ்வொருவரும் சமயோசிதமாக சாக்குப் போக்கான நியாயங்களையும், திருட்டாந்த உபமானங்களையும் அனுமானப் பிரமாணவாயிலாக நிரூபிக்கின்றோமென்று தங்கள் கல்வி சாதுரியங்களைக் காட்டி பேதை ஜனங்களிடத்து பரிசும் பெற்று உச்சீவித்து வருகின்றனர்களேயன்றி உண்மெய் விசாரணை செய்து பரோபகாரிகளாய் வெளிவந்து உதவுகின்றன ரென்பது ஆபாஸம், ஆபாஸம், ஆபாஸம். இவ்வாறிருக்க புத்தர், அவாங் மனோகோசரமானதும் சதாஸம்ஸயாஸ் பதமுமான பதத்தை உண்டு அல்லது இல்லை என்னும் மூக்கறையன் கதைபோற் கண்டேனொரு நூதனம் என்பதாக அல்லது பல ஆபாஸ வர்ணனைகளைச் சேர்த்து ஜனங்களை மருட்டி உயிர் வாழந்ததாகவும் அல்லது தனக்கு ஸ்வதந்திரமல்லாத இராஜகிரீடத்தை அல்லது விலையுயர்ந்த ஸால்வைகளைக் கொண்டு தனது தேகத்திற்கு அணிந்து கௌரவம் பெற்றிருந் ததாக யாதேனும் சரித்திரத்திற் கண்டதுண்டா? இந்துக் களையும் மற்றவர்களையும்போல நானே குரு என்னிடத்தில் தீட்சை முதலாயவைகளைப் பெற்றுக் கொண்டாலொழிய உங்களுக்கு மார்க்கமின்று என்று யாதேனும் பிரசங்கித்த துண்டா? மேற்கூறியபடி அவருடைய சரித்திரத்தையும் அவருடைய பிரசங்கத்தையும் முற்றுமுணர்ந்தவர்கள் வெளிவர வேண்டும். நூலாராய்ச்சி செய்ய விரும்புவோன் நூலின் கருத்தென்ன அதில் ஆட்சேபனைக்கிடமான விஷயம் உண்டா? உளதே அதற்கு யாதேனும் சம்மதமும் உண்டா? வர்ணனைக ளேதேனுமுண்டா? நூல் சார்புநூலா அல்லது முதனூலா எனும் பஞ்ச பக்ஷணங் களையு மறிந்து பின்னர் ஏதொன்றையும் பகர வேண்டும். எப்பொருள்....... என்றபடி நூலினுட்கருத்து இஃதென் றுணராது

நூலையேனும் அதை யங்கீகரிப்பரை யேனும் இகழ்ந்துரைத்த லடாது.

''முற்று முணர்ந்தா ரில்லை முழுவதூஉம்
கற்றனமென்றுகளியற்க – சிற்றுளியால்
கல்லுந் தகருந் தகரா கனங்குழாய்க்
கொல்லுலைக் கூடத்தினால்.''

ஜகத்தை தகிக்கும் அக்கினி ஒரு சிறு துரும்பால் அணைவது போல் ஏட்டுக் கல்வி கற்று ஸ்வானுபவ சுயக்ஞானங்களுக்கு விரோதமில்லாமலிருக்கின்றதா என்று விசாரித்துத் தெளியாமல் வெளுத்த தெல்லாம் பால் என்றபடி கொள்வது கிள்ளைக் கிணையாமன்றோ. எழுத்திலக்கணங்கள் வாசிப்பதாலாம் பயன் யாது. மானுட இலக்கணம் பிரபஞ்ச விலக்கண மஃதென் றுணர்ந்து பின்னர் மற்றவற்றை விசாரித்துத் தெளியவேண்டும்.

இத்தேசம் சர்வபாக்கியங்கள் அமையப்பெற்றிருந்தும், பொறாமை, சுயநயப்பிரிய இவ்விரண்டையும் ஆத்ன செல்வ மாக வகித்திருக்கின்றது. இக்குணங்களை ஏகமாய் வயிற்று மக்களிடத்தும், கலைவல்ல நேயரிடத்து, ஈஸ்வர பக்தி செய்யும் சுத்தபக்த சிகாமணிகளிடத்தும் இருக்கக் காண்பதாக விருக்க வேறொன்று கூற வேண்டுமா? புத்தர் தருமசீலர், சுத்தத்துதனி அனுதாப சிந்தனையுள்ளவர் செய்யப் பிரியமின்றி பரோபகாரஞ் செய்வது மானிட ஜன்மத்திற்குக் கடமையாயுள்ளது. அதுவே மனுக் குலோத்துங்கத்துவம் என்பதாக எண்ணி நடந்த புனிதரை அவரின் சரித்திரத்தையு மற்றவரின் திவ்ய கலியாணகுண வைபவங்களையும் அவரின் திருவாயமுதத்தை செவியாமிர் தமென உண்டு ஆனந்தமடைந்தவரைப் போற்றுவதைக் கேட்டு மிந்து

முடிவுபெறவில்லை........

9 செப்டம்பர், 1908

65. நமது குலக்கன்னிகைகளின் தற்கால நிலை

கற்குந்தோரும் கரும்பென ரசிக்கவல்ல தமிழ் வள நாட்டில் சிறந்தோங்கும் ''தமிழன்'' பத்திராதிபருக்கு அநேகமுறை பணிவான வந்தனம். இதற்கடியில் வரையும் சில வரிகளை தங்களின் புகழ்பெற்றோங்கும் பத்திரிகையின் ஓர்கோணத்தில் பிரசுரிக்க வேண்டுகிறேன்.

இவ்வுலகின்கண் மனுக்களாய் பிறந்த அனைவருக்கும் ''கலியாண'' மென்னப்பட்டது உலக விருத்திக்காகவும், ஒரு வருக்கொருவர் அல்லலடையாமல் சுகத்துடன் வாழ்வதற் காகவும், சரீர சுகத்திற்காகவும் ஏற்பட்டதெனத் தெளிவாய் விளங்குகிறது.

அப்படியிருக்க பெண்களைப் பெற்றச் சிற்சில தாய் தந்தையர்களும் பெண்களுடன் பிறந்த சில சகோதரர்களும் கவனக் குறைவால் பெண்கள் மணப் பருவமுற்றிருக்கும் பொழுதே வந்துகேழ்க்கும் யோக்கியர்களாகிய புருஷர் களுக்கு கொடுத்து கண்ணுக் கழகாய்ப் பார்க்காமல் வீண்டம்ப விருத்தியில் கொடுக்கமாட்டோம் எங்களுக்கு ஒன்றும் அவசர மில்லையென்று சொல்லிவிடுகிறார்கள். இவர்கள் இப்படிச் சொல்லச் சொல்ல காலம் கடந்து கொண்டே போகிறது. பிறகு அப்பெண்கள் முதிர்ந்து விட்டார்களென்று யாரும் வந்து கேழ்க்காமல் நின்று விடுகிறார்கள். அக்கால் பெண்களின் மனஸ்தாபத்தைச் சொல்ல முடியாது. ஏனென்றால், மேல்நாட்டு நாகரிகத்தைப் போல் நமது நாட்டுப் பெண்கள் சுயமாய் ஓர் ''வரனை'' வரிக்கமுடியாது. இவர்களுடைய வயதையும், காலத்தையும் அறிந்து தாய்தந்தை சகோரர்கள் செய்ய வேண்டும். அப்படியின்றி ஏனோதானோவென்றும் வந்து கேட்பவர் களையும் வாஞ்சையுட னழைக்காமலும் காலத்தை வீணில் விட்டுவிட்டு பெண்களை மாளாத்துக்கத்தி லாழ்த்தி விடுகின்றார்கள்.

இதுவுமன்றி சிற்சில தாய்தந்தையர்களிடம் கொஞ்சம் திரவிய மிருந்துவிட்டாலோ அவர்களுக்கு கண்ணென்றும், காலென்றுந் தெரியாமலிருக்கின்றது. இத்துடன் அவர்களிடம் இரண்டு மூன்று பெண்களிருந்தாலும் அவர்கள் கவனிக்கிற தில்லை, அதற்கென்ன எங்களிடம் பணமிருக்கிறது, எங்களை யாரும் ஒன்றும் சொல்ல மாட்டார்கள் எங்கள் பெண்களுக்கு எத்தனை நாளான போதிலும் ''இந்திரன்'' வருவான், ''பிரகஸ்பதி'' வருவானென்று சொல்லிக் கொண்டிருக் கிறார்கள். பிறகு இவர்களுடைய எண்ணத்திற்கு மாறாக இளையப் பெண்களையே வந்து கேட்கிறார்கள். அக்காலத்தில் இப்பேதைத் தாய்தந்தைகள் என்செய்வார். வேறுவழி யில்லாமல் இளையப் பெண்ணுக்கே கலியாணத்தை முடிக்கிறார்கள். மூத்தப் பெண்ணின் கதி அதோகதிதான். பிறகு அவர்கள் வீட்டிலேயே ஏதோ சுபகாரியங்களோ என்னமோ வேலைகள் நடக்கும்பொழுது எல்லா சுமங்கலிகளும் வந்து அவரவர்கள் செய்ய வேண்டிய வேலைகளைச் செய்கிறார்கள். அவர்களுடன் அவ் விளையப் பெண்ணுமிருந்துவிட்டாலோ அம்மூத்தப்பெண் வரவே மாட்டேனென்றாள். எத்தனைப் பேர்போய் இழுத்தாலும் மூலையிலேயே அழுதுக் கொண்டிருக் கின்றாள். ஏன்? வெட்கத்தினால், இதையறிந்தே ''கோவிலில்லாத ஊர், நாசியில்லாத முகம், கொழுநனில் லாத மடவார்'' என்று நூல்களும் முறையிடுகிறது. இதைப் பார்க்கும் பொழுது அத்தாய் தந்தையர்களுக்கும், இன்னும் இருக்கப்பட்டவர் களுக்கும் எவ்வளவோ விசனகரமா யிருக்கிறது.

16 செப்டம்பர், 1908

அவர்களுடைய பருவத்தை வீணாக்காமல் நமது குல மூதாட்டியின் உத்திரவு பிரகாரம் ''பருவத்தே பயிர்செய்'' என்று செய்திருந்தால் இவ்வித துக்கம் நேராது.

இதுவுமன்றி நமது குலத்தார் அநேகர் சொல்லுகிறார்கள் நாம் மேல்ஜாதியென்று சொல்லிக்கொள்ளும் இந்துக்களைப் போலிருக்கக் கூடாது. வித்தையிலும், புத்தியிலும், யுக்தியிலும், நாகரிகத்திலும் சிறந்த மேன்மக்களாகிய ஆங்கிலேயர் வழியே சிறந்தது ஆதலால் அதில் நமக்குத் தேவையான அளவு எடுத்துக் கொள்ள வேண்டுமென்று சொல்வதே யொழிய நடப்பது கிடையாது. ஆங்கிலேயர் அவர்களுடைய பெண்களை

எவ்வளவு மேன்மேயாய் நடத்துகிறார்கள். அவர்களுடையப் பருவம் வரையிலும் நல்ல கல்விச் சாலைகளில் விடுத்து கல்வி கற்பிக்கிறார்கள். பருவமடைந்த பின் அவர்கள் இஷ்டப்பட்டவுடன் அவர்களுக்கு மணம் முடிக்கிறார்கள். குலாபிமானிகளாகிய சகோதரர்களே! இதில் எவ்வளவு சுக விருத்தியிருக்கிறது பாருங்கள். முதலாவது பெண்ணின் மணக் கற்பழியாமல், இரண்டாவது விசனமில்லாமல், மூன்றாவது குடித்தனத்தில் வெறுப் பில்லாமல் ஓர் பெண் மனதினாலும், வாக்கினாலும், சரித்திரத்தினாலும், குற்றமில்லாதிருந்தால் தான் ''பத்மினி'' என்னப்படு வாளென்று சகல சாஸ்திரங்களும் முறையிடு கிறது. தற்காலத்தில் இவ்வகையான பத்மினிகள் ஆங்கிலேயர் களில் அதிக மிருப்பார்களென்று நம்பப்படுகிறது.

நம்முடைய பெண்கள் இவ்வளவு மேன்மையான நிலை யடைய தாய்தந்தை சகோதரர்களே காரணமாக வேண்டும். எப்படியென்றால் நமது தேசத்தில் நம்முடையப் பெண்களை எத்தனை வருஷம் வரையிலும் போட்டு வைத்துக் கொண் டிருந்தபோதிலும் அவர்கள் மனதுக் குள்ளேயே வருந்திக் கொண்டு வாயற்ற பசுவைப் போலிருப்பது தொன்றுதொட்டு வந்துவிட்டது. ஆதலால் காலமறிந்து நடப்பது பெற்றோர்களின் கடன்.

இதுவுமன்றி சில பெண்களுக்கு தந்தையார் காலஞ் சென்று விட்டு தந்தைக்குப்பின் தமயன்மாரே தந்தையர் களாக இருக்கிறார்கள் அத்தமயன்மார்களிலும் சிலர் நல்ல வாசிப்புடையவர்களாகவும், நல்ல வியாஸங்கள் எழுது கிறவர்களாகவும், நல்ல சங்கங்களில் சேருகிறவர் களாகவு மிருக்கிறார்கள். அப்படியிருந்தும் முன்பின் யோசிக்காமல் தங்களுடைய பேதமையான இளைய சகோதரிகள் மணப் பருவமுற்றும் மகிழ்ச்சி யில்லாமல் லிருக்கிறார்களே இவர்களை நன்மேறையாய் சீர்திருத்தம் செய்யலா மென்றில் லாமலும், தன்னையும் தன் எதிரிலிருப்பவர் களையும் சீர்தூக்கிப்பாராமலும், அது அப்படி, இது இப்படி, நாங்கள் அண்டத்தில் நடந்து ஆகாயத்திலிருந்து குதித்தோம் என்று சொல்லிக் கொண்டே காலத்தை விட்டுவிட்டு கவலைக் குள்ளாகிறார்கள். இப்படிச் செய்வதால் என்ன விளைகிற தென்றால் ''கானலை நீரென்றெண்ணி கடுவெளித் திரியு மான்போல் நானுனை யரசென்றெண்ணி நாளையும்

போக்கினேனே'' என்பதற் கிணங்க பெண்கள் பருவங்கடந்தபின் யாதொரு ஆதரவுமில்லாமல் குன்றிகுன்றி அழுது துயருரும்படிச் செய்கிறது எவ்வளவு பணங்களும், பொற்குவியலு மிருந்த போதிலும் அவைகளெல்லாம் துணையாயிருக்காது. ஆதலால் எனது பிரிய சகோதரர்களே, நமது பெண்களை யாதொரு கவலைக்குள்ளாக்காமல் அவரவர்களின் தகுந்த வயதில் என்னென்ன காரியங்கள் செய்ய வேண்டுமோ அவைகளையெல்லாம் ஒழுங்குபெற நடத்தி ஆங்கிலேய மாதர் எவ்வளவு அகமகிழ்ச்சி யுடனிருக்கிறார்களோ அப்படியே நமது குலமாதரும் சீரும் சிறப்பும் பெற்று களிக்கச் செய்வது உங்கள்மேல் விழுந்த பாரம். அப்படியின்றி பூனை எலிக்குக் காத்திருப்பது போல் யார் என்ன வெழுதுவார் களோவென்று கார்த்திருந்து ஒன்று சொல்லி விட்டால் சுடச்சுட ஒன்பது எழுதிவிடுத்து நகைப்பதில் என்ன பிரயோசனம். இப்படி எழுதிக்காட்டி நகைப்பதில் எவ்வளவு சுருசுருப்பிருக்கிறதோ அப்படியே எல்லா காரியங்களிலு மிருக்க வேண்டும். அப்பொழுது எல்லோரும் புகழ்ந்து மகிழ்ந்துக் கொள்ளுவார்கள்.

வெளிக்காரியங்களை எப்படி அழகுபெற முடிக்கிறீர்களோ அப்படியே வீட்டுக் காரியங்களையும் அழகாய் செய்ய வேண்டும்.

சகோதரர்களே, நான் இவ்வளவு வற்புறுத்தி சொன்னதைப் பற்றி நீங்கள் யாவரும் மனவருத்தங் கொள்ள வேண்டாம்.

நான் ஏன் இவ்வளவு தூரம் வற்புறுத்திச் சொன்னே னென்றால் காலமுமிடமும் தவறாமல் யுக்தியுடன் நடத்தும் ஆங்கிலேயப் பெண்களிருக்கும் மகிழ்ச்சியை யுணராமல் காலத்தை வீணில் கழித்து யுக்த்தியில்லாமல் நடத்துகிற நமது குலப் பெண்கள் எவ்வளவோ நற்குணசாலிகளாயும், நல்ல சுந்தரத்தைப் படைத்தவர்களாயு மிருந்தும் எத்தனை எத்தனையோ பேரடைந்திருக்கிற துக்கத்தை என் கண்ணால் பார்த்து கசிந்திருக்கிறேன். இனியேனும் இவ்விதமின்றி அனைவரும் அகமகிழ்ச்சியாய் வாழ ஆதி பகவன் அருள்புரிவாராக.

பால–ஆம்ராய், **எம். வி. கெ.**

செகின்டிராபாட்

23 செப்டம்பர், 1908

66. கடிதமறுப்பு

பெங்களூர் ம–ள–ள–ஸ்ரீ டி. உண்மைப்பிரிய ரென்பவரின் கடிதமும், அவர் வினாக்களுக்கு விடைகளனுப்பிய ஓர் தமிழ னென்பவரின் கடிதமும் எம்பால் வரப்பெற்றோம்.

அவற்றுள் தமிழ் வாய்மொழியில் நின்றகாலம் யாதென்றும், வாய்மொழி சுருதியாகும் பாஷைக்கு தமிழென்னும் பெயர்வந்த காரணம் யாதென்றும், வாய் மொழியா யிலங்குந் தமிழை அகஸ்தியர் எழுத்துக ளாக்கினாரென்னும் நூல் யாதென்றும், திருவள்ளுவ நாயனார் ஜயினர் மதத்தைச் சார்ந்தவ ரென்பதற்குச் சரித்திராதாரம் யாதென்றும், பண்டை கால நூலாதாரங் களால் தீட்டிக் காட்டுவரேல் அவற்றைத் தமிழன் பத்திரிகை தடையின்றி யேந்தி வெளிவரும்.

ப.ர்

16 செப்டம்பர், 1908

67. இந்துவேதம், இந்துவேதம், இந்துவேதம்

இந்துவேதம் என்பது இந்தியா வென்னும் தேசத்துள் ளோர் கடைபிடித்து நடக்கும் வேதம் என்று அருத்தம் பெறும். ஈண்டு இந்தியா வெனும் நமது தேசத்தையும் இங்குள்ள வேகத்தையும் சீர்தூக்கல் ஒவ்வொரு சுதேச அபிமானிகளின் போந்த கடனாகும்.

இந்துக்கள் குறித்த பூவுலகம் எதுவெனல் ஈங்கு சங்கை, பூர்வகாலத்தில் சிங்கம், புலியாதி மிருக சஞ்சாரமாய், முள்ளடர்ந்த செடி கொடி நிறைந்த குகையும், மலையும், சலமுமாய் மனிதப் பிரவேசத்திற்கு அசாத்தியமாய் வன, மலை, இருள் சூழ்ந்து மிகுந்த சிறு நிலமாய் தோன்றும் இப்பரதகண்ட மொன்றே பூவுலகோ! அல்லது தற்போதிய சகலர்களுக்கும் வாசகஞானமாய் இலங்கும் ஐரோப்பா, அமெரிக்கா முதலிய பல கண்டங்களது கூட்டமுந்தமோ? எனின் ஐரோப்பா முதலிய நீங்கலாக, பரதகண்டமெனும் ஒரு சிற்றிடத்தையே பூலோகமென்று நிட்சயத்திருந்தா ரென்பதே அடைபு. ஆத லாற்றான், பரதகண்டமே பூலோகமென்றும், அதிலுள்ள சர சரங்களே சராசரங்க ளென்றும், நமது கபடமற்ற முன்னோர் எழுதி வைத்திருக்கின்றனர். இதற்கோர் உதாரணமாக:–

பிரமன் தனது தலை, தோள், வயிறு, துடையெனும் தனது அரிய, ஏக அவயவங்களினின்று பிராமணர், க்ஷத்திரியர், வைசியர், சூத்திரர் ஆகிய நான்கு வருணங்களை மட்டும் படைத்தார் என்பார் ஒரு பெரியோர். இது சரியெனக் கொள்ளாது மயங்குவார் சிலர். பின்னுமோர் அவசர கோலத்தால் மேற் கூறியபடி பிரமனல்ல பிரமாவின் அப்பனாகிய விஷ்ணு தனது அமல, ஏக, வாய்முதலிய மேற்படி உறுப்புகளினின்று பிராமணர் முதலிய நான்கு சாதியை மட்டும் படைத்தார் என்பார் மற்றொரு பெரியோர். இது மயங்குமாறு பின்னமொரு அவசர கோலத்தால் ஆயிரந்தலைகள், ஆயிரம் பாதங்களுடைத்தான புருஷன் என்பவனைத் தேவர்கள் பலியிடற்காத் துண்டிக்கவே, துணிப்புண்ட புருஷனின் வாய் பிராமண னாகவும், மற்ற சாதிகள்

மேற்கூறியவாறே மேற்படி நான்குறுப்பினின்றுத் தோன்றினர் என்பார் இன்னொரு பெரியோர், இன்னும் பலவித அவசர கோல சிருட்டிவிதங்க ளுண்டு. எழுதின் விரியும். இவ்விதமாக மனிதவர்க்கம் படைக்கலாயிற்று, இவர்களில் முதல்தரம் நல்ல சாதிபிராமணர். இரண்டாந்தரம் நல்லதிற் கெளிய நல்லசாதி ஷத்திரியர். இவ்விதமாக சாதிக்கு வித்தாகிய நான்கு சாதி வரலாறு இப்படியென்று அபத்தங்கூறி அதை மறைக்க பின்னும் பலகூறி, பன்விதசாதி வழக்கால் பிரஜானுகூல ஐக்கியத்தைக் கெடுக்க, தாம் பிழைத்தற்காகும் தந்திரம் பூண்டிருந்தனர் முன்னோரிற் சிலர். சில முன்னோராகிய இவர் தம் வினோத போக்குகளாம் இச்சாதி பேதம் இவ்விதமாய்ப் போற்றப்படல், பரதகண்ட வாசிகளாகிய சிலர்களாலேயாம்.

ஆங்கிலேயராதி பரதேசிகள் தத்தம் படைப்பு, பரதகண்டப் பிரமன் படைப்புக்கு வேறாகக் கூறுகின்றார். பரதகண்ட படைப்பை நகைக்கின்றார். ஆதலால் மேற்கூறியவைக்கு உதாரண பூதமாய் ஐரோப்பாவாதி மற்றகண்ட மக்களைக் காணா நம்முன்னோர் பரத கண்டமாகிய சின்னிலத்தையே பூலோகமென்றும் கருதி கருமந்தொடுத்தாரென்றும் கொள்ளற் பாலது.

ஆகவே தற்கால இந்துக்கள் ஆள்வது பூலோக முழுமை யையுமல்ல. பூலோகத்திற் சிறுபாகமென்றே கொள்ளல் வேண் டியது. பரதகண்டத்தை மட்டும் பூலோகமென்று மதித்தது அக்கால வறியாமை. அறியாமையால் அதிசயித்தெழுதிய பித்தசித்தப் பிரமையே சாதிபேதம். இது விடற்பாலதே.

பூகோளத்திற் சிறுபாகமாகிய தேசத்தில் வழங்கும் வேதம் எது! என்பதை விசாரிப்போம்.

23 செப்டம்பர், 1908

வேதம்–சமயம் என்ற மொழியாலும், வாதம்–மதம் என்றச் செயலாலும், இந்தியாவின்கண் அடர்ந்து நிறைந்துள்ள வேதவேதாங்கங்கள் கடலின் மணற்போன்று எண்ணற்றதென்பர் அனுபவிகள். அவற்றின் நாமங்களை நமக்குத் தெரிந்தளவும் ஈண்டு வரையற்கு விருப்பில்லை.

ஆனால் ஐயந்திரிபு அறியாமைக்கிடமின்றி எப்பொருளை யும் பிரத்தியட்சானுபவத்திற் கண்டுத்தெளிய வுதவும் ஆங்கி லேயப் பிரபுக்களின் கணிதவாயலாய் சிறிது கூறுதும். பூவுலகில் ஜனத்திரளதிகத்தால் வரையறுக்கப்பட்டுத் தலைமை வகுத்த வேதங்கள் மூன்றென்பர். அவையாவன: கிறிஸ்துவம், மக மதியம், புத்தமேயாம். விரிவு– ''சைக்லோ பீடியா'' என்னும் ஆங்கிலேய நன்னூலிற் காண்க. இவற்றில் மகமதியம், கிறிஸ்துவ மார்க்கம் வாதத்தால் பேதமேயொழிய பரிட்சையில் இரண்டுமொன்றே யெனலாம். ஆக நின்றவேதம் கிறிஸ்துவம், புத்தம் என்பவையேயாம். இவை மார்க்கங்களும் இந்தியாவில் பரவியுள. இவைதவிர வேறுபல வேதங்களுமுள. கி.பு. மார்க்கங்களை நீக்கி வேறு வேதங்களை இந்து வேதமென்று எழுதப்புகின் சாதிகள் பற்பல வகையாராய் பிரிவுற்று கணக்ககன்று விசாரணை யில் எப்படி சிறுசிறு கூட்டங்களாகக் கிளம்பலாவார்களோ அப்படியே வேத வியாசங்களும் சிறுசிறு கூட்டங்களாக முடிவு பெறும். அஃதால் சமாதானம் கிடைத்தல் அறிது அறிதாகும். என்றபோதிலும் கற்றோர் இருக்கு, யசுர், சாமம், அதர்வணம் என்பவை இந்து வேதமென்றுக் கூறுவர். இதினின்று ஆகமங்களும், புராணங்களும் தோன்றிற் றென்பர். இவையும் மேல் சாதியாருக்காகவே பிரமத் தால் அருளப்பட்டதென்பார். சிலர் கீழ்ச்சாதிக்குங்கூட வென் பார். வேதாகமங்களின் கருத்தும் ஒன்றுக்கொன்று மாறுபா டேயாம். ஆயின் வேதாந்தத்தின் கருத்தாவது தன்னைப் பிரமமென்றுணர்ந்து துவிதமற்று நிற்க வேண்டியதென்பதாம். தன்னைப் பிரமமென்றுத் தெளியின் அவன், அவள், அது வெனுஞ் சுட்டற்று ''சர்வம் பிரமமயம் ஜகத்'' அதாவது தானான தன்மயமே சர்வம் என்று தெளிந்து அகங்காரமின்மெய், குரோதமின்மெய், பஞ்சேந்திரிய நிக்ரகம் முதலிய சகுணசீலராய் விருப்பு வெறுப்பற்ற நன்னிலையில் வாழ்வார் வேதாந்திகள் என்றுக் கூறும் வேதமும், வேதாந்திகளும் அப்படியிருக்க பல வேதாந்திகளின் விசாரணை பாக்கியமோ! அவன் பறையன், அவள் பறைச்சி, அது என்வீடு என்ற சுட்டுற்று சர்வத்திலும் நமது குலமயம் மேன்மை என்ற அகங்கார மணிகளாய் மனுஸ்மிருதி பிராயசித்த காண்டத்தைக் கவ்விக் கொண்டு, குரோதமும், உலாபமும், பொறாமெயும் செறிந்த பின் மனோவாக்குகாய முடைத்தாகித் தேசத்திற்கு அபகாரஞ் செய்யா நிற்கின்றனர்.

''சத்தியமானது சத்தேகா ணம்மானை
தற்போதம் போனவிடந் தற்பரமாமம்மானை.''

என்பதால் அபகார வேதாந்திகள் வேதாந்தமாய்க் கண்டது என்னவையெனின்–

''ஒப்பிலா மலடிபெற்ற மகனொரு முயற் கொம்பேறித்
தப்பிலா காயப் பூவைப் பறித்தமை சாற்றினாரே.''

என்பதொக்குமன்றோ? மெய்வேதாந்திகட்கும் குலம், ரூபம், யவ்வனம், வித்தை, தனம், பிரபுத்துவம், சகாயம், சகசம், என்பவை அஞ்ஞானமாகிய அத்தியாச கன்மங்கள் ஆதலால் அவற்றை நீக்கவே விதியெனும் சுருதி, யுத்தி, யனுபவம்.

''ஓதியுணர்ந்தும் பிறர்க்குரைத்துந் தாடங்காப்
பேதையிற் பேதையா ரில்.''

மிக்கசமமா யுலகான் மருளாமன் உலகினை
யும் மருட்டா மேலோர்
சிக்கற நன்னினைவிருந்தும் நினைவிலாதவ
ரவரே சீவன் முத்தர்.

என்றவாறு வேதத்தை யுணர்ந்தும் விதிவிலக்கின்படி நடவாமல் பறைப்பிரம்மம், பார்ப்பாரப் பிரம்மம் என்ற சமாதியுற்று பிறர்மாட்டு நேசம் வகித்த புல்லாண்மை யாளரும், வேதாந்திகளென்று நடித்தல் உலகத்திற்கு என்ன பயன் தருமோ?

இவ்விதமாக கனியால் மரத்திற்கு நற்பெயர் வாய்ப்பதொப்ப வேதாந்திகளான் வேதம் மயக்குறுகின்றது. மயங்கலால் மேற்குல வேதமும் தாழ்குல வேதமுமாக இரண்டு வேதங்கள் பூர்வ இந்தியாவில் இருந்திருக்கலா மென்பதே துணிபாகிறது. ஆகின்றமையால் தாழ்குலத் திருந்து மேற்குலந்தோன்றியதும், மேற்குலத்திலிருந்து தாழ்குலந்தோன்றியதும் தாழ்குலத்தோர் பரதேசியோ! அல்லது மேற்குலத்தோர் பரதேசியோவென்ற சங்கைக் கிடனாய் விகற்ப விஷயம் விரிவதாய் இருத்தலின் இந்து வேதத்தை யிம்மட்டும் நிறுத்தி வேதசாகைகளாகிய ஆகம புராணப் பிரயோசனத்தைச் சிறிது விசாரிப்போம். ஆகம புராண விசாரணையால் காமம், வெகுளி, மயக்கம் ஆகிய துற்குணம் நீங்கி நற்குணம் வாய்க்கப் பெறுவார்கள்; எனக் கூறவந்தார் சமயிகள். சமயபதிகளாகிய திரிமூர்த்திகள் பிருகு ரிஷியின் பெண்சாதி நாகவல்லியைக் கற்பழிக்க எத்தனித்த தால் அவள்

திரிமூர்த்திகளைக் குழந்தைகளாக சபித்து உருட்டிப் புரட்டி ஒரு மூலையில் தள்ளிவிட ஒடுங்கி நின்றார்கள் என்றும் பின்னும் பன்விதம் முக்குண சிரேஷ்டர் மூர்த்திகள் என்றுணரும்படி புராணங்கள் விரித்துரைப்பதால் ஆகம புராணங்கள் உதவும் பயன் எஃதோ! அவற்றைப் போதிக்கும் புராணிகர் காம வளவுக் களவுண்டோ! நிர்ப்பயமாம் என்றோ! புராண சிரவண வேழைகள் கதியென்ன. கொக்கோக நூற் பயிற்சியேயாம். ஆதலின் புராணமும் பயன்றராதுபோலும்.

வியாசன் காசிபனாதி பெருமுனிகளும் காமாவேசராய்த் திரிந்தலைந்து கெட்டதைப் புராணங்கள் கூறுகின்றதே. அப்படியிருக்க பாபத்திற்குக் காரணமாகிய முனிவர் .... அறுப்பதும் ஒட்டுவதும் உருசிப்பதுமாகிய புன்செய்கையிலிருந்து பிறர்கெட காரணரேயாம் என்று கூறுவது புராணமாகில் புராணத்தால் என்னபயன். மூர்த்தி, தேவரை விட முனிவர்களே சிறந்தவரென்றுங் கொள்ளல் வெப்படி?

30 செப்டம்பர், 1908

இவ்விதமாக வேதாகம புராணங்கள் தத்தம் பொருட்களாய பிரமம், பதி என்பவற்றை விகற்பித்து விவகரிப்பதாயினும் அவற்றை நியதிகளைந்து நோக்கில் தடத்தம் சின்மயமென்றும் திரியதார்த்தம் சமனாதிகரணம், சம்பத்து பிரமமென்றும், ஆகமாந்த சமபத்து சிவமென்றும், சிறப்பித்து நிருவிகற்பங் காட்டுவர் முனிவரர். அவர்களையும் வேதாகமங்கள் இகழுகின்றதே; ஆதலால் அக்காலையில் விவாத மொன்றி ருந்திருக்கலா மென்றே கொள்ளலாகின்றது அன்றோ. ஆகவே இரண்டுமத மிருந்தாலன்றி வாதம் நிகழாவென் றேற்படுகின்றது. இத்தியாதியால் புராதன இந்துவேதம் எது? நவீன இந்து வேதம் எது? என மயங்கற் கிடமுண்டல்லவா?

பிரபுலிங்கலீலை

''யானென தென்ப திருந்திடு காறு
ஞானமு றானது நண்ணில னாகிற்
றானிலை யாத சகந்திகழ் கிற்குந்
தீனமி லாத சிவந்திக ழாதே.''
தன்னைச் சிவமென் றறிந்தவனே யறிந்தான்
றன்னை யுண்மெயாத்

தன்னைச் சிவமென் றறியாதா னறியா
னென்றுந் தன்னுண்மெய்
தன்னைச் சிவமென் றறிந்த வன்றே தாழ்
வாம் பாசந் தனைநீப்பன்
தன்னைச் சிவமென் றறியாதான் றனக்குப்
பிறப்பே துணையாகும்.

என்றபடி வேதாந்திகளும், சித்தாந்திகளும் தமைப் பிரம மென்றும், சிவமென்றும் உணர்ந்து முன்னிலை படர்க்கை பாலாரையும் அங்ஙனமே பிரம சிவ சொரூப மாகப் பாவித்தலே கடன் என விதியிலட்சண விரித்தன வேதாகமங்கள். இப்படியிருக்க பறையரென்றும், பார்ப்பா ரென்றும் பிரம சிவத்தைக் காண்பாராகில் அன்னோர் பண்டிதரோ! பாமரரோ! இந்து வேதாகம புராண புரட்டு மொழியால் பண்டிதரும் சாதிபேதத்தில் தலைதடுமாறித் தியங்கிப் பாமரராவாராயின் முழுமக்களாய் ஒன்று மறியாமல் உயர் சாதியானெனக் கூறத்துணியும் புல்லினர் கூடத்துப் பெருங்கூத்தன்றோ.

திருவள்ளுவர்

''கோளிற் பொறியிற் குணமிலவே யெண்குணத்தான்
றாளை வணங்காத் தலை.''

என்ற முது நன்மொழியாமாறு நற்செவி, வாய், கண், கரணங்களினிது வாய்க்கப் பெற்ற விவேக சொரூபங்களது அறிவைக் கெடுத்து குருடு, செவிடு, முரடராக்கி வேத விழுமியவற்றை அன்னத்தைப் போன்றும் அருந்த விடாமல் இந்துவேதமெனும் ஸ்தாபனத்தில் நிலைக்கவும் விடாமல் கிள்ளிக்கிளப்பி புறமதத் துட்படுத்தி தன்னாற்றானோ க்ஷீண மடைதற் கேதுவாம் நிற்பது சாதிபேதம். இதனை யுள்ளது இல்லதெனுங் குழறலுற்றது தலைமெயற்ற இந்து வேதாக மங்கள்.

ஆதலால் சாதிபேதத்தைப் பொருளாகவும், பெருமை யாகவும் பாராட்டாமல்,

திருமூலர்

அன்பு சிவமுமிரண் டென்ப ரறிவிலா
ரன்பே சிவமாவ தாரு மறுகிலா
ரன்பே சிவமாவ தாரு மறிந்தபி
னன்பே சிவமா யமர்ந்திருப் பாரே.

என்பதைச் சிரமேற்றாங்கித் தன்னைப்போற் பிறனையும் நேசித்து அறம், பொருள், இன்பமுடைத்தாதலே மெய்ப் புருஷாகாரம். அஃதின்றி ''தன்னைப்போற் பிறனை நேசி'' என்பது ஒரு பாட்டு, என்னை பிராமணனென்று வேதங்கூறிற்று அவனை சூத்திரனென்று கூறிற்று என்று சித்தவிருத்தயெழில் ஜீவகாருண்யம் எப்படி யுண்டாகும். வேதப் பிரமாணமாய் இவர் கூறவந்ததால் பின்வருங் கதையைப் போல இவர் வேதாந்திதான். அதாவது ''ஒருவன் கட்டுசாதம் கையிற் பிடித்துக் கொண்டு ஒரு பாட்டை வழியே செல்லுங்காலை ஆங்கொரு பசித்தவன் தனக்குங் கொஞ்சம் கிடைக்கும் இரப்போமென்றே பின் தொடர்ந்தான். இவனைக் கண்ட மாத்திரத்தால் சாப்பா டேந்தியவன் தொடர்வான் கருத்தை யுணர்ந்து விரைந்து ஒரு ஆற்றைக் கடந்து நடக்கலாயினான். இவனது எண்ணத்திற்கிசைய இருவருக்கும் மத்தியில் வெள்ளம் பிறவாகித்துவிட்டது. சாப்பாட்டுக் குடையான் என் செய்தான், வெள்ளம் வடிந்து விடற்குமுன் சாப்பிட்டு விடாவிடின் தொடர்ந்து ஏங்கி நிற்பவன் பங்குக்கு வந்துவிடுவான் என்ற சிந்தையால் அமுதுகட்டை யவிழ்த்துப் புசிக்கலானான். ஏங்கி நிற்பானோவெனில் புசிப்பானை நோக்கி ஐயா, தன்னைப்போற் பிறனை நேசி என்ற வேதவாக்கியத்தை வாசித்தறியீரோ வென்றான். சாப்பிடுவோனோ வெனில் தனது வாய்நிரம்ப சோற்றைச் சுவைத்துக் கொண்டே தம்பீ! பிறர்பொரு ளிச்சியா திருப்பாயாக என்ற வேதவாக்கியத்தை யின்னும் வாசித்துக் கற்றுக் கொள்ளவில்லையா? போமின்! போ யுடனே யதைக் கற்றுக்கொள்'' என்றானாம். தக்க வாக்கியமாகிய பிறர் மாட்டு நேசம் வகித்தலை மேற்படி கதையைப் போல் வாலமதிசேஷ்டையில் விடாது முதியோர்கூறிய முறையகத்தை யனுசரித்து விவேக ஜீவகாருண்யராய் நடத்தலே முற்கால வேதமென்று இச்சுருக்க வியாகரணத்தை முடிக்கின்றான்.

தமிழன் பத்திரிகா சிறப்பு – வெண்பா

உள்ளதை யுண்டு வுளதிலதா யோதுமறைக்
கள்ளங் கபடைக் கபடகன்று–மெள்ளத்
துளிக்குந் தமிழனருந் தூதொன்றே முப்பா
லளிக்குந் தரத்தென்றே யாற்று.

சகலோபகார சங்கை விளம்பி

14 அக்டோபர், 1908

68. மாயாவாத கொள்கை

மாயா–மாயையை, வாதம்–வாதித்தல், மாயை யெனின் பொய். எது இல்லையோ அதுமாயை இல்லாவற்றை விஷயப்படுத்தி வாதிப்பவர் வேதாந்திகளேயாதலால் இவர்கள் மாயாவாதிகளுக்குப் புறம்பல்லர். ஆகவே வேதாந்திகள் மாயாவாதிகளேயாவர். இவர்கள் இல்லாத மாயையை ஒன் றோடேனும் ஒழிக்காமல் தமம், மாயை, மோகம், அவித்தை, அநிர்தம் என ஐவகை மாயை யுள்ளதென வாதிக்கின்றனர். உள்ள பொருள்களின் இலக்கண பேதங்களை நோக்கியே அவை ஒன்றிற்கொன்று பேதமுடைத்தென வேறுபிரித்தல் கூடும். இல்லாத பொருளிற்கு இலக்கணமுமில்லை ஆதலால் அதனை எவ்வாறு தரம்பிரித்தனரோ, எதால்வேறு குறித்தனரோ விந்தையிலும் விந்தை. யாருமில்லா ஊரிலே அஸ்வமேதம் புரிவது போலும், தலையில்லா வீரனைச் சிறச்சேதம் செய்தது போலும் பொய்யாகிய மாயையைப் பொய்யெனச் சாதிக்கவல்ல சூரர்கள் மாயாவாதிகளாவர். ஆயினும் அவர்கள் இல்லையென்று சொல்லும் மாயைக்கு உண்டென்று சொல்லும் பஞ்ச இலக்கணங்களையும் இதனடியிற் கூறுவோம்:–

1. தமம் – ஜீவசைதன்னியத்தை மறைக்கையால் தமம். அதாவது ஆத்துமாவின் ஞானத்தை மறைக்கிறது.

2. மாயை – ஜகத்து ரூபமான வன்னி தாத்தோற்றத் திற்கும் காரணமாகையால் மாயை. அதாவது பிரபஞ்ச ரூபமான வேறான படைப்புக்குக் காரணமாயிருக்கிறது.

3. மோகம் – விபரீத ஞான முண்டாக்குகையால் மோகம். அதாவது ஒரு வஸ்துவை மற்றொரு வஸ்துவாக அறிகிற ஞானத்தை உண்டாக்குகிறது.

4. அவித்தை – உணர்வழிக்கையால் அவித்தை அதாவது மெய்யான ஞானத்தை யழிக்கிறது.

5. அநிர்தம் – சத்து ரூபத்திற்கு அன்னியமாகையால் அநிர்தம். அதாவது யதார்த்த கடவுளுக்கு வேறாயிருக்கிறது.

இவ்வாறு மாயையினது ஐவகைக் கிருத்தியங்களினும் அங்கீகாரமுடையோராய் பஞ்ச இலக்கணங்களும் கூறிப் பாராட்டும் மாயாவாதிகள் இப்பஞ்ச கிருத்தியங்களை இயற்று தற்குக் கருத்தாவும், இப்பஞ்ச இலக்கணங்களுக்கு இலக்கிய முமாகிய மாயையைப் பொய்யென்பது ஓர் பிள்ளையைப் பார்த்து இப்பிள்ளையின் தாய் மலடி யென்பதுபோல இருக்கின் றதல்லவோ?

1வது:– பொய்யாகவும் தனக்கென்றொரு முதல் இல்லாமலும் சொல்லளவாயுள்ள மாயை சச்சிதானந்த சொரூபமாயுள்ள ஜீவசைதன்னியத்தை எங்ஙனம் மறைத்தல்கூடும்? சோ மசூ ரியாக்கினி யெனனுந் தேயுப் பொதுவாம் ஒளியை அபாவப் பொருளாகிய இருள் எக்காலும் மறைத்தல் கூடுமோ? இது உணர்விழந்த உயர்ஞானிகளின் சித்தாந்தம் போலிருக்கிறது.

2வது:– ஒருவன் தன் தாய்தந்தையரின் சுக்கில சுரோணித சம்பந்தத்தால் தோன்றி தன் உற்பத்திக்குச் சுக்கில சுரோணிதமே காரணமென்றும் கூறிப் பின் அச்சுக்கில சுரோணிதம் பொய் யென்று பகர்வதுபோல் தன் உற்பத்தி திதி லயங்களுக்கு ஆதாரபதமாயுள்ள பிரபஞ்ச காரணத்தைப் பொய்யெனல் பெரும் பேதமெயன்றோ? தனது உற்பத்திக்குச் சுக்கில சுரோணிதம் காரணமன்று. சத்தாம் பிரமமே காரணமெனின், சுக்கில சுரோணித சம்பந்தமின்றி உற்பவிக்கின்றதா.

*3–*வதாகிய மோகமும், *4–*வதாகிய அவித்தையும், *5–*வதாகிய அநிர்தமும் மேற்கூறிய நியாயத்தினானே ஆபாசப் பட்டடொழிவதால் அவற்றை இங்கு விவரிப்பது ஆவசியக மன்று.

சிருட்டி

வைதீகிகனெனப்பட்ட சில வேதாந்திகளும் வைஷ்ணவர் களும், சைவர்களும் இன்னும் கிறிஸ்தவர்களும், மகம்மதியர் களும் சிருட்டி யென்பதற்கு வெவ்வேறு பொருள் கூறுகின்றனர். இவர்களுள் வேதாந்திகள் சுயஞ்சோதியாகிய பிரமம் பொய்ப் பொருளாகிய மாயாந்தகாரத்தால் மறைக்கப்பட்டுள்ள தென்றும்,

அவ்வாறு மறைக்கப் பட்டுள்ள அந்த சுயஞ்சோதி பிராரத்துவ ஆகான்மிய சஞ்சிதாதி வினைப் பகுதிகளுக் கீடாய்த் தன்னை மறைத்துள்ள அந்தகாரத் தினின்று நீங்கித் தன் யதார்த்த ஆன்மசொரூபம் எங்கும் தானாய் விளங்கப் பெறுவதே ஓர்வித சிருட்டியெனக் கருதுவர்.

30 செப்டம்பர், 1908

இதைத்தவிர சுத்த வேதாந்திக்கு (சிருட்டி) என்பதற்கு வேறுபொருள் கிடையாது. இந்த பரிபக்குவ நிலையைத்தவிர அவர்களுக்கு ஆவதும், அழிவதும் வேறொன்றில்லை. மெய்ப் பொருளாகிய சுயஞ்சோதியைப் பொய்ப் பொருளாகிய மாயாந்தகாரம் மறைத்துவிட்டதென்பது போல விருக்கின்றது. ஏனெனில் இருளைப் போக்குவது ஒளியே யல்லாமல் ஒளியை மறைப்பது இருளல்ல. சுயஞ் சோதியாகவும், எங்குந் தானாகவும் விளங்குவது பிரமமாயின் சிருட்டிக்கு இடமில்லையே. ஆகையால் சில நவீன வேதாந்திகளைத் தவிர ஏனையோர்க்கு சிருட்டி கிடையாது. சைவ வைஷ்ணவர்கள் மாயை வசப்பட்டுள்ள ஆன்மாக்களை அதனினின்றும் நீக்கும் பொருட்டு ஈஸ்வரன் தநுகரண புவன போகங்களைக் கொடுப்ப தென்றும், அப்படி தநுகரண புவனபோகங்களைக் கொடுத்து நால்வகை யோனிகளினின்றும் பலவிதத் தோற்றங்களை யுண்டாக்குதலே சிருட்டியென்றுங் கூறுகின்றனர். இங்ஙனங் கூறுபவர்கள் கடவுளோடு ஆன்மாக்களுக்கும், மாயைக்கும் அனாதி நித்தியத்துவம் சாதிப்பவர்களாதலான் அவர்களுக்கும் சிருட்டி என்ப தற்குப் பெருளில்லை. ஏனெனில், உள்ளதைச் சொரூப விகற்பஞ் செய்தல் சிருட்டியாகுமா? ஆகுமேல் மண்ணி னின்றுங் குடத்தைவனையும் குலாவனையும் சிருட்டி கர்த்தாவென்னல் வேண்டுமே? பொன் வேலையாளர், கொல்லர், முதலிய தொழிலாளிகளையும் சிருட்டி கர்த்தாக்க ளென்று மொழிதல் கூடுமே? இதுவல்லாமலும் கர்மம் ஒன்றும், கடவுள் ஒன்றும், ஆன்மாக்கள் பலவுமா யுள்ளனவென்று கூறும் வைணவர்களுக்கும், சைவர் களுக்கும் ஆன்மாக்கள் பலவென்பது எவ்வாறு தெரியும்? ரூபத்தாலேனும், குணத்தா லேனும் ஒன்றினின்று ஒன்று பேதப்பட்டாலல்லவோ அவை

தனிப் பொருள்களென்று கொள்ளுதல் கூடும்? ஆன்மாக் களுக்குத் தனுகரணாதி களைக் கொடுத்ததற்கு முன்னர் அவை பலவென்றது என்ன குணரூப வேறுபாடுகளை நோக்கியோ அதை விளக்கு கின்றாரில்லை. மேலும் சிருட்டி யென்பது ஒருதொழிலைக் குறிப்பிக்கின்றது; தொழிலோ செய்வானுக்கும், செயப்படு பொருளுக்கும் காலத்தால் பிந்தியது; காலத்தால் பிந்தியதெதுவோ அது ஆதியுடையது; ஆதலால் சிருட்டி யாகிய தொழில் ஆதியுடையது; ஆதியுடைய தெல்லாம் நடுவாந்தரத்தில் உண்டானது. ஆதலால் சிருட்டி நடுவாந்தரத்தி லுண்டானது. சிருட்டியானது பயனைக் கருதி யேனும், பயனைக் கருதாதேனும் செய்திருத்தல் வேண்டும். கடவுள் முற்றறிவாளரும், சர்வ நன்மெ யுடையவருமாதலால் அறிவீனருக்குரிய பயனில்லாச் செய்கையை செய்யார். ஆதலால் சிருட்டி பயனைக் கருதியே செய்திருத்தல் வேண்டும். சிருட்டிக்குமுன் சிருட்டியா லுண்டாகும் பயனில்லை. சிருட்டிப் பயனை கடவுளென்றுண்டோ அன்றே உணர்ந்திருந்து பின்னர் நடுவாந்தரத்தில் செய்தனரேல் அவரது சர்வ நம்மெயுடமைக்குப் பழுதாம். அதனால் கடவுள் சர்வ நன்மை உடையவரல்லர் என்றாகும். சிருட்டிப் பயனை நடுநாளில் உணர்ந்தவரேல் (மனிதரைப் போல் முன்னொருபோது விளங்காத உண்மை பின் காலஹரணத்தால் விளங்கப் பெற்றமையால்) கடவுள் முற்றறிவாளரல்லர். முற்றறிவாளரல்லாதவர்கள் சிற்றறிவுஞ் சிறுதொழிலுமுடைய மனிதாதி ஜீவவாசிகளை யொத்த வரே. தமக்குச் சமானமானவர்களை வணங்குதல் அறியா மையாதலால், தமக்குச் சமானமான தம்மனோர் சிருட்டிக் கடவுளை வணங்குதல் முற்றும் அறியாமையே. சிருட்டி, மனோசிருட்டியென்றும், தொழிற்சிருட்டியென்றும் இருவ கைப்படும்; தொழிற்சிருட்டியை வணங்குபவர்கள் விக்கிரக ஆராதனை செய்பவர்கள். மனோசிருட்டியை வணங்குபவர் கள் வேதசமாஜத்தவர் பிரம்மக்கியானிகள் முதலிய வர்களாம். ஆகையால் இவ்விடத்தும் சிருட்டி யென்பது சிருட்டிகருக்கே மோசத்தை வருவிக்கிறது.

சிருட்டி என்பதற்கு கிறிஸ்தவர்கள் கூறும் பொருளாவது சூனியத்தினின்று நிர்ச் சூனியம் உண்டாதல் என்பதே. உள்ளது போகாது இல்லது வராது என்னும் பதார்த்த தத்துவ உண்மையால்

இவர்கள் மதசித்தாந்தம் பலமுறைகளிலும் அனுபவயுத்தமாய் முறியடிக்கப் பட்டுள்ளது. இவ்வாறு பல சமயிகளும் சிருட்டி என்னும் பதத்திற்கு பொருந்தாப் பொருள்கூறி மயக்கத்தை வருவிக்கின்றமையால் பௌத்த சமயினர் சிருட்டி என்னும் சொல்லைச் சொற் பதரென்றே துணிந்திருக்கின்றனர்.

சென்னை புத்தமித்திரர்,

29.9.08 **ம. மாசிலாமணி முதலியார்**

7 அக்டோபர், 1908

69. ஐதிராபாத் மூஸூநதியின் விபத்து

பன்நாடும் பொன் நாடென புகழும் ''ஐதிராபாத்'' என்னும் ராஜதானியானது மனதைக் கவரும் மாட மாளிகைகளும், கண்ணைக் கவரும் கனகமயக் கட்டிடங் களும், சித்த மகிட்சியைத் தரும் சிங்கார வனங்களும் அவ்வனங்களில் வசந்த காலத்தரசனுக்கு மகுடஞ் சூட்டினது போல் குயிலோசையாகிய மத்தளம் கொட்ட, கிளிகள் மங்களம்பாட, வண்டுகள் சங்கீதம்பாட, ஈர்வாளுக் கொப்பாய் தாழைமடங்கள் தோன்ற விளங்கும் வசந்த காலத்தில் கல்வியிலும், செல்வத்திலும், சிறந்த பிரபுக்களும், துரைமக்களும், பந்தாடல், செண்டாடல், முதலிய அநேக விளையாட்டுகளை விளையாடவும் மற்றஜனங்கள் அனைவரும் யாதொரு ஆடங்கமுமில்லாமல் போய் கண்டுகளிக்கவும், வித்வான்களாலும் புகழ்ந்து பாட முடியாத சகலவனங்களும் நிறைந்தும் சகல ஏழைகளுக்கும் பசியாற்றும் தாயைப்போற் சிறந்ததும் அஷ்டசம்பத்தும் இஷ்டமாய் பெருகி விழும்படியானது மாகிய இச்செல்வ பட்டணத்திற்கு வந்த அபாயத்தை சொல்லத்தரமல்ல. ஆகிலும் ஒருவாறு விவரிப்போம்.

இவ்விடம் சுமார் பத்துபதினைந்து நாளாய் சிறுமழையா யிருந்தது. ஆனால் 27ந்தேதியிலிருந்து பெய்த மழையினால் ஒருவரும் வெளியில் ஏகக்கூடாமலும் ஒருவரை ஒருவர் காணக்கூடாமலும் யாதொரு வஸ்துவும் போய் வாங்கக் கூடாமலும் (சக்கன்றாபாத்திலும், ஐதிறாபாத்திலும்) வீடுக ளெல்லாம் விழுவதும், சுவர்களெல்லாம் இடிவதுமாக விருந்தது. 29.9.08 இரவில் ஐதிறாபாத்திலிருக்கும் ''மூஸுர்'' நதியென்னும் ஆறு பெருகி ஆற்றோரத்திலிருந்த சகல வீதிகளையும் அடித்துக் கொண்டு நகரத்திற்குள்ளும் பெருகி அநேக மாடமாளிகைகளையும், கூடகோபுரங்களையும் அடித்துக் கொண்டு மைதான வெளிக்கு நிகராய் செய்துவிட்டுப் போய் இத்துடன் அநேக வீடுகளையும், அழகுசிறந்த

மேடைகளையும் தரைமட்டமாய் இடித்துவிட்டது. ''சாலர்ஜங்'' யென்னும் பழய மந்திரியின் மாளிகைகளும் அமிழ்த்துவிட்டது. (அப்ஸூல் கஞ்ச் தர்ம ஆஸ்பிட்டல்) என்னும் வைத்தியசாலை சகலருக்கும் உயிர் உதவிசெய்யும் ஜீவசிந்தாமணி போன்றது. அந்த வைத்திய சாலையில் சுகமடையாதவர்கள் ஏழையிலிருந்து பிரபு வரையிலும் யாருமில்லை. அவ்வைத்திய சாலையில் எத்தனை ஜனங்களிருந்தார்களோ அவர்கள் எல்லாருடன் அப்படியே இடிந்துவிட்டது. அதில் ஏறக்குறைய *400 – 500* பேர் வரையிலுமிருக்கலாம். ஊருக்குள்ளோ கணக்கற்ற குதிரைகளும், யானைகளும், வண்டிகளும், மாடுகளும், கழுதைகளும் இப்படியே லாயங்களெல்லாம் இடிந்து ஒன்றும் மிச்சமில்லாமல் மாண்டுவிட்டது. தண்ணீர் பெருகிவிட்டதென்று கேள்விப்பட்டவுடன் புருஷர்களும், ஸ்திரீகளும், சிறுவர்களும் ஓடிவிடலாமென்று வெளியில் வரவே அவர்களை யெல்லாம் அப்படியே அடித்துக் கொண்டு போய்விட்டது. *29.9.08* தண்ணீர் வற்றினபின் சக்கன்றாபாத்திலிருந்தவர்களும், சுற்றுப்புறங்களிலிருந்தவர்களும், போய்பார்த்து அழாதவர்கள் ஒருவருமே இல்லை. வெள்ளத்தில் அடித்துக் கொண்டு போனவர்களில்லாமல் வாசல்களிலும், றோட்டுகளிலும் குப்புர விழுந்தவர்களும் மல்லாந்து விழுந்தவர்களுமாக மாண்டுக் கிடந்தார்கள்.

''ஐதிறாபாத்'' என்னும் இராஜதானி உற்பத்தியானக் காலத்திலிருந்து இப்பேறப்பட்ட அபாயகரமான நஷ்டம் சம்பவிக்கவில்லை. சகல ஊர்களிலிருந்து வருபவர்களும் ஐதிறாபாத்தையும், அப்ஸல் கஞ்ச் றோட்டையும், அதிலிருப்பவர்களின் நாகரீகத்தையும் பார்த்து வியப்புறு வார்கள். ஐதிறாபாத்தில் கிடைக்காத வஸ்து ஒன்றுமே யில்லை. இப்பேறப்பட்ட மாக்ஷிமை தங்கிய ஊருக்கு இக்காலத்தில் நடந்த கோரத்தை நினைக்குங்கால் நெட்டுயிர்ப்பு விட்டுவிடுகிறது.

30.9.08–1.10.08 வரையிலும் இடிந்த வீடுகளிலிருந்து எடுத்த பிணங்களின் துகை *20,000* (இருபதாயிரம்) இன்னும் அநேக வீடுகளில் எடுக்கவில்லை. ஐதிறாபாத்தில் சரியாய் முக்கால் பாகம் போய்விட்டது. ஆத்து வெள்ளம் பெருகி ஊரை அடித்துக் கொண்டுப்போகும் சமயத்தில் இவ்விடத்தில் அஸிஸ்டென்ட் ரெஸிடென்ட் இடுப்பளவு தண்ணீர் வரையிலுமிறங்கி அநேக பெட்டிகளையும், பேழைகளையும், அநேக

ஜனங்களையும் இழுத்துக் கொண்டுவந்தார். இத்துடன் பரோபகார சிந்தை யுடையவராகிய இவர் ஒரு படகையும் கட்டிவிட்டார். அதனாலும் இவருடைய நன்முயற்சியாலும், அநேகர் பிழைத்தார்கள். மேற்படி மற்றப் புண்ணியசீலராகிய (நைஸாம் அரசருக்கு) கோடிக் கோடியாய் நஷ்டம் வந்தும் அதை எவ்வளவும் கவனிக்காமல் என் பூர்வகுடிகளாகிய பிரஜைகளை இனி எப்பொழுது சம்பாதிப்பேனென்று அழுதுவிட்டார். இச்சம்பவம் மெத்தவும் விசனம், விசனம்,

2.10.08 **எம். வி. கே.**

சக்கன்றாபாத்.

7 அக்டோபர், 1908

70. சுத்தஞானம் – தெய்வச்செயல்

சுயக்கியானியாகிய பையான் என்பவரை ஒரு கடற்றுரைப் பட்டணத்திலுள்ள வருண பகவான் கோவிலுக்கு இட்டுக் கொண்டுபோய் புசற் காலங்களிலே அந்த பகவானுக்குப் பிரார்த்தனை செய்துக் கொண்டபிறகு கப்பற் சேதத்தினின்றும் காப்பாற்றப்பட்டவர்களைப் போல அவ்விடத்தில் எழுதிவைத் திருக்கிற படங்களைக் காட்டி இவர்களைப் பார்த்தீரா, இப்போதென்ன சொல்லுகிறீர்? தேவதைகளின் சக்தியை நீர் ஒத்துக் கொள்ளுகிறீரல்லவா? என்று கேட்டார்கள். அதற்கவர் ஹே–ஹே பிரார்த்தனை செய்துக் கொண்டும் பிறகு தண்ணீரில் முழுகிப் போனார்களே அவர்களுடைய படங்கள் எங்கே யெழுதி வைத்திருக்கின்றன யென்றார். கூட்டிப்போன தாட்டிகர்கள் தங்கள் தங்கள் முகங்களைக் குப்புறப் போட்டு வெட்க மடைந்து மவுனஞ் சாதித்தார்கள்!

தெய்வச்செயல்

ஜெர்மனி தேசத்து ஒரு சிறந்த கிரந்த கர்த்தாவானவர் ''மனிதர்கள் தங்கள் வைராக்கியத்திற்கேற்பத் தத்துவம் பேசுகிறார்கள்'' என்று உண்மெயாகவே உறுதிச் சொல்லி யிருக்கிறார். நாம் மதக் கோட்பாட்டிற்குள் நுழைந்து பார்ப் போமாகில் எப்போதும் அடிவாரத்திலே ஸ்வப்பிரயோஜனக் கருத்தைக் காணுகிறோம். தாமஸ் கூப்பரானவர் தன்னுடைய வாழ்நாள் சரித்திரத்திலே இருப்புப் பாதையிலே நேரிட்ட இடையூரானது தான் கிறிஸ்த வனானதற்கு முடிவான பரிசோதனையா யிருக்கின்ற தென்று எழுதியிருக்கிறார். மற்றெல்லா வண்டிகளும் இடியுண்டு சிதைந்து போக அவர் ஏறியிருந்த வண்டி மாத்திரம் அற்புதமாய்க் காப்பாற்றப்பட்டது. அவர் பேரில் கடவுள் திருஷ்டி வைத்திருந்தார். என்பதற்கு அதுவே தெளிவான அத்தாட்சி, தாமஸ் கூப்பரை கிறிஸ் தவரென்று எண்பிக்கும் பொருட்டே அந்த வண்டித்

தொடர் சேதமடைந்ததென்று உள்ளபடி ஒருவர் நினைக்க வேண்டும். இறந்து போனவர்களையும், குத்துயிராயிருக் கிறவர்களையும், கால் கை முறிந்து மண்டை பிளந்துக் கிடப்பவர்களையும் பற்றிச் சிந்தனை யொன்றுமில்லாமல் அவர் மூழந்தாள் படியிட்டுக் கடவுளைப் பிரார்த்தனை செய்தார்!! இதைப் பார்க்கிலும் ஸ்வப்பிரயோசன திருஷ்டி ஸ்வகாரிய புவித்துவம் வேறொன்றிருக்கிறதா? மேலும் இது நொடிய கல் நெஞ்சுக்குக் கோரமான திருஷ்டாந்தமா யிருக்க வில்லைா? தாமஸ் கூப்பர் தனக்கு இருப்புப் பாதை இடையூறு சம்பவித்து கிறிஸ்தவர்கள் தனக்காகப் பெருந்தொகை கையொப்பஞ்செய்த பின்பு தீவிரமாய்க் கண்டறிந்தது போலப் பிரபஞ்சத்தில் ''கடவுளினது சங்கற்பத்தைக்'' காணாத ஐயோ ஒரு தெளிவுள்ள சுயக்கியானி தன்னைப் போன்ற ஜீவர்கள் மரிப்பதினால் தனக்கு அநித்தியமான அல்லது நித்தியமான பிரயோசன முண்டாவதாயிருந்த போதிலும் அந்த மரணத்தைப் பராமுகமாய்ப் பார்க்கும்படியான இழிந்த குணத்தை ஒருக்காலும் உடையவனாயிரானே. மேற்படி கால், கை முறிந்து மண்டைப் பிளந்து கஸ்திப்பட்டவர்கள் சேதமின்றியும் மேற்குறிப்பிட்ட தாமஸ் கூப்பர் கால், கை முறிந்தும் அந்தவிடத்தில் கிடக்குங்கால் மேற்படியார்கள் தமக்கு உதவி செய்யாமல் கடவுளைப் பார்த்து தோத்திரஞ் செய்துக் கொண்டிருப்பார்களாயின் மரணத் தருவாயி லிருக்கும் மேற்படி தாமஸ் கூப்பர் மேற்படியார்களைப் பற்றி என்ன வெண்ணியிருப்பாரென்று இதை வாசிப்பவர்களே கவனித்து ஞாயஞ்சொல்ல வேண்டும்.

''சமயத்திற்குதவா யீசன்
சமயத்திற் குதவா நண்பன்
சமயத்திற் குதவாப் பெண்டீர்
தக்கவ ராகமாட்டார்.''

நமது சினேகிதர்களில் ஒருவரோடுகூட ஒரே வீட்டில் வாசஞ் செய்துக் கொண்டிருக்கிற ஒரு தேவ விஸ்வாச துரைசானி ''சமாச்சாரம் கேள்விப்பட்டீரா'' பூட் என்பவருடைய வீடு எரிந்து போய்விட்டதாம் அவர்பேரில் கடவுளுடைய ஆக்கினையைப்! பார்த்தீரா? என்றுச் சொன்னாள். அதற்கு நமது சினேகிதர் ''அவலட்சணம், ஒரு தேவாலயம் எரிந்து போய்விட்டால் கடவுள் அப்படிச் செய்தாரென்று சொல்லுவையா?'' என்று கேட்டார். அதற்கு அந்தம்மாள் ''ஓ அது வேறுவிஷயம்''

என்று மறுமொழி கூறினள். அப்படியே சொல்லுவார்கள் பரிதாபம்!! குருக்கள்மாருடைய போதனையால் அறிவு மழுங்கியிருக்கிற மதப்பித்தர்களுக்கு ''அது வேறுவிஷயம்'' என்று சொல்லுவது தவிர வேறேவகை கிடையாது. அதாவது– அவர்கள் எதை நம்ப விரும்புகிறார்களோ அதுவே யதார்த்தம். எதை நம்ப விரும்புகிறதில்லையோ அது அபத்தம். இதுதான் எப்போதைக்கும் விசாரணைக் குறைந்த மதத்துக்கு ஜீவனும், தருக்க சாஸ்திரத்துக்கு ஹானியுமா யிருக்கிறது.

''விளங்கவிசாரியா விவேகம் வேசியர்க் கொப்பம்.''

தி. சி. நாராயணசாமி பிள்ளை

உ. கோ.

14 அக்டோபர், 1908

71. நமோபுத்தா – புலவர் சிறப்பு

உலகத்தின்கண் ஜனனித்த மாந்தர்களில் இலக்கண இலக் கியங் கற்று கவிப்பாடுந் திறம் பெற்றவர்கள் நால்வராய்ப் பிரிக்கப் பட்டிருக்கிறார்கள். அதாவது ஆசுகவியென்றும், மதுரகவி யென்றும், சித்திரக்கவியென்றும், வித்தாரக் கவியென்றும் விளங்குகின்றனர் என்பதை விளக்க,

வச்சணந்தி மாலை

கவிகமகன் வாதியே வாக்கியெனக் காசில்
புவியின்மே னால்வர் புலவர்–கவிகடா
மாசு மதுரமே சித்திரம்வித் தாரமென
பேசுவார் நால்வர்க்கும் பேர்.

கவி, கமகன், வாதி வாக்கி யெனப் புலவர் நால்வர் அவருள் மேற்குறித்த கவிகள் நால்வர் மற்றும் பாட்டில் ஏழுத்தசை, சீர், தளை, அடி, தொடை, எதுகை, மோனை என்னு மிலக்கண உறுப்புகளமையப் பாடுஞ் சிறப்பினால் பாவலரென்றும், நாவலரென்றும், சிறப்புப் பெற்றிருக் கின்றனர்.

இவற்றுள் எழுத்திலட்சணம் அறிந்து பாடுதலே இனியதாகும்.

வச்சணந்திமாலை முதன்மொழியியல்

உணாபொருத்தம்

மதித்தக் கசதநப மவ்வோடு வவ்வு
முதித்தமைந்த நாற்குற் றுயிருந்–துதித்தமுதென்
றாதி மொழிக்குந் தசாங்கத் தயலுக்குந்
தீதிலவே யென்றார் தெரிந்து.

க, ச, த, ப, ம, வ, வ், என்னும் ஒற்றுக்களேழும் அ, இ, உ, எ, என்னும் நான்கு குற்றுயிரும் அமுதவெழுத்தாம். அவை மொழிமுதலும், தசாங்கத்தயலும் வந்து வழங்கு மரபினவாம்.

தெரிந்த யரலமேற் சேர்ந்த வாவோவும்
புரிந்தவற் றொற்றாய்கப் புள்ளி – விரிந்த
வளவொடுகான் மாத்திரையுமாமென்றறிந்தோ
ருளவென்றார் நஞ்சென்றொழி.

கூறிய யரலக்கள் மேலேறிய ஆகார ஓகாரமும், யரலவென்னு மொற்றும் ஆய்தப் புள்ளியும், ஒற்றுயி ரென்னும் அளபெடை இரண்டும், மகரக் குறுக்கமும், ஆய்தக் குறுக்கமும் ஆகிய பதினான்கும் நஞ்செழுத்தாம். அவை ஆதி மொழிக்கும் தசாங்கத் தயலுக்குமாகா முதற்சீராகிய மங்கலச் சொல்லின்கண் நஞ் செழுத்து வந்தனவாலோ வெனின் ''நஞ்சு மமுதமா மங்கலம் புகினே'' என்ப வாகலின் மூவகைச்சீருள் மங்கலச்சொல் லொழியக் கொள்க.

நஞ்சினு மமுதினு நாட்டப்படாவாகி யெஞ்சி நின்ற உயிரும் உயிர்மெய்யும் எப்பாற்பட்ட வெனின் ''அமுதெழுத்தென்ற வாதியுயிர் நான் கொடும் புணர்ந்த மெய்யை யுணர்ந்த முதென்ப'' மெய்யாமமுதின் மேவிய உயிரும் பொய்தீர்புலவர் பொருந்தினவென்ப.

25.9.08 பெ. பு.

சாம்பியன் ரீப்ஸ், **தமிழபிமானி.**

(இன்னும் வரும்.)

21 அக்டோபர், 1908

72. ம-ள-ள-ஸ்ரீ N. C. கண்ணபிரான் முதலியார் அவர்கள் பிரசங்கம்

அதாவது சென்றவாரம் ஆரியமதப் பிரசங்கமென்று ஓர் விளம்பரப் பத்திரிகை எமக்குக் கிடைத்தது. அதை எடுத்துக் கொண்டு சாக்கைய புத்த கிளைச் சங்கத்தோரிடஞ் சென்று இப்பிரசங்கத்திற்கு வருகிறீர்களாவென்று கேட்டேன். அதற்க வர்கள் சொன்னதாவது எங்களுக்கு நேரில் அவர்கள் விளம்பரப் பத்திரிகை அனுப்பவில்லை அவ்வகை யனுப்பாதவர்கள் கூட் டத்தில் நாங்கள் போவோமாயின் ஏதேனும் கேழ்விகள் கேழ்க்க நேரிடும். அதினால் கலக முண்டாயின் அறிக்கைப்பத்திரம் அனுப்பாமல் வந்த ஓர் குற்றமேற்படும். ஆதலின் யாங்கள் அவ்விடம் வரவேண்டி யதுமில்லை, அப்பிரசங்கத்தைக் கேழ்ப் பதால் எங்களுக்கோர் பயனுமில்லை என்று சொல்லிவிட்டார்கள். அதைக் கேட்ட யான் நாமேனும் என்றுங்கேளாத இந்நூதன ஆரியமதப் பிரசங்கத்தைக் கேட்கலாமென்று அவ்விடஞ் சென்றேன்.

அக்கால் ம-ள-ள-ஸ்ரீ கண்ணபிரான் முதலியார வர்கள் விஷ்ணுவின் தியானமும், சிறப்புஞ் சொல்லி பேசிக் கொண்டே போனவர் விஷ்ணுவே புத்தராக அவதரித்தா ரென்று கூறினார்.

அதைக் கேட்டவுடன் எமக்கோர் திகைப்புண்டாயிற்று. அதாவது இப்புத்தரென்பவர் ஓர் பெருத்த வரசனுடைய புத்திர ரென்றும், அவர் மனிதனே என்றும், பூர்வ சரித்திரங்கள் கூறியுள்ளதன்றி சிலாசாசனங்களிலும், செப்போடுகளிலும் அவரை யோர் அரசபுத்திரரென்று வரைந்திருப்பதை நாளது வரையிற் காணலாம். அங்ஙன மிருக்க நமது கண்ணபிரான் முதலியாரவர்களோதிய புராண போதனையால் விஷ்ணுவே புத்தராகவவதரித்தா ரென்று கூறினார். அவ்வாறாகக் கூறியவர் மறுபடியும் அப்புத்தருக்கு கடவுளைப் பற்றிய ஞானமும், ஆத்துமாவைப் பற்றிய ஞானமு மில்லாததினால் இத்தேசத்தோர்

அவரையும், அவர் மதத்தையும் ஏற்றுக் கொள்ளாமல் நீக்கிவிட்டார்களென்று கூறினார்.

இவ்வகையாகக் கூறினவர் தன்னுடைய விஷ்ணுவுக்கே பரத்துவமுண்டென்றும், தன்னுடைய ஆரியமதமே மதமென்றும் பரக்கக்கூறவாரம்பித்தார். விஷ்ணுவே புத்தராகஅவதரித்தவருக்கு ஞானமில்லாதபோது விஷ்ணுவுக்கு என்ன ஞானமிருக்கலாம். விஷ்ணுவே புத்தராக அவதரித்தும் ஞானமில்லாதிருக்க விஷ்ணுவே பரத்துவமென்று நம்பியிருக்கும் கண்ணபிரான் முதலியாரவர்கள் என்ன ஞானங்கொண்டு இவ்விடம் பேசவந்தா ரென்பது விளங்கவில்லை, ஆயினும் இவரைப் பற்றி சில காலங்களுக்கு முன்பு கேழ்விப்பட்டிருந்தேனன்றி நேரிற் கண்டதில்லை.

என்னுடையகேழ்வியால்இவரைமிக்கசரித்திரவாராய்ச்சியும், சாஸ்திர வாராச்சியுமுள்ளவரென் றெண்ணியிருந்தேன். நேரில் காணுங்கால் மதவிசாரிணை யிலுள்ளவரன்றி தன்ம விசாரிணை யில்லை யென்பது தெளிவாக விளங்குகின்றது. ஆதலின் நமது முதலியார வர்கள் ஏ-புத்தா, ஏ-புத்தர்களே என்று கூறியவர் ஏ-விஷ்ணு, ஏ-விஷ்ணுக்களே என்றுங் கூறியிருப்பாராயின் இவரைப் பொதுப் பிரசங்கியென்றே போற்றக்கூடும். அங்ஙன மின்றி புத்தர்களை மட்டிலும் அழைத்தப்படியால் இவரை மதப்பிரசங்கியென்றே மதித்துக் கொண்டேன்.

மாரிகுப்பம். மதபித்தொழித்த,

வே. மாணிக்கம் பிள்ளை.

28 அக்டோபர் 1908

73. அறிவதும் அறியாததுமாகிய விளக்கம்

என்பது அறிதல்–அறியாதவை–விளக்கம் என்ற முற்சொற்றொடராகி அறிந்ததை, அறியாததையும் விளங்கக்கூறும் நுதலிற்றெனப் பொருட்படும். இவற்றுள் அறி வென்னும் பதம், அறி–பகுதி, வ்–சந்தி, உ–தொழிற்பெயர் விகுதியெனப் பிரிவுற்று புத்தியெனும் தற்கிழமைப் பண்பு நிலைகளத்துக் கருவியாய்த் தெரிதல் எனும் முக்காலத்துக்கும் பொதுவாம் வினைபாற்பட்டதெனலாம். இப்பதார்த்தத் திரிபினாக்கமே உணர்ச்சி. உணர்ச்சி வயத்ததே புலன்–புலனாயவை, சத்தம், சரிசம், ரூபம், இரசம், கந்தங்களாம். சத்தமென்பது–காதினா லறியப் படுவது. பரிசம்–உடலினா லறியப்படுவது. ரூபம்–கண்ணினா லறியப்படுவது. இரசம்–நாவினா லறியப் படுவது. கந்தம்–மூக்கினா லறியப்படுவதாகும். அறியப்படும் சத்த பரிச சாதிகளை விகற்பித்து, சத்தம்–மூவகைத்து, பரிசம்–மூவகைத்து, ரூபம்–அறுவகைத்து, இரசம்–அறுவகைத்து, கந்தம்–இரு வகைத்து என்றறிந்து விவகரித்தற்குக் கருவியாயவை மனம், புத்தி, சித்தம், அகங்கார மாங்கரணத்திடையி லுதிக்கும் யுத்தி, தருக்கம், அனுமானங்களாம்.

இவற்றுள் யுத்தியாதியையோ ருதாரணமு கத்தாற் றெரிவிப்பாம். அதாவது, கன்மகாண்டம் பஞ்சமகுலம் ஒன்றுண்டென விரித்தது. என்று ஊகித்தல் புத்தியெனலாம்.

தருக்கமோவெனில், வேதத்தில் நான்கு குலத்தையே குறித்திருக்கின்றது. அவை நான்கு குலங்கடானும் தருக்கத்தில் தருக்கந் தருமாறு, ஒன்றுக் கொன் றுயர்ந்ததாகவும், தாழ்ந்த தாகவும் கூறும் கூற்றாதார வேதுபூதமேது? ''சுக்கில சோணித மின்றித் தோற்றுங் குலமுண்டோ''? என்பதன்றோ உடன்பாடு. அற்றாய்க் கூறுவார் அம்மொழியடிக் கொண்டு, ''பிரமாவே தனதரிய தேகத்திருத்தி நான்கினம் வெளிப்படுத்தினர்.'' எனலை மூடிக் கொண்டு நோக்கினும், பிரமாவினின்றுதித்த மக்க

ளொவ்வொருவரும் பிரம்ம வம்மிசமே. பிராமணரேயாவர். இஃதோர்படித்தன்றி, சில கலையாளிகள் கூறிக் குதூகலித்துக் கொள்ளும் மக்களுற்பத்தி பிறிது பிறிது பாராட்டினும் ஆண்டு ''மாறுகொளல்'' மயங்கவைத்த நிகனழ்ச்சி குற்றம் மலியபொருத்து மற்றொரு சங்கைக்கும் வித்தா எழலால் அதனை யொருபுறத்தமர்த்தி சங்கையுற பரந்துள்ள சாத்திரத் துணிபு. சர்வம் பிரம்ம வம்மிச மென்பதே நிலைபெறும்.

அவை சங்கையின் விரிவுந் துணிபுஞ் சிறிது சீர்தூக்குவாம். பிரமர், தனது சிரசினின்று பிராமணரையும், புஜத்தினின்று க்ஷத்திரியரையும் துடையினின்று வைசியரையும், பாதத்தினின்று சூத்திரரையும் படைத்தார் என்ப. இம்முறை வரலாறாய்ப் பெண்பாலார் தோற்றம் வலிந்து கூறப்படாதொழிதலின் பெண்கட்குக் குலமில்லை கொல்லோ! என்ற சங்கைக்கும் இடனாகின்றதே. இது சொல்லுழியேவிடுப்பாம். எனினும் அவயவ ஏற்றத்தாழ்வு நோக்கி யவனுதித்த மக்களும் ஏற்றத் தாழ்வுற்றார்போலும். சாதியாதாரத்தின் கருத்து– மாமரத்தில் முளைத்த கனிகள் உச்சியி னிருந்தா லென்ன, மத்தியி லிருந்தா லென்ன, அடியிலிருந்தாலென்ன? அழைக்கப்படுவதும், உரு சிக்கப் படுவதும், முகரப்படுவதும், மாங்கனியென்றொரு பதத்தேயன்றோ? அது போல பிரமன் தனது சிரசி லதிகமா யிடம் பிடியாக்குறைவால் தனது புஜம், துடை, பாதத்தினின்று சிலரைப் படைத்தார் என்றுச் சொல்லி யொழித்தாற் பாதகமென்னை? நெல்லை விதைத்தால் நெல்லே விளையுமன்றி கோதுமை விளையுமா? தேக சக்த்தியும், மைதுனபீடமு மோரி னமா யிருத்தலினன்றே மகவு பேருண்டாகின்றது. பிரமனின் பாதத்திருந் துதித்ததாற் சூத்திரன் தாழ்ந்தோனாயின் பிரமனின் பாதமும் இழிவுதானே. அவ்விழிந்த பாதத்தை பத்ம புராணமும் புராணிகருஞ் சீரெனத் தொழுதலென்னே! பிரமனின் சிரசே சிறந்ததென வழக்கு, தோற்றம், தேற்றுத் துறுதலால் பிரமனின் மற்ற அவயவங்களும் ஆங்கேழ்ந்த தோற்றங்களும் இழிவுதானே. பிரமன் பொய் சொன்னா னென்று புராணங்கள் புகல்வதால் பிரமன் தலையு மிழிவுதானே! பின்னும் அச்சிரம் பார்வதிபாகனால் கொய்யுண்டதால். பிரம்மோற்பவசாதி கைம் பெண் மகவுபோன்றதன்றோ! இவ்விதமாய் நான்கினமென்பதே தோன்றாது பறையனை ஐந்தாவது குலம் பஞ்சமனென்று விதந்ததெப்படி? பொய், களவு, மதுவுண்ணல், கொலை,

குருநிந்தையாகிய பஞ்சமாபாதக வைங்குணியோ பஞ்சமன் எனின் அது மடமையாகும். ஏனெனில், சிறந்த தேவரும், முனிவரும், மன்னருமக் குணத்தளவளாவினார் என்று முன் னூல்கள் கூறுகின்றன. அப்படியன்றி ஒருவகுப்பாரை மாத்திரம் பஞ்சமரென்று சுட்டல் மந்தமதியன்றோ? அங்ஙனஞ் சுட்டாது தருக்கவாயிலாய் நோக்கின் ஏற்படுத்தியுள்ள சித்திர விசித்திர கோலாகல பட்டா பிஷேகக் குலங்கோத்திரங்க ளெல்லாம் பஞ்சமரென்றே முடிவு பெறும். இது முறை மதியில்லா பாமரரும், அவரை யொத்த பெண்களும், பேதைச் சிறுவர்களும் யாமுயர்ந்தசாதி மற்றையோர் பஞ்சமசாதி, பஞ்சமரைத் தீண்டலாகாது, தீண்டில் எரிந்து பொசுங்கிப் போகக் கூடியது நஞ்சாதி வன்மை யென்று பிரலாபித்தல் சாமானியம். ''அற்பமதி யதிககெர்வி.'' என்ற முதுமொழியின் பிரகாரம் அன்னோர்கூற்று பொருளற்ற தென்றுத் தள்ளினும்

''குணநாடி குற்றமு நாடி யவற்றுள்
மிகநாடி மிக்கக் கொளல்.''

என்ற முதுமொழியாமாறு மேற்சாதி பஞ்சமா பாதகஞ் செய்யினும் அது பாதக மாகா வென்கின்றார் புத்திசாலி யென மதித்துள்ளார். ஓ, ஓ அவர்மதி யிருந்தவாறென்னை?

4 நவம்பர், 1908

பஞ்சமன் பஞ்மனென்றும், புலையன், சண்டாளன், நீசன், பறையன் என்றும் மேற்சாதி யென்பார் இழித்துரைத்துத் தள்ளினும் அப்பெயர்களால் அழைக்கப்படுவோர்தாமும், தம் நல்ல கல்வி, கேள்விவாய்த்தவராயிருந்தும்,

உத்தாராமாயணம்

பொன்மை வைத்த வயன்வரத்தாற் புவன
மூன்றும் பொடிபடுத்தித்
தன்மைப் பிரம தண்டினாற் சாதிப்பரி
யோனவன் பொல்லாக்
கன்மத் தினையெம் மிடைச்செய்யுங் காற்
றின் றனையன் கருத்தழிவுற்
றுன்மத் தனனாய்த் தன்வலிதா னுணரா
தொருக வென வுரைத்தான்.

அனுமான் சாபத்தால் தனது வீரம் சீலமாதி பெருமைகளை யறியா தொடுங்கிக் குறுகியிருந்த வண்ணம் சாதிபேத நாற்றம் தமிழ் சண்டாள சாத்திரப் புழுதியில் புரண்டு ஒருவருக்கும் பயன்றரா பரிவாத விஷயமாஞ் சாதியாசாரத்தை யுண்மையென்று நம்பி சில, விஷ்ணுக் கோவில்களிலும் இருப்புப்பாதை கப்பல் முதலிய பிரயாணப் போக்கின் கண்ணும் கருணை களஞ்சியம் விவேக சூரியர் களங்கமற்ற ஆங்கிலேய உத்தியோக சாலையின் கண்ணும் யாம் தாழ்ந்தசாதி பஞ்சமரென்றுத் தாமே கூறியும், கூறாது ஒழித்தும் கூசிக்குறுகுவதென்? என்றபடி பன்விதமாய்ச் சிந்தா திரைகொழிக்கும் சங்கற்பமேயாம்.

தர்க்கம்

அனுமானெமென்பது உரைத்தவற்றைப் பிறமாணமாகக் கொண்டு உரையாத பொருளை யூன்றி யறிதலாம் அதன்சிறப்பு தெளிதலேயாம். அஃதாவது, மூலபிரம, க்ஷத்திரிய, வைசிய, சூத்திரர் வரன்முறையும், தொழின் முறையும், சம்பவ கால முறையும், இவற்றிற்கு ஆதரவென் றுள்கி பொறித்த சரித்திர யதார்த்த வன்மையும் நோக்கப்படின் கால ''காலனைக்கரிசற நோக்கின் காலனைத் துரத்தும் அக் காட்சிதானே.'' என்பதைப் போல யுத்தி தர்க்க விசாரணையில் ஒருவகைத்தாய் நிலையா தலைவதால் சாதிபேதக் கோட்பாடு பொய்க் கோட்பாடென்றும்,

''நில்லாதவற்றை நிலையினவென்றுணரும்
புல்லறிவான்மை கடை.''

''பொருளல்லவற்றைப் பொருளென்றுணரும்
மருளானாம் மாணாப் பிறப்பு.''

என்றபடி சாதியாச்சிரமத்துவத்தல், புல்லறிவாண்மை என்றும் கொள்ளக் கிடக்கின்றது. இவ்விதமாக யுத்தி, தர்க்க, வனு மானங்களான் நிறூஉவிய விஷயமே அறிவு. இவ்வித நல்லறிவின்கண் சாதிபேதந் தோன்றா. ஏனெனில், அறிவு, அருள், ஆசை, அச்சம், மானம், நிறை, பொறை, ஓர்ப்பு, கடைப்பிடி, மையல், நினைவு, வெறுப்பு, உவப்பு, இரக்கம், நாணம், வெகுளி, துணிவு, அழுக்காறு, அன்பு, எளிமை, எய்த்தல், துன்பம், இன்பம், இளமை, மூப்பு இகல், வென்றி, பொச்சாப்பு, ஊக்கம், மறம், மதம், மறவி முதலிய சர்வஜன சம்பத்தேயல்லது வருணாச்சிரம சம்பத்தன்று. வாத, பித்த,

சிலேத்தும தோடச் செறிவாமாறே மேற்படி அறிவாதி குணங்கள் விவகரித்தல் தேகக்கன்ம கதியாயிருத்தலின் பஞ் சமாபாதகம் யாரைவிட்டதுகாண் எனத் தெரியற் பாலது. மேலே தொகுத்துள்ள சத்தாதி புலன்களை விரித்து நோக்கின் சாதிபேத மறியற் சாத்தியமோ? அன்று. ஏனென்றால் (சத்தம்) கூட்டத்தாற் பிறந்தது, பிரிவாற் பிறந்தது, ஓசையாற் பிறந்தது என்று சருவங்காதாற் கவரப்படுதலேயன்றி பஞ் சமன் சத்தமென்றனு மானித்து பஞ்மனிவனென்றுத் தேறற் கிசைவுண்டோ? கிடையாது அல்லது (பரிசம்) குளிர்ச்சி, சூடு, குளிர்ச்சியுஞ் சூடுமில்லது என்று சருவதேக மாத்திரத்தாற் கவரப்படுதலே யன்றி பஞ்சமன் தேகமென்று அனுமானித்து பஞ்சம னிவனென்றுத் தேறற் கிடைவுண்டோ? கிடையாது.

11 நவம்பர், 1908

அல்லது (ரூபம்) வெண்மை, கருமை, பொன்மை, செம்மை, பசுமை, புகைமை, என்று சரவ விழி மாத்திரத்தாற் கவரப்படுதலேயன்றி பஞ்சமன் விழியென் றனுமானித்துப் பஞ்சம னிவனென்றுத் தேறற்கிசைவுண்டோ? கிடையாது. அல்லது (இரசம்) தித்தீப்பு, புளிப்பு, கார்ப்பு, காழ்ப்பு, கைப்பு, துவர்ப்பு என்று சருவ நாமாத்திரத்தாற் கவரப்படுதலேயன்றி பஞ்சமன் நாவென் றனுமானித்துப் பஞ்சமனிவனென்றுத் தேறற்கிசைவுண்டோ? கிடையாது. அல்லது (கந்தம்) நற்கந்தம், துர்க்கந்தமென்று சருவ மூக்கு மாத்திரத்தாற் கவரப்படுதலே யன்றிப் பஞ்சமன் மூக்கென்று அனுமானித்துப் பஞ் சமனிவனென்றுத் தேறற் கிசை வுண்டோ? கிடையாது.

ஆதலால் பஞ்சமரென்று பிரத்தியேக குலமொன்று இல்லையென்று நன்குவிளங்கித் தெளிதலே தெளிவு.

மேற்குலமென்பார் செய்யும் பஞ்சமாபாதக மறைவினை விளக்கித் தெளிவாம். அதிகாரி வீட்டுக் கோழிமுட்டை யடிமை வீட்டு அம்மிக்கல்லையும் உடைத்துவிடுமாம். ஏனெனின் பணத்தின் வல்லமை ''ஈட்டி யெட்டின மட்டும் பாயும் பணமோ பாதாளம் பரியந்தம்பாயும்'' என்ற பழமொழிப் பொருமும் பிரத்தியட்சந்தானே. அதுபோல மேற்குலமென்பதும் பணத் தினளவிலேயாம்.

மனுஸ்மிருதி 270 முதல் 288–417 சுலோகங்கள் குறிக்குமாறு ''தாழ்குலத்தோன் பிராமணனைத் திட்டுவானேல் அவனுடைய நாவைத் துண்டித்துவிட வேண்டும்.'' தாழ்ந்தோன் உயர்ந்தோன் பக்கலில் உட்காருவ னேல் தாழ்ந்தோன் இடுப்பை யொடித்துவிட வேண்டும், சூத்திரன் செல்வம் சம்பாதிக்கக் கூடியவனாயிருந்து சம்பா திக்கினும் அச்செல்வம் பிராமணரைத் துன்பப்படுத்துவதா யிருக்கும். சூத்திரனைக் கொலை செய்யினும், தண்டிக்கினும் தோடமில்லை. அது நாயை பூனையைக் கொன்று தண்டித்த தொக்கும் என்ற மிலேச்ச போதனைகளைப் போதமென்று அறிவீன வமைச்சர் முன்னிலையில் நீட்டி யன்னோர் அதிகாரப் பெருக்கால் ஏழைக் குடும்பங்களைப் பின்னு மேழையாக்கித் தாழ்ந்தோர் தரித்திரமுற் அஸ்திவாரப் படுத்தினர். தற்போது சகல ஞானசம்பன்ன இங்கிலீஷ் ஆளுகையால் தாழ்குல மென்பார்க்குச் செல்வம் உண்டாயிருக்கின்றபடியால் மேற் குலத்தோர் அச்செல்வ னிடத்துச் சென்று ''குலமுமொன்றே குடியுமொன்றே, இறப்புமொன்றே, பிறப்புமொன்றே......... சிறப்புஞ் சீலமுமல்லது பிறப்பு நலந்தருமோ?'' என்ற விண்ணப்ப முறையோடு கூடிக்குலாவுவதும் பிரத்தியட்சந்தானே. ஆதலால் சாதிபேதம் பணமுன் நில்லா என்றுந் தெளிக் கிடக்கின்றதே யல்லாது பிரமாங்க கதையார்த்தமன்று எனமுடித்து பஞ் சமர்தாமே பஞ்சமரென்றுக் கூறிக் கூசற் காரணஞ்சிறிது விளக்கித் தெளிவாம்.

பஞ்சமர் அவ்வண்ணம் கூசல் தமதறியாமையாம். தவிர

''வினைவலியுந் தன்வலியு மிக்கோன் வலியுந்
துணைவலியுந் தூக்கிச் செயல்''

கருமம் எனும் கருத்தாமாறு மேற்குலமென்பாரின் பொருண் வலியும் தன்னதூஉம் துணைவரதூஉம் எளிமையையும் கருதி ''இன்னா–பொருளுடையார்க் கின்னா செயல்'' என்ற வாக்கியப் பிரகாரம் அதைரியத் தடங்கா நிற்கின்றனர்.

''அஞ்சவ தஞ்சாமி பேதைமை யஞ்சுவ–தஞ்சலறிவார் தொழில்'' எனலால் கல்வி கேள்வியாளராய வன்னோர் பிறராது அறியாமைக்கும் பொருட்கும் அறிவா லஞ்சிக் கூசுகின்றா ரென்பதே அடைபு அல்லது சாதிபேத பொய் விஷயார்த்தத்தன்று.

மேன்விரித்துள்ள பிரகாரம் யாதேனும் ஒரு விஷயத்தை

யகத்தும் புறத்தும் தர்க்கவாதரவால் அளவிட்டனுமிதிக்கப் புடைபெயர்த்தெழுங் குணமே அறிவெனப்படும்.

இரண்டாவது அறியாமை யெனலை விளக்குவாம்.

25 நவம்பர், 1908

அறியாமை யெனல் அறிவுக்கு மாறாயது, ஆகலின் கண்ணாற் காணப்படும் பொருளைக் கண்டறியாதிருப்பின் அது குருடு என்றும், செவிப்புலன் அறியாக்கால் அதுசெவிடென்றும், இது குறைகளைச் சைகை சாதனமா யுண்டோ வென இடித் திடித் திசைப்பினும் அறிந்து விடை கூறாதிருப்பின் அது மூகையென்றும், நலியோவெனக் கசப்புங் காரமுமான மருந்தை வாய் நாசியிடை யூட்டினும் முகசுழிப் பறிகுறிகாட்டாமலும், பரிச உணர்ச்சி தட்டாமலும் கிடப்பின் பிணமென்றும் பெறப்படுவது வழக்கு. இவ்வழக்குத் தகையும் ஒருசார் அறியாமையேயாம்.

அறியாமை என்பதற்கு குருடு செவிடாதி பொருட் கொல் லோ? குருடாதிகள் மெய், வாய், கண், மூக்கு, செவியாகிய ஞானேந்திரியக் கருவியுறுப்புக் குறைவாற் பெறப்படு பெயரேயாம். உறுப்புக் குறையுள்ளார்க்கு அவ்வவ் வுறுப் புக்குரிய புலன்களற்றேவிட்டதாகும். எனின் நன்றே உயிர்த் திருக்குந் தேக, வாய், கண், செவிகளின்றி கருவிகள் பிறப் பிலேயே யற்றாலும் சூக்கும அறிவால் ஆண்டாண்டு ஒருபுடைத்தா யறியுமென்பதான்றோர் துணிபு.

ஞானமே பிரமமென்ற முதன்மொழியின் பயன்கே
  ணாச்செவிகண் மெய்மூக்கு நயந்தபொறியதனா
லானசுவை யோசையொளி பரிசம் வாசனையா
  லறிவதுவே ஞானமதின் பிரகாச முரைக்கில்
வாளிரவித் திங்களங்கிப் பிரகாச மதினு
  மலர்விழிகள் பிரகாச மனமதின் பிரகாசம்
தானமுறு சீவனதிற் பிரகாச மதினுந்
  தன்னறிவே பிரகாசந் தானமென வறியே.

என்ற மகாவாக்கிய மேற்கோளாலு முய்த்துணர்க. பிர காசம் நிறைந்தது அறிவே யெனினும் அறிவுக் காதார கருவியாகிய மூளை நன்னிலையில் இல்லாவிடின் உன்மத்த பிரகாசமா யுதித்து ஞானேந்திரியர்களை யுன்மத்தவழியில் ஆளாநிற்கும் இது பிரத்தியட்சம். ஆதலால் நல்ல ஞானேந்திரிய

முடையராயினுமென், அங்கவீன ராயினுமென் இருவரு மொருவகையரேயாம்.

''........... செல்வம் வந்துற்ற ஞான்றே வறியபுன் செருக்குமூடி வாயுள்ளார் மூகராவார் பறியணி செவியுளாரும் பயிறரு செவிடராவர் குறிபெறு கண்ணாளாகும் குருடராய் முடிவாரன்றே.''

என்ற குசேலோ பாக்கியாகம் மேற்கோளாலு முய்த்துணர்க.

மேலே யொருவரோடொருவரை யொப்புறுத்தி யுவமித்த தால் அவ்விருவரிவொருவர் அங்கவீனத்தால் ஒன்றை விளக்கிக் காட்டினுமறியார் மற்றொருவர் அறிவீனரேயாதலான் விளக் கின்றி வார் எனல் கோடன்முறையாம்.

இது பயிற்சியும், சாத்தியம், அசாத்தியம் என் றிருபாற்படும். எப்படி யென்றால் பிணியால் எழுந்த அங்கக் குறைகள் மருந்தா நீங்கல் சாத்தியம். பிறப்பா யேழ்ந்தவை நீங்கல் அசாத்தியம் என்றார்போல் அறியாமையும், சாத்தியம் சாத்தியமென்றிரு பாற்று. ஆதலின் அறியாமையையின் சம்பவ காரணத்தை விளக்கி மேற்படி வகை யிருபாற் படுத்துவாம்.

அறியாமை யெழற்குக் காரணம் பல. அவற்று ளொன்றாவது:–

காமிகளாகிய ஒவ்வொரு மக்கட்மது சுக்கில சோணித வன்மை மென்மைக் காரணமாய்க் கருவின்கண்ணே பற்றி அறியாமைக் கஸ்திவாரம் போன்றமைந்தது. இதனடி கொண்டே சோதிடமும், சாமுத்திரிகமும் வள்ளுவ காரியம் வழங்க நேர்ந்தது. இதனையே விதியென்றும், ஊழேன்றுங் கூறுவர் கற்றோர். இஃதன்றியும் காலதேச வர்த்த மானங்களுங் காரணமே. ஆதலாலே,

நுண்ணிய நூற்பல கற்பினுந்தன
துண்மை யறிவே மிகும்.
ஊழிற் பெருவலி யாவுள மற்றொன்று
குழினுந் தான்முந் துறும்.

என்றார் நந் தெய்வப்புலவர்

9 டிசம்பர், 1908

அன்றியும் உள்ளங்கையினு ரோமம் முளைத்ததாயின் அறி விலா னடங்குவான் என்பதுங் கற்றோர் சம்மதம். இவைப் பிரமாணங்களால் அறியாமை மிக்கவலிது என்றே விளக்கினாம்.

இத்துணை அறியாமையினா லொருவிடயம் பற்றப்படின் அஃதெளிதின் விடப்படுமோ? ஆகா.

ஆகவே இக்குணப்பகுதிக் கெடுத்தாலும் உதாரணம் சாதி பேதமாகலின் அதுவே சான்றாம் என்னை? சாதிபேதத் தோற்ற மொருபடித்தாய் கூறிற்றில்லை நூல்கள். ஆசாரங்கள் ஒருபடித்தாய் வழுவர் தொழுகினாரில்லை மக்கள். புரட்டு மருட்டும், பொய்க்கதாப் பிரலாபமுமாகி யுலகுக் கபகாரஞ் செய்யும் பிறர்மாட்டு நேசத்தைப் பறக்க வெருட்டுங் குருட் டுவாதமாஞ் சாதிபேதத்தை விதியே யென நம்பி யுத்தி தர்க்கக் கிளர்ச்சியற்று சாதிபேத காரண கர்த்தாக்கள், மூர்த்திகள், முனிவரர், புலவர்கள் இன்னோர் மண்ணும் விண்ணுந் திரிந்துச் கன்ம முடித்தவர் என்று சொன்னோம்பி.

அமிர்தசாரம்

வந்தக் குலமாயென் னெந்தக் கவியாயென்,
னெந்தச் சமயத் தெவராயென் – சிந்தைத்
துறவிதருஞ் சொல்லே தூய்தாவ தல்லாற்
பிறவிதருஞ் சொல்லே பிற.

என்ற அறிஞருரைக்கூறில் அது ஞானிகளாசாரம் என்றுப் புறக்கணித்து தம்மை யஞ்ஞானியென்றுத் தாமே ஏற்றாதேற்று மடதிடமக்களோடு கலந்து தாமு மேதோ கற்றுக் கேட்டுச் சிந்தித்துத் தெளிந்ததாக பாவித்து அவன் பறையன் என்றுத் தாழ்த்தும் வேளை தன் பக்கலிலுள்ள மற்றொருவன் தன்னைத் தாழ்ந்தோ னென்றுத் தாழ்த்துவான் என்பதை மறந்து பிரமை சித்தவிர்த்தி பிரவர்த்தித்தல் அறியாமைத் தரும் ஊழ்வலியன்றோ.

ஆம் இவ்வூழ் வலியினாலேயே ஊகிக்கும் மனத்தார்க்கீக சக்த்தியற்று மனவலி யின்மையால் பொருளிது பொருளல்லவிது என்ற பேதமற்று அவ்வறி பேத மின்மையால் பொய்மை சாதி பேதத்தையுற்று சாதிபேதத்தால் சீவகாருண்யமற்று சீவகாருண்ய மின்மையால் ஒற்றுமையற்று ஒற்றுமையின்மையால் சுதேச சீர்திருத்தமற்று சுதேச சீர்திருத்தமற்றதால் பரதேச ஏளன நிந்தையுற்று நிந்தையால் தத்தங் கிரக கிராம தனதானிய நஷ்டமுறபெற்று இராஜாங்க விரோதியென ஆளுகையார் மத்தியில் நாணி யுலாவ விடுப்பது அறியாமை அறியாமை யாமன்றோ! நூ! இதன் வல்லமை கொடிது கொடிதே.

ஞானவாசிட்டம்

அவிவேகிக்குப் பாரஞ் சாத்திரம்
  மெய்யறிவிளோருக்கு அங்கம் பாரம்
நவில்சாந்தி யில்லாதோர்க்குளம் பார
  மவாவினர்க்கு ஞானம் பாரம்
செவிதான வுருவாணான் மனம்புந்தி
  யகங்காரஞ் செயல்களெல்லாங்
குவிபார மாஞ்சுமடர் சுமைபோலப்
  புந்திநலங் கூடாதார்க்கே.

என்றவண்ணம் பார மென்பதையகற்றி முயற்சி திருவினை யாக்கும் என்பதை நிச்சயித்து ஒவ்வொரு விஷயத்தையும் சாத்திராதாரமாகவும் சம்பந்தங்களைப் பிரத்தியட்சமாகவும், அத்தியட்ச அனுபவமாகவும் கண்டுக் காரியத்தைக் கலக்கின்றி யறிதலே அறிவு. இவ்வறிவு நயமே யறியாமை நசிப்பாம். துன்பந்தரும் அறியாமையினை நசிக்கும் அறிவின் சிறப்போ பெருமிதம் ஆகலினே அறிவே பிரமம் என்றது இருக்கு வேதம். ஆதலின் அறிஞன் பிரமமெனப்படுவான். இதனை முன்னிட்டே,

திருமூலர்

சீவ னென்றுஞ் சிவனென்றும் வேறில்லை
சீவ னார்சிவ னாரை யறிகிலார்
சீவனார் சிவனாரை யறிந்திடிற்
சிவனார் சிவனாகி யிருப்பரே

என்றார். சகோதரரே, அறிவாகி சிவனா யமர்வது நன்றா, அறிவின்றிக் கொன்னே தாழ்ந்தலைவது நன்றா வென் றுணர்ந்து அறிவினால் இகபரம் பூண்டொழுகல் சகலோபகார சாதனமாகுமென்றறிந்து நன்மெய்க் கடை பிடித்துய்வோமாக.

16 டிசம்பர், 1908

74. ஒரு உபந்நியாசம்

கோலாருக்கடுத்த மாரிகுப்பத்தில் சில நாட்களுக்கு முன்னே, ஆரியமதப் பிரவசனம் செய்யுமவராகிய ஸ்ரீமான் என்.சி. கண்ணபிரான் முதலியாரவர்கள் ஒரு உபந்நியாசஞ் செய்தனர். அவ்வுபந்நியாசத்தில் பிரணவத்தின் ஸ்வரூபம் இத்தன்மைத் தென்றும், அதினின்று வேதங்களுண்டான வகையும், அவ் வேதங்களிற் கூறப்படும் தர்மங்களை ஸ்மிருதி, இதிகாச, புராணங்கள் வகுத்துக் கூறும் விதத்தையும் எடுத்துரைத்து வேதசாஸ்திர விஹிதமான ஆரியமதத்தின் சிறப் புக்கள் பற்பலவற்றைத் தெள்ளத் தெளிய எடுத்தோதினர். சாஸ் திரங்களுக்கும், மதத்துக்கும், சரீர ஆத்தும தத்துவங்களைப் பிரதிபாதிப்பதே முக்கியக் கருத்தெனச் சொல்லினர். அவை முழுமையும் எடுத்தோதின் விரியுமாதலின் நண்பரொருவர் அவ்வுபந்நியாசத்தைப் பற்றித் ''தமிழன்'' என்னும் பத்திரி கையின் வாயிலாகச் சில குறை கூறவந்தனராதலால், இங்கு அதைப் பற்றி பரியாலோசிப்போம்.

அந்நண்பர் ''மதப்பித்தொழித்த மாணிக்கம் பிள்ளை'' யென்பவர். அவர், முதலியாரவர்கள் செய்யும் உபந்நியா சத்தைத் தெரிவிக்கும் விளம்பரத்தை சாக்கைய புத்தசங்கத் தாரிடஞ் சென்று காட்டி வருகிறீர்களா என்று கேட்டாராம். அவர்கள் எங்களுக்கு உபந்நியாச பத்திரிகை நேரே வர வில்லை. அவ்வகையார் கூட்டத்துக்கு வரின் ஏதாவது கேட்கநேரிடும். அதன்மேற் கலகம் நேரும். அப்பிர சங்கத் தால் தமக்கொரு பயனுமில்லையெனஞ் சொல்லவே, தாம் மாத்திரம் அவ்வுபந்நியாசத்துக்கு வந்ததாகச் சொல்லினர். சாக்கைய புத்தசங்கத்தார் சொல்லியது நியாயமாகுமாயின், இப்பிள்ளையவர்கள் அவ்வுபந் நியாசத்துக்கு வராமலிருத்தல் வேண்டும். அப்படிக் கில்லாது வந்தனராகையால் அச்சங் கத்தார் கருத்துக்கு இவர் மாறுபட்டவராகின்றார். நியாயத்தைக் கடைப்பிடித்தோர் சங்கத்தாரோ அல்லது இவரோ தெரிந்

திலம். சங்கத்தார் சொல்லிய நியாயத்தைத் தவிர்த்துவந்த பிள்ளையவர்கள் முதலியாரவர்கள் உபந்நியாசத்தை ''நூதன ஆரியமதப் பிரசங்கம்'' எனக் கூறியதும் ''என்னுடைய கேள்வியால் மிக்க சரித்திர ஆராய்ச்சியும், சாஸ்திர ஆராய்ச்சியு முள்ளவரென் றெண்ணியிருந்தேன். நேரில் காணுங்கால் மத விசாரணையிலுள்ளவரன்றித் தன்மவிசாரணையில்லை யென்பது தெளிவாக விளங்குகிறது'' என்று கூறியதும் மதப்பித்தேயன்றி வேறென்றாம்? பித்து என்பது சொல்ல வேண்டியவற்றைத் தக்கபடி சொல்லாது வேறுபட விளம்புவதேயன்றோ? இத்தன் மையரான இவர் தம்மை மதப்பித்தொழித்தவரென்றும், பிறருக்கே அப்பித்து உண்டென்று குறிப்பிட்டதும் அறிவுடையார் முன்னே சால்படைதல் யாங்ஙனம்?

முதலியாரவர்கள் புத்தர் விஷ்ணுவின் அவதாரமெனக் கூறியதாகவும் எடுத்துரைத்தார். அவ்வாறு புராண பிரசித்த யுண்டாதலால் முதலியார் கூறினரென்க. புராணங்களையும் வேதங்களையும் இவர் ஒப்புக் கொள்ளாராயின் வைதிகர் ஒப்புவது தடைபடாதன்றோ?

முதலியாரவர் புத்தருக்குக் கடவுளைப் பற்றிய ஞானமும், ஆத்துமாவைப் பற்றிய ஞானமும் இல்லையென்று கூறியதாகப் பிள்ளையவர்கள் கூறினர். கடவுளைப் பற்றியும், ஆன்மாவைப் பற்றியும் புத்தர் உலகத்தாருக்கு உபதேசித்திலராதலால், முதலி யாரவர்கள் அங்ஙனம் கூறினர். நன்மையினடப்போர் நன்மை யெய்துதலும், தீமையினடப்போர் தீமை யெய்துதலும் வேண்டும். நன்மைக்கு நன்மையும், தீமைக்குத் தீமையும் இல்லையேல் ஒருவர் நன்மையினடந்து தீமையை யொழித்தல் வேண்டுமென்பதே பயனற்ற சொல்லாய் முடியும். நன்மையி நடப்போர் பிற்காலத்தே நன்மை பெறுதல் ஆன்மாவை யொப்பினாலன்றிக் கூடாதாகையால் ஆன்மாவை அவசியம் ஒப்ப வேண்டுமென்க.

விஷ்ணுவே புத்தராக வந்தாராயின் ஆன்மபரமான்ம லக்ஷணமுணர்த்தாமை யாதுக்கெனின் மதங்கள் சோபான முறையாக ஒன்றுக்கொன்று தாரதம்மியம் பெற்றுள்ளனவும், ஒவ்வோர் நிலையைத் துணிந்து சொல்லுவனவுமாதலாலே அந்நிலையிலுள்ளார்க்கு ஏற்ற பெற்றி எடுத்துரைக்கப் பட்ட தென்க. எல்லா மதங்களுக்கும் ஆன்மாக்களின் பரிபக்குவ

நிலைமைக்கேற்றவாறு பகவான்தானாகவோபிறர்வாயிலாகவோ வெளியிட்டதென்க. ஆயின் ஆன்மபரமான்மாக்களைப் பற்றிச் சொல்லவில்லை யென் றுரைப்பது கூடுமோவென்னில், ஒரு நிலையினுஞ் சிறந்த மற்றொருநிலை யுண்டென்று தெளிந் தோர் அதனை யெடுத்துச் சொல்லுதல் இயல்பேயன்றோ? ஒரு நிலை உயர்ந்ததென்றும், மற்றொருநிலை தாழ்ந்ததென்றும் சொல்லுவது தகுமோவென்னில் உயர்வும் தாழ்வுமான வியவகாரம் உலகத்தில் இல்லாததன்றே. இத்துணிவைக் கொண்டே முதலியாரவர்கள் உபந்நியாசித்தனர்.

முதலியாரவர்கள், ஏ புத்த! எனக் கூறியதாகப் பிள்ளையவர்கள் கூறினர். அது சம்போதனையே யன்றி இழிப்புரையன்றாம். ஏ புத்தசகோதரர்களே! என முதலியாரவர்கள் பலவிடத்தும் விளித்ததைப் பிள்ளை யவர்கள் மறைத்தது தக்கதன்றாம்.

பின்னுமிவர் தம்முடைய கேள்வியில் முதலியாரவர்கள் மிக்க சரித்திர ஆராய்ச்சியும், சாஸ்திர ஆராய்ச்சியும் உள்ளவரென றெண்ணியிருந்தேன் நேரில் காணுங்கால் மதவிசாரணை யிலுள்ளவரன்றித் தன்மவிசாரணை யில்லை யென்பது தெளிவாக விளங்குகிறது என்றும், நூதன ஆரிய மதப்பிரசங்கம் என்று முரைத்தார். முதலியாரவர்கள் ஆரியமத உபந்நியாசம் செய்வது உலகமறிந்த விஷயம். அதை இவர் நூதனமென்றது எவ்வாறு. இவர் கேட்டதில் இதுவே நூதனப் பிரசங்கமென்பாராயின், உலகமறிந்திருப்பதைத் தாம் இப்போது கேட்டதனாலேயே அது நூதனமாய் விடுமோ? இவரது பிரவேசவே நூதனமென்று உலகம் அறியாமற்போகுமா? முதலியாரவர்கள் உபந்நியாசத்தை இதற்கு முன்கேளாதவர் அவரை இவர் இதற்குமுன் மதித்திருந்ததாகக் கூறியது தவறேயன்றோ? சிலர் சொல்லைக் கொண்டு அவ்வாறு மதித்திருந்தே னென்பாராயின் உண்மையல்லாத சிலர் சொல்லும் இவர் நம்புதலும் தக்கதிவையன்றென்று இவர் சொல்லாலேயே தாபனமாகுமன்றோ? ஆகவே இவர்மதம் பித்தாலே முன்னுக்குப்பின் முரணுமாறு கூறுவது அறிவுடையார் ஒப்ப முடிந்ததன்றாம்.

சரித ஆராய்ச்சியும், சாஸ்திர ஆராய்ச்சியும் முதலியாரவர்களுக் கில்லையென்றும், மதவிசாரணையே யுண்டென்றும் இவர் கூறினாரன்றோ? சரித ஆராய்ச்சியும், சாஸ்திர ஆராய்ச்சியும் பொதிந்துள்ள முதலியாரவர்கள் உபந்நியாசத்தை இவர்

செவ்வனே அறிந்தாரில்லை. மதவிசாரணை அவ்விரண்டு மேயின்றிக் கூடாதென்பது முதலியாரவர்கள் உபந்நியாசத் தினாலேயே நன்கு விளங்குவதாக, அதனை இவர் மாற்றி யுரைத்தது வெறும் மதப்பித்தேயாம். மதம் என்னும் சொல்லின் உண்மைப் பொருளை இவர் அறிந்திருப்பாராயின் அவைகளை வேறு பிரித்திருக்கமாட்டார் இவர் அதனை யறிந்து கொள்ளா மைக்குப் பிறர் என்செய்யலாம். ஒரு விஷயத்தைச் செவ்வனே யறியாது பிறர் மீது குற்றங்கூறல் அறிவுடையார் ஒப்ப முடிந்ததன்றாம்.

இனி இவர் தமது பூர்வமதத்தைச் செவ்வனே ஆராய்ச்சி செய்து நல்வழியி னிற்பதேயன்றி பிறர்மீது ஏற்காதவைகளைச் சொல்லாது மிருப்பரென வேண்டு கின்றாம்.

(இன்னும்வரிற் பின்னும்வரும்.)

பிரதிவாதி பயங்கரன்

4 நவம்பர், 1908

75. கோலார் மாரிகுப்பம்

சாக்கைய புத்த கிளைச்சங்க சோதிரர்காள்! தாங்கள் விடுத்துள்ளக் கடிதங்கள் யாவும் வந்து சேர்ந்துளது.

அவைகள் யாவற்றையும் சமயோசிதமாக வெளியிட்டு வருவோம். ஆயினும் தாங்கள் தற்போது பற்றியுள்ளது புத்த தன்மமென்னும் மெய்யறம், அவற்றிற் கெதிரடையாயது அபுத்ததன்மமாம் பொய்யறங்களாகும். அத்தகைய வபுத்த தன்மங்களையே மதக்கடைகளாகப்பரப்பி அதினாதரவால் சீவிப்போர் தங்கள் மதக்கடை சரக்குகளே விசேஷித்த தென்று சகல மதக்கடைச் சரக்குகளினும் தம்மது விசேஷித்த சரக்கென்று கூறி கல்வியற்றவர்களை வஞ்சித்து கடைகளை விருத்தி செய்துவருவது மதக்கடை முதலாளிகளின் மகத்து வமாகும்.

நீங்கள் பற்றியுள்ள சத்திய தன்மமானது ஓர் அரசபுத்திரனால் போதித்திருந்த போதிலும் அத்தன்மம் அவரையொத்த மநுக் களுள் விவேகமிகுத்தவர்களுக்கு விளங்குமேயன்றி மநுக் களாகத் தோன்றியும் விவேகக் குறைவுள்ளார்க்கு அஃது விளங்கமாட்டாது.

நாளுக்குநாள் தாங்கள் கற்றுள்ள கல்வியினளவாகவும், விவேகிகளின் போதனா கேள்வியினளவாகவும் தன்மார்க்க லட்சணமிது புறமார்க் கலட்சணமீதென்னும் விசாரிணை யால் விவேகமிகுக்குங்கால் நம்மெய்போன்ற மநுபுத்திரனே தனது விவேகமிகுதியால் துக்கோற்பவ மீதென்றும், சுகோற்பவ மீதென்றுங்கண்டு அவற்றை மற்ற மநுக்களுக்கும் போதித்து சுகம் பெறச் செய்திருப்பதுதான் சத்திய தன்மமாகும். அங்ஙன மின்றி குழவிகளுக்கு அஞ்சுக் கண்ணன் பூச்சுக் காட்டுவது போல் ''விவேகக் குறைவுள்ளார்க்கு என்கடவுளே கடவுள், என்மதமே மதமென்று பூச்சுக்காட்டும் செயல்கள் யாவும் அசத்திய தன்மங்களென் றறிந்து தன்னிற்றானே அவற்றை விட்டு விலகி விவேகமிகுதியால் சத்திய தன்மத்தில் நிலைப்பான்.

விவேகக்குறைவின் பேதமெயால் சேற்றில் நாட்டியக் கம்பம் போல் நிலையற்று மதக்கடை சரக்குகளை மகிழ்ந்தணைத் திருப்போனை நோக்கி அப்பா இம்மதச் சின்னங்கள் யாவும் ஒருவர் முகத்தை மற்றொரு மதச் சின்னமுள்ளோன் பார்க் குங்கால் மல்லுயித்த முள்ளோனை மற்றொரு மல்லுயித்தியன் கண்டவுடன் சீறுவதுபோல் மதக்கர்வ சீறலால் துவேஷம் பெருகி மாளாதுக்கத்திற்குக் கொண்டுபோய் விடுமென்று கூறியவுடன் துவேஷ சின்னங்களை யணைந்து தன் சின்னமில்லாதவனை துவேஷத்தில் நோக்கு பவனாத்தலின் சத்தியதன்மமும் அவனுக்கு துவேஷமாகவே தோற்றும். ஆதலின் நீங்க ளொவ்வொருவரும் மதச்சின்ன ரூபிகளைக் கண்டவுடன் மதிமயங்காது இதபோதங்களை யூட்டி அவர்களுக்குள்ள மதவிருளை யோட்டி சத்திய தன்மத்தை நிலைநாட்டும்படி வேண்டுகிறோம்.

பகையால் பகைதணியாது.	இதுவே
அன்பால் பகை தணியும்.	புத்ததன்மமாகும்.

ப.ர்.

4 நவம்பர், 1908

76. கையொப்ப நேயர்களுக்குக் கவனமூட்டல்

கையொப்ப நேயர்களே கவனங்கொண்மின்
கரத்திலெழும் பத்திரிகைக் கவனமூட்டும்
தையொப்பம் நொய்யப்பம் ரண்டுமற்றால்
தேகமது துஞ்சுமல்லோ கண்டீர் கண்டீர்
செய்யொப்ப மறவாது செலுத்தாவிட்டால்
தமிழேந்துந்தாளதுவுந் தவிக்குமன்றோ
மெய்யப்பா மேதினியோர்க் குரைத்தோமிங்கு
வேணவுபகாரமதை விரும்புவீரே.

அன்னங் குறையில் அங்கங்குறையும். கையொப்ப நேயர்கட் கவனங்குறையில் காகிதத்தின் காட்சிக் குறையு மென்பதேயாம்.

ப—ர்.

30 செப்டம்பர், 1908

77. கையொப்ப நேயர்களுக்கு அறிவுப்பு

கையொப்பக்காரர் கடிதங்களைப் பத்திரிகையில் வெளியிடாவிடில் கனவருத்த மடைகின்றார்கள். பொது வர்த்தமானங்களை வெளியிடாவிடில் பெங்குறை கூறுகின் றார்கள். ஆதலின் நமது பத்திரிகையை விரிவாக்கு மளவும் கடிதங்களை வரையாதிருக்க வேண்டுகிறோம்.

வருகிற வாரமுதல் வர்த்தமானங்கள் விசேஷமாக வெளிவரும். சென்னையில் பதின்மூன்று நாளாக பெய்துவந்த மழையால் பலவகைக் கஷ்டங்களும் வீடுகளிடிந்துள்ள நஷ்டங்களும் அனந்தமாம்.

4 நவம்பர், 1908

78. கடித வரவு

மதப்பித்தொழித்த மாணிக்கம்பிள்ளை உமது கடிதம் வரப்பெற்றோம். ம–ள–ள–ஸ்ரீ கண்ணபிரான் முதலியாரவர்கள் சார்பாய் பிரதிவாதி பயங்கரனென்பவ ரெழுதியுள்ளக் கடிதத்தால் உம்மை மதப்பித்தர்போல் போக்குக்காட்டி யெழுதிவிட்டார். தாமோ அவரை மதப்பித்தரென்று போக்குக்காட்டி அணியணியாக வரைந்து ளவிட்டீர்.

இவ்விரு மதப்பித்துக்கும் எம்பாலோர் மருந்துண்டு. அஃது யாதெனில், கடிதங்களை வெளிவிடா கண்டாவுஷதமே.

ப.ர்.

11 நவம்பர், 1908

79. கோலார் ஜெயராம் பிள்ளை

தாங்க ளெமது பத்திரிகையின் கையொப்ப நேயராகவும் காணவில்லை, கையொப்ப நேயர்களின் நேயராகவும் விளங்க வில்லை. ஆதலின் தங்கள் கடிதத்தைக் காலிக்கூடைக் கிறை யாக்கி விட்டோம்.

ஐயா எங்கள் விஷ்ணு உலகெலாம் உண்டு உமிழ்ந்தவ ராதலின் புத்தர்களையும் உண்டுவிடுவாரென்று பூச்சுக் காட்டி எழுதியுள்ளவை புன்னகைப் புதுக் கடிதமேயாம்.

பௌத்தர்கள் முன்னிலையில் உங்கள் விஷ்ணுவே நேரில் வந்து நான்தான் விஷ்ணு என்னைதான் தொழவேண்டு மென்றால் உங்களைத் தொழுவதால் எங்களுக்கு யாதுபயன். எங்கள் கடலை சுண்டலுக்கும் காப்பிநீருக்கும் சிலவேயன்றி உங்களால் எங்களுக்கு யாது பயனுமில்லை யென்றோட்டி விடுவார்கள்.

இத்தகையப் பூச்சுக் கடிதங்களை புதுமதத்தோர்கள்முன் போற்றிச் செய்வீராயின் ஏதேனுங் கைவீச்சு கிடைத்தால் கிடைக்கும். பௌத்தர்கள்முன் பூச்சுக் காட்டுவதால் ஏச்சுக் கிடைக்குமென்று எளிதிலறிந்துக் கொள்ளுவீராக.

ப.ர்.

18 நவம்பர், 1908

80. இந்திய மன்னர்களுக்கும், பிரஜைகளுக்கும் மாட்சிமைதங்கிய மகாராஜா சக்கரவர்த்தி யவர்கள் அனுப்பிய நற்செய்தி

நெ. 622. என்னுடைய அன்புக்குரிய அன்னையும் இந்த ராஜ்ஜிய சிம்மாசனத்தில் எனக்கு முன் வீற்றிருந்தவருமாகிய மாட்சிமைதங்கிய விக்டோரியா மகாராணியாரவர்கள் அதற்கு முன்னே ஈஸ்ட் இந்தியா கம்பெனியாரால் பரிபாலிக்கப்பட்டு வந்த இராஜ்ஜியங்களின் ஆட்சியைப் பலவாறான முக்கிய காரணங்களைக் கொண்டும் பார்லி மென்ட் சபையாரின் ஆலோசனையின் பேரிலும் அவர்களுடைய சம்மதத்தைப் பெற்றும் தாமே ஏற்றுக் கொண்டு இப்போது ஐம்பது வருஷ காலமாகிறது. அக்காலத்தில் பயபக்தியுடன் ஏற்றுக் கொள்ளப்பட்ட மேன்மை வாய்ந்த இந்த வேலையின் ஞாபகார்த்தமாக இந்திய மன்னர்களுக்கும், பிரஜைகளுக்கும் வாழ்த்து கூறுவதற்கு இது தக்க வருஷோற்சவமென்று எண்ணுகிறேன். நீண்ட காலவியாபகமுள்ள உங்களுடைய தேச சரித்திரத்திலே ஐம்பது வருஷமென்பது ஒரு சாணளவுள்ள குறுகின கால வரையறையேயாயினும் இன்றோடு பூர்த்தியாகும் இந்த அரை நூற்றாண்டானது உங்களுடைய சரித்திர பூர்வமான காலத்திலே பிரளயம் போல் மேன்மேலும் நிகழ்ந்துள்ள சம்பவங்களுள் நீடூழி பிரகாசிக்கும் ஒரு எல்லைக் குறியென விளங்கி நிற்கும். இராச்சிய பரிபாலனத்தை நேரே ஏற்றதைக் குறித்துச் செய்த விளம்பரத்தின் காரணமாக இந்திய ஆட்சியில் ஒருமைப்பாடு உறுதியா யேற்பட்டதுமாத்திரமே யல்லாமல் புது சகாப்தமொன்றும் ஆரம்பமாயிற்று. இந்த சகாப்தத்தில் காரியம் நடத்துவது கஷ்டமாயிருந்ததோடுங்கூட அதில் முற் போக்கு சிற்சில சமயங்களில் தாமதமானதா யிருப்பதாகவும் தோற்றியிருக்கலாம். ஆயினும் விசித்திர மாய்ப் பிரிவுற்றிருக்கும் பற்பல வகுப்புகளையும் மானுட வர்க்கத்தைச் சேர்ந்த சுமார் முப்பதுகோடி பிரஜைகளையும் பிரிட்டிஷ் அதிகாரத்தின்கீழும்

பிரிட்டிஷார் காட்டும் நெறியே செல்லும்படியும் ஒருபான்மைப் படுத்தும் காரியமானது இடைவிடாமலும் உறுதியாயும் நடந்தேறி யிருக்கிறது. சென்ற அரை நூற்றாண்டில் நாம் உழைத்துச் செய்த காரியங்களை நோக்கும்போது அவை நம் பார்வைக்கு ஸ்பஷ்டமாகவும் மனச்சாட்சிக்கு மாறுபடாமலு மிருப்பதாகக் காணப்படுகின்றன.

2. எவ்வித மானுட ஆளுகைக்கும் எக்காலத்திலும், எவ்விடத்திலும் சம்பவிக்கும் சங்கடங்கள் நாளுக்குநாள் தோன்றியிருக்கின்றன. அவைகளை பிரிட்டிஷ் அரசாட்சியைச் சேர்ந்த உத்தியோகஸ்தர்கள் உழைப்பு, தைரியம், பொறுமை இவைகளுடனும் ஆழ்ந்த ஆலோசனை யுடனும் எக்காலத்தும் வழுவுறாததும் சலியாததுமான தீர்மானத்தோடும் நின்று எதிர்த் திருக்கிறார்கள். தவறுகள் நேர்ந்த காலத்தில் அவை களைத் திருத்தும் பொருட்டு என்னுடைய துரைத்தன காரியகர்த்தர்கள் சிறிதும் கஷ்டம் பாராமல் தன்மறுப்பு காட்டிப் பாடுபட்டிருக்கிறார்கள். அக்கிரமங்கள் நிகழ்ந்திருப்பதாக நிரூபிக்கப்பட்ட காலத்தில் அவைகளைப் பரிகரிப்பதற்காக ஆற்றலுடன் உழைத்திருக் கிறார்கள்.

3. அனாவிருஷ்டி, மஹாமாரி இவைகளினால் ஏற்படும் உபத்திரவங்களைத் தடுக்க எத்தன்மையான ராஜாக்கள் சூழ்ச்சி யாலும் இயலாது. ஆனால், இயற்கையாய் நேரிடும் இந்த கோரமான துன்பங்களைக் குறைப்பதின்பொருட்டு சாமர்த் தியத்துடனும், ஊக்கத்துடனும் வேலை செய்து என்னென்ன செய்யக் கூடுமோ அவைகளையெல்லாம் அனுபவம் பெற்ற பரிபாலனகர்த்தர்கள் செய்திருக்கிறார்கள். உங்களுடைய நாட்டின் எல்லைகளுக்குள் யுத்தத்தின் காரணமாய் நேரிடக் கூடிய கோரமான துன்பங்களினின்றும் நீங்கள் வெகுகாலமாகத் தப்பித்துக் கொண்டிருக்கிறீர்கள். இவ்வளவு நீண்ட காலத்துக்கு இதற்கு முன் எப்போதாவது நீங்கள் உங்களுடைய நாட்டிலே அவ்விதம் தப்பித்துக் கொண்டிருந்ததாக உங்களுக்குத் தெரிந்தே யிராது. தேசத்தின் அமைதி சிதைவுறாமலே யிருக்கிறது.

4. 1858–ம் வருஷத்திற் பிறந்த மகாசாஸனத்திலே விக் டோரியா மகாராணியாரவர்கள் இந்தியாவில் அமைதியுடன் நடத்தக் கூடிய தொழில்களை உற்சாகப் படுத்தவும் பொதுஜன பிரயோஜனத்துக்கும் அபிவிருத்திக்கு முரிய வேலைகளை

ஓங்கச்செய்யவும் அவ்விடத்தில் வாசஞ் செய்யும் சகலர்களுடைய நன்மையின் பொருட்டும் இராச்சிய பரிபாலனம் செய்யவும் தாம் ஆவலுடன் விரும்புவதாக உங்களுக்கு மேன்மை வாய்ந்த வாக்குறுதி கொடுத்தார்கள். உங்களுடைய லௌகிக சுகத்தையும், அபிவிருத்தியையும், ஓங்கச் செய்யும் பொருட்டு முயற்சியுடன் அமைத்து நிறைவேற்றப் பட்டிருக்கிற ஏற்பாடு கள் கருணையுடன் கூடிய மேற்படி வாக்குறு தியானது எவ்வளவு ஊக்கத்துடன் நிறைவேற்றப் பட்டிருக்கிறதோ அதை உலகத்தாரறியக் காட்டுவதற்குற்ற சான்றாயிருக்கின்றன. இந்த ஏற்பாடுகளின் பெருமையையும் தீரத்தன்மையையும் நோக்கும்போது இவைகளைக் காட்டிலும் சிறந்த ஏற்பாடுகள் எவையு மில்லையென்று தெரியவரும்.

5. சார்பு மன்னர்கள் ஆளும் அதிபதிகள் ஆகிய இவர்களுடைய சுதந்தரங்களும், உரிமைகளும் மதித்துப் பரிபாலித்துப் பாது காக்கப்பட்டு வருகின்றன அவர் களுடைய இராச பக்தி விசுவாசமும் பிறழ்வின்றி யிருக்கிறது. என்னுடைய பிரஜை களில் எவருக்கும் அவருடைய மதக்கோட்பாட்டின் காரண மாகவாவது ஆதரணை காரணமாகவாவது அனுகூலம் செய்யப் பட்டது மில்லை. தொந்தரையாகிலும், மனச்சஞ்சலமாகிலும் உண்டுபண்ணப்பட்டதுமில்லை. எல்லோரும் சட்டத்தினால் ஏற்படும் பாதுகாப்பை அடைந் திருக்கிறார்கள். உங்களுடைய நாகரீகத்தில் வேரூன்றி யுள்ள சம்பிரதாயங் களுக்கும் கொள்கைகளுக்குமாவது மதக்கோட்பாடு அல்லது ஜாதி ஏற்பாட்டுக்காவது மதிப்புக் குறைவின்றிச் சட்டமும் பிர யோகிக்கப்பட்டு வருகிறது. அது சிக்குகள் நீங்கப் பெற்ற உருவத்தில் அமைக்கப் பட்டிருப்பதுடன் புராதன ஜன சமூகத்தார் நூதனமான ஒரு உலகத்தில் நாளாவர்த்தியில் பிரவேசிப்பதற்குரிய ஆவசியகங்களுக் கேற்றபடி அந்த சட்டத்தைப் பிரயோகிப்பதற்கான சாதனங்களும் பொருத்திக் கொள்ளப்பட்டிருக்கின்றன.

25 நவம்பர், 1908

6. என்னுடைய இராஜாங்கத்தின்மீது ஏற்றப்பட்டுள்ள பொறுப்பைக் கணக்கற்ற பல்கோடி ஜனங்களின் எதிர் காலகதியானது தற்காலத்திலும், இனிவருங் காலங்களிலும்

பொறுத்ததாயிருக்கிறது. ஆகவே, நியாயமான காரணமும், உண்மையான நோக்கமுமின்றியே குற்றத்துக்கு ஹேதுவாய்ச் செய்யப்படும் சதியோசனைகளை நிர்த்தாட்சணியமாய் அடக்குவது சர்வோத்தமமான கடமையாகும். என்னுடைய இந்திய பிரஜைகளில் கோடிக்கணக்கானவர்கள் ராஜ பக்த்தியும், விசுவாசமும் உடையவர்களாதலால் அவர்களுக்கு இந்த சதியோசனைகள் வெறுப்பை யுண்டாக்கு மென்பதை நான் அறிவேன். மேலும், பிரஜைகளின் க்ஷேமத்தையும் அமைதியையும் விருத்திப் படுத்துவதற்கான என்னுடைய கருமத்தினின்றும் என்னை இந்த சதியோசனைகள் திருப்புவதற்கு நான் இடங் கொடேன்.

7. சரித்திரப் பிரசித்தமான இந்த வருஷோற்சவமானது ராஜகருணை, ராஜானுக்கிரஹம் இவைகளின் விசேஷ அறிகுறி ஒன்றுமில்லாமல் முடிவதில் விருப்பமின்றி மறக்கவொண்ணாத சம்பவமாகிய மகுடாபிஷேக தர்பார் 1903 வருடத்தில் நிகழ்ந்த காலத்தில் கட்டளையிட்டப்படி நான் சட்டவிரோதமான குற்றங்களுக்காக நமது நியாயஸ்தலத்தார்களால் கிரமமாய்த் தண்டனை விதிக்கப் பெற்றுள்ளவர்களின் சிக்ஷையை ரத்து செய்ய வேண்டு மென்றும் பற்பல அளவுகளாகக் குறைக்க வேண்டுமென்றும் ஆக்கியாபித்திருக்கிறேன். மேலும், இக்காருணியச் செய்கையை குற்றஞ்செய்துள்ள மேற்படி நபர்கள் ஞாபகத்தில் வைத்திருந்து இனி குற்ற மெதுவும் செய்யாத படி நடந்து கொள்வார்களென்பதே எனது கோரிக்கை.

8. சர்க்கார் அதிகாரமும், சக்தியும் ஏற்பட்டுள்ள உத்தியோகங்களை யடைவதற்குரிய யோக்கியதாம்சமாக ஜாதி பேதத்தை ஒழிக்கும் விஷயத்தில் இடைவிடாமல் ஏற்பாடுகள் செய்யப்பட்டு வருகின்றன. இந்த விஷயத்தில் கல்வி பரவி அனுபவம் முதிர்ந்து இந்தியர்களில் புத்தி கூர்மையும், தக்க சாமர்த்தியமு முள்ளவர்கள் பொறுப்புக் குரிய கற்பனைகளை நன்றாய்த் தெரிந்துக் கொள்வதற்கேற்ப இனிமேல் உறுதியாயும், உண்மையாயும் அபிவிர்த்தி உண்டாகுமென்று நான் உத்தேசிப்பதோடுங்கூட நம்பிக்கையுடனும் எதிர் பார்க்கிறேன்.

9. முதலிலிருந்து பிரதிநிதிஸ்தாபன ஏற்பாடானது நாளாவர்த்தியில் உண்டாக்கத் தொடங்கப்பட்டது. மேலும், இந்த ஏற்பாட்டைவிவேகத்துடன்விஸ்தாரமாய்ப்பிரயோகிப்பதற்கான

காலம் வந்துவிட்டதென்று என்னுடைய பிரதிநிதியாகிய கவர்னர் ஜெனரலவர்களும் என்னுடைய மந்திரிகளில் மற்றவர்களும் அபிப்பிராயப் படுகிறார்கள். உங்களில் பிரிட்டிஷ் ஆட்சியால் வளர்த்து விர்த்தியாகும்படித் தூண்டப்பட்டுள்ள கொள்கைகளை யுடையவர் களாயிருக்கிற முக்கியமான வகுப்பார்கள் தேச சுதந்தர விஷயமாய் சமத்துவமும் சட்டநிரூபண விஷயமாகவும், ஆட்சி விஷயமாகவும் தற்காலத்தி லிருப்பதினும் பெரும் பாகமும், தங்களுக்குக் கொடுக்க வேண்டுமென்று சுதந்தரித்துக் கேட்கிறார்கள். இந்தப்படி சுதந்தரித்துக் கேட்பதை விவேக பூர்வமாய்ப் பூர்த்தி செய்வதனால் தற்காலத்திலுள்ள பரிபாலன அதிகாரத் துக்கும், சக்திக்கும் வலிவுண்டாமேயன்றி குறையாது. பரிபாலனம் நடத்தும் உத்தியோகஸ்தர்கள் அதனால் பாதிக்கப் படுபவர்களுடனும் அதுவிஷயமான சமுதாய அபிப்பி ராயத்தைத் தூண்டி வெளிப்படுத்து பவர்களுடனும் கிரம மாய்ச் சம்பந்தமுடையவர்களா யிருப்பதற்குத் தற்காலத்தி லிருப்பதினும் அதிக சமயங்கள் வாய்க்கிற பட்சத்திலே மேற்படி பரிபாலனமானது இன்னும் எவ்வளவோ பங்கு செவ்வையாய் நடந்தேறும். இந்த நோக்கங்களை நிறைவேற்றுவதற்காக இப்போது முயற்சியுடன் ஏற்படுத்தப்பட்டுவரும் முறைகளைப் பற்றி நான் இவ்விடத்தில் பிரஸ்தாபிக்கப் போகிறதில்லை. அவை உங்களுக்கு சீக்கிரத்திலேயே தெரிவிக்கப்படும். மேலும், அவை உங்களுடைய காரியங்கள் இதகரமாய் அபிவிர்த்தி யாவதில் ஏற்படும் ஒரு மேன்மையான திசைக்கு அறிகுறியா யிருக்குமென்று நான் பெரிதும் நம்புகிறேன்.

10. என்னுடைய இந்திய சைனியங்களின் சௌரியத் தையும், விசுவாசத்தையும் நன்குணர்ந்தவனா யிருப்பதால், அவர்களுக்கு இயற்கையாகவே ஏற்பட்டுள்ள போர்க் குணங் களையும் அவர்களது சிறப்பான ஒழுங்கையும் போர்ச் சேவகம் புரிய அவர்கள் விசுவாசத்துடன் சித்தமாயிருப்பதையும் நான் இவ்வாறு பெரிதும் மதித்திருப்பதைக் காரியரூபமாய்க் காட்டுவதற்கு அடுத்துவரும் புதுவருஷத்தைத் தக்கசமயமாய் கொள்ள வேண்டுமென்று ஆக்கியாபித்திருக்கிறேன்.

11. விக்டோரியா மகாராணியாரவர்களுடைய இருதயத்தில் குடிகொண்டிருந்த மிகப் பிரியமான நோக்கங்களில் இந்தியா வின் க்ஷேமமும் ஒன்றாயிருந்தது. 1875ஆம் வருடம் நான் அவ்விடம் வந்து பார்த்ததுமுதல் இந்தியாவின் க்ஷேமத்

தையும், இந்திய மன்னர்கள் பிரஜைகள் ஆகிய இவர்களின் க்ஷேமத்தையும் அன்போடும், அவாவோடும் கவனித்து வந்திருக்கிறேன். இத்தகைய அன்பும், அவாவும் காலகதியான வலி குன்றுவனவல்ல. என் அருமைப் புதல்வராகிய வேல்ஸ் இளவரசரும் அவருடைய மனைவியாராகிய வேல்ஸ் இளவரசியாரும் உங்கள் நாட்டில் தங்கித் திரும்பிய காலையில் அந்நாட்டின் விஷயத்தில் உள்ளன்பும், அதனுடைய க்ஷேமத்திலும், திருப்தியிலும், உண்மையும், ஆர்வமும் பொருந்திய சிரத்தையு முடையவர்களாய்த் திரும்பினர். எனது இராஜ குடும்பத்தினருக்கும், வம்சத்தினருக்கும் இந்தியாவின் விஷயத்தில் இங்ஙனம் உண்டாயிருக்கும் தீவிரமான அநுதாபமும், ஆசையுமாகிய நேர்மையான உணர்ச்சிகள் இந்த இராஜ்ஜியத்து ஜனங்களின் ஆழ்ந்து ஐக்கியப்பட்டுள்ள சங்கற்பத்தையும், கருத்தையும், காட்டுவது மாத்திரமே யல்லாமல் அங்ஙனம் காட்டும்போது வெகு உண்மை யாகவும் எடுத்துக் காட்டுகின்றன.

12. சரித்திர பூர்வகமான காலத்துக்குச் சம்பந்தப்பட்ட எந்த இராஜ்ஜியம் அல்லது சமஸ்தானத்திலும் அதிபதி களுக்கும், பிரஜைகளுக்கும் இதுகாறும் ஒப்பிக்கப் பட்டுள்ளதை யொப்ப மகிமைபொருந்திய ஒரு பொறுப்பை நிறைவேற்றுவிப்பதற்காக வேண்டியிருக்கும் ஞானமும், பரஸ்பர நல்லுணர்ச்சியும் கடவுளின் இரட்சணையாலும், அனுக்கிரஹத்தாலும் வலியுறுவதாக.

எம். ஆமிக்,

சீப் செக்கிர்டரி.

2 டிசம்பர், 1908

81. புலவர் பெருமான்

தங்களுடைய கடிதம் வரப்பெற்றோமாயினும் நமது பத்திரிக்கை விரிவாவதற்குமுன் இத்தகையக் கடிதங்களுக் கிடங்கிடைப் பதரிதாகும்.

ஈதன்றி முற்கால தெய்வப்புலவர்களின் சீருஞ் சிறப்பும் தற்காலப் போலிப் புலவர்களின் பேரும், பிலுக்கும் பெருக்க வரைந்திருக்கின்றீர். அவற்றுள் பிற்கூறியுள்ளப் புலவர்கள் யாவரும் பற்கடிப்புண்டாய் பதைபதைத் தெழுந்து பத்திரி கையை நிறப்ப வருவார்கள். அக்காலிடந் தராவிடில் அவதூறுக் காளாவோமென்றஞ்சி விடுத்துள்ளோம்.

ப—ர்.

16 டிசம்பர், 1908

82. பட்டினத்துச் சுவாமிகள்

ம–ள–ள–ஸ்ரீ, தமிழன் பத்திராதிபருக்கு வந்தனம். ஐயா நமது பௌத்த சகோதிரர்களுக்குள் சிலர் பட்டினத்து சுவாமிகளையும் பௌத்தரென்று கூறுகின்றார்கள் அவ்வகைக் கூறலாமோ, அவற்றிற் காதார மேதேனுமுண்டோ, உண்டாயின் இவ்வடியேனுக் கவற்றை விளக்க வேண்டுகின்றேன்.

செக்கன்றாபாத் **ப. முனிசாமிபிள்ளை.**

5 ஜனவரி 9.

ம–ள–ள–ஸ்ரீ, முனிசாமி பிள்ளையவர்கள் தாம் வினாவிய சுவாமிகளை பௌத்தரென்றே கூறற்கு அவரருஞ் செய்யுட்களே ஆழ்ந்த வாதாரங்களாகும்.

அதாவது:– புத்தபிரான் ஓரரச புத்திரனாகப் பிறந்து மனைவி மக்களைத் துறந்து சற்குருவாகச் சிறந்து ஓடேந்தி இறந்துநின்றது மன்றி செல்வமிகுத்த தனது சங்கத்தோர் களுக்கும் ஓடளித்து இரந்து ஒடுங்கும் பற்றற்ற செயலுள் வைத்துள்ளாரென்பது சருவசாஸ்திர சரித்திர சம்மந்த மாகும்.

பட்டினத்து சுவாமிகள் பாடல்

மானார் விழியைக் கடந்தேறிவந்தனன்
வாழ்குருவுங்
கோணாகி யென்னைக் குடியேற்றிக்கொண்டனன்
குற்றமில்லை
போனாலும் பேரிருந்தாலு நற்பேரிது
பொய்யன்றுகாண்
ஆனாலு மிந்த வுடம்போடிருப்ப
தருவெறுப்பே.

இச்செய்யுளால் புத்தபிரான் அரசாங்கத்தைத் துறந்து

குருவானவிடயம் விளங்குவதால் இனிவருஞ் செய்யுளால் புத்த சங்கத்தோருக்குள்ள ஓட்டின் மகத்துவத்தையு மறிந்துக் கொள்ளலாம்.

பட்டினத்து சுவாமிகள் பாடல்

வீடுநமக்குண்டு திருவாலங்காடு
விமலர்தந்த
வோடு நமக்குண்டு வற்றாத பாத்திரம்
ஓங்கு செல்வ
நாடு நமக்குண்டு கேட்டதெல்லாந்தர
நன்நெஞ்சமே.
யீடு நமக்குச் சொலவோ வொருவரு
மிங்கில்லையே.

இன்னு மற்றாதாரங்களை வரையின் விரியுமென் றஞ்சி விடுத்துள்ளோம். ஆயினும் சமய நேர்ந்துழி யெஞ்சிய தெழுது வாம்.

ப—ர்.

13 ஜனவரி, 1909

83. கடிதம் [தி. ஆ. பெ.]

நீர்வளம், நிலவளம் நிலவியது இந்தியாவென்று புலவர்கள் அளவுமீறிய புகழ்கூறிய அந்நாவணிபெற்ற நல்லிந்த நந்நாட்டில் நீர்குளம், நிலங்குளமென நிறைந்து மழைதங்கினும் அஞ்ஞான மூர்க்கந் தடித்து சாதிபேத சமயபேதாக்கினிகள் பரந்து சுவாலிக்க அவ்வெப்பத்தால் நீரும், நிலமுங் கருகலாயின. பலகோடி எளியோர் வருந்தலாயினர்.

நச்சரா மற்ற வுயிர்களை வருத்தித் தன்னச்சால் தனக்கொரு கேடின்றி நிற்பதொப்ப சாதி, சமயபேதத்தால் சுபட்சமத மக்கட் பெருக்கம் க்ஷீணித்துவரலையுஞ் சீர்தூக்காது மயங்கி அறிஞரெனத் தம்மை வாளாமதித்து தாழ்ந்த வகுப்பாரென சிலரைத் துரத்தி பாதகம் இகத்துத் தஞ் சுகநோக்குற்றிருந்தனர். இன்னாளைய விந்தியர். இவர் இப்படியொழிய நாடு செழிப்ப தெப்படி? மற்றவர்களுக்கு தாழ்ந்ததோரெனத் தோன்றும் மக்கள் சுகப்பதெப்படி? அசாத்தியமே.

இது அச்சாத்தியங்கள் எல்லாவற்றையும் அப்புறப் படுத்தற்கு அருளூற்று எழுந்தது ஆங்கிலேயர் அரசாட்சி என்றபடி தற்போதே எளியோர்க்கு ஸ்பஷ்டமாய்த் தெளியக் கிடக்கின்றமையால் அன்னோரையே பின்னும் பின்னும் பெரிது நாடிகிடத்தலும் அவர்தம் இகபர உதாரநெறி போங்குகளை பின்பற்றலுமே நுண்ணறிவு பூத்த பூமான்கட் கழகேயல்லது கேவலம். ஏழை உடைநடைகள் மேற்குலமென மதிக்க செய்யுமெனக் கருதி கூசாதுகூசி வேடந்தரித்து விட்ணு சிவாலயங்களிலும், அம்மூர்த்திகள் புராணங்களிலும் நுழைந்து, வெருட்டுண்டும், அபாத்திரிகள் என்றவமானமடைதல் ஆண்மைக்கழகே யல்ல. ஆதலால் ஆங்கிலேயரால் நாமும் முறையறியா மற்றை நஞ்சோதரரும் யாதோ ஒருவிதமாயாவது பலன் பெற்றுய்யற்கு முறையொன்று எனது சிற்றறிவி லூற்றதொன்றை வரைகின்றேன். இதனை நமதரிய அறிஞபரோபகாரி ''தமிழன்'' பத்திராதிப

ரேற்றவாறு எனைய மேதாவியரும் அங்கீகரிப்பரேல் இது முயற்சி முட்டின்றி முடியுமேயாம். அதாவது:

அரிசி ரூபாய்க்கு நான்கு படியா? என்ற விசார விசாரணையும் அதணிக்கத்திற் கேதுவாம் மார்க்கமுமாம்.

இந்திய மாநகர் ஒவ்வொருவரும் தாம் என்னென்ன குலங் கோத்ரமென்றுத் தம்மைச் சொல்லிக் கொண்டாலும் தாமுண்ணும் ஆகார வகையில் அதிகமாக உட்கொள்ளுவது அரிசி யொன்றேயாம். கடந்த 40 வருஷங்கட்குமுன் ஒரு ரூபாய்க்கு 20, 25 படியாக விற்கப்பட்ட அரிசி தற்போது ரூபாய்க்கு 4 படியாயின் மாதம் 4 அல்லது 5 ரூபாய் வருமானமுள்ள ஏழைகள் பிழைப்பதெப்படி?

உண்ணற்கே கூடாதிருக்க உடுப்பதெப்படி? கூடாமை யாம். ஆதலால் சிலர் காலைப் பட்டினி, சிலர் பகற் பட்டினி, சிலர் மாலைப் பட்டினி, சிலர் இராப்பட்டினி என்றக் கால அட்டவணைப் போட்டுக் கொண்டுப் புசிப்புக்கே வருந்தி நோயுற்று மற்ற சௌகரியங்கட் பெறற் கசாத்தியத்தால் ஏக்குற்றிருக்கின்றனர். சிலர் பிச்சை யேற்றே இடர் பட்டேகு கின்றனர். அந்தோ!

இதைப் பற்றி சுதேச கனவான்கள் அநேகமாக முயன்றும் அரிசி முன்னேறாமல் பின்னுக்கே போகின்றது. காரணம் பல. அவற்றுள் முதலாவது வேளாண்மையைப் பெரிதாய் மதிச்சாரில்லை. எப்படியென்றால், தனவந்த சமுசாரிகள் தமது பிள்ளைகளைப் பெரிய மாகாண கலாசாலைக்குக் கல்வி கற்க அனுப்பிவிடுகின்றனர். அவர்கள் கற்றுத் தேறிய பின்னர் பயிரிடற்காஞ் சீர்த்திருத்தங்களை மேலும் மேலும் விருத்திப்படுத்தற்காகும் வழியிற் செல்லாமல் மாதம் ஏழு ரூபாய்க்காவது ஆபீசு உத்தியோகங் கிடைத்தால் போதும் அது கௌரவம் என்ற சோம்பற் புத்தியை விருத்தித்து ஆபீசு வேலையில் தயங்குகின்றனர். அதற்கேற்ப இந்தியரும் ஆபீசு உத்தியோகஸ்தருக்குக் கௌரவஞ் செய்வதைப்போல சமுசாரி களைக் கவனிப்பதில்லை. தவிர, சமுசாரி மக்கள் நல்ல பரீட்சையில் தேறி துறைமக்களைப் போல் உண்ணவும், உடுக்கவுமட்டுங் கற்றுக்கொண்டு,

20 ஜனவரி, 1909

துரையென்றும், சுதேசியென்றுஞ் சொல்லற்காகா நிலையிலிருக்கிறார்கள். ஆயின் வேளாண்மை விருத்தி யெப்படியாம்.

இரண்டாவது – பயிரிட்டு இரவும் பகலும் பாதுகாத்துப் பணஞ் சேகரிப்பதைவிட – அந்நிலத்தில் ஒரு கட்டிடங் கட்டி விட்டுவிட்டால் மாதாந்தரம் பணம் இலகுவாய் வசூலாய்விடும். பரதேச ஆங்கிலேயரைப் போலிருந்து வாழலாமென்ற எண்ணம்மட்டில் ஆங்கிலேயராய் வாழ்கின்றனர் சிலர். ஆயின் நிலவிருத்தி யெப்படியாம்!

மூன்றாவது–காட்சியாக விழுப்புரத்திலிருந்து திண்டிவன மட்டும் நெற்பயிர் விளைந்துவந்த நிலங்களில் தற்கால மல்லாக் கொட்டை (வேர்க்கடலை) பயிரே பயிராகின்றது. ஏனெனில்:– நெல்லைவிட வேர்க்கடலைக்கு வரி குறைவு. இப்போது இஃது கவர்ன்மெண்டார் கவனத்துக்கு வந்ததாக தெரியவருகின்றது. எனினும், ஒரு மூட்டை நெல் ஐந்து ரூபாய்க்கு விலைபட கடலையோ மூட்டை யொன்றுக்கு ரூபாய் 10 தருகின்றதாம். ஆகையால் கடலையையே விளைவித்து நெல்லைத் தவிர்க்கலாயினர். ஆயின், ஒன்றைவிட்டு மற்றொன்றையே பின்பற்றுவாராகில் தானிய விருத்தி யெப்படியாகும்?

நாலாவது – மழையின்மையெனும் பெருங்கூற்று. இது நிவிர்த்தியாக வேண்டுங்கிணறு, கால்வாய் முதலிய செய்து முடித்து ஒருவாறு நீர் வசதி பெறலாம். செய்தும் வருகின்றனர். என்ற போதிலும் பண மதிகமாக சிலவிடவேண்டி நேர்வதால் இதையுந் தவிர்த்து விடுகின்றனர். ஆயின் நீர்வசதி யெப்படியாகும்?

இத்தியாதி காரணங்களால் நெற்பயிர்ப் பாடுபாடாய் முடியினும் சிற்சிலவிடங்களில் பயிரிடப்படலால் அது முற்றும் பாழாகவில்லையே.

அப்படியன்றி பயிரிடும் நிலம் எங்கினும் விசாலித்து அதிகரித்துப் பயிரிடப்பட்டு வருமாயின் சிறு விளைவேயாயினும் விசாலத்தால் பெருங் களஞ்சியமாகிப் பஞ்சந் தோன்றாதன்றோ?

ஆதலால் மேற்கூறிய காரண நிவர்த்திக்கும் திருத்தப் பிரவர்த்திக்கும் நிலநீர் விவசாய விளக்கவல்ல அநுபவி களாய் ஆளுகையாரே தலையிட்டுக் கொண்டு காடுகளை யெப்படி பாதுகாப்பு செய்திருக்கின்றார்களோ அப்படியே ஒவ்வொரு ஜில்லாக்களிலும் குறைந்தது ஒவ்வொரு தாலுக் காவையாவது ரிசர்வ்படுத்தி ஆங்காங்கு கவர்ன்மெண்ட் ரிசர்வ்ட் பாடி பீல்ட் என்று ஒன்றை யேற்படுத்துவாராகில் மேற்படி நாற்காரணங்களும் அடியோடழிந்து போகும். ஆங்கு ஸ்தாபிக்கப்பட்ட கழனியில் ஆங்கிலேயத் தலைவரோடு இந்தியாவில் தேர்ந்த விவசாய கர்த்தர்களும், மற்ற ஏழையாட்களும் நல்ல விதமாய் உத்தி யோகத்தமர்ந்து வாழ்வார்கள். கவர்ன் மெண்டாரே பயிர்வளனை நேரிற் காண்பதால் ரூபாய்க்கு இத்தனைபடி யரிசி போட வேண்டியது என்ற சட்டமும், அதை மீறுவார்க்காகுந் திட்டமும் ஏற்படுத்தற்காகும். ஆக எளியர் முதல் தனவந்தர் பரியந்தம் தலைகாலைய அரிசி வியாபார ஏமாற்றத்திலடி படாமல் களங்கமற்று வாழ்வர். ஆங்காங்குள்ள கழனித் தலைவர்களின் அறிக்கையின் படி அந்தந்த வயல் தாலுக்காவின் தானிய குறைவு நிறைவறிந்து குறைவான இடத்தை நிறைத்து, நிறைவான இடத்தை சமத்துவமாக்க நேரும். இப்படி செய்துவருவதால் குடிகளிடும் விளைவுக்கு வரி நல்லமாதிரியில் குறைக்கவோ அல்லது அதிகரிக்கவோ நேரும். பஞ்சம் பஞ்சமென்று கவர்ன்மெண்டார் தமது உத்தியோகஸ்தர்க்கு மட்டும் கொடுத்து வரும் படிப்பணம் ஏராளமாய் மீதியாகும். அல்லது அந்தப் பணமே மேற்குறித்த சர்க்கார் வயல் பயிரிடுஞ் சிலவினின்று சர்க்கார் உத்தியோகஸ்தர்க்கேயன்றி பொதுகுடிகட்கும் பெரிதும் பயன்படும்.

மேற்கூறிய அட்டவணை பட்டினியால் பிணியுற்று பிரஜை கள் ஆஸ்பத்திரி நுழையாதிருக்க ஆண்டும் சர்க்காருக்குப் பலன்தரும். பிச்சையேற்றுண்ணும் பலருட் சிலர்க்கேயாயினும் மேற்கூறிய சர்க்கார் வயலில் வேலைகிடைக்கும். பிச்சைக்காரர் குறைய தேசத்திற்கு அழகுண்டாகும்.

ஆங்கிலேய வர்த்தகர், அம்பட்டர், வண்ணார் முதலியவர் இந்தியாவில் தத்தந் தொழிற்களை நடத்தல் ஒழுங்கென்று பல்லோராலும் புகழப்படுவதால் இந்துக்களும் அவரது விதிகளைப் பின்பற்றி நாகரீகமடைகின்றனர். அதுபோலவே விவசாயமுஞ் சிறப்புறும்.

ஆதலால் இதைப் பற்றி இந்திய கனதனவான்கள் முயன்று ஆளுகையாரிடம் வினவிக் கொள்வாராயின் இந்தியா வெகுவாய் சுகமுறுமென்று நம்புகிறேன்.

10 பிப்ரவரி, 1909

84. நெ. 96, ஒரத்தூர் கிராமம்

ம–ள–ள–ஶ்ரீ, 23.1.09

க. அயாத்திதாஸ் பண்டிதரவர்கட்கு 96–ம் கிராமச் சேரியில் நீடுழியாய் வாசஞ் செய்யுங்குடிகள் யாவரும் தங்கள் மேலான கனத்தை வருந்தி யெழுதுவது யாதெனில்:– தங்கள் பத்திரிகையில் யாங்கள் எழுதியதை பிரசுரிக்கக் கோருகிறோம்.

மேல்கண்ட நெ. 96 மதுராந்தகம் தாலுக்காவைச் சேர்ந்த ஒரத்தூர் கிராமத்தில் வசிக்கும் பாப்பார்கள் சுமார் 27 வீட்டுக் காரர்களும் ஒன்றாய் சேர்ந்து சேரியில் வசிக்கும் 28 வீட்டுக் காரரையும் பறையர்கள் நீங்கள் எங்கள் பட்டா பூமியின் வழியாய்ப் போகப்படாதென்றும், ஏரியில் ஜலம் யாங்கள் மொள்ளக் கூடாதென்றும், அப்படி மீறி மொள்ளுபவர் குடங்களை உடைத்து விடுவதாகவும் சொன்னதை கேட்டு சிலகாலம் பயந்து ஜலமெடுக்கா மலிருந்தோம். எங்களுக்குள் சிலர் அவர்களிடந்தான் தொண்டு செய்கிறவர்கள் ஆனதால் நாங்கள் ஞாயங் கேட்கப்போனால் எங்களை தடிகளாலும், மண்கட்டி களாலும் அடிக்க வருகிறார்கள். கிராம கணக்கப் பிள்ளை, முன்சீப் இவர்களிடஞ் சொன்னாலும் அவர்கள் யிருதரத் தாரையும் பறைகர்களுக்கு உதவியாயிருப்பதைக் கண்டால் உங்களையும் பலவித பாதைகள் செய்வோமென்று பயமுறுத்துகிறார்கள். யாங்களோ கல்வியில்லாதவர்கள். எங்கள் பிள்ளைகள் வாசிக்கவும் பள்ளிக்கூடம் இவ்விடங் கிடையாது. அப்படியிருந்தாலும் பறையர்கள் படிக்கப் படாது. மாடுகளை காலையில் ஓட்டிக் கொண்டு போய் அவர்கள் மாட்டில் மடக்கிக் கொண்டு அதுகள் போடுஞ் சாணத்தையும் எடுத்துக் கொள்ளுகிறார்கள். காரணம்–அந்த சாணத்தால் நாங்கள் முன்னுக்கு வந்துவிடுவோ மென்னுங் கெட்டயெண்ணமே தவிர மேய்காட்டில் எங்கள் மாடுகளும், ஆடுகளும் மேய்க்கக் கூடாதென்றும், காட்டில் காய்ந்த விறகு பொருக்கி சமைக்கக் கூடாதென்றும், எங்களுக்கு ஏர் மாடுகள் யிருக்கப்படாதென்றும்,

யாங்கள் சுத்தஜலம் சாப்பிடக் கூடாதென்றும், வஸ்திரங்கள் சுத்தமாய் கட்டக்கூடாதென்றும், மாட்டிற்கு யாங்கள் புல் அறுக்கக் கூடாதென்றும் தடுத்து எங்கள் பயிறுகளுக்கும், ஆடு மாடுகளுக்கும் இடஞ்சல் செய்துவருகின்றார்கள். இந்தவூரில் யாங்கள் நஞ்சை புஞ்சை மானியதீர்வை ஏறக்குறைய 100 ரூபாய் சர்க்காருக்கு செலுத்திக் கொண்டு வருகிறோம்.

நாட்டுப்புரத்தில் நாங்கள் படும் கஷ்டங்களை கவனிப்பார் யாருங்காணோம். சென்னையில் மாத்திரம் சுதேசிகள் சுயராட்சியங் கேட்கிறார்களே இப்பேர்கொத்த கொடும் நெஞ் சமுடையவர்களுக்கு சுயராட்சியங் கொடுத்து விட்டால் முற் காலத்தில் எங்களை சற்காணத்திலும், கழுவிலும் யேற்றியதாய் பெரிய புராணமுதல் தற்கால சாட்சியிருக்கிறது. அப்பகையையும் வுடனே தேடுவார்கள் அப்படி வராமல் கவர்ன்மெண்டார் எங்களை சீர்தூக்கு வார்களென்று கோருகிறோம்.

எங்களை பாகை செய்வதின் காரணம் நாங்கள் நாளுக்கு நாள் சொந்த பூமியும் பயிரிடுஞ் சமுசாரிகளாகிவிடுகிறோ மென்றுதான். அன்றியும், சர்க்கார் தீர்வை கட்டப்போனால் அக்கிராரத்தை சற்றிச்சுற்றி வரவேண்டியதாயிருக்கிறது. அப்படி அவதிப்பட்டு பணம் வைத்துக் கொண்டு முன்சீப் ஐயரைக் கண்டால் அவர் வாங்கிக் கொள்ளாமல் கௌண்டனென்னுஞ் சாதியான் மூலமாய் பெற்றுக் கொள்ளுவது வழக்கம். இதுவும் தவிர போஸ்ட் பெட்டியை அக்கிராரத்துக்குள் வைத்துக் கொண்டிருப்பதால் எங்கள் அவசரக் கடிதங்கள் தாமதப் பட்டுப்போகிறது. இப்படி பிராமணாளிடத்தில் பலவித ஹிம் சைகைள அனுபவித்து வரும் எங்களை கருணைதங்கிய பிரிட்டிஷ் கவர்ன் மெண்டார் முன்னுக்குக் கொண்டு வரும்படியாயும், கனந்தங்கிய (தமிழன்) பத்திராதிபர் எங்கள் இடுக்கங்களை கவனித்து காருண்ணிய கவர்ன்மெண்டாருக்கு தெரியப் படுத்தவும். இதனடியில் கையொப்பமிட்ட யாங்கள் தெரிவித்துக் கொண்டோம்.

எங்களுக்குள் வரதனென்பவன் இந்த எடஞ்சல்களைப் போய் கேட்டதின்பேரில் நாலுபாப்பார்கள் அவனைக் கல்லுகளாலும், தடிகளாலும் அடித்து உதிரம்வரச் செய்து விட்டார்கள். அவன் அதிகாரிகளிடம் பிரையாது செய்யப் போனப்பின் ஒரு வாழைக் குலையை வெட்டிவந்து முன்சீப் வீட்டுத் திண்ணையின்பேரில்

வைத்து இந்த வாழைக் குலையைத் திருடினான் அடித்தோமென்று பொய்யைச் சொல்லுகிறார்கள்.

இப்படியாக எங்களுக்கு நேரிட்டுள்ள கஷ்டங்களை இங்கிலீஷ் ராஜாங்கத்தோருக்குத் தெரிவிப்பதுடன் மாஜிஸ்டிரேட்டவர்களும் சரியாக விசாரித்து ஏழைகளைக் காப்பாற்றும்படிக் கோருகிறோம்.

இப்படிக்கு

ஓரத்தூர் சேரிவாசிகள்.

27 ஜனவரி, 1908

85. செங்கல்பட்டு ஜில்லா மதுராந்தகம் தாலுகா 96-வது நெம்பர் ஓரத்தூர் கிராமம்

ஒரத்தூர் அக்கிராரவாசிகளுக்குள் சிலர் ஏழைக்குடிகளை ஏரிகளில் ஜலம் மொள்ளப்படாதென்றும், மாடுகளுக்குப் புல்லுகளறுக்கப்படாதென்றும், அவர்கள் ஆடுமாடுகளை மேய்வு காட்டில் மேயப்படாதென்றும், புறம்போக்குக் காடுகளில் விழுந்துள்ள விறகு சுள்ளிகளைப் பொருக்கப் படாதென்றும் தடுப்பதற்கு யாதாமோர் அதிகாரமுங் கிடையாது.

சிலர்கள் அவர்களிடம் பண்ணையாட்களா யிருக்கின்ற படியால் தங்க ளதிகாரத்தை செலுத்தியிருப்பார்கள்.

அவ்வதிகாரம் அவர்கள் வேலைக்கு மட்டுமேயன்றி மற்ற விஷயங்களில் நடத்தப்படாது. இத்தகைய விரோதந் தோன்றி யுள்ள காரணங்களை யாலோசிக்குங்கால் ஏழைக்குடிகள் நாளுக்குநாள் விருத்தியடைந்து சொந்த பூமிகளும், ஆடு மாடுகளும் சேகரித்து சீர்பெற்றுவருவது அக்கிராமத்துப் பாப்பார் கண்ணுக்குப் பொருக்காமல் ஏழை குடிகளை யிடுக்கஞ்செய்து வருகின்றார்களென்பது ஓர் காரணமாகும்.

இரண்டாவது காரணத்தை யாலோசிக்குங்கால் ஏழைக்குடிகள் கிஸ்தியாகும் நிலவரிகளைக் கொண்டுபோய் கட்டுதற்கும், ஏதோ தங்கள் பிரயாதுகளைக் கொண்டு போய் முறையிடுவதற்கும் பொதுவாகிய ஓர் யிடமில்லாமல் அக்கிராரத்தில் வாசஞ் செய்யும் ஐயர்வீட்டிற்கே போக வேண்டுமானால் அவருக்குத் தக்க சாதியாள் தேடி அந்த ஆளின்மூலமாக ஐயரிடஞ் சேர்ப்பது ஒரு கஷ்டம்.

(போஸ்ட்டு பில்லர் பாக்ஸாகும்) காகிதம் போட வேண்டிய பெட்டியை பொதுவானவிடத்தில் வைக்காமல் அக்கிராரத்திற்கு வுள்ளாக வைத்து ஏழைக்குடிகள் தங்கள் அவசரக் காகிதங்களைப் (பில்லர் பாக்ஸில்) போடுவதற்கு சாத்தியப்படாமல் ஐய மாருக்குப் பிரியமான சாதி ஆள் ஒருவனைத் தேடி அவனிடங்

தங்கள் காகிதங்களைக் கொடுத்து (பில்லர் பாக்ஸில்) போட வேண்டியது ஒரு கஷ்டம். அவ்வகையாகக் கொடுத்த காகிதத்தை அவன் (பில்லரில்) போட்டானோ போடவில்லையோவென்று கலங்கி நிற்பது பின்னோர் கஷ்டம்.

இத்தியாதி கஷ்டங்களினால் ஏழைக்குடிகள் யதோ தங்களுக் குள்ள மனத்தாங்களை வெளியிட்டிருக்கலாம்.

இதன் காரணங்களைக் கொண்டும் சில பார்ப்பார்கள் ஏழைக்குடிகளை யிடுக்கஞ் செய்துவருவதாக விளங்கு கின்றது.

இத்தகைய விடுக்கங்களை அவ்விடமுள்ள பெரியோர் களும் கவனிப்பதில்லை போலும். அக்கிராம வாசிக ளிவற்றை செய்யலாமா செய்யக் கூடாதாவென் றுணராமல் ஏழைக் குடிகளுக்குத் துன்பத்தை யுண்டு செய்வார்களாயின் சென்னை சாதிபேதமற்ற திராவிட ஜன மகாசபையோரால் இராஜாங்கத்தோரிடம் விசாரிணைக்கே வந்து தீரும்.

ப.ர்

3 பிப்ரவரி, 1909

86. பெங்களூர் சாக்கைய பௌத்த கிளைச் சங்கத்தினதும் சரசுவதி பாடசாலையினதும் முதல்வருஷ உற்சாகம்

1909ஆம் வருடம் ஜனவரி மாதம் 24ந்தேதி ஆதிவாரமன்று பகல் 3மணியிலிருந்து 7 மணிவரையிலும் பெங்களூர் ஓல்ட்பூர் அவுஸ் ரோட்டில் ஸ்தாபித்திருக்கும் சாக்கைய பௌத்த கிளைச்சங்கத்தினதும், ஸ்ரீ சரஸ்வதி பாடசாலையினதும் முதல் வருஷோற்சவம் கொண்டாடப்பட்டது.

பௌத்த குரு யு. விசாலா சாமியவர்கள் அக்கிராசனாதிபதியாய் வீற்றிருந்தார்.

நடந்த விஷயங்களாவது:-

1-வது மேற்படி சங்கத்தார் வேண்டுகோளின்படி தென்னிந்தியா சாக்கைய பௌத்த சங்கத்தின் காரிய தரிசியாகிய ஸ்ரீமான் க. அயோத்திதாச பண்டிதரவர்களால் ஸ்ரீ சரசுவதியம்மன் பேரிலியற்றிய தோத்திர துதியையும், சர்வ சமயத்திற்கும் பொதுவாய் தங்கள் நிலையை தெரிந்து கொள்ளும்படியான மார்க்கத்திற்கு பொருந்த வமைந்த கீர்த்தனைகளையும், மேற்படி பாடசாலையில் வாசித்து வரும் 12 வயதுள்ள நீலகண்டனென்னும் சிறுவனால் சங்கீத வாத்தியத்துடன் யாவரும் மகிழ பாடி அறங்கேற்றப்பட்டது.

2-வது, காரியதரிசி ம-ள-ள-ஸ்ரீ, எம். ஆர். ருத்திராட்ச வேலுப் பிள்ளையவர்களால் மேற்படி பாடசாலை துவக்கத்தில் 27 பிள்ளைகளிருந்ததும் தற்போது 80 பிள்ளைகள் வாசிப்பதாகவும், இதில் சம்பளமில்லாமல் தர்மத்திற்கு வாசிப்பவர்கள் 50 பிள்ளைகளென்றும், இக்கல்வியை விருத்திசெய்ய கனவான்களுடைய பொருளுதவியை கோருகிறோமென்று வருஷ வரலாற்றை வாசித்தார்.

3-வது, ம-ள-ள-ஸ்ரீ கெ. ராஜகோபால் முதலியா ரென்னும் 22 வயதுள்ள சிறுவரால் கல்வி கற்பிக்கும் படியான தர்மம் எல்லா தர்மத்தினும் மேன்மையான தென்றும், ஆண்பிள்ளைகள்

கல்விகற்பதினா லுண்டாகும் பிரயோசனத்தையும், அது போலவே பெண்பிள்ளைகளும் இல்லறதர்மம் வழுவாது நடத்துவதற்கு வேண்டிய கல்வியை பெற்றோர்கள் தங்கள் பெண் பிள்ளைகளுக்கும் கற்பிப்பது அவசியமென்றும் உபந்நியாசித்தார்.

4–வது, கோலார் சாக்கைய புத்த கிளைசங்க பிரசங்கி யார் ம–ள–ள–ஸ்ரீ ராகவர் அவர்கள் புத்தருடைய வரலாற்றைப் பற்றியும் அவரால் வெளிபடுத்திய தர்மத்தைப் பற்றியும் உபந்நியாசித்தார்.

5–வது, ம–ள–ள–ஸ்ரீ அஸ்வத நாராயணய்யா பி. ஏ. அவர்களால் பௌத்த சமயத்தின் அந்தரார்த்தங்களையும், புத்தரடைந்த நிர்வாணநிலை எவ்விதமானதென்றும் சுருக்கமாய் முடித்தார்.

6–வது, அக்கிராசனாதிபதியாய் வீற்றிருந்த பௌத்தகுரு யுவிலாசா சாமியவர்கள் ம–ள–ள–ஸ்ரீ அஸ்வத நாராயணய்யா அவர்களால் செய்த உபந்நியாசத்தை ஆமோதித்து சிலதுநேரம் புத்தருடைய வரலாற்றையும் அவர் போதித்த தன்மத்தைப் பற்றியும் உபந்நியாசித்து முடித்தார்.

7–வது, பெங்களூர் பிரம்மசமாஜ பிரசங்கியார் ம–ள–ள–ஸ்ரீ திருவேங்கிடசாமி முதலியாரவர்கள் சிறுவர் கெ. இராஜகோபால் முதலியாரவர்களால் கல்வியைப்பற்றி உபந்நியாசித்ததை ஆமோதித்து, அன்னவர் சிலதுநேரம் கல்வி கற்பதினால் பிரயோசனம் உண்டாவதன்றி பெருமையும், கீர்த்தியும் அடைவதுடன் நம்மவர்கள் வேறொருவரென்கிற வித்தியாசமில்லாமல் ஒருவருக் கொருவர் நேசிக்கும் படியானதற்கும் கல்விதான் காரண மென்று உபந்நியாசித்தார்.

8–வது, பள்ளிப் பிள்ளைகளுக்கு தின்பண்டங்கள் பரிமாறப் பட்டது.

9–வது, மேற்படி வருஷோற்சவத்திற்காக விஜயஞ் செய்திருந்த கனவான்கள்யாவத்திராளும் மகிழ்ந்தானந்தங் கொள்ளும்படியாக பாடல் சங்கீர்த வாத்தியத்துடன் மங்களார்தி செய்து முடிந்தது.

தி. நா. அரிதாஸ் பிள்ளை,

உபய காரியதரிசி.

3 பிப்ரவரி, 1909

87. வர்த்தமானக் கடிதம்

ஸ்காட்லாந்தின் இராஜதானியாகிய அபிர்டின் பட்டணத்தின் கடற்கரையோரங்களில் மீன் பிடிப்பவர் களின் கண்ணுக்குச் சென்ற மாதத்தில் ஓர் போத்தல் கடலில் அலைந்துவரக் கண்டெடுக்கப் பட்டனவாம். அப்போத்தலின் துவாரம் அடைக் கப்பட்டு அறக்கு முத்திரையு மிட்டிருந்தன. அதைத் திறந்துப் பார்த்தபோது போத்தலினுள் ஓர் கடிதமிருந் தெடுக்கப்பட்டு வாசித்துப் பார்த்ததில் சென்ற *1883*ஆம் வருடம் ஜனவரி *16*ந்தேதியில் நடுக்கடலில் தாழ்ந்த ஒரு பாய்க் கப்பலின் கப்பித்தானாகிய வில்லியம் ஹோர்ஜ் என்பவர் பின்வருமாறு எழுதியிருக்கின்றார்.

''என்னைச் சேர்ந்த உரித்தாளிக் ஒருவரும் கிடையாது. எனக்குச் சொந்தமாகிய ரொக்கப் பணம் 45,000 டாலர், சொடர்ஹம் பட்டணத்திலுள்ள ''குயிரெமெர்ஜென் பாங்கிங்கில் வைத்திருப்பதால் அப்பணத்தை எடுத்து என்னோடு தாழ்ந்த கப்பல் வேலையாட்களின் சுதந்திரர்களுக்குக் கொடுக்குமாறு கவர்ன்மெண்டாரைக் கேட்டுக்கொள்கிறேன்'' என்பதேயாம். பார்த்தீர்களா தயாளத்தை.

(தொடரும்.)

18.1.1909 **எஸ். பி. எஸ். கெ. காதர் சாஹிப்,**

சிங்கப்பூர்.

3 பிப்ரவரி, 1909

88. நிரூபம் - ஓர் உபந்நியாசம்

பெங்களூர் ஸரஸ்வதி பாடசாலையின் முதல் வருடோற்சவம் சென்ற மாதம் 24ஆம் தேதி கொண்டாடப் பட்டபோது ப்ரஹ்மவாதி- திருவேங்கட ஸ்வாமி முதலியார் அவர்கள் ''கல்வியும், பௌத்த தருமமும்'' என்ற விஷயத்தைப்பற்றி உபந்நியாசித்தார். அதன் கருத்துக்களைச் சுருக்கி இங்கு வெளியிட யான் கருதினன்.

''நண்பர்களே?

சற்றேரக்குறைய 16 வருஷங்களுக்கு முன் இராயபகதூர் நாராயணசாமி முதுலியார் பஞ்சமச் சிறுவர்க்குக் கல்வி கற்பிப்பதே பெருந்தகைமையெனக் கருதி ஓர் கல்விச் சாலையை அலசூர் நகரில் ஸ்தாபித்தபோது கல்வியையும், சமரச ஞானத்தையும் அங்குள்ளோர்க்குப் போதிக்கும்படி அவரென்னை யோர் கௌரவ பிரசாரகராக நியமித்தனர். அவ்வாறு யான் சிலவருடங்களாகச் சபைக் கூட்டிப் பிரசங்கித்து வந்தேன். தற்காலத்தில் அச்சாலையில் யாதொரு மதம், ஜாதிபேதமின்றி எல்லா ஜாதிச் சிறுவர் களும் ஒற்றுமையுடன் கல்வி கற்றுவருவதை அரசாக்ஷியா ரபிமானித்துப் பொருளுதவி செய்துவருவது பிரசித்தம். இதற்குக் காரணம் கல்வியன்றோ? கல்வியும், ஒழுக்கமு மின்றிச் சமத்துவங்கிட்டுவது சாத்திய மென்பதை விவேகிக ளறிவார்கள். அதை உணர்ந்தே பிரஸ்தாபப் பாடசாலை ஸ்தாபித்ததைக் கேழ்வியுற்று இங்கு வந்து பார்வையிடுகையில் இச்சாலை மிக்கச் சுத்தமாகவு மிருந்ததோடுகூட தலைமை உபாத்தியாயராகிய ம-ள-ஸ்ரீ வெங்கடசாமி நாயுடவர்கள் சிரத்தையுடன் மாணாக்கர்களுக்குக் கல்வி போதித்து வருவதா யறிந்தேன். இச்சாலையில் பஞ்சமச் சிறுவர் களுடன் மற்ற ஜாதிச் சிறுவர்களும் கலந்து வாசித்து வருவதோர் நற்குறி. இன்னுமிச்சாலை யபிவிருத்தியாக இச்சாலைத் தலைவர்கள் முயல்வார்களாக. நிற்க,

இங்கு விஜயஞ் செய்திருக்கும் பௌத்த சமயக் குருக்களாகிய ஸ்ரீ யுஉலாஸா அவர்களும், ஸ்ரீ விசுத்தா அவர்களும் தங்கள் சமயத்தை யபிவிருத்தி செய்ய நம் நாட்டில் முயன்றுவருவதா யறிகிறேன். இவர்களது நன்முயற்சிக் கூடிய சீக்கிரத்தில் பயன்தரும் போலும். பூர்வத்தில் நம்ம தேசத்தாரனைவரும் பௌத்த சமயத்தை அவலம் பித்தவர்களா யிருந்தமையால் அக்கொள்கையைப் போக்க அன்னிய ஆரியர்கள் நாட் டுக்குள் நுழைந்து சமயோசிதமாக மதபேதங்களையும், ஜாதி பேதங்களையு முண்டாக்கி ஜனங்களுடைய ஒற்றுமையைக் கெடுத்து வந்ததைச் சரித்திரத்தால் அறிகிறோம்.

இம்மைசூர் இராஜயத்தில் சிலப் பூர்வ பௌத்தாலயங் களையும், சிலைகளையும், சாசனங்களையும், மஹாராஜா அவர்கள் பாதுகாக்க ஏற்பாடு செய்திருக்கிறார். இப்பூர்வ பௌத்த சமயம் இந்நாட்டிலும் பரவியிருந்ததை யநுசரிக்கும் சில குடும்பிகள் இன்னுமிருக்கிறார்கள்.

பெரும்பாலும் இத்தென்னாட்டு பௌத்த சமயத்தார் களை சைவரும், வைணவரும் கல்காணகத்திலும், எண்ணைச் செக்கிலும் போட்டு மகாகோரமான வதைகள் செய்துக் கொன்று அவர்களது பௌத்தாலயங்களை யபகரித்து அங்குள்ள பௌத்த சிலைகளைச் சிவமும், விஷ்ணுவுமாகத் திருத்திக் கொண்டார்களே யொழியச் சுகவழியைப் பற்றினார்களில்லை. போலிப் பிராமணர்களின் தந்திரங்களால் மலினமடைந்துவரு மித்தேய ஜனங்களில் கல்வியிற் றேர்ந்த விர்ப்பன்னர்கள் சிறந்த பௌத்த தருமத்தைக் கைக்கொள்ள முயன்று வருகிறார்கள். இதற்கு மூலகாரணமாக 80 வருடங்களுக்கு முன் உதித்த ஸ்ரீ இராஜாராம் மோகன் திபெத் நகரேகிப் பௌத்தக் கொள்கையை நன்கறிந்தவராய் தம் கல்கத்தா நகரின்கண் சுத்தசமரச சன்மார்க்கத்தை விளக்கினது பிரசித்தம். இச்சமாஜத்தார் ஸ்ரீ பௌத்தரது சுகவழியாகிய தியானயோசத்தையும், (பரிநிர்வாணம்) சகோதர பாவனையையும் சிரசாலகித்திருக் கின்றார்கள்.

சுதேசிகள் மதாவேஸங்களையும், ஜாதி வேற்றுமை களையும் நிவர்த்திசெய்து ஒற்றுமை யோங்கச்செய்வதே மானி டத்தன்மையாகும்.

5.2.09 **உண்மை விளம்பி.**

10 பிப்ரவரி, 1909

89. சூத்திரகமலாகரம்

இந்த சமஸ்கிருத கிரந்தத்தில் சூத்திரர்களுக்குரிய ஆசாரங் களையும், கடமைகளையும் சொல்லியிருக்கிறது. இதனால் சூத்திரர்களுக்குண்டாயிருக்கிற நிர்ப்பந் தங்களையும், அவர்கள் உட்பட்டிருக்க வேண்டிய துன்பங் களையும் தமது ''தமிழன்'' பத்திரிகா நேயர்களுக்குத் தெரிவிக்கும் பொருட்டும், இனி யாவது மதஸ்தர்களாகிய சூத்திரர்கள் விதிகளை யநு சரித்து ஒழுகுவார்களென்கிற நம்பிக்கையோடும் பிரசுரஞ்செய்யலா னோம்.

சூத்திரனுக்கு உபநயனமில்லை. ஆகையால் அவன் வேதாத்தியயனஞ் செய்யக்கூடாதென்று (மிதாட்சரத்திலும், உத்தரமீமாம்சையிலும் சொல்லியிருக்கிறது.) சூத்திரன் வேதத்தை சிவரவணிக்கக்கூடாது. அதன் பொருளையும் விசாரிக்கப்படாது. (பராசர ஸ்மிருதி) சிரவணிப்பவனுடைய காதில் ஈயத்தையும், அரக்கையும் உருக்கி வார்க்க வேண்டும்! உச்சரிப்பவனுடைய நாக்கை அறுக்க வேண்டும்!! வெளியிடா விட்டாலும் மனதில் வைத்திருப்ப வனுடைய உடலைப் பிளக்க வேண்டும். (சங்கரபாஷியம்) சூத்திரனுக்கு வேதார்த் தங்களையும், தர்மங்களையும், விரதங்களையும் தெரிவிக்கிற பிராமணன் நரகமடைவான். (பதும புராணம்) புராணம் ஐந்தாவது வேதமாதலால், அதைச் சூத்திரன் படிக்கவும் படாது, அவனுக்குப் பிராமணன் சொல்லவும் படாது; (ஸ்மிருதி கவுமுதி) பிராமண விஸ்வாசியாய் பேச விரும்புகிற சூத்திரன் உத்தம பிராமணனைக் கொண்டு வேறொரு பிராமணனுக்குச் சொல்லுவித்து அந்த சமயத்தில் கேட்க வேண்டும். (நாரதீயம் முதலியன) காயத்திரி பிரணவ முதலிய மந்திரங்களையும் கேட்கப்படாது. (பராசர ஸ்மிருதி முதலிய) மரப் பிரதிமைகளைப் பூசிப்பது தவிர, பிரதிஷ்டை முதலிய பூசையொன்றும் செய்யப்படாது; ஹாதிஸ்மிருதி), ஜெபதபம், தீர்த்தயாத்திரை, சந்நியாசம், மந்திரானுஷ்டானம் இவைகளுங் கூடாது; (மனுஸ்மிருதி).

சுபா சுபகிருயைகளை வேதமந்திரம், பிரணவம் நீங்கலாக நடத்த வேண்டியது; (யாக்ஞவல்கிய ஸ்மிருதி முதலிய). சூத்திரர்களுக்கு சர்வ கிருத்தியங்களிலும் நம: என்னும் மந்திரம் தவிர வேறொன்றும் கூடாது. (பராசரஸ்மிருதி). சூத்திரனால் பிரதிஷ்டை செய்யப்பட்ட பிம்பத்தை எவனாவது நமஸ்கரித்தால், அவன் தன்னுடைய ஒரு கோடி வம்சத்தோடு கூட கற்ப முடிவுவரையில் ரவுரவ நகரத்தில் வசிப்பான். (திரீஸ்தலி சேதுதர்மசாஸ்திரம்) சாலிக் கிராமத்தைத் தொட்டால் சூரிய சந்திராளுள்ளளவும் கோரமான நரகமடைவான். பக்தியிலிருந்தால் பிராமணனால் பூசிக்கப்பட்டதை தூரத்திலிருந்து தரிசிக்க வேண்டும். (வராக புராணம்) பஞ்சகவியம் சாப் பிடப் படாது; சாப்பிடுகிற சூத்திரனும், கள்ளுக் குடிக்கிற பிராமணனும் சமம், (அத்திரி ஸ்மிருதி) சூத்திரனுக்குக் ஹோமம் கூடாது. துட்டுக்கு ஆசைப்பட்டு ஹோமம் பெடாது; சாப்பிடுகிற சூத்திரனும், கள்ளுக் குடிக்கிற பிராமணனும் சமம், (அத்திரி ஸ்மிருதி) சூத்திரனுக்குக் ஹோமம் கூடாது. துட்டுக்கு ஆசைப்பட்டு ஹோமம் செய்விக்கிற பிராமணன் சூத்திரனுக்குச் சமானம். (பராசரஸ்மிருதி) சூத்திரர்கள் ருஷிவம்சத்தில் பிறந்தவர்கள் அல்லாதபடியினாலே, சிரார்த்தத்தில் மாத்திரம் காசிப கோத்திரம் என்று சொல்ல வேண்டியது. (ஹேமாத்ரி பவுஷிய புராணம்) சூத்திரன் எப்போதும் மொட்டையாக வாவது இருக்க வேண்டும். தலைமயிர் முழுமையுமாவது வளர்த்துக் கொள்ள வேண்டும். குடுமி வைத்துக் கொள்ளப்படாது. (பத்ம புராணமும் வசிஷ்ட ஸ்மிருதியும்).

சூத்திரன் இடைவிடாது பிராமண பூசைச் செய்ய வேண்டும். அவர்களுக்குத் தானஞ் செய்ய வேண்டும். (அத்திரிஸ்மிருதி) சூத்திரன் இடத்திலே ஆமசிரார்த்தத்தில் வாங்கி வருகிற பதார்த்தங்களைப் பிராமணன் புசிக்கலாகாது. (வியாச ஸ்மிருதி) சூத்திரனிடத்திலிருக்கிற பதார்த்தங்களின் மீது பிராமணனுடைய கைப்பட்ட மாத்திரத்தில் தோஷ நிவாரணையாய்விடும். (பராசர ஸ்மிருதி) சூத்திரருடைய பொருளை பிராமணன் தன் இல்லத்திற்குக் கொண்டு வந்து ஜலம் புரோஷித்த உடனே அது பரிசுத்தமடையும் (விஷ்ணுபுராணம்).

24 பிப்ரவரி, 1909

சூத்திரனுடைய பாத்திரத்திலிருக்கிற வஸ்துவை பிராமண னுடைய பாத்திரத்தில் வாங்கிக் கொண்டவுடன் தோஷம்

போய்விடும் (அங்கிரஸ் மிருதி). சூத்திரன் தர்ப்பையை அறுக்கப் படாது, காராம்பசுவின் பாலைப் பட்சிக் கப்படாது, பிரண வத்தை உச்சரிக்கப்படாது, குடுமி பூணூல்களைத் தரிக்கப் படாது, சமஸ்கிருத வார்த்தை களையும்–வேதவாக்கியங் களையும் உச்சரிக்கப்படாது, பிராமணர்களைப் போல திகால ஸ்நானம் பண்ணப் படாது; இப்படி ஸ்மிருதிகளினால் நிஷேத்திக்கப் பட்டவைகளைச் சூத்திரன் அனுஷ்டிப்பானாகில் தன் மூதாதைகளோடு கூட நரகமடைவான். (பிரபாச கண்டம்) பிராமண சிஸ்ருஷைகளாலே சூத்திரன் யாகாதி பலன் களையும், மேலுலக சாம்ராஜ்யங்களையும் அடைவான். (விஷ்ணு புராணம்) (பிரகஸ்பதி ஸ்மிருதி) சூத்திரனுக்குப் பிராமணன் சிஸ்ருஷையும் பூசையுமே முக்கிய தரும மென்றும் இதனாலே அவன் இகபரபோகங்களை அனுபவிப்பான் என்றும் பிரமன் சொல்லினார். (அநுசாச நீகம் விஷ்ணு ஸ்மிருதி) இடைவிடாது பிராமணனை அடுத்து பணிவிடை செய்துக்கொண்டிருக்கிற சூத்திரன் சிரேஷ்டமான பிராமணனாகப் பிறந்து நல்ல கதி அடைவான்; பிராமணப் பணிவிடை செய்யாத சூத்திரனு டைய தான தருமம் முதலிய சகல நற்கிரியைகளும் நிஷ்பல மாய்விடும். (விஷ்ணு, பராசர ஸ்மிருதிகள்) பிராமணனுடைய உச்சிஷ்டத்தை அதாவது வாய் எச்சிலை சூத்திரன் புசிக்க வேண்டியது. (வியாக்கிர வசனம்). பிராமணனுக்குப் பணி விடை செய்து அவனுடைய பழைய வஸ்திரம் பொத்தற் குடை, தேய்ந்த பாதரட்சைகளைப் பெற்றுக் கொள்ளுகிற சூத்திரன் சிரேயசடைவன். (கௌதம ஸ்மிருதி மேதா ஸ்மிருதி) பிராமணனை வெகுதூரத்தில் கண்டவுடனே சேவித்து உபசரிக்க வேண்டியது; அப்படிப்பட்ட சூத்திரன் கந்தர்வ விவாதத்தை அடைவான். (இப்படிப்பட்ட விதிகள் அநேகம் இருக்கின்றன ஆனால் இந்த மட்டில் குறிப்பித்துக் காட்டினோம்).

* (பஞ்சகவ்வியம் என்பது பிராமணாள் ஸ்ரார்த்த முதலிய கிரியைகள் செய்யும் காலங்களில் மாட்டின் சாணம், கோமயம், பால்; தயிர், நெய் இவற்றை ஒன்று சேர்த்து உண்ணுகின்றனர். விலங்கினங்களின் பன்றி ஒன்று தவிர மற்றெந்த சந்துக்களும் மலத்தை உண்பதில்லை. விலங்கினும் உயர்ந்தோர் ஆகிய மாந்தரில் பிராமணர் மட்டுமே மாட்டின் மல ஜலத்தை

உண்ணுகின்றனர். அது யாது கருதியோ விளங்கிலன். அது கடான் கயிலாயத்திற்கு வழிகாட்டும் போலும்.

சூத்திரர்களுக்குரிய மேற்கண்ட விதிகளை மறுத்து (உபநயனம்–பிரதிஷ்டை–பிரணவம்–மந்திரானுஷ்டானம்–வேதமந்திரம்–வேதத்தை சிரவணித்தல் – ஜெபதபம் – தீர்த்தயாத்திரை செய்யலாம்), (சந்நியாசம் போகலாம்). (சமஸ்கிருத புராணம் படிக்கலாம்) என்று மேற்கோள்களுடன் நமது ஸ்ரீமான் ஊத்துகாட்டான் நாவலரவர்களும், ஏனைய புராணப் பிரசங்கி அவர்களும், பயிரங்கப் பிரசங்கம் செய்து புத்தகமெழுதி அறிவொரு சிறிதுமிலா எம்போலிகட்கு வழிகாட்டுவார்களாயின் எம்போலிகட்கும், எம்போலிய பின்னடியார்கட்கும் நன்னோக்க முன்னோக்க பின்னோக்க அசல தீபம் போல் துலங்கி விளங்கும். இலதேல் நாங்கள் வேதம் கற்ற கல்லாவிப் பிறர்கட்கு முன் ஜெயில் கைதிகளுக்கு ஒப்பாவோம். தயைசெய்யுக வந்தனம்.

தி. சி. நாராயணசாமி பிள்ளை

உ.கோ

3 மார்ச், 1909

90. கோலார் மாரிகுப்பத்தில் பௌத்தாலயம்

பெங்களூரிலிருந்து சென்ற 12ந்தேதி காலை ப்ரஹ்மவாதி – திருவேங்கடஸ்வாமி முதலியார் அவர்கள் மாரி குப்பத்தின் ரெயில்வே ஸ்டேஷனிற்கு விஜயஞ் செய்தபோது ஸ்ரீ இராகவர் மரியாதையுடன் அவர் வரவை யேற்றுக் கொண்டு மாரிகுப்பத்தி லிருக்கும் பௌத்தாலயத்திற் கழைத்துச் சென்றனர். அங்கிருக்கும் பௌத்த சமயாசாரி யராகிய ஸ்வாமி விசுத்தா அவர்களும் மேற்குறித்த திருவேங்கட ஸ்வாமி முதலியார் அவர்களும் குதுகலத்துடன் சம்பாஷித் தார்கள். அன்று மாலை இந்த பௌத்தாலயத்திற் சில அன்பர்கள் ''பஞ்சசீலம்'' பெற்ற பிறகு ஸ்வாமி விசுத்தா அவர்கள் தமது சிஷ்யர்களை நோக்கி தற்சமயம் நமது ஆலயத்தை யபிமானித்து விஜயஞ் செய்திருக்கும் ப்ரஹ்மவாதி – திரு வேங்கடஸ்வாமி அவர்கள் சன்மார்க் கத்தை நன்குணர்ந்தவராகையால் இவர் உங்களுக் குணர்த்தப் போகிற விஷயத்தை கவனியுங்க ளென்றனர். பிறகு ஸ்ரீ இராகவர் ஸ்ரீ திருவேங்கட ஸ்வாமி முதலியார் அவர்கள் பல சமயங்களை ஆராய்ந்துச் சத்தியத்தை யறிந்தவர். இவர் இப்போது அன்பைப்பற்றி உபந்யஸிப்பதை நாம் கவனமாய்க் கேட்டு மகிழ்வோமாக வென்றறைந்தனர்.

ப்ரஹ்மவாதி – திருவேங்கடஸ்வாமி அவர்கள் செய்த உபந் யாஸத்தின் முக்கிய கருத்துகளை மாத்திரம் அடியிற் காண்க.

மித்திரர்களே!

மானிடச் சுபாவத்தின்கண் ''அன்பு'' என்னுமோர் ''சக்தி'' யண்டு, இதன் மூலமாய் பிரபஞ்சத்தி னியற்கைகளையும், ஜீவகோடிகளின் பிரமாணங்களையும், நமக்குள்ளும் புறமுமானத் தன்மைகளையும் அறிகிறோம். இவ்வன்பின் சத்தியத்தைச் சிலர் அறிந்தும், பலர் அறியாமலே யிருக்கலாம். அறியாதோரும் தங்களது நிலைமைகளின் அநுபவத் தேர்ச்சிகளால் அன்பு என்பது எத்தன்மையுடைய தென்றறிந்தே தீரவேண்டும். இவற்றுள்

அன்பே அருள் வடிவமாகத் தோன்றிய ஸ்ரீமத் பௌத்தர் தன் சுயானுபூதியா லறிந்தத் துக்க நிவர்த்தியாகிய சுகவழியைப் பற்றிய போது அருமையும் பெருமையுமான ஜீவதன்மையைக் கவனித்து கருணையைப் பெருக்கி தமக்குப் பிரியமான போதி விருட்சத்தினடியி லமர்ந்துப் பத்மாஸநமிட்டுத் தம் மனதை பகிர் முகஞ்செல்ல விடாது அந்தர் முகஞ் சேர்த்துப் பரிசுத்தா ஸ்திகக்கியான, பரராய்த் தாமனுபவித்தச் சுகத்தைப் பிறரு மனுபவிப்பதே சுத்தநிலை யென்னு மன்பை மேற்கொண்டுத் தம்மாலும் தம் சிஷ்யர்களாலும் உலகோர்க்குப் போதித்துள்ள சிறப்பை நாம் போதிக்கத் தக்கதா யில்லை. இம்மஹாபுருஷர் தமக்கிருந்த அஷ்டைஸ் வரியங்களையும் துறந்து போதித்த மெஞ்ஞானச்சுக வழியை நம்ம தேசத்தோரனைவரும் சிலவாண் டுகளாக்கைப் பற்றி யிருந்த ஸாஸநங்களை ஹிமாசல முதல் கந்யாகுமரி வரையில் தற்காலத்தில் சிறப்புற்றோங்கும் தேவாலயங் களிலும், கெவிகளிலும் காணலாம். அக்காலத்தில் புறநாட்டின் ஆரியர்கள் நம்நாட்டுக்குள் நுழைந்தவர் களிலோர் வகுப்பிற் றோன்றிய ஸ்ரீ சங்கராசாரியர் தம் கல்வித் திறமையால் ஸ்ரீ பௌத்தர் கருத்தை ஒருவாறு யறிந்த வராயினும் அத்வைத நூலையியற்றி, அதைப் பலப்படுத்த ஷண்மதங்களை யுண்டாக் கியது விந்தையே. இவற்றி லொன்றை யனுசரித்த வராகிய ஸ்ரீ நீலகண்ட சிவாசாரியர் சிவபரமாகச் சைவ மதத்தை யாக்கினார். இதுவும் பலவாறு பிரிந்தன. இது தவறென்று ஸ்ரீ இராமநுஜர் விசிஷ்டாத்வைதச்சிதாந்த மியற்றிடவே இதை யனுசரித்து ஸ்ரீ மணவாளமாமுனி தென்கலையையும், ஸ்ரீ வேதாந்த தேசிகர் வடகலையையும் வைணவ கட்சிகளாக்கின வரலாறு இன்னும் வழக்கில் நிகழ்கின்ற தல்லவா? இதைத் தவிர்க்க மற்றோர் வித வைணவம் தத்தை ஸ்ரீ மாத்துவாசாரியர் துவிதச் சித்தாந்த மியற்றினர். அத்வைத, விசிஷ்டாத்வைத, துவித ஆக 3 தத்துவாராய்ச்சிக ளடங்கிய நூல்களேயன்றி மதாவே சங்களாகா. ஆயினும் அவற்றை மத பேத விவஸத்தைகளில் சேர்க்க தற்போதங்கள் மேலிட்டு யதார்த்த வாதிகளாகிய வர்களை இம்சித்தும், கொலை புரிந்தனர்களென்பது அவர்களது நூல்களே சாஷிகளாகும். இம்மட்டிலும் நிற்காமல் பல குச்சிதமதங்களும் தோன்றி நம்மவர்களைப் பாழாக்கின. இவையாவும் துக்கத்தைப் பெருகச் செய்தன வென்பதை நீங்களறிவீர்கள். ஸ்ரீ பௌத்தரது கொள்கை நாஸ்திகமமென்று சிலர் கூறத் துணிகின்றனர். இது

அறியாமை ஸ்ரீ பௌத்தர் தம் பஞ்சசீலங்களாகிய பொய், கொலை, கள், களவு, காமம் ஆக இவற்றை முற்றும் நீக்கிச் சுகதேகியாய்த் தியான யோகத்தை அடைவதே முத்தியா மென்று வலியுறுத்தி யிருப்பதாலேயே பௌத்தரது ஸத்கர்மங்கள் பரிசுத் தாஸ்திக்யத்தை விளக்குகிறதென்பது தேற்றமென முடித்தார்.

இவ்வுபந்யாஸகர் பல உபமான உபமேயங்களினால் தம் உபந்யாஸத்தைத் திருப்பதிகரமாக முடித்ததை யபிமானித்த ஸ்ரீ இராகவர் உபந்யாஸகருக்கு வந்தனங் கூறினர். சபையார் கரகோஷ்டஞ் செய்தார்கள். 13ந்தேதி 14ந்தேதியில் இவ்வாலய அங்கத்தவர்களும் ஏனையோர்களும் மேற்படி உபந்யாஸகருடன் வைதீக, லௌகீக விஷங்களைப் பற்றிச் சம்பாஷணைகள் செய்தார்கள். அவற்றால் யாவர்க்கும் மிக்கத் திருப்தியை யுணடாக்கின.

15ந்தேதி மாலை 4 மணிக்கு ஸ்வாமி விசுத்தா அவர்கள் புனாநகருக்குச் சென்றபோது மேற்படி உபந்யாஸகரும் தம் நகரக்குச் சில நண்பர்களின் வந்தனோபசாரங்களைப் பெற்றுச் சென்றனர்.

கண்டுகளித்தோன்.

10 மார்ச், 1909

91. பௌத்தர் நீதி

தற்காலம் இவ்வுலகத்தின் கண்ணே நூற்றிற்கு நாற்பதுவீதம் பரவியுள்ள ஜனத்தொகையினராகிய பௌத்த சன்மார்க்க மதஸ்தர்களைப் பற்றியும் அன்னோர் நீதியைப் பற்றியும் யீண்டு தீட்டுவாம்.

மனிதரால் செய்யப்படுங் குற்றங்கள் (A) மனம், (B) வாக்கு, (C) காயம் என்னும் இவற்றால் செய்யப்படும் பாகு பாட்டினை யுடையனவென்றும் இத்தகைய குற்றங்களைக் களைந்து ஒழுகுவதே மாநுஷீகம் என்றும் பௌத்தர் கூறுவர்.

(A) மனத்தால் இயற்றும் குற்றங்கள் மூன்றனுள்:

(1) பிறர்பொருளைக் கவர்தல்.

(2) பகை பாராட்டல்.

(3) சர்வத்தையும் சூன்னியமெய நினைத்தல்.

(B) வாக்கா லியற்றும் குற்றங்கள் நான்கினுள்:

(1) பொய் பகரல்.

(2) பழிமொழி கூறல்.

(3) நிந்தித்தல்.

(4) தற்புகழ்தல்.

(C) தேகத்தா லியற்றும் குற்றங்கள் மூன்றினுள்:

(1) கொலை.

(2) களவு.

(3) காமம்.

I

தாய்தந்தையர்கள் பிள்ளைகளுக்குச் செய்ய வேண்டிய உரிமைகள்:

(1) பிள்ளைகளை துன்மார்க்கத்தில் செல்லாவழி பாதுகாக்கக் கடவர்.

(2) பிள்ளைகளை சன்மார்க்கங்களில் பழக்கிவரக்கடவர்.

(3) பிள்ளைகளுக்கு லௌகீக சாஸ்திரங்களையும் தர்ம நூல்களையும் போதிக்கடவர்.

4) புருஷருக்குத் தக்க பெண்களையும், பெண்களுக்குத் தக்க புருஷர்களையும் தேடி யமைக்கக்கடவர்.

(5) பிள்ளைகளுக்குத் தங்கள் பிதுரார்ச்சிதங்களைக் கொடுக்கக்கடவர்.

II

தாய்தந்தையர்க்குப் பிள்ளைகள் செய்ய வேண்டிய கடமைகள்:

(1) தங்களைப் பாதுகார்த்து வந்தவர்களைத் தாங்கள் கார்க்கக்கடவர்.

(2) அன்னோர் குடும்பங்களை ரக்ஷிக்கக்கடவர்.

(3) அன்னோர் பொருள்களைப் பாதுகார்க்கக்கடவர்.

(4) அன்னோர் உரிமைக்கு பாத்திரவான்களாக நடந்துக்கொள்ளக்கடவர்.

(5) அன்னோர் காலஞ் சென்றுவிட்டபோதும் அன்னோர்க்குக் கீர்த்தியை விளைவிக்கக்கடவர்.

III

மாணாக்கருக்குக் குருமார்கள் செய்ய வேண்டிய உரிமைகள்:

(1) மாணாக்கர்களைச் சத்விஷயங்கள் யாவற்றிலும் பழக்கிவரக் கடவர்.

(2) மாணாக்கர்களை உண்மெயைக் கடைபிடிக்கும்படிக் கற்பிக்கக்கடவர்.

இங்ஙனம்

தி. சி. நாராயணசாமி பிள்ளை,

உ. கோ.

18 மார்ச், 1909

92. வைத்திய நூற்கள்

கோலார் சாமாராஜபேட்டை சிங்க் லைனில் வசிக்கும் ம—ள—ள—ஸ்ரீ ப. இலாசர் பண்டிதரவர்கள் எழுதிய நிருபம் கிடைத்து சந்தோஷமானோம்.

அதாவது தாங்கள் எழுதியுள்ள வைத்திய நூற்களில் சிலது நம்பால் கிடைத்துள்ளது பத்தி வெளியிடுவோம்.

யூகமுனி 1016 பாடலில் 500, கிடைத்துள்ளது

வாதகாண்ட காப்பு

உலகத்தில் உப்பறிந்தோன் உள்ளவாதி
உப்பரியா வாதிகளோ வுளவுங்காணார்
பல்கலையுமாய்ந்து பரிபாஷைக் கண்டு
பக்குவமாங் கைபாகஞ் செய்பாகந்தா
னிலைகுலை. . . .ா சான்றன்னி தானங் கண்டு
நீதிநெறி வழுவாத நிதியைக் காண
கலகலென்னுங் கணபதியார் கமலபாதம்
கருத்ததனி நிறுத்தவ வர்க்காப் பதாமே.

யூகமுனி தீட்சைனயைன் னூறு காப்பு

தசதீட்சைகண்டவனே சம்புவாவன்
சற்குருவையறியாதான் சமயங்காணான்
தசதீட்சை தனக்குள்ளே யறிந்தானாயின்
சகலவுப்பின் தீட்சைமுறைதானே செய்வான்
தசதீட்சை தனக்குள்ளேயறியாரெல்லாம்
சாரகாரத்தினிலை சற்றுங்காணார்
தசதீட்சையறிந்து சுகங்காணவேண்டில்
சகல கலைவிநாயகனின் சார்பேகாப்பாம்.

24 மார்ச், 1909

93. கடந்த 28ந்தேதி ஆதிவாரமாலை கொண்டித்தோப்பில் நடந்த பிரசங்க சுருக்கம்

ம–ள–ள–ஸ்ரீ கிராமணியார் தோப்பிலமைந்துள்ள பந்தலில் கொண்டித்தோப்பிலும் மற்றுங் கிராமங்களிலுள்ள அன்பர்கள் யாவரும் வந்திருந்தார்கள் அக்கால் நமது பிரபசர் P. இலட்சுமி நரசுநாயுடு, B.A. அவர்களெழுந்து சபையோர்களை நோக்கி அன்பர்காள்! புத்ததன்மம் வேதாந்தமென்னும் இருவிஷயங் களைக் கூறுதற்குமுன் புத்த அவதாரத்தைப்பற்றித் தெரிந்துக் கொண்டு மற்றவைகளை பின்பு விளக்குவதே நலமாகும்.

அதாவது பிராமணர்களென்போர் தங்கள் நூதன மதங் களாம் விஷ்ணுமதம் சிவமத மிவற்றை விருத்தி செய்து அதினால் சீவிப்பதற்காய் தங்கள் விஷ்ணுதேவரெடுத்த ஒன்பது அவதாரங்களில் புத்த அவதாரம் ஒன்றென்று விஷ்ணு புராணத்தில்கூறுவதன்றி சைவர்கள்நூலாகுங்காசிகாண்டத்திலும் புத்தரவதாரங்கண்டெழுதி பௌத்தர் களைத் தங்கள் பிராமண மதத்திற் சேர்த்துக் கொள்ளு வதற்காய் மானைக்காட்டி மானைப் பிடிப்பது போல் புத்தரும் எங்கள் தேவதா அவதாரந்தானென்று கூறி தங்கள் வார்த்தைகள் யாவற்றையும் மெய்யென்று நம்பி பின்பற்றிய யாவரையுந் தங்கள் பிராமண மதத்திற் சேர்த்து பெருந்தொகையார் தங்களுக்கு ஐக்கியமான பிறகு புத்தர் அசுரர்களுடன் கூடிக் கொண்டு சகல ஞானத்தையுங் கெடுக்கவந்த வரென்று கூறி புத்தரையும் புத்ததன்மத்தையும் மறக்கத்தக்கப் பொய்க்கதை யாவையும் போதித்து புண்ணியத்தைப் பாழாக்கி விட்டார்கள்.

பிராமணர்களுடையக் கொள்கை அவர்கள் வேதத்திற் சொல்லியிருப்பதை நம்பி நடக்கவேண்டு மென்பார்கள்.

யீதன்றி பசுவானது மலத்தைத்தின்றும் எச்சிலையைத் தின்றும் வளந்தபோதும் அதைத் தொழுவதுபோல் ஓர் பிராமணன் திருடனாயினும் விபச்சாரியாயினும் குடியனாயினும் அவனை பிராமணனென்றே தொழ வேண்டுமென்பார்கள்.

பௌத்தர்களுடையக் கொள்கைகளோ வெனில்யார் யார் யெதை யெழுதியிருந்த போதிலும் அவற்றை தேற விசாரித்து காட்சிக்கும் அநுபவத்திற்கும் ஒத்திருக்குமாயின் அவற்றை நம்பவேண்டும் காட்சிக்கும் அநுபவத்திற்கும் பொருந்தாதாயின் விட்டுவிட வேண்டு மென்பார்கள்.

வித்தை புத்தி யீகை சன்மார்கமாகிய நீதி நெறியில் நிலைத்தவன் எச்சாதியானாயினும் அவனையே வணங்க வேண் டுமென்பார்கள் என்று வேதத்தைப் பற்றியும் வேத அந்தத்தைப் பற்றியும் சுருக்கத்திற் கூறி நிறுத்திவிட்டார்.

அதன்பின் சாக்கை பௌத்த சங்கத்தின் பொதுக் காரியதரிசி க. அயோத்திதாச பண்டிதரவர்க ளெழுந்து பாலி பாஷையில் புத்த தம்மாவென்றும், சமஸ்கிருத பாஷையில் சத்திய தருமமென்றும் தமிழ் பாஷையில் மெய்யறமென்றும் வழங்கும் வார்த்தையின் பொருளை விளக்கினார்.

அதாவது அறமென்னும் வார்த்தையை சிலர் யீவதென்றே பொருள் படுத்துவார்கள். அஃதங்ஙனமன்று அறமென்பதை தருமஞ்செய்தலேன்றே பொருட் கொள்வதாயின், இல்லறந் துறவறமென்றும், நல்லறம் பொல்லறமென்றும் மெய்யறம் பொய்யறமென்றும் வழங்குமொழி யேற்பட்டிராது.

மெய்யறமென்பதின் கருத்து யாதெனில் சகலருக்கும் பொது வாயதும் சகலருக்கும் உபகாரியாயதும் சகலரும் சுகம் பெறக் கருதுவதும் ஆகிய சத்தியதன்மச் செயல் எதுவோ அதுவே மெய்யறமாகும்.

பிராமணனுக்கு வேறு சுவாமி, பறையனுக்கு வேறு சுவாமி யென்பது மெய்யறமாகுமோ பொய்யறமேயாம்.

அவர்கள் சுவாமிகளை பிராமணன் ஆலயங்களுக்குட் சென்று தொழுவதுபோல் தங்களைச் சார்ந்த சகல சாதியோர்களும் போய்த்தொழலாம் ஆனால் பறையன் மட்டிலும் உள்ளுக்குச் சென்று தொழலாகாது.

அதன் காரணம் யாதென்பீரேல் தற்காலம் பிராமணர் களென்போர் தொழுதுவரும் புராதன கோவில்கள் யாவும் பௌத்தர்களின் மடங்களேயாம், அப்பவுத்தர்களையே பறையர் களென்றுத் தாழ்த்தி நிலைகுலையச்செய்து வருகிறபடியால்

அவர்களைத் தற்கால் உள்ளுக்கு நுழைய விட்டால் தங்கள் சுயதீனந்தெரிந்து நம்மை விரட்டி விடுவார்களென்னும் பயத்தினால், இவர்களை உள்ளுக்கு சேர்க்கவிடாமல் துறத்து கிறார்க ளென்றும்.

இத்தகைய சத்துருக்களாயிருந்தும் பறையர்க ளென்போர் கையில் சிஞ்சித்து துட்டிருக்குமாயின் அவற்றை வஞ்சித்து சம்பாதிக்கும் வேஷங்களிட்டு அவர்கள் களங்கமற்ற நெஞ்சில் களங்க முண்டாக்கக்கூடிய சூடுகள் போட்டு விட்டு சூடுகண்ட பூனை அடுப்பங்கட்டை யேறாது என்னும் பழமொழிக்கிணங்க, சூடுபோட்டுக் கொண்ட வனை சொந்தக் குடும்பத்தோருடன் சோறு புசிக்க விடாமற் செய்து உள்ளத்திற் கபடும் குடும்பத்தில் விரோதமும் உண்டாக்குவது மன்றி சூடுபோடும்படியான குருக்களும் அவன் வீட்டில் பொசியாமல் அவனை யிழிவுபடுத்தி வருவதனால் அச்செயல் மெய்யற மென்னலாமோ இல்லை பொய்யறமேயாம்.

எனப்பொய் மதச்செயல்கள் யாவையும் விளக்கி ஆடு கசாயிக்காரனை நம்புவதுபோல் நமது சத்துருக்களை மித்துருக்க ளென்றெண்ணி அவர்கள் மதபுறட்டாம் மாயவலைக்குட் சிக்கிமயங்கி பொருள் விரஞ்செய்யாது உங்கள் பூர்வ சத்திய தன்மத்தையும் தற்காலந் தோன்றிய மதங்களின் அசத்திய தன்மங்களையும் சரித்திர வாயிலாய் தெரிந்துக் கொள்ளல் வேண்டுமென்று கூறி தனது பிரசங்கத்தை நிறுத்தினார்.

தன்மப்பிரியன்.

31 மார்ச், 1909

94. தர்ம குணவான்களுக்கு அறிக்கை

இதனால் சகல மதஸ்தருக்கும் தர்மகுணவான்களுக்கும் அறிவிப்பதி யாதெனில்:–

செங்கல்பட்டு ஜில்லா சைதாபேட்டை தாலுக்கா 269ஆம் நெ. மாடம்பாக்கம் கிராமத்தில் ஸ்ரீ தேனுபுரீஸ்வர ரென்கின்ற சித்தேரீஸ்வர ஸ்வாமியார் தேவஸ்தான தர்மகர்த்தாவரகிய வே. சிதம்பரஸ்வாமிகள் மேற்படி தாலுக்கா வேளச்சேரி கிராமத்தில் 1858ஆம் வருடம் கார்த்திகை மாதம் அநுஷ நட்சத்திரத்தில் பரிபூரணத்திசை யடைந்தார். அவருக்கு குருபூஜை முதலியவைகள் சென்னைக் கோட்டை பே–எக்ஸாமினர் ஆபீஸ் பென்ஷன் ரயிட்டரும், மேற்படி தேவஸ்தான தர்மகர்த்தாவுமாகிய ஸ்ரீலஸ்ரீ வா. மதுரைநாயகம்பிள்ளை வகைறாக்கள் நடத்தி வருகிறார்கள். அதோடு திருத்தொண்டர் சபையொன்றும் ஏற்படுத்தியிருக்கிறார்கள். இங்ஙனமிருக்கத் தற்காலம் இல்லரத்திலிருக்கும் ஸ்ரீமான் குழந்தைவேலு நாய்க்கர் என்பவர் மேற்படி ஸ்வாமிகளின் சிஷ்யரென்றும், குழந்தைவேல் பரதேசியென்றும் கையொப்பமிட்ட நோட்டீசை வெளியிட்டு ஸ்வாமிகளுக்கு கட்டடம் கட்டி லிங்கம் வைப்பதாய் பணம் தண்டிவருகிறார். ஆயினும் மேல்படியார்க ளிருக்கும்போது இவருக்கு இவ்வித சுதந்தரம் யாதுங் கிடையாதென்றும் அன்பர்கள் யாரும் வீணான தர்மம் செய்யக்கூடாதென்று மிதனா லறிக்கையிடுகிறோம்.

உத்தரவின்படி,

வி. கதிர்வேலு பிள்ளை,

பிட்டீஷன் ரயிட்டர், பரங்கிமலை.

21 ஏப்ரல், 1909

95. ஸ்ரீராமர் பட்டாபிஷேகம்

மாக்ஷிமைநிறைந்த "தமிழன்" பத்திராதிபரவர்கட் கநந்தாநந்த வந்தனந்தந் தறிவிப்பதென்னவென்றால். ஐயா, யானெழுது மிச் சிறியக் கடிதத்தை தமது மேன்மைதங்கிய பத்திரிகையின் ஓர் கோணத்திற் பிரசுரஞ்செய்ய பிரார்த்திக் கின்றேன்.

இரங்கோன் இன்சீன் இந்து பால்ய வினோத நாடக சபையோர்களால் ஸ்ரீ ராமபிரான், ஜெனனமுதல் பட்டாபி ஷேகம்வரையில் தொண்டமண்டலம் வல்ல காளத்திநகர் வீ. அயோத்திதாஸக் கவிராஜப் பண்டிதரவர்கள் புதல்வரும், இராயபாதூர் ஸ்ரீமான் பெ.மா. மதுரைப்பிள்ளை அவர்களின் சமூக வித்வான்களி லொருவரும், சங்கீத சாஹித்ய ஜோதிஷப் பண்டிதரும், சபா பிரசங்க ரத்நாகரருமாகிய மஹா வித்வசிங்கம் வீ.அ. இராமச்சந்திர புலவரைக் கொண்டு கற்பித்துக் கொண்ட வண்ணம் மேற்படி சபையோர்கள் ஒவ்வொரு பாகத்தையும் வழு வில்லாது நடாத்தி நிகழும் 1909ஆம் வருடம் ஏப்பிரல் மாதம் 10ந்தேதி சனிவாரத்தன்று இராமர் பட்டாபிஷேக பாகத்தை வெகு விமரிசையாக நடத்தினதுமன்றி புலவரவர்களுக்கும் நற்பரிசளித்ததோடு ஒவ்வொரு ஆக்ற்றர்ஸ்களுக்கும் தகுந்தவித சன்மானங்களுஞ் செய்யப்பட்டது. இச் சத்விஷயம் நிறை வேறும்பொருட்டு யாதொரு கஷ்ட நஷ்டத்தையும் கவனி யாமல் நாடக ஆரம்பமுதல் ரூபாய் 5,000 வரையில் சிலவு செய்த சென்னை கோமளீஸ்வரன் பேட்டை ஸ்ரீமான் ஸி. சாரங்கபாணிநாயகர் அவர்கட்கும், ஸ்டேஜ் மனேஜர் ஷி. ஜி. அய்யாவர்கட்கும், மற்றுமுள்ள ஆக்ற்றர்ஸ்களுக்கும் ஒப்பில்லா அப்பனுடைய ஆசீர் சதா பல்லாண்டு பல்லாண்டாக பெருக பிரார்த்திக்கின்ற வனாகிய,

9.4.09 இங்ஙனம்

இரங்கோன் **ஜி. கோவிந்தசாமி நாயுடு.**

21 ஏப்ரல், 1909

96. கோலார் தென்னிந்திய சாக்கைய பௌத்த சங்கத்தோரின் சௌமிய வருஷோற்சவக் கொண்டாட்டம்

மகாகனந்தங்கிய க. அயோத்திதாஸப் பண்டிதர வர்களுக்கு நமஸ்கரம். தயவுசெய்து அடியில் வரைந்துள்ள விஷயங்களை ''தமிழன்'' பத்திரிகையில் வெளியிடக் கோருகிறேன்.

கலியுலகம் 5011, சௌமிய வருஷமானது இங்கிலீஷ் 13.4.09இல் துவக்கமானபடியால் கலியாணபுரமென்னும் பெங்க ளூரிலுள்ள தென்னிந்திய சாக்கைய பௌத்த சங்காதிபர்களாகிய 81ஆம் பைனீர் சுபேதார் மிஸ்டர் M. V. பெருமாள், மிஸ்டர் N. அரிதாஸ், மிஸ்டர் சி. மாணிக்கம் ஆக மூவரும் கோலார் மாரிகுப்பம் தென்னிந்திய சாக்கைய பௌத்தச் சங்கத்தாரை சந்திக்கும்பொருட்டு 13.4.09ல் காலை 9½ மணிக்கு வந்தார்கள். சங்காதிபர்கள் எதிர்சென்றழைத்து வந்து வரவேற்பு பத்திரம் வாசித்தார்கள். அன்று புதுவருஷ மாதலால் சங்கத்தார் யாவருஞ் சேர்ந்தார்கள். மாலை 5½ மணிக்கு போட்டோகிராப் படம் பிடிக்கப் பட்டது. 6 மணிக்கு கோவிலில் மணியடிக்கப் பட்டது. உடனே சாமி விசுத்தா பிக்ஷு யூரோப்பியன் பிரிஸ்ட் அவர்கள் பஞ்சசீல தர்மோபதேசஞ் செய்தார். 6½ மணிக்கு சுபேதார் பெருமாள் அவர்க ளெழுந்து சபை வணக்கத்துடன் கௌதம புத்தர் வாக்கியத்தின்பேரில் சங்கத்தின் ஒழுங்குகளைப் பற்றியும், முயற்சியைப் பற்றியும் வெகு சாதுரியமாய் சபையோர் களிக்கப் பேசியதுமன்றி ஐதராபாத்தில் புத்தசங்க மேற்படுத்துவிதமாயும் சொல்லி முடித்தார். 7½ மணிக்கு ஶ்ரீலஶ்ரீ M. ராகவர் அவர் களெழுந்து புத்தசரித்திரம், பௌத்ததர்மம், புதுவருஷக் கொண்டாட்டம் முதலியவை களைப் பற்றி சங்கத்தார் சபாஷ் சபாஷென தலையசைக்கும் படியாகப் பேசி முடித்தார். 8½ மணிக்கு சபையாரிஷ்டப்படி பெங்களூரிலிருந்து வந்த அன்பர்கள் பிராயாணத்தை முன்னிட்டு கனம் A. P. பெரியசாமிப் புலவரவர்கள் வந்தனோ பசாரப் பத்திரம் வாசித்ததுமன்றி திருப்பத்தூரில் புத்த சங்கம் வியாரங்கூடிய துரிதம் கட்டு

வதாயும் அவருக்கு உதவியாயுள்ள அன்பர்கள் ஊக்கத்தைப் பற்றி பேசியது மன்றி அவருக் கடிக்கடி நிருபமெழுதி மிஸ்டர் D. கோபால் செட்டியார். B.A., அவர்களைப் பற்றியும் பேசி அவருக்கு மரியாதை செலுத்தும் பொருட்டு கரகோஷ்டஞ் செய்வித்தார். சங்காதிபர் கனம் M. Y. முருகேசம் அவர்கள் பஞ்சசீலத்தை சகலருமறிய எளிய தமிழ் நடையில் விளக்கிக் காட்டினார். உடனே திருப்பத்தூர் அன்பர்கள் மூவர் பஞ்சசீலம் பெற்றார்கள். 10 மணிக்கு ஆனந்தக் கரகோஷ்டத்துடன் சபை கலைந்தது.

கண்டதுரைப்போன்

21 ஏப்ரல், 1909

97. T. நாயன சாஸ்திரியார் சுதேசமித்திரனில் எழுதியுள்ள நல்லெண்ண கடிதம்

பிராமண விதவைகளின் கஷ்ட விமோசன சாதகம்

பிராமண யௌவன விதவைகளின் கஷ்டங்களைப்பற்றி மே மாதம் 3ந்தேதி மித்திரனில் ஸ்ரீ N. S. அய்யங்காரவர்கள் எழுதி யிருக்கிறதைப் பிராம்மண ஸ்திரீகளும் புருஷர்களும் வாசித்து அதன் சங்கதியைக் குறித்து ஆலோசிப்பார்களா?

பிராம்மணர்களாகிய நாம் ஒன்றும் செய்யச் சக்தியற்ற வர்களா யிருக்கிறோம். நமக்குச் சாஸ்திரம் வேண்டிய தில்லை நமக்குத் தீர்க்ககாலானுசாரமாய் வந்திருக்கும் ஆசாரந்தான் நம்மைப் பந்தப்படுத்திவருகிறது. புதிய ஆசாரங்களை ஸ்தா பனம் செய்வதற்கு நமக்குச் சிரத்தை யில்லை தைரியமும் இல்லை. நாம் ஹிந்துக்களாயிருந்தால் நல்ல ஆசாரம் எதையும் நாம் நூதனமாய் அனுஷ்டானம் செய்யப்போகிறதில்லை. ஆகையால் ஹிந்துக்களாகிய நாம் நல்லொழுக்கம், நல்ல ஆசாரம், நீதிமார்க்க அனுசரணை, ஸர்வ பூததயை, நிஜமான பாரமார்த்திகம், ஸ்திரீகளுக்கு நல்லமாதிரி, இத்தியாதி மஹோன் னதத்தை நம்முடைய ஹிந்துக்கள் அடையவேமென்று நிஜமாய் விரும்புவார் களானால் ஹிந்துக்கள் ஹிந்து மதத்தைத் தியாஜித்து பவுத்த மதம் அல்லது கிறிஸ்தவ மதத்தை ஸ்வீகரிக்க வேண்டும். நாம் ஹிந்துக்களாயிருக்கும் காலத்தில் எந்த நல்ல காரியமும் செய்ய நம்மால் முடியாது.

ஆசாரத் திருத்தசபைகள் (Social Reform Societies) 25 வருஷ காலமாய் என்ன செய்தன? ஒன்றும் இல்லை. சபைகளில் இரண்டொருவர் வருஷாவருஷம் அடித்துக் கொள்ளுகிறதுதான் பார்க்கிறோம். ஆகையால் ஆசாரத் திருத்தங்களைப் பற்றி நாம் வீணாய்க் கத்துவானேன்? ஆசாரத் திருத்தங்களை அபேக்ஷிக்கிறவன் ஹிந்து மதத்தை விஸர்ஜனம் செய்து

கிறிஸ்துவனாகவோ, பௌத்தனாகவோ ஆய்விட வேண்டும் கஷ்டப்பட வேண்டுமென்று விருப்ப மிருக்கிறவர்கள் ஹிந்துக் களாகவே இருக்கட்டும்.

2 ஜுன், 1909

98. ஸ்ரீ மதுரைவீரசுவாமி பூசை

இரங்கூன்

மாட்சிமை நிறைந்த தமிழன் பத்திராதிபரவர்கட்கு அநந்தகோடி வந்தனந்தந் தறிவிப்பதென்னவென்றால், யான் வரையு மிக்கடி தத்தை தமது மேன்மைதங்கிய பத்திரிகையில் வெளியிட பிரார்த்திக்கின்றேன்.

நிகழும் 1909 வருடம் மே மாதம் 30ந்தேதி ஆதிவாரங் காலை 8 மணியிலிருந்து இரவு 8 மணிவரையில் தென் காஞ்சி இரெயில்வே ஸ்டேஷனுக்கடுத்த தேக்சானில் "கணேஸ்பாக்" என்னும் இராயபாதூர் ஸ்ரீமான் பெ. மா. மதுரைப்பிள்ளை அவர்களின் தோட்டத்தில் 29ந்தேதி சனிவாரம் மாலை 4 மணிக்கு பலிபூஜையும், ஆதிவாரம் பகல் 12 மணிக்கு மஹாபூஜையும், அச்சமயத்தில் பூஜாலிகள் 6 கத்திகளின்மேல் கழுகேறுவதும் வெகு விமரிசையாக நிறை வேறியது. அன்றியும் காலை 8 மணிமுதல் 11 மணிவரையில் வரும் பிரஜைகளுக்கு சைவசாப்பாடும் பகல் 1 மணிமுதல் இரவு 8 வரையில் பந்திபோஜன வுபசரிப்பு கந்தபுஷ்ப தாம்பூலமும் வினியோகிக்கப்பட்டது. ஆங்கு கோஷித்த வாத்தியாங்களோ இங்கிலீஷ் புல்பான்ட் கன்செட் வாத்தியம், தங்க நாகசுரம், வெள்ளி நாகசுரம், மூன்று ஜதை கோவில்களின் மேளங்கள், தெலுங்கர் வாத்தியம், கிராமப்பூன் இரவு 9 மணிக்குமேல் வைகறைவரையில் சித்தூர் ம–ள–ள–ஸ்ரீ பாகவதர் சின்னசாமி முதலியார வர்களால் "வத்ஸலர்" கலியாண மென்னுஞ் சரிதையை சுமார் 3,000 பேருக்குமேல் விஜயஞ்செய்திருந்த கனதன மேதாவியோர்களின் ஒவ்வொருவர்களுடைய மனதுங் களிப்புறும் வண்ணம் மேற்படி பாகவதர் வெகு சாதுர்ய மாதுர்யமாக சங்கீதக் காலட்சேபத்தை மங்களமாக முடித்த வுடன் தயாளகுண வள்ளலாகிய பிரபு அவர்கள் உபந்நியா சகருக்கு வேண்டிய பரிசுகளிக்கவும் பூஜை வைபவங்கள்

கரக்கோஷடத்துடன் பூர்த்தியாய் முடிவு பெற்றது. ஆனால் வருஷாவருஷமும் எங்கோமான் பெ. மா. மதுரைப்பிள்ளை அவர்கள் யேராளமான தனத்தைச் சிலவுசெய்து இச்சத் விஷயத்தை நிறைவேற்றிவருவதால் இப்புண்ணியவானை முன்னிருந்த பாண்டியராஜாக்களுக் கொப்பிடலா மென்றாலோ அன்னவர்களைச் சொல்லக் கேட்டோமே தவிர நாம் கண்ணாற் கண்டதில்லை. தற்காலத்தில் பிரத்தி யட்சமாக யிருப்பதால் இவரே! மதுரைப் பாண்டிய னென்றும், கவிஞர்களைச் சதா காத்துவருங் கர்னனென்றும், ஆதுலர்களுக் குதவிசெய்யும் அன்னதாதா சத்ரபதியென்றும் சொல்லலாம்.

இப்புண்ய பெருமானுக்கு இன்னமும் பல்லாண்டு பல்லாண்டாக ஆயுள்வளம் நீடித்திலங்க நமது ஒப்பில்லா அன்பன் பகவன் பாதாரவிந்தத்தை துதிபுரிகின்றவனாகிய,

31 மே 09 வல்லகாளத்திநகர்,

இரங்கூன் **வீ. அ. இராமசந்த்ர புலவன்**

9 ஜூன், 1909

99. றெயில்வேயில் நடந்த அக்கிரமம்

சென்ற மாதம் 31ந்தேதி திங்கட்கிழமை காலை முத்துப் பேட்டையிலிருந்து புகைரதமேறிக் காரைக்காலுக்கு வரும் பொழுது திருத்தலைப்பூண்டி ஸ்டேஷனில் முன்சீப். ஏ. பி. கிருஷ்ணசாமி ஐயர் தமது சகோதரியின் கலியாணத்துக்கு சென்னையிலிருந்துவந்த தம் குடும்பத்த வரைப் புகைரத மேற்றியனுப்ப தம்மவருடன் வந்தனர். இந்த ஐயர் வந்தபொழுது புகைரதங்கள் ஜனங்களால் நிறையப் பெற்றிருப்பதைக் கண்டு தமது குடும்பத்தவரை வண்டியி லேற்றல் பிரயாசையென வறிந்து தமது உத்தியோகப் பெருமையைக் கொண்டு ஒரு வண்டியில் பிரயாணஞ் செய்து கொண்டு வந்த ஜனங்களை வலோர்காரமாய் கீழே யிறக்கிவிட்டுத் தமது குடும்பத்தவரை யந்த வண்டியி லேற்றியனுப்பி விட்டனர். அங்கு நின்ற றெ-யில்வே உத்தியோகஸ்தர்கள் இந்தத் துராகிர்த செய்கையைப் பார்த்திருந்தார்களே யல்லாது அதைத் தடுக்க எத்தனிக்கவே யில்லை. இந்த முன்சீப் மாதமொன்றுக்கு 300 ரூபாய் சம்பள மெடுப்பவராயிருந்தும் தம்மவரை இரண்டாம் வகுப்பு வண்டியிலனுப்ப எத்தனியாதும் அல்லது மூன்றாம் வகுப்பு வண்டியில் தானும் ஒன்றை ரிசர்வட்டா யெடுத்துத் தம்மவரை யனுப்ப எத்தனியாதும் தம் உத்தியோகச் செருக்கால் இவ்விதஞ் செய்வது ஒருபோதும் நீதிக்கும், நியாயத்துக்கு மொத்ததாக விருக்கமாட்டாது. இந்த முன்சீப் ஒரு அரசாங்க உத்தியோகத்தராயிருந்தும் ஊரவர் பணத்தி லிருந்து சம்பளம் பெறுபவராயிருந்தும் ஊர்ச்சனங்களுக்கு இத்தகைய குரூரச் செய்கையைச் செய்ய வெத்தனிப்பது என்ன பேதமை, இத்தகைய துர்க்கிரியையை யுடைய காருண்ணிய மற்றவர் எவ்விதம் நீதியைச் செலுத்து கின்றாரோ யாமறியோம். இதைக் குறித்து மேலதிகாரிகள் கவனிக்காது விடுவார்களானால் அந்த முன்சீப் இன்னும் பல அக்கிரமங்கள் செய்ய அஞ்சாராதலால்

அரசாங்க மேலதிகாரிகளிதைக் குறித்து விசாரணைபுரிந்து தக்கபடி நடத்துவார்களென நம்புகிறோம்.

காரைக்கால் — இங்ஙனம்

1.6.09 — **காரை வாசி**

"முசிலிம் நேசன்"

கனந்தங்கிய முசிலிம்நேசன் பத்திரிகையில் காரைவாசி என்னுங் கடிதக்காரர் எழுதியுள்ள இரயில்வே ஸ்டேஷன் அக்கிரமத்தைக் கண்டு மிக்க விசனிக்கின்றோம்.

அந்தத் திருத்தலைப்பூண்டி இரயில்வே ஸ்டேஷனுக்கு வந்திருந்த முநிஷிப்பு தக்கப் பணக்காரராயிருப்பாரன்றி ஏழை யாயிருக்கமாட்டார்.

அத்தகையோர் தன்னுடையக் குடும்பத்தோர் யாவரையும் இரயில் ஏற்றி அனுப்ப வேண்டியதாயின் இரண்டாவது வகுப்பு வண்டியில் ஏற்றியிருக்கலாம் அல்லது முன்னாளே (ரிசெர்வெட்) கம்பார்ட்மென்ட் எடுத்துக் கொண் டிருக்கலாம். அங்ஙனமின்றி ஏழையெளியோர் தங்கள் பிள்ளை பெண் ஜாதிகளுடன் முன்பே யேறியிருந்தவர்கள் யாவரையுங் கீழேயிறக்கிவிட்டு அவர்கள் யாவரும் கண் கலங்கி நிற்க தங்கள் பந்துக்கள் யாவரையும் அந்த வண்டியில் ஏற்றிவிட்டாராம். அந்தோ! இதுதானா பெரிய வுத்தியோகஸ்தர்களின் காருண்யம் ஏழையெளியோர்கள் வண்டி கிடைக்காமல் எவ்வகையான சங்கடங்களை யநுபவித்தார்களோ தெரியவில்லை.

தனது முநிஷிப்புவுத்தியோக அதிகாரத்தை இரயில்வே ஷ்டேஷனில் செலுத்தியவர் தனது கிராமத்துள் இன்னு மென்ன அதிகாரஞ் செலுத்துவாரென்பது சொல்லாமலே விளங்கும்.

இவரது அதிகாரத்தை திருத்தலைப்பூண்டி ஸ்டேஷனில் செலுத்திய காரணம் முநிஷிப்பு அலுவலின் அதிகாரமென்று நம்பவில்லை.

இவரது முநிஷிப்பு அதிகாரமும் இரயில்வே ஸ்டேஷனிற் செல்லுவதற் காதாரமில்லை.

அந்த ஸ்டேஷன் மாஸ்டர் யூரேஷியராகவாவது, பௌத்தராக வாவது மகமதியராகாவாவது, கிறிஸ்டியனாகவாவது யிருந் திருக்கமாட்டார்.

இந்த நான்கு வகுப்பாருக்குள் யாவரேனும் இருந்திருப் பார்களாயின் வண்டியில் ஏறிக்கொண்டிருந்த ஏழை மனிதர்கள் யாவரையும் வெளியில் இழுத்துவிட்டு முநிஷிப்பின் குடும்ப த்தோரை யவ்வண்டியில் ஏற்றியிருக்க மாட்டார்கள்.

சாதித்தலைவர்களுக் கேற்ற சாதித்தலைவர்களேனும் அவர்கள் சாதியாசாரத்திற் குட்பட்டவர்களேனும் அந்த ஸ்டேஷனுக்குள் உத்தியோகஸ்தர்களா யிருத்தல் வேண்டும்.

அதுகொண்டே யேழைகும்பலை யிழுத்தெரிந்துவிட்டு முநி ஷிப்பு குடும்பம் முன்னேறிவிட்டது.

பஞ்சைபநாதிகளே! நஞ்சான்குஞ்சான்களே! இங்குதான் சற்று கவனியுங்கள். சாதித் தலைவர்களுக்குள்ள முநிஷிப்பதி காரத்தால் தங்கள் சுய குடும்பத்தின் சுகந்திற்காய் ஏறியிருந்த யேழைகளை யிழுத்தெரிந்து விட்டார்கள் சின்ன கவர்னர் அதிகாரங் கொடுத்துவிட்டால் இன்னுமென்ன அதிகாரஞ் செலுத்தி தங்கள் சுயநலத்தை தேடிக்கொள்ளுவார்களோ தெள்ளறத் தெளிந்துக் கொள்ளுங்கள்.

இவற்றுடன் சுயராட்சியம் சுயராட்சியமென்றால் யாவரிடம் சுயராட்சிய மளிக்கலாமென்பதையுங் கண்டறிந்துக்கொள் ளுங்கள்.

வீணே பிரிட்டிஷ் ஆட்சியின் மீதுள்ள மனத்தாங்கலை யொழித்து சுயராட்சிய சுதந்திரம் கேட்போர் செய்துவரும் சுகக்கேடுகளைக் கண்ணோக்குங்கள்.

சுதேசிகளென்போர் சொற்ப வுத்தியோக வதிகாரத் தாலும், சாதியதிகாரத்தாலும் செய்துவரும் இடுக்கங்களை ஒவ்வோர் யேழைகளும் நன்குணர்வார் களாயின் தற்காலம் நம்மெ யாண்டுவரும் பிரிட்டிஷ் ஆசிக்குமேற்பட்ட துரைத்தனமு மில்லை. அவர்களளித்து வரும் வித்தியா விருத்திக்கு அளவுமில்லையென்றடங்கி ஆங்கில வரசாட்சியே ஆண்டாண்டு நிலைக்க வேண்டு மென்று ஆனந்த வாழ்த்து தற்கூறுவார்கள்.

ஆனந்தவாழ்த்துதலைக் கேட்கும் மற்றக் குடிகளு மவர்கள் வழிபட்டொழுகுவார்கள்.

இரயில்வே அதிகாரிகளுக்கு நேரிட்டிருக்கும் இடுக்கங் களில் முநிஷிப்பின் அதிகாரத்தைக் கண்டறி வார்களோ காணார்களோ விளங்கவில்லை.

16 ஜுன், 1909

100. A. V. இரத்தினவேலு எங்களிருவருக்கும் எழுதியிருக்கிற கடித விபரம்

தேவரீர் அண்ணா ஆதிமூலம் அவர்கட்கும், அண்ணா ஆறுமுகத்திற்கும் யானாகிய சகோதிரன் இரத்தினவேல் நமஸ்காரம் வந்தனம் புரிந்து எழுதுவதாவது யாதெனில்: என்னுடைய மனவருத்தத்தால் உருகம் டாங்கில் 14ந்தேதி இரவு 11 மணிக்கு இரங்கிவிட்டேன். தயவுகூர்ந்து யாவருக்கும் தெரி–வித்துவிடவும். யாதுக்கும் விசனிக்க வேண்டாம். என்னுடைய ஆத்துமா சிவன்பாதம் சேரும்படியாக கவனிக்கவும் கோபிக்க வேண்டாம்.

இப்படிக்கு

சகோதிரர் இரத்தினவேல்,

தாழ்மையான நமஸ்காரம், வந்தனம்

23 ஜுன், 1909

101. அறிக்கை

மகா கனந்தங்கிய "தமிழன் பத்திராதிபர்" ம-ள-ள-ஶ்ரீ க. அயோத்திதாஸப் பண்டிதரவர்கட்கு வந்தனம். இதனடியில் வரைந்துள்ள விஷயங்களை வெளியிட வேணு மாய்த் தங்கள் மேலான கனத்தைக் கோறுகிறேன்.

செங்கல்பட்டு ஜில்லா சைதாபேட்டை தாலுக்கா 269 நெம்பர் கிராமம் மிராசுதாரராகிய ஶ்ரீ தேனபுரீஸ்வர ரென்கின்ற சித்தே ரீஸ்வர சுவாமியார் தேவஸ்தான தர்மகர்த்தாவாகியயான் இதனாற் சகலமானவர்களுக்கு மறிவிப்ப தென்னவென்றால்:-

மேற்படி தேவஸ்தானங் கீலமாயிருப்பதை கோமளீஸ் வரன் கோவில் நாகப்ப முதலியார் வீதி 36-வது நெம்பர் வீட்டிலிருந்த கனம் சாபாபதி முதலியாரவர்கள் பார்வையிட்டு மேற்படி கோவிலுக்கு 500 ரூபாய் பெறுமான கோபுர வாயற் கதவுபோட்டு 1903ம் வருடம் ஜூன் மாதம் 11-ந்தேதி திருவல்லிக்கேணி சிவராமன் தெருவில் 15-வது நெ. வீட்டிலிருக்கும் கனம் குப்புசாமி செட்டியாரிடம் 2,000 ரூபாய் கொடுத்து 100-க்கு 10 அணா வீதம் வட்டி வாங்கி தேவஸ்தானத்தை ரிப்பேர் செய்துவருங்கால் தனக்கு தேகம் அசௌக்கியமானதை முன் னிட்டு தனது பாரியாள் ஶ்ரீமதி தனக்கோட்டியம்மாளுக்கு 1903-ம் வருடம் டிசம்பர் 19ல் உயில் எழுதி ரிஜிஸ்டர் செய்துவிட்டு 1904-ம் வருடம் பெப்ரவரி மாதம் 10ந்தேதியில் அப்பன் திருவடி நீழலடைந்தார். அந்தம்மாள் எதாபிரகாரம் வட்டிவாங்கி கோவில் வேலையை நடத்தி வருங்கால் உயிலில் கண்டபடி வட்டி கொடாமல் நிறுத்திவிட்டால் உயிலில் கண்ட 2,000 ரூபாய் கொடுத்துவிட வேண்டியதெனக் கண்டிருந்தது. மேற்படி ரூபாய் லிமிடேஷன் ஆகிறதென்று (High Court) தலைமைக் கோர்ட்டில் அந்தம்மாள் 152 நெ. of 1905 செய்துக் கொண்டு கனம் குப்புசாமி செட்டியாரிடம் 11.6.09-ல் பாண்டை மாற்றிக் கொண்டார்கள். அதற்கு ஒரு வருஷ வட்டி கொடுக்கவில்லை யென்று கனம்

றி.வி. சிவஞான முதலியாரைக் கொண்டு 27.6.09ல் அசல் துகையைக் கொடுக்கும்படி நோட்டீஸ் கொடுத்திருக்கிறார்கள்.

இஃதிங்ஙனமிருக்க மேற்படி கிராமத்தில் பள்ளிக்கூடம் வைத்திருந்த கனம் வெங்கட்டாரம ஐயர் தலைமயிர் வளர்த்து முனி என்ற பெயர்வைத்துக் கொண்டு மேற்படி தேவஸ்தானத்தை ரிப்பேர் செய்கிறேனென்று நோட்டீஸ் வெளியிட்டு பலரிடமும் யாசகஞ்செய்து அதினால் ஜீவனஞ் செய்து வருவதுமன்றி கிராமக் குடிகளை ஒன்று சேர்த்து மேரை மான்னியம் முதலிய நிலங்களின் வரும்படியை எனக்கு கொடுக்கவிடாமல் தடை செய்து ஒரு பரதேசியை கொண்டுவந்து குடிகளிடம் கிரீமென்ட் கொடுங்களென்று தொந்தரவு செய்கிறதாய் கேழ்விப்பட்டு அவர்களுக்கும் மேற்படி தேவஸ்தானத்துக்கும் யாதொரு பாத்தியமுமில்லையென் றெடுத்துக் காட்டி அவர்களுடைய வஞ்சனைச் சூதையுமறியக் கோருகிறேன்.

V. மதுரைநாயகம் பிள்ளை

தர்மகர்த்தா

பென்ஷன் கிளர்க் பே. எக்ஸாமினர் ஆபீஸ்,

பரங்கிமலை

28 ஜுலை, 1909

102. திருப்பத்தூரில் வியாஜ்ஜியம்

திருப்பத்தூர் சின்னச்சேரியிலுள்ள நாட்டாண்மை S. முனிசாமியவர்களின் குமாரத்தி முனியம்மாளை மேற்படி யூர் கனம் கூத்தராமன் குமாரன் அனுமந்து அவர்கட்கு விவாஹம் செய்த பின் அனுமந்து அவர்கள் சிலநாள் அவருடைய பார்வையிலிருந்து பின் தனது சொத்துகள் யாவையும் மாமனாரிடம் ஒப்புவித்து இந்த சொத்துக்கள் என் (3) மூன்று பிள்ளைகளுக்கு சாத்தியமே தவிர வேறே யாருக்கும் பாத்தியரில்லை யென்று வேண்டிய ஏற்பாடு செய்தார். 1901 ஆம் வருடம் ஜனவரி மாதம் 11–ந்தேதி கூ. அனுமந்து இறந்த ஒரு வருஷத்துக்குள் பந்தினர் சொத்துக் களை அழித்து வருவதைக் கண்ட கனம் S. முனிசாமியவர்கள் தனது குமார்த்தி முனியம்மாளை கார்டியனாக வைத்து பிள்ளைகள்மீது உயில் எழுதிவைத்து கடனில்லா மல் பாதுகாத்து வந்தார்.

1908ஆம் வருடம் டிசம்பர் மாதம் 26–ந்தேதி கனம் S. முனிசாமியவர்க ளிறந்தபின் முனியம்மாள் சிலருடைய துற்போதனையினால் சொத்துக்கள் புருஷனுடையதல்லவென்றும், மாமனார் மாமியாரையும் ஆதரிக்க மாட்டேனென்றும் சொல்ல தேசாயி கனம் செங்கல்வராய செட்டியாரவர்களிடஞ் சென்று சொத்துக்களை தன் சுவாதீனஞ் செய்யும் பொருட்டு கேட்டுக்கொண்டு பேசி வருங்கால் 320 ரூபாய் வரைக்கும் செலவானதின்பேரில் சொத்துக்குடையவரும், அனுபோகஸ்தருமில்லாமல் தன் தகப்பனாரிடமிருந்து சேரவேண்டிய சொத்துக்களை பெற்றுக் கொண்டு நீங்கிவிட்டதாய் ஏற்பாடு செய்துக் கொண்டார்கள். ஆயினும் S. முனிசாமியவர்களிட மிருக்கும் சொத்துக்கள் யாருடையதென்றும், பஞ்சாயத் தாருக்கும் தேசாயி செட்டிக்கும் ஒன்றுமே தெரியாது. இவர்கள் ஏற்படுத்திக் கொண்ட ஏற்பாடு மாரிக் குப்பத்திலுள்ள கனம் S.M. கலாதிராம்தாஸுக்கும், அ. வீராசாமிக்கும் தெரிந்து திருப்பத்தூர் வந்து கொல்லையில்

ஏர்கட்டி வுழுதுக்கொண்டிருந்தார்கள். இதையறிந்த முனியம்மாள் தேசாயி செட்டியாருக்கும், பஞ்சாயத் தாருக்கும் தெரிவிக்க அவர்கள் கோர்ட்டு செலவும், லாயர் பீசும் கொண்டுவந்தால் தீர்த்துக் கொடுக்கிறேன் என்று சொன்னதின்பேரில் முன்னர் வீணாய் சிலவானதை நினைந்து விசனமுற்று நிற்கின்றனர். தீர்ப்பு பின்வரும்.

திருப்பத்தூர் வாசி

28 ஜூலை, 1909

103. சர்வ தேசாபிமான மதுவிலக்குச் சங்கம்

தமிழன் பத்திராதிபர் கனம் க. அயோத்திதாச பண்டிதர் அவர்களுக்கு வந்தனத்தோடறிவிப்பதாவது கீழ்வரைந்துள்ள சில வரிகளை உமது பத்திரிகையில் பிரசுரஞ்செய்யக் கேட்டுக் கொள்ளுகிறேன்.

சென்னை ஜியார்ஜ் டவுனிலுள்ள சர்வ தேசாபிமான மதுவிலக்குச் சங்கம் தனது எட்டாவது வருஷோற்சவத்தை கொண்டாட இவ்வருடம் ஜுலை மாதம் 31– ந்தேதி சனிக்கிழமை மாலை 6.15–க்கு வேதவிற்பனர் சங்கை எம். ஜி. கோள்ட் ஸ்மித் பி.ஏ., அவர்களின் அக்கிராசனத்தின்கீழ் பிராட்வேயிலுள்ள டேனிஷ் மிஷன் வாசக கூடத்தில் கூட்டம் கூடியது. கட்டிடம் நிறம்ப ஜனங்கள் வந்திருந்தனர்.

முதலாவது மேற்படி சபையின் காரியதரிசி கனம் P.Y.தெய்வசிகாமணி அவர்கள் கடந்த இரண்டு வருஷத்தில் நடந்த அலுவல்களை நுட்பாநுட்பமாய் வாசித்தார். அதில் பலவிதமான சாதாரண கூட்டங்களோடு விசேஷித்த விதமாய் உள்நாடு வெளிநாடுகளில் நடத்திய வெளிப் பிரசங்கங்களை கவனிக்கில் அருமையானதே. மேலும் சில அங்கங்கள் மாத்திரம் சிரமத்தோடு உழைக்கின்றார்கள் என்பது விசனிக்கத் தகுந்ததே. ஆகவே சகல அங்கங்களும் முழு உற்சாகத்தோடு மது அருந்தல் என்னும் பிசாசை நமது எல்லையை விட்டுத் துரத்த பிரயாசைப்படுவார்களாக.

பிறகு கனம் எம். எஸ். இராமசாமி நாயகர் அவர்களாலும், தமிழன் பத்திராதிபர் கனம் அயோத்திதாச பண்டிதர் அவர்களாலும், கனம் எஸ். அஜீம் உடீன் சாயபு அவர்களாலும் அதிக சாதுரியமாகவும் புத்திபுகட்டும் விதமாகவும் மதுவின் தீங்கைப்பற்றி உபந்யாசிக்கப்பட்டன.

அக்கிராசனாதிபதி பேசின பின்னர் சபைத்தலைவர் சங்கை பி.பி. இராகவையா, பி.ஏ., அவர்களால் அக்கிராசனாதிபதிக்கு

வந்தனமளித்து பூமாலை சூட்டினர். அப்படியே காரியதரிசியும் உபன்யாசகர்களுக்கு வந்தன மளித்து பூமாலைகள் சூட்டினர். கட்டிடத்தை இலவசமாக தந்த சங்கை ஜெ. பிட்மன் அவர்களுக்கும், வந்திருந்த மற்ற கனவான்களுக்கும் வந்தன மளித்து கூட்டம் கலைக்கப் பட்டது.

சென்னை, பு. ந. பாலகிருஷ்ணம் பிள்ளை

11 ஆகஸ்ட், 1909

104. மத்தியாவாதகண்டன மிருகேந்திரனெனும் சத்தியவேதனுக்குச் சற்புத்தி புகட்டல்

மகாகனந்தங்கிய தமிழன் பத்திராசிரியர் சங்கை க. அயோத்தி தாஸப் பண்டிதரவர்கட்கு வந்தனம். அடியில் வரைந்துள்ள விஷயங்களை வெளியிடவேணுமாய்த் தங்கள் மேலான கனத்தைக் கோருகிறேன்.

தாங்கள் வெளியிட்டுவரும் "தமிழன்" என்ற அரிய பத்திரிகையி லடங்கியுள்ள விஷயங்கள் யாவும் உலகோ பகாரமாயும், சீர்திருத்தமாயு மிருப்பதோடு சிலாஸாசனப் படியும், நூலாதாரப்படியு மிருக்கிறதென விவேகிகளனைவரும் ஒப்புக் கொள்வாரென்பது திண்ணம். இங்ஙனமிருக்க மேல்கண்ட மிருகேந்திரனார் 15.8.09–ல் வெளியான தமிழன்தலையி லடி என்று சிறு நூலைக்கண்டு யானுந்தமிழனானபடியால் எம்தலையி லடியோ வென்றஞ்சி தலையைத் தடவிப்பார்த்ததுமன்றி இனி யடியோவெனவுஞ் சிந்திக்கலாயினேன். இப்படியே தமிழரனைவரு மஞ்சியிருப்பார்களென் றெண்ணுகிறேன். அதை எழுதிய சத்தியவேதன் தலையிலு மடி யென்றெண்ணாமல் கன்னடனைப் போற் கருதாமலெழுதி விட்டனர் போலும். நிற்க அவரது முழுப் பெயரைக் காட்டாமல் (பெண்டுகள் ஜாடை பேசுவது போல்) மிருகேந்திரனெனக் (சிங்கம்) குறித்துச் சத்திய வேதனென்னுஞ் சங்கைக்கிட முண்டாக்கிக் கொண்டனர். அவரெழுதிய விஷயங்கள் யாவையும் அச்சிடத்தூண்டி பணவுதவிச் செய்து நானல்ல சாமி நீயல்ல சாமியென்று மூலையில் பட்டாங்கடிக்கும் மிருககுண முடையோ ரொப்பு கொள்வாரேயன்றி தங்களைப் போல் பஹிரங்கமாய் வெளியிடுவோ ரொருபோதும் ஒப்புக் கொள்ளார் (திராட்சைக்கனி யெட்டாத போது சீசீ அது புளிக்குமென) மிருகேந்திரனுடைய மந்திரி குள்ளநரிக் கதையாய் இது தப்பு அது தப்புயென் றுளர வந்தனர். பெரியோரையும் தேவனையும் தூஷிக்காதே யென்று சொல்ல வந்த சத்தியவேதன் மிருகக்

குணத்தால் மித்திரபேதமாய் பண்டிதர் பட்டந் தகுமாவென்ற இவருக்கு மிருகேந்திரன் என்னும் பெயர் தகுமா வென்பதை ஆலோசித்தாரில்லை. அந்தோபரிதாபம். பள்ளிப்பிள்ளைகளிடம் உலக சரித்திரம் கேட்டறியுமென்று (சிங்கம்) இவர் சிங்கமானது ஒரு பெருத்த எருமையைத் தன் முதுகின்மேல் தூக்கிக் கொண்டு வாய்க்கால்களைத் தாண்டியோடும் சிங்கம், துஷ்டமிருகம் என்று பள்ளிச் சிறுவர்கள் வாசிப்பதைக் கேட்டும், பார்த்துமிரார் போலும். அவ்விதக் குணமும் பலமும் இவரிடத்துண்டோ யாமறியேம். மிருகேந்திரன் போன்று தன் குணத்திற் கேற்ப சூட்டிக் கொண்டப் பெயரைப் போல் பண்டிதர் பட்டஞ் சூட்டிக் கொண்டாரென் றெண்ணும் மிருகேந்திரன் வைத்திய விஷயத்திலும், கல்வி விஷயத்திலும் தேர்ந்தவரென் றுண் மைக்குத்தாரமா யளித்தப் பண்டிதப் பட்டமென் றறிவாராக. இந்நாட்டுப் பூர்வக் குடிகளை தான் புறப்பொருள் வெண்பாமாலையி லெழுதியிருக்கிறதென்ற மிருகேந்திரன் கனம் ஈ. மார்ஸ்டன் எழுதிய இந்துதேச சரித்திரத்தில் தமிழ்ப் பழங்குடிகள் தற்காலம் குடியேறியுள்ள ஆரியரால் நசுங்குண்டு ஓடியபோது பறையரென் றழைத்தார்களென்பதைக் கண்டிரார் போலும் பறையர் என்றால் இழிவல்லவென்ற யிவர் பறையர் படுங் கஷ்டநஷ்டங் கண்டும் கேட்டுமிரார் போலும். பாதிரிகளுக்கு ஜாதியைப்பற்றி அக்கரையில்லை. வேதம் பரவினால் போதுமென்ற யிவர் நாம் யாவரும் ஆதாம் ஏவாள் பிள்ளைகள் நாமெல்லாரும் ஒரே இரத்தத்தினாலே உண்டாக்கப்பட்டோ மென்னும் வாக்கியத்தைக் கடைப் பிடித்தாரில்லை போலும். அனேகவிடங்களில் பறைக் கிறிஸ்தவர்கள் உட்காருமிடம் வேறு ஜாதிக் கிறிஸ்தவர்கள் உட்காருமிடம் வேறு ஏற்படுத்தி யிருப்பதையும், புதுச்சேரி யிலுள்ள கத்தோலிக் கோவிலில் பறை கிறிஸ்தவர்கள் உள்ளே வரக்கூடாது அப்படி வந்தால் தண்டிக்கப்படுமென கவர்னர் சபையில் பேசி அமுலுக்கு கொண்டு வந்ததையு மறியார் போலும். புரோடெஸ்டான்டு பாதிரிகள் வேறு, கத்தோலிக் பாதிரிகள் வேறு என்பதை ஒரே அர்த்தந்தான் என்ற யிவர் மந்த மதிக்காய் விசனிக்கின்றனம். கத்தோலிக் பாதிரிகள் விவாஹமில்லாம லிருக்கின்றனர் புரோடெஸ்டாண்டு பாதிரிகள் கலியாணங் கட்டிக்கொண்டு சுகபோகத்துட னிருக்கிறதோடு அவர்களை யிவர்களு மிவர்களை யவர்களுந் தூஷித்துநிற்பதை

யறிந்துமறியாதவர் போல் சமயோஜிதமாய் பேசவந்தது மிருகேந்திரனுக் கொப்புமேயன்றி மானிட ரொப்புக் கொள்ளார். மிருகங்களுக்குப் பகுத்தறி வில்லையென் றான்றோர் வகுத்தபடி மிருகேந்திரன் உலக்கைப் புத்தியென்றார். உலக்கைக்குப் புத்தியுண்டா வென்பதை அன்பர்களே அறிந்துக் கொள்ளுங்கள். மிருகேந்திரன் சாரத்தை விட்டு பூச்சிப்புழுக்களைத் தாங்கும் நெய்யரி போன்று யாதோர் விஷயத்தையு முணராமல் இது தெரியுமா, அது தெரியுமா, இது பொய், அது பொய் என்பது நகைப்புக் கிடமுண்டாகிறது. நூல் வரலாறு என்னுந் தலைப்பின்கீழ் கூர்த்து நாய் என் றெடுத்துக் காட்டியுள்ள பாடல் சமனநூலிலுள்ளதாகையால் மிருகேந்திரனைப் போன்றவர்கட் கறிவுறுத்தியதேயன்றி பௌத்த சங்கத்தைச் சேர்ந்தவர்க்கன்று. மிருகேந்திரனுக் கென்ன வுரைத்தாலும் உணர்ச்சிவருவதரிது. பகுத்தறிவுள்ள தமிழர் உணர்வார்.

(இன்னும்வரில் பின்னும் பலவரும்)

தமிழ்நாட்டு வாசி

18 ஆகஸ்ட், 1909

105. கோலார் மாரிகுப்பம்

கோலார் மாரிக்குப்பத்தைச் சேர்ந்த சாக்கைய புத்த சங்கத்தில் ஜூலை மாம் 29–ந்தேதி சுக்கிரவாரம் உபாசகராகும் M. இராகவரவர்களால் புலவர்கள் விஷயங்களைப் பற்றியும், ஆகஸ்டு மாதம் 6–ந்தேதி சுக்கிரவாரம் மகாயான யீனாயன பௌத்த விஷயங்களைப் பற்றியும் உபந்நியாசிக்கப்பட்டது.

உபந்நியாச சுருக்கமாவது– நமது தென்னாட்டில் அனந்த வித்துவான்கள் தோன்றி யிருக்கின்றார்கள். இருந்தும் உலக மக்களுக்கோர் பிரயோசனமுங் கிடையாது. தங்களுடைய சுயப் பிரயோசனத்தைக் கருதியே வித்வான்களாக வெளிதோன்றி யிருக்கின்றார்கள்.

இவற்றால் யாது பயன் வித்தை, புத்தி, யீகை, சன்மார்க்கம் நான்கும் நிறைந்து சகல மக்களுக்கும் அறிவூட்ட வல்லவர் களை வித்துவான்களென் றழைக்கப்படும். ஆசுகவி, மதுரகவி, சித்திரகவி, விஸ்தாரகவி இன்னான்கும் பாட வல்லவர்களை கவிவாணர், கவிராயரென் றழைக்கப்படும். துக்கம், துக்கோற் பவம், துக்கோற்பவ காரணம், துக்க நிவாரணமாகிய நான்கு நல்லவாய்மெயும் போதிக்கும் புனுணர்ந்தோர்களை புலவர்க ளென்றைழக்கப்படும். சபைகளில் நாணாமலும், கோணாமலும் சகலகலை நீதியாதாரங்களைப் புகட்டிப் போதிக்க வல்லவர் களையும், நற்கவி பாடவல்லவர்களையும், நாவலரென் றழைக் கப்படும். பண்டைகால ஒழுக்கங் களையும் பண்டைகால ஓடதி களையும், பண்ணிசையால் ஓதவல்லவர்களும், பாண் டித்தி யமுற்றவர்களு மானோர்களை பண்டிதர்களென் றழைக் கப்படும். அகவற்பா, கலிப்பா, வெண்பா, ஆசிரியப்பா முதலியப் பாக்களை சூத்திரவிதி வழுவாது யெடுத்தவுடன் பாடவல்லவர்களை பாவலர்களென்றும் அழைக்கப்படும்.

ஆதலின் நமது தமிழ் வித்துவசிரோமணிகள் யாவரும் நாவல ரென்றும், பாவலரென்றும், பண்டிதரென்றும், புலவரென்றும்

வெளிவருவோர் யாவரும் தெய்வப்புலவர் திருவாக்கைப் பின்பற்றி அவரது சத்தியதன்மத்தைப் போதித்துப் புலனுணர்ச்சி செய்வீரேல், தென்னாட்டு தெய்வப் புலவர்களாகப் பிரகாசிப்பதுமன்றி பன்னாட் டோர் பாவலர்களெனக் கொண்டாடும் புகழ் பெருவீர் களென்றோதி தனது பிரசங்கத்தை நிறுத்தினார்.

.... யீனயான பௌத்தத்தையும், மகாயான பௌத்தத்தையும் விளக்கினார்.

அதன் சுருக்கமாவது நல்வாய்மெய், நன்னீதி, நற்கடைபிடி, நற்காட்சி நிறைந்த செயலுள்ளார் மகாயன பௌத்தர் களெனவும், அத்தகைய செயலுக்குச் சில மாறுதலுள்ளார் யீனாயன பௌத்தர்களானார்களெனவும் விளக்கிப் பிரசங்கத்தை நிறுத்தினார்.

கோலார் **I. கி.**

10.8.09

18 ஆகஸ்ட், 1909

106. பெருமிருகத்தின் பிழைகூறல்

ஐயா தமது கடிதத்தை சமயம் நேர்ந்தபோது வெளியிடு வோம். அவசரம் வேண்டாம்.

(ஸ்ரீ. ஜெ. சலமோன்) என்னுந் தனது பெயரை சரிவர யெழுத வகையற்றவரும், மநுமகனாகத் தோன்றியும், மிருகமென வெளி வந்தவருமாகியவர்களுக்கு இலக்கிய லட்சணம், இலக்கண லட்சணம் விளங்காது.

கிறிஸ்தவப் பாதிரிகளை வேஷப் பிராமணர்களென்று எப்பத்திரிகையில் எத்தனையாவது கலத்தில், எவ்வரியில் வரைந்துள்ளதென்பதை மிருகமாயினும், சவமோனாயினும், அவர்களுக்கு துட்டுவுதவி புரியுங் குட்டிக் கிறீஸ்தவர்களாயி னும் ரூபிப்பரேல் இவர்களே மெய்க் கிறீஸ்தவர்களென் றழைக்கப்படுவார்கள். அங்ஙனம் ரூபிக்காவிடின் அவர்களைச் சார்ந்தவர்களை யாவரும் போலிமொழிகளைப் புகட்டி பொருள் பரித்துத் தின்னும் பொய்க் கிறீஸ்தவர் களேயாவர்.

25 ஆகஸ்ட், 1909

107. மிருகேந்திரனுக்கு மறுப்பு

தங்களுடைய கடிதமும், தாமதித்து வெளிவரும் பள்ளிக் குப்பத்திற்கு அம்மட்ட வாத்தியாய ரென்பதுபோல் கோலாரி லுள்ள சிலக் கத்தோலிக்குக் கிறிஸ்தவர்களுக்கு ஈழநாட்டு இலக்கண வித்துவா னொருவ ரகப்பட்டுக் கொண்டார். அவரோ இறகேந்தி யெழுதும்போதே (ஸர்வேசுவராயநம) வென்றெழுதியுள்ளார். அவற்றை ஸர்வம் சுவராயநம வென் றேற்பதா அன்றேல் ஸர்வம் ஈசுவராயநம வென்றேற்பதா. ஸர்வம் யேசுவராயநம வென்றேற்பதா.

ஸர்வம் சுவராயநமவென்பரேல் சுவற்றை சிந்திப்பதாகும். ஸர்வம் ஏசுவராயநம வென்பரேல் குற்றத்தை சிந்திப்ப தாகும். ஸர்வம் ஈசுவராயநம வென்பரேல் அஃது புத்தருக்குரிய நாமமாதலின் புத்தரை சிந்தித்து புத்தகமெழுத வாரம் பித்தவர் புத்தசங்கத்தோரை தூக்ஷிக்கத் தோன்றியது கோலார் கிறிஸ்தவர்கள் கைப்பொருள் பெற்ற கல்வித்திர மேயாம்.

ப.ர்

25 ஆகஸ்ட், 1909

108. போலி இலக்கணங்கற்ற போப்பு

மார்க்கத்தோரே

ஐயா, இக்கடிதத்தை வெளியிடுவோமாயின் அன்பானக் கிறிஸ்தவர்கள் அனந்தம்பேருக்கு மனத்தாங்க லுண்டாகும். இரண்டுங்கெட்ட இலக்கணங்கற்றவர்களை ஓர் பொருட்டாக மதித்து எதிற்பது வீணேயாம்.

அதாவது:- அவர் நூல்வரலாறென வரைந்துள்ள முதல்வரி யின் இலக்கிய லட்சணப் பொருள் பேதத்தையும், இலக்கண லட்சண மூவினப் புணர்ச்சியையும் சற்று நோக்குவீராக.

"அண்டபகிரண்டமும், தந்தசருவே
சுதன் மண்டலத்தார்"

மிருகேந்திரனுக்கும், சலமோனுக்கும், அண்ட பகிரண்ட மும், சருவேசுவரனைத் தந்ததா அன்றேல் சருவேசுரன், அண்ட பகிரண்டத்தைத் தந்தனரா, அங்ஙனந் தந்ததை மிருகேந்திரன் கையேந்திப் பெற்றனரா, இலரேல் சலமோன் பெற்றனரா, இருவரும் பெற்றள்ளோ மென்பாராயின் அஃது அண்டை வீட்டுக் கோழி முட்டை யென்றே கூறல் வேண்டும்.

சருவேசுரன் தந்ததை யேந்தித் தாங்கமாட்டோ மென் பாராயின் (தந்த) என வந்த யிலக்கிய மொழி தப்பறை, தப்பறையேயாம்.

இனி அதே முதல்வரியிலுள்ள மூவினப் புணர்ச்சியின் இலக்கணத்தை யாராய்வோமாக. அண்ட பகிரண்டமும், இயற்கைப் புணர்ச்சி வழு, தந்த சருவேசுரன் காணாததைக் கண்டது போற் கூறும் பொய்ப்புணர்ச்சி வழு.

மண்டலத்தார் சிருட்டி வண்டென்பதையும் சிருட்டிக ருண்டென்பதையும் ஏற்காதோரையுஞ்சேர்த்து மண்டலத்தா ரென்பவை மதிமயக்கப் புணர்ச்சி வழு. இத்தகைய முச்சீர் தோற்ற மூவினைப் புணர்ச்சியில் மூன்று வழுக்க ளெழுமாயின்

மற்றுமுள்ள சீர்களுக்கு யெத்தனை வழுக்களுண்டா மென்பதை யெளிதிலுணர்ந்துக் கொள்ளுவீராக.

தமிழன் றலையில் அடியென வெளிதோன்றி யவருக்கு தமிழின் இலக்கியமுந் தெரியாது, இலக்கணமுந் தெரியா தென்பதை யெளிதில் விளக்குகின்றோம்.

அதாவது மோசேயென்னும் மகாஞானியைப் பள்ளத்தாக்கில் அடக்கஞ்செய்த ஆயிரத்திற் சில்லரை வருஷங்களுக்குப் பின்னர் கிறீஸ்துவுடன் கலந்த பேசியுள்ளா ரென்று நாம் கூறியுள்ள இலக்கியஞான ரகசியமும் அதினந்தரார்த்தமுந் தனக்கே விளங்காது மூடி முழுகவிட்டு இருபிறப்பை, கார்க்கும், தண்மெய், கியானப் பெரும்பெயர் எனும் பேரானந்த ஞானமொழிகளுக்குப் பிழை கூறவந்தது பெரும்பிழையேயாம்.

இலக்கியமறியாதோர் இலக்கணமறிவோமென்பது இழி வாகும்.

கிறீஸ்துவானவர் மறுபடியும் ஒரு மனிதன் பிறவாமற் படிக்கு போவானாயின் பரலோக ராட்சியத்திற் பிரவேசிக்க மாட்டானென்று கூறியுள்ள ஞானவாக்கியத்தை நன்குணர்ந் திருப்பாராயின் இருபிறப்பின் இலக்கியமும், இலக்கணமும் நன்கு விளங்கும். அத்தகைய ஞானார்த்தம் விளங்கா அஞ்ஞானி களுக்கு சமணமுநிவர்களாம் மெய்ஞ்ஞானிகட் கூறியுள்ள பஞ்ச இலக்கணங்களும் விளங்குமோ ஒருக்காலும் விளங்காவாம்.

காப்பதென்னுங் குறுக்கல் விகாரமுற்ற மொழியே கார்க்கு மென்னுங் குணசந்தியாய்க் கருத்தறிவரோ. அந்தண ரென்போ ரறவோர் மற்றெவ்வுயிர்க்கும் செந்தண்மெய் பூண்டொழுகலால்.

என தெய்வப்புலவர் கூறியுள்ள (தண்மெய்) எனும் மொழியின் தாரதம்மிய மறிவரோ. ஞானப் பெரும்பெயரே, கியானப் பெரும் பெயராய தென்னுஞ் சிறப்புமொழி யறிவரோ ஒருக்காலுமன்று முக்காலு மறியமாட்டார்கள்.

காரணம் பஞ்சயிலக்கணங்களை வகுத்தவர்கள் பௌத்தர் களாதலின் அவைகளை வகுக்கும் வகை அவர்களுக்கே தெள்ளற விளங்குமன்றி ஏனையோருக்கு விளங்காதென்பது திண்ணம்.

மிருகக்கிறீஸ்தவரும், சலமோன்கிறீஸ்தவரும் அவர்களுடைய வேதத்தை வாசித்துக் கிறிஸ்தவர்களாகி யிருப்பார்களாயின் அதன் ஞானத்தையும், சிறப்பையுங் கெடுக்கமாட்டார்கள். மிஷநெரிமார்களின் கருணையால் வேதமென்று சிலதை வாசித்துக் கொண்டும் சமண முநிவர்களின் கருணையால்

இலக்கிய விலக்கணங்களிற் சிலதைக் கற்றுக் கொண்டும் வெளிவந்தவர்களாதலின் தாங்கள் கூறியுள்ளவைகளுக்கு இலக்கண விதிகளும், இலக்கிய விதிகளும் எவ்வகையாய்க் கூறுவோமென்பது தங்களுக்கே விளங்காது. “என் புருச்சேன் சவுதிரி சிப்பாய் என்கிட்ட வாடி சண்டைக்கு” என்பவர் போல் துடைதட்டி வெளிக்கு வந்திருக்கின்றார்கள் அவர்கள் குறைகளை நமது பத்திரிகையில் எழுதுவோமாயின் பத்திரிகையின் சிறப்புக் கெடுவதுமன்றி மற்றுமுள்ள விவேகக் கிறிஸ்தவர்களுக்கும் மனத்தாங்க லுண்டாகிவிடும்.

ஆதலின் நமதன்பர்கள் யாவருங் குட்டுப்பட்டாலும் மோதிரக்கை குட்டுப்படல் வேண்டும் கட்டுப்பட்டாலும் கவறிமான் மயிரின் கயிற்றால் கட்டுப்பட வேண்டு மென்னும் பழமொழியை யுணர்ந்தும் வெகுமானமாயினும், அவமானமாயினும் மேன்மெயோர் செய்பி லழகாமென்னும் நீதிமொழியை யுணர்ந்தும் கற்றோர்களுடன் எதிர்ப்பீர் களாயின் உள்ளக் களங்கங்கள் நீங்கி உண்மெயில் நினைப்பீர்கள். அங்ஙனமின்றி யாதுங் கல்லார்பால் எதிர்ப்பீகளாயின் கனக்குறைவுண்டாகும். சற்று பொருத்துக் கொள்ளுங்கள் கொடுக்குமிடத்திற் கொடுத்தால் அடக்குமிடத்தில் தானே யடங்கிபோம்.

தருக்கக்கௌமுகி

முந்தவாசக முதற்சீர் பொருள்கெடி
லந்தமிநூலென் றகற்றலுமாமே. *(21)*
வாசகப்புணர்ச்சி மூவினம் வழுமேல்
ஓசையும் பொருளு முருகெட்டழலும்
ஆங்காங்குரத்து மருள்பொருள் விளங்க
பாங்கொடு வரைதற் புலவர்தன் காட்சி
புலவர் மூவினம் பொருந்தாதுரைக்கின்
மலவரவரென வழூத்தலுமாமே. *(25)*

ப.ர்

25 ஆகஸ்ட், 1909

109. கடிதங்கள்

தமிழ் நாடெங்கும் பிரகாசித்து வருவதுடன் அதனை மொழி பெயர்த்தறியும் ஆங்கில நாடெங்கும் பிரகாசித்து வரும் தமிழன் பத்திராதிபருக்கு மிக்க தாழ்மெயான வந்தனம்.

ஐயா இக்கடித்தை மற்றவர்கள் கடிதங்களைப் போல் வெளியிடாது நிறுத்தவேண்டாமென் றடிபணிகின்றேன்.

மற்றுமுள்ள ஏகத்துவ கிறீஸ்தவர்களும் திரித்துவ கிறிஸ் தவர்களும், கத்தோலிக்க கிறீஸ்தவர்களும், சால்வேஷன் கிறிஸ்தவர்களும் என்மீதிதங்கி மன்னிக்கும்படி வேண்டுகிறேன்.

எங்கள் புராதன நாடு மதுரை, என்பாட்டன் பெயர் செபஸ்தியான், என் தகப்பன் பெயர் மரியசூசை, என் பெயர் அந்தோணி, நான் இங்கிலீஷும், தமிழும் வாசித்து சில விசாரணைகள் செய்துவரும் போது எனது கத்தோலிக்கு மார்க் கத்தையும், பாதிரிகளின் குணாகுணங்களையும் பூர்த்தியாக ஆராய்ந்து பார்த்தவிடத்தில் என் பாட்டனாயினும் என் தகப்பனாயினும், நானாகினும் சொற்ப சுகமடைந்ததைக் காணோம்.

பணச்சிலவோ என் பாட்டன் முதல் எனக்குக் கடந்த முப்பத் தியோர் வயதளவும் பாதிரிகளுக்கும், கோவில் உண்டிக்கும், உபதேசிகர்களுக்கும் கொடுத்துவந்த பணத்தின் கணக்கை வெளி யிடுவதானால் வாசித்தவர்கள் நகைப்பார்கள்.

காரணம்:– வேதம் வாசிக்கவும் உத்திரவுகிடையாது வேத போதகமுங் கிடையாது வீணான பணவிரயத்திற் கேயாம்.

எங்கள் குழந்தை பிறந்ததுமுதல் விருத்தாபக் கிழவனாகி மடிந்து அடக்கஞ்செய்யு வரையில் கொடுத்துவரும் பணச் சிலவை சரிவர யெழுதுவேனாயின் வீணே என்மீது மனவருத்த மடைவார்கள்.

நான் பிறந்து வளர்ந்த கத்தோலிக்கு மார்க்கத்தில் இன்னொரு சுகங் கண்டேன். அதாவது என் சீவன விஷயமாக் கல்கத்தா சென்று பதின்மூன்று வருஷம் அவ்விடத்தில் தங்கிவிட்டேன். நான் அவ்விடம் போகும்போது எனது பெரியதாயார் அந்தாச்சி யம்மாள் ஐயாயிரரூபாய் சொத்துடன் சுகமாக வாழ்ந்துக் கொண்டு கோவில் விஷயத்திலும், குருக்கள் விஷயத்திலும் விசுவாசமுடையவளாய் நானிவ்விட மிருக்கும்போதே கோவில் விஷயமாக அனந்தம் சிலவுகளை செய்துக் கொண்டுமிருந்தாள்.

நானிவ்விடம் வந்து பெரியத்தாயாரைத் தேடிக் கொண்டு போனபோது வீடுவாசல் யாவுந் துலைந்து கட்டுவதற்கு நல்ல வஸ்திரமில்லாமல் அழுக்கு வெள்ளைக் கந்தை யொன்றைக் கட்டிக் கொண்டு தகரப்பாத்திர மொன்றைக் கையிலேந்தி தென்னந்தோப்பில் பிச்சைக்காரர்களுடன் உழ்கார்ந்திருக்கக் கண்டேன். அப்போது என்மனம் என்ன துக்கமும் ஆயாசமும் அடைந்திருக்குமென்று நீங்களே யறிந்துக் கொள்ள வேண் டியதுதான்.

அப்போது உடனே என் பெரியதாயாரைக் கண்டு கொள் ளாமல் என்னிருப்பிடஞ் சென்று நல்லப் புடவை யொன்று வாங்கிக் கொண்டு பெரிய தாயாரிருக்கு மிடம்போய் அம்மா வென்றேன் அவ்வம்மை என்னைத் தெரிந்துக் கொள்ளவில்லை. அப்போது உன் தங்கை சிந்தாதிரி மகன் அந்தோனியென்றேன் உடனே என்னைத் தாவிப்பிடித்துக் கொண்டு கூக்குரலிட்டழ நானும் எனது துக்கத்தை சகிக்க முடியாமல். அழுது விட்டேன். வேண்டிய மனிதர்கள் விசாரித்தார்கள்.

நான் ஒன்றும் பதில் கூறாமல் கோவிலண்டை யழைத்துக் கொண்டுபோய் பாதிரியாரை யழைத்துக் கொண்டு சுட்டிக்காட்டி இந்தம்மாள் உமக்குத் தெரியுமா வென்றேன். அவள் ஓர் பிச்சைக்காரி யென்றார். சுவாமி ஐயாயிரம் ரூபாய் சொத்தை உங்களுக்கு அழித்தவளாச்சே யென்றேன். அவளைப் பற்றி யெனக்குத் தெரியாதென்றேன். அவளைப் பற்றி யெனக்குத் தெரியாதென்றார்.

உடனே என் பெரியதாயார் கையிலிருந்த தகரப் பாத்திரத் தையும், கழுத்திலணைந்திருந்த மணிகளையுங் கழட்டி அவர் முன்னா லெரிந்துவிட்டு நான் வாங்கிக் கொண்டு போன சேலையைக் கட்டவைத்து கட்டியிருந்த வெள்ளைக் கந்தை

யையும், கோவில்முன் போட்டுவிட்டு வீட்டிற்கு அழைத்து வந்துவிட்டேன். இப்பவும் என் பெரியதாய் பேரப்பிள்ளைகளைப் பாதுகாத்துக் கொண்டு யிதோயிருக்கின்றாள். தெரிய வேண்டிய வர்கள் நேரில்வந்து விசாரித்துக் கொள்ளலாம்.

அன்று முதல் கிறீஸ்தவர்களையும் அவர்கள் வேதத்தையும் விரோதிகளென்றே யெண்ணிக் கொண்டு பிரமசமாஜப் புத்தகங்களையே வாசித்துக் கொண்டு அதிலோ ராசை கொண்டிருந்தேன். அக்கால் மதுரை முத்தென்னும் அன்பரொரு வரால் ஒருபைசா தமிழ னென்னும் பத்திரிகைக் கிடைத்து வாங்கி வாசிக்க வாரம்பித்ததில் சில நியாயங்கள் சரியென்று யெனக்கே புலப்பட்டது. அதன்பின் மோசேயின் ஞானங்கள் வெளிவந்தது. அவைகளை முற்றும் வாசிக்க கிறிஸ்து மதத்தில் எவ்வளவு விரோதித்திருந்தேனோ அவ்வளவும் அன்பு கொண்டு மெத்ததமிழ் வாசித்தப் புரோட்டி ஸ்டாண்டு பாதிரிகளையும், நன்கு வாசித்தக் கிறிஸ்த வர்களையும் அடுத்து விசாரித்ததின் பேரில் தமிழன் பத்திரிகையிற் கூறியுள்ள மோசேயின் ஞானக் கருத்துதான் விசேஷித்ததென்று கூறியதுடன் எனது சிற்றறிவுக் கெட்டிய வரையில் அதுவே சத்தியப் பொருளென்று கூறுவதன்றி கேட்போருக்கும் உரைக்கக் கார்த்திருக் கின்றேன்.

தமிழன் பத்திரிகையிற் கூறியுள்ள மோசேயின் ஞான ரகசியத்தை வாசித்துணர்ந்து கொள்ள கல்வியற்றவர்களும், விவேகமற்றவர்களுமாகிய மிருகக் கிறிஸ்தவரென் றொருவரும், சலமோன் கிறிஸ்தவரென் றொருவம் வெளிதோன்றி "ஞானமுங் கல்வியும் நவின்ற நூல்களும் யீனருக்குறைத்திடி லிடரதாகுமே" என்னும் நீதிநூலுக் கிணங்க தமிழன் பத்திராதிபர் கூறியுள்ள மோசேயின் ஞானத் தெளிவிற்கு நன்றியறிந்த வந்தனஞ் செலுத்த வேண்டியதிருக்க அவருக்கு மனத்தாங்க லுண்டாக்கி விட்டக் கிறிஸ்தவர்களுக்கு யாது கூறலாம்.

அவர்களது புத்திக்குத் தக்கதைக் கூறி அவர்களது வேதகருத்தை வினவிய விடத்தில் விவேதம் விளங்கும். அவ்வினாவை வினவாதிடத்து விளங்காது. மற்றயக் கிறீஸ்த சகோதரர்கள் மனத்தாங்க லடையாமலிருக்க வேண்டுகிறேன்.

ஆதலின் மிருகக்கிறீஸ்தவரும் சலமோன் கிறீஸ்தவரும், இலக்கிய விலக்கண வித்துவான்களாயின் அடியிற் குறித்துள்ள வினாக்களுக்கு விடை பகர்வார்களாக.

1. வேதமென்னும் பெயர் கொடுத்தவர்கள் யார், வேதமென்றாலென்ன?
2. ஏகோவா வுலகத்தை உண்டு செய்தாரென்றால் அவரை வுண்டு செய்தவர் யார்?
3. இல்லாத வுலகத்தை எண்ணத்தால் உண்டு செய்தாராயின் உடலும் உள்ளமும் இருந்ததா.
4. இல்லாதவிடத்திலிருந்து உண்டாகும் வஸ்து வுண்டா?
5. உலகம் உண்டுசெய்வதற்கு ஏகோவா நீரின்பேரில் அசைவாடிக் கொண்டிருந்தபடியால் நீர் உலகத்திற்கு அப்புறப்பட்டதா அன்றேல் சம்மதப்பட்டதா?
6. நாலாநாள் சூரியசந்திரனை உண்டுசெய்தாராயின் நாளை வரையறுத்துக் கூறியதற்கு ஆதாரமெது,

(இன்னும்வரும்)

1 செப்டம்பர், 1909

110. கோலார்

சாக்கைய பௌத்த சோதிரர்களே,

இரங்கோன், பெங்களூர், நீலகிரி, மதுரை, செக்கண்டராபாட் முதலிய விடங்களிலிருந்து மிருகத்தையும், சலமோனையுங் கண்டித்தெழுதி வந்துள்ளக் கடிதங்களை நமது பத்திரிகையில் வெளியிடுவதாயின் இடம் போதாமற்போம்.

அதனுடன் தங்கட் கடிதங்களையும் வெளியிடாது நிறுத்தி வைத்திருக்கின்றோம்.

காரணமோவெனில், கற்றவர்களும், கற்றடங்கினவர்களு மாகிய மேலோர்களிடம் வாது புரிவதாயின் யேதுகவலையு மின்றி எடுத்த தருக்கம் சுருக்கமாக முடிவுபெரும் யேனைய விவேகிகளும் ஆனந்திப்பார்கள்.

அங்ஙனமின்றி இலக்கிய மின்னதென் றறியார்பாலும், இலக்கண மின்னதென் றுணரார்பாலும் வாதுபுரிவதாயின் ஏது சுகமுமற்று நீதி வழுவுண்டாமென்பது திண்ணம் திண்ணமாம்.

ஆதலின், அன்பர்கள் கடிதங்கள் யாவையும் அடக்கி வைத்திருக்கின்றோம். ஈதன்றி மிருகத்தையும், சலமோ னையும், ஏதோ விலக்கிய இலக்கணங் கற்றவர் களென்று மதித்துக் கொள்ளாதீர்கள்.

அதாவது (Fourth Standard) நான்காவது வகுப்பு சிறுவர்கள் வாசித்துள்ள இலக்கணமேனும் அவர்கட் கற்றிலரென்பதை கழற்றாலறியலாம்.

எங்ஙனமென்பீரேல் மிருகங் கூறியுள்ள முதலா மதிகாரம் 20–வது வரியில் சொற்பிழைகளெனக்கூறி 23–வது வரியில் இலக்கணப் பிழைகளென்றுங் கூறியுள்ளார். அம்மொழி களைக் கொண்டே பஞ்சயிலக்கணங்களின் பகுப்பைப் பார்த்தே யிராரென்பது பரக்க விளங்குகின்றது.

இலக்கணமென்னும் மொழியின்மூலம் இலட்சணமென்று கூறப்படும். 1–வது எழுத்திலக்கணம், எழுத்தினது லட்சணம். 2–வது சொல்லிலக்கணம், சொல்லினது லட்சணம். 3–வது பொருளிலக்கணம், பொருளினது லட்சணம். 4–வது யாப்பிலக் கணம், யாப்பினது லட்சணம். 5–வது அணியிலக்கணம், அணியினது லட்சணம் என ஐந்து இலக்கணங்களுண்டு.

இவற்றையே யியல்பால், எழுத்தியலென்றும், பதவிய லென்றும், புணரியலென்றும், பெயரியலென்றும், வினையிய லென்றும், பொதுவியலென்றும், சொல்லிய லென்றுங் கூறு வதியல்பாம்.

இத்தகையத் தமிழன் பஞ்சலட்சண மறியாது சொற்பிழை களென்று முதலாவதுகூறி, இலக்கணப் பிழைகளென்று, இரண்டாவது கூறியுள்ள மாறுதற் கண்டே தமிழின திலக்கியம் பனிரண்டும், இலக்கணமைந்தும் அவர்கள் நன்கறியார்களென்று திட்டமாகத் தெரிந்துக் கொள்ளுங்கள்.

பஞ்சலட்சணப் பகுப்பறியார்கள் முன் பகுப்பெடுத்துக் கூறுவோமாயின் பாலுண்ணுங்குழவிக்கு சோறூட்டினால் திக்கு முக்கிட்டுத் திணருவதுபோல் மறுண்டு திகைப்பார்கள்.

அவ்வகை திகைக்கவிடுதலினும், நாளுக்கு நாள் அமுதூட் டியும், அன்னப்பா லூட்டியும், அன்னமூட்டியும் போஷிப்பது போல் எழுத்திலக்கணம் இன்னதென்றும், சொல்லிலக்கண மின்னதென்றும், பொருளிலக்கண மின்னதென்றும் சமயம் நேர்ந்துழி லொவ்வொன்றாய் விளக்கித் தெளிவுறச் செய்விப் போம்.

ப.ர்

1 செப்டம்பர், 1909

111. சாதி சிங்கார விளக்கம்

கனந்தங்கிய தமிழன் பத்திராதிபரவர்களுக்கு அனந்த வந்தனம். ஐயா யானெழுது மிக்கடிதத்தை தமது பத்திரிகையிற் பிரசுரிக்க வேண்டுகிறேன்.

அண்டமனைத்துங் கூடியியல் சஞ்சரிக்கப்பட்ட பஞ்சபூத காரிய பௌதீக வடிவமான தேக மென்பது உலகத்தில் எத்தேசத்தாருக்கும் ஏகமாம். தத்வ சுரூபியாயுள்ள கருவி கரணாதிகளோடமைந்த புருஷர் இஸ்திரீயென மானிடப் பிறவியாகவும், போதுப் பிரகரணமாகவும் ஆண்சாதி பெண்சாதி யாகவே தனிக்கின்றது. பூர்வம் பிர்மாவினா லுண்டுபண்ணப் பட்ட பிர்ம, க்ஷத்திரிய, வைசிய, சூத்திரரென நான்கு ஜாதிகள் விளங்கிவருகிற தென்று சொல்லுகிற படியால் அயன், அரன், அரி முதலாகிய தேவேந்திராதிகளில் சிவன் அந்தணர்க் குலமென்றும், விஷ்ணு அரசர் குலமென்றும், பிர்மா வைசியக் குலமென்றும், தேவேந்திரன் சூத்திரக் குலமென்றும் இத்தகையாக இருசமய விளக்கத்தில் கூறியிருக்கிறது. சந்தேகத்திற் கிடமாகிறதுந்தவிர என்னிற் பிறந்தவன், உன்னிற் பிறந்தவன் என்று மாற்றிக் கூறுவது விரோதமாம். அதினால் பிர்மா வைசியக்குலனாகியும், க்ஷத்திரியக் குலனாகியும் கூறுகிறபடி பிர்மாவினிடத்து முதல் அதிகாரத்திற் பிறந்தவன் யெப்படி பிராமணனாவான். வம்ச அதிகாரத்திற் கிது மாறுபட்டிருக்கிறது. பிர்மா மண்பொது தந்தையெனும் பெயர் ஆத்மாவிற்குச் சாரமில்லாத அனாத்ம தேகத்திற்குரிய மலுச்சொல்லாகக் காணப்படும். இது பூமியின் சத்துவினால் சேடிக்கப்பட்ட தேகமாகும். ஆத்மா அப்படியல்ல ஏனென்றால் வேதஞ் சொல்லுகிறபடி பிர்மாவினிடத்து நான்குபேர் பிறந்தார்கள். அந்த நால்வரும் பிர்ம புத்திரர்களே யல்லாமல் வேறு விதமாய்ப் பிறந்த புத்திரரல்லவென்று தெளிவாய் விளங்குகிறது. ஆனால் பஞ்சமர்களென்று சொல்லப் பட்டவர்கள் பிர்மாவிற்குள்ளே நான்கு பிறப்பிலொரு வராகவும் காணப்படவில்லை. அவர்களை வேதம் வேறு ஸ்தானத்திற்

பிறந்ததாகவும் கூறவில்லை. ஆச்சரியமான ஸ்வரூபமென்று காணப்படுகிறது. யோசிக்குமளவில் மிலேச்சர்களா லேற்படுத்திய கற்பனாகதையின் வண்ணம் வஞ்சின மேலிட்டு சாக்கைய பௌத்தர்களாகிய...... க்கும் பொருட்டு இத்தகையாக யேற்படுத்தியதன்றி வேறன்று.

கவி

அத்திக்கனியடி முடி நடுவிளைவில்
புத்திக்கிழிவுயர் பொருள்படலாமோ.

மேற்குறித்த வுற்பவஸ்தானங்களை பிறிவுபடுத்துகிறதற்கு அந்த ஸ்தானங்கள் ஒன்றிலுள்ளதா அன்றேல் நான்கிலுள்ளதாவென்று விசாரிக்குமளவில் சிலர் சைதன்யமான ஆத்மாவினிடத்தில் சத்ரைஜோதமோ வெனும் திரிகுணங்களுண்டு. அவற்றுள் சத்வகுணத்தில் தேவதை களும், ரஜோகுணத்தில் ஜீவர்களும், தமோ குணத்தில் பூதபௌதீகங்களுண்டானதென்றும் சத்வகுணத்தில் பிராமணர்களும், ராசதசத்வகுணத்தில் க்ஷத்திரியரும், ராசதராசதத்தில் வைசியரும், ராசத தாமதத்தில் சூத்திரரும் வுண்டானார்களென்றுந் தெரியவருகிறது. இது ஒரு மனிதனுக்குள்ளே திரிகுணாதிய தொந்தார்த்த குணங்களில் ஒருவ னெதை அனுசரித்துவருகிறானோ அவன் அக்குணத்திற்கேற்ற தொழிலுடையவனாகிறா னென்றே தெரிந்துக்கொள்ளுவதுமன்றி இக்குணங்கள் நால்வருக்கும் யேகமாக யிருக்கின்றது.

நால்வருற்பத்தி

கவி

அன்னவூர்தி முகத்தினி லந்தணர்
துன்னு தோளிற் சுடர்முடி மன்னவர்
நன்னயம் துடை வாணிய தாளிடம்
தன்னிற் சூத்திரர் தாமுதித்தாரரோ.

1 செப்டம்பர், 1909

இதை கவனிக்குங்கால் பூர்வம் ஏகசாதியாயிருந்து குண பேதத்தினால் வேற்றுமெய்ப்பட்டதென்று தெளிவாய் விளங்குகிறது. யாவராயினுங் குணப்படுகிறதே முக்கியம்,

அஃதாவது, எப்போது குணத்திற் பேதப்பட்டதோ அக்குண பேதத்தை யதார்த்தக் குணமென்றெண்ணுகிற குணமும் பேதப்பட்டதேயன்றி சிரேஷ்டக்குணம் வேறுள்ளதோ யில்லை சாத்வீகநிலையைத் தவறி ராஜஸ் அவாவிற் புகுந்ததோ அன்றே சத்வரஜஸென்னும் பெயருற்று குணக்குறி நடையுடை ஊண் ஒழுக்க முதலியதும் வேற்றுமெ யாயிற்று. இந்த சத்வரஜஸானது நிலைதவறி ராசதத்தின் அவாவிற் சென்றதோ அப்பொழுதே அப்பெயர் மாறி குணங் குறி நடை யுடை ஊண் ஒழுக்க முதலியதும் வேற்றுமெயாயிற்று. இந்த ராசத நிலை தவறி ராசத தாமத அவாவிற் சென்றதோ அன்றே அப்பெயர் மாறி குணங்குறி நடை யுடை ஊண் ஒழுக்க முதலியதும் வேற்றுமெயாயிற்று. ஆனால் விசாரிக்க களங்கமற்ற வஸ்துவாகவே யிருத்தல் வேண்டும். இக்குணபேதத்தினால் உயர்வு தாழ்வென்றது மன்றி நான் பெரியசாதி அவன் அந்தசாதி இவன் வந்தசாதி யென்று கூறும் புன்னறிவு மாயையிற் பிரதிபலித்துக் குணபேதத் தொழிலென்று ஸ்பஷ்டமாய் விளங்கும். அன்ன வாகனம் அன்னத்தினாற் சேடிக்கப்பட்ட இத்தேகமே வாகனமாகும். மண்பொதுதந்தை ஒரேமண்ணினாற் பற்பல பாண்டங்க ளுண்டாகுகிறது. பிரத்தியட்சமாக யிருக்கிறது. ஆனால் பிர்மா வென்னும் பிரிதிவினால்மாத்திர முண்டாகாதென்று பூர்த்தியாக கவனிக்க வேண்டியது. எப்படி யென்றால் பிர்மா, விஷ்ணு, உருத்திரன், மயேஸ்வரன், சதாசிவனெனும் ஐவரும் பஞ்ச கர்த்தாக்க ளென்றே வேதங்கூறுகிறது. இதற்குள் பிரிதிவு, அப்பு, தேயு, வாயு, ஆகாயமென ஐந்தையுங் குறிக்கும். அதே மண், நீர், நெருப்பு, காற்று, வெளியென்னப்படும். அன்றியும் இது பஞ்சபூத ரூபக்குணங்களாகிய பிண்டாண்டமென்றுணர வேண்டியது.

திருமூலநாயனார்

கவி

மண்ணுடன்நீரு மருவியுடையதாய்
விண்ணொடுவாயு விரும்பி வுபிரதாய்

என்ற கருத்தின்வண்ணம் பஞ்சதர்த்தாக்களில்லா விட்டால் வுயிர்களில்லை, வுயிர்களில்லாவிட்டால் உலகமில்லை யென்றே காணப்படுவதுந்தவிர இவ்வைந்து பூதங்களுஞ்

சேர்ந்து ஓருருவாகி அரியதேகத்தை பெற்றிருக்கும். இப்படி பெற்ற தேகமே அன்னமயத்தோ டைந்துமயமாய் யேககோசமா யிருக்கும். இப்பூதவடிவையே ஆத்மாவென வேதங் கூறுகிறது. இதற்கே இளமை, மூப்பு, நோய், நரை, மரண பேதங்களுண்டு சகலருக்கு மொன்றேயாம்.

கவி

அன்னமயங்கொண் டெடுத்தவுடலகனுமா
யிழையும்
பின்னுமுடன்வரும் பிள்ளையுஞ் சுற்றமும்
பேருலகில்
மன்னு நரைதிரை மூப்பினு நோயினு மா
ளக்கண்டு
துன்னு மறிவிலான் மாவிது வென்றுச்
சொல்லுவரே.

அநித்தியமாகிய தேகமானது ரூபத்திலே வடிவாகயிருந் தாலும் ஸ்பரிச ரச ரூப கந்தமென்கிறது. கேட்க பார்க்க முகர உருகிக்க பரிசிக்கக்கூடிய செயல்கள் சகலசாதி யோருக்கும் ஒன்றேயாம்.

20 அக்டோபர், 1909

ஆனால் ஆத்மசொரூப வுத்தம சாதிகளை வுண்மெயா யறிந்துக் கொள்ளக் கூடாமையால் அவரவர்கள் பாசபந்த பிறாந்தியாற் கற்ற தந்திரோபாயத்தினால், வுயர்வு தாழ்வா யெண்ணி நடந்து கொள்ளுகிறது ஆணவபேத கர்மங் களுக்குள்ள வறிவை பெற்றிருப்பதினால் தங்களை யதார்த்தமா யறியாத குருட்டறிவு தனக்குச் சம்பவிக்குங் காயகமாஷீக துன்பங்களைப் போல் பிறர்க்கு முண்டென்றும் விளங்காதவர்களுக்கு அனுபவிகள் யென்ன சொல்லியுங் கவனியார்கள். பகுத்தறிந்தவர்களோ தனது நிலையையும், அறிவையு முணர்ந்து அனுபவிகளோடுச் சேர்ந்து யெல்லா மக்களையும் தன்னைப்போல் நேசித்திருப் பார்கள். அதுவல்லவோ விவேகம்.

சத்தியஞான போதம்

ஒருமலவழக்குமிருவினைத்தொடரு
மும்மலச்செருக்கு நால்வகைவாக்கு
மைவகைப்பொறியு மறுவகைக்குற்றமு
மற்றாலன்றி யறிவாகாயே.

மேற் கவியின்படியே பிரம்ஹா! த்த்வஸ்வரூபியாகக் காணப்படுகிறது. அந்த ஸ்வரூபத்தின் முகத்தில் பிராமணன் தத்வஸ்வரூபியாய்ப் பிறந்த யேதேனும் ஆதாரக் குறிகளைக் காட்டவில்லை. அவ்வண்ணமே மற்ற மூன்று ஸ்தானங்களு மிருக்கின்றன. இதனை ஸ்திரீபுருஷ சுக்கிலசு ரோணிதங்களி னுற்பத்தி யாகுகிறதென்றுங் கூறவில்லை. ஆனால் அனுபவி களுக்கிது விகற்பத்தை தரத்தக்கதாகக் காணப்படு கிறது. தந்தையாகிய பிர்மாவின் நான்கு ஸ்தானத்திற் பிறந்தது போல இப்போது ஜெனனமாகாமல் வேறுவிதமாய் பிறக்கிறதென்னை அன்றியும் வேதங்களில் அண்டஜம், பிண்டஜம், சராயுஜம், உற்பீஜமென நால்வகை பிறப்பைக் காட்டி பிர்மா முகத்திலும், தோளிலும், தொடையிலும் பாதத்திலும் தோன்றி வுயர்வு தாழ்வென கூறி உள்ளதை வுரைக்காத வேதம் தாழ்வன்றோ.

தத்துவ நிஜானுபோகசாரம்

தந்தையாம் பிர்மன்றன்பால் சனித்தவத்
 தானந்தோறு
மந்தணராதிசாதி யன்றுபோல் பிறக்கக்
 காணோ
முந்தியி லுதிரவூத்தை யொழுக்கலு மிய
 ல்பினாலே
வந்தெலாம் பிறந்துச்சொல்லும் வாசியே
 சாதியையா.

சாதியொன் றுயர்ந்தது தாழ்ந்ததென் றென
பேதமே வல்லாராய்த் பிதற்றுவார் சிலர்
சோதியே யநாதியாய் துன்னிநின்றமை
போதியாமையால் வரும்புன்மை வேதமே.

திருவருட்பா

வேதாகமங்கனென்று வீண்வாத மாடுகிறீர்
வேதாகமத்தின் விளைவறியீர் – சூதாகச்

சொன்னவலா லுண்மை வெளிதோன்ற வுரைத்தலிலை
என்ன பயனோ விவை.

இதன்றி நாய்வயிற்றிலும், நரிவயிற்றிலும், பசுவின் வயிற்றிலும், கழுதை வயிற்றிலும், தவளை வயிற்றிலும், மான் வற்றிலும் பிறந்து பிர்மமாக விருக்கிறதுந்தவிர பிர்ம ஸ்தானங்களி லொன்றிலு முதியாதவர்களும் மகா மேன்மை யடைந்திருக்கின்றார்களென வேதங் கூறுகின்றன.

நிற்க, இருஷிகளாலும் அனேக படைப்புமிருக்கிறதாக தெரியவருகிறது. மெஞ்ஞான ஸ்வரூப தரிசனையன்றி சாஸ்திரப்படி சத்கருமங்களை அனுஷ்டித்துவருகிறவனே வுயர்ந்த சாதியென்று கூற அவர்கள் செய்து வரும் நித்திய நைமித்திய வனுஷ்டானங்களெல்லாம் வேதாகம முடிவை யுன்னியது. ஆதியிலே பிறந்த மனிதர்களுக்குச் சாதிபேத முண்டான தெப்படியென்றால், அவரவர்கள் வெவ்வேறு ஆபரணங்களை தரிக்கிறதினாலும், ஆகாராதிகளினாலும் பற்பல தொழிற்களைச் செய்து வந்ததினாலும் யேற்பட்ட தன்றி வேறில்லையென வேதங் கூறுகிறது.

பாரதம், சாந்திபர்வம்

அரசர்க்கரசே யறம்வளர்க்குஞ் சேயே
முரசக்கொடி வேந்தே முன்னம்–பிரசமலர்ப்
புங்கவன்றன்கைதொழிலாற் போந்தமனுபூணாரன்
தங்கருமத்தாற் சாதித்தான்.

இங்ஙனம்

இரங்கோன், ஆன்றோர்க்கடிமை
வல்லகாளத்தி நகர், **வீ. அ. இராமச்சந்த்ர புலவன்**
24.9.09

(இன்னும்வரும்)

6 அக்டோபர், 1909

112. துடைப்புக் கட்டைக்குப் பட்டுக் குஞ்சமோ

பெரியமெட்டு

2.9.09 **ஏ. வி. பாலசுந்திரம்**

ம–ள–ள–ஸ்ரீ ஐயா பாலசுந்திரமவர்களே தமது கடிதம் விவேகிகளால் மதிக்கக்கூடியதேயன்றி அவிவேகிகளால் மதிக்கக் கூடியதன்று. தாங்கள் சுட்டிக்காட்டியுள்ள அறிவிலி களுக்கு குட்டிக்குட்டி யறிவுறுத்தினு மேறாவாம். ஏதோ வமைதியுற்றிருக்கின்றோமென் றாயாசப்படாதீர். செய்யும் வினையைத் திருந்தச்செய்வோம்.

விவேகசிந்தாமணி

வில்லது வளைந்ததென்றும்
    வேழம துறங்கிற்றென்றும்
வல்லியம் பதுங்கிற்றென்றும்
    வளர்கிடா பிந்திற்றென்றும்
புல்லதன் சொல்லுக்கஞ்சி
    பொறுத்தனர் பெரியோரென்றம்
நல்லதென் றிருக்கலாகா
    நஞ்செனக் கருதலாமே.

ப.ர்.

8 செப்டம்பர், 1909

ம–ள–ள–ஸ்ரீ அந்தோணி யவர்களுக்கு:

ஐயா, தாம் பெருமிருகத்தைக் கேட்டுவரும் கேழ்விகளைப் போல் இங்கிலாண்டிலுள்ள துரை மக்கள் இரண்டா யிரத்திச் சில்லரைக் கேழ்விகள் கேட்டிருக் கிறார்கள். இதுகாரும் ஒரு

கேழ்விக்கேனும் உத்திரவளித்தவர்கள் ஒருவருங் கிடையாது. ஆதலின் தமது வினாக்களை யிம்மட்டில் விடுத்திருக்கின்றோம்.

இன்னும்வருவரேல் பின்னுமெழுதலாம்

ப.ர்.

8 செப்டம்பர், 1909

113. சென்னை ராஜதானியைச் சார்ந்த சானிட்டேரி கமிஷனர் அவர்களுக்கு விண்ணப்பம்

(முன்தொடர்ச்சி)

ஈதன்றி தற்கால கடைகளில் விற்கும் சரக்குகளில் நல்ல அரிசிகளுடன் மட்ட அரிசிகளைக் கலப்பதும், நெய்களிற் பல வித நெய்களைக் கலப்பதுமாகிய செய்கைகளிலும் பற்பல வியாதிகள் தோன்றுதற் கிடமுண்டாகின்றது.

இத்தகையக் கலப்புள்ள நெய்களால் பலகாரஞ்செய்து விற்பனைச் செய்கின்றவர்களோ இரண்டுநாள் மூன்று நாளைய பலகாரங்களை வைத்துக் கொண்டு கஷ்டப்பட்டு சம்பாதிக்கும் ஏழைக் குடிகளுக்கு விற்றுவருகின்றார்கள். அவர்க ளதைக் கையில் வாங்கிப் பார்த்து இது பழயப் பலகாரமாச்சுதே யிவற்றை மாற்றிக் கொண்டு வேறு கொடுங்கோ ளென்பாராயின் நீங்கள் தொட்டுவிட்டதை யாங்கள் வாங்கமாட்டோமென்று துரத்திவிடுகின்றார்கள்.

ஏழைகளோ துட்டுக் கொடுத்து வாங்கியப் பலகாரமாச்சுதே யென்று தின்று விடுவார்களாயின் உழைத்து சம்பாதிக்கக்கூடிய சுத்ததேகிகள் புழுத்தப் பலகாரங்களைத் தின்று பலவகை வியாதிதோன்றி பதிகுலைந்து போகின்றார்கள்.

சில வாசித்தக் குடும்பங்களிலும், சாராயங் குடிக்கும் வழக்கங்களில் இரவும் பகலும் அன்ன ஆகாரமின்றி சாராயத்தையே குடித்துக் கொண்டு இரத்தங் கக்குகிற வர்கள் சிலரும், மார்பு வரட்சியுண்டாய் இருமல் கண்டு வாதைப்படுகிறவர்கள் சிலரும் குடியின் அதிகரிப்பால் வெட்டை மீரி நீரடைப்பு தோன்றி அதினால் வாதைப் படுகிறவர்கள் சிலரும், தங்களது தேகசக்த்திக்கும் பிரமாணத்திற்கும் மீறியக் குடியினாலும் அனந்தம்பேர் தேகத்தைப் பாழாக்கிக் கொள்ளுகின்றார்கள்.

இவ்வகையாய் சாராயத்தை வாங்கி வைத்துக் கொண்டு வோயாது குடித்துக் கொண்டிருப்பவர்களை தற்கொலை செய்துக் கொள்ளுவோர்களுக்கு சமதை யாகவே யோசிக்க வேண்டியதா யிருக்கின்றது.

ஆதலின் சுகக்கேடுகளுக் காதாரமாகும் செய்கைகளை விலக்கத்தக்க சட்டதிட்டங்களை வகுத்து சுகாதார மளிக்கும்படி வேண்டுகிறோம்.

8 செப்டம்பர், 1909

114. ஒரு கொலை குரங்குகளால் வெளிக்கு கொண்டுவரப்பட்டது

சில கிராமவாசிகள் ஒரு குரங்காட்டி வைத்துக் கொண்டிருந்த ஆட்டையும், அவனையும், கொன்று விட்டதை குரங்குகளால் வெளிக்குக் கொண்டு வரப்பட்டதின்பேரில் குற்றவாளிகள் விசாரணை யிலிருப்பதாகவும், குரங்குகள் எவ்விதமாக சாட்சிகள் சொல்லி குற்றத்தை ருஜூப்படுத்தப் போகிறதுகளோவென எதிர்பார்ப்பதாக சில வாரங்களுக்குமுன் வெளிவந்த "தமிழன்" பத்திரிகை வாயலாக அறிந்தோமல்லவா; இக்குற்றங்களில் சம்மந்தப்பட்டவர்கள் நாலுபெயர்களாம். குற்றவாளிகளை விசாரணை செய்கையில் குரங்குகள் அவர்கள் சொல்லும் வாய்பிறப்பை மெத்த கவனத்தோடு கேட்டுக்கொண்டிருந்து சொல்லுவதில் தப்பிதம் காணும்பட்சத்தில் அவர்கள் நாவிலிருந்து நிஜம் வருகிறவரைக்கும் அவர்களை பீறுவதும் கடிப்பதுமாக விருந்ததுகளாம். ஈதன்றி ஆட்டைக் கொன்றவனை ரூபிக்கும் பொருட்டு ஒரு குரங்கு ஆட்டுதோலை யெடுத்துக் காட்டி கொன்ற மனிதனை பிடித்தும், இன்னொரு குரங்கு மனிதனைக் கொன்றவனை ரூபிக்கும் பொருட்டு கத்தியை யெடுத்துக்காட்டி கொன்ற ஆளைப் பிடித்தும், குழி தோண்டியவனைக் காட்டும்பொருட்டு குழிதோண்டுவது போல் கீழே தோண்டிக் காண்பித்து ஆளைப் பிடித்துக் காட்டியும் அவைகள் கொண்டுவந்த வழக்கை ரூஜூபடுத்தியதுகளாம். குரங்குகள் காட்டிய சந்தர்ப்பங் களையும், இன்னும் கொலைக்குச் சம்மந்தப்பட்ட சில சந்தர்ப்பங்களையும் அனுசரித்து ஒவ்வொருவனுக்கு எவ்வேழுவருஷம் கடின சிட்சை விதிக்கப்பட்டதாக வறிகிறோம்.

10.9.09 **வேலு**

பெங்களூர்

15 செப்டம்பர், 1909

115. கொலை

முற்காலத்தில் கல்வியிற் சிறந்த கம்பரானவர் தனது பாலிய வயதில் ஒரு பள்ளிக்கூடத்தில் வாசித்துக் கொண்டிருக்கையில் ஒருநாள் அவருக்குக் கொடுத்திருந்த பாடம் திரிக்குறளாக விருந்தபடியால் அது அவருக்கு கஷ்டமாகத் தோன்றின நிமித்தம் அன்றையதினம் உபாத்தியாயரிடத்தில் சரியாக பாடம் ஒப்புவிக்கவில்லை. ஆகையால் பாடம் ஒப்புவிக்கும் பரியந்தம் அவரை போஜனத்திற்கு போகக்கூடாதென்று உபாத்தியாயர் ஆக்கியாபித்து விட்டுப் போனார். உபாத்தியாயர் சொற்படி அவர் போஜனத்திற்கு போகாமல் அருகிலிருந்த ஒரு காளி கோவிலி லுட்கார்ந்து கொண்டு "கொல்லான் புலாலை மறுத்தானைக் கைகூப்பி யெல்லா வுயிருந் தொழும்" என்னும் பதங்களை பலதகுதி சொல்லி பாடத்தை வரப்படுத்திக் கொண்டிருந்தபொழுது அக்காளி கோவிலில் பிரார்த்தனை செலுத்துவதற்காக அவ்வூரிலிருந்து ஒருவர் வந்து பொங்கலிட்டு முடிந்தபின்பு கொண்டு வந்திருந்த ஆட்டுக் கிடாவை பலதகுதி பூசாலி வெட்டியும் அதன் கழுத்தின்மீது வெட்டுப்படாமலிருந்ததை அங்கு வந்திருந்தவர்களி லொருவர் இந்த பிள்ளை இப்படி சொல்லிக் கொண்டிருக்கிறபடி–யினால் தான் ஆட்டின் கழுத்தில் வெட்டுப்படவில்லை யென்று தெரிந்துக் கொண்டு அங்கு கொண்டு வந்திருந்த பொரி யவலில் கொஞ்ச மெடுத்து அந்த பிள்ளைக்குத் தின்னும்படி அவர் கொடுத்தார். அந்த பிள்ளைக்கு அப்போதிருந்த பசியின் கொடுமையால் அதை உடனே வாங்கித் தின்றுக் கொண்டிருக்க இதுதான் நல்ல சமயமென்று கத்தியை யெடுத்து ஆட்டுக்கிடாவை வெட்டினபோது கழுத்து வெட்டுப்பட்டு கீழே விழுந்து விட்டது என்று கொல்லாமை எத்தகைமையான சிறப்புப் பொருந்தியதென்று காட்டும் வண்ணம் இக்கதை சொல்வதுண்டு. ஒரு பிராணியை கொல்லுவது கெடுதி யென்று எப்போது ஒருவனுக்கு தோன்றுகிறதோ அப்போதே

அவனுக்கு சர்வ பிராணிகளின்மீதும் கருணை உண்டாகிறது. இக்கருணையே முத்திக்கும் வித்தாகிறது. இத்தகைய ஜீவ காருண்ணியத்தை போதித்த நமது ஜெகத்குருவாகி புத்தபிரானைவிட வேறு யாருளர். பஞ்சமஹா பாதகங்களி லொன்றாகிய கொலை யென்னும் அசுத்தத் தீயச் செய்கையை செய்யப்படா தென்று இந்து மதமாவது அல்லது கிறிஸ்து மதமாவது வற்புருத்தி யிருப்பதைக் காணோம். ஆகை–யினால்தான் ஆயிரங்கணக்கான அரிய உயிர்கள் சேதமாகி வருகின்றன. ஒரு பிராணியை ஒருவன் கொல்லும்போது அது கத்துவதையும், தன்னை காப்பாற்றுவார்க ளில்லையா வென்று கால்களை உதறிக் கொள்வதையும் கருணையுள்ள நல்லவர்கள் சகிப்பார்களா. இத்தகைய கருணையற்றதுற் பழக்கத்தினாலல்லவா மனிதர்களைக் கொல்லுவதையும் ஒரு பொருட்டாக வெண்ணாமல் சிலநாளைக்குமுன் மேல்ஜாதி யென்போர் பெங்களூரில் மனிதர்களைக் கொன்று அதனால் வயிற்றை வளர்க்கும் மிலேச்ச தொழிலை புரிந்து வந்தார்களாம். பூர்வகாலத்திலும் பௌத்த தர்மம் தோன்றாததற்குமுன் ஆடு, மாடு, குதிரை, மனிதன் முதலிய ஜீவன்களை இந்து மதத்தோர் கொன்று வந்ததாக அவர்கள் சாஸ்திரங்களே கூறுகின்றன. ஆனால் நமது ஏகதேவனாகிய புத்தபிரானின் அரிய போதனை கட்கு பின்னிட்டு, இவ்வித கொலைகள் அதிகமாக குறைக்கப் பட்டதுந்தவிற அநேகர் "அஹிம்ஸா பரமோதர்மா" வென்னும் சொற்களை உச்சரிக்கவும் நேரிட்டது. இவ்வோர் போதனை–யினாலேயே பௌத்த தர்மம் எத்தகைய பரிசுத்தமும், சிரேஷ்டமுமுள்ளதென்று நன்றாய் விளங்குகிறதல்லவா.

9.9.09

பெங்களூர்

தங்கவேலு

15 செப்டம்பர், 1909

116. பெரிய மிருகத்துக்கோர் பாட்டும் பெயரெழுதத் தெரியாதவருக்கோர் சீட்டும்

8.9.09

எழுமூர் **வி. ராஜலிங்கம்**

ம–ள–ள–ஸ்ரீ வீ. ராஜலிங்கமவர்களுக்கு வந்தனம். ஐயா, தமது கடிதத்தைப் போல் அனந்தவன்பரின் கடிதங்கள் வந்திருக்கின்றது. யாவையும் நிறுத்தியிருக்கின்றோம்.

பெயரை மறைத்துக் கொண்டு போலி இலக்கணங்கூறும் பெரிய மிருகத்தை ஓர் பொருட்டென்றெண்ணிப் பத்திரிகையை நிறப்புவதில் பயனில்லை.

அவர்கள் இரண்டாவது பதிப்பு வெளியிடினும், மூன்றாவது பதிப்பு வெளியிடினும் நோக்க வேண்டாம். அங்ஙன மெழுதுவோர் தங்கள் பெயரையும், வாசஸ் தளத்தையும் விவரமாகக் கண்டெழுதி வெளிவருவரேல் அவருக்கென்று நமது பத்திரிகையில் ஓர் கலம் விட்டி விடுகிறோம். அக்கலத்தில் தாமும், மற்றுமன்பர்களு மவற்று ளெழுதிவரலாம்.

பெயரைக் காட்டா தொளிக்கும் பெரு மிருகத் தினிடத்தும், பெயரெழுதத் தெரியா சிறுமிருகத்தினடத்தும் வாதுபுரிதல் அடைக்கலனாகும் சுட்டுக் குருவியின்மீது படைக்கல வஜ்ஜிரபாணமிட்டதற் கொக்கும். ஆதலின் அன்பர்கள் யாவரும் சற்றமைந்திருக்கக் கோறுகிறோம்.

ப.ர்.

15 செப்டம்பர், 1909

117. திராவிடசபையோரால் நடந்துவருஞ் செயல்களும், அடைந்துவருஞ் சுகங்களும் நீலகிரியில் 1891 வருடம் நிலைநாட்டிய திராவிட சபையோரால் காங்கிரஸ் கம்மிட்டியாருக்கு அநுப்பிய விண்ணப்ப பாயிர சுருக்கம்

கனந்தங்கிய காங்கிரஸ் கமிட்டியாரவர்களுக்கு மிக்கப் பணி தலான வந்தனத்தோடறிவிக்கும் விண்ணப்பமாவது:-

மநுமக்கள் தோற்றத்தில் கன்மத்தால் சாதியா, ஜென் மத்தால் சாதியா, அதாவது தொழிலால் சாதியா, பிறவியால் சாதியா என்பதும், திராவிடமெனுந் தமிழ்பாஷை வழங்கிய விராஜாங்கத்தின்கண் நானாவிதத் தொழிற் பெயரும், நான்கு சாதிப்பெயரும் உண்டான விஷயங்களும், பறையரெனும் பெய ரெக்காலத் தனுஷ்டிக்கப் பட்டதென்பதும்.

முத்துசாமி ஐயர், முத்துசாமி முதலி, முத்துசாமி நாயுடு வெனத் தங்கடங்கட் பெயர்களினீற்றி லித்தொடர் மொழிகளை யெக்காலத்துச் சேர்த்துக்கெண்டனரென்பதும், ஆசார வனாசார துர்க்கிருத்தியங்கள் யாவரிடத்து நிறைந்துளதாவென்பதும், வேதம் ஆதியா வனாதியா யாவர்க்கும் பொதுவாயுளதா, பட்சபாத முடையதா வென்பதும், பறையரென்னும் பெயர் சகலருக்கும் பொருந்து மென்பது, சாஸ்திராதாரவநுபவ திருஷ்டாந்த தாட்டாந்தங் களுடன் வரைந்துக் கேட்டுக் கொள்ளுவது,

ஓ ரியாசகத் தொழிலாளனைப் பத்துபெயர் சேர்ந்து இவன் மெத்த வாசித்தவன், மிகவும் யோக்கியதாபட்ச முடையவன், உயர்ந்த சாதியினன் என்று புகழ்ந்து கொண்டே வருவாராயின் அவன் செய்யும் பிசைஷத் தொழில் கேவலமா யிருப்பினும் பத்துபெயர் புகழ்ச்சி செய்வ தனால் நாளுக்குநாள் அவன் விருத்தியடைந்து முன்னுக்கு வந்துவிடுவான்.

ஆனால் ஆசாரம் நல்லொழுக்கம், கீர்த்தி, கல்வி கேள்விகளில் சிறந்த ஓர் மனிதனைப் பத்து பெயர்சேர்ந்து அவன் கேவலன், நீசன், அனாசாரமுடையவன், நீச சாதியான் எனத் தாழ்த்திக் கொண்டே வருவாராயின் அவன் தேகங்குன்றி நாணமடைந்து அறிவு மழுங்கி சீர்க் கேடனாய்த் தாழ்ந்துவிடுவானேயன்றி முன்னுக்கு வரான். இஃதனுபவப் பிரத்தியட்சமாகையால் காங்கிரஸ் கமிட்டி யார் பறையர்களென்று தாழ்த்தப்பட்டுள்ள பெருங் குடிகளின்மீது கருணை பாவித்து கவர்ன் மெண்டாரைத் தாங்கள் கேட்டுவருங் குறைகளுடன் அடியிற் குறித்துள்ள பத்துக் குறைகளையும் விளக்கி யாதரிக்கக் கோறுகிறோம்.

அதாவது,

1. பறையரென்பதில் இழிவாகக் கூறி மனங் குன்றச் செய்வரேல் பழித்தல், அவதூறென்னுமிரண்டு குற்றங்களுக் காளாக வேண்டிய தென்றும்,

2. இக்குலத்தேழைக்குடிகள் விருத்தியடையும்பொருட்டு கல்விசாலைகள் பிரத்தியேகமாகவமைத்து உபாத்தியாயர்களையு மிக்குலத்தோரில் நியமித்து மாணாக்கரின் சம்பளங்களையும் அரைபாகங் குறைக்க வேண்டிய தென்றும்,

3. இக்குலத்தோரில் பிரவேச மெற்றிக்குலேஷன் பரிட்சை யிற்றேறிய மூன்று பிள்ளைகளுக்கு ஸ்காலர்ஷிப் கொடுக்க வேண்டியதென்றும்,

4. இங்ஙனங் கல்வியிற் றேறினோர்களில் ஒவ்வொருவரை இத்தமிழ்நாட்டிலுள்ள ஒவ்வொரு கவர்ன் மெண்டாபீசு களிலும் வைக்க வேண்டியதென்றும்,

5. இவர்கள் கல்வி நல்லொழுக்கத்துக்குத் தக்கபடி எவ்வகை உத்தியோகமுந் தடையின்றிக் கொடுக்க வேண்டிய தென்றும்,

6. முநிசபில் சங்கத்திலும், கிராம சங்கத்திலும் இக்குலத் தோரின் கஷ்டநிஷ்டூரங்களை யறிந்து பேசுதற்குச் சகல டிஸ்டிரிக்ட்டுகளிலும் ஜில்லாக்களிலும் ஒருவர் பெருந் தொகையான வரி செலுத்தக் கூடாதவராயினும் கல்வி, நல்லொழுக்கத்தின்படி இவர்கள் யாரை நியமிப்பார்களோ அவரை அக்கிராசனாதிபதி ஓர் அங்கமாக ஏற்றுக்கொள்ள வேண்டியதென்றும்,

7. ஜேயில் கோட் 464–வது சட்டத்தில் பறையர்களைச் சகல தாழ்ந்த வேலையும் செய்விக்கலாமென்பதை யெடுத்துவிட வேண்டியதென்றும்,

8. இத்தமிழ் நாட்டிலுள்ள சகல குளங்களிலும், கிணறுகளிலும் இவர்கள் தடையின்றிச் சலம் மொண்டுக் கொள்ள வேண்டிய தென்றும்,

9. ஆங்கிலேய துரைமக்களிராது இந்துக்கள் உத்தியோகஞ் செய்யும் ஆபீசுகளிலும், கச்சேரிகளிலும் இக்குலத்தோர் உள்ளுக்கு வரப்போகாது, உட்காரப்போகாது என்று தடுக்குஞ் செய்கையை விடுத்து கஷ்டநிஷ்டூரங்களை உடனுக்குடன் விசாரித்து நீதியளித் தனுப்ப வேண்டிய தென்றும்,

10. இவர்கள் வசிக்கும் கிராமங்களில் மணியகாரன், முனிசிப்பாக விக்குலத்தோரு ளொவ்வொருவரை நியமிப்பதுடனாங்கிலேய கலெக்டர் துரையவர்கள் கிராம பவனி போம்போது இக்குலத்தோரை நேரிலழைத்து கஷ்ட நிஷ்டூரங்களை விசாரித்து நீதியளித்துவர வேண்டிய தென்றும்,

நமது கருணைதங்கிய கவர்ன்மெண்டாரை வினவி இத்தசவரங்களையும் பெற்றளிக்க வேண்டுமென்று கோறியுள்ளார்கள்.

C. I. P.

15 செப்டம்பர், 1909

118. நீலகிரியில் 1891 வருடம் நிலைநாட்டிய திராவிட சபையோரால் சென்னை மகாஜன சபைக்குப் பிரதிநிதியை அநுப்பி அனுகூலம் பெற்ற விஷயங்கள்

அதாவது,

1892 வருடம் ஏப்ரல் மாதம் சென்னையிற்கூடிய மகாஜன சபைக்கு நீலகிரியிலுள்ள திராவிட சபையோர் ஓர் பிரதிநிதியை யனுப்பி இக்குலத்து ஏழைகளுக்கு மேலுமேலுங் காலாசாலைகள் வகுத்து இலவச கல்வி கற்பிப்பதுடன் கிராமங்களிலுள்ள விவசாய யேழைகளுக்கு பூமிகளுங் கொடுத்து ஆதரிக்க வேண்டுமென்று கேட்டு, மகாஜன சபையாருள் இராஜா சர் சவலை இராமசுவாமி முதலியார வர்கள ளவற்றை யேற்கவும், எல்லூர் சங்கரம் ஐயரவர்கள் ஆமோதிக்கவும், திராவிடபிரதிநிதி க. அயோத்திதாஸ பண்டிதரவர்கள் உதவி யாமோதகராகவும் விளங்கியதன்பின்,

சபாநாயகர் ஆனரெபில் பி. அரங்கைய நாயுடுகாரவர் களும், காரியதரிசி M. வீரராகவாச்சாரியர், B.A. அவர்களும் சங்கத்தோருக்கு விளக்கி பெருந்தொகையார் சம்மதப்படி கிராமங்கடோரும் இக்குலத்து சிறுவர்களுக்குக் கலாசாலைக ளேற்படுத்தவும், இக்குலத்து விவசாயிகளுக்கு பூமிகள் கொடுத்து ஆதரிக்கவும் வேண்டுமென்று கருணைதங்கிய ராஜாங்கதோருக்கு (ரெக்கமெண்டு) செய்தார்கள். அதனைக்கண்ட கருணை வள்ளலர்களாம் கவர்ன்மெண்டார் கிராமமெங்கணு மிக்குலத்து யேழை சிறுவர்களுக்குக் கலாசாலைகள் நியமிக்கலாமென்று வுத்திரவளித்ததுடன் கவர்ன்மெண்டாரும், லோக்கல் பண்டு போர்டாரும், முநிசிபாலிட்டியாரும் அதற்கு வுதவிபுரிய வேண்டுமென்று கவர்ன்மெண்டு ஆர்டர் வெளியிட்டதுடன் பூமிகளுங்கொடுத்து ஆதரிக்க வேண்டுமென்று வுத்திரவளித்து விட்டார்கள்.

அவ்வுத்திரவின்பேரில் பல கிராமங்களிலும் கலாசாலைக ளேற் படுத்தி அனந்தமாயிரம் ஏழைச் சிறுபிள்ளைகள்

வாசித்துவருவதுடன் இக்குலத்து விவசாயிகளில் அனந்தம் பட்டாதாரர்களுந் தோன்றினார்கள்.

இஃது யெச்சபையோரால் நடந்த சுகமென்பீரேல், திராவிட சபையோரால் நடாத்திய முயற்சியேயாம்.

திருவாங்கூரிலுள்ள விக்குலத்து யேழைகளிச்சங்கதிகளை பத்திரிகைகள் வாயலாகவும் கேழ்வியாலு முணர்ந்து தாங்களும் திராவிட ஜனக்கிளைச்சபையோரெனக் கூடி அவ்வி டத்திய திவானவர்களுக்கு ஓர் விண்ணப்ப மனுப்பி சில தருமகலாசாலைகள் வகுத்து தங்கள் சிறுவர்களை விருத்திசெய்ய வேண்டுமென்று கோறினார்கள். அதனைக் கண்ணுற்ற திவானவர்கள் அடியிற்குறித்துள்ள வினாக்களை வினவினார்.

திருவிதாங் கோட்டிலுள்ள திவான் ஆபீசிலிருந்து மேற்படியூர் நாகர்க்கோவில் ஆதி திராவிட ஜனக்கிளை சபையாருக்கு அநுப்பிக் கேட்டிருக்கும் கேள்விகளுக்கு சென்னை ஆதி திராவிடஜன தலை மெய்ச் சபையோரால் 1892 வருடம் அக்டோபர் மாதம் கொடுத்த உத்திரவுகள்.

1–வது வினா: பறையர்கள் இவர்களுக்கு வக்கணை என்ன அதன் உற்பத்தி யென்ன?

விடை: முதலாவது வினாவில் பறையர்கள் என்னும் பெயர் பூர்வீக திராவிட சாதியோருக்கு வந்த வசை கல்வியற்ற அவிவேகிகளிற் சிலர் தங்கள் விரோதத்தினால் வைத்தப் பெயராகக் காணுகிறதேயன்றி தொழிலைப்பற்றி வந்ததாகக் காணவில்லை. அதாவது (பறை) என்னு மொழிப்பகுதியாகி, தோல் கருவியடித்து விவாகக் குறிப்பு, மரணக்குறிப்பை பறைகிறதும் நாவினாற் சொல்லென்னும் ஏவலைப் பறைகிறது மாகி சொற்றிரிந்து பறை–பகுதி, அர்–விகுதியினால் வாய்பறை, தோற்பறை பறையுஞ் சகலதேச மனுக்களையும் பறையரென்று சொல்லும்படியான ஆதரவிருக்க திராவிட சாதியோர்களை மட்டும் பறையர்க ளென்கிற நோக்கங்கொண்டு கேட்டக் கேழ்விகளுக்கு உத்திரவு கொடுக்கப்பட்டிருக்கிறது.

வக்கணை யென்பதற்கு சிநேகமென்னும் பொருளைத் தரும். அதற்கு உற்பத்தி சத்துவநிலையேயாம்.

இதனை வினாவியவர் கருத்து ஒவ்வொரு தேச

பாஷைக்காரர்களும் தங்கடங்கள் பெயர்களினீற்றில் ஐயர், முதலி, பட்டர், ராவு, சாஸ்திரியென ஒவ்வொரு தொடர் மொழிகளை, வைத்திருக்கின்றார்களே அதுபோல் தற்காலம் பறையரென்று வழங்கிவரும்படியான வர்களுக்கு ஏதேனும் தொடர்மொழிக ளுண்டாவென்று கேட்டிருப்பா ரானால் இந்து தேசத்தின் ஓர்பாகத்தில் நான்கு சாதியோராய் விளங்கினோர்களின் திராவிட சாதியோராகிய தமிழ் பாஷைக் குடிகளை ஐந்துபாகமாகப் பிரித்து அதில் மலைகளைச் சார்ந்து வசிப்பவர்களுக்கு குறிஞ்சி நிலத்தா ரென்றும், கடலைச்சார்ந்து வசிப்பவர்களுக்கு நெய்த நிலத்தாரென்றும், காடு சார்ந்து வசிப்பவர்களுக்கு முல்லை நிலத்தாரென்றும், படுநிலஞ் சார்ந்து வசிப்பவர்களுக்குப் பாலை நிலத்தாரென்றும், நாடுசார்ந்து வசிப்பவர்களுக்கு மருதநிலத்தாரென்றும் வழங்கிவந்தவர்களில் இவர்கள் மருதநில வாசிகளாகையால் தங்கள் பெயர்களினீற்றில் நாயனார், கீரனார், போகனார், புலிப்பாணியார், பாண்டி யனார், அகத்தியனார், நத்தத்தனார் என ஒவ்வொருவர் பெயர்களினீற்றிலும் விகுதியாக நிற்குமேயன்றி பகுதியாக நிற்கமாட்டாது. மரியாதை யோவென்றால் பெரியோர்களுக்கு தேவரீரென்றும், சிறியோர்களுக்கு சிறந்திரு அல்லது சுகநிதி யென்றும் அமைவித்த நிச்சயமாகும். இவர் களுக்குள்ளுந் தற்காலத்தில் சிலர் பிள்ளை, ரெட்டி, பத்தர், ராவு என்னுந் தொடர்மொழிகளை சேர்த்துக் கொண்டு வருகின்றார்கள்.

2–வது வினா: சேரி யென்பதற்குப் பொருள் என்ன?

22 செப்டம்பர், 1910

விடை: சேரி என்பதற்குப் பொருள் பாடி. அதாவது – பத்து குடிகள் அல்லது அதற்கு மேற்பட்ட குடிகள் சேர்ந்து வாசஞ் செய்யுமிடத்திற்கு சேரி என்னும் பெயரைக் கொடுத்தார்கள். அஃது முல்லை நிலவாசிகளாகிய இடையர்கள் வசிக்கும் இடத்திற்கே இடைச்சேரியென்றும், ஆயர்பாடியென்றும் சகல சாஸ்திரங்களும் வழங்கிவந்ததே யன்றி பறைச்சேரி யென்று எந்த சாஸ்திரங்களும் முறையிட வில்லை. தற்காலம் பெரிய சாதிகளென்போர் வாசஞ் செய்யுமிடம் கூடுவான்சேரி, புதுச்சேரி, தலைச்சேரி முதலியவைகளேயாம்.

3–வது வினா: இவர்களுடைய மதம் என்ன, அதை சம்மந்தித்த கன்மாதிகள் என்ன?

விடை: இவர்கள் துவிதபாவனையில் இந்திரரை தேவராகப் பூசித்தவர்கள் ஆகையால் இந்திய மதத்தின ரானார்கள். இதன் கன்மாதியோவென்றால் மார்கழி, தைமாதங்களில் முன் பனிகால தானியங்களை அறுத்து புதுப்பானைகளில் பொங்கலிட்டு இந்திரனுக்குப் பூசைசெய்து, இக்குலத்தோரில் உள்ளொளி உணர்ந்து செவ்விய தண்மெயில் இருக்கும் அந்தணர்களை முந்தி புசிக்கச்செய்து யாசகர்களுக்கிட்டு தாங்களும் புசித்து ஆனந்தித்து நிற்பதே இவர்களது கன்மாதியாகும்.

4–வது வினா: இவர்களை நடத்திவருகிற ஆசிரியன்மார்கள் யார்?

விடை: இவர்களுடைய ஆசிரியர்களில் ஞானாசிரியர்க ளென்றும், கன்மாசிரியர்களென்றும் இருவகையுண்டு. அதில் ஞானாசிரியர்களின் விவரம்: இக்குலத்தோர்களில் சிலர் சகலசாஸ்திரங்களையும் உணர்ந்து விவேக முதிர்ந்தபோது ஞானக்கூட்டங்களை ஏற்படுத்தி சகல தத்துவ சாஸ்திரங்களையும் அமைத்து தென்காசிமடம், தென்பாண்டிமடம், பூதூர்மடம், கருவூர்மடம், திருப்புளிமடம் என்னும் பெயர்களிட்டு ஞான மார்க்கத்தைப் போதித்து வந்தார்கள்.

இவர்களின் பெயர்கள்:

அருமெயாகிய தவத்தை செய்பவராகையால் அருந்தவ ரென்றும், மேன்மெய்தங்கிய நிலமெயுடையவ ராகையால் மாதவரென்றும், உள்ளொளி உணர்ந்தவ ராகையால் அந்தண ரென்றும், அறிவு முதிர்ந்தவராகையால் ஞானிக ளென்றும், வேதமோதுவதினால் வேதியரென்றும், கன்னைப் பார்ப்போரா கையால் பார்ப்பனரென்றும், சகல தோற்றமும் ஒடுக்க முடை யவர்களாதலால் சித்தர்களென்றும் அழைக்கப் பெற்றார்கள்.

கன்மாசிரியர்கள் விவரம்: இக்குலத்தோர்களிற் சிலர் கணிதாதி சோதிட விஷயங்களை நன்காராய்ந்து அரசர் முதல் வணிகர் வேளாளரென்ற முத்தொழிலாளருக்கும் விவாகபந்த அஷ்ட முகூர்த்தங்களையும் நியமித்து கிரியை களை நடத்தி வருவதும், மரண சம்மந்தமான தன்ம கன்மங் களையுஞ் செய்து வருகின்றார்கள். இவர்களின் பெயர்: ஈகையுடன் சகல தன்மகன்மங்களையும் செய்து வருகிறவர் களாகையால் வள்ளுவரென்றும், வருங்காரியம் போங் காரியங்களை

அறிந்து ஓதவல்லவராகையால் சாக்கைய ரென்றும் அழைக்கப் பெற்றார்கள்.

29 செப்டம்பர், 1909

5–வது வினா: இவர்களை சம்மந்தித்த சாதிகள் யார்?

விடை: இவர்கள் பூர்வத்தில் ஆந்திரசாதி, மராஷ்டகசாதி, கன்னடசாதி என்ற மூன்று சாதிகளுடன் சம்மந்தித்திருந் தார்கள். தற்காலத்திலோ, சிங்களர், சீனர், பர்மியர், வங்காளர், ஆங்கிலேயர், பிரான்சியர், பார்சியர், ஆரியர் களாகிய சகல சாதிகளிடத்தும் சம்பந்தித்திருக் கின்றார்கள்.

6–வது வினா: பூர்வத்தொழிலென்ன? தற்காலத் தொழி லென்ன?

விடை: பூர்வத்தில் இவர்கள் அந்தண, அரச, வணிக, வேளாளமென்ற நான்கு தொழில்களையுஞ் சரிவரச் செய்து வந்தார்கள். தற்காலத்தில் மேற்சொன்னபடி தொழில்களை சிலர் செய்துவந்தபோதிலும் பெரும்பாலும் வேளாளத்தொழிலும், ஆங்கிலேயர் அரண்மனைத் தொழிலும், செரஸதார், இஞ் சினியர், சர்ஜன், இனிஸ்பெக்ட்டர், மானேஜர், ரிஜிஸ்ட்ரார், எட் ரயிட்டர் முதலிய ராஜாங்கத் தொழிலுஞ் செய்துவருகின்றார்கள்.

7–வது வினா: பூனூல் உண்டா? ஆசிரியன்மாரின் விவரம் என்ன?

விடை: பூனூல் உண்டு. ஆசிரியன்மாரின் விவரம் நான்காவது விடையில் கூறி இருக்கின்றன.

8–வது வினா: ஜனன அடியந்தரங்கள் என்ன?

விடை: பரதகண்ட பஞ்ச பூத அடியந்திரமும், திராவிடம் பரவச் செய்த அகஸ்திய கோத்திரமும், இந்திர பரம்பரையும், பாண்டிய வம்மிஷமுமாம். இதன் கன்மாதியோ நைடதத்திற் கூறியுள்ள செயல்களேயாம்.

9–வது வினா: கலியாண சம்மந்தமான கன்மாதிகள் என்ன?

விடை: இவர்களின் கலியாண சம்மந்தம் பனிரண்டுமுதல் பதின்மூன்று வயசளவுள்ள மங்கை பருவப்பெண்ணை

மணமகனுக்கு உரியோர் கேட்கவும், மணமகளுக்கு உரியோர் சம்மதப்பட்டு கொடுக்கும் பிரசாபத்தய மணமே பூர்வத்திலிந்ருது நிறைவேறி தற்காலத்திலும் அனுஷ்டித்து வருகின்றார்கள்.

இதன் கன்மாதியோவென்றால் கன்ம குருக்களாகிய வள்ளுவர்களால் சுபதினம் வைத்து மாதிடையிலிங்க உருவகமாக தங்கத்தினால் ஒரு சின்னஞ்செய்து மஞ்சள்சாடு கோர்த்து பஞ்சகன்னிகைகளால் பந்தற்கால் அமைத்து, ஏழு சால்களை சப்த கன்னிகைகளாகவும், மேல் கும்பத்தை அகத்தியராகவும், கரகசித்திர வருணங்களை இந்திரராகவும், இந்திர ஆவாகன நவதானிய முளைகள் கட்டி, குடவிளக்குடன் அஷ்டமங்கள ஓசையால் ஓம சப்தாக்கினி வளர்த்தி, கன்மகுருவானவர் தாலியை கரத்திலேந்தி அஷ்டமூர்த்த சாட்சியும் சபைசாட்சியும் இட்ட மணமகன் கரத்தில் கொடுக்க மணநாயகன் மணநாயகியின் கழுத்தில் கட்டிவிடுவதே இதன் கன்மாதியாம். இஸ்திரீயானவள் தன் புருஷனை இடைவிடாது இதயத்தில் வைத்துக் கொண்டிருக்கும் சாட்சிக்காக மார்பின் மத்தியில் தாவிக்கொண்டிருக்கின்றபடியால் (தாலி) என்னும் பெயரைப் பெற்றது.

6 அக்டோபர், 1909

10–வது வினா: மரண சம்மந்தமான நடவடிக்கைகள் என்ன?

விடை: பூர்வத்தில் இவர்களில் யோகசாதனமாம் ஞானசாதனம் உடையோர்களை மட்டும் பூமியில் அரைவீடுகட்டி சமாதிசெய்து விடுவது வழக்கமாம். இதன் கன்மாதிரியோ வென்றால் மரணமடைந்தவன் உச்சியி லிருக்குஞ் சோதியானது வெளிப்புறப்பட்டு விட்டபடியால் இறந்தவன் சிரசினருகே ஓர் தீபத்தை ஏற்றிவைத்து, பிறவிபந்தத்திற்கு ஆளானதினால் இருகாலின் பெரு விரலிலும் நிகளபந்தக் கட்டிட்டு, மனைவியின் பதிவிரதா குணமறிய செந்நெற் பொரி வறுத்து தோஷமின்றி வெளுத்த போது பத்தாவுக்கு அன்னமிட்ட கையினால் பொரியை ஆவாகனஞ்செய்து, இல்லறதருமத்தைக் காட்டும்படியான அக்கினியும், அரிசியும், அமுதமும், நீர்க் குடமும் மைந்தன் கையில் கொடுத்து, இடுகாடு வரையிலுங் கொண்டுபோய் பிரேதத்தைக் கொளுத்தி அக்கினியும்,

அரிசியும், பாலும், நீரும் உன்னைவிட்டு நீங்கவில்லையென்று உடைத்து இல்லுக்குத் திருப்பி சோதியைப்பெற்றத் தேகம் போய்விட்ட படியால் தீபசோதியைத் தரிசித்துக் கொண்டு அவரவர்கள் வீட்டிற்குப்போய் சமாதியடைந்தானென்னும் புகழுக்குப் போகாமல் இறந்தானென்னும் இழிவுக்குப் போனபடியால் ஒவ்வொருவரும் இஸ்னானஞ் செய்து எட்டாநாள் மனைவியின் இதயத்தில் புருஷனை மறவாமல் ஊன்றிநிற்க ஓர் அடையாளமாகக் கட்டிவைத்திருந்த, பத்தா இறந்து போனபடியால் அவனை மறந்து போகவேணுமென்று கருதி குடும்ப ஸ்திரீகள் கூடி துக்கித்து கழுத்திற் கட்டியிருக்கும் தாலிசரடை அறுத்து நீரில் விடுவது பூர்வமுதல் நாளது வரையில் நடந்தேறிவரும் மரணசம்மந்த கன்மாதியாம்.

11–வது வினா: எதுவரையில் விவாகம் நடந்தது; ருதுசாந்தி கலியாணம், இரண்டாம் கலியாணம் எப்படி நடக்கிறது?

விடை: புருஷர்களுக்கு குமரபருவம் 22–வயதிலும், இஸ்திரீகளுக்கு மங்கைபருவம் 12–வயதிலும் மணஞ் செய்வது வழக்கமாம். மனைவி மரணமடைந்துபோய் இரண்டாவது விவாகம் செய்வதாயினும் விவாக விதிப்படியே செய்துவருகிறார்கள்.

ஒரு விவாகஞ்செய்த மனைவி இருப்பாளாயின் மறுவிவாகஞ் செய்வது வழக்கமில்லை. தற்காலம் பல தேசத்தோர் சேர்க்கையினால் ஒரு விவாக மனைவியிருக்க மறுவிவாகமுஞ் செய்து வருகிறார்கள்.

ருதுசாந்தி கலியாணமோவென்றால் பெண் மங்கை பருவத்துக்கு வந்தாளென்பதை பந்துக்களுக்குத் தெரிவித்து பெண்ணையலங்கரித்து வாத்திய கோஷமுடன் ஆனந்தங் கொண்டாடினால் சீக்கிரத்தில் விவாகம் முடியுமென்று கோறி ருது பந்து சேர்க்கை நடக்கும் வழக்கமானது பூர்வமுதல் நாளதுவரையில் நடந்தேறிவருகின்றது.

27 அக்டோபர், 1909

12–வது வினா: பெண்களுடைய விவாக சம்மந்தத்தை தொந்தந்தீர்க்கிற விபரமென்ன, அப்படிப்பட்டவர்களை திரும்ப சேர்த்துவைக்கிற விபரம் என்ன?

விடை: புருஷனும் இஸ்திரீயும் அட்டமூர்த்த முன்னிலையிலும், சபையோர் முன்னிலையிலும் ஒருவரை விட்டு ஒருவரைப் பிரியோமென சத்தியமணஞ் செய்துக் கொண்டவர்களாகையால் விவாகபந்த விலக்கமானது விபசார தோஷம் புலப்படுமானால் பெரியோர்களைக் கொண்டு ரூபித்து அவளை நீக்கிவிடுவது பூர்வமுதல் நாளது வரையில் நடந்தேறிவருகிற தொந்தந்தீர்க்கும் வழக்கமாம். திரும்ப சேர்க்கும் வழக்கமானது மனைவியானவள் விபசார தோஷமின்றி ஏதோ சில மனத்தாங்கலால் ஒருவருக் கொருவர் நீங்கியிருப்பார் களானால் மணவரையிற் செய்த சத்திய பயமும், பெரியோர்களின் வாக்கும் இவர்களை மறுபடியுஞ் சேர்த்து விடச்செய்கிறது.

13–வது வினா: சாதாரண விவாகம், புனர் விவாகம் இவைகள் எப்படி நடந்துவருகிறது. அதற்குண்டாயிருக்கும் அநுமதி என்ன, அது நடந்து வருகிறதா?

விடை: சாதாரண விவாகம் ஒன்பதாவது விடையிற் கூறியிருக்கின்றன பத்தாவானவன் சிறுவயதில் இறந்து விடுவானாயின் அவனை மறந்துவிடும்படி அவனால் கழுத்திற் கட்டிய ஓர் அடையாளத்தை அறுத்து எடுத்து விடுகிற படியால் அவள் மறுவிவாகத்துக் குரியவளா யிருக்கின்றாள். இதற்கு அநுமதி தமயந்தியின் இரண்டாவது சுயம்வர ஆதரவைக்கொண்டு நாளது வரையில் விதவா விவாகமாம் புனர்விவாகம் நடந்தேறிவருகிறது.

14–வது வினா: ஒவ்வொரு சாதிக்கும் விதம்விதமானப் பெயர்கள் என்ன, அவர்கள் எப்படி அழைக்கப் படுகிறார்கள்?

விடை: இந்தக் கேள்வியானது இவர்களைக் கேழ்க்கக் கூடியதல்ல. ஆரடாமானியம் விட்டதென்றால் நான்தான் விட்டுக் கொண்டேனென்னும் பழமொழிக் கிணங்க தங்கள் தங்கள் இஷ்டம்போல் ஒவ்வொரு சாதிப் பெயர்களை வைத்துக் கொண்டார்கள். தங்களாற் சொன்னப் பெயர்களை எதிரிகளால் அழைக்கப்பெற்று வருகிறது.

இதன் விவரம் திராவிட சாதியோராகிய தமிழ் பாஷைக் குடிகளில் துற்குணமும், துற்செய்கை உடையவர் களுக்கு சுரசம்பத்தோரென்றும் நற்செய்கையும், நற்குணமுமுடையவர்களுக்கு தெய்வசம்பத்தோரென்றும் பிரித்ததுபோல்

மலையாள பாஷையில் துற்குணமும் துற்செயலுமுள்ளவர் களுக்கு தீயரென்றும், நற்குணமும், நற்செய்கையு முடைய வர்களுக்கு நியாயரென்றும் அவரவர்கள் குணத்திற்கும் செயலுக்கும் உள்ள பேதங்கண்டு எழுதிவைத்திருந்த பெயர் களை கீழ்ச்சாதி மேற்சாதியென்று வழங்கிவருங் காரண மென்னவென்று உய்த்து நோக்குவாரானால் ஒவ்வொரு சாதிகளுக்கும் விதம்விதமானப் பெயர்கள் வந்தவகை உள்ளங்கை நெல்லிக்கனி போல் விளங்கும்.

15– வது வினா: அவர்கள் தரிக்கிற வஸ்திரங்கள், ஆபரணங்கள் எவை?

விடை: மலைகளைச்சார்ந்த குறிஞ்சிநிலப் பொருள்களும், கடலைச்சார்ந்த நெய்தநிலப் பொருள்களும், காடுசார்ந்த முல்லைநிலப் பொருள்களும், நீரின்றி படும் பாலைநிலப் பொருள்களும், மருத நிலமாகிய நாட்டிற் கொண்டுவந்து சகலரும் உபயோகிக்க வேண்டியிருக்கின்றபடியால் மருத நிலவாசிகளாகிய இவர்களுக்கு பட்டு, பருத்தி முதலிய ஆடை களும்; அம்பர், வெள்ளி, நவமணி முதலிய ஆபரணங்களும் பூர்வமுதலணையப்பட்டு தற்காலத்திலும் உபயோகித்து வருகிறார்கள்.

3 நவம்பர், 1909

16– வது வினா: ஆகாரத்தை சம்மந்தித்த விவரமென்ன? அதை எப்படி புசித்துவருகிறார்கள்?

விடை: மருதநில தானியமாகிய சென்னெல், சிறுபயிறு, வாழை, பலா, மா முதலிய ஆகாரங்கள் இவர்கள் சூத்திரத்தால் விளைகிறபடியால் பூர்வமுதல் நாளது வரையில் அறுசுவை உண்டி யோடும் புசித்து வருகின்றார்கள்.

17– வது வினா: மத்தியபானங் குடிக்க அநுமதியுண்டா? அவைகளை அதிகமாக உபயோகிக்கிறவர்கள் யார்?

விடை: பூர்வத்தில் இவர்கள் வம்மிஷத்தோர்களால் ஏற் படுத்தியுள்ள சகல சாஸ்திரங்களிலும் மதுவைப்பற்றியும், மது விற்போரைப்பற்றியும், அதைப் புசிப்போரைப்பற்றியும் இழிவாகக் கூறியிருக்கின்றபடியால் அவைகளைப் பானஞ்

செய்ய அநுமதியில்லை. தற்காலம் இவர்களிற் சிலர் தங்கள் சம்பாதனைக்குத் தக்கதுபோல் புசித்துவந்த போதிலும் பெரும்பாலும் உபயோகிப்பவர்கள் யாரென்று, அறியவேண்டு மானால் ஆப்காரி இனிஸ்பெக்ட்டர் மூலமாகவும், இரட்டேயில் ஷாப் வியாபாரிகள் மூலமாகவும், புட்டி வியாபாரிகளாலும் எளிதாகத் தெரிந்துக் கொள்ளலாம்.

18–வது வினா: பிரதான சாதிகள் எவை? அவைகளின் உட்பிரிவுகள் எவை?

விடை: அந்தந்த தேசத்தில் சாதிக்கும்படியான பாஷைக் காரர்களே அங்குபிரதான சாதிகளானார்கள். அந்தந்த பாஷையில் வழுவினின்றதே உட்பிரிவாகும்.

19–வது வினா: மேல் விபரத்தில் உட்படாத ஆசார விளக்கங்கள் என்ன?

1. *விடை:* தன் பாஷையில் வக்கணையுள்ளத் தொழிற் பெயர்களை கீழ்ச்சாதி மேற்சாதியென்று ஏற்படுத்திக் கொண்டு சுதேச ஒற்றுமெயைக் கெடுத்துக் கொள்ளக் கூடாது.

2. *விடை:* சகல சீவசெந்துக்களும் மண்ணாகிய பிரம்மாபேரில் வாசஞ் செய்கிறபடியால் மநுக்கள் வாழும் பதியை இழிவு கூறக்கூடாது.

3. *விடை:* ஒவ்வொருவரின் சம்மதமே மதமாகையால் எம்மதத்தையும் தூஷிக்கக்கூடாது.

4. *விடை:* ஓதிவைப்பவனே ஆசானாகையால் தன்ன வரன்னியரெனப் புறங்கூறக்கூடாது.

5. *விடை:* ஒவ்வொருவரையுஞ்சேர்த்துக்கொள்ளுவது பிரிய சித்த மாகையால் பிராயசித்தம் உண்டாக்கிக்கொண்ட போது மற்றவர்களை இழிவுகூறக்கூடாது.

6. *விடை:* சகல தொழில்களும் ஜீவாதாரமா யிருக்கின்ற படியால் எத்தொழிலையும் இழிவுக்கூறக்கூடாது.

7. *விடை:* இகத்துக்கும், பரத்துக்கும் உள்ள சகல நன்மெகளும் மனுக்களுக்கென்று ஏற்படுத்திக் கொண்டிருக்க அதிற் சிலருக்குண்டு சிலருக்கில்லை யென்று புறங்கூறக் கூடாது.

8. *விடை:* சகலமனிதர்களும் பஞ்சபூதவடிசுக்கில சுரோணித

உற்பத்தியாகையால் நான்பெரிய உற்பத்தி யென்று ஒருவனுஞ் சொல்லக் கூடாது.

9. விடை: புருஷனுக்கு வாலைவயதிலும், பெண்களுக்கு பேதை பெதும்பை வயதிலும் விவாகஞ்செய்யக்கூடாது.

10. விடை: மனுக்களாக அவதரித்தும் மரணத்திற்கு ஆளானால் மறுபிறவி உண்டென்று சகல ஞான சாஸ்திரிகளும் கூறுகிறபடியால் மரணத்திற்கு ஏதுவான விஷயங்களை செய்யக்கூடாது.

11. விடை: பெண்களுக்கு ருதுசாந்தியாகும் மங்கைப் பருவமாகாமல் விவாகஞ் செய்யக்கூடாது.

12. விடை: மணவரையில் சத்தியஞ்செய்து சேர்த்துக் கொண்ட பெண்ணை அவள் சந்தியம் மீறாமலிருக்க நீக்கக்கூடாது.

13. விடை: மங்கை பருவத்தில் விதவையானப் பெண்ணை மறுமணமில்லாமல் வீட்டில் வைக்கப்படாது.

14. விடை: தங்கடங்கட் பெயர்களினீற்றில் ஒவ்வொரு தொடர்மொழிகளை சேர்த்துக்கொண்டு மற்றவர்களை இழிவு கூறக்கூடாது.

15. விடை: ஒவ்வொரு தேசத்து மனிதர்களும் பூர்வத்தில் மிருகத்திற்கு சமானமாகவிருந்து விவேக முதிர்ந்தபோது நாகரீகத்திற்கு வந்தவர்களா யிருக்கின்றபடியால் சிலர்கள் சீலமாயிருக்கலாம் மற்றவர்கள் சீலத்துக்கு வரலாகாதென்று பொறாமெய்க் கொள்ளக் கூடாது.

16. விடை: ஒவ்வொரு தேசங்களில் விளையப்பட்ட பதார்த்தங்களே அத்தேசவாசிகளுக்கு ஆகாரங்களா இருக்கின்ற படியால் மற்றதேசத்தோர் ஆகாரங்களை இழிவுக்கூறக்கூடாது.

17. விடை: மனிதன் சுயபுத்தியோடுங்கூடி இருக்கின்ற காலத்திலும் தவருதலடைகிறபடியால் அறிவை மயக்கும் மதுபானங்களை புசிக்கக்கூடாது.

18. விடை: சகல தத்துவ சாஸ்திரங்களிலும் இஸ்திரீயின் கருப்பத்தில் கட்டுப்பட்டுப் பிறப்பது இழிவு பிறந்துந் தன்னை அறியாமல் இறந்துவிடுவது பேரிழிவென்றுங் கூறியிருக்கின்றபடியால் பெண்களின் கருப்பத்திற் கட்டுபட்டு வெளிவந்த ஒவ்வொரு மனிதனும் நான்தான் பிரதமசாதியென்று சொல்லக்கூடாது.

மேற்கூறிய பதினெட்டு வினாக்களுக்கும் உட்படாத ஆசார விளக்கங்கள் இவைகளேயாம்.

PUNDIT C. IYOTHEE THOSS.

A. D. J. SABHA

MADRAS, NORTH BLACK TOWN, OCTOBER 1892

17 நவம்பர், 1909

கனந்தங்கிய திருவாங்கூர் திவான் ஆபீசார் கேட்டக் கேள்வி களுக்கு உத்திரவெழுதி அச்சிட்டுப் புத்தகங்களை திருவாங்கூர் திராவிட சபையோருக்கு அனுப்பி அவர்களால் வந்தனையுடன் திவான் ஆபீசோருக்கு அனுப்பியதின்பேரில் அவர்களுங் கண்டு சந்தோஷித்து இவ்வேழை சிறுவர்களுக்குப் போதுமான கலாசாலைகள் வகுத்து இலவசக் கல்வி கற்பிக்கும்படியான தயாள உத்திரவை அளித்தார்கள்.

அவ்விடமுள்ள சிறுவர்களுக்குக் கலாசாலைகள் ஏற்பட்ட பின்னர் சிலகாலஞ்சென்று கனந்தங்கிய ரிஜிஸ்டிரார் ஜென ரல் ஸ்ரீனிவாச ராகவை யங்காரவர்கள் (Forty years report) பார்ட்டியியர்ஸ் ரிபோர்ட் என்னும் ஓர் புத்தகம் அச்சிட்டு கவர்ன்மென்டாருக்கு அநுப்பியுள்ளதில் இந்த பறையரென்னும் வகுப்பார் சீர்பெறவேண்டுமானால் ஒன்று துலுக்கர்களாகிவிட வேண்டியது. அல்லது கிறிஸ்தவர்களாகிவிட வேண்டியது என்று தனது அபிப் பிராயத்தை வெளியிட்டிருந்ததைக் கண்ணுற்ற திராவிடர் கள் நமது கனந்தங்கிய சீனிவாசையங்காரவர்கள் மக்கான் அருகே பங்கியடித்திருக்குந் துலுக்கர்களையும், புறாவிட்டுத் திரியுந் துலுக்கர்களையும், சேரிகளில் ஓடேந்தித் திரியுங் கிறிஸ்தவர்களையுங் கண்ணுற்றுப் பாராமல் இத்தகைய ரிப்போர்ட்டு அநுப்பியது பிசகென்றும், அவர்கள் நசுங்குண்டு வருங் காரணங் கண்டறிந்து சீர்திருத்த வேண்டுமென்றும், சென்னையில் மத்தியிலுள்ள கிராம மாகும் ஆல்தோட்டத்தில் ஜலவசதியில்லா சுகக் கேடுகளையும், துர்நீர் போக்கில்லாப் பாதை கேடுகளையும், விளக்கியதின்பேரில் சிலசுகாதார சீர்திருத்தங்கள் ஏற்பட்டது.

அதன்பின் *1898* வருஷம் ஜூன் மாதம் கனந்தங்கிய கர்னல் ஆல்காட் துரையவர்கள் அடையாற்றில் ஏற்படுத்தி யிருந்த

கலாசாலை விஷயமாக சில ஆலோசினைச் செய்து இப்போது சென்னை ராஜதானியிலும், திருவாங்கூர் ராஜ தானியிலும் சிறுவர்களுக்கு இலவசக் கல்வி நிறைவேறிவரும் முயற்சிக்கு மூலம் யாரென்று சென்னை மகாஜன சபையோரை வினவி தெரிந்து கொண்டு அயோத்திதாஸ பண்டிதரைத் தருவித்து தனது அடையாற்றிலுள்ள காலாசாலையை எடுத்து நடத்திக் கொள்ளும்படி சொன்னார். அதற்குப் பண்டிதரவர்கள் தங்கள் கூட்டத்தார் எழிய நிலைமையையும், அவர்கள் பேதத்தையும் பூர்வ சமயப் போக்கையும் விளக்கி அடையாற்றிலுள்ள காலாசாலை யுடன் மற்றுஞ் சில கலாசாலைகளை வகுத்து சிறுவர்களை சீர்படுத்த வேண்டுமென்று கேட்டுக் கொண்டதின்பேரில் அமேரிக்காவினின்று கனந்தங்கிய மிஸ். சாரா.இ. பால்ம ரென்னும் லேடியைத் தருவித்தார். அவ்வம்மை ஆல்காட் தியாசபி சங்கத்தில் வந்திரங்கியவுடன் காரிய தரிசியாரால் வாசித்த வாழ்த்துபத்திரம்.

TO

MISS. SARAH. E. PALMER, F.T.S.

RESPECTED MADAM.

We come to greet you on your arrival at Madras as a committee of the Dravidian or so called Panchama Community, to contribute to whose highest welfare, you have come. Words fail us to express our gratitude for your self-denial and holy sympathy for our long oppressed and wronged race. We hope that this day will mark a new and bright epoch in our history, and you may feel assured that your name will be mentioned to our children as that of a true friend and a benefactress in ameliorating our miserable condition and reviving our old Buddhistic faith.

PUNDIT C. IYODHI DOSS,

Secretary

12.12.98

No.7, MOBRAY'S ROAD, Royapettah.

24 நவம்பர், 1909

கனந்தங்கிய எச்.இ. பால்மர் அம்மைக்கு வந்தனோபசார பத்திரம் வாசித்தவுடன் அவ்வம்மனும் மிக்க ஆனந்தமுடன் எழுந்து திராவிட சாக்கைய பௌத்த சங்கத்தோரை நோக்கி சகோதிரர்களே நீங்கள் கோரியவிண்ணப்பம் ஏழை, என்னாற் கூடியக் கல்விவிருத்தி செய்துவைப்பேனென்று வாக்களித் தார்கள்.

அவ்வாக்கு பிசகாது பண்டிதரை அழைத்து வேளாளத் தேனாம்பேட்டையிலும் மற்றுமுள்ள இடங்களிலிருக்கும் சாதிபேதமற்ற திராவிடர்களை அழைத்து கலாசாலை அமைக்கும் விஷயங்களை எடுத்தோதும்படிச் செய்து அங்கோர் கலாசாலையும், மயிலாப்பூரில் ஓர் கலாசாலையும், கோடம் பாக்கத்தில் ஓர் கலாசாலையும் நிலைக்கச் செய்தார்கள்.

அம்மூன்று நூதன கலாசாலைகளின் கட்டிடங்களை சொந்தமாகவே கட்டிமுடித்ததுமன்றி வாசிக்கும் பிள்ளை களுக்கு சம்பளமில்லாமற் கற்பிப்பதுடன் நான்காவது வகுப்புப் பிள்ளைகள் வரையில் வாசிக்கக் கூடிய புத்தகங் களும், கடிதங்களும், சிலேட்டுகளும், பென்சல்களும் (கிண்டர்காட்டன்வர்க்கென்னும்) சித்திர வேலைகள் செய்யும் சாமான்களும் இலவசமாகக் கொடுத்துக் கற்பித்து வந்தார்கள்.

அத்தகைய கற்பனா உபகாரம் போதாது மத்தியானத்தில் பொசிப்பில்லா ஏழை சிறுவர்களுக்கு சிறுதிண்டியாம் புளிப் புமளித்து வருவதுடன் அம்மை பால்மர் துரைசானியிருக்கு மளவும் ஏழை சிறுபிள்ளைகளுக்கு வேண்டிய உடை களுந் தைத்து உடுத்திவந்தார்கள்.

கர்னல் ஆல்காட் துரையவர்களின் கருணையாலும், அவரை அடுத்தோரின் பேருபகாரத்தாலும் கலாசாலை சம்பளமின்றி மேற்கூறிய உபகாரம்பெற்று வாசித்துவரும் பிள்ளைகளின் தொகை 700–க்கு மேலதாகும்.

ஏழை சிறுவர்களின் கலாசாலை விருத்திப் பெற்றுவருங்கால் பிள்ளைகளின் துற்பாக்கியம் கர்னல் ஆல்காட் துரை இறந்துவிட்டார். அதன்பின் கலாசாலை விருத்தி ஏதேனும் மாறிப்போமென்றெண்ணிய பண்டிதர வர்கள் தியாசபி

சங்கத்திற்குத் தலைவராகத் தோன்றியுள்ள கனந்தங்கிய ஆனிபீசென்டம்மை யவர்களுக்கு ஓர் விண்ணப்பமெழுதி நேரிற்போய் கண்டு கலாசாலைகளை கர்னலவர்கள் ஆதரித்துவந்ததுபோல் தாங்களும் ஆதரிப்பதுடன் கைத்தொழிற் சாலையும் ஒன்றை வகுத்து சிறுவர்களை ஆதரிக்க வேண்டுமென்று கேட்டுக் கொண்டார்.

பண்டிதர் கேட்டுக்கொண்ட விண்ணப்பத்தின்படி பிரசிடென்ட் ஆனிபீசென்டம்மனால் கலாசாலைகள் நிறை வேறி வருகின்றது.

கனந்தங்கிய ஆனிபீசென்டம்மை அவர்களுக்கு பண்டிதரவர்கள் விண்ணப்பங்கொடுக்க வேண்டிய காரணம் யாதென் பீரேல் கர்னல் இறந்தவுடன் அவரது காசாலைகளை முநிசிபாலிட்டியாரிடம் ஒப்படைத்துவிட வேண்டுமென்னும் வதந்தி வெளிவந்தபடியால் அம்மனுக்கு விண்ணப்பமளிக்கவும், நேரில் கண்டுபேசவும் நேரிட்டு ஆனிபீசன்டம்மனுடைய ஆதரவில் நிலைக்கப் பெற்றிருக்கின்றது.

இத்தியாதி சிறுவர்களின் கல்வி விருத்தியும் திராவிட சங்கத்தோர் முயற்சியேயாம்.

1 டிசம்பர், 1909

119. நமது கவர்னரவர்களின் ஏகபுத்திரர் இறந்த துக்கவாறுதலுக்கு விடுத்த பத்திரம்.

SIR ARTHUR LAWLEY AND LADY LAWLY

YOUR EXCELLENCIES.

I beg to submit that I am directed by the members of the Non-Caste (Authee) Dravida Mahajana Sabha to convey the following:-

That they have received the sad news of the untimely death of your only beloved son Mr. R. E. Lawley with feelings of deepest sorrow.

That they express their condolences in your sad bereavement and their consolation in your hour of sorrow.

YOUR EXCELLENCIES.

Most obedient servant.

PUNDIT C. IYOTHEE THASS

President.

ROYAPETTAH, MADRAS

13th September, 1909

GOVERNMENT HOUSE,

OOTACAMUND,

16th September, 1909.

DEAR SIR,

I am directed by His Excellency to thank you sincerely and

to ask you to convey his thanks also to the members of the Non-Caste Dravidian Mahajana Sabha for the expression of sympathy with him and Lady Lawley in their bereavement.

Yours truly.

H. H. B.VERNN

29 செப்டம்பர், 1909

120. திருப்பத்தூர் சாக்கைய பௌத்தசங்க தீர்மானம்

ஐயன்மீர்!

பரத கண்டமென்னும் இவ்விந்தியாவின்கண் 3394-வருடங்களுக்கு முன் சற்குருவாகத் தோன்றி புத்தபிரானின் திருவருளாலோங்கின நீதிமார்க்கமானது இந்தியாவின் நானாதிசைகளிலும் பரவிவருங்கால் ஆரியரின் யெழுச்சி யினால் அமிழ்ந்துகிடந்த தென்பதூஉம், பின்னர் கர்னல் ஆல்காட் துரையவர்களும் சங். க. அயோத்திதாஸ் பண்டிதர வர்களும், பகவானருளால் தாழ்ந்துகிடந்த பௌத்தர்களை மீண்டும் வெளிக்குக் கொண்டு வந்தார்களென்பதூஉம் நம்மனைவருக்கும் கரதலாமலகம் போல் தெரிந்த விஷயமாகும். என்றாலும், "எதார்த்தவாதி வெகுஜன விரோதி" என்பது போலவும், "நல்லதைச் சொன்னால் நொள்ளக் கண்ணனுக்கு நோப்பாளம்" என்பது போலவும் புத்த பகவான் போதித்த நீதியும், பௌத்தர்களின் நன்னடக்கையும் மும்மலமாய் கையிலாழ்ந்து கிடக்கும் மானிடரில் பலருக்கும் பொருந்தாததினாலே புத்த மார்க்கத்தை பல தீங்குகளால் மீளவும் அழிக்க தலைப் பட்டனர். ஆனால், "கிணறு வெட்டப் பூதம் புறப்பட்டது போல" விரோதிகள் நடுங்கும் படியாக தற்போது நாம் கேட்ட சம்பவமானது நம்மனைவருக்கும் மிகவும் குதூகலத்தைத் தரக்கூடியதாய் இருக்கின்றது. எங்ஙன மெனில், கி. பி. 7-ம் நூற்றாண்டில் சீன யாத்திரியாகிய ஹியூன்த்ஸாங் இந்தியாவுக்கு வந்த காலத்தில் தான் எழுதி வைத்திருந்தபடி ஆர்ச்சலாஜிக்கல் டிபார்ட் மெண்டார் தோண்டி யெடுத்ததில் பெஷாவார் நகரில் புத்தபகவானின் அஸ்திகளகப்பட்டன, அகப்பட்ட அஸ்திகளடங்கிய பெட்டியின்மேல் புத்தர் உருவமும், ஸரஸ்வதிவாதின் என்ற கட்சியாரின் நாமதேயமும், கானிஷ்கா ராஜாவின் பேரும் எழுதப் பட்டிருந்தனவாம். எனவே இங்ஙனம் தென்பட்ட அஸ்திகளைச் சகல பௌத்தாலயங்கட்கும் பங்கிடாமல் பொதுவாய் காசியிலேயே வைக்க வேண்டுமென்பது பல சங்கத்தினர்களின் கோரிக்கையா

யிருக்கிறது போல நமது சங்கத்தின் நோக்கமும் இருக்கிறது. ஏனென்பீரேல், புத்த கயா வென்னும் காசி க்ஷேத்திரமானது சர்வ க்ஷேத்திரங் களுக்கும் பிரதானமானதாயும், யமுனை, சோனை, இராம்கங்கா, கௌமதி, கோசிரா, கண்டகி, கூசை என்னும் உபநதிகளைக் கொண்டுலாவியோடும் புண்ய நதியாகிய கங்கா நதியின் சிறப்பைப் பெற்றிருப்பதினாலும், கயாவில் வைக்க போதுமான இடமின்மையாலும் பகவானின் அஸ்திகளைக் காசியில்தானே வைப்பது நன்றாகும். ஆதலின் மாக்ஷிமைத் தங்கிய நமது இந்தியா கவர்ன்மெண்டார் நமது வேண்டுகோட்கிரங்கி புத்தர் அஸ்திகளைக் காசியில் வைக்கும்படி தயைபுரிந்து உத்திரவளிப்பார்களாக. இதற்காக சென்னை தென்னிந்திய சாக்கைய பௌத்த சங்கத்தின் பொதுக் காரியதரிசியாகிய சங். க. அயோத்திதாஸ பண்டிதர் அவர்கள் மேற்படி கவர்ன்மெண்டாருக்கு அப்பீல் செய்வாராக.

சுபம்.

திருப்பத்தூர் — உத்திரவின்படி,

1.10.1909 — T. M.

6 அக்டோபர், 1909

121. நல்ல ஆயன்

MARIKUPPAM

6.10.09

மகாகனந்தங்கிய "தமிழன்" பத்திராதிபர் ம-ள-ள-ஸ்ரீ க. அயோத்திதாஸப் பண்டிதரவர்களுக்கு நமஸ்காரம். அடியில் வரைந்துள்ள விஷயங்களை வெளியிட வேணுமாய்த் தங்கள் திருவடிகளைப் பணிகின்றனம்.

செங்கற்பட்டு டிஸ்டிரிக்ட் கீழ்ச்சேரி பிளேஸ் கார்டனி லிருந்து *1909* வருடம் அக்டோபர் மாதம் வெளியான *7*-ம் வால்யம் *10*-வது நெம்பர் "நல்ல ஆயன்" எனு மாதாந்தரச் சஞ்சிகை *209*-ம் பக்கம் முதற் கலம் புதுப் புத்தகங்கள் பத்திராதிபர் குறிப்பு *3*-வதில் பின்ருமாறு கூறியிருக்கிறார்.

தமிழன் தலையி லடி- என்னு மோர் துண்டு புத்தகம் கோலார் மதுவிலக்குச் சபைத்தலைவரால் அனுப்பப் பட்டது. தமிழன் என்னும் பத்திரிகையின் பத்திராதிபர் புத்த மதத்தைச் சிலாகித்துப் பேசி கிறிஷ்து வேதத்தை அவமதித்ததைப் பற்றி மிருகேந்திரனென்னும் சத்திய வேதனென்னும் பெயர் பூண்ட ஒருவர் முன்னுக்கு வந்து தமிழன் கூறியப் பல தப்பறைகளை தக்க நியாயங்களால் கண்டித் தெழுதியிருக்கிறார். இவ்வேத தர்க்கத்தில் பிறர் சிநேகத்தைக் கைவிட்டது தவறெனக் காண்கிறோம். நாம் ஒருவரையும் வைதுதிட்டாது நேசத்துடன் நியாயங்களை எடுத்துக்காட்டுவதே நமது வேதத்திற்கு அழகெனவும் மிருகேந்திரன் விளக்கியவை யெல்லாம் உண்மை யெனினும் கசப்பான அவிழ்தம் இனிக்கும் படியாக சர்க்கரையிற் கலந்தூட்டுவது போல் அன்பு என்னுந் தேனி லிழைத்துக் கொடாததால் அவர் கருதியப் பயன் வீணாயிற்றென விசனிக்கிறோம்.

ஆட்சேபம்

பொது நலங்கோரிப் பிரசுரமாகும் பத்திரிகைகளி னாசிரி யருக்கு ஏனையோர் வெளியிடும் புத்தகங்கள் பத்திரிகை முதலியவைகளை யனுப்புவது பிரசித்தம். அவைகளைக் கண்ணுற்ற பத்திராதிபர்கள் தங்களபிப் பிராயத்தை வெளியிடக் கடமைப் பட்டிருக்கிறார்கள். "தமிழன் தலையி லடி" என்னும் பேரூரில்லா கள்ள புத்தகத்தை வெளியிட்டோரும், வெளியிட வுதவினோரும் இதுகாறும் வெளிகிளம்பா தொழிந்துத் திரிகின் றனர். தற்போது கோலார் மதுவிலக்கு சபைத்தலைவரால் அனுப்பப்பட்டதெனக் கண்டு வியப்புற்றாம். மதுவிலக்குச் சபைத் தலைவர்தானோ வெளியிட்டவர். மிருகேந்திரன் தனது குணத்துக்கேற்ப வெளியிட்ட தூஷண புத்தகத்தைக் கண்ட மதுவிலக்குச் சபைத்தலைவ ரித்தகைத்தான புத்தகமும் வெளியிடுவரோ வென்றுப் பரிந்தனுப்பி யிருப்பரேல் இவரை உள் சீர்திருத்தக்காரரென்றும், ஓயாக்குடியருக்கு உத்தம தன்மம் புகட்டுவோரென்றும், அவன்கெட்டான் குடிக்காரன் எனக்கு இரண்டு டிராம் போடென் போருக்கும், நான் குடிப்பதில்லை வீட்டார் மட்டுஞ் சாராயம் விற்கலாமென சாடையாயிருப் போருக்கும், சாராயக்கடை யேறி வெறிக்கக் குடித்து பஜாரிலுளறி மதுவிலக்குச்சபையைச்சார்ந்தவரென்றும், கிறிஸ்தவனானாலும் ஜாதிப்போய் விடுமா என்போருக்கும், வீண்சண்டை வாங்கிப் போலீசி லடைபடும் வெறியருக்கும் வேண்டிய மதிகளை யூட்டி மதுவிலக்குச் சபையிற் சேர்த்து நல்வழிப்பட செய்வோ ரென்றுங் கொள்ளலாம். அங்ஙன மின்றி மிருகேந்திரன் சொன்னபடி தமிழன் தலையி லடிக்க தடியேந்திக் கொண்டு வெளிவருவரேல் மதுவிலக்கு சபையின் நோக்கிதுவாகும்மா? சபைத் தலைவ ரென்றேற்பதற் கிடமுண்டா? குடியரன்றோ தடியேந்தி சண்டைக் கழைப்பர்? கள்ளப் புத்தகம் வெளியிட்ட குற்றஞ் சாருமல்லவா? களித்தின்ன இ. பி. சட்ட மிருக்கிறதல்லவா? மாட்சிமைத்தங்கிய தமிழன் பத்திராதிபர் உலகோப காரமாய் வெளியிட்ட மோசே சரித்திரத்தின் பயனறியா மிருகேந்திரன் மந்தமதியால் வெளியிட்ட கள்ள புத்தகத்தைக் கண்ட நல்ல ஆயன் பத்திராதிபரும் சரியென் றொப்புக் கொண்டு மீண்டுஞ் சரியல்லவென்றும் புகலவந்ததை நோக்கில் சங்கைக் கிட முண்டாகிறது. மத தர்க்கங் கூடாதென்றவர் மதப்பற்றுக் கொப்புக் கொண்டு தமிழன் தலையி லடி யென தடியேந்திக்

கொண்டதை கண்டஞ்சி தாமுந் தமிழரான படியால் விசனிக்கின்றோ மென்றார் போலும் கசப்பான அவிழ்தத்தை இனிக்கும் படியாக சர்க்கரையிற் கலந்துவிடுவது போ லன்னமென்னுந் தேனிலிழைத்தூட்டாமல் போயினரே யென் றிறைஞ்சினாரிதினால் ஸ்ரீ கிறிஸ்துவின் போதனைக் கசப்பா? அன்றேல் மிருகேந்திர னெழுதியவைக் கசப்பாவென் றாராயுமிடத்து மிருகமெழுதியவையென்றே முடிகிறது. இவ்வித கசப்புக் கொப்பாகிய வார்த்தையை அன்பென்னுந் தேனிலிழைத் தூட்டினாலென்ன, அகங்காரமென்னும் அழிவிலூட்டினா லென்ன பயன். தமிழன் பத்திராதிபர் கூறிய மொழிகளில் பிசகிருப்பின் உண்மைக்குத் தாரமாய் ஆயனைப் போன்ற பத்திராதிபர்கள் கூற முன் வரமாட்டார்களா? அங்ஙன மின்றி பொறாமெயால் வீராவேசமாய் இல்லாத வைகளை இருப்பதுபோ லெடுத்தெழுத முன்வந்த பெருமிருகமும் பெயரெழுதத் தெரியாதவரு மொப்புக் கொள்வாரேயன்றி உத்தம ரொருபோதும் ஒப்புக்கொள்ளா ரென்பது திண்ணம்.

பொதுநலப்பரியன்

13 அக்டோபர், 1909

122. கோபம்

"தன்னை தான்காக்கிற் சினங்காக்கக் காவாக்கால்
தன்னையே கொல்லும் சினம்"

சினம் அல்லது கோபம் மனிதர்களுக்குள்ள தீயக்குணங் களில் ஒன்று. கோபத்தை யடக்க சக்தியற்றவன் மனித சுபாவமற்றவனென்றே கருதல் வேண்டும். கோபத்தை யடக்கி தன்னை கார்த்துக் கொள்ளாதவர்கட்கு நேரிட்டு வரும் கஷ்டத்தையும், நஷ்டத்தையும் பார்த்தும் கேட்டும் வருகிறோம். துஷ்ட மிருகங்களை நெருங்க பயப்படுவது போல் கோபமே குடிகொண்ட மனிதர்களிடம் தங்கள் பந்து மித்திரர் களும் நெருங்க அஞ்சுவார்கள். கோபமென்னும் துற்குணத்தை உடையவன் உருவத்தில் மனிதனாகவிருந்த போதிலும் குணத்தில் துஷ்டமிருகத்திற்கே ஒப்பிடவேண்டும். கோபத்தை மூட்டும்படியான எவ்வித காரணமிருந்த போதிலும் அதை சாந்தமாக பொருத்துக் கொள்ளுவதுதான் மனிதர்களின் முக்கிய இலட்சணங்களில் ஒன்று. பொருமை யினால் பகையாளியையும் வெல்லக்கூடும். கோபத்தை விருத்திசெய்கிற ஒருவன் தாழ்ந்த வகுப்பைச் சேர்ந்தவ னென்று நமது புத்த சுவாமி போதித் திருப்பதை "வசல சூத்திரத்தில்" காணலாம். அவர் பிரசங்கஞ் செய்த காலத்தில் அனேக மூர்க்கரும், அவிவேகிகளும், விரோதி களும் அவருக்கு விரோதமாக பலவித கெடுதிகளை செய்தார்கள். அவைகளினால் அவர் கோபங்கொண்டிருப் பாராயின் ஐன்பது வருஷம் நீதிமார்க்கங்களை போதித்து உலகத்திலுள்ள அஞ்ஞானத்தை நீக்கி மெஞ்ஞானத்தை நிலைநாட்டி யிருக்கமாட்டார். அவர் மறைந்து மூவாயிர வருஷம் போலாகியும் அவரையும், அவர் போதனை களையும் உலகம் போற்றிதொழவு மிருந்திராது. "யாராகிலும் உங்களை வைதாலும், அடித்தாலும் அல்லது எவ்வித உபத்திரவப் படுத்தினாலும் என்னை மனதிலெண்ணி மவுனமாக விருங்கள்" என்று அவர் பிக்ஷுக்களுக்கு போதித்திருக்கிறார். நாகரீக மிகுதி,

கல்விமிகுதியென் றெண்ணும் இக்காலத்திலே நீதியை போதித்து மனிதர்களின் மனதை திருப்புவது கடினமாக விருக்க நமது புத்தகுருவின் காலத்தில் அதாவது மூவாயிரம் வருஷங்களுக்கு முன் எவ்வித மூர்க்கரும், மூடருமிருந்திருக்கலாம், என்றாலும் அவர்களுக்கு மத்தியில் புத்தசுவாமி வசித்துக் கொண்டு நீதிகளை போதித்து வந்தது அவருடைய சாந்த குணத்தினாலும், சாந்த சொற்களாலுமே தவிற பயமுறுத்துதலாலும் கடின சொற்களாலுமல்ல. கோபத்தை யடக்கி ஜாக்கிரதையாக ஒருவன் நடந்துக்கொள்வதினால் விளையுஞ்சுகம் அதிகமாகையால் கோபத்தை ஒழிப்பதே மானிடர்க் கணிகலமாகும். இக் கெட்ட குணமுடையவனை நல்லவன் அல்லது பரிசுத்த மனதை யுடையவனென்று சொல்லக் கூடுமா. மனிதனுக்கே கோபமென்னும் கெட்டகுண மிருக்கக்கூடாதென்றால் இந்துக் களும், மற்றவர்களும் அவர்களுடைய சுவாமிகளுக்கு இக்கெட்டகுண மிருப்பதாக ஒப்புக்கொள்ளுகிறார்கள். அவர்கள் சுவாமிக்கு பிறக்கும் கோபாவேஸத்தினால் வைசூரி, விஷபேதி, கொள்ளைநோய் இவைகளை பரவச் செய்து சகலரையும் அழிக்கிறாரென்றும், நரகத்தில் தள்ளி பலவித பயங்கரமான தண்டனைகளை விதிப்பா ரென்றும் முறையிடுகிறார்களே. இதனால் அவர்களின் சுவாமிகளின் குணமும், பரிசுத்த செய்கையும் எத்தகைமை யுள்ளதென்று சொல்லாமலே விளங்கும். கோபமுள்ள மனிதன் கெட்டவ னென்றால் கோபமுள்ள சுவாமி நல்லவரென்று அல்லது பரிசுத்தரென்று எவ்வாறு சொல்லக் கூடும். பரிசுத்தமல்லாத வஸ்துவை தொழு வதினால் மனிதன் பரிசுத்தனாவானா. காணாதசுவாமி கதைகளை சொல்லி அக்கதைகளுக்கு ஒத்தாப்போல் மூன்று தலை, நான்குதலை, ஐந்துதலை சுவாமிகளென்று உருவங்கள் செய்து அவைகளுக்கு வேண்டிய அவயவங் களையும், பயங்கரமான கண்களையும் அமைத்து பேதை ஜனங்களை பயமுறுத்துதலெவ்வாறு யிருக்கிற தென்றால், சிறு பிள்ளை களுக்கு பூச்சியென்றும், ஐந்தகண்ண னென்றும், பூதமென்றும் சொல்லி பயமுறுத்து தல் போலிருக்கிறது. அச்சிறுபிள்ளைகள் வயதில் முதிரமுதிர விவேகத்திலும் முதிர்ந்து ஐந்து கண்ணனுக்கும், பூச்சிக்கும் பயப்படுகிற தில்லை. ஆனால் பேதைஜனங்கள் மேற்கண்ட சுவாமி களுக்கும், அவர்களின் கோபாக் கினைக்கும் பயந்து ஆடு முதலிய பிராணிகளை

பலியிடுவதும், இன்னும் பலவித அனாவசிய சிலவுகளை செய்து வருகின்றார்கள். இதனால் ஏதாகிலும் பிரயோஜன முண்டா. ஆனால் கோவில்களில் புகுந்துக் கொண்டு பயமுறுத்தி ஏமாற்றி தின்றுக் கொண்டு வரும் வயிற்று சுவாமிகளுக்கு பிரயோஜனமே தவிற வேறொன்றுமில்லை. பெரியவர்கள் காட்டும் ஐந்துக் கண்ணன் பயத்திற்கு சிறுவர்கள் அடங்கி அவர்களிட மிருக்கும் தின்பண்டங் களை கொடுத்துவிடுவது போல் சுவாமி பயங்காட்டி பரித்துத் தின்பவர்களுக்கு பேதை ஜனங்கள் அடங்கியிருக் கிறார்கள். ஆகையால் சுவாமி பயங்வகாட்டி தங்கள் பிழைப்பிற்கு வழிதேடிக்கொண்டு தந்திரமாக, பொருள் பரித்துத் தின்பவர்களின் போதனை களை நம்பி சிறுவர்களைப்போல மோசம் போகாமல் விஷயங்களை தீர ஆராய்ச்சிசெய்து மனிதர்களுக் குண்டாகும் சுகதுக்கங்களுக்கு காரணம் அவரவர்களின் கர்மமேயென்று நமது ஜகத்குருவாகிய புத்தபிரான் போதித்த வண்ணம் துற்கருமங்களை நீக்கி இகத்திற்கும், பரத்திற்கும் துணையாகிய நற்கருமங்களில் பழகிவருவதே விவேகிகளின் கடனாகும். கருமத்தின் வல்லபம் சுவாமி தொழுதலினால் அடையும் வல்லபத்தைவிட அதிக மென்பதற்கு திருஷ்டாந்தமாக சிலநாட்களுக்குமுன் அதாவது விநாயக சதுர்த்தியன்று இவ்விடத்தில் ஒரு வாலிபன் விநாயகர் பூஜை செய்யும்பொருட்டு புஷ்பத்திற்காக ஒரு துரை வீட்டின் தோட்டத்திற்குப் போய் புஷ்பங்களை பரித்துக் கொண்டிருக்கையில் சேவகனால் பிடிக்கப்பட்டு புஷ்பம் திருடிய குற்றத்திற்காக ஒருமாதம் சிட்சையடையப் பெற்றான். ஆகையால் அவனவன் செய்துவரும் கருமத்திற்குத் தக்கவாறு பலனை அடைந்தே தீருவானேயன்றி எவ்வித பூஜையும், மந்திர தந்திரமும் அவனுக்கு உதவிபுரியாதென்பதே துணிபு. ஆதலின் நற்கருமமாம் சாந்தத்தைப் பெருக்கி துற்கருமமாம் கோபத்தை யகற்றுவோமாக.

பெங்களூர் **தங்கவேலு**

7.10.09

13 அக்டோபர், 1909

123. கனம் பி. கிருஷ்ணசாமியார் வாசிக்கப்பட்ட சபையின் சுருக்க வியாசம்

கனவான்களே!

இன்று இச்சங்கம் முக்கியமாய் என்ன காரணத்தைக் கொண்டு வைக்கப்பட்டதென்று இங்கு சுருக்கமாய் தெரிவிக்கின்றேன். அதாவது பூர்வம் நம் இந்துதேச முழுவதும் பௌத்ததர்ம நடைப்பெற்றிருந்த காலத்தில் சீனர் முதலிய சிறந்த பாதிரிகளாகிய தூரதேசவாசிகளால் இவ்வரிய தர்மம் கொண்டு போகப்பட்டு அன்னவர்களுடைய பெரு முயற்சியால் ஆசியாவின் கீழ் பிரதேசங்களாகிய பர்மா, சிலோன், சீயாம், சீனா, ஜப்பான், கொரியா முதலிய விடங்களிலும், மேற்கே இன்னும் நமது ஆங்கிலேய தத்துவ சாஸ்திரிகளாகிய பலருடைய நன்முயற்சியாலும் இங்கிலாந்து, ஜெர்மனி, பிரான்சு முதலிய ஐரோப்பாவின் சில பாகங்களிலும், அமெரிக்காவிலும், பெரும் பான்மையாய் யாவராலும் அனுசரிக்கப்பட்டு வருகிறதை அன்பர்கள் யாவரும் அறிந்திருக்கலாம். சிலகாலத்துக்கு முன்னெடுத்த கானிஷ்மாரி கணக்கின்படி உலகத்திலுள்ள ஜனங்களில் பௌத்தர்கள் 45 கோடி. கிறிஸ்தவர்கள் 37 கோடி ஐம்பது லட்சம். இதில் 18 கோடி பிரோடெஸ்டன்ட் சபையார். இந்துக்கள் 20 கோடி. மகாமதியர் 16 கோடி எனத் தெரிய வருகிறது.

புறத்தேசவாசிகளால் இச்சத்திய தர்மம் இவ்வளவு ஊக்கமுடன் கைப்பற்றப்பட்டு நாளுக்குநாள் கீர்த்திபெற்று வருவதாயிருக்க இத்தகைய சிறப்புற்ற தர்மத்திற்கே உற்பத்திஸ்தானமாகவும், அதன் மூலகர்த்தாவாகிய கௌதம சாக்கைய முனிவரின் பிறப்பிடமாகவும், உரைவிடமாயும் விளங்காநின்ற நமது சுதேசமாகிய இந்தியாவில் மட்டும் இவ்வருஞ்சமயம் நெடுங்காலமாக க்ஷீணதிசை யடைந்து வந்ததை நோக்க அந்நெறியின் குறையை உணர்ந்த பலரும் விசனிக்காதவர்கள் ஒருவரேனும் இருக்கமாட்டார்கள். அப்படி நேரிட்ட காரணங்கள்

பல உண்டு. அவைகள் ஒவ்வொன்றையும் இவ்விடம் எடுத்துக் காட்டுவதினால் விரிவாகும் என்று விடுத்தோம்.

சிலகாலத்துக்குமுன்பு அநகாரிக்கா தர்மபாலா அவர்களால் மஹா போதிச்சங்கம் ஒன்று கல்கத்தாவில் ஸ்தாபிக்கப்பட்டது. கி. பி. *1898* வருடம் சென்னையில் கர்னல் ஆல்காட், கனம் அயோத்திதாஸ பண்டிதர் மற்றும் பல தர்மப் பிரியர்களின் நன்முயற்சியால் சாக்கைய பௌத்த சங்கம் ஒன்று ஸ்தாபிக்கப் பட்டு கோலார், திருப்பத்தூர், பெங்களூர் முதலிய இடங் களிலும், கிளைச் சங்கங்களும் உண்டாகி நடைபெற்று வருவதோடு "தமிழன்" என்னும் பெயரால் மேற்படிச் சங்கத்தின் முக்கிய நோக்கங்களை யனுசரித்து முயன்றுவரும் விஷயங்களைத் திரட்டி தமிழ் பாஷாபிமானிகள் யாவரும் எளிதில் கண்டு உணரும்படி பிரசுரித்துவர முக்கிய சாதனமாக ஓர் வாரப்பத்திரிகையும் நடந்தேறி வருகிறது.

இருக்க உலகத்திலே யாவராலும் வெகு விமரிசையாய் புகழப்பட்டும், எத்தேச வாசிகளுக்கும் ஜீவனாம்ச சம்பந்தமாய் வர்த்தக முதலிய விஷயங்களுக்கு வெகு அநுகூலமாயுள்ள இவ்வரிய இரங்கூனில் குடியேறியிருக்கும் நம் சுதேச நண் பர்களில் முக்கியமாய் தென்னிந்தியா வினின்று வந்துள்ள நமது அன்பர்களுக்கும், ஏனை யோருக்கும் பிரயோசன மாகும்பொருட்டு இச்சங்கம் இன்று சில முக்கிய நண்பர்களின் உற்சாகத்தினாலும், ஆதரவினாலும் சென்னையில் ஸ்தாபித்துள்ள தாய்ச் சபைக்குச் சார்பாகவே ஸ்தாபிக்கப்படுகின்றது.

இதன் முக்கிய நோக்கங்களாவன:– பௌத்தாகமத்தின் உண்மெயை சமயோசிதமாய் திரிபிடகங்களாகிய சத்திய நூற்களின் உதவியால் உபந்நியாசங்கள் நிறைவேற்றுவதும்,

எவ்வித மதத்துவேஷமுமின்றி, ஜனசமூகத்தில் ஒவ்வொரு வரும் பரஸ்பர நேசத்தைப் பாராட்டி அபிவிர்த்தி செய்து சகோதரபாவத்தை அடையவேண்டி சாதனங் களைப் பற்றிய உபந்நியாசங்கள் நிறைவேற்றி வைப்பதும்,

இன்னும் நாளாவர்த்தியில் நமக்குத் துணையாக வந்து சேரும் அன்பர்களின் அனுபவத்தில் தோன்றும் சத்விஷயமான நோக்கங்கள் பரவச் செய்வதுமேயாம்.

கூடிய சீக்கிரத்தில் பிரத்தியேகக் கூட்டம் ஒன்று வைத்து அதில் சங்கத்தின் சட்டம், அங்கத்தினர், காரியதுரந்தரர் முதலான விஷயங்கள் யாவும் ஏற்படுத்திக் கொண்டபின் அதற்கடுத்து வரும் பகிரங்க கூட்டத்தினால் அன்பர்களுக்கு அறிவிக்கப்படும்.

ஆகவே இன்று இங்கு கூடிவந்துள்ள அன்பர்கள் யாவரும் அடியேங்களுடைய எண்ணத்தை பூர்த்திசெய்யும் பொருட்டு நாங்கள் இனி நடத்த வேண்டியனவும், நடந்து கொள்ள வேண்டியனவுமாகிய முக்கிய விஷயங்களை யாதொரு பாரா பட்சமுமின்றி அவரவர் கருத்துக்கு தோன்றிய நியாய சூட்சிக்களை அப்போதைக்கப்போது எடுத்துக் காட்டியும் மேற்படி சங்கத்தின் அபிவிர்த்தியை நாடி தங்கள் கருணைநிறைந்த அனுதாபத்தைக் காட்டியும் வரும்படி நமது சத்குருவாகிய பகவனின் திருவருளால் நீடூழி வாழும்படி பிரார்த்திக்கின்றோம்.

கனம் சபாநாயகராகிய குருதேசிகர் யு. விசித்தா என்பர். இத்தகைய சங்கம் இவ்விடம் என்றும் ஸ்தாபிக்கப்பட்ட தில்லை. ஆயினும் இப்போது இவ்விடம் இந்தியர்களாகிய நீங்கள் பகவனின் திவ்யதர்மத்தின் சிறப்பை கவனித்து அதை அனுசரிக்க முயன்று இச்சங்கத்தை ஸ்தாபித்தது எனக்குள் மிகுந்த சந்தோஷம். அப்படியே தம்மைச் சேர்ந்த மற்ற குருமார்களும் இச்சங்கத்தின் பொருட்டு நடக்கும் கூட்டங்கள்தோறும் நாம் வந்திருந்து இதனபிவிர்த்தியை நாடி நாமும் உழைத்துவருவோம் என்பதாகவும் வாக்களித்தபின்னர் கனம் சிலோன் பிக்ஷு அவர்கள் சமஸ்கிருதத்திலிருந்து பகவனின் தர்மங்களில் சிலவற்றை சொல்லி வியாக்கியானம் செய்தார்.

அப்படியே மேற்குறித்த நண்பர்களின் கனம் வாசுதேவ பிள்ளை, பொன்னுசாமிபிள்ளை, மதன்சித் முறையே ஒவ்வொரு வரும் மேற்படி சங்கத்தின் சார்பாகவே அவரவர் அன்பை வெளியிட்டனர். பிறகு வழக்கம்போல் சபை கலைந்தது.

நமது குருதேசிகர் அப்பாடசாலைக் குரியவராகிய மாங், போ, ஸா அவர்களிடம் சங்கத்தைப்பற்றி தனித்து பேசியதின்பேரில் அம்மகானும் இப்பாடசாலை உள்ளபரியந்தம் இதில் உங்களு டைய கூட்டம் முதலானதுகள் நடப்பிக்க யாதொரு ஆட்சேபம் இல்லையென அன்பான வாக்களித்திருக்கிறார்.

இனி மற்றும் நடக்கும் விஷங்களின் முடிவை அடுத்தடுத்து தெரிவிக்கிறோம்.

இரங்கூன்	S. **அண்ணாமலையர்**
16.10.09	P. **கிருஷ்ணசாமியார்**

20 அக்டோபர், 1909

124. கடிதம் - நமோபுத்தாயா

1909 வருடம் அக்டோபர் மாதம் 13-ந்தேதி இரவு 9 மணிக்கு கோலார் மாரிகுப்பத்திலுள்ள தென்னிந்திய சாக்கைய பௌத்த சங்கத்தாரால் விநியோகித்த

வந்தனோபசார வரவேற்பு பத்திரம்

அறுசீர்க்கழிநெடிலடி யாசிரிய விருத்தம்

திரையடர்ந்த வாழிலங்கை நகரடைந் துப
வாசத் தினங்க ழித்து
மரையுணர்ந்த விஜயந்தா பிக்ஷுவுடன் வி
சுத்தாவு மனமு வந்து
வரையடர்ந்த மாரிகுப்ப பௌத்தசங்க ம
ணுகிடுநல் வருகை யேற்க
கரைக்கடந்த குருமுனிற்றா ளடையன்பர்க்
கரமேற்றிக் களித்திட் டாரே.

உத்திரவின்படி,

திருப்பத்தூர் **A. P. பெரியசாமிப்புலவர்**

20 அக்டோபர், 1909

125. அகங்கார வியாதி

அகங்காரமென்பது அநேகரிடத்தில் மேலிட்டிருக்குங் குணமாதலால் அப்போதைக்கப்போது நாம் நமது உள்ளத்தின் ஸ்தியைப் பரிசோதித்துப் பார்த்து அக்குணம் நம்மிடத்திலும் தோன்றியதென்பதற்கு ஏதாயினுஞ் சாட்சியுண்டாவென்று விசாரிக்க வேண்டும். இப்படிச் செய்தால் அகங்காரமென்னுங் கொடிய வியாதி நம்மிடத்தி லுற்பத்தியாகி விர்த்தியாகாதபடி நாம் அதிக ஜாக்கிரதை செய்கிறவர்களாவோம் வமிச பரம்பரையாய் வரும் அநேக தீர்க்கரோகங்களைப் போல அகங்காரமும் ஆரம்பத்தில் எவ்வளவாயினும் அச்சம் உண்டாகத்தக்க வியாதியல்ல. அந்த அகங்கார வியாதி தொடங்கும்பொழுது அந்த அகங்காரிக்கு உபத்திரவம் இல்லை. மிகுந்த உல்லாசம் உண்டாகும் இவ்வியாதியின் முக்கியமான குணம் செருக்கு. வியாதி விருத்தியாகவாக இந்த குணம் முதிரும். ஔடதத்திற்கு அஞ்சாமல் வியாதி மேலும் மேலும் நிலைப்படும் பொழுது வியாதியஸ்தனுக்கு (யாவருக்கும் பயங்கரமாய்த் தோன்றி வெறுப்புண்டாகத்தக்க) மிகுந்த கர்வம் உண்டாகும். அது அவனுக்கு சற்றாவது வெளிப்படாது. ஆதலால் அவன் கர்வத்தை கிஞ்சித்தும் அடக்க வகைதேடான். கர்வம் மிஞ்ச தலை எப்பொழுது நிமிர்ந்த வண்ணமாயிருக்கும். நடுமுதுகெலும்பு மையத்தை விட்டுச் சற்றுவிலகும். பேச்சு அபத்தமும் அபிநயசகிதமு மாயிருக்கும். நடை காம்பீரமுள்ளதாகும். அவன் தேவலோகத்தினின்று வந்த அதியசமான ஒருவனைப் போல நடப்பான். மேற்சொல்லிய வியாதியின் முக்கியமான குணங்கள் இவைகள்தான். இவ்வியாதி உண்டாகும் பொழுது இந்தக் குணங்கள் வெளிப்படா திருப்பினும் இருக்கலாம். சிலவேளை தலை, முகம் முதலிய யாதானும் ஓர் சரீரஉருப்பில் அகங்கார வியாதி தன் குணத்தைக் காட்டும். உள்ளத்தின் நிகழ்ச்சி வாக்குமூலமாய் வெளிப்படு முன் முகத்திற் பிரதிபலிப்பது இயற்கையாதலால் அகங்காரம் பெரும்பாலும் முகத்தில்

விளங்கும். சிலவேளை மேற்படி அகங்கார வியாதியின் குணம் கண்ணுக்குத் தோன்றாது. அகங்காரிகளுடன் சகவாசம் செய்வதனால் அது அறிப்படுமேதவிர மற்றப்படி புலப்படாது. சிலருக்கு மேற்படி அகங்காரவியாதி உண்டாகுங்கால் இனஜன பந்துக்களை இன்னாரென்றுத் தெரிந்துக் கெள்ள முடியாது. நன்றிமறக்கச் செய்யும் பிறர்பால் உண்டது உடுத்திய தெல்லாம் மறக்கச்செய்யும் டம்பவார்த்தைகள் தாராளமாய் வரும் மேற்படி அகங்கார வியாதி உடையவர்களுக்கு புகழ்ச்சிப் பிரியமும், உபசரிப்பில் மிக அபேட்சையும் உண்டாகும். அவர்கள் சபையேறவும் வீண்கதாப்பிரசங்கஞ் செய்யவும் விரும்புவார்கள். யாவருந் தங்களை வியந்து கொள்ள வேண்டுமென்று அபேட்சிப்பார்கள். தங்களைக் குறிப்பிட்டுப் பேசப் பிரியப் படுவார்கள். பிறர் தம்மோடு பேசும்பொழுது கேளாமல் உபேட்சையா யிருப்பார்கள். தங்களைக் குறித்து யாராவது வியந்து பேசினால் அதிற் கருத்தைப் பொருத்திக் கேட்பார்கள். இவை முதலிய குணங்கள் நாட்பட சவகாசஞ் செய்பவர்கட்குப் பரிஷ்காரமாய்த் தோன்றும். அகங்கார வியாதிக்கு பின்னும் ஒரு குணம் உண்டு. அது மாயமால் வணக்கம் இந்தக்குணம் எளிதில் எடுபடாது. இதன்வேர் ஆழமாய் இறங்கியிருக்கும். இதை ஒளஷதங் கொடுத்து பற்றறுவிப்பது அசாத்தியம். கைநுணுக்கமுள்ள ரணவைத்தியர்கள் பக்குவமான போதனா கத்தியினால் கருவறுக்க வேண்டும். அகங்கார வியாதியின் சாதாரணமான குணங்களை அற்பவிலை யுள்ள ஒளஷதங்களால் நிவர்த்தி யாக்கலாம். அதாவது பகுத்தறிவென்னும் ஒளஷதத்தால் இரண்டு மூன்று குன்று மணியிடை கொடுத்தால் சொஸ்த முண்டாகும். அகங்காரிகள் தங்களுக்கு இஷ்டரல்லாத வர்களைக் குறித்துப் பட்சபாதமின்றி நடுநிலை தவறாமல் தீர்மானஞ் செய்வது போலத் தங்களைக் குறித்தும் புத்திபூர்வமாய் நிதானஞ் செய்வார்களானால் அவர்கள் வியாதி அவ்வளவில் அடங்கும். மற்றவர்களைக் குறித்து நாம் எண்ணுகிறமட்டும் அவர்கள் நம்மெக்குறித் தெண்ணு வார்கள். இப்படியிருக்க எவனும் தன்னைக் குறித்து மற்றவர்கள் தகுதியானபடி நினைக்கிறதில்லை யென்று விசனப்படுவது இயற்கையென்பது பிறர் தம்மென குறித்துக் கொள்ளும் அபிப்பிராயத்தைப் பற்றித் தம்மெய் வருத்துகிறவர்களுக்கு நல்லமருந்து மற்றவர்கள் வணங்கு வதனாலே யுயர்வும், இகழ்வதனால் தாழ்வும் வருகிறதில்லை.

ஒருவனுக்கு உடைத்தான சுகுணங்களைப் பற்றி அவனைத் துதிப்பாயானால் அவன் உன்னை கூர்ந்த விவேகியென்று மதிப்பான். அவன் தனக்கு யாதாயினும் ஒரு விஷயத்தில் சாமர்த்தியம் உண்டென்று எண்ணியிருக்க நீ யதை ஒப்புக் கொள்ளாதிருப்பாயானால் அவன் உன்னை முட்டாளென்றுச் சொல்லுவான். உன் குற்றம் எவ்வளவு பரிஷ்காரமாய்த் தெரிந்திருப்பினும் அதைக் கண் சாடையாய் விடாமல் வெளியிடும் ஒருவனிடம் உமக்குப் பிரிதியுண்டாகாதே. ஆகையால் சாக்கிரதையா யிருந்து மேற்படி அகங்காரவியாதிக்கு இடங்கொடாமல் தன்னைப் பாதுகார்த்துக் கொள்ளல் வேண்டும். மேற்படி அகங்கார மென்னும் வியாதி பற்றாதிருக்க வேண்டில் உண்மெய்யறிந் தொழுக விரும்பும் அன்பர்கள் ஸ்ரீ பௌத்த தன்ம போதனாநுபவ மணுகி யோசனா புருஷத்துவ மடைவார்களாயின் அகங்காரமென்னும் பற்றற்று நிற்பர்.

வஞ்சகங் கபடுவயிரம் பகைநிறைந்த
நெஞ்சம்பொறாமெகனநிட்டூரம்–மிஞ்சியெழும்
ஆங்காரங் கோபம் அடங்காத்தனமனைத்தும்
பாங்காடாய்ப் போமே பாழ்த்து.

தி சி. நாராயணசாமி பிள்ளை, H. F. U.,

உ.கோ.

27 அக்டோபர், 1909

126. நமோபுத்தாயா

மாட்சிமைதங்கிய பத்திராதிப ரவர்களுக்கு சிராஷ்டாங்க நமஸ்காரம். யான் எழுதும் இச்சிறிய சுருக்கத்தை நமதன்பர்கள் யாவருமறிய தங்களின் ஜெயசீலமான பத்திரிகையின் ஓர் கோணத்தில் பிரசுரிக்கும்படி வேண்டிக் கொள்ளுகிறேன்.

யான் இச்சக்கந்திராபாத்தில் எனதன்பர் ஒருவருடைய கலியாணத்தில் அழைக்கப் போயிருந்தேன் அவ்விடத்தில் கலியாணச்சடங்கு ஒரு பக்கமென்றால் கர்மகுருவென்று சொல்லும் வள்ளுவர்ச் சங்கையோ அரசாணிக்கால் நட தட்சணை, மணவரபொங்கல் அடுப்புமூட்ட தட்சணை, அப்பொங்கலை இரக்க தட்சணை, கூரைசால் கொண்டுவர தட்சணை, முளைவிதையை நிறப்ப தட்சணை யென்று இப்படி இவர் ஒவ்வொன்றுக்கும் அவர் சண்டையிட்டுக் கொண்டே மங்கலியத்தை முடித்தார். பிறகு பந்திபோஜனம் தயாரானவுடன் எல்லாருக்கும் பரிசுத்த தீர்த்தத்தைப்போல் சாராயமென்னும் இழிநீரை அளித்துக் கொண்டுவந்தார்கள். அதை யேற்றுக் கொண்டவர்போக சிலர் மறுத்து விட்டார்கள். பிறகு எல்லாரும் போஜனம் செய்ய ஆரம் பித்தார்கள். சாராயம் குடித்தவர் களெல்லாம் இதற்கு முந்தி பேசிக் கொண்டிருந்த பேச்சுகள் யாவற்றையும் மறந்துப் போய் புலவுசாதத்தில் கறிகொஞ்சமென்றும், இஸ்டூவில் தண்ணீரை ஊத்திவிட்டார் களென்றும், சாராயம் சாரமில்லையென்றும் பேசிக் கொண்டே வாடா போடவென்பதில் வந்து அதுவும் போதாமல் எழுந்துபோய் பந்தலுக்கு வெளியில் வந்து கைகலக்கவும் ஆரம்பித்துக் கொண்டார்கள். இதைக் கண்ட பெண் வீட்டாரும் பிள்ளை வீட்டாரும் இவர்களை சமாதானப்படுத்தப் போனால் சாராயவெறி கொண்டவர்கள் இவர்களுடைய பூராயத்தை யெல்லாம் இகழ்ந்து ஈனப்படுத்துகிறார்கள். இந்த மாதிரி நடக்கும் சமயத்தில் மணமகனுடைய மனமும், மணமகளுடைய மனமும் இவர்கள் சுற்றத்தினருடைய மனமும் எப்படியிருக்கும்.

தவிற இன்னொரு கலியாணத் திலும் இதேமாதிரி சம்பவம் நடந்து கொண்டிருக்குஞ் சமயத்தில் பிரசங்கியார் ஒருவர் பதிசதிகள் ஒற்றுமையைப் பற்றியும் நடவடிக்கையைப் பற்றி யும் பந்தலுக்குள் பிரசங்கிக்கிறார். அப்போது மணமகன் பெரியோர் களுடன் சேர்ந்துக்கொண்டுபோய் வெளியில் சண்டையிடுபவர்களை சமாதானப்படுத்திக் கொண்டிருக் கிறான். மணமகளும் மற்ற பெண்களும் வெளியில் நடக்கும் செய்கைகளைப் பற்றி மனவியாகூல மடைந்து கொண்டிருக் கிறார்கள். இந்த சமயத்தில் மேற்காட்டியவரின் பிரசங்கத்தை கேழ்ப்பவரார். இவர் பிரசங்கித்தும் யென்னபயன். பந்தலுக்கு வெளியில் வெறிக் கொண்ட கூத்தாட்டமும், பந்தலுக்குள் ஒற்றுமையைப் பற்றியும், ஞானத்தைப் பற்றியும், போதிக்கிற போதனையையும் பார்க்க எல்லாருக்கும் சிரிப்பும் கேலி யுமாயிருந்ததே யொழிய இவைகளில் ஒன்றையாகிலும் மெச்சத்தகுந்ததா யில்லை. ஆனால் இரண்டொரு மாதத்திற்கு முந்தி மாக்ஷிமெதங்கிய M. V. பெருமாள் சுபேதாரவர்கள், தமது சினேகிதராகிய V. I. சுப்பிரமணிய மென்பவருக்கும், எவ்வர்ணபூஷணியம்மாளென்னும் கன்னிகைக்கும் நடத்திய கலியாணத்தில் எவ்வளவோ கனமகிழ்ச்சியும், சமாதானமும் நிறைந்திருந்தது காரணமென்ன வென்றால் இவர் எந்த தொந்திரவுகளையும் வைத்துக் கொள்ளாமல் பெண்ணுக்கும் பிள்ளைக்கும் மங்களஸ்னானமென்னும் நலங்கு வைத்தவுடன் அவர்களை ஆடையாபரணங்களினால் அதி நாகரீகமாக அலங்கரித்து பந்தலையும் மணவரையும் ஜோடித்து பிரதானமான அரசாணிக்கால் ஒன்றை மாத்திரம் நாட்டி மணவரையில் வினோதமான இரண்டு நாற்காலிகளின்மேல் மணமக்களை அமர்த்தி அரசாணிக்கால் முன்னதாக கற்பூர ஆராதனைசெய்து ராஜலிங்கமென்னும் கர்மகுருவினால் திருமங்கலியத்தை நிறைவேற்றி வந்தவர்களெல்லாருக்கும் புஷ்ப பரிமளங்கள் வினியோகித்து உடனே பந்திபோஜனம் மதுமாமிஷமின்றி பரிமாரினார். இக்கலியாணத்தில் யாரொருவருக்கும் சச்சரவு யில்லாமலும், மனத்தாங்க லில்லாமலும் எவ்வளவோ ஆனந்த மாக நடந்தேறினது. ஆதலால் இதை வாசிக்கும் அன்பர் களே முன்குறித்த கலியாணத்தில் நடந்ததையும் பின் குறித் திருக்கிற கலியாணத்தில் நடந்ததையும் சீர்தூக்கிபாருங்கள். முதற்காட்டிய கலியாணத்தில் சிலவு அதிகமாகவும், சண்டையும்,

விசனமும், மரியாதை தாழ்வும் நேரிட்டது. பின்குறித்திருக்கிற கலியாணத்தில் சிலவு சுருக்கமாக செய்தும் பார்ப்பவர்களுக்கு அலங்காரமாகயிருந்ததுடன் மனமகிழ்ச்சியும், மரியாதையும் நிறைந்திருக்கிறது. இதைக் கொண்டே கனம்பொருந்திய M. V. பெருமாள் சுபேதார வர்கள் யேற்பாடே மெத்தவும் சிறந்திருக்கிறதாக தெரிகிறது. ஆதலால் இனிமேற்படி நாம் ஒவ்வொருத்தரும் இதேமாதிரி செய்தால் கலியாணம் செய்த பின்னிட்டும் யாதொரு கஷ்டமில்லாமலும், கடன் என்னும் வாதனையில்லாமலும் மனமகிழ்ச்சியுடன் அறத்தைப்புரிந்து ஆனந்தமாய் வாழலாம். அப்படியின்றி பத்துரூபா சம்பளத்தை யுடையவனாயிருந்த போதிலும் அவனை இருநூறுரூபா கடன் வாங்கச் சொல்லி உங்கள் தகப்பனார் இப்படி செய்தார், உங்கள் பாட்டனார் அப்படிசெய்தார், ஆதலால் நீயுமப்படியே செய்ய வேண்டுமென்றும் ஆளை உற்சாகப்படுத்தி வஞ் சனையாலும், சூதாலும் பிடுங்கி தின்னும்படியானவர்கள் பேச்சைக்கேட்டு கலியாணத்தை செய்தால் கலியாணம்செய்து சந்தோஷப்படுவதற்கு பதில் விசனமும், சாப்பாட்டிற்கு தொந்திரவும் அடைந்து அல்லலடைய நேரிடும். ஆதலால் காலத்திற்கேற்ற கோலமாய் "விற்பனவிவேகமுற்ற வேந்தரை சேர்ந்தோர் வாழ்வார்" என்னும் நீதியின்படி நமக்கு சுகவிருத் தியான வழியையே கடைப்பிடித் தொழுகல் வேண்டும். நமதன்பர்கள் யாவரும் வீண்விரையத்திற்குள்ளாகாமல் சுகசம் பத்துடன் சற்குரு வருள்பெருகி வாழும்படியாகக் கோறுகிற வனாகிய,

சக்கந்திறாபாத் — இங்ஙனம்

16.9.09 — P. **வேலாயுதம்**

27 அக்டோபர், 1909

127. இந்திய திருத்தங்களைப் பற்றிய கடைசிக் கடிதம்

இந்தியத் திருத்தங்களைப் பற்றி இந்தியா கவர்ன் மெண்டார் இந்தியா மந்திரிக்கு அனுப்பிய கடைசிக் கடிதம் நேற்று திங்கட்கிழமை இந்தியா மந்திரிக்குப்போய் எட்டிவிட்டதாயும், இன்னும் 10–நாளைக்குள் இந்தியா மந்திரி அக்கடிதத்தில் கண்டுள்ள விஷயங்களை ஆரத்தீர யோசித்து தந்தி மூலமாய்ப் பதில் அனுப்பிவிடுவாரென்றும் சொல்லப்படுகிறது. அதற் குள்ளாக இந்தியா கவர்ன்மெண்ட் கெஜட்டில் ஒவ்வொரு மாகாணத்துக்கும் பொருத்தமா யிருக்கக் கூடிய சட்டசபை சம்பந்தமான விதிகள் பிரசுரிக்கப்படுமென்றும், அந்த விதிகள் அச்சில் வெகு பக்கங்களுக்கு வருமென்றும் நவம்பர் மாதம் 13ந்தேதிக்குள் அவை வெளிவரலாமென்றும் தெரிவிக்கப் படுகிறது. கல்கட்டாவில் ராஜப்பிரதிநிதியின் புதிய சட்டசபை முதல் தடவையாக எப்போது கூடுமோ சொல்லமுடியாது. பிப்பரவரி மாதம் 15ந்தேதிக்குள் கூடலாமென்று எதிர்ப்பார்க்கப் படுகிறது.

3 நவம்பர், 1909

128. கடிதங்கள் - நன்றி

நன்றி என்பது ஒருவருக்கு இடுக்க ணுண்டானபோது கரணத் திரையங்களாலும் செய்யும் உதவியேயாம்.

அதாவது, பொருட்கொடையாலும், சரீரமுயற்சியாலும், வாக்கு சகாயத்தாலும், பிறர்க்கு வேண்டற்பாலதாகிய ஓர் காரியத்தை முற்றுவித்தலும் அன்னோர் மானா பிலாஷத்தைச் சம்பூரணஞ் செய்தலுமே நன்றி என்பது இத்துணைத்தென அளவிடற்பாலதல்லாதுவிடினும் அதனைப் பெறுவான் தன் மெய்யளவினதாக விருக்கு மென்பது கற்றுணர்ந்த விவேகிகள் துணிபு. தன்னுயிர்போல் மன்னுயிரைப் பாதுகார்த்தலே மனித விலக்கணமாதலால், மனிதர் தாம் பிறர்பால் எதிர்நோக்கிப் பெறவிரும்பும் ஒவ்வொன்றையும் தாம் பிறர்க்குஞ் செய்தல் வேண்டும். இவ்வாறு செய்தலை விட்டுச் சிலர் தமக்கோர் சகாயம் வேண்டில் பிறரிடத்தில் பலமுறை ஓடித்திரிந்து பெற்றும் தாம் பிறர்க்கோர் சகாயம் செய்ய வேண்டில் பின்னிட்டும் மேல்பார்த்தும் பெருமை பாராட்டியும் வருகின்றார்கள். இதனால் அவர்களின் அறிவின் சிறுமையும், விவேக சூனி யமும், அற்பத்துவமும் நன்கு விளங்குகின்றன. இவ்வுலகத் தின்கண் மனிதராக உற்பவித்தோர் உறுபயன் யாதோ! ஒருவருக்கொருவர் சகாயப்படாவிட்டால் உலக வியவகாரம் எங்ஙனம் நடைபெறும்? ஒருவனே தனது ஜீவனார்த்தத்திற்கு வேண்டிய சகல பதார்த்தங்களையுந் தேடி அடைதல் சாத்திய மாகுமா? ஒருவன் பிறனிடத்தில் ஓர் பொருளைப் பெற்று திரும்ப அப்பொருளை யேனும் அதற்கு ஒத்த வேறு பொருளையேனும் பிறன் தன்பால் வேண்டும்போது கொடுக்குஞ் சக்தி இருந்துங் கொடாதொழிவது சோரத்துவமன்றா?

எண்ணிறந்த ஜீவகோடிகளுள்ளும் மிக்க இழிபிறப்பெனக் கூறும் நாயுமல்லவோ தனக்கோர் நன்றி செய்த ஒருவனுக்கு இடுக்கண் வந்தபோது தன்னாலுதவிய கைமாறு புரிந்து கலக்கந் தீர்க்கின்றது. உயிர் காப்பாற்றுகின்றது. இந்நாயினுங்

கடையராகிய நன்றிகுன்றிய தீய துர்ச்சனர் உலகத்துப் பிறந்தென்? இருந்தென்? நன்றிகெட்ட அன்னவர் ஸ்ரீ பௌத்த தன்மம் முன்னும் பின்னும் உணர்ந்திலர் போலும் தேகமானது செழித்தோங்கி வளர்ந்து விர்த்தியடைய வேண்டில் கரசரணாதி அவயங்களும் அந்தக் கரண புறக்கரணங்களும் ஒன்றிற்கொன்று சகாயமாக விருந்து தத்தமக்கியன்ற வழி தொழில் செய்து வருதல் ஆவசியக மன்றா? மனம் செலுத்துங்கால் கால் நடந்தோடி செல்லாமலும் கை ஓர் தொழிலை புரியாமலும், வாய் புசிக்காமலும், உதராக்கினி அதை ஜீரணிக்காமலும் இருந்தால் மனிதன் ஜீவிப்பானா? கை கால் முதலிய உறுப்பு கள் விலியுடையவைகளாக விருக்குமா? அதுபோல் உலகத்தவர் ஒருவருக்கொருவர் சகாயமாய் தம்மாலியன்ற கருமங்களைப் புரிந்துவராவிடில் உலகம் நிலைபெறுமா? ஆயினமையின் ஒருவனுடைய சுகவிருத்தி அவனைச் சூழ்ந்த பலருடைய சுகவிருத்தியை யொட்டியிருக்கின்றமையால் தஞ்சுகம் விரும் பும் ஒவ்வொருவரும் தம்மாலியன்ற நன்றி புரிந்து பிறர் சுகத்தைப் பாதுகார்த்தல் வேண்டும். இவ்வாறு புரிவதைவிட்டு "நன்றிமறவேல்" என்றும் "நன்றிமறப்பது நன்றன்று" என்றும் சொல்லிய விவேகிகள் சொல்லை வாய்புளித்ததோ மாங்காய் புளித்ததோ வென்று வாய்மதம் பேசி சகாயசோரர்களாய் நன்றி புரியாது இகழ்பவர்களுக்கு சுகாரோக்கியம் எட்டுணையுங் கிட்டாது, கிட்டாது.

3 நவம்பர், 1909

129. தேசபேதம்

ஐந்துரூபாய் பெறுமான இரும்புத் துண்டை குதிரை லாடங்களாகச் செய்தால் பத்தரை ரூபாய்க்கு விலை போகிறது. ஊசிகளாகச் செய்தால் *385* ரூபாய்க்கு விலையாகிறது. பேனாக்கத்திகளாகச் செய்தால் *3,285* ரூபாய்க்கு விலையாகிறது. கடிகாரங்களுக்கு தராசு விசைகளாகச் செய்தால் *50,000* ரூபாய்க்கு விலைபோகிறது. இவ்வித வேலைகள் செய்யும் தேசத்தார் சிறந்த செல்வமும், சிறப்பும், புகழும் பெறுவார்களா? மதக்கடைப் பரப்பி பொய்சரக்கேலங்கூறும் பொய்யர்களை நம்பி பொன் வெள்ளிக் காசைப்பட்டு பொருள் போக்கடித்துக்கொள்ளும் தேசத்தார் செல்வமும், சிறப்பும் பெறுவார்களா?

தி. சி. நாராயசாமி பிள்ளை, H. F. U.,

உ. கோ

3 நவம்பர், 1909

130. ஞானவிளக்கம்

எப்பொருள் யார்யார்வாய்க் கேட்பினு மப்பொருள்
மெய்ப்பொருள் காண்ப தறிவு.

பூமண்டலத்தின்கண் ணுலாவுஞ் சகல வுயிர்களுக்கும் மேலான அரிய மானிடப்பிறவி எடுப்பதரிது. அரிய மானிடப் பிறவியைப் பெற்றவர்களில் சிலர் மிருககுணத்தை யேற்றுத் திரிகின்றனர். சிலர் உண்மெக்குத்தாரமாய் ஞானாஞ்ஞானங்களை யுணர்ந்து நீதியைக் கடைபிடித் தொழுகுகின்றனர். இன்னுஞ் சிலரோ வெனில் எம்மதம் பெரிது, உம்மதம் சிறிது, அவர்கள் கடவுளில்லை யென்கின்றனர், நாங்கள் கடவுளுண்டென மூன்று வேளை யுந் தொழுகிறோமென இருமாப்புற்று வெறுமனே பிதற்றித் திரிகின்றனர். மற்றுஞ் சிலரோவெனில் ஜாதிகளையே சிரேஷ்டமாகக் கொண்டாடுகின்றனர். உலகம் பலவிதமெனும் பழமொழிப்படி நடந்தேறிவருகிறது. எப்படி யாயினுமாகுக. சுருதி, யுக்தி, அநுபவங்களுக் கொத்துவரும் வழியைத் தேடுவது விவேகிகளின் கடனாகும். நமக்குற்ற வாழ்வுந் தாழ்வு மொருவன் பங்கல்ல. அவனவன் செய்கைக்குத் தக்கபடி மாறிவருவ தநுபவம்.

நாலடியார்

யானை யெருத்தம் பொலியக் குடைநிழற்கீழ்ச்
சேனைத் தலைவராய்ச் சென்றோரும்–ஏனை
வினையுலப்ப வேறாகி வீழ்வார் தாங் கொண்ட
மனையாளை மாற்றார் கொள.

யானைமீதேறிவரு மரசராயினும் தீவினைவரும்போ தொடுங் குவாரென்ப தான்றோர் மொழிப்படி நமக்குறும் நன்மெத் தீமெகளுமவ்வாறெனுஞ் ஞானானுபவத்தைக் கண்ட முனி வர்கள் பின்னடியார்க் குதவுமாறு தாங் கண்ட ஞானத்தை வெளிப்படுத்தி யிருக்கக் காண்கிறோம். இதை யெலா மறியா

கபோதிகளிற் சிலர் பினத்துவது போன்று பெருமிருகத்தோடு சேர்ந்த பேதைமதியால் சற்புத்தி என்னுங் கடிதநேயரொருவர் வெளிவந்து சிருஷ்டிகராகிய கடவுளில்லை யென்று பிதற்றுகிற மூடர்களுக்கு மருந்தில்லையென புகல்வதைக்கண்டு வெறுப் புற்றாம். இவர்கொண்ட கருத்தின்படி அவர்களுக்கு சுகவழி இல்லைபோலும். கடவுளில்லையெனச் சொல்வோர் மிகுந்து விட்ட படியால் கடவுளுக்கு கோபமாகி பிளேக், வாந்தி பேதி, வைசூரி, காய்ச்சல், குளிர் முதலிய வியாதிகளை விட்டிருக்கிறாரென வைத்துக்கொள்வோம். அத்தகைய வியா திகள் கடவுளுண்டென தொழுது வருபவர்களை பிடிக்கும் விதமறியாமல் வாய்ஞானம் பேசுவதால் யாது பயன். நெய்க்குத் தொன்னை யாதாரமா தொன்னைக்கு நெய்யாதாரமாவென விசாரித்தறியா வேதாந்தம்பேசி பேதமென்றாலென்னவென வினவுவது பேதைமெயே யாகும். இனியாவது அன்பர் நல்லோ ரிணக்கமுற்று நலம்பெறும் வழியை தேடி புல்லரிணக்கம் போக்கி பிடகநெறிக் கடவா பெரியோரடி சேர்வாராக. அன்றேல் தானுங் கெட்டு குருடனுக்குக் குருடன் வழிக்காட்டுவது போலாயின் தன்வினையேத் தன்னைச்சுடுமென்பது தின்னம்.

நாலடியார் – நல்லினஞ் சேர்தல்

பாலோ டளவயநீர் பாலாகு மல்லது
நீராய் நிறந்தெரிந்து தோன்றாதர்ம தேரி
சிறியார் சிறுமெயுந் தோன்றாதா நல்ல
பெரியார் பெருமெயைச் சார்ந்து.

மாரிகுப்பம் இங்ஙனம்

28.10.09 **பொதுநலப்பிரியன்**

3 நவம்பர், 1909

131. தசராபண்டிகை பூனையாகம்

மங்களம் துலங்கும் மகுத்துவம் பொருந்திய பத்திராதிபரவர்களின் பங்கயப் பாதங்களுக்கு பன்முறை பணிவான நமஸ்காரம். யான் வரையும் இச்சிறிய வினோதத்தை தங்களின் ஞானசீலமான பத்திரிகையின் ஓர் கோணத்தில் பிரசுரிக்க வேண்டுகிறேன்.

இச்சக்கன்றாபாத்தில் அரிசிமண்டி வீதியில் ஓர் காளிக் கோவிலிருக்கிறது. அக்காளிக்கு மண்டிமாங்காளி யென்று பேர். அக்கோவில் பூர்வத்தில் மீன்பிடிக்கும் செம்படவர் களுடைய தாயிருந்தது. செம்படவர்கள் மெத்தவும் ஏழைகளானதால் அக்காளியும் அக்காலத்தில் ஏழையாகவே யிருந்தாள். தற்சமயம் சில வருடங்களாக மிகுந்த தனவந்தர் களாகிய கோமட்டி சவுகார்களெல்லாம் சேர்ந்து அக்காளி யின்மேல் ஆசையாகி அக்கோவிலை வினோதமான அலங்காரத்துடன் கட்டி அக்காளிக்கும் விலையேறப்பட்ட நகைகளும் செய்துக் கொடுத்து மேன்மைப் பாராட்டிக் கொண்டு ஆடிமாதப் பூஜையில் மந்தை மந்தையாய் ஆடுகளை அழைப்பித்து வெட்ட வைப்பார்கள். இங்ஙனம் இவர்களிப்படி செய்வதைப் பார்த்து மற்ற ஜாதியார்களும் சேர்ந்துக் கொண்டு விசேஷ ஆடம்பரங்கள் செய்வது வழக்கமாய்விட்டது. ஆடிமாதப் பூஜைகாலத்தில் அவ்வீதியில் நடக்க இடமகப்படாமல் நசுங்கி சாவதைப் போன்ற ஜனத்திரள் நெருங்கிவிடும். ஜீவஜெந்துக்களைப் பலியிடுவதோ எண்ணமுடியாமல் இரத்தம் பிரவாகமா யோடும். ஆடுகளையும், கோழிகளையும் பலியிட்ட மறுநாள் காலையில் எருமைக் கிடாவை வெட்டியவுடன் போத்து ராஜா வென்னும் ஓர் பூதவேஷக்காரன் வந்து ஆட்டை அறுக்காமல் தொண்டையைக் கடித்து இரத்தத்தை யுமிழ்வான். இக்கிரியைகளை யெல்லாம் பார்க்கும் புதிய மனிதருக்குப் பயங்கரத்தைக் கொடுக்கும் இவைகளை யெல்லாம் பார்த்திருந்த ஆரிய சமாஜத்தார் சில வருஷங்களாக பூஜை நடக்கும் தினத்தில் அந்த வீதிகளிலும், ரோட்டுகளிலும், ஜீவவதை வேண்டாமென்று

எவ்வளவோ கூட்டங் கூட்டமாகப் பிரசங்கிப்பார்கள். இவர்கள் என்னப் பிரசங்கித்தாலும், இவர்களுடையப் பிரசங்கத்தை யாரும் லட்சியப்படுத்தாமல் வருஷாவருஷம் ஆடுகளும், கோழிகளும் அதிகமாகவே கொண்டுவருவார்கள். தசராவில் 10–நாளும் தாசிகளுடைய நாட்டியங்களும் நடக்கும், இந்த வருஷம் தசராவில் வேண்டிய வினோத அலங்காரங்களும் செய்து மகிஷாசூர சம்மாரமென்னும் நாடகமு மேற்படுத்தி ஆடினார்கள். நவராத்திரியின் ஆட்டத்தில் எல்லாம் ஆடிய பின் காளியின் எதிரில் எல்லோரும் வந்து ஒரு பெரிய ஓமகுண்டம் செய்து அக்கினியை வளர்த்திவிட்டு பிராமணர்கள் மந்திரம் ஜெபிக்கவும் வேஷக்காரரெல்லாரும் நின்றுக் கொண்டு மங்களகீதம் பாடவும், மற்ற இந்துக்களென்னும் ஜாதியாரெல்லாம் மிக்க பக்தியுடன் மாங்காளியைப் பார்த்துக் கொண்டிருக்கவுமா யிருக்கிற சமயத்தில் அவ்வீதியிலிருந்த ஒரு பெரியபூனை இவ்வாத்திய சப்தங்களினால் பயந்தோடிவந்து ஜனங்கள் மத்தியில் விழுந்து எல்லாரும் மிரளும்படியாய் அக்கினிகுண்டத்தில் விழுந்துவிட்டது. அருகில் உட்கார்ந்து மந்திரமோதிக் கொண்டிருந்த பிராமணர்களெல்லாம் பயந்து மூலைக் கொருவராக ஓடிக் குச்சையும் கோலையு மெடுத் தோடிவந்து எடுக்கிறதற்குள் கன்னங்கரேலென்றுவெந்து மாண்டு மாங்காளிக்கு ஆகாரமாய்விட்டது. இதைக் கண்ணாரக் கண்ட பிராமணர், வைசியர், சூத்திரரென்னும் ஜாதியார்க ளெல்லாம் மெத்தவும் விசனசாகரத்தில் ஆழ்ந்து கிடக்கிறார்கள். இக்காளிக்கு வருஷமுழுவதும் எவ்வளவோ பூஜைகளும், ஆட்டுக்கரியும், மாட்டுக்கரியும், பெட்டைக் கோழி கரியும், சேவல் கரியுமாய்க் கொடுத்து வந்திருக்க இத்தனையும் போதாமல் பூனைக்கரியின்மேல் பிரியங் கொண்ட இக்காளியை என்னவென்று சொல்லலாம். அங்குமிங்கும் திரிந்தவளுக்கு ஐந்துமாடிவீ டென்பது போல் செம்படவரிடம் கந்தைதுணி கட்டிக் கொண்டிருந்தக் காளிக்கு காசிப்புடவையும், பித்தளை நகை அணிந்திருந்ததை நீக்கி தங்கநகைகளுமாய் செம்படவர் களிடம் வருஷத்திற்கு ஒரே தடவை நாலு ஐந்து ஆடு தின்றிருந்ததை நீக்கி ஆயிரமாயிரமான ஆடுகளும் கொடுத்து செம்படவர் கூட்டத்தை நீக்கி மூக்குத்தூளென்னும் சுகந்தப் பொடி வாசனை வீசும் பிராமணரைச் சேர்ந்தப் பணக்காரராகிய கோமட்டிகளெதிரில் எல்லா ஜனங்களும் பார்க்கப் பூனைக்

கரியைத் தின்றால் அவர்களுக்கு வெட்காமா யிருக்காதா? அந்தோ இவ்வெட்கத்தினாலும், விசனத் தினாலும் விஷ்ணு வேஷந் தரித்துக் கொண்டிருந்த அனந்தரெட்டி என்பவர் மகிஷாசூர சம்மாரி வேஷந் தரித்திருந்தவருக்கு இரவலாய்க் கொடுத்த கையிலணியும் தங்கச் சிங்கமுகத்தோடாவும், காலிலணியும் வெள்ளிப் பூனாக் கொலுசும், காதிலணியும் வெள்ளைக்கல் கம்மலுமாகிய முன்னூறு ரூபா நகைகளும் இவர்களடைந்த கௌரவத்தினால் எப்படிப் போனதென்று தெரியாமல் போய்விட்டது. இத்தனைக்குங்காரணம் மாங்காளி பூனைக்கரியைத் தின்றதினால்தான். இப்பொழுது எல்லாரும் கூடி மறுபடியும் ஓர் ஓமம் செய்ய வேண்டு மென்று பிராமணர்கள் சொல்ல, சகலரும் சம்மதித் திருக்கிறார்கள். இந்தத் தடவை மாங்களி எலிக்கரியைத் தின்பாளோ என்னமோ தெரியவில்லை.

Secunderabad

31.10.09 M. V. K.

3 நவம்பர், 1909

132. உற்றதுரைத்தல்

ஆர்கலியுலகத்தினிடத்தே அநந்த ஆசித்த உதித்தாலன்ன மாந்தரது மனவிருளை மாய்க்கச்ர் சுயக்கியான களங்கரகித சுப்பரதீபமாகிய "தமிழன்" என்னும் மெய்ஞ்ஞானச் சோதி இப்பரதகண்டத்திற்றீட்டும் பத்திரிகாரத்தினங்களுக்குச் சிரோரத் தினம் போலும், அந்தகார மதக்குழாங்களுக்கு உடுபதியைப் போலும் கல்வியாலும், கனத்தாலும், பொருளாலும், புகழாலும் மல்கிப் பொலியும் சென்னை மாநகரின்கண் நாற்றிசை யோரும் போற்றிப்புகழ அவதரித்து தனது மிருதுபாஷையாகிய கிரணங்களால் மக்களது இதயாம்புயத்தை மலர்விக்குமாறும் புன்னெறியைப் பற்றாது நன்னெறியைக் கடைப்பிடித்து ஒழுகு மாறும், தனது பேராநந்த முகாரவிந்தத்தாலும் குணமிகு குரலோ சையாலும், உள்ளதுள்ளபடி உலகம் புகழ்ந்தாநந்திக்கும் மொழியாலும் பிரதி புதவாரந்தோறும் நிசமாக வசனித்து வருகின்றனன். இன் நண்பனின் மாதுரிய வாசகத்தைச் செவி மடுக்க மனமில்லாத மதப்பிராந்தர்களில் சிற்சிலர் பூரண மதியத்தைக் கண்டு பேரிரைச்சலிடும் ஆர்கலியைப் போல வும், குங்குமப்பூவின் நறுநாற்றத்தை நன்கறியாத கர்த்தபம் போலவும், கண்டகண்டவாறு சீறிச் சினந்து தூற்றா நிற்கின்றனர். இங்ஙனமிவர்கள் தூற்றுவதற்குக் காரணம் யாதெனின், இச்சுந்தரன் தனது நியாயவாளைக் கரத்திற் றாங்கி உண்மெய் பாதையை நோக்கிச் செல்லுகையில் அநாச்சார ஆரணியத்தின்கண் வதியும் பன்மதங்களாகிய விலங்குகளிலுள்ள ஆபாசங்களை அதமாக்குகின்றனன் என்று அஞ்சி அவலம்பிக்கத் தலைப்படுகின்றனர். இம்மதவைராக்கியர் எவ்வாறு தூற்றினும் அத்தூற்றம் அச்சுகுணனின் பெருந்தகைமைக்குப் பரமாணுப் பிரமாணமேனும் தோஷம் புரியாது மார்த்தாண்டனைக் கண்ட துகினம்போல மறந்தோடுமே யன்றி மற்றப்படி வேறல்ல.

இச்சுகநிதியின் பேராற்றலையும், சாதுரிய மதுர வாசகத்தையும் செவிமடுத்த கலைவல்லோர் இந்நண்பனின் புத்தி சாதுரியத்தைக்

கண்டு ஓதியுணர்ந்து அறிவேற்ற மடைந்து மையல்மீறி சீனியோ, கற்கண்டோ, தேனோ, பாகோ, தெவிட்டாத தெள்ளமுதோ, கற்பகத்தருவோ வென்று பேரானந்தத்தைச் சகிக்கவாற்றாது மன மகிழ்ச்சியால் பேசுகின்றனர். இவ்வொளிமலையாகிய சுந்தரவதனன் உதயமான பின்னர் எத்தனையோபேர் தத்தம் மதப்பிராந்த வலையினின்று நீங்கி மனமகிழ்ச்சி யோடு வாழ்கின்றனர். எத்தனையோபேர் கற்சிலையும், பொற் சிலையும் பற்பல லேகச்சிலையும் கதிதருமென்று நம்பியிருந் தோர் இது பெருத்த சதியென்று அஞ்சி விடுத்து மதிபெற்று இம்மெய்ப் பயனுக்குரிய நிதியை மதியைச் செம்மெய்யாய்த் தேடத்தலைப்பட்டனர். எத்தனையோபேர் தாங்கள் மெய் வருந்தித் தேடிய தேட்டத்தை ஸ்தல யாத்திரைக் கென்றும், பிரார்த்தனைக் கென்றும், குருக்களுக் கென்றும், மதியீனமாய்ப் பித்தரைப்போல் வீண்விரயஞ் செய்தலை யொழித்துத் திருப்தி யோடு தெளிவடைகின்றனர்.

எத்தனையோபேர் ஐம்புலன்களின்றி அந்தகரண மில்லை யென்றும், தேகத்தின் குணமே தேகியென்றும், ஐயறிவாகிய மெய்யறிவுக்கு அதீதமாகிய ஆன்மா ஒன்றிருத்தல் அசாத்திய மென்றும் கரதலா மலகம்போல் களங்கமற்ற வுணர்ந்துக் கொண்டனர். எத்தனையோபேர் சமயாசார சாகரத்தினின்று இன் நண்பனின் தேஜோமய மாகிய பெருத்தப் புணையைப் பற்றிச் சுகாரோக்கிய கரையேறினர். இம்மனோகர நண்பனின் பதாம்புயத்தின் மகிமெய்ப் பிரபாவங்களை யெவ்வள வெடுத்துரைப்பினும் இவனது வரம்பிகந்த திவ்விய குணத் திற்குத் திலப்பிரமாண மேனும் ஒப்பன்று. இங்ஙனம் ஒப்புயர்வற்ற மனோகரனை கண்ணிற்கு இமைபோலும், காட்சியைக் கொடுக்கும் கல்வியைப் போலும், அருமெய்க் குழவியை ஆதரிக்கும் அன்னை தந்தைபோலும், அல்லும் பகலும் யாதொரு இடையூறுவராது பரிபாலித்து வரும் பௌத்ததன்ம நண்பர்களும் இன்நண்பன்மீது அவாவுற்று இவனது திவ்வியகுண லட்சணத்தையறிய நாடும் அன்பர்களும், பொதுநன்மெய்க்குப் பாடுபடும் புண்ணிய சீலர்களும் தங்கள் மன மொழி மெய்களுக்கு யாதொரு மாறின்றித் தத்தம் சக்த்திக்கேற்ற முயற்சி செய்துவருவார்களாயின் இன் நண்பனின் ஆழ்ந்த மதியினின்று வரும் அரிய, உரிய, பிரிய கலைகளானவை எண்டிசாமுகமும் மண்டியோடின் மக்கள்

மெய்ஞ் ஞானமாகிய குமுதமலருமன்றோ? இப்பௌத்த தன்ம சங்கத்திற்கு அங்கமாயுள்ள ஒவ்வொரு நண்பரும் ஒற்றுமெய்யாகிய சுத்தவீரனைப் பின்பற்றல் வேண்டும். அங்ஙனம் பின்பற்றாவிடின் அநாச்சார மதகஜங்கள் சுயக்கியான கன்னற்பயிரைக் களவாட முந்துமன்றா? அங்ஙனம் முந்தில் ஒற்றுமெய்யாகிய சுத்தவீரன் தபோமகிமெயால் பெற்றெடுத்த தனது அருமெய்ப் புதல்வனாகிய "தமிழன்" என்னும் தயாள சற்போதகுண நண்பரின் முகாரவிந்தம் குன்றுமன்றா? ஆகையால் பொது நலத்தை நாடும் ஆங்காங்குள்ள ஒவ்வொரு பௌத்த சங்கத்தவர்களும் அமர்களத்துப் புஜபல பராக்கிரமத்தைக் காட்டும் திடகாத்திரசித்தனாகிய சுத்தவீரன் வெற்றியை அடையும் பான்மைபோல் தங்கள் மெய்ஞ்ஞான நெறியைக் கடைப்பிடித்துச் சித்தசமாதானத்தோடு நடத்துவரேல், அஞ் ஞாநாந்தகாரம் அதோகதியாய் அழியுமன்றா? அங்ஙனம் அழிகையில் மானுஷிகமாகிய மாமதியின் கிரணங்கள் நான்கு திசைகளிலும் பரவி செழித்து ஓங்குமன்றா? எண்டிசாமுகத் தும் செழித்தோங்கி வளருகிற தென்பதற்குப் பொன்வயல், கோலார், சாம்பியன் ரீப்ஸ், மாரிகுப்பம், பெங்களூர், திருப் பத்தூர் இவைகள் தற்காலம் சாக்ஷிகூறும், ஆகையால் இப் பௌத்ததன்மச் சுடர் மென் மேலும் பிரகாசிக்கும் வண்ணம் பத்திராதிபரவர்கள் பௌத்ததன்ம உண்மெய்களைப் பத்திரி கையில் தீட்டு வதுடன் இதுகாறும் எழுதிவந்த சில முக்கிய விஷயங்களை சிறு புத்தகங்களாக அச்சிட்டு ஏனையவர்கட்கு அறிவு விளங்குமாறு உபகரிப்பாராயின் தமிழன் பத்திரிகையை வாங்காதவர்கள் இச்சிறு புத்தகங்களை வாங்கி வாசித்து எளிதில் உண்மெய் யின்னதென் றுணர்ந்து பௌத்த தன்ம நீதிகளைப் பின்பற்றிக் கொள்வர். இவ்வித மேலான நன்றியை பௌத்ததன்ம சங்கத்தவர் நன்கு ஆராய்ந்து ஆசாரத்திற்குக் கொண்டு வரும்படி பிராத்திக்கின்றோம். தற்காலம் பௌத்த தன்ம விஷயங்கள் அறியாதார் அனேகர் அறியாதார்க்கே விளக்க வேண்டி யிருப்பதாகையால் தமிழ் பாஷையில் பௌத்ததன்ம புஸ்தகங்கள் இன்னும் வெளியாவது உத்தமம்.

தி. சி. நாராயணசாமி பிள்ளை, H. F. U.

உ. கோ.

10 நவம்பர், 1909

133. அவலட்சணாபிஷேகம்

ஸ்திரீகள் அந்தபுரத்தில் மஞ்சன நீராடுகையில் புருஷர்கள் செல்லக்கூடாதென்கிற ஒழுக்கம் மானிடர்க்கு மாத்திரமே யல்லாமல் தேவதைகளுக்கு முண்டென்பது நிட்சயம். பார்வதி முதலிய தேவதாஸ்திரீகள் நீராடுகையில் பாங்கிமார்கள் அருகிருந்து உபசரித்ததாகத் தெரியவருகிறது.

சுப்பிரமணியன் சோதிட சாஸ்திரத்தை நூதனமாய்ச் செய்து சிவனிடத்திற்குக் கொண்டு போய்ச்சொல்ல அதை சோதிக்கும் பொருட்டு இப்போது பார்வதி எங்கிருக்கிறாளென்று சிவன்கேட்க ஸ்நானஞ்செய்ய தடாகத்திற்குப் போயிருக்கிறாளென இப்போது என்ன செய்கிறாளென்று கேட்க, வடகரையில் வஸ்திரத்தைக் களைந்து வைத்துவிட்டு ஜலத்திலிறங்கினாளென இவ்வாறு சில கேள்விகளைக் கேட்டு விடை பெற்றபின்பு கடைசியாய் இப்போது என்ன செய்கிறாளென அருகாமையில் வந்துவிட்டா ளென்று சுப்பிரமணியன் சொன்னவுடனே பார்வதியும் வந்து விட்டாள். பெண்ணே உன்மகன் ஒருசாஸ்திரஞ் செய்திருக் கிறான் அதை பரிசோதிக்க நான் கேட்ட இன்னின்ன கேள்விகளுக்கு இன்னின்ன விடை கொடுத்தான், அவை உண்மெயாக விருக்கின்றனவா வென்று சிவன் கேட்க, பார்வதி சரிதானென்று ஒப்புக் கொண்டு சற்று யோசித்து இந்த சாஸ்திரத்தினாலே நாம் நிர்வாணமாயிருந்த கோல முதலியவற்றைச் சுப்பிரமணியன் கண்ணாற் பாராமலே பார்த்து விட்டானல்லவா? இப்படிப் பட்ட சாஸ்திரம் உலகத்தில் வழங்கிவருமாயின் விபரீத முண்டாகுமாதலால் அது பலிக்காமற் போகக்கடவ தென்று சபித்ததாகக் கதை சொல்லப்படுகிறது. இதனாலே தேவதா ஸ்திரீகளுக்கும் நாணமுண்டா யிருந்ததாகக் காணுகிறோம். ஆலயங்களிலே தேவதைகளுக்கும் பிராமணப் பிரதிஷ்டை செய்யப் பட்டிருப்பதால் உயிருள்ளனவாகவே மதிக்கப் படுகின்றன.

வடிவுடையம்மன் முதலிய விக்கிரக சொரூபங்களைப் பார்த்து அம்மன் எவ்வளவு சுந்தரமாயிருக்கிறது! என்று

பாதம் தொடை யிடை முதலிய பல அவயவங்களையும் வர்ணித்துத் தோத்திரஞ் செய்கின்றார்களே. அப்படியிருக்க அவ்வித ஸ்திரீ தேவதைகளுக்கு எண்ணெய்க் காப்பிட்டு மஞ் சள் நீராட்டி ஸ்நானஞ் செய்விக்கும் பிராமணர்க ளென்போர் அத்தேவதைகளைப் போல் சுகதுக்க மற்றவர்களா. சகல சுகமுங் கோறியுள்ளவர்கள் தேவி வுருவங்களுக்கு மஞ்சநீராட்டலாமா. அபிஷேகஞ் செய்யும்போது பழைய வஸ்திரந்தரித்துத் தான் செய்யப்படுகிறதென்று ஒருவேளை சொல்லுவார்கள். அப்படி சொல்லுவார்களாயின் அதற்கு முன்னும் பின்னும் நடக்குங் காரியங்களை யோசிக்க வேண்டும். கல்தச்சனே ஆதியில் வஸ்திரந் தரித்திருப்பதாக உருவமைத் திருக்கிறானென்று சமாதானஞ் சொல்லுவார்கள். பாவனையாக வஸ்திரம், ரவிக்கை இவற்றின் ஓரமாத்திரம் கோடு கட்டியிருப்பதே யல்லாமல் நித்திய வாலிப தேவதை களாகையால் வாலிபப் பெண்ணிற்குறிய காம்பு, நரம்பு முதலிய சகல சிறு அங்கங்களும் வெளிப் படையாகவே தோன்றுகின்றன. இப்போது சில விசாரணா சங்கங்களும், சித்தாந்த சபைகளும் ஏற்பட்டிருப்பதால் அப்படிப்பட்ட முக்கிய விஷயங்களைப் பற்றிச் சீர்திருத்தஞ் செய்ய யோசிப்பார்களென்கிற நம்பிக்கையினால் சூசனையாகக் க்காட்டினோம்.

இலௌகிகம்

இலௌகிகிகள் ஒவ்வொரு மதத்தையும், கொள்கையையும், நம்பிக்கையையும் நாசஞ் செய்கின்றார் களேயல்லாமல் புதிதாய் ஒன்றையும் சாதிக்கின்றார் களில்லையே யென்று அனேக வைதிக்கள் முறையிடுகின்றார்கள். களர்நிலத்தில் விதை விதைத்தால் விளையுமா? பழய சுவர்மேல் புதுசுவர் எழுப்பினால் பாரந்தாங்குமா? நம்பிக்கையாகியதிறைப்புறத்திருப்பவர்களுக்கு நியாய சங்கொலி பயன்படுமா? கல்லாமெயாகிய களர்போக்கி கடினசித்தமாகிய கல்லை யகழ்ந்து காய்சினமாகிய கரம்புதிருத்தி நியாயநூற்போத எருவிட்டுப் பதமாக்கி, விதைவிதைத்தாலன்றா விருத்தியாகும்? அத்திவாரமின்றிய பழைய சுவரையும் பாழாக்கி பாரகழ்ந்து சுவர் வைத்தாலன்றா பாரந்தாங்கும்? நம்பிக்கை திறையைநீக்கி நியாய ஒளி காட்டினாலன்றா நன்றாய் விளங்கும்? ஆயினமையின் சங்கூதுவதற்கு முன் செவிட்டைப் போக்க வேண்டியது இலௌகீகிகள் கடனாதலால் அவ்வாறு

செய்ய வேண்டியதே ஆவசிக மென்க. நாம் ஒவ்வொருவரும் கையாண்டு வரும் சமயமும், கொள்கையும், மதமும் நமக்குத் தொன்றுதொட்டு நம்மவரால் போதிக்கப்பட்டுள்ளதா அல்லது நாமே யூகித்து கைகொண்டதா வென்று யோசிக்கு மிடத்து போதிக்கப் பட்டுள்ளதென்பதற்குச் சந்தேக மில்லை. இவ்வாறே ஒவ்வொரு மதத்தினரும் தத்தம் கொள்கையையே தம்மவர்க்கு போதித்துள்ளார். ஆயினமையின் ஒருவர் பிறக்கும்போதே அவர் கொள்கையும் உடன் பிறக்கவில்லை. பிராமணன் பிள்ளையை ஓர் கிறிஸ்தவன் வளர்த்தால் அக்குழந்தைக்கு வயதுவந்த காலத்தில் கிறிஸ்து மதத்தையே கொண்டாடும். இன்னும் இவ்விந்து தேசத்திலேயே ஒன்றுக் கொன்று வெதிரேகமான அனேக மதங்களுண்டு. ஒருமதம் "கொலை செய்யா திருப்பாயாக" வென்று வற்புறுத்திக் கூறியும், கொலை செய்துண்ணக் கூறுகிறது ஒருமதம் முக்கியமாக கொலையை வெறுக்கிறது. ஒன்று கல்லை வணங்கச் சொல்லுகிறது, ஒன்று நதியை தொழச் சொல்லுகிறது இவ்வாறே எண்ணிறந்த மதபோதனைகளுண்டு. இவைகளையெல்லாம் அபிமான மொழித்து பற்றற்ற சிந்தையோடு நோக்குமிடத்து மனித யேற்பாடாகத் தோன்றுகின்றதா அல்லது ஓர் முதல்வர் ஏற்பாடாகத் தோன்றுகின்றதா? ஓர் கடவுள் ஏற்பாடாயின் எங்கும் ஒருபடித்தாகவல்லவா இருத்தல் வேண்டும்? பகுத் தறிவுடைய விவேகிகள் பற்றற்ற சிந்தையோடு யாதொரு அபிமானமுமில்லாமல் விசாரிக்க வெளிவந்தால் அவர்களைப் புறத்தில் தூஷிப்பவர்கள் விவேகிகளா? இவ்வாறு செய்தல் தக்கோர் செய்கை யன்று. மானுஷீகமென்னும் மாணிக்கவொளி சுடர்விட்டுப் பிரகாசிக்க வேண்டிய அபிமானமென்னும் விழியிருள் போக்கி மனமாசென்னும் தூசுநீக்கி விசாரசித்த மென்னும் விழிதிறந்து ஒவ்வொருவரும் வெளிவந்து விசாரிக்கு மன்றன்றோ பௌத்த தன்மத்தின் நீதிபோதனைகள் பசுமரத்தாணி போற்றுலங்கி மனவிருள் நீங்கும்.

தி. சி. நாராயணசாமிப்பிள்ளை, H. F. U.

உ. கோ.

17 நவம்பர், 1909

134. தீபவதி ஸ்நாநமெனும் தீபாவளிபண்டிகையும், திருமழிசை ஸ்ரீமந். E. L. கந்தசாமி முதலியாரவர்களும்

மாஷிமை நிறைந்த தமிழன் பத்திராதிபர் அவர்களுக்குக் கநந்தங்கோடி வந்தனம்.

ஐயா, தாங்கள் கருணைகூர்ந் திக்கடிதத்தை தமது பத்திரிகையிற் பிரசுரிக்க பிரார்த்திக்கின்றேம்.

சென்னை திருமழிசை ம-ள-ள-ஸ்ரீ இலட்சுமண முதலி யாரவர்கள் புதல்வரும், இரங்கோன் A. B. M. பிரஸ் உத்தி யோகஸ்த்தர்களி லொருவரும், எங்கோமான் ராயபாதூர் பெ. மா. மதுரைப்பிள்ளை அவர்களுக் கன்பார்ந்த நண்பருமாகிய சற்குண E. L. கந்தசாமி முதலியாரவர்கள் தீபாவளி தினத் தில் நடாத்திவரும் வைபவங்களை கண்டதுவரையில் யெழுதுகிறோம். நாமிப்பதிக்குவந்த பதினான்கு வருடக் காலமாக முதலியாரவர்கள் தன்மத்தைப் பூர்த்தியாக சிந்தித்து தமது திருமாளிகையில் ஆதுலர்களுக்கு காலை 6-மணிமுதல் மாலைவரையில் அன்னதான வஸ்திரதானங்களுடன் உபசரிப் பும், தமது ஆபீஸ் உத்தியோகஸ்தர்கள் ஒவ்வொருவர் களுக்கும் தகுந்தவித மேறை மரியாதைகளும் நடத்திவருவது இரங்கோன் முழுமையும் சகலர்களுக்குந் தெரிந்த விஷயமே. ஆனால் இப்புருஷோத்தமன் இதுகாறும் அன்னியன் வுன்னிய னென்றும், தாழ்ந்தவ னுயர்ந்தவனென்றும், யாதொரு விகற் பங்களை யெண்ணாது தன்னைப்போல் பிறரையுங் கருத வேண்டுமென ஜீவகாருண்யத்தை வகித்திருப்பதால் இவரு டைய நற்குண நற்செய்கைக்காக நாமிவருக்கு நன்றி யறிந்த வந்தனமளிப்பதுமன்றி தமது பெண்டுபுத்ர பந்தினருடன் மென்மேலாக ஓங்கிவாழ நமது ஒப்பில்லா அப்பனை சதா நமஸ்கரிக்கின்றனம்.

இங்ஙனம்

RANGOON — **வல்லகாளத்திநகர், ஆன்றோர்க்கடிமை**
18.11.09 — **வீ. அ. இராமச்சந்திர புலவர்**

24 நவம்பர், 1909

135. சருவவியாபியிற்றோன்றிய பெரியவரே உமக்கு வேத முண்டோ

உண்டு. அதை யெமக்குக் காண்பிக்கக்கூடுமோ. அதை யெங்களைப் பார்ப்பதற்கே உத்திரவில்லாதபோது உங்களுக்கு எப்படி காண்பிக்கக்கூடும்.

அதனைப் பார்ப்பதற்கு உங்களுக்கே உத்திரவில்லாத போது உண்டென்று பொய்யைச் சொல்லலாமோ.

அதை மொழி பெயர்க்கின்றார்க ளென்றுங் கேழ்விப்பட்டேன் அதனை அச்சிட்டிருக்கின்றார் களென்றுங் கேழ்விப்பட்டேன். அதினால் எமக்கு வேதம் உண்டென்று கூறுகிறேன்.

மொழி பெயர்த்ததைக் கேழ்விப்பட்டீர் அதைக் கண்ட தில்லை. அச்சிட்டதைக் கேழ்விப்பட்டீர் அதையுங் கண்ட தில்லை. இவ்வகைக் காணாதவர் உண்டென்று கூறியது பெரும் பொய்யல்லவோ.

பெரியோர்கள் சொல்லுகிறபடியால் அதை நம்பி உண்டென்று கூறினேன்.

உண்டென்று கூறுவதாயினும் நீர் பார்க்க வேண்டிய போது அதனைப் பார்க்க முடியாதல்லவா.

அதனைப் பார்க்க எனக்கு உத்திரவில்லை.

உமக்கு உத்திரவில்லாதபடியினாற் சகலரும் பார்க்கக் கூடிய வேதத்தையேனும் பார்ப்பீரா இல்லையா.

வேண்டியபோது பார்க்கக்கூடும்.

உமக்கு வேண்டிய காலத்துக் கிடைக்காததும், கண்ணில் பார்க்கக் கூடாததுமான ஒன்றை எமக்கு உண்டென்று கூறுவது பொய்யிலும் பொய் பெரும்பொய்யேயாகும். ஆதலின் தமிழன் பத்திராதிபர் உமக்கு வேதம், வாசிக்க வேண்டிய போது

கிடையாதென்பதை மெய்யாகக் கூறியிருக்க வதன் கருத்தறியாது வீணிற் புலம்புவது அழகன்றன்றோ.

நீர் பிரவேசித்துள்ள வேதமே உமக்கு வாசிப்பதற்கு சுதந்திரமில்லாதபோது அவ்வேத சங்கதிகளும், அதினந்தரார்த் தங்களும் உமக்கு விளங்குமோ.

சொந்தமே சுயாதீனமற்றிருக்க அன்னிய மதத்தோருக்கும் சமணமுநிவர்களின் நீதிநூற்களின் பொருட்களும், இலக்கணங் களின் பாகுபாடுகளும் உமக்கு யெங்கிருந்து விளங்கும்.

சமணர்களுக்குத் தொண்டுபுரிந்து நீதிநூற்களை சரிவரக் கற்றிருப்பீராயின் தமிழன் பத்திராதிபரது பத்திரிகைக் கருத் தைப் பேசிவருங்கால் அன்னோரது தெய்வத்தை தூஷிக்க யேற்படுவீரோ. உமது பெரியதெய்வப் பகுப்பறியா சிருஷ்டி யில் சிறியதெய்வந்தோன்றி பட்ட பாட்டை சிந்திக்காது ஓர் அரசபுத்திரனாரும் மநு குலத்தோரை தூஷிக்க யேற்பட்டது வேதம் வாசிக்கா சேதம்போலும்.

தாங்கள் வருஷந்தோருஞ் சின்னமலையில் தின்றுவருங் கொழுத்த மாமிஷகுணம் உமக்கே சரிவரத் தெரியுமன்றி தமிழன் பாத்திராதிபருக்கும் அன்னோர் குருவுக்கு மஃது தெரியவே மாட்டாது.

புத்தரது தன்மபோதங்களில் அகிம்சாதன்மத்தைப் பற்றியும், புலால் புசிக்கலாகாதென்பதைப் பற்றியும் அனந்த யிடங்களிற் கூறியிருக்க அவர் புலாலைப் புசித்தாரென்று ஓர் மதக்கடைப் பரப்பி சீவிப்போன் எழுதிவைத் திருப்பானாயின் அவற்றை விவேகிக ளேற்பரோ.

சக்ரவர்த்தித் திருமகன் காமனையுங் காலனையும் வென்று புத்தநிலை யடைந்தாரென்று சகல கலை நூற்களிலும் வரைந்திருக்க ஏதோ ஓர் ஞான நிலையறியா அஞ்ஞானி புத்தர் பேதி கண்டிறந்தாரென்று வரைந் திருப்பானாயின் புத்தரென்னும் பெயர் வாய்த்த காரணமறிந்த விவேகிகள் அவ் வஞ்ஞானியின் வார்த்தையை யேற்பார்களோ ஒருக்காலு மேற்கார்கள்.

அந்தோ பாபம் தங்கள் வேதத்தைத் தாங்களே பார்க்க வுத்திர வில்லாதவர் அன்னியர் வேதங்களையும், அதினந்தரார்த் தங்களையும் எங்கு கண்டறிவீர்.

தாங்க ளிலக்கியத்திலும், இலக்கணத்திலும், மிக்க வல்லவ ராயின் எம்மெய்ப்போல் ஊர்பெயருடன் வெளி வருவீராயின் சகலரு மெச்சுவார்கள். அங்ஙனமின்றி பெயரைக் காட்டா தொளிப்போருக்கு பதிலளிப்பதில் யாது பயனுமில்லை.

20.11.09

மாத்துரைக் காப்பி ஸ்டேட் **ம. அந்தோனி**

கொளம்பு

24 நவம்பர், 1909

136. விளம்பரம்

வேதத்தில் வல்லவர்கள் என்றும் இலக்கியத்தில் வல்லவர்கள் என்றும் இலக்கணத்தில் வல்லவர்கள் என்றும் தங்கள் பெயர் களைக் காட்டாது படாடம்பப் பூச்சிக் காட்டித் திரியும் பிரிய சகோதிரர்களே உங்களுக்கு பேசும் வல்லபம் இருக்குமாயின் பத்திரிகைகளில் வீண் கலகம் விளைவிப்பதை விடுத்து கோலாரிலேனும் சென்னை யிலேனும் ஓர் கூட்டத்தை ஏற்படுத்தி சகோதர வாஞ்சையோடும் நேரில் பேச ஆவல் கொண்டிருக்கிறேன். இவ்விளம்பரங்கண்ட வித்வவீரர்கள் மேற்குறித்த இரண்டு இடங்களில் எங்கு பேசப் பிரியமோ அவற்றைத் தமிழன் பத்திராதிபருக்குத் தெரிவிப்பீர்களேல் எமது எஜமானிடம் உத்தரவு பெற்றுக்கொண்டு உடனே வரக் கார்த்திருக் கின்றேன்.

20.11.09 — இப்படிக்குத் தங்கள் மதத்திற்

மாத்துரைக் காப்பி — பிறந்து வளர்ந்த

ஸ்டேட், கொளம்போ — **ம. அந்தோனி.**

கனந்தங்கியக் கடிதக்காரர்களே விவேக விருத்தி இல்லா வீணர்களுடன் பத்திரிகையில் வாதிடுவது வீண் கலகத்திற் காளாக்கிவிடும். அன்பற்றவர்களால் நமது பத்திரிகையின் சிறப்பு கெடுவதுடன் அதிகாரிகளிடமும் செல்ல நேரிட்டுப்போம். ஆதலின் பெருமிருகம் சிறுமிருகம் வரிமிருகம் சொரி மிருகங்கள் என்போர் யாவரும் ம-ள-ள-ஸ்ரீ ம. அந்தோனி அவர்கள் குறித்த இடங்களுக்கு நேரில் வாதிட வருவார்களாயின் அவர்களுடன் பெத்துநாயக்கன் பேட்டை சு. ஜோனாஸ் வேதாந்த சிரோன்மணியும் வாதிட கார்த்திருக்கின்றனர். இனி வீணருக்கு

எதிரிடையாக வரும் கடிதங்களை வெளியிட மாட்டோம். இரும்பால் இரும்பை அடித்து சீர்திருத்துவது போல் அவர்கள் மதத்தோரால் அவர்களே சீர்திருந்தட்டும்.

ப.ர்.

24 நவம்பர், 1909

137. செருப்பு அணிதல்

நங்குலத்தவர்க ளாகிய சாதிபேதமற்ற சாக்கையர்கள் மனமாகிய செந்தாமரை மலர்ந்து பரிமளிக்க "தமிழ னென்னும்" சூரியன் உதயமாகி தனது கிரணசமோகங் களை நாற்றிசையினும் பரப்பி சத்துருக்க ளென்னும் பனிக்கூட்டத்தை தலைக் காட்டாதடித்து நங்குலத்தை சிறப்பிக்க ஏற்பட்டிருக்கிறா னென்பது நாமனைவரு மரிந்த விஷயம். அப்படி யிருக்குங்கால் சிலமாதங்களாய் சிலர் எழுதுகிற வியாசங்களில் நம் நாட்டுப் பெண்கள் செருப்பு போட்டுக் கொள்ளுகிறார்களென்று அடுத்தடுத்து வருகிறது. இதை எழுதுகிறவர்களுக்கு செருப்புக் கதை ஒன்றுதானா அகப்பட்டுவிட்டது. எழுத வேண்டுமென்றால் எத்தனையோ விஷயங்க ளிருக்கின்றன. அவைகளி லெல்லாம் இவர்களுடைய மனஞ் செல்லாமல் செருப்பு ஒன்றின்மேல் சென்றது என்ன வினோதம்.

அதுவுமன்றி தற்காலம் பிராமணர்களென்றுச் சொல்லிக் கொள்ளுவோர்களையும் பிரத்தியேகமாய் சொன்னால் சில சமயம் ஒப்புமேயன்றி நம்நாட்டுப் பெண்களென்று பொதுவாய் சொல்வது அப்பிரயோசனம்.

ஏனெனில் மாணிக்கமானது எவ்வளவு அசங்கியமானக் குப்பைக் கூளங்களில் விழுந்துக்கிடந்தாலும் அதின் தேஜசு எப்படி குறையாமலிருக்குமோ அப்படியே கொடியப் பாவிகளாகிய சத்துருக்களின் வஞ்சனை செயல்களில் அகப் பட்டிருந்தும் சாக்கையர்களாகிய இவர்கள் பூர்வ பெருந்தக மெயிலும், நாணய நாகரீகத்திலும், கொஞ்சத்திற் கொஞ் சமாகிலும், கையாடிவருகிறார்களே யொழிய கைவிட்டவர் களல்ல. ஆதலால் மேற்றிசையோர்களைப் பார்த்து என்பது வீண் ஆயாசம் பூர்வத்தில் எத்தனையே பெண்கள் யுத்தக்களத்தில் நின்று யுத்தம் புரிந்ததாக சரித்திர ஆதாரங்களுண்டு. அக்காலத் திலெல்லாம் கால்களை வெறுமனே திறந்துக் கொண்டா

யுத்தம் புரிந்திருப்பார்கள். சரித்திர ஆதாரங்களைக் கொண்டே பூர்வத்திலிருந்து சாக்கையத் திராவிடப் பெண்கள் அவர்களுடைய சரீரங்களை ஆடைகளால் மூடியும் அழகுப்பெற ஆபரணங்களால் அலங்கரித்துமிருந்தார் களென்பது திண்ணம். மேலும் பெண்கள் கால்களில் பாதரட்சை யணிவதால் எவ்வளவோ சுகவிருத் தியிருக்கிறது. அதாவது தொத்துவியாதி யண்டாமலும், குதிக் காளானென்னும் ஓர்வித கட்டியை யுண்டாக்கும் விஷக்கற்கள் குத்தாமலும், சீதளத்தால் புறங்காலிழுப்பென்னும் ஜன்னி வியாதி வராமலும், பனியால் பாதங்கள் வெடிக்காமலும், இத்துடன் பார்வைக்கும் அழகாகவும் சுத்தமாகவுமிருக்கிறது. இவ்வளவு சுகவிருத்தி யிருக்கிறதை காதால் கேழ்க்கும் குருடரும் மெச்சுவார்களென்றால், கண்ணிருந்துயிர்க் கிறவர்கள் அது கூடாதென்றால் அவர்களை என்னவென்று சொல்லலாம். இவர்கள் நினைத்துக் கொள்ளுகிறார்கள். நாம்தான் கல்வி கற்றிருக்கிறோம் மற்றவர்களுக்கு ஒரு யோசனையும் தெரியாது. நாம் எப்படி எழுதினாலும் சரிதானென்பது போலும் ஆனாலது நியாயமன்று.

"முற்று முணர்ந்தவரிலது முழுதுங் கற்றனமென்று களியற்க சிற்றுளியால், கல்லுந் தகறுந் தகறா கனங்குழாய் கொல்லு லைக் கூடத்தினால்" என்னும் நீதியின்படி நாம் தானென்று மமதையடைவது கூடாது. அப்படி மமதையில்லாமல் எல்லாருக்கும் நன்மார்க்கத்தைப் போதிக் கிறார்களென்றால் நாம் முன்னோர்களாகிய தெய்வபுலமை திருவள்ளுவரும், அருள் நிறைந்த ஒளவையாருமாகிய சீர்திருத்த சிறந்த மாக்கள் எவ்வளவோ உலகத்துக்கு நல்வழிப் புகட்டியிருக்கிறார்கள். அவர்களில் யாரும் இப்படி உடுத்தாதே என்று கூச்சலிட வில்லையே. ஆனால் அவர்களுக்கெல்லாம் சொல்லத் தெரிய வில்லையோ? மேலும் தற்காலம் பிராமணர்களென்று சொல்லிக் கொள்ளுவோர்களுடைய பெண்கள் கண்ட காலிலிருந்து துடைவரையிலும் தெரிய சேலைக் கட்டுகிறார்களே அது எவ்வளவு அவலட்சணமாகத் தெரிகிறதுடன் பார்க்கக் கண்கூசுகிறது. அவையெல்லாம் இவர்களுக்கு நன்றாய்த் தெரிந்தி ருந்தும் அவையெல்லாம் மூடிவிட்டு மரியாதையுடனும், சுத்தத்துடனும் உடுத்து கிறவர்களின் செருப்பின்மேல் துவஜந்தொடுத்துக் கொண்டிருக்கிறது எப்படியிருக்கிறதென்றால் அவர்களணிகிற அழகிய உடைகளைப் பார்த்து இவர்கள்

பொறாமெ யடைகிறார்க ளென்பது தெளிவாய் விளங்குகிறது. ஆனால் இவர்கள் இராமுழுதும் தூங்காமல் இதே வேலையாய் யோசனை செய்து எவ்வளவு தடன் எழுதி எழுதி சளசளப்பு செய்தாலும் இவர்கள் சளசளப்புக்கஞ்சி ஒழுங்குடன் உடுத்து கிறவர்கள் அவர்களுடைய ஒழுங்கான நாகரீகத்தை விட்டு விடுவார்களோ அது ஒருக்காலுமில்லை. பாதரட்சை வணிகிற வர்கள் இவர்களைப் பார்த்து நகைக்கிறார்க ளென்றால் உடனே கடைக்கோடி ஒரு செருப்பு வாங்கிப் போட்டுக் கொள்ள வேண்டும். அப்படியின்றி பத்திரிகை மூலியமாய் வாயிலும் வயிற்றிலும் அடித்துக் கொள்ளுவதால் ஒன்றும் பயனில்லை. அப்படிப் பத்திரிகைகளில் கூச்சலிடப் பிரியமிருந் தால் "இந்தியாவென்னும்" பத்திரிகையிலாகிலும் அல்லது "சுதேசமித்திரனென்னும்" பத்திரிகையிலாகிலும் கூச்சலிட்டால் தகும். ஏனெனில் அப்பத்திரிகைகள் அய்யர்கள் பத்திரிகைகள் ஆனதால் அய்யர்களுக்கும், அய்யர்சாதிப் பெண்களுக்கும், இவர்கள் எழுதுகிற வியாசங்களுக்கும், பொருத்தமாய்விடும். ஆனால் மாட்சிமெய் பெற்ற "தமிழனோ" குணத்தாலும், கல்வி தனத்ததலும், ஒற்றுமையென்னும் ஒய்யாரத்தினாலும், உள்ளதுள்ளபடி உண்மெயை உலகமகிழ்ந் தானந்தங் கொள்ளும்படிப் பேசுகிறவன். ஆதலால் இவனுடைய வஞ் சமற்ற நெஞ்சத்திற்கும், பொறாமெ யற்றப் பேச்சிற்கும் இவர்கள் பாதரட்சை யணிகிறவர்கள்மேல் கூறும் நிந்தைக் கும் எவ்வளவும் பொருந்தாது. பாதரட்சை யணிகிறப் பெண்கள் சித்தசுத்தி யில்லாமலிருக்கிறார்க ளென்றால் எப்படி ரூபகரிக்கக் கூடும். சித்தசுத்தி யென்பதென்ன? யாதொருத்தர் பரிசுத்தமும், மன அமைதியும், துராசையுமற்றி ருக்கிறார்களோ அவர்களே சித்தசுத்தமுடையவர் களென்றும், அப்படியில்லாமல் அம்மணமாயிருந்தாலும், ரோமங்களைத் தொங்க விட்டுக் கொண்டிருந்தாலும், காலையு மாலையும் நீரில் மூழ்கினாலும், பட்டிணியாய்க் கிடந்தாலும் பரிசுத்தராக மாட்டார்களென்று (பகவன்) போதித்திருக்கிறார். ஆதலால் யார் யார் பொறாமெக் கொள்ளுகிறார்களோ அவர்களெல்லாம் சித்தசுத்தி யில்லாதவர்கள். சாக்கையப் பெண்கள் எவ்வளவு தான் சுதந்திரத்தில் மிஞ்சியிருந்தாலும் கொடிய ஏழை களாயிருந்தாலும், திரண்ட செல்வ மிருந்தாலும், நிகரில்லாத நாகரீகமாக உடுபாவனைகளால் அலங்கரித்துக் கொண்டிருந் தாலும்அவர்களுடைய மனநிலைத்தவராம லிருப்பார்களென்பது சத்தியம், சத்தியம், சத்தியமேயாம்.

மேலும் செருப்புக்கு அதிகப் பணத்தைப் போட்டு வாங்குகிறார்க ளென்றால் இவர்களுக் கென்ன அதைப் பற்றிச் சொல்லிக் கொண்டிருக்க. இவர்களா பணங்கொடுக் கிறார்கள். அவரவர்களின் தாய்தந்தை சகோதரர் புருஷர்களுடையப் பணத்தை போட்டு வாங்கு கிறார்களே யொழிய வேறன்று. ஆதலால் அதைப்பற்றி அன்னியர்கள் கணக்குப் பார்ப்பது பெருத்த குற்றம்.

எனதன்பார்ந்த பௌத்த சகோதரிகளே, சிற்சிலர் ஒழுங் கீனமான சொற்களைச் சொல்லிக் கொண்டு திரிகிறார்கள். அதையெல்லாம் நீங்கள் பொருட்செய்யாமல் உங்கள் மனோகர மான நாகரீகத்திலேயே யிருக்க வேண்டும். மயிலென்னும் ஓர்சாதி பட்சி மேல்புரத்தில் அழகிய பசுங்கலாபத்தை வாய்த்திருந்தும் அதினுடைய கால்கள் காய்ந்த விரகுத்துண்டைப் போல் பார்க்க அருவெறுப்பைத் தரும். அதுபோல முகம், கழுத்து, கரம், அரை முதலிய எல்லா அவயவங்களையும் பார்க்கப் பார்க்க ஆனந்தங் கொள்ளும்படி அலங்கரித்துப் பாதத்தைமாத்திரம் மண் தூசு முதலியது படிந்து பார்க்க அசங்கியமாக வைப்பதைப் போன்ற அநாகரீகம் வேறெதுவுமில்லை. ஆதலால் நீங்கள் உங்கள் கால்களை மயில் கால்களைப்போல் வைக்காமல் பானுவைக்கண்ட பங்கயங்களெல்லாம் மலர்ந்து பரிமளித் திருப்பதை பார்த்த அழகிய அன்னப் பேடையானது பளபளப்பேத்திய பவழத் துண்டைப் போன்ற தனது பாதங்களால் பங்கஜமலர் கசங்காவண்ணம் ஏறிக்குதித்து விளையாடுவது போல் உங்கள் நாகரீகத்தாலும், நல்லொழுக்கத்தாலும் பெரியயோர், சிறியோர் அனைவரும் மெச்சி மகிழவும் உங்களை மாலையிட்ட மணவாளர் களுடைய மனங் களிக்கவும் நடப்பதுவே பெண்ணென்னும் பெருந்தகைமையைப் பிரகாசிக்கச்செய்யும்.

Secunderabad Miss. M. V. K.

19.11.09

கனந்தங்கிய கடிதக்காரர்களே, விவேகவிருத்தியில்லா வீணர் களுடன் பத்திரிகையில் வாதிடுவது வீண் கலகத்திற் காளாக்கிவிடும். அன்பற்றவர்களால் நமது பத்திரிகையின் சிறப்புக் கெடுவதுடன் அதிகாரிகளிடமுஞ் செல்ல

நேரிட்டுப்போம். ஆதலின் பெருமிருகம், சிறுமிருகம், வரி மிருகம், சொரிமிருகங்கள் யென்போர் யாவரும் ம–ள–ள–ஸ்ரீ ம. அந்தோனி யவர்கள் குறித்த யிடங்களுக்கு நேரில் வாதிட வருவார்களாயின் அவர்களுடன் பெத்துநாய்க்கன் பேட்டை சு. ஜோனாஸ் வேதாந்த சிரோன்மணியும் வாதிடக் காத்திருக்கின்றனர். இனி வீணருக்கெதிரிடையாக வருங் கடிதங்களை வெளியிட மாட்டோம். இரும்பால் இரும்பை யடித்து சீர்திருத்துவது போல் அவர்கள் மதத்தோரால் அவர்களே சீர்திருந்தட்டும்.

ப.ர்

1 டிசம்பர், 1909

138. குணமும் பணமும்

குணம், பணம் ஆகிய ..... சில வரிகள் தெளிவில்லை.......... பிரதானமென்று............ குடும்பத்துக்கு நாசம் சம்பவிக்கிறது. கனத்தை யிழப்பது பெண்களாலும் பொருளை இழப்பது புருஷர்களாலும் ஏற்பட்டிருக்கின்றன. ஆதலின் பெண்ணாகப் பிறந்த துற்குணியால் குடும்பத்துக்கு பெருத்த நஷ்ட முண்டாகுகிறது. இனியும் பெண்களுக்கு வரண் தேடுவோர் கவனிக்க வேண்டிய முக்கிய சங்கதி என்ன வென்றால் அவ்வரனுடைய நற்குணத்தயேயாம். குடம் பாலில் துளி விஷம் கலந்ததுபோல நற்குணம் வாய்ந்த ஒருவனுக்கு துற்குணியொருவள் நேசமானால் அவனிட முள்ள யோக்கி யதை முற்றும் நசித்துப்போம் அன்றியும் துளிவிஷம் விழுந்தாலும் கலம்பால் கெட்டுப் போவது போல் ஓர் துற்ஜனன் சினேகமானாலும் நம்மிடமுள்ள சத்யம் சாந்த முதலிய நற்குணங்கள் நாசமாகின்றன. இதனை யுத்தேசித்தே பெரியோர்கள் சத்ஜனசம்சற்கம் செய்ய வேண்டுமெனக் கூறலா–யினர். துஷ்டர்களுடைய சகவாசத்தால் துன்பம் விளைகிறது. துண்டர் சகவாசம் பிராணகஷ்டம் என்னுமோர் பழமொழியும் நம்மிடையே வழங்குவதுண்டு.

சத்ஜன சகவாசத்தால் நம்மனோர் மனம் சமாதானத்தை யடையும் என்பதே. சாது சகவாசத்தால் நற்குணமுண்டாகு மென்பதும் எல்லாவித நற்குணங்களிலும் மிகவும் அரியதும் பெரியதுமா முண்டாகும் என்பது நமதான்றோர் கொள்கையாம்.

வறுமெயிலும், பொருமெயுடையோன் சிறுமெயடையான். அவன் நன்மெயும், தீமெயும் பகுத்தறியும் அறிவை பெறுவான். பொறாமெ மேற்கொண்டு சிறுமெயடைந்து தனிமெயாகாமல் பெருமெ யடைவான். இந்தப் பெருமெயன்னு முத்தமகுணம் சாதுக்களிடத்தே இயல்பாக அமைந்திருக்கிறது. சாதுக்களை கரும்புக்கு வுவமெயிடலாம். சாதுக்களை இம்சிப்பவர்

வீண் பிரயாசைப்படு கின்றவர்களே பெரியோர்களை எவர் களும் எத்தனை தடவை நிந்தித்தாலும் அன்னவர்களின் பெருமெகுன்றாது சிறப்புங் குறையாது. நிந்திப்பவன் வாக்கும் கீர்த்திக்கும் குறைவே யன்றி வேறில்லை. இதெவ்வாறெனின் பொன்னைக் காச்சி யடிக்குந்தோறும் அதன்மாற்று அதிகரித்து பிரகாசம் அதிகப்படுவதுபோல் சாதுக்களை துஷ்டர்கள் நிந்திக்குந்தோறும் அவர்களின் பெருமெயும், புகழும் உல கெங்கும் பரவுகின்றன. கரும்பை ஆலையிற் கொடுத்து நய்யாநசுக்கினால் சக்கைநீங்கி சாறாகவும் அதனை வற்றக் காச்சினால் அதிகமான ருசியுண்டாவது போல சாதுக்களை துஷ்டர்கள் நிந்திக்குந்தோறும் அவர்களின் கீர்த்திப் பெருகி உலாவுகின்றது.

அதன்பின் நற்குணம் எவ்வளவுக்கெவ்வளவு ஒருவனிடங் குடிகொண்டிருக்கிறதோ அவ்வளவுக்கவ்வளவு அவன் மேன்மை யடைவானென்ப துறுதி. குணத்திற்கு பழக்கமே முக்கிய காரணம். இயற்கைக்கடுத்தது பழக்கம் என்றொரு ஆங்கிலப் பழமொழியுண்டு. அதெவ்வாறெனின் ஒருவன் விடியஜாமத்திற் கெழுந்து வேலைகள் செய்து வருவானெனின் அவனுக்கு சிலநாளுள்ள பழக்கத்தால் அந்த சமயம் வரும்போ தவனை யாரும் எழுப்பாமலே எழுந்திருக்கிறான். பொடிப்போட்டு பழக்கம் பண்ணினவன் அதனை இலகுவில் விடமுடியாது. இம்மாதிரியே கள் சாராயம் முதலியவை யருந்தி துற்பழக்கம் செய்கிறவர்கள் அவற்றை தவிற்கமுடியாது. ஆதலின் கெட்ட பழக்கத்தை கனவிலும் கையாடலாகாதாயின் குணமான இயற்கைக் கடுத்ததே பழக்கம்.

இங்ஙனம்

21.11.09 **ஊழ்வினையறிவோன்**

கிருஷ்ணன் கோயில்

1 டிசம்பர், 1909

139. முக்கிய போதனை

உலகத்தில் அறிவாளிகளாக இருப்பவர்கள் ஒவ்வொரு விஷயத்திலும் சித்தத்தை அமைத்து அதன்பால் நிகழும் தமது சுயாபிப்பிராயத்தோடு விவேகிகளாயுள்ள வேறு பலர் அபிப்பிராயங்களையும் விசாரித்துத் தெளிந்து கொள்ளற் பாலதைக் கொள்ளவும், தள்ளற்பாலதைத் தள்ளவும் வேண்டும். இவ்வாறு செய்தல் ஒழிந்து தாம் கேள்வியுற்ற அளவிலேயே மேலும்மேலும் விசாரணையின்றி தமது அறிவைச் சிறைப் படுத்தி அந்தகாரமென்னும் படுகுழியில் வீழ்ந்து அமிழ்ந்து கிடப்போர் விஷயஞானமாகிய பௌத்ததன்ம சுயக்கியான சூரியதரிசனம் எக்காலத்துங் காணப்போகின்றதே யில்லை. மனத்தின்கண் பௌத்ததன்ம சுயக்கியான கதிரவன் உதிக்காத போது அஞ்ஞான இருட்பிழம்பில் ஆழ்ந்து உலகவிகாரப் பிரளயத்தின் சூழலிற் சிக்கி உள்ளநாளளவும் சுகக்கரை காணாது அறியாமெய்க் காட்பட்டு தெரியாமெய்க்குத் தொண்டுபூண்டு அந்த காரத்திற்கு வந்தனஞ்செய்து சதா அறியாமெய் வசத்தராய் மரியாநிற்பர்.

பாலுண்ணும் பாலகர்களுக்குப் பாயசமூட்டில் குமட்டி விடுவதுபோல் பயனறியா பஞ்சமகாபாதக பெருமிருக நெஞ்சினருக்குப் பயன் இன்னதென விளக்கிக் காட்டி ஊட்டினும் தட்டிவிடுவர். பன்றிக்குப் பாலன்னம் ஊட்டுவது போல பயனறியா வசுத்த வசப்பிய துன்மார்க்க மிலேச்ச நெஞ்சினருக்கு பயனாய நல்விஷயங்களைப் பகர்வதில் பயனிற்றே. இன்னோருக்குப் பயன்பயப்பதாகிய போதனையைப் போதிக்க வேண்டில் முன்னம் அவர்கள் உள்ளத்தைக் கொள்ளை கொண்டிருக்கும் மிருகத்துவத்தைப் போக்கி மானுஷீகத்து வத்தைத் தேக்குதல் வேண்டும். காடும், கரம்பும், கல்லும், புல்லும், களரும் அடர்ந்த நிலத்தில் விதை விதைத்தால் அவ்விதை அடர்பட்டழிதல் நிச்சயமாதலால் முன்னம் அன்னில குற்றத்தை அலர்கழித்துவிட வேண்டியது ஆவசியகம்.

ஆகையால் அறிவாளிகளுக்கு நன்மார்க்கத்தைப் போதிப்பதை விட அறிவில்லார்க்குப் போதிப்பதில் இருபது மடங்கு பிரயாசையுண்டு. அறிவாளி இயற்கையாகவே சகல விஷயங்களையும் அவாவி உணர்ந்து சமநிலை சித்தத்தால் சீர்தூக்கிக் குற்றத்தைக் கைவிட்டு குணத்தைக் கைக்கொள்வன். அறிவாளிக்குவிஷயவிசாரமுள்ளமெயால்அவன்எவ்வாற்றானும் நன்மார்க்கத்தைத் தனக்கெட்டிய அளவில் நாடுவான். விசாரசித்தமில்லா மந்தமதியினராகியச் சோம்பற்றுணைவரோ எது எப்படியானால் நமக்கென்ன, அவ்விசாரணையும் இவ்விசாரணையும் நமக்கெற்றுக்கு எல்லாமறிந்தவர் சாவா திருப்பதும், ஒன்றுமறியாதவர்தான் சாவதும் இல்லையே? எல்லாம் ஒருநாளைக்குப் போகப் போகிறவர்கள்தானே, என்று சதாகாலமும் கும்பிக்கே மிருகாதிகளைப்போல் உழைத்து சன்மார்க்கம், துன்மார்க்கம், நீதி, அநீதி, ஒன்றும் தெரியாமல் பிறர்க்கும் பயன்படாமல் நாளவம் போக்கும் கூட்டுறவான பெரிய சிறிய நரமிருகங்களுக்கே முக்கியமாய் நாமெல்லோரும் முயன்று சிறிது சிறிதாக ஒப்பில்லா அப்பன் போதித்த பௌத்ததன்ம போதகஞ் செய்யவேண்டியது ஆவசியகம்.

தி. சி. நாராயணசாமி பிள்ளை, H. F. U.,

உ. கோ.

8 டிசம்பர், 1909

140. துரபிமானம்

துரபிமான மென்பது ஒருவர் தம்பொருட்டேனும் தம்மா லனுசரிக்கப்பட்ட பிறர்பொருட்டேனும், தம்மால் கடைப்பிடித் தொழுகப்படும் ஓர் கொள்கையின் பொருட்டேனும், ஞாய விருத்தமாகவும், நீதிதவறாகவும் மனச்சான்றுக்கு விரோதமாய மானதவாசிக காயிகங்களைச் செய்தலாம்.

மானதம் = மனத்தாலெண்ணுவது; வாசிகம் = வாக்கால் மொழிவது, காயிகம் = உடம்பாற் செய்வது. துரபிமானம் பொய்யைப் பெற்றதாய், அசத்தியத்தை யாதரிக்கும் தாதி, அற்பத்தனத்தை யாதரிக்கும் தந்தை, சதி மோசத்திற்கு சகோதரம், வஞ்சனை பலவற்றையும் தழுவுஞ் சுற்றமாதலால் துரபிமானத்தால் விளையும் மானுஷ துன்பம் ஒன்றல்ல. துரபிமானி தன் அபிமானங் காரணமாக பொய்மொழி பகரவும், பொய்ச்சான்று சொல்லவும், புன்செயல் பல புரியவும் இன்னல் விளைக்கவும், இடுக்கண்புரியவும், அஞ்சாத வஞ்ச நெஞ் சனாதலால் அன்னோனை மானுஷமறலியென மதித்தல் வேண்டும்.

ஒருவன் அகத்திய முனியினும் அதிகங் கற்ற கல்வி வானாயினும் சதாகாலமுந் தவறாத சமுத்திரம்போல செல்வக் களத்தினைச் சேமித்து வைத்துள்ள செல்வ வானாயினும் அறிவாலும், அமைதியாலும், உணர்வாலும், மற்றெல்லாச் சுகுணங்களாலும் சிறந்தோனாயினும் துரபிமான மொன்றுள வேல் கலப்பாலில் கடுவிடங் கலந்தது போல அவனது மேன்மை யனைத்துங் கெடும். மக்கட்பதடியுமாவன். ஒருவன் தான் அபிமானங்கொண்ட ஒன்றினிடத்தேனும், ஒருவரிடத்தேனும் உள்ள தவறுகளும் குற்றங்களும், பிழைகளும், துந்நடக்கைகளும் தோன்றாமெ யால் அவன் கண்ணிருந்துங் குருடனே, காதிருந்தும் செவிடனே, மற்றய உணர்ச்சிகளிருந்தும் உணர்ச்சியற்ற பிணமே. பிணமேனும் யாதொருவருக்கும் தீங்கிழையா திருக்கும். துரபிமானப் பிணமோ பொய்க்கு பயப்படாது, அசத்தியத்திற்கு

அஞ்சாது, புன்மைக்குப் புறங்கொடாது, தீமெக்கு திகிலடையாது, கனவிற்குக் கருத்தழியாது, கொலையைப் புலையெனக்கருதாது வஞ்சனையை நெஞ்சொழிக்காது, துன்பத்தையும் தூரேவிடா தாதலால் துரபிமானம் பிணத்தினும் இழியதென்பதே திண்ணம். எண்ணிறந்த ஜீவகோடிகளுக்குள்ளும் அதி விசேஷமாகிய மானுடப் பிறவியாயிருந்தும் கற்றறியாத கல்வியினைக் கற்றும், பெற்றறியாத செல்வத்தினை பெற்றும், கேட்டறியாத கேள்வியினைக் கேட்டும், துரபிமானமென்னும் துட்ட மனப்பற்றை யொழிக்காக் குறையினாலன்றா பிணத்தினும் இழிவடைகின்றனர். ஆகையால் நாம் ஒவ்வொருவரும் துரபி மானத்திற்கு ஆட்படாமல் தூரே நின்று இம்மெயிலேயே சுத்த சுகமடைவோமாயின் மறுமெயில் நற்கதியுற்று பரமானந்த மடைவோமென்பது "தமிழன்" பத்திராதிபரது கருத்து.

15 டிசம்பர், 1909

141. விளம்பரம்

சுதேசி ஸ்டீம் நாவிகேஷன் கம்பெனி [லிமிடெட்]
தூத்துக்குடி

கடல்களின்மேல் நடைபெறும் இந்தியர்களின் வியாபாரத்தை விருத்தி செய்யவும், இந்தியர்களில் எல்லா வகுப்பினர் களுக்குள்ளும் கப்பல் யாத்திரையைப் பரவச் செய்யவும் வேணுமென்று ஒரே நோக்கத்துடன் நடத்தப்பட்டு வேண்டிய சௌகரியங்களைக் கொடுக்க விசேஷ ஏற்பாடுகளைச் செய்து வருகிற முயற்சி இது ஒன்றே.

கப்பலோட்டுதல் இந்திய மாணவர்களுக்குக் கற்பித்துக் கொடுத்துவரும் கம்பெனியும் இது ஒன்றேதான்.

கப்பல் கட்டுதல், கப்ப லோட்டுதல் முதலியவைகளைக் கற்க விரும்பும் இந்திய மாணவர்களுக்கு அதன் வரும் படியிலிருந்து உதவிசெய்யும் படியாக ஒரு நிதியொன்று ஒரு ரூபாய் டிக்கட்டுகள் மூலமாகவும், நன்கொடைகள் மூலமாகவும் சுறுசுறுப்பாய் வசூலாகிவருகிறது.

செத்துக்கள்:– லாவோ, காலியா ஸ்டீமர்களும் லாஞ்சுமிராண் டாவும்.

மூலதனம்:– பங்கு 1–க்கு ரூபா 25 வீதம் 80,000 பங்குகளாகப் பிரிக்கப்பட்ட துகை ரூபா 20,00,000. இதில் 34,000 பங்குகள் விற்றாய்விட்டன.

உடனே தேவையாயிருப்பது ரூபா 50,000 அல்லது 2,000 பங்குகளின் கிரயம் ஒரு மாதத்தில் வசூலாகவேணும். வசூலானவுடனே இந்தக் கம்பேனியானது பாரதகாரிய அபிவிர்த்திக்கு வெகு உபயோகமுள்ள தன் வேலையை மும்முரமாகச் செய்ய ஆரம்பிக்கும்.

ரூபா 25 அல்லது அதடங்கிய துகைகள் அடியிற் கையொப்பமிட்டவருக்கு அனுப்பினால் கிடைத்தவுடன்

விண்ணப்ப பாரம் முதலியவைகள் அனுப்பப்படும். டிக்கட்டுகள் கம்மிஷன் விபரங்களுக்கும் மேல்படியாருக்கே எழுத வேணும்.

தூத்துக்குடி **S. D. KRISHNAYANGAR**

6.12.09 செக்ரிட்டேரி

சுதேச நாவிகேஷன் கம்பெனியார் நீராவி மரக்கலமொன்று நடாத்துவதாகவும் அதை லிமிடெட் கம்பெனியென வகுத்து (ஷேர்) ஒன்றுக்கு இருபத்தைந்து ரூபாயென்று குறித்து தாங்கள் உத்தேசித்துள்ள முதல் சேர்ந்தவுடன் காரியத்தை நடாத்தும்படியான முயற்சியி லிருக்கின்றார்கள். அவர்களது கருத்தை முடிவு பெறச்செய்து தேசத்திற்குச் சிறப்பையும், குடிகளுக்குச் சுகத்தையும் பெருக்கும்படியானவர்கள் அக்கூடிடத்திற் சேர்ந்து வேணப் பொருளுதவிச் செய்து விருத்திக்குக் கொண்டு வருவார் களென்று நம்புகிறோம்.

நமது தேசத்தோரது விசேஷ குணமோ தேரு கட்டியிழுக்கத் தேவையானப் பொருள்செலவு செய்வார்கள், மத்தாப்புக் கொளுத்த மனம் போனச்செலவுசெய்வார்கள், பந்தங்கொளுத்தப் பலமானப் பணஞ் செலவுசெய்வார்கள். மாமாங்கம்பார்க்க மடிநிறம்பப் பணங்கட்டிச் செல்லுவார்கள்.

இத்தகைய வீண் செலவுசெய்து விருத்திக் கெடுவோரை அப்பா யீதோர் வியாபாரக்கூட்டம் நீவி ரிதிலோர்க் கூட்டாளி யாகச் சேர்ந்து நடத்துவீரானால் மாதம் ஒன்றுக்கு செலவழிவுபோக நூறுரூபாய்க் கிடைக்கு மென்றால் அவர் களை யார் நம்புகிறது. இவர்களை யார் நம்புகிற தென்று வீண்கதைகயை வளர்த்துவார்கள்.

இவைகளெல்லாம் பெரும் வியாபாரங்களிற் பழகாததும் முன்பணங்களைச் செலவிட்டு பின் பணம் சம்பாதிக்கும் வழி தெரியாததுமாகிய சாதனக் குறைகளேயாம்.

இத்தகைய நூதனக் கம்பனிகளை யேற்படுத்துவோர் இதன் விருத்தி விசேஷங்களை பத்திரிகைகளின் மூலமாகவும்,

பிரசங்கங்களின் மூலமாகவும் விளக்கி வியாபாரத்தை நடத்துவார்களானால் எடுத்த முயற்சி குறைவுபடாமல் நிறைவேறும்.

அவற்றுடன் நம்பிக்கைமிகுந்த தக்கப் பெரிய மனிதர்கள் நான்கு பெயர் செலவழிவைப் பாராது வெளிதோன்றி ஒவ்வோர் பெரிய மனிதர்களிடமுங் கலந்துபேசி கூட்டாளிகளை சேர்ப்பார்களாயின் கூடியசீக்கிரம் எடுத்த முயற்சி கைகூடும்.

ப.ர்.

15 டிசம்பர், 1909

142. நட்புநிலை

''அறனறிந்து மூத்தவறிவுடையார் கேண்மெய்
திறனறிந்து தேர்ந்து கொளல்''

நண்பர்கள் உத்தமரென்றும், மத்திமரென்றும் அதமரென்றும் மூன்றுவகையா யிருக்கின்றனர். ஆதலின் நாம் ஒருவருடன் நேசம் பண்ணவேண்டுமென்றால் தராதரம் பார்த்து நேசம் கொள்ளவேண்டும். திடீரென்று ஒருவருடனும் நேசித்து விடலாகாது. உத்தமர்களுடைய நேசமானது ஒருவன் வெகு அருமெயாகத் தேடிக் கொள்ளத்தக்க பொருளெனவும் அவ்வாறு அதைத் தேடிக் கொண்டால் அதைவிட அவனுக்கு வேறுகாப்பு வேண்டிய தில்லை யெனவும் பெரியோர் கூறியிருக்கின்றனர். கல்வி கேள்விகளிற் சிறந்த பெரியோர்களுடைய தேசம் குருத்திலிருந்து கரும்பு தின்றாப்போலப் போகப்போக இன்பம் தருவதாகும். அந்தச் சிறப்பில்லாத மற்றவர் களுடைய நேசமோ அடியிலிருந்து கரும்பு தின்பதுபோலப் போகப்போக இன்பம் குறைந்து போகும். ஆதலால் அப்படிப்பட்டவர்களுடைய நேசத்தை நாம் ஒருபோதும் தேடலாகாது. எப்படிப்பட்ட ஆபத்து வேளையிலும் நம்மெக் கைவிடாமல் காக்கவல்ல உத்தமர்களுடைய நேசத்தையே நாம் நமக்கு நற்றுணையாகத் தேடிக்கொள்ள வேண்டும்.

கனியாகுப்ஜ தேசத்தில் சந்திராபீடன் என்று ஓரரசன் அரசுபுரிந்து வந்தான், அவனிடத்தில் தவளமுகன் என்றொருவன் அந்தரங்க சேவகனா யிருந்தான், அவனுக்கு கலியாணவர்மன் என்றொரு வணிகப் பிள்ளையும், வீரபாகுவென்னும் ராஜ வமிசத்திற் சேர்ந்த ஒருவனும் சிநேகிதர்களா யிருந்தார்கள்.

தவளமுகன் நாள்தோறும் கலியாணவர்மனது கிருகத்திலேயே புசித்துக் கொண்டு அங்கேயே குடியா யிருந்தான். தன் வீட்டில் ஒருநாளும் புசிப்பதேயில்லை. இப்படியிருக்கையில் ஒருநாள் அவன் மனைவி தாம் நாள்தோறும் புசிப்பது எவ்விடத்தில்? எதுவானாலும் அதிகமாகக் கூடாதென்று பெரியோர்

சொல்லுகிறார் களல்லவா? அளவுக்கு மிஞ்சினால் அமுதமும் நஞ்சாகும். அதிகமாக நெருங்கினால் அவமதிப்பு உண்டாகுமே, அதற்குத் திருஷ்டாந்தம், மலயபர்வதத்தில் சந்தனமரம் அதிகமானதால் அவ்விடத்திலிருக்கும் வேடப்பெண்கள் சந்தனக் கட்டைகளை அலட்சியமா யெண்ணி அவற்றை விறகாக எரிக்கிறார்கள் என்று நாம் கேட்டிருக்கிறோ மல்லவா என்று சொன்னாள். அதற்குத் தளவமுகன் என் அருமெக் கண்ணாட்டி, நீ சொல்வது சரிதான், ஆயினும் உத்தமர்களுடைய கூட்டுறவு எளிதல்ல, எனக்கு இரண்டு நண்பர்கள் உண்டு அவர்களிடத்திலேதான் நான் அடிக்கடி போய் உறவாடுவது. அவர்களில் ஒருவன் என்னை உண்டி உடை அளித்து ஆதரிக்கின்றவன், மற்றவனோ எனக்காகத் தன் உயிரையும் கொடுத்து உபகரிப்பவன் என்று சொன்னான்.

அதுகேட்டு மனைவி நான் அவர்க ளிருவரையும் பார்க்க வேண்டும் என்று நிர்ப்பந்தம் செய்தாள். மறுநாட் காலையில் அவன் மனைவியை அழைத்துக் கொண்டு முதலில் கலியாணவர்மன் வீட்டிற்குச் சென்றான். அவன் இவர்களுக்கு அநேக உபசாரம் செய்து ராஜபோஜனம் செய்வித்து ஆதரித்தான். பிறகு இருவரும் வீரபாகுவின் வீட்டிற்குப் போனார்கள். அப்போது வீரபாகு சொக்கட்டானாடிக் கொண்டிருந்தான். இவர்களைக் கண்டு அவன் க்ஷேமமா என்று நல்வரவு விசாரித்தது மாத்திரமே தவிர வேறே யாதொன்றும் சொல்லாமல் தன் காரியத்திலேயே நோக்கமாயிருந்தான்.

பிறகு தவளமுகனும் அவன் பாரியையும் வீடுபோய்ச் சேர்ந்தார்கள். வீட்டிற்குப் போனபின்னர் கலியாண வர்மனே உத்தமமான மித்திரனென்று மனைவியும், வீரபாகுவே உத்தம மித்திரனென்று தவளமுகனும் சொல்லிக் கொண்டு சிறிதுநேரம் வாதாடினார்கள். கடைசியில் சிநேகமாகிய பொன்னின் மாற்றைப் பரீட்சை செய்ய நினைத்து அவர்கள் ஆபத்து வேளையே அதற்கு ஏற்ற உரைகல் எனத் தேர்ந்து அதற்குத்தகுந்த ஏற்பாடு செய்துக் கொண்டார்கள். அந்தப்படி மறுநாள் காலையில் தவளமுகன் மனைவி எழுந்திருந்து கலியாணவர்மன் வீட்டிற்குச் சென்று என் பிராண நாதராகிய தவளமுகன்மீது அரசன் சீற்றங்கொண்டு சிரச்சேதம் செய்யும்படி உத்திரவு செய்து விட்டார், பேதை பெண்ணாகிய நான் என்னசெய்வேன். நீங்கள்தான் காப்பாற்ற வேண்டுமென்று கதறினாள். அதுகேட்டுக் கலியாணவர்மன் ஐயோ! இதற்கென்ன செய்வது! ராஜா கோபம் செய்தால்

அதை நான் எப்படி தணிக்கக்கூடும்? தனம் வேண்டுமானால் எவ்வளவாயினும் யான் கொடுப்பேன், மற்றப்படி வர்த்தக னாகிய எனக்கு ராஜசமுகத்தில் செல்வாக்கில்லையே என்று சொல்லி அவளுடன் தானும் அழத்தொடங்கினான். பின்பு அவள் வீரபாகுவினிடஞ் சென்று கலியாணவர்மனிடம் சொன்னது போலவே தன் புருஷனுக்கு விபத்து வந்துவிட்டது என்று சொல்லி யழுதாள். அதைக் கேட்டவுடனே சொக்கட்டா னாடிக் கொண்டிருந்த வீரபாகு அதைவிட்டு திடீரென்று எழுந்திருந்து கண்களில் நெருப்புப் பொறி பறக்க கத்தியை உருவி கையில் எடுத்துக் கொண்டு ராஜாவைக் கொலை செய்து விடுவதாக உத்தேகித்து அரண்மனையை நோக்கி விரைவாய்ச் சென்றான். அவன் அப்படி ஓடிவருவானெனத் தெரிந்து தவளமுகன் எதிர்கொண்டுபோய் மித்திரா, மந்திரிமார் அரசனுக்குச் சொல்லி அவனுக்கு என்மீது உண்டான கோபத்தை ஆற்றி என்னை விடுவித்தார்கள், நீ வீட்டிற்கு போகலாமென்று சமாதானம் சொல்லி அனுப்பினான். பின்பு தவளமுகன் வீட்டிற்குப்போய் தன்மனைவியை நோக்கி இப்போது நீ என் மித்திரர்களின் தாரதம்மியத்தை அறிந்தாயா? கலியாணவர்மன் உபசாரங்கள் செய்யும் மித்திரன், வீரபாகுவோ தன் பிராணனைக் கொடுத்தாகிலும் என்னைக் காப்பாற்ற வேண்டுமென்று கருத்துக் கொண்டவன். இவர்களில் வீரபாகுவே உத்தமமித்திரன், கலியாணவர்மன் அவனை விட ஒருபடி குறைந்தவனே என்று சொல்லி தெளிவித்தான்.

இவ்விதமாகத் தன் மித்திரனுக்கு ஒரு விபத்துவந்ததென்று சொல்லக் கேட்டமாத்திரத்தில் அதைத் தீர்க்க முயல்பவனே உத்தமமான நேசனாம். இக்கருத்து நோக்கியே,

"உடுக்கை யிழந்தவன் கைபோல் வாங்கே
இடுக்கண் களைவதா நட்பு."

என நாயனாரும் கூறியிருக்கிறார். ஆதலால் அத்தன்மெ யானவர்களைத் தமக்கு நற்றுணையாகத் தேடிக் கொள்பவருக்கு எக்காலத்திலும் ஒருகுறையு முண்டாகாது.

L. P. C. AROKIASAWMY PILLAY

Coimbatore

15 டிசம்பர், 1909

143. ஸ்ரீ ராம நாடகம்

மாட்சிமெய்நிறைந்த தமிழன் பத்திராதிபரவர்கட்கு தாழ்மையான வந்தனம். ஐயா அவர்கள் கருணைபாலித்து இக்கடிதத்தை பிரசுரிக்க தேவரீர் பெரும்பேற்றை பிரார்த்திக்கின்றேன்.

இரங்கோனில் ஸ்தாபித்துள்ள திருவேங்கிடமுடையான் சபையோர்கள் ஸ்ரீ வால்மீகி இராமாயணம் ஒவ்வொரு பாகங்களையும் 8– மாதக் காலமாக தொண்டமண்டலம் வல்லகாளத்தி நகர் வீ. அயோத்திதாசக் கவிராஜப்பண்டி தரவர்கள் புதல்வரும் துரியோதனசபா, புருத்வச் சக்கிரவர்த்தி நாடகம், ஸ்ரீ அமர்நீதி நாயனார் சரித்திரப்பா, ஸ்ரீ நாமதேவ நாடகம், ஸ்ரீமதி சக்குபாயம்மாள் சரித்திரம், ஸ்ரீ ராமச்சந்த்ர கீர்த்தனை, அர்ச். ஆகத்தம்மாள் நாடகம் முதலியவை இயற்றிய கிரந்தகர்த்தாவும் இராயபாதூர் ஸ்ரீமந். பெ. மா. மதுரைப்பிள்ளை அவர்களின் சமுக வித்வான்களி லொருவரும் சங்கீத சாஹித்ய ஜோதிஷப் பண்டிதருமாகிய மஹா வித்வசிங்கம் வீ. அ. இராமச்சந்த்ர புலவ ரவர்களைக் கொண்டு பூர்த்தியாகப் பயின்றதுமன்றி ஆர்ட்டிஸ்ட்டு கனம் அய்யம்பெருமாள் பிள்ளையால் நவமான சீனரிக ளெழுதி தகுந்தவித உடுபாவனைகளோடு இம்மாத முடிவில் டவுன் விக்டோரியா ஆலில் முதற்பாகத்தை வெகு விமரிசையாக நடத்தப் போகிறார்கள். இப்பெரிய விஷயம் நிறைவேறும் பொருட்டு சங்கத்தின் ஏஜெண்டு இராணி பேட்டை கனம் R. அர்ச்சுனம்பிள்ளை அவர்கள் யெடுத்துள்ள முயற்சி மதிக்கத் தகுந்ததே. ஆனால் பட்டாபிஷேகத்தில் முடிவுபெறும் வைபவங்களைப் பிறகு தெரிவிக்கிறேன்.

RANGOON
10.12.09

இங்ஙனம்
கையொப்பக்காரரில் ஒருவனாகிய,
சென்னை கொன்றைமாநகர்,

க. தாழமலை பிள்ளை

22 டிசம்பர், 1909

144. சுதேசி ஸ்டீம் நாவிகேஷன் கம்பெனி [லிமிடெட்] தூத்துக்குடி

ஐயா,

நாளது 15ந்தேதியன்று 'தமிழன்' பதிப்பில் தூத்துக்குடி சுதேசி ஸ்டீம் நாவிகேஷன் கம்பெனியைப்பற்றி ஒரு விளம்பரமும், அதன்கீழ்த் தங்கள் அபிமானம் வாய்ந்த வியாசத்தையும் பார்த்து சந்தோஷமடைந்தோம்.

ஆனால் சுதேசக் கப்பலென்றுதான் பெயர் கொடுக்க வேண்டுமோ வென்ற தலைப்பின்கீழ் தங்களுடைய சில வார்த்தைகளைப் பார்த்து வியப்புற்றேன்.

தங்கள் பத்திரிகை 'தமிழன்' என்ற பெயர் வகித்ததால் ஆங்கிலேயர்களுக்கு விறோதமாகுமா? ஆனா லத்தமிழன் என்று எப்போது பிரிக்கின்றோமோ உடனே தெலுங்க னென்றும், ஆங்கிலேயனென்றும் சொல்லாமலே ஏற்பட வில்லையா?

தங்கள் பத்திரிகைக்கு எவ்விதமாகத் தமிழில் எழுதப்பட்டு வருவதாலும், தமிழர்களின் ஷேமத்தைக் கருதியும் நடத்தப்பட்டு வருகிறதாலும் அப்பெயர் வாய்ந்ததோ அவ்விதமே இந்தக் கம்பெனியும் ஸ்வதேசத்தினர்களின் நன்மைக்காக ஏற்பட்டு அவர்களின் க்ஷேமத்தையே கருதி வருகிறது. இதுதவிற வேறு பொருள் கொள்ளாது சந்தேகமே வாய்ந்த சிலருக்குத்தான் அவ்விதமேற்படும்.

நமது இராஜப்பிரதிநிதியவர்களும் சுதேசிகாமான்களே சர்க்காருக்கு வேண்டியிருப்பதற்கெல்லாம் வாங்க வேணு மென்று உத்திரவு செய்திருப்பதுமன்றி சரியான சுதேசியைப் பற்றி சர்காருக்கு ஆட்சேபனை யில்லை யென்றும் சொல்லி யிருக்கிறார்கள். இந்தக் கம்பெனி விஷயமாகவே தமது

கவர்னரவர்களும் இந்தக் கம்பெளி விர்த்திக்கு வரவேணு மென்றுதான் ஆசைப்படுவதாகச் சொல்லி யிருக்கிறார்கள். இன்னும் சொல்லிக் கொண்டே போகலாம்.

ஒருவரின் செய்கையாலும், பார்வையாலும் ஒருவரைத் தெரிந்துக் கொள்ள வேணுமேயொழிய பெயரால் மாத்திரம் அதைச் சிலர் நிந்திப்பார்கள், விரோதம் பாராட்டுவார்கள் என்று நினைப்பது சரியல்ல. சுதேசி என்ற வார்த்தை நம் தேசத்திலிருந்து பரவி அயல்நாட்டு பாஷைகளிலும் தாராள மாக உபயோகப்படுத்தப்பட்டு வருகிறதென்பது யாருமறிந்த விஷயம்.

இந்தக் கம்பேனி ஆரம்பித்ததின் முக்கிய நோக்கமே நம் நாட்டினரை (அதாவது ஸ்வேதேசியரை)க் கப்பல் கட்டுதல், கப்பலோட்டுதலில் பழக்குவதற்கும், வியாபாரிகளின் சௌகரி யங்களை கவனியாமல் தன்லாபத்தையே கருதிவந்த கப்பல் கம்பெனியார் செய்துவந்த கொடுமையால் அதை விலகிக் கொள்வதற்கும், நம் ஜனங்கள் கப்பல் பிராயாணிகளாகப் போகும்போது ஆடுமாடுகளுக்குச் சமானமாக அவர்களை நடத்திவந்து ஆகாரம் தண்ணீருக்கு வழியில்லாமல் கப்ப லென்றால் கிலிபிக்கும்படி நடந்து வந்ததை மாற்றி மேற்படியார்களுக்கு சௌகரியங்கள் செய்து கொடுத்து பிராமணர்கள் முதலாக யாரும் கப்பலேறவேணு மென்பதான ஆசையை உண்டுபண்ணி யிருப்பது மிந்தக் கம்பெனியே கொஞ் சகாலமாகப் பணக்குறைவால் நாம் கப்பலோட்டாமலிருக்க மறுபடியும் ஜனங்கள் படும் கஷ்டமும், நமது கப்பல் எப்போ புறப்படுமென்று அவர்கள் படும் கவலையும் இவடம் ஒருநாள் வந்துபார்த்தா லறியலாம். கையில் அரைக்காசு வைத்திருப்பவனுக்கும் இதற்குக் கொடுக்கவேணுமென்று தோன்றும்.

இவ்விதமாக நமது தேசத்தாருக்கு சௌகரியத்துக்காகவே ஏற்பட்ட இந்தக் கம்பேனியை “சுதேசிக் கம்பெனி” யென்று சொல்வது ஏற்றதேயாகும்.

இவ்வித நன்மைகளைச் செய்துவரும் இந்தக் கம்பெனிக்கு நம் நாட்டினர் ஒவ்வொருவரும் இயன்ற அளவு உடனே உதவிசெய்ய வேண்டியது மிக்க அவசியமென்பதைச் சொல்லவும் வேணுமா.

மங்களம். மங்களம்.

தூத்துக்குடி

17.12.09 **சத்தியவாதி**

சுதேசியென்னும் பெயர் கூடாதென்பதும், அது பொருந்தா தென்பதும் எமது கருத்தல்ல, சுதேசிக ளென்பவற்றுள் மித வாதிகளென்றும், அமிதவாதிகளென்றும் கட்சி பிரதிகட்சிகள் தோன்றியுள்ளபடியால் சமரச சேர்க்கையால் வியாபார விருத் தியை நாடுவோருக்கு அப்பெயரால் சுகமில்லையென்னும் நன்னோக்கத்தால் கூறியுள்ளோம்.

அதாவது, மிதவாதிகள் இராஜ விசுவாசத்தினாலும், சாந்தத் தினாலும், அன்பினாலும், நன்முயற்சியினாலும் தேசத்தை சீர்ப்படுத்த வேண்டுமென்பார்கள். அமிதவாதி களோ, வீராவேஷத்தாலும், கோபத்தாலும் சீர்ப்படுத்த வேண்டு மென் கின்றார்கள். அன்பிநிலை ஆறுதல் பெறும், கோபாவேஷங் குடிகெடுக்குமென்பதை யுணராச் செயலாகும்.

ஆதலின் தொழில் விருத்தியையும், வியாபார விருத்தியையும் நோக்கிய தூத்துக்குடி ஸ்டீம் நாவிகேஷன் லிமிடெட் கம்பெனியார் கோபாவிருத்திக்கும், ஒற்றுமெய்க் கேட்டிற்கும் இடந்தராது இராஜவிசுவாசத்தினின்று அன்பை பெருக்கி ஒற்றுமெய் பாராட்டி வித்தியா முயற்சியிலும், வியாபார முயற்சியிலும் முயன்று எடுத்தத் தொழிலை முடிக்கும்படி வேண்டுகிறோம். தேசகனவான் களும் அவர்களுக்கு உதவிபுரிவார்களாக.

ப.ர்.

22 டிசம்பர், 1909

145. நன்னட்பின் வலிமெயும் தீநட்பும்

நட்பைப்போலத் தேடுவதற்கு அரியதும், ஆபத்துக்கு உதவத் தக்கதும் ஒன்றுண்டோ? நல்லோருடைய நட்பு வளர்பிறைபோல விருத்தியடையும், தேய்பிறை போலத் தீயோர் நட்புக் குன்றும், கல்வி யறிவானது நூல்களை கற்குந்தோறும் இன்பந்தருவது போல நற்குண முடையவர்களுடைய சிநேகம் பெருமெயைத் தரும். சிநேகஞ் செய்தல் நகைப்பதற்காக அன்று, நண்பனைத் தீயவழியில் செல்லவிடாது கண்டித்தற் பொருட்டேயாம். நல்லோரு டைய நட்பிற்கு எப்பொழுதும் ஒரேவிடத்தி லிருத்தலும், அடிக்கடி கூடவேயிருத்தலும் அத்தனை அவசிய மன்று. நெஞ்சார நடப்பதே நட்பாகும். சுகதுக்கங்களுக்கு உடன்பட்டவனே சிறந்த நண்பனாவான். சபையில் ஒருவனுக்கு ஆடை அவிழ்ந்து விழும்போது எவ்வாறு அவனுடைய கையானது விரைந்து சென்று உதவுகின்றதோ அவ்வகையே ஆபத்து வந்தகாலங்களில் உதவவேண்டும். வாய்க்குந்தோறும் ஒருவன் தன் தோழனுக்கு துணைநிற்க வேண்டும். ஒரு வனுடைய குண முதலியவற்றை பாராமல் அவனோடு நட்புக் கொள்ளலாகாது. அப்படிப் பாராமல் நட்பு செய்துக் கொண்டால் தனக்கு வினைதானே தேடிக் கொண்டதாகும். பழிபாவங்களுக்கு அஞ்சுபவனெவனோ அவனோடன்றிப் பிறனோடு சிநேகித்தலாகாது. இன்னான் எனக்கு இவ்வளவு நட்பென்று வாயினாற் சொல்லினும் நட்புக் குன்றும். நமக்கு இதஞ்சொல்லிக் கண்டிப்பவர் மட்டுமே சிறந்த நட்பினராவார். நமக்கு வேண்டியவர் களென்பதும் வேண்டாதவர்கள் என்பதும் ஆபத்து காலத்திலேதான் நன்றாய்த் தெரியவரும். தீயோர் நட்பை விட்டுவிடுவதே ஒருவனுக்கு பெரிதான பேறு. அல்லலுற்ற காலத்தில் கைவிடுபவர்களுடைய நட்பானது மரணநோ–யினும் கொடியதாகும். மாசற்ற மனதுடையவர் களோடு மட்டுமே நட்புக் கொள்ள வேண்டும். மற்றவர்களுடைய நட்பைக் கைப்பொருள் கொடுத்தாயினும் விட்டுவிடல் நன்று.

நல்லோருடன் கொண்ட நட்பானது கரும்பை நுனியிலிருந்து அடிநோக்கித் தின்பதுபோலாகும். தீயோர் நட்போவெனின் அக்கரும்பை நுனிநோக்கி அடியிலிருந்து தின்பதுபோலாகும். யானையறிந்தும் பாகனைக் கொல்லுகிறதினால் அற்பர்களோடு நட்புக் கொள்ளாமல், கொல்லுகையிலும் தன்வாலைக் குழைக்கும் நாயினது வன்பமைந்த உத்தமர்களோடு நட்புக் கொள்ளவேண்டும். பல நாளும் பக்கத்திலேயிருந்து பயனில்லை. நெஞ்சோடொத்தவர் களாயிருத்தல் வேண்டும். கொம்பிலுள்ள பூவைப்போல முன்மலர்ந்து பின்னே மூடிக்கொள்ளா தவர்களோடு கொண்ட நட்பே நட்பாகும். அப்படிக்கன்றி குளப்பூவைப் போல முன் மலர்ந்து பின்னே கூம்புவர்களுடைய நட்புத் தீது. உத்தமரின் சிநேகத்தை பனைமரத்தினோடும், மத்திபமானவர்களுடைய சிநேகத்தை தென்னமரத்தினோடும் அதமரின் சிநேகத்தைப் பாக்குமரத்தினோடும் ஒப்பிடலாம். அன்போடு ஒருவன் கீரையுஞ் சோறும் இட்டாலும் அதுவே அமிர்தம் போலாகும். அன்பில்லாரிடத்துண்ணும் ஊண் முப்பழமோடு பாலன்னமா யிருப்பினும் எட்டிக்காயாக விருக்கும். நண்பர் எவ்வளவுதான் வெகுதூரத்திலிருப்பினும் அதனால் குற்றமில்லை. தீயாரோடு உறவு கொள்வதிலும் அவர் பகையேநன்று. நேசித்தபின் சிநேகத்தை விடுவது தீதாதலால் முன்போல் பார்த்தறிந்து, செய்துக் கொள்ள வேண்டும். நம்மெக் கடித்துக் கொல்லுகின்ற பாம்பொடும் பழகினபின்பு விடுவது தீதாகும். “நெல்லுக்குமியுண்டு, நீர்க்கு நுரையுண்டு, புல்லிதழ் பூவிற்குமுண்டு” என்றவண்ணம் இவ்வுலகின் குற்றம் சிறிதேனும் இல்லாததொன்றுமில்லை யாதலால் விரும்பிக்கெண்ட நட்பினை விட்டுவிடுவது நன்றன்று. ஆறு குள முதலியன கரையை உடைத்துக் கொண்டு போனாலும் ஜலத்தின் பொருட்டு அவற்றை பயிரிடுவோர் அடைப்பது போலவே நமது நண்பர் நமக்கு வெறுப்பானவற்றைச் செய்தாலும் பொறுத்தலே வேண்டும். ஒருவர் பொறை இருவர் நட்பாதலால், நட்டார் இருவருள் ஒருவர் பொறுத்தால் மட்டுமெ அந்நட்பு நிலைபெறும். துற்குணமுடையவர்களோடு கொண்ட நட்பானது நெஞ்சை சுடுவதற்கு மூட்டிய பெருநெருப்பைப் போலாகும். கையானது கண்ணைக் குத்திவிட்டதென்று அக்கையை ஒருவரும் வெட்டுவதில்லையாதலால் நண்பர் என்ன

செய்யினும் அதைப் பொறுத்தல் வேண்டும். சிநேகித்தபின்பு அவரிடத்துப் பழி காண்பது சிறுமைக்குணமாகும். சீரியார் கேண்மை மாரி போல சிறப்புடையதாகும். நுண்ணுணர் வுடையவர்களோடு கொண்ட நட்பு விண்ணுலகத்தி லிருப்பது போல பேரின்பத்தைத் தரும் ஒற்றுமெகொள்ளா தார் நட்புந் தீதாகும். துன்பமுற்றகாலத்து தன்னுயிரைத் தந்தாயினும் அத்துன்பத்தை போக்குபவனே சிறந்த சிநேகிதனாவான். இணக்கமறிந் திணங்கல் வேண்டும். நன்றி மறப்பவர்களோடு இணங்கலாகாது. கூடிப்பிரிவது தீதாதலால் முன்பே பார்த்துச் செய்ய வேண்டும். சகவாசம் நல்லதாயிருந்தால் மட்டுமே நன்மெயை பயக்கும். நல்லிணக்கமல்ல தல்லல்படுத்தும் என பெரியோர் கூறியிருக்கின்றனர்.

L. P. C. AROKIASAWMY PILLAY,

Coimbatore

22 டிசம்பர், 1909

146. பஹிரங்கப் பிரகடனம்!

பல்லுயிர்களையுந் தன்னுயிர்போற் கருதிய பகவனருட் பெற்றிலகும் சற்குணச்சீலர்க ளனைவருக்கு மறிவிப்பதி யாதெனில்:–

சற்குருவாய் விளங்கிய புத்தபிரான் பரிநிருவாணமுற்ற 3310ம் வருஷக் கொண்டாட்டத்தை முன்னிட்டு நிகழும் 1910–ம் வருஷம் ஜனவரி மாதம் 13ந்தேதி வியாழக்கிழமை காலை 5 மணிக்கு ஜோதி மஹோற்சவமும், மாலை 6 மணிமுதல் 7 மணி வரைக்கும் ஜனரல் பிரசிடெண்ட் ம–ள–ள–ஸ்ரீ M. ராகவரவர்களால் புத்ததர்மப் பிரசங்கமும், 7 மணி முதல் 8 மணி வரைக்கும் சாக்கைய பௌத்த சங்க அக்கிராசனாதிபதியும், வித்தியாபிவர்த்தனி வாசக சாலையின் காரியதரிசியும், புத்த தர்மப் பள்ளிக்கூடத்தின் மானேஜருமாகிய ம–ள–ள–ஸ்ரீ M.Y. முருகேஸம் உபாசகரவர்களால் சங்கறாந்திப் பண்டிகை விளக்கப் பிரசங்கமும் 8 மணி முதல் 9 வரைக்கும் ம–ள–ள–ஸ்ரீ திருப்பத்தூர் A.P. பெரியசாமிப் புலவ ரவர்களால் (புத்தருடைய சரித்திரத்தின்பேரில்) ஸ்தௌத்தியப்பத்து அரங்கேற்றமும், 9 மணிமுதல் வைகறை 4 மணி வரைக்கும் பஜனையும், வைகறை 4 மணிமுதல் 5 மணி வரைக்கும் ஜோதிக் கொண்டாட்டமும் நிறைவேறு மாகையால் புத்ததர்மப் பிரியர்களனைவரும் வந்தேக வேணுமாய்க் கோருகிறோம்.

5 ஜனவரி, 1910

147. சங்கறாந்திக் கொண்டாட்டம்

இப்பூமண்டலத்தில் சத்குருவாய், விளங்கிய புத்தபிரான் (சாக்கைய கௌதம முனி) முத்தியென்னும் பரிநிருவாண முற்ற 3310–ம் வருஷக் கொண்டாட்டத்தை முன்னிட்டு கோலார் மாரிகுப்பம் தென்னிந்திய சாக்கைய பௌத்த சங்கத்தார் 12.1.10 ஆசீர்மம் வெகு அலங்காரமாய் ஜோடித்து பஞ்சவர்ணக் கொடிகள் நாட்டி அன்றிரவு முழுதும் ஆனந்த கோஷ்டமாய் பஜனை நடத்தி 13.1.10 விடியற்காலை 5 மணிக்கு பரிநிருவாண ஜோதி மஹோர்ச்சவஞ் செய்தனர். காலை 6 மணிமுதல் மாலை 6 மணிவரையில் சகோதிரர்கள் அணியணியாய் வந்து சாமி விசுத்தா பிக்ஷு யூரோப்பியன் பௌத்த சந்நியாசியவர்களிடத்திலும், பெங்களூர் தென்னிந்திய சாக்கைய பௌத்தாச் சிரமத் திலிருந் திங்கு விஜயஞ் செய்திருந்த சாமி விஜயந்தா பிக்ஷு விடத்திலும், பஞ்சசீல தர்மோபதேசம் பெற்றேகினர். மாலை 6 மணிக்கு தீபங்களால் அலங்கரிக்கப்பட்டபின் பெருஞ்சபைக் கூடிற்று. 7 மணிமுதல் 7 ½ மணிவரைக்கும் பொதுக் காரியதரிசி ஸ்ரீமந் M. ராகவர் அவர்கள் புத்ததர்மப் பிரசங்கஞ் செய்தனர். 7 ½ மணிமுதல் 8 மணி வரைக்கும் பெங்களூரிலிருந்து விஜயஞ் செய்திருந்த மிஸ்டர் A.G. கோவிந்துராஜுலு (நாயுடு) இங்கிலீஷிலும், தெலுங்கிலும் சனார்த்தன தர்மத்தை உலகுக் குபதேசித்தவர் புத்தரே என்னும் வாக்கியத்தின்பேரில் பிரசங்கித்தனர். 8 மணிமுதல் 9 ¼ மணி வரைக்கும் ம–ள–ள–ஸ்ரீ திருப்பத்தூர் A.P. பெரியசாமிப் புலவரவர்கள் புத்தருடைய சரித்திரத்தின் பேரில் ஸ்தௌத்தியப்பத்து அரங்கேற்றினர். 9 ¼ மணி முதல் 9 ¾ மணிவரையிலும் அக்கிராசனாதிபதி ஸ்ரீமந் M. Y. முருகேச மவர்கள் சங்கறாந்திப் பண்டிகை விளக்கப் பிரசங்கஞ் செய்தனர். 9 ¾ மணிமுதல் 10 ½ மணிவரைக்கும் பிரம்மஸ்ரீ பிரம்மசமாஜ சந்நியாசி வெகுளாபரணம் ஐயர், B.A.L.T., அவர்கள் புத்தர் கண்டடைந்த ஞானத்தை பிரசங்கித் தனர். பின்னர் கிராமபோன் வாத்திய கோஷம் நிறைவேறியது.

சபையோரால் வந்தனோபசாரம் செய்யப் பட்டபின் ஆனந்தக் கரகோஷ்டத்துடன் சபைக் கலைந்தது. 14.1.10 குருக்களும் மிஸ்டர் A.G. கோவிந்தராஜுலு நாயுடும் பெங்களூர் பௌத்த சங்கத்திலிருந்து விஜயஞ் செய்திருந்த மிஸ்டர் P. நமசிவாயம் உபாசகரவர்களும் 2 மணி வண்டியில் பெங்களூர் சென்றுவிட்டனர். இச்சபையானது நீட பகவனருட் சுரக்குமாக. சுபம்! சுபம்!! சுபம்!!!

கண்டுகளித்தோன்

19 ஜனவரி, 1910

148. இரங்கோனுக்கு தமிழ் புத்தகசாலை

இரங்கோன் சுதேச பரிபாலினி பத்திராதிபரவர்கட்கு அனந்த கோடி வந்தனம். ஐயா, தாங்க ளென்பேரில் கருணைகூர்ந்து இக்கடிதத்தை தம தரியப் பத்திரிகையில் பிரசுரிக்க வேண்டு கிறேன்.

சில தினங்களாக இரங்கோனுக்கு தமிழ் புத்தகசாலை யென்னும் விஷயத்தைக் குறித்து தாங்கள் பேசிவருவதை யான் கண்ணுற்று மிக்க களிப்படைந்தேன். ஏனென்றால் நூற் கலைகல் யென்று நமது ஞானத்தாய் ஔவையார் கூறியபடி நூற்கலைகளிலும் அறுபத்திநான்கு வகை களுண்டு. அதாவது, அட்சர லட்சணங்களையும் மொழி லட்சணங்களையும் விளக்கும் முன்கலை நூலாகும். திவாகரம், நிகண்டு, கணிதம், ஆகமம், வியாகர்ணம், நீதி சாஸ்திரம், சோதிடம், தன்மசாஸ்திரம், விருத்தி சாஸ்திரம், மதியூக சாஸ்திரம், ஆரூட சாஸ்திரம், சிற்பாசாஸ்திரம், இதிகாசம், வைத்திய சாஸ்த்திரம், சாமுத்திரிகா சாஸ்திரம், ரூப சாஸ்திரம், காவியம், மதுரபாடனம், அலங்காரம், நாடகம், நிருத்தம், சப்த பிரமம் சிரோரத்ன்ம், வீணை, மிருதங்க மென்னும் பரத சாஸ்திரம், தாளம், தனுர்வித்தை, சுவர்ண பரிட்சை, ரத பரிட்சை, கஜ பரிட்சை, அசுவ பரிட்சை, ரத்தின பரிட்சை, பூபரிட்சை, ஆக்ருஷணம், உச்சாடனம், வித்துவேஷனம், மானத சாஸ்திரம் மோகன விளக்கம், வசீகரணம், ரசவாதம் காந்தர்வ வாதம், பிபீலிகா வாதம், கௌதுவ வாதம், தாது வாதம், காருடம், நஷ்ட பிரசனம், முஷ்டி பிரசனம், ஆகாயபிரவேசம், ஆகாயகமனம், பிரகாய பிரவேசம் அனுர்ஷியம், இந்திரஜாலம், மகேந்திரஜாலம், அக்கினி ஸ்தம்பம், ஜலஸ்தம்பம், திருஷ்டி ஸ்தம்பம், வாக்கு ஸ்தம்பம், சுக்கில ஸ்தம்பம், ஜனனஸ்தம்பம், கட்க ஸ்தம்பம், அவஸ்தை ஸ்தம்பம் என்பவைகளும் இன்னும் அரிய பெரிய சாஸ்திரங்களை யெல்லாம் நாம் வாசித்து அதன் சாராம்சங்களை கிரகித்துக் கொள்ள இப்பெரிய நகரின் கண் நம்மவர்களுக் கிதுகாறும் தமிழ் புத்தகசாலை யொன்றில்லா

திருப்பது விசனகரமே. ஆயினும் தமதபிப்பிராயத்தின் போந்த விசாரணையின் வண்ணம் தயாளத்துரை ஸ்ரீமந் ராய்பாதூர் பெ.மா.மதுரைப்பிள்ளை அவர்களின் பெயரினாலே அச்சாலை யைக் கட்டாயம் ஸ்தாபிதஞ்செய்ய வேண்டும். ஏனென்றால் ஐயா பத்திராதிபரே! யான் சென்னை வேளாள தேவனாம் பேட்டையை விட்டு இப்பதிக்கு வந்து பதினைந்து வருஷ காலமாக எனக்கு தெரிந்த வரையில் பிரபு அவர்கள் நம்மிந்துக்கள் விஷயத்திலும், புலவர்களைக் கைவிடாது காத்து வரும் ஜீவகாருண்யத்திலும் பூர்வத் தமிழொளியை தினேதினே வளரச் செய்துவரும் தாதாவுமாக இருப்பது மன்றி என்னால் இந்நகரில் ஸ்தாபித்து நடத்திவரும் ஏழு பஜனைகளில் வைஷ்ணவ பஜனையை பிரபு அவர்கள் சன்மானித்து பஜனைக்கு இருநூரு ரூபாய் நன்கொடை யளித்ததுமன்றி வருஷாவருஷம் பஜனைக்கு வேண்டிய உதவிகளைச் செய்கிறதாகவும் வாக்களித்தனர். இது நிற்க பிரபு அவர்கள் எனக்குச் செய்ததும் செய்துவரும் பேருபகாரங்களை யெத்தகையென யெடுத்துக் கூறுவேன். ஆனால் இப்புண்யவானைப் போல் இந்துக்கள் விஷயத்தில் சென்னை முதல் மற்ற எந்த தேசத்திலும் அபீ மானம் வைத்திருப்பவர்களுக்குச் செய்துவரும் நற்செயல்களை மறவாது "மதுரை தமிழ் புத்தகசாலை" என நாமகரணமிட்டு யெடுத்த விஷயத்தை இன்று முடிக்க நம்மவர்கள் முன்னுக்கு வருவார்களென்று நம்புகிறேன்.

இங்ஙனம்

வல்லகாளத்தி நகர்

ஆன்றோர்க்கடிமை

வீ. அ. இராமச்சந்தர புலவர்,

88–வது லோவர் கிமிண்டயின்

றோட் அல்லம்.

19 ஜனவரி, 1910

149. பஹிரங்கப் பிரகடனம்

மாக்ஷிமெ நிறைந்த தமிழன் பத்திராதிபர் க. அயோத்திதாஸப் பண்டிதரவர்களுக் கனந்த வந்தனம். ஐயா சத்திய போதகரே, தாங்கள் கருணைபாலித்து நாங்கள் வரையு மிந்த பிரகடனத்தை எமது கோறிக்கை முடிவிற்கு வருகிற வரையில் ஒவ்வொரு வாரமும் பத்திரிகையில் பிரசுரித்துவர நமஸ்க்கரிக்கின்றனம்.

பகவ னருட்பெற்றிலகும் தென்னிந்தியா பிரதம சாக்கைய பௌத்த சங்கம், பெங்களூர் சங்கம், கோலார் மாரிகுப்பத்தின் சங்கம், இரங்கோன் சங்கம், திருப்பத்தூர் சங்கம், அரக்கோண சங்கம், செக்கண்டிராபாத் சங்கத்தோர்களும் மற்றும் நமதரிய தமிழன் பத்திரிகையை ஆதரித்துவரும் சந்தாதாரர்களுக்கும் மிகுந்த வணக்கத்துடன் தெரிவிப்பதென்னவென்றால், நம்மவர் களுக் கிதுகாறும் பொதுவர்த்தகச்சாலை யொன்றில்லா திருப்பதினால் நாமனைவருஞ் சேர்ந்து ஷேர்ஹோல்டர் நபர் ஒன்றுக்கு இவ்வளவு துகையென்றும், குறித்த முதல் சேர்ந்தவுடன் வியாபாரம் நடத்தவும், வருடமுடிவில் கணக்கை பார்வையிட்டு சிலவுபோக மிகுதியை இரண்டு பங்காக பாகித்து ஒரு பங்கை ஷேர்ஹோல்டர்களுக்கும், மற்றொரு பங்கை நமது தமிழன் பத்திரிகைக்கு பண்டாகவைக்கவும் முன்வருவீர்களென்று நம்பு கிறோம்.

மேலும் சங்கத்தின் காரியதரிசி அல்லது பத்திராதிபரா கிலும் காலதாமஞ்செய்யாமல் வியாபாரச் சாலையை ஏற்பாடு செய்து தெரிவித்தால் ஒவ்வொருவர்களும் பங்குதாரர்களாகச் சேர தடையில்லை.

இங்ஙனம்: பெரியமெட்டு

RANGOON **சி. தெ. இந்திரவேல் பிள்ளை**

14.1.1910 **த. தாழமலை பிள்ளை**

26 ஜனவரி, 1910

150. எமதபிப்பிராயம்

அன்பர்களாகிய கி. தே. இந்திரவேல் பிள்ளை, த. தாழமலை பிள்ளை அவர்கள் நம்மவர்களின் யீடேற்றத் திற்காக வேண்டி வர்த்தகசாலை யேற்படுத்த முயற்சித் திருப்பது மிகவும் சிலாகிக்கத்தக்கதே.

வர்த்தகசாலை யேற்படுத்துவதனால் ஷேர் ஒன்றுக்கு ரூபா 25 நியமிக்க வேண்டும். மூலதனம் ரூபா 4,000 கொண்டு நடத்துவது நலம். வர்த்தக சாலை சென்னை, இரங்கோன், பெங்களூர், கோலார் நாலுவிடங்களிலும் நியமிப்பது உத்தமம். சென்னையில் நடாத்தும் வர்த்தக சாலையானது நமது பத்திராதிபரின் பார்வை யிலிருத்தல் வேண்டும். அந்தந்த தேசங்களிலில்லாத சாக்கை வேறு தேசங்களிலிருந்து பெற்று விற்பது நலம்.

வரும்படியை நாலுபாகம் செய்து அரை பாகத்தை ஷேர் ஹோல்டர்களுக்கு பாகிப்பதும், கால்பாகத்தை வியாபாரம் விர்த்திசெய்வதின்பொருட்டு மூலதனத்தோடு சேர்ப்பதும், கால்பாகத்தை நமது “தமிழன் பத்திரிகையின் யீடேற்றத்திற்காக ஒப்புவிப்பதும் எமது முழு அபிப்பிராயம். மற்றும் விஷயங்கட்கு எதிர்நோக்குகின்றனம்.

COIMBATORE — இங்ஙனம்

28.1.10 — **தி. சி. நாராயணசாமி பிள்ளை,**

H. F. U., உ. கோ.

2, பிப்ரவரி, 1910

151. பொறுமெயும் பொறாமெயும்

இவ்வுலகத்திலே மனிதர்களுக்குள்ள குணங்கள் நற்குணங் களெனவும், தீக்குணங்களெனவும் இரண்டு பிரிவாயிருக் கின்றன. நற்குணங்களில் முதன்மையானது பொறுமெய். தீக்குணங்களில் முதன்மையானது பொறாமெய். பொறு மெயாவது தம்மவர் புறத்தவர் என்று பாராமல் யாவரிடத் திலும் ஒரே கண்ணாய் யார் என்ன தீங்கு செய்தாலும் பொறுத்துக்கொண்டு,

"சாந்தனையும்தீயனவே செய்திடினும் தாமவரை
ஆந்தனையுங்காப்ப ரறிவுடையோர்."

என்றபடி தமக்கு தீங்குசெய்தவ ரிடத்திலும் நன்மெயே செய்யக் கருதுவதாம். இந்தக் குணமுடைமெயினாலேதான் பல புண்ணியவான்கள் மேலோரெனச் சிறப்புற்று "பொறுத்தார் பூமியாள்வார்" என நானிலத்தோரால் நன்கு மதிக்கப் படு கிறார்கள். பொறாமெ அல்லது அழுக்காறாவது தன்னவன் புறத்தவ னென்றும் பாராமல் பிறரது செல்வ பெருக்கு முதலி யவற்றை கண்டவிடத்து மனந்தாளாமல் "அயல் வாழ்ந் தால் ஐந்து பட்டினி என்றபடி வருத்தமுற்று அவர்களுக் குத் தீங்கு விளைவிக்க கருதுவதாம். பிறர் வாழ்ந்திருக்கப் பார்த்துப் பொறாமெபடுகின்ற வர்களுக்கு இம்மெய் மறுமெ யிரண்டிடத்தும் சிறப்பில்லை யெனவும், பொறாமெயுடை யோருக்குக் கேடு விளை விக்கத்தக்கது. அத்தீக்குணத்தைத் தவிர வேறொன்றும் வேண்டுவதில்லை யெனவும், பிறர் செல்வம் கண்டு பொறாமெப்படு கின்றவனைப் பார்த்து இவனை யொத்த பொறாமெ யுள்ளோன் தோன்றி கெடுப்பானென்பது திண்ணம். தானும் பொறாமெப்பட்டு அவனை மூதேவிக்குக் காட்டிக் கொடுத்துவிட்டு அப்புறம் போவானென நாயனார் கூறியிருக்கின்றார்.

ஆதலால் ஒருவன் தன் மனதின்கண் பொறாமெயாகிய குற்றமில்லாத தன்மெயையே தனக்கு நல்லொழுக்க வழியாகக் கொள்வானாயின் அவனுக்கு எல்லா சிறப்பும் தாமே உண்டாகும். இதற்குத் திருஷ்டாந்தமாய் ஒரு கதை யுண்டு. அதாவது:–

காஞ்சனபுரம் என்னும் நகரத்தில் அரசுப் புரிந்துவந்த மகா தர்மிஷ்டனாகிய தர்மாங்கதனென்னும் அரசன் நூறு பெண்களை மணம் புரிந்துக் கெண்டான். அவர்களில் கடைசி மனைவி நற்குண நற்செய்கைகளில் முதன்மெயாய் இருந்ததினால் அரசன் அவளுக்கு குணவதி என்றுப் பெயரிட்டு மற்றவர்களிலும் அவளிடத்தில் மிகுந்து அன்பு பாராட்டி வந்தான்.

வெகுநாள் வரையில் அவ்வரசனுக்கு மக்கட்பேறு உண் டாகவேயில்லை. அதனால் அவன் நன்றாய்ப் பழகிய வயித் தியன் ஒருவனை வரவழைத்து தன் அபிப்பிராயத்தை அவனுக்குத் தெரிவித்தான். அவ்வயித்தியன் அது கேட்டுத் தங்கள் மனோரதத்தை நான் பூர்த்திச்செய்கிறேன், கலக்கமுற வேண்டாம். எனக்கு ஒரு காட்டாடு மாத்திரம் தருவிக்க வேண்டுமென்று சொல்ல, அரசன் அப்படியே தருவித்தான். வயித்தியன் அதை பக்குவப்படுத்தி அதன் மாமிசத்தோடு தன்னிடமிருந்த ஒருவகை பஸ்மத்தைக் கலந்து மருந்து செய்துக் கொண்டு ராஜபத்தினிகளை வரவழைத்தான். அந்த சமயத்தில் தர்மாங்கதன் தேவி பூசையிலிருந்தான், குணவதியும் அரசனுடன் பூசை செய்துக் கொண்டிருந்தாள். அதனால் அவள் அப்பொழுது உடனே வயித்தியனிடம் போக அநுகூலப்படவில்லை, மற்றவர்கள் எல்லாரும் போனார்கள். அவர்கள் வந்ததைப் பார்த்து வயித்தியன் தான் செய்து வைத்திருந்த மருந்தை அவர்க ளெல்லோருக்கும் கொடுத்துவிட்டான். குணவதிக்காக கொஞ் சமும் மிகுத்தி வைக்கவில்லை.

பூசை முடிந்தவுடனே அரசனும், குணவதியும் அவ்வயித் தியனிடம் சென்றார்கள். சென்று நடந்த சங்கதியை விசா ரித்து அரசன் சந்தோஷமடைந்து குணவதிக்கு ஔஷதம் கொடுக்கும்படி கேட்க வயித்தியன் தான் மறந்து போனதைத் தெரிவித்துக் கொள்ளாமலே உடனே உள்ளே புகுந்து அந்த ஆட்டின் கொம்பைப் பதம்செய்து சூர்ணமாக்கித் தன்னிடமுள்ள

பஸ்மத்தை அதில் கலந்து கொண்டுவந்து குணவதிக்குக் கொடுத்தான். அம் மருந்தின் திரத்தால் நூறு மகிஷிகளும் சீக்கிரமே கருதரித்தவர்களாகிப் பத்தாவது மாதத்தில் ஒவ்வொரு புதல்வனைப் பெற்றார்கள்.

அரசன் பிள்ளை பிறந்த செய்திக் கேட்டு வெகு சந்தோஷமடைந்து மக்களுக்கு சாஸ்திரவிதிப்படி ஜாதகரும நாமகரணங்கள் செய்வித்தான். ஆட்டுக் கொம்பின் சூரணத்தால் ஜனித்தகாரணம்பற்றி குணவதியின்மகனுக்குசிருங்கபுஜனென்று பெயரிடப்பட்டது. பிறகு நூறு பிள்ளைகளையும் அரசன் கிரமப்படி போஷித்துத் தக்ககாலத்தில் சகல வித்தைகளையும் அப்பியாசம் செய்வித்தான். பிள்ளைகளும் அரசன் மகிழும்படி நாளொருமேனியும் பொழுதொரு வண்ணமுமாக வளர்ந்து சகல கலைகளிலும் தேர்ச்சிப் பெற்று வந்தார்கள்.

அவர்கள் குணவதியின் புதல்வனாகிய சிருங்கபுஜன் சிறந்த அழகும், புத்தியும் பலபராக்கிரமமும் உடையவனா யிருந்ததினால் அரசன் அவனிடத்திலும், குணவதி யிடத்திலும் அதிகமாய் அன்பு பாராட்டிவந்தான். மற்ற ராஜமகிஷிகள் இதைப் பார்த்துப் பொறாமெகொண்டு குணவதியின்மேல் ஏதாவது அபவாதம் சொல்லி அரசனைக் கொண்டே அவளை அகற்றிவிட வேண்டு மென்றும், பிறகு சமயம்பார்த்து சிருங்கபுஜனையும் ஓட்டிவிட வேண்டுமென்றும் ஒரே மனதாய் எல்லாரும் யோசித்துக் கொண்டு தகுந்த தருணத்தை எதிர்பார்த் திருந்தார்கள்.

2 பிப்ரவரி, 1910

(தொடர்ச்சி விடுபட்டுள்ளது) ராஜபுத்திரர்கள் அதுகண்டு சிருங்கபுஜா நமது தந்தையின் பொன்னம்பு போய்விட்டது தெரிந்தால் தந்தை கோபங்கொண்டு எங்களைத் துரத்திவிடுவார். ஆதலால் நீ அதை எப்படியாவது கொண்டு வந்துக் கொடுக்கவேண்டும் கொடாவிட்டால் நாங்கள் இந்த கிணற்றில் விழுந்து பிராணனை விட்டுவிடுவோமென்று பிடிவாதம் செய்தார்கள். சிருங்கபுஜன் அது மெய்யென்று நம்பி நீங்கள் பயப்படவேண்டாம். அப்படியே தேடிக் கொண்டுவந்து கொடுக்கிறேன் என்று அவர்களுக்குத் தைரியம் சொல்லி வில்லும்

அம்பும் கையிலேந்திப் புறப்பட்டு அப்பட்சியைத் தேடிக் கொண்டு அதின் உதிரம் பெருகிக் கொண்டு போனவழியே சென்றான். ராஜபுத்திரர்கள் இச்செய்தியைத் தங்கள் தாய்மாருக்கு அறிவித்து அவர்களை மகிழச் செய்தார்கள். அவ்வரக்கனைத் தேடிப்போன சிருங்கபுஜன் கதி என்னவாயிற்றென்பீர்களோ? அவன் உதிரம் சிந்திய வழியையே தொடர்ந்து, சென்று ஒரு பெரிய காட்டில் சேர்ந்தான். அவ்விடத்தில் ஒரு அழகிய அரண்மனையும், உத்தியானவனமும் தென்பட்டன. பின்பு வழியில் உதிரம் தென்படவில்லை. அதனாலும் வெகுதூரம் நடந்துவந்த களைப்பினாலும் அந்தச் சிங்காரவனத்திலுள்ள குளக்கரையில் அவன் சற்றே களைப்பாற உட்கார்ந்தான். அப்போது ரூபசிகை என்னும் ஒரு பெண்மணி அந்தத் தோட்டத்திற்கு வந்தாள் அவள் இவன் அழகைப் பார்த்து மோகித்து இவனை விவாகம் செய்துக் கொள்ள வேண்டுமென்று மனதில் நிச்சயித்துக் கொண்டு இவனிடம் வந்து இவன் வரலாற்றை விசாரிக்க, சிருங்கபுஜன் தன் விருத்தாந்தங்களை ஆதியோடு அந்தமாகச் சொல்லி முடித்தான்.

அதைக் கேட்ட ரூபசிகை மிகவும் இறக்கமும் ஆச்சரியமும் கொண்டு ராஜக்குமாரா, நீர் அடித்த பறவை மற்றப் பறவைகளைப் போன்றதல்ல, அது ஒரு அரக்கன், அவன் என் தகப்பன் அவன் பெயர் அக்கினிசிகன். அவனை வெல்ல யாவராலும் முடியாது. நீர் அவனை அடித்தது வெகு ஆச்சரியம். உம்முடைய அம்பு இவ்விடத்திலேதான் இருக்கிறது. நான் உம்மைக் கண்டவுடனே உம்மெயே எனக்குக் கணவனாக வரணம் செய்துவிட்டேன். நீர் இன்னும் சற்று நேரம் இங்கே யிருக்க வேண்டும். நான் என் தகப்பனார் அனுமதி பெற்றுவந்து உம்மை அழைத்துக் கொண்டு போகிறேனென்று சொல்லி அவனைக் குளக்கரையிலேயே இருக்கச் செய்து தன் தகப்பனாரிடம் சென்று அந்த ராஜக்குமாரனது வரலாற்றையும், பராக் கிரமத்தையும் அவனிடம் தெரிவித்து அப்பா நான் அவ்வழகனை கண்டவுடனே அவனையே எனக்கு மணவாளனாக மனதில் வரித்து விட்டேன். நீர் என்னை அவனுக்கே விவாகம் செய்துக் கொடுக்க வேண்டும். இல்லாதபட்சத்தில் நான் பிராணனை வைத்திருக்க மாட்டேன் என்று உறுதியாய்ச் சொன்னாள்.

அக்கினிசிகன் பெண்ணினது நிர்ப்பந்தம் பொருக்க மாட்டாமல் வேண்டா வெறுப்பாகவே அவனை அழைத்துவர அனுமதி கொடுத்தான். இதைக் கேட்ட ரூபசிகை தன்மனோரதம்

நிறைவேறிற்றென்று மிக்க மகிழ்ச்சிக் கொண்டு உடனே சென்று சிருங்கபுஜனை அழைத்து வந்தாள். அவனைப் பார்த்தவுடனே அக்கினிசிகன் சிருங்கபுஜா, நான் சொன்னதை யெல்லாம் உனக்குச் செய்ய சம்மதமானால் ரூபசிகையை நீ விவாகம் செய்துக் கொள்ளலாமென்ன, சிருங்கபுஜன் அப்படியே என்று அதற்குச் சம்மதித்தான். உடனே ஸ்நாநம் செய்து வரும்படி சிருங்கபுஜனுக்கு கட்டளையிட்டு தன் மற்றப் பெண்களை அழைத்துவரும்படி அவன் ரூபசிகைக்கு உத்திரவு செய்தான். இதோ அழைத்துவருகிறேன் என்று சொல்லிப் போன ரூபசிகை சிருங்கபுஜனிடம் சென்று என் உயிர்த்தோழனே, என்னுடன் பிறந்தவர்கள் தொண்ணூற் றொன்பது பெயர் உண்டு. நாங்கள் எல்லோரும் ஒரேவிதமான அழகும், ஆடையும், ஆபரணமும் உள்ளவர் களாய் இருப்போம். யாவரையும் வரிசையாக நிற்கவைத்து அவர்கள் நடுவிலிருந்து என்னை தெரிந்தெடுக்கும்படி என் தகப்பனார் உமக்கு கட்டளையிடுவார் அப்போது நீர் மயங்க வேண்டாம். நான் என் மணிவடத்தை தலையில் வைத்துக் கொண்டிருக்கிறேன். அதைக் குறிப்பாய்ப் பார்த்து என்னை தெரிந்துக் கொள்ள வேண்டும் இல்லாவிட்டால் காரியம் கைகூடி வராது என்று தெரிவித்துவிட்டு வீட்டுக்குப் போய் தன் தமக்கைமாரை அழைத்துவந்தாள். அவர்கள் நூறுபேரும் மண்டபத்தில் வந்து உட்கார்ந்தார்கள்.

சிருங்கபுஜன் நீராடி வந்தவுடனே அவன் கையில் ஒரு பூமாலைக் கொடுத்து, நீ உன் கருத்துக் கிசைந்தவர் கழுத்திலேயிந்த பூமாலையைப் போடென்று அக்கினிசிகன் ஆக்கியாபித்தான்.

சிருங்கபுஜன் அம்மாலையைக் கையிலெடுத்துக் கொண்டு ரூபசிகை சொல்லியிருந்த சங்கேதப்படி அவளை தெரிந்தெடுத்து அவள் கழுத்திலே மாலையை அணிந்தான். அக்கினிசிகன் அதுகண்டு ஆச்சரியப்பட்டு மறுநாள் விவாகம் நடத்துவதாய்ச் சொல்லி எல்லோரையும் அந்தப் புரம் போய்ச் சேரும்படி உத்திரவுசெய்தான்.

ரூபசிகைமாத்திரம் சிருங்கபுஜனோடு கூடவே யிருந்தாள். அப்பொழுது அவள் அவனைநோக்கி நண்பனே என் பிதா மகாமூடன் அவருக்குத் தாம் அஞ்ச வேண்டாம் என்ன காரியம் செய்யும்படி தமக்குக் கட்டளையிட்டாலும் ஆகட்டுமென்று

ஒப்புக்கொண்டு என்னிடம் வந்தால் நான் அதை முடித்துக் கொடுக்கிறேன் என்று சொல்லிவைத்தாள்.

16 பிப்ரவரி, 1910

அந்தப்புரம் போம்படி சொன்ன அரைநாழிகைக்குள் அக்கினி சிகன் மறுபடி சிருங்கபுஜனை அழைத்து அருகிலுள்ள வயல் களை உழுது ஏழுகலம் எள்ளை விதைத்து விட்டு உடனே வரும்படி கட்டளையிட்டான். அதுகேட்டு இந்த காரியம் எவ்வாறு செய்து முடிக்க கூடும் என்று சிருங்கபுஜன் மனம் சலித்துக் கொண்டே ரூபசிகையினிடம் சென்று அச்செய்தியை தெரிவிக்க அவள் தன் மாயையின் வலிமெயினால் அவன் சொன்னபடியே நன்றாய் உழுது விதைப்பித்து சிருங்கபுஜனை தன் தகப்பனிடம் அனுப்பினாள், அவன் அப்படியே சென்று காரியம் செய்தாயிற்று என்று அக்கினிசிகனுக்குத் தெரிவிக்க அரக்கன் ஓகோ இவன் வல்லமெயில் நம்மை மிஞ்சியிருக்கிறான் என்று வியந்து அந்த விதைகளை யெல்லாம் மறுபடியும் சேகரித்துவாவென்று கட்டளை யிட்டான். அதையும் ரூபசிகை தன் மாயையினால் செய்து முடித்துக் கொடுத்து மனமகிழ்ச்சி செய்தாள்.

அதைக் கண்டு அக்கினிசிகன் மிகவும் மனம கிழ்ந்தானாயினும் சாதாரணமான ஒரு மனிதனுக்குத் தன் அருமை மகளை விவாகம் செய்துக் கொடுக்க அவனுக்கு மனமில்லை. அதனால் அவனை வெல்லும்படி மற்றொரு போக்குச் சொல்லியனுப்பினான். ஆயினும் ரூபசிகை அவனையே விவாகம் செய்துக்கொள்ள வேண்டுமென்று உறுதிக் கொண்டிருந்ததினால் அதையெல்லாம் அவள் நிறைவேற்றி விட்டாள். அவ்வளவோடு விடாமல் அக்கினிசிகன் மறுபடியும் சிருங்கபுஜனை அழைத்து இங்கிருந்து இரண்டுயோசனை தூரத்துக்கப்பால் ஒரு பெருங்காட்டில் சிவாலயம் ஒன்று யிருக்கிறது அங்கே என் தம்பி தூமசிகன் என்று ஒருவனிருக்கிறான் நீ அவனிடம் சென்று நாளை விவாகமென்று தெரிவித்து ஒருமணி நேரத்தில் திரும்பி வருகவென்று கட்டளையிட்டான். அக்காரியம் தன்னால் முடியாதென்று தெரிந்தும் அதைச் சிருங்கபுஜன் ரூபசிகைக்குத் தெரிவித்தான். அச்சிறுமிப் பலவகை மாயைகளும் நன்றாய்க் கற்றறிந்தவளாகையால் இதைக் கேட்டவுடனே அவள்

மனோவேகமாய் செல்லத்தக்க ஒரு குதிரையையும், மண், நீர், நெருப்பு, முள் இவைகளையும் மந்தரித்துக் கொடுத்தாள். கொடுத்து, தாம் இந்த குதிரைமேலேறி அவ்விடம் சென்று அங்குள்ள சிவாலயத் தரிசனம் பண்ணி பிறகு தூமசிகனுடன் செய்தி சொல்லிவிட்டு நிமிஷமும் தாமதியாமல் உடனே இக்குதிரை மேலேறிச் சாட்டையால் இதை ஒரு அடி அடித்துவிடுங்கள், இது வாயுவேகமாய் நிமிஷநேரத்தில் உங்களை இங்கே கொண்டுவந்து விடும். ஆயினும் வரும்பொழுது தாம் அடிக்கடி திரும்பிப்பார்த்துக் கொண்டே வரவேண்டும். ஏனெனில் ஒருவேளை தூமசிகன் துரத்திக் கொண்டு வருவான். அப்படியவன் வரக்கண்டால் முதலில் இம்மண்ணை எறிய வேண்டும் அதையும் லட்சியஞ் செய்யாமல் அவன் ஓடிவந்தால் ஜலத்தையும், அதன் பின்னும் துடர்ந்துவந்தால் முள்ளையும், அதற்குப்பின்னு மவன் வரக்கண்டால் நெருப்பையும் வழியே போட வேண்டும். அப்போது இடையில் ஒரு க்ஷணம்கூட நிற்காமல் ஓடிவர வேண்டும். தாமதித்தால் தூமசிகன் தம்மைப் பிடித்துக் கொன்று தின்றுவிடுவான் என்று அவனுக்கு எச்சரிக்கை சொல்லி யனுப்பினாள். சிருங்கபுஜனும் ரூபசிகையின் மொழியே தனக்கு குருவாக்கிய மென்றெண்ணி அவள் சொன்னபடியே அவ்வாலயத்திற் சென்று தேவதரிசனம் செய்து தூமசிகனுக்குச் செய்தி தெரிவித்துக் குதிரைமேலேறி வெகுவேகமாய்த் திரும்பிவிட்டான். திரும்பிச் சிறிதுதூரம் வந்து பின்னே பார்த்தபோது தூமசிகன் அதிவேகமாய் நெருங்கிவரக் கண்டான். கண்டவுடனே ரூபசிகை கொடுத்த மண்ணை எறிந்தான், அது வழியிலே ஒரு பெரிய மலையாகிவிட்டது, தூமசிகன் அதையும் ஒரு சிறு கல்லைப் போல அலட்சியமாய்த் தாண்டிவிட்டான். அதுகண்டு இவன் ஜலத்தைத் தெளித்தான். அது ஒரு பெரிய ஆறாகி வெள்ளம் பெருகிற்று. அதையும் தூமசிகன் ஒருசிறு வாயக்கால் போலத் தாவிக் கொண்டு வரவே, ஓகோ இவன் அசாத்தியனாயிருக்கிறானே என்று அஞ்சி சிருங்கபுஜன் ரூபசிகை சொல்லியபடி முள்ளை யெறிந்தான். அந்தச் சிறுமுள் பல்லாயிரம் முட்செடிகளடர்ந்த பெருங்காடாய் விட்டது அரக்கன் அதையும் ஒரு சிறிய முள்ளைப் போலவே இமைப்பொழுதில் தாவிவரக்கண்டு அவன் மிகவும் அச்சம் கொண்டு அக்கினியை எறிந்தான். அது ஒரு பெரிய காட்டுத் தீயாய் வளர்ந்து எங்கும் சூழ்ந்துக் கொண்டது. தூமசிகன்

அவ்வளவுதூரம் வழிநடந்துவந்து வருத்த முற்றிருப்பதுடன் அந்தத்தீயும் அவனால் அளவிடக்கூடாததா யிருக்கவே அவன் உடல்சோர்ந்து உற்சாகமு மடங்கித் திரும்பித் தன்னிடத்திற்குப் போய்விட்டான்.

இப்படி ரூபசிகையின் மாயாபலத்தால் தீங்கு ஒன்றும் நேராமல் சுகமாய்த் திரும்பிவந்து சிருங்கபுஜன் அக்கினிசிகனிடம் சென்று தூமசிகனிடம் போய்வந்த செய்தியைத் தெரிவித்தான் இவன் அங்கே போனவுடனே தூமசிகன் இவனைப் பிடித்துத் தின்றுவிடுவானென எண்ணங் கொண்டு அவன் இவனை அங்கே அனுப்பினது அப்படியிருக்க இவன் சிறிதும் அபாயமின்றித் திரும்பிவந்து விடவே, ஒருக்கால் இவன் அங்கே போகவே இல்லையோ என்னவோ என்று அக்கினி சிகன் ஐயமுற்று நீ அவ்விடம் போய் வந்ததற்கு அறிகுறி யாதென்று கேட்டான். சிருங்கபுஜன் தான் போய்வந்ததற்கு அறிகுறியாக அங்கே தேவாலயம் இருக்கும் விதத்தையும், அதற்குள் ஒவ்வொரு சிற்றறை அமைத்திருக்கும் விநோதத்தையும் விபரமாய் எடுத்துக் கூறினான். அவைகளையெல்லாம் கேட்டபிறகு அக்கினிசிகன் இச்செய்திகள் இவனுக்குத் தெரிய வேறுவழியில்லையாகையால் அங்கே போய்த்தான் வந்திருக்க வேண்டுமென்று தெரிந்து தனக்குள்ளிருந்த சந்தேகம் தீர்ந்து பிறகு வேறு கதியில்லாமல் பெண்ணை யவனுக்கே விவாகம் செய்துக் கொடுக்க உடன்பட்டு மறுநாள் வெகு விபவமாக அவ்விருவருக்கும் விவாகம் நடப்பித்தான். அதன்பிறகு அவர்களிருவரும் மனமகிழ்ச்சியோடு வினோதமாக அங்கேயே வசித்துக் கொண்டிருந்தார்கள்.

L. P. C. ஆரோக்கியசாமி பிள்ளை

கொயமுத்தூர்

(இன்னும்வரும்)

23 பிப்ரவரி, 1910

152. கடிதக்காரர்கள்

திரியாங்கமென்பதின் கருத்தென்னை யென்று வினாவிய வற்றிற்கு விடை

நாள், நட்சத்திரம், திதி – கரணம், யோகம் இவ்வைந்தையுங் கண்டு யெழுதிவருங் கணித நூலுக்குப் பஞ்சாங்கமென்றும்,

நாள், நட்சத்திரம், திதி இம்மூன்றையுங் கண்டெழுது பவற்றிற்குத் திரியாங்கமென்றும் கூறப்படும்.

காலங்களிற் கெட்ட காலம் நல்ல காலம் உண்டோ என்னும் வினாவிற்கு விடை.

பூர்வ சாஸ்திரிகள் செல்காலம், நிகழ்காலம், வருங்கால மென்னும் மூக்காலங்களை வகுத்துள்ளார்களன்றி கெட்டகாலம் நல்லகாலமென்னுங் குறிப்புகள் கிடையாவாம். மநுக்களது அனுபவத்தால் கெட்டகாலம் நல்லகாலமென்று வழங்குவது யாதெனில்:–

ஒருவன் தக்கசுக சம்பிரமத்தி லிருக்குங்கால் மற்றொரு நேயன் வந்துவிடுவானாயின் நல்லகாலத்தில் வந்தீரென்று கூறி சுகபுசிப் பளித்தனுப்புவான்.

அதிக துக்கத்திலும், எழிய நிலையிலு மிருக்குங்கா லன்னேயன் வருவானாயின் கெட்டகாலத்தில் வந்தீரென்று துக்கிப்பான். இத்தகை யக்கால யேதுக்களையும் ஏதுக்குத் தக்க நிகழ்ச்சிகளையுங் கொண்டு நல்ல சமயமென்றும், கெட்ட சமயமென்றும் வழங்கலாயிற்று.

ப.ர்.

16 பிப்ரவரி, 1910

153. கடிதக்காரர்களுக்கறிக்கை

அன்பர்களே, அவுலைநினைத்து வுரலை யிடிப்பது போலும் வஞ்சை நஞ்சை வெளியிற் கக்குவதுபோலும் வீண் சங்கைகளை பத்திரிகைக் கெழுதாதிருக்க வேண்டுகிறோம். யீதன்றி,

ஓர் மதவிஷயங்களைப் பற்றியேனும், ஓர் கூட்டத்தார் விஷயங்களைப் பற்றியேனும் புறங்கூறியும், தூஷணித்தும் எழுதா மலிருக்கக் கோறுகிறோம்.

ஆதிதெய்வ விசுவாசத்துடனும், ஞான குருக்கள் விசுவாசத் துடனும், இராஜவிசுவாசத்துடனும் வரையுங் கடிதங் களை சிரமேற்று வெளியிடுவோம்.

துய்மெயுரைக்க வேண்டுமாயின் தேகசுத்த விவரங் களையும், உண்மெயுரைக்க வேண்டுமாயின் மனோசுத்த விவரங்களையும், வாய்மெயுரைக்க வேண்டுமாயின் வாக்குசுத்த விவரங்களையும் கண்டு மற்றவர்களுக்கு மனத்தாங்கலை யுண்டாக்காது மனவுற் சாக முண்டாக்கக் கூடியக் கடிதங்களை வரைவீர்களாக.

தற்காலந் தோன்றியுள்ள அச்சியந்திர சட்டத்தையும் ஆழ்ந்து வாசித்தும் கடிதமெழுதக் கோறுகிறோம்.

ப.ர்.

16 பிப்ரவரி, 1910

154. விவேகானந்தர் ஜயந்தி

பெங்களூர் சிடி ஸ்ரீ விவேகானந்த சங்கத்தோரின் பெரு முயற்சியால் 5.2.10 சனிவாரம் மாலை 6 மணி முதல் 9 மணிவரையில் பெங்களூர் செங்கற் சூளையிலும், 6.2.10 ஆதிவாரம் காலை 9 மணிமுதல் 12 மணிவரையில் சிட்டியிலும், ஸ்ரீ சுவாமி விவேகானந்தர் ஜயந்தி உத்சவம் பல பஜனை கூட்டத்தோர் புடைசூழ வெகு விமரிசையாக நடத்தப்பட்டது. பிற்பகல் 1 மணிமுதல் பசுவண்ணாகுடி ரோட் ஸ்ரீ இராமகிருஷ்ண மடத்தில் பஜனைக் கூட்டத்தோர்முதல் ஏழைகள் 2,000 ஜனங்களுக்கு ஜாதி மதபேதமின்றி அன்னமளிக்கப்பட்டது. இக்காரியம் நடைபெற ஒற்றுமெயோடுழைத்த சூளை ஸ்ரீ திருஞான சம்மந்தர் சபை, ஸ்ரீ மாணிக்கவாசகர் சபை, இந்து யூனியன் விவேகானந்த நைட் இஸ்கூல் மெம்பர்கள்முதல் மற்ற அன்பர்களுக்கும் சிடி பஜனை கூட்டத்தோர்களுக்கும் பணிதலான வந்தனம்.

இப்படிக்கு

P. MURUGASAN,

செகர்டெரி

ஸ்ரீ விவேகானந்த சங்கம்

16 பிப்ரவரி, 1910

155. ஓர் வேண்டுகோள்

அஞ்ஞானாந்தகாரமென்னும் அடவியில் எம்மறுங்குஞ் செல்ல விடா தலைந்துழன்று இன்னதினியதெனத் தெரியாது வாடிவதங்கும் எம்மனோருக்கு சர்க்கரை பந்தலிலே தேன் மாரிப் பெய்தாப்போலும், பழம் நழுவி பாலிலே விழுந்தாற் போலும், அந்தகாரமதக் குழாங்கட்கு உடுபதியைப்போலும், கல்வியாலும், கனத்தாலும், புகழாலும் மல்கிப் பொலியும் சென்னை மாநகரின்கண் நாற்றிசையோரும் போற்றிப் புகழ வும், ஏற்றி மகிழவும், அந்தகந்தமா யவதரித்து இதுகாறும் அநாச்சாரிகளால் மறைபட்டுக் கிடந்த உத்தம பௌத்த தன்ம போதத்தைப் போதித்து மக்களது இதயாம்புயத்தை மலர்விக்குமாறும், புன்னெறியைப் பற்றாது நன்னெறியைக் கடைப் பிடித்தொழுகுமாறும் உண்மெக்குத் தாரமாய் பிரதி புதவாரந் தோறும் சுகுணபோதங்களை வசனித்துலவும் ஸ்ரீமந் "தமிழன்" பத்திராதிபரவர்கட் கனந்தானந்த வந்தனம் தந்தனம். ஐயன்மீர்,

நமது பௌத்ததன்ம போதனார் "தமிழன்" பத்திரிகை விஜமான விதுகாறும் போதித்து வரும் பௌத்த தன்மத்தைக் கண்டு மனஞ்சகியாத சிலபல அநாச்சார மனக் குருடர்களாகிய மதப்பிராந்தர்கள் பூரண மதியத்தைக் கண்டு பேரிரைச்சலிடும் ஆர்கலியைப் போலவும், குங்குமப் பூவின் நறு நாற்றத்தை நன்கறியாத கர்த்தபம் போலவும் கண்டகண்டவாறு சீறிச்சினக்கும் மதப்பிராந்தர்கள் பௌத்த தன்மத்தை யோசித்துணர சக்தியின்றி தூற்றுவதற்குக் காரணம் யாதெனின், தங்கடங்க ளனாச்சார மதப்பிராந்த ஆரணியத்தின்கண் வதியும் பன்மதங்களாகிய துன்மத ஆபாசங்களை அதமாக்கி திராவிட பௌத்தர்களை யோசனா புருஷத்துவத்திற்குக் கொண்டுவருகிறதே யென் றுணர்ந்த மதப்பிராந்தர்கள் எவ்வாறு தூற்றினும் அத்தூற்றம் பௌத்ததன்ம பெருந்தகைமெக்குப் பரமாணுப் பிரமாணமேனும் தோஷம் புரியாது மார்த்தண்டனைக் கண்ட துகினம்போல

மறந்தோடுமேயன்றி துதியும், தோத்திரமும், புகழும், மகிழும் எஞ்ஞான்றும் பெற்றிலகும் பௌத்த தன்மத்திற்கு ஓர் சிறிய குற்றமும், குறைவும் நேரிடா.

குணநிதியாகிய பௌத்ததன்ம பேராற்றலையும், சாதுரிய மதுரவாசகத்தையும், செவிமடுத்த கலை வல்லோர் பேரானந்த மனமகிட்சியால் பேசுகின்றனர். இவ்வொளி மலையாகிய பௌத்ததன்மம் "சென்னையில் உதயமான பின்னர் எத்த னையோ பேர் தத்தம் மதப்பிராந்த வலையினின்று நீங்கி மனமகிழ்ச்சியோடு வாழ்கின்றனர். எத்தனையோ பேர் கற்சிலையும் பொற்சிலையும் கதிதருமென்று நம்பியிருந்தோர் இது பெருத்த சதியென்று அஞ்சி விடுத்து மதிபெற்று இம்மெய்ப் பயனுக்குரிய நீதியை செம்மெயா யறியத் தலைப்பட்டனர். எத்தனையோபேர் தாங்கள் மெய்வருந்தித் தேடிய தேட்டத்தை ஸ்தல யாத்திரைக் கென்றும், பிரார்த்தனைக் கென்றும், குருக்களுக் கென்றும் மதியீனமாய்ப் பித்தரைப்போல் வீண் விரையஞ் செய்தலை யொழித்துத் திருப்த்தியோடு தெளி வடைந்தனர் எத்தனையோபேர் ஐம்புலன்களின்றி அந்தகரண மில்லை யென்றும், தேகத்தின் குணமே தேகியென்றும், ஐயறிவாகிய மெய்யறிவுக்கு அதீதமாகிய ஆன்மா ஒன்றிருத்தல் அசாத்தியமென்றும் கரதலாகமலம் போல் களங்கமற்ற வுணர்ந்து கொண்டனர். எத்தனையோபேர் சமயாசார சாகரத்தினின்று தேஜோமயமாகிய பௌத்ததன்ம புணையைப் பற்றிச் சுகா ரோக்கியக் கரையேறினர்.

இத்தகைய கற்பகத்தருபோன்ற பௌத்தத்தன்மமாகிய பகவன் போதத்தை மக்கள் கண்டுணர்ந்து நடக்குமாறு வெள்ளிடை மலைபோல் "பூர்வத்தமிழொளி" என சுத்தநாமஞ் சூட்டி இதுகாறும் எழுதிவந்த விஷயத்தை மட்டில் முதல்பாகமாக அச்சிட்டு புத்தகரூபமாக்கி விலையின்பேரில் அடியார்களுக்கு உதவிசெய்யுமாறு வேண்டுகின்றனம்.

தி. சி. நாராயணசாமி பிள்ளை,

H. F. U., உ. கோ.

16 பிப்ரவரி, 1910

156. நம்மவர்களுக்குப் பொது வர்த்தகசாலை

மாக்ஷிமெநிறைந்த தமிழன் பத்திராதிபரவர்கள் தயைகூர்ந் தெமதுக் கடிதத்தைப் பிரசுரிக்க வேண்டுகிறோம்.

எமதன்பிற் சிறந்த சோதரர் கனம் தி. சி. நாராயணசாமி பிள்ளை அவர்களே, நீவிரெமது கோறிக்கையைக் கருதி வெளியிட்ட கருத்தை கவனித் தானந்தமானோம். சகோதிரரே, நாம் யேககாலத்தில் பற்பல வூர்களில் வர்த்தகச் சாலையை ஸ்தாபிதஞ் செய்ய எண்ணுவது அனாவசியம். எப்படியென்றால் நமக்கெல்லா விஷயங்களிலும் (தாய் நகர்) சென்னையானதால் அங்கு நமதுப் பிரதமச் சங்க மிருப்பதால் அச்சங்கத்தின் காரியதரிசி அல்லது பத்திராதி பராகிலும் இதுவிஷயம் நிறைவேறும்பொருட்டு தகுந்த (சட்டங்க) ளேற்படுத்தி நபர் ஒன்றிற்கு ஷேர் இவ்வள வென்றும், தெரிவித்தால் நாம் முதலாவதுச் சென்னையில் வர்த்தகச் சாலையை ஸ்தாபிதஞ் செய்து அதன் விர்த்தியை நாளிடையில் தெரிந்து பிறகு அச்சங்கத்தோர்களின் அபிப் பிராயத்தின்படி பலதேயங்களிலும் சாலையை விர்த்திச் செய்யவேண்டும்.

இப்படிக்கு

உமதுண்மையுள்ளசகோதிரர்கள்,

பெரியமெட்டு,

RANGOON **கி. தெ. இந்திரவேல் பிள்ளை**

11.2.1910 **த. தாழமலை பிள்ளை**

23 பிப்ரவரி, 1910

157. வரவுக்கு மிஞ்சிய சிலவு

ஆனமுதலி லதிகஞ்செலவானால்
மானமழிந்து மதிக்கெட்டுப்–போனதிசை
எல்லார்க்குங்கள்ளனா யேழ்பிறப்புந்தீயனாய்
நல்லார்க்கும் பொல்லனா நாடு.

ஒரு மனிதன் 10 ரூபாய் சம்பாதிப்பானாயின் அவன் அதற்குத் தக்கப் புசிப்பும், அதற்குத்தக்க வாடையும் அதற்குத் தக்க ஜாக்கிரதையும், அதற்குத்தக்க ஒழுக்கத்தினும் ஒழுகு வானாயின் யாதொரு கவலையுமின்றி வாழ்வன். வரவுக்கு மிஞ்சிய சிலவால் கொழுமெப் புசிப்பும், டம்பவுடையும், மதிமயக்கக் குடியுங் கற்று மானங்கெட்டு மனம்போன போக்கிற் சிலவு செய்து வருவானாயின் மானம், மரியாதை யழிந்து தாய் பழுது சொல்லவும், மனையாள் சற்று மெண்ணாமல் நடக்கவும், வாய்வாக்கெல்லாம் பொல்லாத வசனமாக வந்து முந்து சிறுமெயோடு பொல்லா விசாரமும் சிந்தையிற் தைரியமின்மெயும், சிறந்த சபையிற் செல்ல வெட்கமடைந்தும், செல்வரைக் காண நாணியும், அறிவு மயங்கி சென்றவிடங்களில் ஒளிந்து நல்லவர்களுக்கும் பொல்லானாய் பிறவிகடோறும் அதே கவலையாற் சுழன்று அல்லலடைவான்.

ஆதலின் மநுக்குள் தங்கள் வாழ்நாட்களை பேரவாவிலும், வீண் டம்பத்திலும் கழிப்பதை யகற்றி தாங்கள் சம்பாதிக்கும் திரவியத்திற்குத்தக்க சிலவும், தாங்கள் கற்ற கல்விக்குத் தக்க ஒழுக்க வார்த்தைகளும் பேசி நன்முயற்சி, நல்லூக்கம், நல்வாழ்க்கையிலிருப்பரேல் மானிகளென்றும், மதியுள்ளா ரென்றும் மதிப்பதுடன் தாங்கள் சென்றவிடங்களெல்லாம் சிறப்பெய்தி நல்லவர்களுக்கு நல்லவர்களாய் பிறவி துக்கமற்று பரிபூரணநிலை யடைவார்கள்.

தி. சி. நாராயணசாமி பிள்ளை,

H. F. U., உ. கோ.

23, பிப்ரவரி, 1910

158. உத்தியோகம் வேண்டுமா?

(முன்தொடர்ச்சி)

இவை உம்முடைய அரண்மனை வாசல்மணியடிக்கும் மதிவல்லபனுடையவை, நான் என் வீட்டுக் கலியாணத்துக்கு இரவலாக வாங்கிவந்தேன். ஆகையால் அவற்றின் விலை எனக்குத் தெரியாதென்று கூறினான். அரசன் தன் அரண்மனைக்குச் சென்று பிறகு மதிவல்லபனை யழைப்பித்து நேற்றுநான் இன்ன கனவான் வீட்டுக் கலியாணத்துக்குப் போயிருந்தேன் அப்பெண்ணுக்குப் பூட்டியிருந்த சில இரத்தினாபரணங்கள் மிக்க விலை உயர்ந்தவையா யிருந்தபடியால் அவற்றின் விலை என்னவென்று அக்கனவானைக் கேட்டேன். அவன் உனக்குத் தெரியுமென்று சொன்னான். ஆகையால் நீ அக்கனவானுக்கு இரவல் தந்த நகைகளில் இரத்தின ஜடையில்லை நீ என்ன விலைக்கு வாங்கினாய்? என்று கேட்டான். மதிவல்லபன் அரசனை வணங்கி மகாராஜாவே வீட்டுக்குப் போய் வரும்படி அடியேனுக்கு உத்திரவளித்தால் உடனே திரும்பிவந்து சொல் லுகிறேன் என்று அரசனிடத்தில் விடைபெற்றுக் கொண்டு தன் வீட்டுக்கு விரைந்துசென்று தான் அரசன் தேவிமார்களிடத்தில் பரிசாகப்பெற்ற ஆடை ஆபரணங்களெல்லா வற்றையும் கொண்டுவந்து அரசன் முன் வைத்து வணங்கி எழுந்துநின்று அவை தனக்குக் கிடைத்த வரலாற்றை யெல்லாம் சிறிதும் ஒளிக்காமல் கூறி இவையெல்லாம் உம்முடையதாகையால் தேவரீர்க்கேயன்றி அடியேனுக்கு இவற்றின் விலை கிஞ்சித்தும் தெரியாது என்று சொன்னான். இராஜன்,

“ஆள்வினையுமான்ற வறிவுமென விரண்டி
னீள்வினையா னீளுங்குடி.”

என்றபடி இவன் தன்னுடைய சோர்விலா முயற்சியாலும், புத்திவிலாசத்தாலும் தன் குடும்பத்தை விருத்திசெய்து அதி பிரபலமாயினானல்லவாவென்று அவனுடைய புத்தி சாமர்த்தியத்துக்காக வியந்தான். அன்றியும் எவருக்கு தீமெ

யில்லாமல் இவன் வெகுமானமாகப் பெற்ற பொருள்களை யெல்லாம் மறக்காமல் கொண்டுவந்து காட்டி ஆதியோ டந்தமாக உண்மையை உரைத்தானே என்று மகிழ்ந்தான். அரசன் நல்லது இன்னுமொருதரம் இவனைச் சோதித்துப் பார்ப்போம் என்று தனக்குள் யோசித்து மதிவல்லபனை நோக்கி நீ நம்முடைய ஆளுகைக்குட்பட்ட எல்லா தேசங்களிலுஞ் சென்று அங்கங்குள்ள மனிதர், விலங்கு, புள் முதலியவற்றில் ஆண் இத்தனை பெண் இத்தனை யென்றும், மரம் மலை இத்தனையென்றும் கணக்கெடுத்து ஒவ்வொன்றின் மொத்தம் இவ்வளவென்று சொல்லவேண்டும். இவ்வுத்தியோகத்திலும் உனக்குச் சம்பளங் கிடையாது. உன் எழுத்தாணியை மாத்திரம் ஓயாமல் அசைத்துக் கொள்ளலா மென்று கட்டளை யிட்டான்.

அதுகேட்ட மதிவல்லபன் அரசனை வணங்கி மகாராஜனே! அடியேன் தேவரீர் கட்டளையைச் சிரமிசை வகித்துச் செய் வதற்கு யாதும் தடையில்லை அப்படியே செய்கிறேனென்று அரசனிடத்தில் விடைபெற்றுக் கொண்டு வீட்டுக்கு வந்து விட்டான். மறுநாள் சில சிப்பந்திகளோடும் ஓரூருக்குச் சென்று அங்கு ஒரு வீட்டிலுள்ள மனிதர், ஆடு, மாடு, கோழி முதலியவற்றின் கணக்கெடுக்கப்போனான்.

அவ்வீட்டார் பயந்தோடிவந்து மதிவல்லபனை நோக்கி ஐயா! இதுவரையிலும் செய்யாத இக்காரியத்தை இப்போது அரசன் செய்வதற்குக் காரணம் யாது? சற்றே தயைசெய்து விளக்க வேண்டும் என்று மதிவல்லபனை வேண்டிக் கேட்டுக் கொண்டார்கள். அவன் இது இராஜாங்க ரகசியமாகையால் ஒருவருக்கும் தெரிவிக்கக்கூடாது என்று கூறினான்.

இக்குடிகள் யாவருக்கும் எவ்வித துன்பமும் நேரிடாவண்ணம் அவர்களுடைய உயிரைத் தன்னுயிர் போல் பாதுகாத்துவரும் அரசனிடத்து இவர்களுக்கு எவ்வளவு விசுவாச மிருக்கிறதோ பார்ப்போம். வேற்றரசன் படையெடுத்து வந்தால் இவர்கள் உண்மையில் தங்களுடைய அரசனுக்காக அமர்களத்திலிருந்து உயிர் விடுவார்களா? அல்லது அத்தருணத்தில் அவனை வஞ் சிப்பார்களா? இதைக் கண்டறிவோமென்று அவர்களைப் பார்த்து நீங்கள் இவ்விஷயத்தை வேறொருவர் செவியிலும் போடக்கூடாதென்று வற்புறுத்தி அடியில் வருமாறு சொல்லத் தொடங்கினன். நம்முடைய அரசனோடு அந்நிய தேசத்தரசன்

ஒருவன் 4 மாதத்துக்குப்பின் யுத்தத்துக்கு வருவதாகக் கடிதம் அனுப்பியிருக்கிறான்.

"அடற்றகையு மாற்றலு மில்லெனினுந்தானை
படைத்தகையாற் பாடுபெறும்."

சேனைக்கு போர்செய்யும் சௌரியமும், பகைவர்மேல் வந்தெதிர்த்தால் தாங்கும் வலிமெயும் இல்லாவிட்டாலும் பெருங் கூட்டமாகிய தோற்றப் பொலிவால் பெருமெ யுண்டாகுமாகையால் நம்முடைய அரசன் தன் ஆளுகைக் குட்பட்ட தேசங்களிலுள்ள எல்லா ஆண்பிள்ளைகளும் அக் காலத்தில் ஒருவர் தவறாமல் யுத்தத்துக்கு வரவேண்டு மென்றுப் பெண்கள் யாவரும் இராணுவத்துக்கு வேண்டிய போஜனாதிகளைப் பாகஞ்செய்ய வேண்டுமென்றும் ஆடு கோழி முதலியவை ஆகாரத்துக் குபயோகப்பட வேண்டு மென்றும் ஒன்றுவிடாமல் கணக்கெடுத்து மொத்தம் காட்டும்படி கட்டளையிட்டனன் என்று சொன்னான். அவர்கள் யாவரும் மனங்கலங்கி மதிவல்லபனைத் தனியே யழைத்துக் கொண்டுபோய் எங்கள் வீட்டுக் கணக்கை உங்களுடைய ஏட்டில் பதியாமல் விட்டுவிட்டால் உமக்கு மாதாந்தரம் இவ்வளவு தருகிறோம் என்று அவனுடன் ஏற்பாடு செய்துக் கொண்டார்கள்.

இவ்வாறே ஒவ்வொரு கிராமத்திலுஞ் சென்று அங்கங்குள்ள ஆண் பெண் கால்நடைகள் முதலிய சராசரங்கள் யாவற்றையும் கணக்கெடுத்து வருகையில் இராஜ விசுவாசமுள்ளவர்கள் இன்னார் இன்னா ரென்பதையும் ஏட்டில் குறிப்பிட்டுக் கொண்டான். இன்னும் சில குடிகள் உள்ளபடி கணக்கைக் கொடுத்து விட்டார்கள். இப்படி யிருக்கையில் அரசன் ஒருநாள் மதிவல்லபனை யழைப்பித்து நாம் சொன்னபடி கணக்கெடுத்து முடிந்ததா? என்று கேட்டான். மதிவல்லபன் அரசனை நோக்கி மகாராஜனே பறக்கும் பட்சிகளை யெல்லாம் ஒன்று விடாமல் கணக்கெடுத்து விட்டேன். காக்கைகளில் ஆண் இரண்டு லட்சம், பெண் இரண்ரடரை இலட்சம், முட்டை யுருவாயிருப்பவை ஒரு லட்சம் என்று அப்பால் சொல்லிக் கொண்டே போனான். அரசன் நல்லது அது இருக்கட்டும், மனிதர்களுள் ஆண் பெண் எத்தனையென்று கேட்டான். மகாராஜனே! அதில் ஒரு தீராச்சந்தேகம் வந்திருப்பதால் அதன்பொருட்டு உம்முடன் தனியே யோசித்துச் செய்யவேண்டுமென்று விட்டி

ருக்கிறேன் என்றான். அரசன் அவனைத் தனியே அழைத்துக் கொண்டுபோய் அச்சந்தேகம் யாதென உசாவினன். மகாராஜனே! உம்முடைய தேவிமார்களில் பாண்டியன் புத்திரி ஆணோ பெண்ணோ? தெரிவித்தால் உடனே கூட்டி மொத்தம் தைத்துச் சொல்லுகிறேன் என்று கூறினான். பாண்டியன் புத்திரி அலியென்று தான் ஒருவனுக்கு மாத்திரம் தெரியுமேயன்றி மற்றை தேவிமார்களுக்கும் இதுவிஷயம் தெரியாதாகையால் அரசன் மிகவும் நாணமுற்று இவன் கணக்கு முழுதும் சரியாகவே யிருக்குமென்று தனக்குள்ளே தீர்மானித்து அவனுடைய புத்தி பலத்துக்காக அதிக சந்தோஷங்கொண்டான்.

அப்போது மதிவல்லபன் அரசனை நோக்கி மகாராஜனே! நான் தேவரீருடைய கட்டளையின்படி கணக்கெடுத்து வருகையில் ஒரு அருமெயான சங்கதி தெரியவந்தது. அது யாதெனில் தேவரீருடைய அரசாட்சிக் குட்பட்ட குடிகள் யாவரும் இராஜவிசுவாசங் கொண்டவர்களாக எண்ண வேண்டாம். வேற்றரசர் படையெடுத்துவர நேரிடுமாகில் தேவரீருடைய குடிகள் இன்னபடி ஒழுகுவார்களென்பதை இப்போதே யறிந்து கொண்டு அதற்கேற்றபடி நீங்கள் முன் எச்சரிக்கையோ டிருக்க வேண்டியதல்லவா? என்றுகூறி இன்னின்ன குடிகள் விசுவாசமற்றவர்களென்பதை அக்குடிகளின் வாய் மொழியைக் கொண்டே மெய்ப்பித்தான்.

தன் குடிகளின் பலாபலத்தை அறிந்து கொண்டிருப்பது அரசனுக்கு அத்தியாவசியமானபடியால் மதிவல்லப னுடைய தந்திரத்தை அரசன் வியந்து இவன் உண்மெயான வனும் மிக்க புத்தி சாதுரியமுள்ளவனும் என்பதற்கு யாதும் ஐயமில்லை. இவனுக்கு எவ்வளவும் வரும்படியற்றதும் கஷ்டமானதுமான தொழில்களைக் கொடுத்தாலும் அவற்றிலெல்லாம் இவன் விவேகத்துடன் பிரவர்த்திப்பது மன்றி நமக்குப் பெருத்த சலகரணைகளைக் காட்டுகிறான். இப்படிப்பட்ட ஒருவன் நம்மிடத்தில் இருந்தால் நமக்குப் பல ஆதாயவழிகளைக் காட்டி இராஜ்ய காரியத்துக்கும் மிக்க அனுகூலமுள்ளவனா யிருப்பானென்று துணிவு கொண்டு மதிவல்லபனைத் தன்னிடத்தில் மந்திரியாக வைத்துக் கொண்டான்.

ஆகையால் விவேக விளக்கம் ஒன்றை மாத்திரம் ஒருவன் தன் கைப்பொருளாகப் பெற்றிருப்பானாயின் எவ்வகை யாலும்

அவன் பிழைக்க வகைதேடிக் கொள்ளலாம். உத்தியோகம் நமக்கு அகப்படப் போகிறதில்லையே யென்று கருதி விவேகத்தை அபிவிருத்தி செய்வதற் கேதுவாகிய கல்வியை அனேகர் கைவிடு கிறார்கள். இது பெருந் தவறு.

மேலெடுத்துக் காட்டப்பட்ட மதிவல்லபனுடைய சரித்திரத்தை வாசித்துப் பொய்யுரைத்து ஒருவன் தன் மதிவல்லபத்தைக் காட்டுவதும் முறையோ என்று கேட்கலாகாது. ஏனெனில் அவன் எழுத்தாணி சற்று அசைய இடங்கிடைக்குமானால் போதும் என்று சொன்ன வார்த்தையை அரசனுக்கு மெய்ப்பிக்க வேண்டுமென்னும் தோஷத்தினாலும் குடிகளுக்குள்ளே இன்னார் இன்னார் இன்னின்ன நிலைமெயி லிருக்கிறார்க ளென்பதை அரசனுக்குக் காட்ட வேண்டிய தென்னும் நல்ல எண்ணத்தினாலும், அத்தகைய தந்திரங்களை அவன் அனுசரித்தானேயன்றி அரசனை வஞ்சிக்க வேண்டு மென்கிற துர் எண்ணம் அவனுக்கு எவ்வளவும் கிடையாது. மேற்கண்ட பற்பல தந்திரங்களை அவன் அனுசரித்தானே யாயினும் ஒவ்வொரு தடவையிலும் ஒன்றையும் அவன் ஒளியாமலும் அரசனுக்கு வஞ்சனை பண்ணாமலும் நடந்து வந்ததை இதை வாசிப்பவர் கவனித்தல் வேண்டும். அதற்காகவே அரசன் மதிவல்லபனை மதித்து தனக்கு உத்தமனான அமைச்சனாக்கிக் கொண்டனன்.

தி. சி. நாராயணசாமி பிள்ளை,

H. F. U., உ. கோ.

23, மார்ச், 1910

159. மனிதர் மனோபிராந்தியால் நாடித்திரியும் ஆகாரபேதங்கள்

உலகத்தில் நாகரீகம் பெற்ற ஜாதியாரும் தமக்கு இயற்கை யில் ஏற்பட்டுள்ள உணவு மரக்கறி பதார்த்த மென்பதை உணர்ந்திலாக் காரணத்தினால் தத்தம் மனோவிகற்பத்துக் கேற்றவாறு கண்ட கண்ட பிராணிகளை யெல்லாம் பிடித்துத் தின்றுக் கொண்டு வருகிறார்கள். பூர்வகாலத்தில் ஆண்மெயிலும், கல்வியிலும், அதிகாரத்திலும் தமக்குச் சமானாதிகம் ஒருவரும் இல்லை யென்று சொல்லும்படி பிரசித்தியடைந்தவர்களும் கழுதைக் கறியையும், நாய்க்கறியையும், நத்தைகளைக் கூட்டிலடைத்துக் கொழுக்கும்படி வளர்த்து அவற்றின் கறிகளையும் புசித்து வந்தார்களாம். நாளைக்கும் இட்டெலி, ஸ்பெயின் இந்தத் தேசங்களி லுள்ளவர்கள் நத்தைகளை ஏராளமாய்ப் புசிக்கிறார் களாம். குதிரை, கழுதை இவற்றின் மாமிசத்தைத் தின்பதினால் வேறு பெயரால் அவற்றை விற்பனை செய்தும் வாங்கியும் வருகிறார்களாம். டார்ட்டெரி என்னும் தேசத்திலும் தென் அமெரிக்காவிலுள்ள சில பிரதேசங் களிலும் ஜனங்கள் நாளைக்கும் குதிரை மாமிசத்தை மகா உசிதமாகக் கொண்டாடி வருகிறார்களாம்.

மனிதர்கள் மேற்கண்டனபோன்ற விலங்குகள் மட்டில் திருப்தி யடைந்தார்களா? அந்தோ! சிறு பூச்சிகளை விட வில்லையாமே! அனேக தேசத்தவர்கள் நெடுங்காலமாய் வெட்டுக்கிளிகளைப் புசித்துவருகிறார்கள். அவற்றை நெய்யில் வறுத்தும், வெய் யிலில் உலர்த்தி உப்புகலந்தும், வெந்நீரில் பதைக்கப்பதைக்கப் போட்டு அவற்றின் தலை கால் சிறகுகளை ஒருநொடியில் முறித்து உப்புசேர்த்தும் அரேபியா முதலிய தேசங்களில் நாளைக்கும் ஜனங்கள் ஏராளமாய்த் தின்றுவருகிறார்களாம். அரேபியாவில் கடைகளிலே இவற்றை அரிசி காராமணியைப் போல் மரக்கால்களில் அளந்து விற்பனை செய்கிறார்களாம். இந்தியாவிலே சில பிரதேசங்களில் இப்போதும் ஈசல்களைக்

கோடிகோடியாகப் பிடித்து மேற்கண்டபடியே அளந்து விற்பனை செய்பவர்களும், அவற்றை வாங்கிப் பொரியரிசியோடு கலந்து தின்பவர்களும் மேலே வெட்டுக்கிளி விஷயத்திற் சொல்லப் பட்டவர்களுக்கு எவ்வளவுங் குறைந்தவர்களல்லர். பயிர் வர்க்கங்களைக் கெடுப்பதற்கென்றே கங்கணங்கட்டிக் கொண் டிருக்கும் வெட்டுக் கிளிகளை யாம் குரோதத்தினால் பிடித்துத் தின்று அவைகளை நிர்மூலப்படுத்துகிறோமென்று ஒருவேளை அவற்றை இம்சித்துப் புசிப்பவர்கள் சமாதானம் சொல்லிக் கொள்ளக்கூடும். ஈசல்கள் விஷயத்திலே என்ன சமாதானம் கூறுவார்களோ அறிகிலம். இலங்கைத் தீவில் தேனைப் பூரண மாய்க் குடித்துத் தியங்கிக்கிடக்கும் தேனீக்களை ஜனங்கள் ஏராளமாய்ப் புசிக்கிறார்களாம். இந்த ஈக்களின் வயிற்றிலிருக்கும் கொஞ்சம் தேனுக்கு ஆசைப்பட்டு அந்த ஈக்களையே வாயில் போட்டுக் கொண்டால் பிறகு தேன் கூடுகளில் தேன் வந்து சேரும்விதம் எப்படி என்பதை இவர்கள் அறியார்போலும்! இப்போது நமக்குச் சகோதர குடிகளாகிய பர்மா, சைனா தேசத்தவர்களுடைய ஆகார விகற்பங்களோ அதிவிசித்திரமா யிருக்கின்றன. நெய், பால், வெண்ணெய் இவை அவர்களுக்கு முற்றும் ஆகா. இவை அவர்களுக்கு மஹா துர்க்கந்தமான பொருள்களாம். மீன்களைப் பரண்களில் அடைத்து அவைகள் அழுக அழுக அவற்றின் துர்கந்தம் அவர்களுக்கு நறுமணமா யிருக்கின்றதாம். அவற்றிலிருந்தும் ஓர்வித புழுக்கள் புறப்படு கின்றன. அப்புழுக்களையும் அவர்கள் அதி மதுரமாயிருக் கின்றன வென்று தின்கிறார்களாம். நெடுநாளாய்ச் சேர்த்து வைக்கப்பட்ட அழுகிய மீன்களையெல்லாம் கடைசியாக அவைகளின் புழுக்களின் சகிதமாக இடித்துத் தூளாக்கி ஏனைய பதார்த்தங்களுக்கு மசாலாவாய் வைத்துக் கொள்ளு கிறார்களாம். ஓர்வித சிவந்த எறும்புகளைப் பிடித்து அவர்கள் உப்பு அல்லது காரங்கள் கலந்து தின்கிறார்களாம். இவை அவர்களுக்குப் புளிப்பாயும் அதி மதுரமாயும் இருக்கின்றனவாம். வண்டு களையும் அவர்கள் சும்மா விடுகிறதில்லையாம்.

ஆஸ்திரேலியா தேசத்திலுள்ள சில ஜாதியார் பாம்பு, பல்லி, ஓணான் முதலியவற்றையும் புசிக்கிறார்களாம். என்னென்ன பிராணிகளை உலகத்தில் மானிடர் புசிக்கக்கூடுமோ அவைகளில் எதையும் அவர்கள் விடுவதில்லையாம். சிலந்திகளுக்கும் சில தேசங்களில் பெருத்த சனி பிடித்திருக்கின்றது. கலிடோனியா

என்னும் தேசத்தில் சிலந்திகளைவிட அதிக உருசியைத் தரத் தக்க பதார்த்தம் இல்லையென்றே ஜனங்கள் நினைக்கிறார் களாம். வெண்ணெய்க்குப் பதிலாகச் சிலந்தி மாமிசத்தையே மேலே தடவி ரொட்டியை அவர்கள் தின்கிறார்களாம். பிரான்ஸ் லண்டன் முதலிய இடங்களில் ஆமை, தவளை இவைகளை ஜனங்கள் கண்டால் விடுவதில்லை. ஸயமீஸ் என்னும் ஒருவித ஜாதியார் பாம்புகளைத் தின்னுகிறார்களாம். இட்டெலி, சைனா இந்நாடுகளிலுள்ளவர்கள் நாகப்பூச்சி முதலிய கிருமிகளையும் ஏராளமாய்ப் புசிக்கிறார்களாம். எவ்வகையாலும் பிறவுயிரை வருத்தித் தின்னத் தலைப்பட்ட வர்கள் அச்சோ எந்த உயிரைக் கொன்று தின்னால் தானென்னை? ஐரோப்பா கண்டத்திலே சில பிரதேசங் களில் ஏரிகளின் ஓரமாயிருக்கும் ஏக்கர்வண்டல் மண்ணை சில ஜனங்கள் எடுத்து உண்டை உண்டையாய்ச் செய்து மாவுடன்கலந்து ஓர்வித ரொட்டி செய்து தின்கிறார்கள். இவ்வண்டலைப் பூதக்கண்ணாடியாற் பார்க்குமிடத்து அனேகவருஷ காலமாய் அடை அடையாக மண்ணில் மடிந்த கோடானகோடி நுண்ணிய ஜீவராசிகள் அதில் இருப்பதாகத் தெரியவருகிறது. பூதக் கண்ணாடியினால் மாத்திரம் கண்டறியத்தக்க இத்தகைய நுண்ணிய ஜீவராசிகள் அம்மண்ணிலிருக்கின்ற விசித்திரத்தை அவர்கள் தங்களுடைய ஊனக்கண்ணால் எங்ஙனம் அறிந்தனரோ? விளங்கிலம். புழுதிகளிலும், களிமண்களிலும் இந்தப்படி நுண்ணிய ஜீவ ராசிகள் அளவிறந்து கிடப்பதினாற்றான் ஸைபீரியா முதலிய விடங்களில் மழைக் காலத்திலே பசியினால் சங்கடப்படும் போது தோண்டான் முதலிய மிருகங்கள் புழுதி, கணிமண் இவற்றைத் தின்கிறதாகப் பிரயாணிகள் கூறுகிறார்கள். உலகத்தில் எவ்விடத்திலாவது ஜனங்கள் நிலக்கரியைத் தின்பதாகத் தெரியவரவில்லை. ஆனால் சில இடங்களில் பன்றிகள் இவற்றைத் தின்று கொண்டுவருகிறது. அன்றியும் அப்படி நிலக்கரியினால் போஷிக்கப்பட்டுவரும் பன்றிகள் சில பிரதேசங்களில் கொழுத்து வளருவதை யோசிக்கையில் நிலக்கரியிலும் மாமிச சம்பந்தமான வஸ்துக்கள் இருப்பதாக நிச்சயிக்க வேண்டியதா யிருக்கிறது. ஒரு லண்டன் நகரத்தில் மாத்திரம் வருஷாந்தம் கொஞ்சமாகவே நான்கு லட்சம் எருதுகளும், பதினைந்து லட்சம் கோழிகளும், ஐந்துகோடி நத்தைகளும், அந்நகரவாசிகளுக்கு இறையாகின்றன என்று ஒரு பண்டிதர் வருஷ சராசரி கணக்கிட்டுக் கூறுகிறார்.

கேவலம் மவுடீக திசையிலுள்ள மிலேச்சர்கள் முதல் நாகரீகத்தில் உயர்ந்தவர்கள் ஈறாக மேற்காட்டியபடி கண்ட கண்ட பொருள்களை யெல்லாம் போஜனத்துக் கென்று சாக்கிட்டுப் புசித்து வருவதை யோசிக்கையில் தமக்குச் சுகாதாரத்தை விளைக்கத்தக்க இயற்கையான உணவு மரக்கறி பதார்த்தமென்பதையும், மாமிச பட்சணம் தமக்கு உரித்தல்லாத அன்னிய பதார்த்தமென்பதையும் உணராத ஆன்மாக்கள் உலகத்தில் இத்தனை இருக்கின்றனவா! என்று பரிதபிப்பதற்கு இடமிருக்கின்றன.

"அறவினை யாதெனிற் கொல்லாமெகோறல்
பிறவினை யெல்லாந் தரும்."

கொலை செய்யாமெயே தருமச்செய்கை என்றும், கொலை செய்தலாகிய ஒன்றே ஏனைய எல்லாப் பாவங்களையும் தருமென்றும் பொருள்படத் தமிழ் மறைகூறிய உண்மெயை நாகரீகத்தில் மிக உயர்ந்தவர்களும் அறிந்திலர் கொல்லோ? இல்லை இல்லை. அறிந்தே யிருக்கின்றார்கள். நெடுநாளைய பழக்கமும் துரபிமானமும் எப்படிப்பட்டவர்களுக்கும் உண் மெயை விளக்கா தென்பதும், அங்ஙனம் விளக்கினும் நெடு நாளைய அப்பியாசங்களைச் சீக்கிரத்தில் விட்டொழிப்பது எத்திறத்தோர்க்கும் பிரயாசையான தென்பதும் இதனால் விளங்குகிறது.

"கொல்லான்புலாலை மறத்தானை கைகூப்பி
எல்லா உயிருந் தொழும்."

தி. சி. நாராயணசாமி பிள்ளை,

H. F. U., உ. கோ.

30 மார்ச், 1910

160. பெங்களூர் சாக்கைய பௌத்த சங்கம்

*1910*ஆம் வருடம் ஏப்ரல் மாதம் *10* ந்தேதி ஆதிவாரம் சாயங் காலம் ஸ்ரீ சாமி யு. விலாசா பிக்ஷுவும், ஸ்ரீ சாமி யு, ஜெயாண்டா பிக்ஷுவும், கோலாரிலிருந்து பெங்களூர் பௌத்த சங்கத்திற்கு விஜயமானார்கள். அச்சமயம் ஸ்ரீ சாமி யு. விசுத்தா பிக்ஷுவும். புத்தசங்கத்தவர்களும் இரு குருக்களையும் வரவேற்றார்கள்.

அப்பொழுது சாமி விலாசா அவர்களால் பஞ்சசீலம் கொடுக்கப்பட்டு "சங்கம்" என்னும் பதத்தைப் பற்றி" இங்கி லீஷில் அனைவரும் ஆனந்த பரவசங்கொள்ள பிரசங்கித்தார். பிறகு உபாசகர் கனம் லிங்கய்யா அவர்கள் "முத்திக்கு வித்து பக்த்தி" சங்கதியை விசேஷித்துப் பேசி முடித்தார். *81*– வது பயினீர் சுபைதார் கனம் M. V. பெருமாளவர்கள், சாமி விலாசா அவர்கள் இங்கிலீஷில் பிரசங்கித்ததை தமிழில் மொழிபெயர்த்தும் சங்கம் விர்த்தியடையு மார்க்கத்தைப் பற்றியும் சொல்லிமுடித்தார்.

செவ்வாய்கிழமைய தினம் சாமி யு விலாசாவும், சாமி யு, ஜெயாண்டாவும் கோலார் சாக்கைய பௌத்த சங்கத்திற்கு சென்றார்கள்.

15.4.1910

பெங்களூர் **M.N. சடையன்,** உபாசகர்.

20 ஏப்ரல், 1910.

161. உலகரட்சகராகிய கௌதம புத்தஜயந்தி கோலார் சாக்கைய புத்தச் சங்கத்தார் விளம்பரம்

நற்குணம் படைத்தச் சற்குணச்சீலர்களனைவருக்கு மறிவிப்பதியாதெனில்:

பகவான் சாக்கைய கௌதம புத்தர் பிறந்த 3396–ம் வருஷமானது 1910–ம் வருஷம் மே மாதம் 23ந்தேதிக்குச் சரியான தமிழ் சாதாரண வருடம் வைகாசி மாதம் 10ந்தேதி சோமவாரம் (வைசாக பௌர்ணமி) விசாகா நட்சத்திரம் பூரணை திதியில் வருகிறபடியால் கீழ்குறித்த விஷய சூசிகைப்படி கொடியேற்றம், அன்னதானம் சாமி உல்லாசா பிக்ஷு அவர்கள் புத்த மடம் திறத்தல் ஸ்ரீமந் வி.. ராகவர் அவர்கள் பிரசங்கம் புத்த ஜயந்திக் கொண்டாட்டம் மங்களோபசார மாலை யரங்கேற்ற முதலியவைகள் நிறைவேறுமாதலால் அன்பர்களனைவரும் விஜயஞ்செய் தேகக் கோருகின்றனம்.

விஷயசூசிகை

22–5–1910 ஆதிவாரங் காலை 6 மணிக்கு அன்னக்கொடி யேற்றம்

22–5–1910 ஆதிவாரங் காலை 10 மணி முதல் மாலை 5 மணி வரைக்கும் 2000 இரண்டாயிரம் ஏழைகளுக்கு அன்னதானம்.

23–5–1910 சோமவாரங் காலை முதல் மாலை 5 மணி வரைக்கும் சாமி உல்லாச பிக்ஷு அவர்களால் பஞ்சசீல தர்மோபதேசம்.

23–5–1910 மாலை 5–மணிக்குமேல் உல்லாச பிக்ஷு அவர்களால் புத்த மடம் திறத்தல்.

மாலை 6 மணி முதல் ஸ்ரீமந் M. ராகவர் அவர்கள் பிரசங்கம்

8 மணி முதல் 9 மணி வரைக்கும் புத்த ஜயந்தி கொண்டாட்டம்.

9 மணிக்கு மேல் மங்களோபசார மாலை யரங்கேற்றம்.

முக்கிய கவனிப்பு: 23–5–1910 சோம வாரங் காலை 6 மணி முதல் 11 மணிவரைக்கும், மாலை 1 மணி முதல் 5 மணி வரைக்கும் உபாஸகிகள் பஞ்சசீல தர்மோ பதேசங் கேட்டேகலாம்.

தென்னிந்திய கோலார் சாக்கைய பௌத்த சங்கம்.

இங்ஙனம்
9–வது கணி உத்தரவின்படி.

மாரிக்குப்பம்
K.G.F.

சி. குருசாமி
உபாசகர் காரியதரிசி

18 மே, 1910

162. இரங்கோனில் மதுரைக்கலம்பகம் அரங்கேற்றம்

மாக்ஷிமெய்நிறைந்த தமிழன் பத்திராதிபரவர்கட் கனந்த வந்தனம். ஐயா! தாங்களன்புகூர்ந் திக்கடிதத்தை வெளியிட வேண்டுகிறேன்.

இரங்கோன் மதுரைப்பிள்ளை ஐஸ்கூல் கலா சாலையிற் கல்வி பயின்று தேர்ச்சி யடைந்தவரும் இளையான்குடி யூனியன் சேர்மேனும் சென்னை கவர்மெண்ட் கரஸ்பான்டெண்டும் மதுரைத் தமிழ்ச் சங்க வித்வான்களி லொருவருமாகிய சாஹிப் பகதூர் ஸ்ரீமத் எம். கே.எம். அப்துல் காதிறு ராவுத்தரவர்கள் சென்னை வேப்பேரி ஸ்ரீமந் பெ. மார்க்கண்ட னவர்க ளருமை தவத்தி லுதித்தவரும் இரங்கோன் ஆனரெரி மாஜிஸ்திரேட்டும் முனிசிபல் கமிஷனரும் கப்பல்களின் ஏஜண்டுங் கனதன வியாபாரியும் ஜீவகாருண்யத்தை வசித்த வள்ளலூமாகிய ராயபாதூர் ஸ்ரீமந் பெ.மா. மதுரைப்பிள்ளை அவர்கள் பேரில் "மதுரைக்கலம்பகம்" யென்னு மரிய பிரபந்தத்தை நிகழும் 1910 வருடம் மே மாதம் 5ந்தேதி குருவாரம் மாலை 5–மணிக்கு மதுரைப் பிள்ளை ஐஸ்கூல் ஹாலில் சுமார் ஆயிரம் பேர்களுக் கதிகமாய் நிறைந்துள்ள சபையில் ஸ்ரீமந் தி. ம. பொன்னுசாமி பிள்ளை ராவ்சாஹிப் அவர்களக்கிரா சனத்தின் கீழ் மேற்படி ராவுத்தரவர்கள் கலம்பகத்தின் ஒவ்வொரு பாக்களின் சாராம் சங்களை இலக்கிய விலக்கண மேற்கோட்களுடன் சொல் லிவந்ததுமன்றி மார்க்கண்ட னென்னும் மஹான் யெத்தகைய சிறப்பு வாய்ந்த புண்ணியவானென்றும் அவர் செய்துவந்த அறமெல்லாந் திரண்டோ ருருவாகவந்திலங்கும் யெங்கோமான் ராயபாதூர் பெ. மா. மதுரைப்பிள்ளை அவர்களின் சுகுண வுதாரத்வங்களையும் விமரிசையாக கூறிவரும் போது சபை யோர்க ளானந்தமுற்று பத்து நிமிஷத்திற் கொருமுறையாகக் கரக்கோஷ்டங்கள் செய்யவும் சபாஷ்! சபாஷ்!! யென அவ்வளவு நிபுணத்வமாக கலம்பகத்தை வுபந்நி யாசித்தனர். உடனே பெருந்தகை வள்ளலாகிய பிரபு அவர்கள் (500) ரூபாய்

விலையுள்ள வைரக் கணையாழியும், (150) ரூபாய் பெருமான பீதாம்பர ஷால்வையும் பரிசளித்தனர். பிறகு சபாநாயகரவர்கள் தனதபிப் பிராயத்தை ஜாஸ்தியாகச் சொல்லப்போந்த சமய மில்லாமையால் ராவுத்தரவர்களின் கல்வி வாக்கு வல்லபங்களைச் சுருக்கமாக முடிக்கவும் கந்த புஷ்ப தாம்பூலம் விநியோகிக்க இரவு 71/2 மணிக்கு கரகோஷ் டத்துடன் சபை முடிவுபெற்றது.

என்றாலும் யெமது கோமானவர்களின் ஜீவ காருண்ய வைபவங்கள் மென்மேலாக பல்லாண்டுப் பல்லாண்டாக நீடித்திருக்கவும் மேற்குறித்த அரங்கேற்றம் விஷயத்தைப் பற்றி அழைப்பு பத்திரம் விடுத்த சற்குண சாந்த திருமழிசை இ.ல. கந்தசாமி முதலியா ரவர்ட்கும் நம தொப்பில்லா அப்பன் பகவன் கருணை வருக துதிசெய்கிறேன்.

இங்ஙனம்

இரங்கோன் ஆன்றோர்க்கடிமை

வல்லகாளத்தி நகர் **வீ. அ. இராமச்சந்தர் புலவர்**

7–5–1910

18 மே, 1910

163. யமன்பட்டணம் ஏன் காணவில்லை

மோட்ச வுலகம் சூரியமண்டலத்தைப் பார்க்கினும் துலை தூரத்திலில்லை யென்று வைத்துக் கொண்டாலும், அவ்விடம் போய்ச் சேர நீராவி வண்டிக்கு ஒரு மணி நேரத்திற்கு ஐம்பதுமயில் விழுக்காடு 200 வருஷம் செல்லுமென்றும், பீரங்கி குண்டு ஒருமணி நேரத்திற்கு 1,000 மயில் விழுக்காடு பறந்த போதிலும், அதற்கு பத்து வருஷம் செல்லுமென்றும் கணக் கேற்பட்டிருக்கிறது. மோட்ச வுலகம் இருக்கிறது மெய்யானால் வான உருக்களின் எல்லைகளைக் கடந்து அப்பாலிருக்க வேண்டும். இதுவரையில் கண்டு பிடிக்கப்பட்ட மிகவுந் தூரமான கிரகமாகிய (நெப்ட்டியூனானது) நமக்கும் சூரியனுக்கும் மிருக்கிற தூரத்திற்குச் சுமார் முப்பது பங்கு தூரத்தி லிருக்கிறது. ஆதலால் நமது நீராவி வண்டி (நெப்ட்டியூனிடம்) செல்லுவதற்கு சூரியனிடஞ் செல்லுவதற்குப் பிடிக்குங் காலத்திற்கு முப்பது பங்கு அதிகமாகப் பிடிக்கும். அதாவது 6,000 வருஷம் செல்லும்.

அநேக தூமகேதுக்கள் (நெப்ட்டியூன்) மண்டலத்திற் கப்பால் தூரத்தில் செல்லுகின்றன. (ஹால்லி) என்பவர் விவரித்து சொன்ன தூமகேது பூமிக்கும் சூரியனுக்கு மிருக்கிற தூரத்தைப் பார்க்கிலும் 36 பங்கு தூரத்தில் செல்லுகிறது. 1844 வருடத்திய தூமகேதுவின் தூரத்தை சூரியனிடத்திலிருந்து எட்டுவதற்கு ———வண்டித் தொடருக்கு 800,000 வருஷம் செல்லும். பீரங்கிகுண்டானது அவ்விடம்போய்ச் சேர 40,000 வருஷம் பிடிக்கும். இன்னும் மோட்ச உலகம் தென்படவில்லை; தென்பட்டிருப்பின் இதுகாறும் சாஸ்திரிகள் சொல்லியிருப்பர். அவ்விடத்திய உள்வெளி விருத்தாந்தங்களை ஐயந்திரிபற நமக்கு விளக்கியிருப்பர். ஆனால் மோட்ச உலகமும், வான் வுருக்களும் அதின் தூமகேதுக்களு மிருக்கட்டும். ஆகாய விரிவை அளந்துபார்ப்போம். நிலையான நட்சத்திரங்களில் அதிக சமீபத்திலிருப்பது இப்பூ மண்டலத்திற்கு விளக்கமாய்த் தோன்றுகிறது. அது மிகவும் பிரகாசமான (ஆல்பா சென்டாரி)

என்னும் நட்சத்திரந்தான். அது வானத்திலுள்ள எல்லா நட்சத்திரங்களிலும் அதிக சமீபத்திலுள்ளது. அது நமக்குச் சுமார் 2,00,00,00,00,00,000 மயில் தூரத்தி லிருக்கிறது. அதாவது சூரியனைப் பார்க்கிலும் இரண்டு லட்சம் பங்கு தூரத்தி லிருக்கிறது. இதுவோ மனதினால் கருதக்கூடாத தூரம். அந்தப் பயணத்தை முடிக்க நமது நீராவி வண்டிக்கு ஒரு மணி நேரத்திற்கு ஐம்பது மயில் விழுக்காடு நானூறு லட்சம் வருஷம் செல்லும்!! நமது பீரங்கி குண்டுக்கு இருபது லட்சம் வருஷம் செல்லும். 'ஒரு மனிதன் மோட்சமண்டலம் போய்ச் சேர (கிரேதா) யுகத்தில் நமது பீரங்கி குண்டின் விசையளவாக பாய்ந்து சென்றாலும் அவன் ஆங்குபோய் சேர இன்னும் இருபது லட்ச வருடம் போதாதாம். இந்த பிரயாணமே ஒரு மனிதனின் பிராணனை வாட்டப் போதுமானது. இந்த சங்கதி இவ்வளவோடு முடிந்ததா? முடியவில்லை. ஆல்பா சென்டாரி நட்சத்திரம் நிலையான நட்சத்திரங்களுக்குள் அதிக சமீபத் திலுள்ளது. பிரபஞ்சத்தில் நமது பயணத்திற்கு முதல் மயில் கல்லாயிருக்கிறது. ஒரு செகண்டுக்கு 186,000 மயில் விழுக்காடு செல்லுகிற ஒளிக்கு அந்த ஆல்பாசென்டாரி நட்சத்திரத் தினிடத்திலிருந்து வர மூன்று வருஷமும், ஏழுமாசமும் பிடிக்கின்றன. ஒரு மனிதன் மேற்படி ஒளியைப் போல் வேகமாய்ப் பறந்திருந்தாலும் அந்த நட்சத்திர மவ்வளவு தூரம் செல்லுவதற்கு அவ்வளவு காலம் பிடிக்குமே. வானசாஸ்திர ஆராட்சிபடிக்கு நாம் அங்கே போனாலும் மோட்சவுலகம் கண்ணுக்குத் தென்பட வில்லையே. (ஆர்கிட்டியூரஸ்) என்னும் நட்சத்திரம் அதற்கு எழுபதுபங்கு அதிக தூரத்திலிருக்கலாம். வட முனை துருவ நட்சத்திர மானது அதனிடமிருந்து ஒளி வருவதற்கு சுமார் ஐம்பது வருஷம் செல்லும்படியான அவ்வளவு தூரத்திலிருக்கிறது. கபெல்லா நட்சத்திரத்தின் ஒளி எழுபது வருஷத்தில் கூட நம்மிடம் வந்து சேரவில்லை.

வெகுதொலையில் நமது மிக்க வலுவுள்ள டெல்லஸ்கோப் எண்ணுங் கண்ணாடிக் கருவியினால் காணப்பட்ட நட்சத் திரங்களின் தூரமானது இன்னும் வரையறுத்து நிட்சயிக்கப் படாதிருக்கிறது, ஆனால் அவற்றிற்கும் நமக்கும் இடையி லிருக்கிற மகத்தான வெளியை ஒளிகடந்து வருவதற்கு அநேக ஆயிர வருஷங்கள் செல்லும்படியான அவ்வளவு தூரத்தில் அவை யிருக்கின்றன. சிலர் இருபது லட்சம் வருஷம் செல்லுமென்றும்,

மற்றுஞ் சிலர் அறுபது எழுபதினாயிரம் வருஷம் செல்லுமென்றும் சொல்லு கிறார்கள். அந்த நக்ஷத்திரங்களுக்கு மேலாக தூர திருஷ்டி கண்ணாடி சூக்ஷ்மவீக்ஷணிகளைக் (Telescopi & Spetroscope) கொண்டு பரிசோதிக்கில் அங்கு சில வெண்ணிறமாயும், சில வெளிரிய சென்னிறமாயும், சில மஞ் சள் நிறமாயும், சில வெண்மணல் நிறமாயும் பின்னும் பல வைர இரத்தினப் பொடிகளைப் போலவும் பிரகாசிக்கும் தாரகா மணங்கள் அனந்தம் தோன்றும்.

18 மே, 1910

இம்மட்டோ! நமது கண்களுக்கு கேவலம் மின்மினி பூச்சிகளைப் போல் பிரகாசிக்கும் நட்சத்திர கோடிகளைப் பெரிய தூரதிருஷ்டி கண்ணாடிகளைக் கொண்டு சோதிப் போமாகில் ஆகாச மண்டல ஆறாவது அளவில் மூவாயிரம் பெரிய உலகங்களும், முதல் அண்டகோசத்தில் எழுபதுமாக சுமார் நூறு பிரமண்டமான உலகங்கள் நமது பூமி, சூரியன், சனி முதலான உலகங்களைவிட பெருமெய் பெற்றுப் பிரகாசிக்கின்றன. இந்த ஜோதி உலகங்களின் ஒன்றின் பிரகாசம் மாத்திரம் ஒரு நிமிஷம் ஒன்றுக்கு 1,20,00,000 மயில்கள் தூரம் பீறிக்கொண்டு வந்தாலும் அந்த பிரகாசம் நமது உலகத்தில் வந்து சேரக் குறைந்தபட்சம் 14,000 வருஷங்கள் செல்லும், இப்படி எத்தனையோ எண்ணிறந்த பிரமாண்ட கோளங்களாக நமது பார்வைக்கும் தூர திருஷ்டி கண்ணாடிக்கும் தோன்றாமல் கோடானுகோடி மயில்கள் தூரத்திலும் பிராகாசித்துக் கொண்டிருக்கின்றன.

நமது தலைக்குமேல் இருக்கும் சூரியன், சந்திரன், அங்காரகன், புதன், வியாழன், வெள்ளி, சனி முதலான கிரஹங்கள் யாவும், நமது மண்ணுலகத்தைப் பார்க்கிலும் பெருமெய்பெற்ற உலகங்கள், இவைகளில் சூரிய உலகம் 883217 (மயில்கள் குறுக்களவுள்ளதாயும், சந்திர உலகம் 2,200 மயில்கள் குறுக்களவுள்ளதாயும், அங்காரகனுலகம் 4,189 மயில்கள் குறுக்களவுள்ளதாயும், புதனுலகம் 4,200 மயில்கள் குறுக்களவுள்ளதாயும், புதனுலகம் 4200 மயில்கள் குறுக்களவுள்ளதாயும், வியாழனுலகம் 89,170 மயில்கள் குறுக் களவும், நான்கு சந்திரர்களை உடையதாயும், வெள்ளி உலகம்

76,87 மயில்கள் உள்ள நீரகம் பொருந்திய உலகமாயும், சனி உலகம் 80,000 மயில்கள் குறுக்களவும், ஏழு சந்திரர்கள் உடையதாயும் இடைக்கிடை விநோதமான தூமகேதாதி உத்பாதங்கள் இருப்பதன்றியில்? தூரவீக்ஷணி என்னும் தூரதிருஷ்டி கண்ணாடியினால் ஜோதிமண்டலத்தை சோதிக்கையில் ஜுனோருலகம், விசித வுலகம், பாலுலகம், ஹரி ரிஷி உலகம், நெப்தூன் முதலான பல உலகங்கள் பிரகாசிக்கின்றன. இவைகளில் பாலுலகம் 2,200 மயில்கள் குறுக்களவுள்ளதாயினும் ஹரிரிஷி உலகம் 35,109 மயில்கள் நீளமுள்ளதாயும் ஆறு சந்திரர்களால் சூழப்பட்டதாயும் இருக்கிறது. நமது உலகத்துக்கு தக்ஷண கோளார்த்ததிற்குச் சமீபத்திலிருக்கிறதாகத் தோன்றும் சநநபுரி என்னும் ஜோதி உலகமானது 2,10,00,00,000 மயில்கள் தூரத்திலிருப்பதினால் அதன் பிரகாசம் நமது உலகத்துக்கு வந்து சேர மூன்று வருஷமும் மூன்று மாதங்களுக்கும் மேலாகும். நமது வடகோளார்த்தத்துக்கு சமீபமாகத் தோன்றும் (Cygny) சகுணலோகம் 6,30,00,00,000 மயில்கள் தூரத்திலிருப்பதால் அதன் பிரகாசம் நமக்கு எட்டப் பத்து வருஷங்களுக்கு மேலாகும்.

மேலும் சூரிய பிம்பத்துக்கு நமது மண்ணுலகம் 9 கோடியே 10 லட்சம் மயில்கள் தூரத்திலும் சந்திர உலகம் இரண்டரை லட்சம் மயில்கள் தூரத்திலும் அங்காரக னுலகம் 14 கோடியே 40 லட்சம் மயில்கள் தூரத்திலும் புதனுலகம் 3 கோடியே 70 லட்சம் மயில்கள் தூரத்திலும் வியாழனுலகம் 49 கோடியே 60 லட்சம் மயில்கள் தூரத்திலும் வெள்ளியுலகம் 680 லட்சம் மயில்கள் தூரத்திலும் சனி உலகம் 900 கோடி மயில்கள் தூரத்திலும் (யூரேனிஸ் என்னும் ஹரிரிஷி உலகம் 183 கோடி மயில்கள் தூரத்திலும், நெப்தியூயென்னும் வருண உலகம் 286 கோடியே 40 லட்சம் மயில்கள் தூரத்திலும் பின்னும் அநேக ஜோதி உலகங்கள் அநேகமாயிரம் லட்சங்கோடி மயில்களுக்கு அப்பால் ஆடிக் கொண்டிருக்கின்றன.

தூரதிருஷ்டி கண்ணாடியால் வானசாஸ்திரிகள் சோதித்ததில் சூரியவுலகில் பிரமாண்ட பருவதங்களும், பள்ளத்தாக்குகளும், சமுத்திரங்களும் இருப்பதன்றி அதிபயங்கர அக்கினி மலைகளும் அனந்த மிருக்கின்றன. அவற்றின் புகையானது அடிக்கடி கரும்புள்ளிகளைப் போல் காணுகின்றன. அவற்றின் ஒருபுள்ளி எழுபத்தி ஏழாயிரம் மயில் குறுக்களவும், மற்றொன்று லட்சத்து எண்பதினாயிரம் மயில் நீளமுள்ளதாம்.

சந்திர பூமியைத் தூரவீக்ஷணி கருவியைக் கொண்டு பார்ப்போமாகில் அதில் அநேக பர்வதங்களும் பெரும் பாறைகளும், பள்ளத்தாக்குகளும் தெரிகின்றன. அந்த பர்வதங்களில் சில மூன்று மயில் நான்கு மயில் உயரமுள்ளவைகளாக விருக்கின்றன. அதற்கு இயற்கையாக இல்லாத பிரகாசத்தை பானுவினிடம் பெற்று மாந்தருடைய மனதை மலரச்செய்கிறது.

மிகவும் அரும்பிரயாசை எடுத்து தத்துவசாஸ்திரிக ளெல்லாம் ஒன்று சேர்ந்து கோடிகோடியாக பணம் செலவிட்டுக் கருவிகள் செய்து அதனிடமாக வானலோகத் திலுள்ள சூரியன், சந்திரன், தாரகா கணங்கள் முதலிய மண்டலங்களின் அதியற்புத நுட்பா நுட்பங்களைக் கண்டறிந்து உண்மெய்க்குத்தாரமாக யாவத்பிரஜைகளுக்கும் வெள்ளிடை மலைபோல் களங்கமின்றி அள்ளி அள்ளி தந்திருக்கின்றனர். நான் இம்மட்டும் மேலே கொட்டி யளந்தது (யமன் பட்டணத்)தை பற்றி யாகையால் இனிக் கீழே அந்த யமன் பட்டணத்தைப் பற்றிய பரிசோதிப்போம்.

சோதனை

பூர்வீக இந்து குருக்கள்மார் மனோபாவனை யாகவாவது அந்தந்த மண்டலத்தின் தூரத்தையும் விஸ்தீரணத்தையும் கணக்கிட்டு எழுதிவைத்திருக்கிறார்கள்.

கருடபுராணத்திலே மனுஷிய லோகத்திற்கும் யமலோகத்திற்கும் எண்பத்தாறாயிர காத வழியென்று யமன் நாராயணனே சொல்லியிருக்கிறார்.

அதாவது எட்டுலட்சத்து அறுபதினாயிரம் மயில் ஆகிறது. அந்த யமபுரி நூற்றுநாற்பத்து நான்குகாதவழி அகல முள்ளது அதாவது ஆயிரத்து நாணூற்று நாற்பது மயில் பூலோகத்திலிருந்து யமலோகத்துக்கு ஒரு ஜீவன் நமது பன்னிரண்டு மாதத்தில் போய்சேருவான். கிட்டத்தட்ட 7167 காதவழி தூரமாகிய ஒருமாதப் பயண முடிவிலே (யாமியம்) என்ற நரகஞ்சேருவான். இரண்டாம் மாதப் பயண முடிவில் (சவுரி) என்ற நகரமிருக்கிறது. 3–வது (கந்தர்வ) நகரம்; 4 குரூர பட்டணம்; 5 கிரௌஞ்ச நகரம்; அப்பால் நூறு யோசனை அகலமுள்ள (வைதரணி) நதி; 6 யமனுடைய தம்பியினது (விசித்திர) பட்டணம்; இதுவரையில் பாதிவழி யாயிற்று 7 (பக்குவாபாதம்) என்னும் பட்டணம்; 8 (துக்கத) நகரம்; 9 (நாநாசக்கிரந்த) பட்டணம்; 10

(சதத்தமென்னும்புரி); 11 (சிதாப்ர நகரம்); 12 (யமபட்டணம்) இப்பன்னிரண்டு பட்டணங்களுக்கு இடையில் காடுகளும் நதிகளும் உண்டு. அப்பட்டணங்களிலே அரசர்களுமுண்டு. ஐரோப்பா வானசாஸ்திர கணக்குப்படி பூமிக்கும் சூரிய மண்டலத்துக்கும் சுமார் ஒன்பது கோடி மயில் தூரமுள்ளது. யமனுடைய பட்டணம் எட்டு லட்சத்து அறுபதினாயிரம் மயில் தூரத்திலிருப்பதாகச் சொல்லியிருக்கிறபடியால் சூரிய மண்டலத்தைப் பார்க்கினும் யமபுரியானது பூமிக்கு நூறு பங்குக்கு அதிக சமீபமாகவே யிருக்கிறது. மேற்குறித்த முதல் மாத பயண தூரத்திலிருக்கிற யாமியமென்கிற பட்டணம் சூரிய மண்டலத்தைப் பார்க்கினும் பூமிக்கு ஆயிரத்து நூறுபங்கு சமீபமாகவே யிருக்கிறது. இதில் நம்பிக்கையுள்ளவர்கள் எத்த னையோ கோடிகோடிக் கணக்கான தூரத்திலிருக்கிற நட்சத் திரங்களைக் கண்டறிந்ததாகச் சொல்லப்பட்ட ஐரோப்பாவான சாஸ்திரிகள் அதிக சமீபத்திலிருக்கிற யாமியம் முதலான பட்டணங்களையும் நதிகளையும் காடுகளையும் கண்டறிந்து சொல்லாமெயால் அந்த ஐரோப்பா சாஸ்திரி களுக்குச் சக்த்தி போதாதென்றும் அதனால் அவர்கள் கண்டறிந்ததாகச் சொல் வதை நம்பக்கூடாதென்றும் நமதூர் நாவலரும் குருக்களும் சொல்லுவார்கள் போலும்; சாகிறவன் கண்ணுக்குத் தவிர மற்றவர்கள் கண்ணுக்கு யமதூதர்கள் தென்படாததுபோல அப்பட்டணங்கள் முதலியவை ஒருவர் கண்ணுக்குத் தென் படாவென்று சொன்னாலும் சொல்லு வார்கள். ஆனால் அவை இருப்பது உண்மெயாயின் நடுவில் யமன் நாராயணன் வாசஞ் செய்துக் கொண்டு அதிக தூரத்திலிருக்கிற சூரியனும் மற்ற அண்டங்களும் நாம் பார்க்கக் கூடியவையா யிருக்கும் போது அதிக சமீபத்திலிருக்கிற அவைகள் காணக் கூடாதவையா யிருக்கிறதென்பது அதிசயமாகவே முடியும்.

தி. சி. நாராயனசாமி பிள்ளை

H.F.U., உ. கோ

25 மே, 1910.

164. புத்த ஜனன திருமஹோற்சவ வைபவம்

பெங்களூர் கண்டோன்மெண்ட் ஓள்ட் பூரவுஸ் ரோட்டில் ஸ்தாபகமாயிருக்கும் பௌத்தாசிர்மத்தில் சாக்கைய பௌத்த சங்கத்தினரால் 23.–5.–10 அன்று காலை மேற்படி சங்கத்தின் பள்ளிப் பிள்ளைகளுக்குச் சிற்றுண்டி யளிக்கப்பட்டது. அச்சமயம் அக்கிராசனம் வகித்த Q.O.S. & M வைச் சேர்ந்தவரும், தற்காலம் மைசூர் மஹாராஜா அவர்களின் இம்பீரியல் சர்விஸ் ஜ மேதார் ம–ள–ள–ஸ்ரீ ஜீவரத்தினம் என்பவர் பௌத்த தன்மத்தையும் பௌத்த சங்கத்தார் நடாத்தும் சீல கைங்கரியாதிகளையும் வியந்து பேசி முடித்தனர்.

நடுப்பகல் 600–க்குக் குறையாமல் வந்த ஆதுலர்களுக்கு அன்னதானம் கொடுக்கப்பட்டது. பின் மாலை 6–மணிக்கு மேல் பௌத்தக்குரு யு. விலாசா அவர்களால் அப்பனாம் புத்த பிரானின் அரிய ஜனனத்தையும் அவரது அன்பு நிறைந்த போதனா சக்த்திகளையும் கேட்டோர் மனம் உருவத்தக்கதாக ஆங்கிலத்தில் உபந்நியாசித்தனர். இரண்டாவது M-R-RY நாராயணசாமி நாயுடு அவர்களால் கன்னடத்தில் பகவன் நடாத்திய மெய்யறத்தைப் பற்றி கர்னாமுர்தமென மொழியலுற்றனர்.

அதன்பின் உபாசகர் M.R.R.Y. பார்த்தசாரதி என்பவர் புத்த ஜயந்தி யுற்சாகமென்னும் நூலை வாசித் தறங்கேற்றிய பின் பிரம்ம சமாஜியம் M.R.RY திருவேங்கடசாமி முதலியாரால் தமிழிலும், M.R.RY பாலசுந்தர நாயுடு B.A. அவர்களால் புத்ததன்ம அபிவிர்த்தியைப் பற்றி ஆங்கிலத்திலும் பேசினர். கோயமுத்தூர் M.R.RY வேணு கோபால் நாயுடு B.A., B.L., அவர்களால் பௌத்த தருமத்தை இங்கிலீஷில் உபந்நியாசித்தார். ம–ள–ள–ஸ்ரீ 81–வது பயனிர்சுபேதார் M.V. பெருமாள், கம்பாஸிடர் V. ஆறுமுகம், பொட்டகிராபர், R. நமஸிவாயம், வியாபாரஞ் செய்யும் மாணிக்கம் இவர்கள் பெருமுயற்சியால் புத்த ஜயன்த்தி வைபவம் வெகு விமரிசையாய் நடந்தது.

கடைசியாக உபாஸகர் M.R. RY, M.R. நமசிவாயம் என்பவரால் அக்கிராசனாதிபதிக்கும் அங்கு விஜயஞ் செய்திருந்த கனவான்களுக்கும் பௌத்த சங்கத்தின் நன்றியறிதலான வந்தனத்தைக் கூறியபின் கரகோஷத்துடன் சபை கலைக்கப்பட்டது.

பெங்களூர், இப்படிக்கு

28.5.1910 V. **ஆறுமுகம்**

Offg Secretary.

1 ஜூன், 1910

165. விவேகாநந்தா அஸோஸியேசன் கேத்தை

சென்ற மாதம் 22ந்தேதி யன்று மாலை 4–மணிக்கு மேல் வெல்லிங்கடன் பஜார் மிஸ்டர் சுப்ரமணியம் பிள்ளை போட்டோ ஸ்டுடியோவில் ஒரு பஹிரங்கப் பிரசங்கம் நிறைவேறியது. அக்கால் தென்னிந்திய சாக்கைய பௌத்த சங்கத்து சுவாமி விசுத்தா அவர்களின் மாணவரி லொருவரான மிஸ்டர். A.G. கோவிந்தராஜுலு நாயுடு அவர்கள் புத்த தன்மத்தைப்பற்றி ஓர் அறிய உபந்நியாசம் செய்தார்.

மறுநாள் 23ந்தேதியன்று C.M.S. ஸ்கூல் ஹாலில் முன் சங்கத்து காரியதரிசியாயிருந்த மிஸ்டர் R. P. லட்சுமணசாமி அவர்களின் அக்கிராசனத்தின் கீழ் மிஸ்டர் A. G. கோவிந்த ராஜலு நாயுடு அவர்கள் பகவன் புத்தரது திவ்ய சரித்திரமும் அவரது போதனைகளைப் பற்றியும் பேசிமுடித்தார். அக்கிராச னாதிபதி யவர்கள் சதுர்சத்தியத்தைப் பற்றி மிக்க சுலபமான நடையில் பேசி முடிவுபடுத்தினார். கடைசியாய் தாம்பூலமும் புஷ்பமும் 150க்கு மேல் வந்திருந்த ஜனங்களுக்கு கொடுக்கப்பட்டது.

23.5.10

இங்ஙனம்

கெய்டி VIM

ஹானரெரி செக்ரிடேரி

1 ஜுன், 1910

166. ஜார்ஜ் சக்கிரவர்த்தி இந்தியருக்கு அனுப்பிய செய்தி

என் பிதா மகாராஜா சக்கிரவர்த்தியின் மரணத்தால் உண்டான துக்கத்தை இந்திய பிரஜைகள் எல்லோரும் அந்தஸ்து மதம் முதலிய வித்தியாசங்களின்றிப் பாராட்டி அநுதாபமும் விஸ் வாசமும் காட்டினதை யுவர் எக்ஸலன்ஸி அனுப்பின செய்தி மூலமாய்த் தெரிந்து கொண்டு ஆழ்ந்த திருப்தியை அடைந்தேன். அவருடைய மரணத்தைக் குறித்து எங்கும் ஒரு விதமாகத் துயரம் காட்டப்பட்டதை நினைக்க மனம் நெகிழ்கின்றது. இவர் இந்தியாவைப் போய்ப் பார்த்து வந்ததை எப்போதும் அன்புடன் கியாபகத்தில் வைத்திருந்தார். ஷேமம் எப்போதும் அவர் நினைப்பில் குடி கொண்டிருந்தது. இந்திய மன்னர்களும் ஜனங்களும் எனது சிம்மாசனத்தில் வைத்திருக்கும் ஆழ்ந்த விஸ்வாசத்தை நான் சிம்மாசனம் எறினதில் எனக்குச் சேவை புரிந்ததை மனதிற் கொண்டெனென்று அவர்களுக்கு அறிவிக்க விரும்புகிறேன்.

என்னுடைய இந்திய ஏகாதிபத்தியத்தின் ஷேமமும், சந்தோ ஷமும் காலஞ்சென்ற சக்கிரவர்த்திக்கும் அவருக்கு முன்னால் மகாராணி சக்கிரவர்த்தினிக்கும் எப்படி அக்கரையும் கவலை யுமாக இருந்தனவோ அப்படியே எனக்கும் இருக்கும்.

அலக்ஸாண்டிரா மகாராணியார் பிரஜாகோடிகளுக்கு அனுப் பியிருக்கும் மற்றொரு நிருபம்

கதியின்றி சிதைந்துகிடக்கும் எனது இருதயத்தின் அடியி னின்று எமது பிரஜைகளுக்கு என் உண்மையான நன்றியை அறிவிக்கிறேன். எமது பிரஜைகளிடத்தில் நாம் வைத்திருக்கும் அன்புக்கு அளவில்லை. அவர்கள் எவ்வகுப் பாராயினும் உயர்ந்த வகுப்பாரும் தாழ்ந்த வகுப்பாரும் என்னைத் துக்கம் கவர்ந்து கொண்டு சொல்லொணாத வேதனை பீடிக்கும் இந்தச் சமயத்தில் அநுதாபம் காட்டி வருகின்றனர். என்

கணவர் திடீரெனப் பரலோகம் சென்றதால் என்னுடையதை எல்லாம் நான் இழந்ததுமன்றி, ஜனங்கள் தங்கள் ஆப்த நண்பரையும் பிதாவையும் அரசனையும் இழந்து போயினர். எங்களுக்கு இந்தப் பேரிடி நேரிட்டது அவருடைய திருவுளம் அவருடைய திருவருளால் நாங்கள் அனைவரும் இதைச் சகிக்க அவருடைய துணையைப் பெறுவோமாக அவர் திருவுளப் படி நடக்கட்டும். இனி எனக்கு இங்குள்ள சிலகாலவரை எனக்குத் தேறுதலும் பொருமையும் உண்டாகுமாறு நீங்கள் தெய்வத்தைப் பிரார்த்திக்கும் போது என்னையும் நினையுங்கள். என் அரும்புதல்வர். அவரது பிதாவின் நெறியிலேயே செல்வார் அவரை உங்கள் வசம் ஒப்புவிக்கிறேன். அவரை நீங்கள் போற்றி அவர் பிதாவுக்கு நீங்கள் காட்டி வந்த நிஷ்டையை அவரிடத்திலும் காட்டும்படி வேண்டுகிறேன். எனது அருமை மைந்தனும் மருமகளும் இந்த நிலைமைக்குப் பாத்திரர்களாய் அதை இழக்கா மலிருக்க இயன்றதைச் செய்வார்களென்று அறிவேன்.

எட்வர்டரசர் அடக்கம்

மே 20; சவம் வைக்கப்பட்டிருந்த அறையை 4,00,000 பேர் தரிசித்தார்கள். தெருக்களில் இரண்டு பக்கமும் போர் வீரர்கள் நின்று கொண்டிருந்தார்கள். இத்தனை இலட்சம் ஜனங்கள் ஒருபோதும் லண்டன் பட்டணத்துத் தெருக்களில் நடமாடினதில்லை. 40 ஆயிரம் போர்வீரர்களும் கணக்கற்ற போலீஸ் வீரர்களும் ரஸ்தாவைக் காபந்து பண்ணினார்கள். உத்தியோகஸ்தர் களெல்லாம் குதிரையி லேறிச்சென்றார்கள். ஒன்பது அரசர்கள், 47 மகுட மன்னர்கள், இளவரசர்கள், சிற்றரசர்கள், இராசகுமாரர்கள் குதிரைகளில் ஏறிச் சவத்தை பின்சென்றார்கள். ஒவ்வொரு அரசருக்கும் குதிரையில் ஏறின மெய்க்காப்பாளர்கள் போனார்கள். 12 இராஜ வண்டிகளில் இராணிகளும், தாதிகளும், இராசகுமாரத்திகளும் ஏறிச் சென் றார்கள். சகல தேசங்களின் ஸ்தானாபதிகளும் தங்கள் தங்கள் யூனிபாரமுடன் பின் வந்தார்கள். அனேகர் மூர்ச்சையாய் கீழே விழுந்தார்கள். சிலர் ஜன நெருக்கத்தால் காயப் பட்டார்கள். ஜெர்மன் சக்கரவர்த்தி அலெக்ஸாண்டரா இராணி வண்டியை விட்டிறங்க அவளுக்குக் கைலாகு கொடுத்துப்பிறகு பட்சத்துடன்

அவளை முத்தி செய்தார். கோயிலில் கொண்டுபோய் சடங்கு செய்கையில் பெண்கள் கதறினார்கள். ஜார்ஜ் அரசர் தம் கண்ணீரை அடக்கக் கூடுமாயில்லை அலெக்ஸாண்ட்ரா இராணியோ வெனில் சிரசைத் தமது கரங்களால் அழுத்திக் கொண்டு முழங்காலிலிருந்தாள். அடக்க முடிந்தபின் ஜார்ஜ் அரசர் பட்டணத்துக்கும் பிரஜைகளுக்கும் ஓர் நிருபம் அனுப்பினார்.

1 ஜுன், 1910

167. நாமத்தின்யீற்றல் வரையும் பிள்ளை என்பதைப் பற்றியது

அன்பிற் சிறந்த எமது அரிய "தமிழன்" பத்திரிகையி னோர் கோணத்திற் கீழ்வரும் முக்கிய விஷயத்தைப் பதித்துப் பிரகடனஞ் செய்ய வேண்டா நின்றேன்.

1910–ம் வருடம் மே மாதம் 25ந்தேதி "தமிழன்" பத்திரிகையில் "யமன் பட்டணம் ஏன் காணவில்லை" என மகுடமிட்டு நீளவெழுதி யீற்றில் தி.சி. நாராயணசாமி பிள்ளை. H.F.U. உ. கோ. வெனக் கைச்சாத்திட்டு வரைந் துள்ளதை அறியாமெய்க் காட்பட்டு, தெரியாமெய்க்குத் தொண்டுபூண்டு, அந்தகாரத்திற்கு வந்தனஞ்செய்து, கட் குடித்துக் கல்லைக் கும்பிட்டு, ஜாதிவித்தியாசமென்றும் படுகுழியில் வீழ்ந்து; சமயாபிமென்னும் இருப்புச் சங்கிலியால் விலங்கு பூண்டு ழலும் சில நாவலர்களும், பாவலர்களும் நன்காராயாது வெந்ததும் வேகாததுமாகத் தின்று வந்ததும் வராததுமாகப் பேசி "உமணமாநகர்" என்பது யாது தி. சி. நாராயணசாமி பிள்ளை என்பவர் யாவரென வீராவேசத்தாற் ஏது ஏதோ பேசி மனப்பால் குடிப்பதாகக் கேள்வியுற்றனம். யான் என் சிற்றறிவுக் கெட்டியவரையில் நியாயவாயலாக எடுத்துக் கூறுவதைப் பேரறிவாளர் மதித்துங் குற்றமுளதே லிப்பத்திரிகை வாயிலாக வெளிப்படுத்தி எம்மனோர்க் குறுஞ் சந்தேகத்தை நீக்குவான் கருதி மீண்டும் வறையலுற்றேன்

"உமணமாநகர்" என்றது உமணம் – ஆ = நகர் எனப் பிரித்து உமணம் (பெட்டிலுப்பு) முதலிய உப்பு – ஆ (அமைப்பவரால்) ஆகிய – நகர் – ஊர் – உப்பமைப்பவராலாகிய வூர் எனப் பொருள் படுகின்றது. "வேதாரண்யம்" என்றது "மறைக்காடு" என வழங்கி வருதல் போல, "உப்பளியர் பாளையம்" என்றதை "உமணமாநகர்" என காலஞ்சென்ற ஸ்ரீமாந், தி. நா. அரங்கசாமி தாசர் அவர்களால் நாமஞ்சூட்டி கல்வியறிவுடையோரால் இதுகாறும் வழங்கி வந்ததையே தி. சி. நாராயணசாமி பிள்ளை

யாகிய யாமும் வரைந்து வருகின்றனம். ஏனையோரும் வரைந்து வருகின்றனர். இதனை தங்கருத்துட் கொள்ளாமல் வெறுமனே தம்போலிகளுடன் சிரக்கம்பஞ்செய்து குறை கூறுத லறிவுளார்க் கழகன்று.

நிற்க தி.சி. நாராயணசாமிபிள்ளை என்றதில் பிள்ளை என்ப தற்குப் பலபொருள் களைப் பன்னூலு முணர்ந்த வாசிரியராகிய "வீரமாமுனிவர்" அகராதியிற் கூறியுள்ளதைத் தொன்று தொட் டிதுகாறும் வழங்கி வருவதை யாவரு மறிந்தவிஷயமே. அதனையீண்டு அவசியம் வரைய நேரிட்டதாற் குறிப்பிக்கிறேன். "பிள்ளை" என்பது அன்றிற் குஞ்சு, இளமெயோன் – கரிக்குருவி – கீரி – குரங்காதிகொட்டில்வாழ் விலங்கின் பிள்ளை – தெங்கின் கன்று – நாகண வாய்ப் புள் – பறவைக்குஞ்சு – பன்றிக்குட்டி – பூனைக்குட்டி – மகன் – மரக்கன்று – மான் குட்டி – முயற்குட்டி – வயிரவன் என்பவைகளே.

இவற்றுள் மகன் = இளமெயோன் என்பவைகள் மனிதர்க் குட்டொன்று தொட்டி துகாறும் வழங்கிவரும் முறைகொண்டு இளமெயோன் என்றது சிறியனெனப் பொருள் படுதலாலக் கருத்துக் கிணங்க நாராயணசாமி பிள்ளை யென்றது நாராயண சாமி யாகிய சிறியனென வரையாநின்றேன். இக்கருத்தை நன்காராயாதார் "கோப" மென்னு மஸ்வமேறி, மனக் கோணலாகிய சாபம் வளைத்து கொடுஞ்சொற்களாகிய வசை யம்புகளை மொழிகின்றன ராகையின், "பிள்ளை" என்னும் பட்டப்பெயர் வாய்ந்த குலசிரேஷ்டராகிய கல்வி யறிவாளருள் யாவராயினும் "பிள்ளை" என்பதற்குப் பொருளித்த கைய தென்னும் சிலஜாதிக்குள் வழங்கிவரும் பிள்ளைப் பட்ட மானது, இத்தகைய குலசிரேட்டர்களன்றி ஏனையோர் வழங்கி வருதல் கூடாவென்றுஞ் சாதிபரிட்சையிற்றேர்ந்த குரவருளி யாவராயினுஞ் சுருதி, ஆகமம், புராணம், சாஸ்திரம் முதலிய வற்றுள் அநுபவவிரோதமின்றி யென் சந்தேகமறத் தெள்ளி தினுரைப்பரேல் "செய்யாமற் செய்த வுதவிக்கு வையகமும் வானகமு மாற்றலரிது" என்னும் ஆன்றோ ருரைத்த படி, யான் செய்யத்தக்க தொன்றின் றெனினும் இடைவிடாதான்றோர் நற்குணநற்செய்கை நற் போதத்தை சிந்தித்தொழுக வெதிர் நோக்கும்.

தி.சி. நாராயணசாமி பிள்ளை. H.F.U. உ. கோ.

கோயன்முத்தூர் என்பது டிப்பு சுல்த்தான் அரசுபுரிந்த அக்காலத்தில் கோயன் என்னும் ஓர் மூப்பன் மைசூரினின் றிங்கோடிவந்து, சிற்றரசு ஜமின் போல இங்கு இருந்தபோது, அவன் தற்காலம் கோனியம்மன் கோவிலிருக்கும் அவ்விடத்தில் ஓர் புற்று உண்டாம், அந்தவிடத்தி லவண் வீற்றிருந்தமெயால் அவன் பெயரையும் புற்றையும் சேர்த்து கோயன் புத்தூர் என வழங்கிவந்து பின்பு பெரிய குளத்தில் முத்து விளைந்ததின் காரணத்தால் இப்போது கோயன்முத்தூர் என்று வழங்கிவருகின்றது. இந்த ஊரில் முக்கியமாக ஆண்களுக்குக் "கோனன்" என்னும் பெண்களுக்கு கோனி யென்னும் பெயர் வழங்கிவருகிறது.

தி.சி. நாராயணசாமி பிள்ளை. H.F.U. உ. கோ.

15 ஜூன், 1910

168. இரங்கூனில் நிறைவேறிய ஸ்ரீ மதுரைவீரசுவாமி பூசை

சகல நண்பர்களுக்கும் அன்புடன் தெரிவிப்பது: வருஷா வருஷம் வாலாயமாகச் செய்துவரும். "மதுரைவீரன் பூஜை" நாளது 1910 – ஜூன் மாதம் 5 ந்தேதிக்குச் சரியான தமிழ் சாதாரண வருடம் வைகாசி மாதம் 23 ந்தேதி ஞாயிற்றுக்கிழமை காலை 8–மணியிலிருந்து இரவு 8– மணி வரைக்குந் தென் காஞ்சி ரெயில்வே ஸ்டேஷனுக்கடுத்த தேக்சானில் "கணேஸ் பாக்" என்னும் எனது தோட்டத்தில் நடத்தப்போவதால் தாங்கள் தமதிஷ்டருடன் காலையிலிருந் தன்றிரவு வரையிலும் நடத்தப்படும் உபசரிப்பிற்கு மதற்குமேல் வைகறை வரைக்கும் நடத்தப்படுஞ் சங்கீத காலக்ஷேபத்திற்கும் வந்து சந்துருஷ்டியடைய விரும்பும்,

தங்களிஷ்டன்,

பெ. மா. மதுரைப்பிள்ளை,

இராய்பாதூர்

15 ஜூன், 1910.

169. கொன்றை ராசன் ஆதன கிராம பட்டம்

நிகழும் 1910 வருடம் ஜுன் மாதம் 18ந்தேதிக்குச் சரியானத் தமிழ் சாதாரண வருடம் ஆனி மாதம் 5ந்தேதி சனி வாரம் பகல் 12–மணிக்கு மேல் கிராம தேவியாம் அம்மனை சிந்தித்து குலாபிமானிகள் யாவரும் சூழ்ந்து ஆனந்த கரகோஷத்துடன் ம–ள–ள ஸ்ரீ ஐ. கா. தம்புசாமி பிள்ளை யவர்களுக்கு பூமாலை சூடி கிராமபட்ட மளித்து விட்டார்கள்.

இக்கிராமத்தையே கொன்றைமாநகர் வெங்கடாஜல முதலி வீதியென்று வழங்குவர்.

கொன்றைநகர் **கண்டுகளித்தோன்**

25.6.10

29 ஜுன் 1910

170. கடிதக்காரர்களுக்கு விடை

இரங்கூன்

ம–ள–ள–ஸ்ரீ S. ஜோசெப்பென்னும் அன்பரே தாமெழுதியுள்ள கடிதத்தில் கிறிஸ்து வென்னு மொழியை கிறித்துவென்று கூறலாமோ வென்றாயாச முறுவதாக விளக்குகின்றது. ஆயாசம் வேண்டாம், அதோர் வடமொழி தென்மொழி கலந்த விலக்கண திரிபாகும். அதாவது அத்தி யென்பதை அஸ்த்தி யென்றும், புத்தகமென்பதை புஸ்த்தகமென்றும் வழங்கிவருதல் போல் கிறிஸ்த்துவென்னு மொழியை கிறித்துவென்று வரைந்திருக்கின்றார்கள்.

அவர்களெத்தகை வரையினும் கிறிஸ்த்து வென்பவர் ஒருவரிருந்ததும் மெய் அவரால் போதித்த போதனைகளிருப்பதும் மெய், ஆனால் இந்துமதம் போதித்த இந்து ஒருவனிருக்கின்றானா வென்றால் பே–பே, பிரமசமாஜ மென்பார்கள்; பிரமமென்பவன் ஒருவனிருக்கின்றானா வென்றால் பே–பே, பிரமணமத மென்பார்கள்; பிராமணவென்பவன் ஒருவனிருந்தானா வென்றால் பே–பே, வேதாந்தமதத்தோ ரென்பார்கள். வேதாந்தி யென்பவன் ஒருவனிருந்தானா வென்றால் பே–பே, ஆரிய சமாஜத்தோ ரென்பார்கள் ஆரிய னென்பவன் ஒருவனிருந்தானோ வென்னில் பே–பேயென நிலையற்று ஒன்றைவிட்டொன்றை பற்றி திரிபவரிடம் வீண்வாது புரிதல் பயணனற்றச் செயலேயாகும்.

ப.ர்.

ம–ள–ள–ஸ்ரீ த. தாழமலைப் பிள்ளையென்னும் அன்பரே, தாமெழுதியுள்ளக் கடிதங்களின் சங்கைகள் யாவும் புத்தரது

சரித்திரங்களி லுள்ளவைகளையே வேறுவகையால் மாறுபடுத்தி நூதன மதங்களை யுண்டு செய்துக் கொண்டார்கள். அதாவது சித்தார்த்தித் திருமகன் சுத்தோதயச் சக்கிரவர்த்தியின் தேகத்தை தகனஞ் செய்யுங்கால் நடித்த நடராஜன் சரித்திரத்தையே மாறுபடுத்தி வரைந்து வருகின்றார்கள்.

பிள்ளையைக்கரி சமைத்ததோ புத்ததன்மத்தின் ஒரு உவமானக் கதையாகும், அதாவது பகவன் அன்னமிடுந் தருமத்தை யுபதேசித்து வருங்கால் முழு கிருபா நோக்கத்துடனும், முழு வன்புடனும் பசித்தோருக்கு வன்னமளிப்பதே பலனென்று கூறியவிடத்து.

உபாசகர்களை நோக்கி அன்பர்களே, அதிதிகளுக்கு நீங்க ளன்னமளிக்குங்கால் உங்கள் பிள்ளையைக் கரி சமைத்துப் போடுங்கோ ளென்று விரஞ்சிக் கேட்டுக் கொள்ளுவார் களாயின் நீங்கள் போடுவீர்களோவென்றார்.

அவற்றை வினவிய வுபாசகர்கள் திடுக்கிட்டு தேவாதிதேவே, எங்கள் பிள்ளையைக் கொல்லவும், கரிசமைக்கவும் மனம் வருமோவென்று திகைத்தார்கள்.

அன்பர்களே, அவ்வகை மனந்துணிந்து பிள்ளையைக் கொன்று கேட்டவனுக்குக் கரிசமைத் தொருவன் அளிப்பானாயின் அவன் எத்தகைய மனமுடையவனா யிருப்பானென்றார்.

அவன் அதிதிகளுக்கு அன்னமிடுத் தருமத்தில் அதியன்பு மிகுத்தவனா யிருப்பானென்றார்கள்.

அத்தகைய முழுக் கிருபையுடனும், முழுவன்புடனும் மளிப்பதுவே அன்னதான மென்று விளக்கியுள்ளார்.

அவ்வுபமானக் கதையையே நடந்த கதை போல் பிள்ளையை யறுத்தான் கரிசமைத்தான் அதிதிக் களித்தானென மாறுபட பெருக்கி வரைந்து வேறுபட வெறும் பொய்யைக் கூறிவருகின்றார்கள்.

அப்பொய்க் கதைகளை மெய்க்கதைக ளென்று நம்பிக் கொள்ளாது அதன் மூலப்பொருட்களை பௌத்த போதகர்களைக் கொண்டே தெரிந்துக் கொள்ளுவ தழகாம்.

6 ஜூலை, 1910

171. இந்தியநாடு முழுவதும் சாவித்திரிகளாக சூழ்ச்சிக் கண்டிருக்கிறார்களாமே

அந்தோ! இதென்ன விபரீதம் சாவித்திரி யென்பவள் யார்? சாவித்திரி யென்பவள் சத்தியவானென்னும் பெயர் வாய்ந்த ஓர் அரசனின் மனைவியாம் அவளால் நடந்ததென்ன? அவள் ஓர் அரசனை மணஞ்செய்யக் கோறிய போழுது நாரத ரென்னும் ரிஷியால் அவ்வரசனுக்கு ஒரு வருஷத்தில் மரணமென்று அரிந்தும் அவனையே மணம் புரிந்து அவனுடைய ஆயுளை வளர்த்தி விட்டாளாம். அதெவ்விதம்?

அதாவது அவளவ்வருஷக்கடைசியில் கௌரி நோன்பென் னும் உபவாச விரத மிருந்து புருஷன் உயிரைக் கவரவந்த எமனிடம் வாதாடி அநேக வருஷம் உயிராயிருக்க வரம் பெற்றுக் கொண்டதாகக் கதையின் போக்கு அவ்விதமான பெண்களாகச் செய்ய வேண்டுமானால்; பெண் களைப் பாதிரிகள் பள்ளிக் கூடங்களில் வாசிக்க விடக் கூடாதாம். யீதோர் ஒதியமரத்திற்கு முருங்கை மரம் முட்டுபோலும், தற்போது பாதிரிகள் பள்ளிக்கூடங்களில் வாசித்திருக்கிறப் பெண்களிடம் (பதிவிரதா தர்மத்தை) எதிர்பார்ப்பது எட்டி மரத்தில் பலாக்கனியை எதிர்ப்பார்ப்பது போலாம், பாதிரிகள் பள்ளிக்கூடங்களில் வாசித்தப் பெண்களைவிட எழுத்து வாசனையே இன்னதெனத் தெரியாத மட்டிப்பெண்கள் நூறு மடங்கு உத்தமிகளாம், இந்நூதன விஷயத்தைக் கண்டு சொன்னவர்களும் அதைக் கேட்டு ஆமாமென்றவர்களும் எவ்விதமான பித்துக் கொண்ட பேதைகளா யிருப்பார்கள். இங்கிலீஷ்காரர் வருவதற்கு முந்தி இந்நாடு எப்படி யிருந்ததோ அவைகளை விஸ்தரிக்க நேரமில்லை. ஆனாலவர்கள் வந்தப் பின்தான் எல்லா சீரும் சிறப்பும் பெற்றதாக பிரத்தியட்சமாய்த் தெரிகிறது. மாட்சிமெய்ப் பெற்ற பாதிரிகளாகிய தந்தைமார் முன்னேறி எல்லாருக்கும் பள்ளிக்கூடங்களைத் திறந்து ஏழைவீட்டுப் பிள்ளைகளென்றும், கனவான் வீட்டுப் பிள்ளைக

ளென்றும், தாழ்ந்தசாதிப் பிள்ளைகளென்றும், உயர்ந்தசாதிப் பிள்ளைகளென்றும் பேதமில்லாமலும் யாதொரு பள்ளி சம்பளச் சிலவு வைக்காமலும் பிள்ளைகள் சுத்தமில்லாமலும் கிழிந்த உடைகளை உடுத்திக் கொண்டு வந்தபோதிலும் அரோசிகப் படாமல் சமரசமாய் கல்வியும் கற்பித்து நாளுக்கு நாள் சுத்தத்தையும் மரியாதை நற்குண நடவடிக்கைகளையும் எல்லா மனிதர்கள் பேரிலும், அன்பு வைத்து நடக்கத்தக்க நல்ல ஒழுங்கையும் கற்பித்துக் கொண்டு வருகிறார்கள். தற்சமயம் அவர்களாலேயே சகல சீருஞ் சிறப்பும் தாய்தந்தை சகோதரர் பெரியோர் சிறியோர் அனைவருக்கும் எவ்விதமான மரியாதை அன்பு செலுத்த வேண்டுமோ அவைகளையெல்லாம் நாமும் பெற்றோம். மேற்காட்டிய முரண் பெற்ற அசுத்த சொற்களைச் சொல்லிக் கொண்டுத் திரிகிறவர்களும் பாதிரிமார்கள் தருமத்தினால்தான் கல்வி கற்றிருப்பார் ளென்பதற்குஞ் சந்தேக மில்லை.

"உள்ளங்கையில் உப்பிட்டவர்களை ஊழியளவும் நினை" என்னும் வாக்கியத்திற் கிணங்க நடக்காமல் கற்றறி மோழை களும், கடைபட்ட ஜென்மங்களும் ஒன்றாய் சேர்ந்துக் கொண்டு சகல செல்வ சமபத்தும் பெற்று சுகிக்க ஆஸ்பதமாய் நின்ற கல்வியைக் கொடுத்த தந்தைமாரையும் விவேகத்தில் மிஞ் சின வித்வ ஸ்திரீகளையும் தூஷிப்பது இவர்களுடைய விவேகக்குறைவேயாம். கல்வி என்பது என்னவென்றால் (ஒருமெக்கட்டான் கற்ற கல்வி யொருவர்க்கெழுமெயுமே மாப் புடைத்து) என்னும் நீதியைப் போல் எந்தெந்த ஜென்மத்திலும் நல்லறிவைக் கொடுக்கும் தெய்வச் சிந்தாமணி, அத்தகைய கல்வி பாதிரிகள் பள்ளிக்கூடங்களில் வாசித்ததில் கெட்டுப்போனதென்றால் விவேகிக ளேற்பரோ இரத்தினத்தின் பிரகாசம் குருடனுக்குத் தெரியாமல் போனால் கண்ணின் குற்றமா? அல்லது இரத்தினத்தின் குற்றமா? பாதிரிகளின் பள்ளிக் கூடங்களைத் தூஷிக்கின்றவர்களின் வீட்டுப் பெண்கள் பதிவிரதா தர்மமற்று பலபுருஷர்களைக் கூடினால் அவை பாதிரிகளின் குற்றமா? அன்றேல் இவர்கள் வீட்டுப் பெண்களுடைய குற்றமா? சிலசமயம் அவர்களுக்கு அது வம்மிஷவிருத்தியா யிருக்கலாம். "குலத்தளவேயாகுமாங் குணம்." என்னும் நீதிப் படி குலக்காரியத்திற்கு அன்னியப் பெரியோர்களை தூஷிப்பது வீணேயாம். நற்குலத்தினராயிருந்தால் பத்மினி குணம் தானே வாய்க்கும்.

மானமுள்ளோர்கடன்னோர்
மயிரறி னுயிர்வாழாத
கானுருக வரிமான்போற்
கனம்பெரு புகழே பூண்பார்
மானமொன்றில்லார் தாழு
மழுங்கலாய் சவுங்கலாகி
ஈனமாங் கழுதைக்கொப்பா
யிருப்பரென் றுரைக்கலாமே

"கண்ணிரண்டே யாவர்க்கும் கற்றோர்க்கு மூன்று விழி" என்பது போல் கல்வியறிவுள்ளப் பெண்கள் அனைவரும் அன்பு, ஈகை, இரக்கம் முதலிய சிறந்த குணங்களை யுடை யவர்களென்று சொல்ல யாதொரு ஆட்சேபனையு மில்லை. அத்துடன் புறோடஸ்டான்ட் (போர்டிங்) பள்ளியில் வாசிக்கிற பெண்களுக்கு இந்து ஆரியரென்று சொல்லும் சாதிப் பெண்களை விட ஆயிரம்பங்கு உத்தம குணம் நிறைந்திருக்கிற தென்றுச் சொல்ல நாமே சாட்சியாய் நிற்போம் 1904வருடம் வெய்யல் காலத்தில் எழும்பூரிலிருந்து பரங்கிமலைக்கு ரெயில் மார்க்கமாய் சென்றபொழுது நாம் உட்கார்ந்த வண்டியில் முக்கால் பாகம் போர்டிங் பள்ளிப் பிள்ளைகள் நிறைந்திருந்தார்கள் இவர்களெல்லாம் 12 முதல் 18 வயதுடையப் பெண்கள். மற்ற பாகம் இந்துக்க ளென்பவர் களும் பிராமணரென்றுச் சொல்லிக் கொள்வோர்களும் இவர்களில் 40, 50 வயதுடைய இரண்டு முண்டைப் பாப்பாத்திகள் தாங்கள் திருச்சியில் யாதோ கோவிலுக்குப் போகிறதாகவும் தங்களிடமிருக்கும் வஸ்துக்கள் தீட்டாய் விடுகிறதென்று இந்துக்க ளென்பவர்களிடமே இடம் பத்தவில்லை இடம் விடுமென்று மட்டற்றக் கோபமாய்த் துற்பாஷைகளை வழங்க இதைக் கண்ட இரண்டுப் பள்ளிப் பெண்கள் எழுந்து மிகு அமைதியோடு அவர்களிடம் சென்று அம்மே, நீவிர் என் பிரயோசனமற்ற விஷயத்தில் முகங்கடுத்து துற்பாஷைகளை வழங்கிக் கொள்ளுகிறீர்கள் சமாதானம் மிக்க சிறந்ததல்லவா? நாங்களிடங் கொடுக்கிறோம் நீவிர் சண்டையிட வேண்டாமென்று எல்லாப் பெண்களுமெழுந்து சற்றுச் சிறியப் பெண்களை யெல்லாம் ஒவ்வொரு பெரியப் பெண்களும் தங்கள் தங்களுடைய மடிகள்மீதில் உட்காரவைத்துக் கொண்டு இடத்தை அதிகமாய் விசாலப்படுத்திக் கொடுத்துவிட்டு வயதில் முதிர்ந்த ஒதியமரங்களின் சண்டையை யொழித்தார்கள்.

இதைக்கண்ட எமது மனம் உருகி ஆஹா இச்சிறுப் பெண்களின் சற்குணத்திற்கு இம்முதிர்ந்தவர்களின் துற்குணத்தை யாதென்று கூறுவென்.

"சிறியோரெல்லாம் சிறியோருமல்லர்
பெரியோரெல்லாம் பெரியோருமல்லர்"

என்பதை இங்ஙனம் கண்டோமென்றும் அகமகிழ்ந்தனம். இதை வாசிக்கும் "சகோதரர்களே மேற்காட்டியப் பள்ளிப் பெண்களையும் பாப்பார முண்டைக் கிழவிகளையும் சீர் தூக்கிப் பார்த்தால் யார் சிறந்த குணமுடையவர்களாய் விளங்குவார்கள். அவ்விருவரோ அயலார் அதுவும் சாதித் துவேஷ முடையப் படுபாவிகள் இவர்கள்மேல் இவ்வளவு அன்பையும் சமாதானத் தையும் காட்டியவர்கள் தங்களுடைய தாய் தந்தை சுற்றம் புருஷன் முதலானவர்களிடம் எப்படி யிருப்பார்கள். இவ்வித உத்தம குணங்களை கற்பிக்கும் பாதிரிகள் பள்ளிக் கூடங்களைத் தூஷிக்க ஏற்பட்டு ஆரியஜன சமூகங்களே ஆரியஜன சமூங்களே! எனக் கூச்சலிட்டு வெளிவந்தவர்களுக்கு என்ன சொன்ன போதிலும் அவர்களுடைய செவியிலு மேராது புத்தியிலும் படாது (சாவித்திரி யென்பவ ளிருந்தாள்) அவளுடைய புருஷனின் உயிரைக் கவற கருத்த நிறமாய் கட்டைத் தடியனாய் கொழுத்த எருமையின் மேல் எமன் வந்தான் அவனைக் கண்டு பிறகே யோடி சண்டையிட்டு உயிரை வாங்கிக் கொண்டுவந்தாளென்னு மதம் எங்களுடைய மதம் அத்தகய வல்லமெயுடையது, யென்று உளருவார்கள். தங்கள் மதம் அவ்வித மகிமெயுடையதா யிருந்தால் தற்போது சிறு முண்டை, பெருமுண்டை, நடுத்தரமான முண்டை களெல்லாம் கூந்தலை வழித்துவிட்டு எண்ணத்தொலையாத கணக்கா யிருக்கிறார்களே? அவர்களெல்லாம் ஏன் எமனிடம் வாதாடி புருஷர்களை வாங்கிக் கொள்ளக் கூடாதென்றால் பேய்விழி விழிப்பார்கள். மறுநாள் சபைகூடி புனர்விவாகம் வேண்டுமென்று கூச்சலிடுவார்கள். இந்த அபத்தம் நிரைந்த வாயர்கள் வார்த்தையை யார் நிலையென்பார்கள்.

குரைகடல் வருமெயுங் குறத்தி உண்மெயும்
நரையற மருந்தையுண் டிளமெ நண்ணலும்
விரைசெறி சூழலினாள் வேசையாசையும்
அறையவு மமைவது மைந்துமில்லையே

என்னும் சாஸ்திரப்பிரகாரம் எதுவும் நிலைத்து உண்மெய் பெறாது. ஆதலால் இவர்கள் எக்கேடு கெட்டாலும் நமக்கென்ன (புலி வாழ்ந்தாலென்ன பூனை தாலியறுத்தாலென்ன என்னும் வேடிக்கை கதைப்போல இவர்களுடைய பொறாமெ பொச்செறுப்பு, குடிகெடுப்பு, வெஞ்சினமுள்ள வார்த்தைகளை செவியி லேற்காமலும் இவர்கள் அச்சிட்டுப்போடும் பயனற்றக் கடிதங்களை கரங்களில் தொடாமலும் நமக்கு யார் யார் எந்தெந்தக் காலங்களில் எவ்விதமான உதவி உபகாரங்கள் செய்தார்களோ அவ்வவர்களுக்குத் தக்க மேறை மரியாதை களைச் செலுத்தி உண்மெக் குத்தவருதலில்லாமல் நடக்க வேண்டியது நமது கடனாம்.

"நன்றிமறப்பது நன்றன்று நன்றல்ல
தன்றே மறப்பது நன்று"

என்னும் நீதியைக் கடைப்பிடித்து நடப்பது உத்தமம். "ஸ்நாதன தர்ம டிராக்ட்" காரர் வெளிவந்தக் காரணம் நாம் ஒற்றுமெயா யிருக்க வேண்டும். நாம் நாட்டுப் பெண்களை யெல்லாம் சாவித்திரிகளாக்க வேண்டு மென்பது போலும். ஆனாலவர்களுடைய பெண்களை சாவித்திரிகளாக்கி கொள் ளட்டும். நமது நாடென்று அவர்கள் பொதுவாய் எழுதி யிருப்பதால் எம தன்பார்ந்த சாக்கையத் திராவிட சகோ தரிகளோ நமக்கு சாவித்திரி யென்பவளைப் போல் பொய் யானப் பட்டப்பேரும் வேண்டாம். இல்லாதிருக்கும் எம னென்பவன் பின்னால் நெற்றியில் வியர்வை யொழுக அவன் ஒடினமாதிரி நாம் ஒடவும் வேண்டாம் "கறந்தபால் முலைபுகா கடைந்த வெண்ணை மோர்புகா, உடைந்த சங்கின் ஓசையு முடல்களு முயிர்புகா" என்பது பிரத்தியட்சம் உடந்தசட்டிக் கூடாது பிரிந்த உடல் வாராது. ஆதலால் இயற்கைக்கு வினோதமில்லாமல் எந்தக் காரியமெப்படி நடக்க வேண்டுமோ அப்படி நடக்குமென்று மனவமைதி யோடு நமது பெரியோர்களும் முன்னோர்களுமாகிய மேன்மக்கள் எவ்வித நற்குணத்தோடும் உண்மெயான கற்புடயமையோடு மிருந்தார்களோ அவைகளே போதுமென்று சித்தசாந்தமாய் தருமவழியில் நிற்கவேண்டு மென்பதே எமதுவேண்டுதல். நாம் சாவித்திரிக் கதை யென்னும் பொய் சரித்திரத்திற்கு மாறுதலாய் எழுதியிருப்பதால் அடுத்தவாரத்திலாகிலும் அல்லது இன்னும் சிலவாரத்துக்குப் பின்னாலாகிலும் பௌத்த தருமத்தில்

ஒட்டியும் ஒட்டாமலுமிருக்கும் சிலபேர் பிரயோசனமற்றப் பொறாமெயால் யாதாயினும் ஓர் சாட்டு வைத்துக் கொண்டு சாவித்திரியின் கதையை பூசலிட வெளிவருவார்கள். அவ்வண்ணம் எழுதுகிறவர்கள் எவ்வளவு தான் தந்திரயுக்த்தியாய் எழுதினாலும் நாம் அதை ஒருவிஷயத்தில் பொருட்செய்ய மாட்டோம் அவர்களை ஆகாயத்தில் சஞ்சரிக்கும் சந்திரனைத் தழுவி மகிழ்ந்தவர்க ளென்றே தீர்மானிப்போம்.

BANGALORE **MISS. M.V.K.**

24.6.10

6 ஜூலை, 1910

172. திருவள்ளவ நாயனார் சரித்திர காலக்ஷேபம்

மாக்ஷிமெய் தங்கிய அறிய தமிழன் பத்திராதிபர் அவர்கட்கு பாதநமஸ்காரம். ஐயா, தாங்கள் கிருபைகூர்ந்து யிதனடியில் குறிக்கும் விஷயத்தை பிரசுரிக்க தங்கள் மேலான கணத்தைக் கோருகிறேன்.

திருவள்ளுவ நாயனார் சரித்திர காலக்ஷேபம் சென்னை மவுன்ட்ரோடு அமீர் பாக்கத்தில் வசித்து காலஞ்சென்ற கனம் திருமலைப்பிள்ளை யவர்கள் கருமாதியை முன்னிட்டு 1910 ஆம் வருடம் ஜுன் மாதம் 29ந்தேதி புதவாரமிரவு 9மணிக்கு மதுரகவி மளளஸ்ரீ வெங்கட்டபதி பிள்ளையவர்கள் சரித்திர ஆரம்பத்தில் தெய்வப் புலமெய் திருவள்ளுவ நாயனார் பௌத்தர் என்றும் அவர் பௌத்தரே என்பதற்கு சரித்திர ஆதாரத்தோடு மெய்யறி வுடையவர் யாவர்களாலும் ஒப்புக் கொள்ளப்படுகிற தென்றும், சைவம் என்னும் விஷயம் பௌத்த தர்மத்திற் குறித்தென்றும் மோக்ஷம், நரகம், கடவுள் யாவும் நம்மெய்க் கப்புறப்பட்டதல்ல வென்றும் இவைகள் யாவும் பெரியோர் கள் சம்மத மென்றும், ஆனால் யான் தற்சமயம் சொல்லப்போகிற திருவள்ளுவர் சரித்திரம் உங்களுக்குத் தெரிந்தவைகள் என்று சொல்லி பிரசங்கித்து முடித்தனர்.

சென்னை **உள்ளதுரைப்போன்**

2.7.10

6 ஜுலை, 1910

173. புத்ததன்ம உபந்யாசம்

நிகழும் ஜூலை 1ந்தேதி யன்று, பெங்களூர் ஒள்ட் பூர் அவுஸ் ரோட்டில் ஸ்தாபித்திருக்கும் பௌத்தா சீர்மமாகிய ஸ்ரீ சரஸ்வதி பாடசாலையில் மாலை 6–மணிக்கு இங்கு விஜயஞ் செய்திருந்த சென்னை சோடஸவதானம் ஸ்ரீமான் பூஞ்சோலை முத்துவீர நாவல ரவர்களால் புத்தம் (பௌத்தம்) என்னும் பதத்தின் அரியப் பொருளையும் அப்பொருளை உண்மெயில்கண்டு அவ்வழி நின்று உலகோர் உய்ய நடாத்திக் காட்டிய ஒப்பிலா அப்பனின் சிறந்த பேரன்பையும் அவர் போதித்த அறமாகிய தர்மத்தையும் யாவர் உள்ளங்களிலும் பதிய தெள்ளென விளக்கிக் காட்டினதுடன், பௌத்த மதம் க்ஷீணித்த மதம் என்றும் புதிய மதம் என்றும் சந்தேகிகளின் சங்கைதீர ஆதி சமண நூற்களாகிய பௌத்த நூற்களின் கோட் பாட்டின் ஆதாரத்துடனேயும் பௌத்தசமய குரவர்களாகி நாயனார் முதலிய மேதாவிகளால் வரைந்து வைத்திருக்கும் நூற்களின் பயனையும் அந்நூல் போதிக்கும் அறத்தையும் விளக்கியதுடன் யிக்காலம் யாவராலும் மதிக்கும் மகான் விவேகானந்தர் அமெரிக்காவிலும் மற்றும் விடங்களிலும் பிரசங்கித்த பௌத்ததன்ம சிறப்பையும் புத்தபிரானின் பெருங் கருணையையும் புத்ததன்மம் என்றும் உளதென்றும் மற்ற மதங்கள் காலதேச வர்த்தமானத்தினால் சிறந்து விளங்குவதன்றி புத்தசமயத்திற்கு யீடாவது உலகில் கிடையாதென்று ஸ்திரமாக பேசிமுடித்தனர். பிறகு சபை குதூகலமாகிய கரகோஷ்டத்துடன் கலையப்பட்டது,.

பெங்களூர் **R. N. SIVAYUM** B.B.A.

3.7.10

6 ஜூலை, 1910

174. பிரபஞ்ச பிண்ட உற்பத்தி விவரம்

சிரசிற்குமே லிருக்கும் ஆகாயத்தைச் சுத்தமான இருட்டுக்காலத்தி லேறிட்டுப் பார்க்கில், அங்கு அநந்தகோடி நக்ஷத்திரங்கள் தம் தம் கதிகளிற் சுழன்று பிரகாசித்தல் பிரத்தியக்ஷமல்லவா?

அவைகளுக்கு நூபிலீ பிரபஞ்ச பரிணாம முற்படலாகிருதம் என்று பெயர். அதாவது, பிரபஞ்சங்க ளூற்பத்திக்குக் காரண மான பகோள மண்டலங்களாம் அவைகள் அனந்தகோடி மயில் தூரங்களில் அநந்தகோடி வருஷங்களாக ஆவிரூபமாய்ச் சுழன்று கொண்டிருக்கும் பிரபஞ்ச அஸ்திவார பிண்டங்களாம். அப்பிண்டங்களே நாளாவட்டத்தில் நரர் வசிக்கத்தக்க இந்த உலகத்தைப் போல பலபிரமாண்டங்களாகின்றன. எப்படி யெனில் (பிராணவாயுவும்) (ஜலவாயுவும்) பின்னும் சில மூலகாரணபூதங்கள் அவ்யக்தம் அல்லது மூலபிரகிரதியின் ஸ்வரூபமாகிய பரமாணுவை (ஈதர்) தாக்க அது மின் தாதுக்களாக மாற்றம் பெற்றும்; அம்மின் தாதுக்கள் பிரகாச அணுக்களாக மாற்றம் பெற்றும், அந்த பிரகாசித அணுக்கள் சுக்ஷீம ஏக அணுக்களாக மாற்றம் பெற்றும்; அவைகள் நாளாவட்டத்தில் அணுத்திரள்களாக (மேல் கூல்ஸ்) மாற்றம் பெற்றும்; அவ்வணுத்திரள்கள் கூடி முன்னுக்கும் பின்னுக்கும் இழுக்கும் கவர்ச்சி சக்திகளாற் பந்தப்பட்டு சுழல்வதனால், அக்கினி பிண்டங்களாக (தீமொத்தை) மாற்றம் பெற்றும்; அப்படியாகிய அக்கினிபிண்டங்கள் பல சூரியர்களாகிப் பகோளத்தின் பல பக்கங்களில் பறந்து, அக்கினி புகைகளுடன் சுடர்விட்டெரிந்தும், கர்ஜித்துக் கொண்டும், அநேக கோடி வருஷங்களாகச் சுழண்டு கொண்டிருக்க அவற்றின் அக்கினி ஸ்வரூபமான ஆவீக ளெல்லாம் திரண்டு சுழன்று வருவதனால் கோளாகார பிண்டங்களாகின்றன.

அக்கோளாகார பிண்டங்கள் பின்னும் பல கோடி வருஷங்களாக சுழல்வதனால் அக்கினிஜல பிண்டங்களாக மாற்றம் பெற்றும், அவ்வக்கினி ஜலப்பிண்டங்களும் பலகோடி

வருஷங்கள் சுழன்று வருவதனால் அவற்றின் அக்கினிமயமான சூடு சற்றுத் தணிய, ஜல, சமுத்திர பிண்டங்களாக மாற்றம் பெற்றும் அச்சமுத்திராண்ட பிண்டங்களும் பின்னும் பல்லாண்டுகளாகச் சுழன்று வருவதனால் அச்சுமுத்திர ஜலத் திலுண்டான ஓர்வித பாசியினாலும் அதிலுள்ள பத்தியான கந்தமூல கிருமி கீடாதி சல சத்துக்களாலும் ஓர்வித கிட்டம் பிரகிருதி தோன்றிய பிறகு அவை பசு பக்ஷி மநுஷர் வசிக்கத்தக்க மண்ணுலகங்களாகிவிடுகின்றன.

நாம் இருக்கும் இந்த பூமியும் ஒருகாலத்தில் நமது சூரி யாண்டத்திலிருந்து அக்கினிமய ஆவியாகக் கிளம்பி தணல் விட்டெரிந்து உருகிய லோகங்களினால் மொத்தையாகி பயங்கரமான அக்கினிப் புகைகளினாலும், மேகங்களி னாலும் சூழப்பெற்றும் மத்தியாபிதர மத்தியாதீத கவர்ச்சிகளினால் அநேக ஆயிரம் வருஷங்களாகச் சுழன்று கோளாகார ரூபத்தைப் பெற்றது.

ஆதியில் அக்கினிமய பிண்டமாக விருந்த இந்த உலகம் குளிர்ந்து கட்டி மயமாக (எட்டுகோடி) வருஷங் களானதன்றியில் இது சூரியனிடமிருந்து பிரிந்த போது 200,000 சென்றிகிரேட்டு குளிர்ச்சிக்கு வர 350,000,000 முப்பத்தைந்துகோடி வருஷங்களா கியதாம்.

அப்படிக்காகியும் இந்த வுலகத்தினடியில் ஆழமாகத் தோண்டிப் பார்க்கில் அங்கு பயங்கரமான அக்கினி ஜ்வாலம் சுடர்விட்டெரிந்து கொண்டிருக்கிறது. அப்படி யெரியும் அக்கினியினால் பூமியின் பலபக்கங்களில் பூகம்பங்கள் உண்டாகி அவற்றின் மூலியமாக அக்கினிக் கம்கங்களும் எதனால் விசுவிய லியஸ் முதலான அக்கினி பருவதங்களும் பீறிக்கொண்டுவந்து தணல்விட்டெரிந்து கர்ஜித்தல் பிரத்தியக்ஷம் சில அக்கினி பருவதங்களின் அக்கினி சுவரூபம் நாளாவட்டத்தில் தணிய அவைகளின் கிட்டம் பெரும் பாறை கற்களாகவும் பெரும்பருவதங் களாகவும் மாற்றம் பெறுகின்றன.

இரவில் நமக்கு ஆனந்தகரமாக வெளிச்சத்தைத் தரும் நமது சந்திரனும் ஒருகாலத்தில் நமது பூமியின் மைய அக்கினியிலிருந்து பீறிட்டுக் கொண்டு போய் பல வருஷங்கள் எறிந்து பிறகு தணிந்து சுழலும் பெரும் பாறைக்கல் பிண்டமேயாம்.

நமது பூமி சூரியன் சனி முதலான உலகங்களைவிட பெருமெய்பெற்றும் இந்த ஜோதி உலகங்களின் ஒன்றின் பிரகாசம் மாத்திரம் ஒரு நிமிஷம் ஒன்றுக்கு (ஒரு கோடியே இருபது லக்ஷம்) மயில்கள் தூரம் பீறிக்கொண்டு வந்தாலும் அந்த பிரகாசம் நமது உலகத்தில் வந்துசேர (பதினாயிரம்) வருஷம் செல்லும்.

நமது சாதாரண பார்வைக்குக் கேவலம் தட்டை ரூபமாகத் தோன்றும் இந்த உலகத்தை பூகோள சாஸ்திரரீதியாகச் சோதிப்போமாகில், இது உருண்டை வடிவாகிய கிபிததாகார கோளமாயிருக்கிறது. இது இருபத்தையாயிரத்து இருபது மயல் கள் சுற்றளவுள்ளதாயும், துருவ முனைகளுக்கு ஏழாயிரத்துத் தொள்ளாயிரத்து முப்பத்தெட்டுமயில்கள் உள்ள தாயும், நுக்ஷரரேகைக்கு ஏழாயிரத்துத் தொளாயிரத்து எழுபத்தெட்டு மயில்கள் குறுக்களவுள்ளதாயும், பத்தொன்பது கோடியே எண்பத்தொன்பது லக்ஷத்து ஐம்பதினாயிரம் சதுரமயில்கள் விஸ்தாரமுள்ள மேற்புற பரப்புள்ளதாயும், மணி ஒன்றுக்கு அறுபத்தெட்டாயிரம் மயில்களாக சூரியனை சுற்றியும், முன்னூற் றுபத்தைந்து நாள், ஐந்து மணி, நாற்பத் தொன்பது நிமிஷங்களில் வருஷ மொன்றை யுடையதாயும் கடைசியாக 1,25 6,195,670,000,000,000,000,000 – டன் கனமுள்ள பிரகிருதிபாகத்தை யுடையதாயும் அனந்தகோடி தாது கந்த மூல ஜீவராசிகளுள்ள விசித்திரவீடாயு மிருக்கின்றது. இப்படிப்பட்ட இந்த பூமியின் அடிபாகத்தைப் பற்றி பூததத்துவ சாஸ்திரோக்தமாக சோதிப்போமாகில் கேவலம் கல், மண், நீர், நிறைந்த நிலத்தின் அடியில் முப்பத்தைந்து மயில் ஆழத்தில் வெட்டிப் பார்க்கில் அங்கு அகன்ற அக்கினி ஜ்வாலைகளிருக்கின்றன. மேலும் இப்பூமியில் 2430 கெஜ ஆழத்தில் தண்ணீர் விடில் அது வெந்நீராகிவிடும். 8,400 கெஜ ஆழத்திற் உருகிவிடும்; 21 மயில்கள் ஆழத்தில் பொன்னும் உருகிவிடும் 74 மயில்கள் ஆழத்தில் இரும்பும் உருகிவிடும், நூறுமயில் ஆழத்தில் அகன்ற அக்கினி சமுத்திரங்கள் இருக்கின்றன.

நமது பாதத்துக்கு அடியிலிருக்கும் இந்த மண்ணுலகத்தின் மேன்மெயே மாந்தருடைய மனதை மருட்டும் படியாக விருக்கிறதென்றால், நமது தலைக்கு மேலிருக்கும் விண்ணுலக அமெய்ப்பு அதிலும் ஆச்சிரியப் படதத்தக்கதா யிருக்கிறது. சூரியன், சந்திரன், அங்காரகன், புதன், வியாழன், வெள்ளி, சனி

முதலான கிரகங்கள் யாவும் நமது மண்ணுலகத்தைப்பார்க்கிலும் பெருமெய்பெற்ற உலகங்கள். இவைகளில் சூரியவுலகம் 8,83,217 மயில்கள் குறுக்களவுள்ளதாயும், சந்திர வுலகம் 2,200 மயில்கள் குறுக்களவுள்ளதாயும், அங்காரக னுலகம் 4,189 மயில்கள் உள்ளதாயும், புதனுலகம் 4,200 மயில்கள் குறுக்களவுள்ளதாயும், வியாழனுலகம் 89,170 மயில்கள் குறுக்களவும், நான்கு சந்திரர்களை உடையதாயும், வெள்ளி உலகம் 7,687 மயில்கள் உள்ள நீரகம் பொருந்திய உலகமாயும், சனி உலகம் 8,000 மயில்கள் குறுக்களவும், ஏழு சந்திரர்கள் உடையதாயும் இடைக்கிடை விநோதமான தூமகேதாதி உத்பாதங்கள் இருப்பதன்றியில் தூரதிருஷ்டி கண்ணாடியால் சோதிக்கையில் ஜுனோருலகம், விசித உலகம், பாலுலகம், ஹரிரிஷி யுலகம், நெப்தூன் முதலான உலகங்கள் பிரகாசிக்கின்றன. இவைகளில் பாலுலகம் 2,300 மயில்கள் குறுக்களவுள்ளதாயினும் ஹரிரிஷி உலகம் 35,109 மயில்கள் நீளமுள்ளதாயும், ஆறு சந்திரர்களால் சூழப்பட்டதாயும் இருக்கிறது.

நமது உலகத்துக்கு தக்ஷண கோளார்த்தத்துக்குச் சமீபத்திலிருக்கிறதாகத் தோன்றும் ஐநந புரி என்னும் ஜோதி உலகமானது 2,10,00,00,000 மயில்கள் தூரத்திலிருப்பதனால் அதன் பிரகாசம் நமது உலகத்துக்கு வந்து சேர மூன்று வருஷமும், மூன்று மாதங்களுக்குமேலாகும். நமது வடகோளார்த்தத்துக்கு சமீபமாகத் தோன்றும் (சகுண) லோகம் 6,30,00,00,000 மயில்கள் தூரத்திலிருப்பதால் அதன் பிரகாசம் நமக்கு எட்ட பத்து வருஷங்களுக்கு மேலாகும்.

தி. சி. நாராயனசாமி பிள்ளை

உ, கோ.

(இன்னும் வரும்)

6 ஜூலை, 1910

175. சோடசாவதானச் சிறப்பு

சோடசாவதானம்" என ஏற்கனவே வெளிவந்த பிரசித்த பத்திரிகையிற் பிரசுரித்திருந்தவண்ணம் நிகழும் 1910 வருடம் ஜுன் மாதம் 29 ந்தேதி புதவார மிரவு பெங்களூர் பிளேயக் கியள்ளி லார்ட் எல்ஜின் ஆலில் மேற்படியூர் மஹா வித்வான் ஸ்ரீமந் B.L. கஜராஜ முதலியா ரவர்கள் அக்கிராசனம் வஹிக்க சென்னை "பூலோகவியாசன்" பத்திரிகாசிரியரும், இரங்கூன் முன்சிப்பல் கவுன்சிலரும், கவுரவ யோபாதிபதியும் பிரபன்ன பிரபு டீகருமாகிய இராயபாஹதூர் பெ. மா. மதுரைப் பெருமானவர்கள் சமுதாயத்தில் தசாவதானஞ் செய்து பெரும் பரிசுகளும், நாவலர் எனும் பட்டமும் பெற்ற ஸ்ரீலஸ்ரீ பூஞ்சோலை முத்துவீர நாவலரவர்கள் சோடசாவதானஞ் செய்ய ஆரம்பிக்குமுன் மேற்படி சபாநாயக ரவர்கள் மேற்படி அவதானியாரவர்கள் கல்வியின் மேம்பாட்டையும் அருமெயான அவதான விஷய அருஞ்செய்கைகளையும், அப்போதாங்கு குழுமியிருந்த திரளான பெருஞ் சபையின் கண்ணே சர்க்கரை பந்தரில் தேன்மாரி பொழிந்தவண்ணம் தெள்ளற எடுத்துக்காட்டி அவதான பரிசோதகர்களை யாங்கிருந்த கற்று தேர்ந்த நிபுணர்களைத் தமதிஷ்டப்படி தெரிந்து கொண்டு அவரவர்களுக்கு வேண்டிய விஷயச் சுருக்கங்களை விவரித்துக் காட்டி தமதாசனம் வகிக்க அவதானியாரவர்கள் அவதான மாரம்பித்தனர். 1. கடவுள் துதியாகத் தமது உபாசனா மூர்த் தமாக விளங்கும் ஸ்ரீமந் சுப்ரமண்யக் கடவுளைத் தோத் திரித்து இடைவிடாது வேலும் மயிலும் துணை, வேலும–யிலுந்துனை யென்று சொல்ல, 2. இடைவிடாது வேலு மயிலுந் துணையென்று எழுதிக் கொண்டிருக்க, 3. ஒருவ ரெழுதிக் கொண்ட பெருங்கணக்கில் அடித்தள எண்ணை சொல்லிமுடித்தார். (கரகோஷம்) 4. சௌமிய வருடம் தை மாதம் 3ந்தேதி என்னகிழமை யென்று வினவ ஆதிவார மென்றார் (கரகோஷம்) 5. ஒரு பரிசோதகர் நினைத்துக் கொண்ட எண்ணை

செப்பினார். (கரகோஷம்) 6. ஒரு பரிசோதகர் நினைத்துக் கொண்ட பெயரின் முதலெழுத்தைக் கூறினார். (கரகோஷம்), 7. ஒருவர் நினைத்துக்கொண்ட வயதைக் கூறினார். (கரகோஷம்) 8. ஆசுகவிச் சமிசை ஆசு என் றாரம்பித்து காசு என்று முடித்து ஒரு வெண்பா பாடும்படி கேட்க யாப்பிலக்கண வழுவில் லாமலும், பொருட் சிதையாமலும், தளைத்தட்டாமலும், ஒரு வெண்பா சொல்லி முடித்தார் (கரகோஷம்), 9. கடியாரத்தில் ஒருவர் நினைத்துக் கொண்ட நேரத்தை செப்பினார். (கரகோஷம்) 10. 16–வீட்டின் எண்களை அடைக்க எப்பக்கத்தில் கூட்டினாலும் ஒரே தொகை வர அடைத்துக்காட்டினர். (கரகோஷம்) 11. ஒருவர் எறிந்த நெல்லைக் கணக்கிட்டுத் தெரி–வித்தார். (கரகோஷம்) 12, ஒருவர் எறிந்த கல்லைக் கணக்கிட்டுச் செப்பினர். (கரகோஷம்), 13. மணியோசை இவ்வளவென்று செப்பினர், (கரகோஷம்) 14. பத்துக் கதிகப்படாமல் எண்களைக் கூட்டிவர அவதானியாரே 100 செப்பினார். (கரகோஷம்), 15. திருவிளையாடற் புராணம் விருத்த குமர பாதரானப் படலத்தில் ஒரு பாட்டுக்கு சொன்னயம் பொருணய மேற்கோள்களோடு பொருள் கூறினார். (கரகோஷம்) 16. திருவேங்கட மலையில் ஒரு செய்யுள் இருமுறையாகச் சொல்ல அதைப்பாராயணமாகச் செப்பினார். (கரகோஷம்) 17. துண்டித்த 16 அக்கரங்களை தொகுத்துப் பாட்டாகச் செப்பினர். (கண்டபத்திரம்) கரகோஷம், இவ்வாறு தாமெடுத்துக் கொண்டது 16 விஷய மெனினும் 17 ஆகவே பூர்த்தியாகச் செய்து முடித்தார். இன்னும் இரண்டு மூன்று அவதானம் அதிகமாகச் செய்ய அவதானியார் ஆசித்தும் சமயம் நோக்கிச் சபாநாயக ரபீஷ்டப்படிக்கு 17 ஆக முடித்தார். பேரானந்த பெருங்க கரகோஷத்துடன் சபாநாயகரவர்களெழுந்து அவதான விஷயமாகத் தமக்குப் பூரணச் சந்தோஷமெனவும், அவதானமென்பதுவெகுஅருமெயானகல்விக்குச்சம்பந்தப்பட்ட ஞாபகசக்த்திக் குரியனவென்றுப், பூர்வீககாலங்களில் அரசர்கள் சமுதாயத்தில் இப்படி செய்தால் பல்லக்கு கரி பரி தேர் முதலிய பரிசுகளளிக்கப்படுமென்றும் தமிழினருமே குறைவு பட்ட இக்காலத்திலும் தமிழ் பெருமே யுண்டாகும்படி விடாமுயற்சியா யுழைக்கும் அவதானியார் பெருமெயே பெருமெ யவர்மகிமெயே மகிமெ, யாதலால் கடவுள் இன்னும் பேரருளைக் கருணை பாலிக்க தரம் பிரார்த்திப்பதாகக் கூறி,

தட்சணமே தாம் பாடியிருந்த ஓர் செய்யுளைப் பாடி அதை வியாக்கியானித்து வாழ்த்துக் கூறிமுடிக்க ஸ்ரீ நித்தியானந்த சபை பழ வியாபாரம் ஸ்ரீ தி. கா. வீரபத்திரப் பிள்ளை யவர்களும்,. ஸ்ரீ சாரதாவிலாச சபை காரியதரிசி ஸ்ரீ M. A. சேதுராஜிப் பிள்ளை யவர்களும் சபாநாயகரவர்களுக்கும் அவதானியா ரவர்கட்கும் புஷ்ப ஆரம் சூடி அவதானியாரவர்களுக்குச் சரிகை போர்வை யளித்து வெண் பொன் காசும் பரிசீந்தனர். கோலார் தங்கவயல் கோரமாண்டல் நிவாசரும், மதுவிலக்குச்சங்க போஷகருமாகிய F.C. தம்புசாமி பிள்ளையவர்கள் மாலை சூட்டி வெண் பொன்னளித்தனர். அலசூர் நிவாசரும் கி. பொட்டுசாமி பிள்ளை யவர்கள் கனிஷ்ட குமாரரும், தயாளகுணவரோதய பிரபன்ன ருமாகிய AP. M. PETER & CO., ஷாப்பு A.P. முனிசாமிபிள்ளை யவர்கள் தஞ்சுகத் தாழ்வை முன்னிட்டு வரக்கூடாமெயால் தம்பிரதிநிதி வசமா யநுப்பிய தங்கக்காப்பு பரிசளிக்கப் பட்டது. இரங்கூன் வித்வாபிமான சங்கத்தோர் மஹா மதுரகவி ஆ.ந.க. பாலமூர்த்திப் பிள்ளை யவர்களை முதன்மையாகக் கொண்டு தங்கள் பிரதி நிதியாகத் தெரிந்து கொண்ட தம் மருகர் கனம் S.A. ஏகாம்பரம் பிள்ளையவர்களைச் சென்னை யினின்று பெங்களூருக் கனுப்ப அவர் கொண்டு வந்த வந்தனோபசாரப் பத்திரிகை விஷயமாக மேற்படி மஹா மதுரகவிப் புலவரவர்கள் ஆப்த மித்திர சோதரராகும் செயின்ட் மேரீஸ் ஸ்கூல் பிரதம உபாத்தியாயர் கனம் C.S. ஞானப்பிரகாசம் பிள்ளை யவர்கள் மேற்படி விஷயாதி களை விவரமா யெடுத்துக் கூறி சபையோருக் கறிவிக்க மேற்படி ஏகாம்பரம் பிள்ளையவர்கள் வந்தனோபசாரம் வாசிக்க சபையா ரனைவருக்கும் விநியோகஞ் செய்யப் பட்டபின் விலையேறிய பொற்பதக்கமு மளித்தனர். பரிசோதகர்களி லொருவரா யிருந்த பி பிரசங்க ரத்னாகரம் கனம் கணபதி நாயகரவர்கள் வாழ்த்துதலாக ஓர் வெண்பா பாடி நவரசாலங்காரத்துடன் அதை வியாக்கியாளித்து அவதானியாரவர்கட்கு வாழ்த்துக்கூறினார். அதன் பிறகு மேற்படி அவதான விஷயமாகப் பெருஞ் சிரத்தை யெடுத்துக் கொண்ட மேற்படி C. S. ஞானப்பிரகாசம் பிள்ளையவர்கள் சபாநாயக ரவர்கட்கும், சபையோருக்கும் நன்றியறிந்த வந்தணங்கூறி அவதான விஷயமாகவும், கல்வியி னருமெயையும் சுருங்கச் சொல்லி விளங்கவைத்தலென்னும்

மூதுரைப்படி யெடுத்துக் காட்டி இன்று முதல் அவதானியா ரவர்களைச் சோடசாவதானியென அழைக்க வேண்டுமென தனத பிப்ராயத்தைக் கூற எழும்பிய கரகோஷம் இடி யிடித்தாலென்ன செவிடு அடைபட்டான சந்தோஷ ஆரவாரத்துடன் அன்பர்கள் அவதானியாரின் கல்வியின் பெருமெயையும் அவதானத்தின் அருமெயையும் புகழ்ந்து வியந்து தங்கடங்கள் வளவுக்கேகினர்.

S.G. தேவநேசன்,

13 ஜூலை 1910.

176. குடிவெறி

1–வது குடிவெறி யற்றிருப்பதற்கு ஓர் பிள்ளை சொன்ன நியாயம்:

நிதானக் குடிகாரர் கூட்டத்தைச் சார்ந்த ஓர் துரை சாப்பாட்டிற்கு உட்கார்ந்து தன்வழக்கமான பானத்தை உட்கொண்டார். குடியை முற்றிலும் விடவேண்டு மென்று எவ்வளவு பலத்த நியாயங்களைச் சொன்னாலும் கேட்காமல் வற்புறுத்திப் பேசும்போது தனக்குப் பிரியமாயிருக்கிறதால் குடிக்கிறே னென்று சொல்லுவார். 6 அல்லது 7 வயதுள்ள அவருடைய மகன் அவரை மது விரோதியாக்க முதற்காரணமா யிருந்தான். சாப்பிடும்போது மகன் "அப்பா, இன்றைக்கு நான் ஓர் வெறிகொண்ட மனுஷனைப் பார்த்தேன் அவன் இப்படி நடந்தான்" என்று எழுந்து குடியனுடைய நிலைவர மற்ற குடியை நல்லசைக் கினையாய் தள்ளாடி தள்ளாடிக் காட்டினான். பின்பு "நீரும் பீர் குடித்தால் அப்படித்தான் செய்வீர்" என்றான்.

தகப்பன் அதற்கு "அந்த மனுஷன் அதிகமாகக் குடித்ததால் வெறி கொண்டான். அதிகம் குடிப்பது நல்லதல்ல. அதிக குடி மதியை கெடுக்கும். பதியை விடுக்கும் தரித்திரம் அடுக்கும் என்றான். கொஞ்சம் அமைதலா யிருந்து, மகன், தகப்பன், அது நல்லதல்லா விட்டால் ஏன் அந்த "விஷநீரை குடியென்றுக் குடித்து குடிமிகுத்து மயங்குகிறீர்" என்றான். இது தகப்பன் வாயை அடைத்தது. அன்று முதல் அந்த "விஷநீர் மகனுக்கு" மறைவாக திருட்டுக் குடி குடிக்க ஆரம்பித்து பின்னும் குடியதிகரித்து மாண்டான்.

மதுபானத்தை நல்ல வர்ணமென்றும்
வடிவான பாத்திரத்தில் ரூபிக்குமென்றும்
மெதுவா யிறங்குமென்றுஞ் சிந்தியாதே
மீண்டது விஷ பாம்புபோற் கடித்து
சதியாகக் கட்டுவிரியன்போற் றெடும்
சாலமோன் ஞானியவன் சாற்றினானே

நிதியேது குடியர்க்கு நீதியேது
நிச்சயம் நிச்சயமென் றாடுபாம்பே.
ஆடுபாம்பேயெழுந் தாடுபாம்பே கிறிஸ்
தண்ணலைக் கொண்டாடிக் கொண்டாடுபாம்பே.
குடிகாரன் பேச்சு குவலயத்தில் ஏச்சு,
குடியால் மிடிவரும் கூடவே தடியடி தரும்.

2–வது. குடியை விட்டுவிட பலவந்தப்படுத்தப் பட்டது:

புருஷன் தன் குடியை விட்டுவிடுவதாக எழுதிக்கொடுக்க வேண்டு மென்று அவன் பெண்ஜாதி பலதரங் கேட்டும், "கொஞ்சநாள் பொறுத்து செய்வேன், ஆனால் நான் ஒரே மட்டாக விட்டுவிடமாட்டேன் நல்லவழி ஏதெனில், ஒவ்வொரு காரியத்தையும் வழக்கப்படுத்திக்கொள்ள வேணு" மென்றான். அதற்கவள் நல்லது "பெரிய மனுஷனே" ஒருவரும் உன்னை தூக்கிவிடாதபடிக்கு நீர் ஒரு குழியில் விழுவீர் பாரும்" என்றாள். ஆச்சரியப்படத் தக்கவிதமாய் ஒருநாள் அவன் குடித்து வீட்டிற்குத் திரும்பும்போது அதிக ஆழமில்லாத ஒரு கிணற்றில் விழுந்து சகாயத்திற்காகக் கத்திக் கூப்பிட்டான். பொறுமெயுள்ள அவன் மனைவி அவனுக்கு ஒத்தாசை செய்யவந்து "நான் உனக்கு சொல்ல வில்லையா? நல்ல அதிஷ்டம் நான் சமீபத்திருந்தேன் இல்லாவிட்டால் நீ அமிழ்ந்து போகவேணு" மென்று சொல்லி, ஏற்றச்சாலை இறக்கி அதைப் பிடித்துக் கொள்ளென்றாள். ஏற்றத்தின் பாரமெழுப்பியைப் பிடித்து அதிக பிரையாசத்துடன் அழுத்தி அவன் உயரவந்தெட்டின போது அவன் தன் பிடியை விட்டுவிட்டதினால் அவள் உடனே குளிர்ந்த ஸ்நானமடைய கீழே திடீரென்று விழுந்தான். இப்படிப் பலதரம் நடந்ததால் அவன் சமுசயப்பட்டு இவள் வேணுமென்றே செய்கிறாள் என்றறிந்து "இதோ பார் நீ வேணுமென்றே இப்படிச் செய்கிறாய் நான் அறிவேன்" என்றான் இதுதான் நல்லதென்று தருணத்தை யறிந்து "நான் அப்படித்தான் செய்கிறேன். படிப்படியாய் ஒரு காரியத்தைப் பழகிக் கொள்ள வேணுமென்று நீ சொன்னதை மறந்து போனாயோ? ஒரே தடவையில் உன்னை வெளியே கொண்டுவந்து விட்டால் உனக்கு சவுக்கியமிருக்க மாட்டாது" என்றாள் தான் சொன்ன காரியமே தனக்கு வருத்தமாய் முடியுதென்று நகைக்க வேண்டியதா யிருந்தாலும் அவன் நிலைமெயை வரவர நம்பிக்கை யற்றதாய்ப் போகிறதென்றுகண்டு தன்னை தூக்கிவிட்டால் உடனே குடியை

விட்டுவிடுவே னென்று எழுதிக் கொடுப்பேனென்றான். உடனே தூக்கிவிட்டுத் தாமதியாமல் எழுதிக் கொடுக்க அவனைக் கூட்டிக் கொண்டு போய் "திரும்ப நீ கிணற்றில் விழுந்தால் அங்கேயே உன்னை சங்கிலியால் கட்டி விட்டுவிடுவேன் எச்சரிக்கையா யிரு என்று கண்டித்தாள்.

"துஞ்சினார் செத்தாரின் வேறல்லரெஞ்ஞான்று
நஞ்சுண்பார் கள்ளுண் பவர்."

"உள்ளொற்றி யுள்ளூர் நகப்படுவ ரெஞ்ஞான்றும்
கள்ளொற்றிக் கணசாய் பவர்."

93 – குறள் – 6,7

"புலி செவிதிருகிய மதகளிறே
வெறிவிட வெறிவிட என் செய்குவாய்"

வெறிவிட! சோடா – லிமனேட் – காப்பி – டீ, மோர் – தயிர் அல்லது மோராகாரஞ் சாப்பிடுவேன்.

3–வது குடியை விட்டதால் விளைந்த பலன்:

குடியில் பேர்போன ஓர் மனுஷனை ஜான் ஆபட் என்றவர் அவன் தன் இஷ்டப்பிரகாரம் குடியை விட்டு விடஎழுதிக் கொடுக்கக் கேட்டார். அவன் நான் ஒருவருஷ மட்டும் லாகரியான ஒன்றையும் குடிக்க மாட்டேனென்று எழுதிக் கொடுத்தான் வருஷ முடிந்தவுடன் மதுவிலக்குச் சங்கக் கூட்டத்திற்கு வந்தான். ஆபட் என்றவர்" திரும்பவும் எழுதிக்கொடுக்கமாட்டீரா" என்க, அதற்கு அவன் என் இஷ்டப்பிரகாரம் விட்டால் செய்வேன்" என்று சொல்லி 999–ம் வருஷத்தில் என்றெழுதிக் கொடுத்தான். சிலநாள் சென்றபின் மதுக் கடைக்காரனை சந்திக்கப்போனான். அவன் இவ்னை சந்தோஷமாய் ஏற்றுக் கொள்ள, "கடைக்காரரே! என் பக்கத்தில் ஒரு கட்டியிருந்து என்னை வருத்தப் படுத்துகிறது" என்றான். அதற்கவன் குடியை விட்டுவிட்டதினால் தான் வந்தது; நீ குடியாவிட்டால் அதிக நாள் ஜீவனோடிருக்க மாட்டாயென்றான். குடித்தால் இக்கட்டி நீங்கிப் போகுமாவென்க, நீ குடியாவிட்டால் மறு பக்கத்திலும் பெரிய கட்டி யுண்டாகுமென்றான்: அப்போது குடிக்கலாம் வாவென்றழைக்க இரண்டு பாத்திரத்தில் சாராயம் ஊற்றினான். பழய குடியன் கடைக்காரனைப்

பார்த்து, "நான் குடியாமலிருக்கிறது நன்மெயென்று தோன்று கிறாது. அதுவிஷயம் நீங்கியிருந்தால் மறு பக்கத்திலும் கட்டியுண்டாகுமென்று சொல்லுகிறீரே அந்தப்படி இன்ன மொருகட்டி அல்லது 2, 3 கட்டி உண்டானாலும் சந்தோஷம். பார்க்குமளவில், அக்கட்டி யெனக்கு வருத்தத்தைக் கொடுக் கக்காணோம்; அக்கட்டி வளரவளர நாளுக்கு நாள் எனக்கு ஆனந்தமன சந்தோடத்தை உண்டாக்கி வருகிறது. இதோ பாருமென்று சொல்லி, 100 வெள்ளி டாலர் நிறைந்த பையை எடுத்து அவன்முன் வைத்து, சிலமாதங்களாக என் பக்கத்தில் வளர்ந்து வந்த கட்டி இதுதான்!!! நான் (விஷநீர்) வைரியானதினால் உண்டான பலன் இது. நான் எழுதிக் கொடுக்காதிருந்தால் இதெல்லாம் உம்முடையதாயிருக்கும் நான் காலை முதல் மாலை வரையில் கடும்பாடு பட்டு இரத்தக் கண்ணீர் விட்டு வெய்யலின் வேர்வை வேர்க்க சம்பாதித்து வரும் இந்த பணத்தை நீர்பெற்று சுகமாக உட்கார்ந்துக் கொண்டு நீரும் உமது மனைவியும் உண்டு சுகித்து தங்க காப்பு, தங்க கம்மல், தங்க கடுக்கன், ஜரிகைவேட்டி யுடுத்தி உல்லாசமாக உலாவி வருவீர். நானோ தினந்தோறும் திண்டாடுவேன் என்று சொல்லி கடைக்காரன் கவனிக்கும்படி உணர்த்திப் போனான்.

ஆமரியாதையின்றி யருந்தலாற்குடித்தாலுந்
தாமதெச் சொரிக்கைத் தாழ்வி னாலையுஞ் சனித்துப்
பாலக் காமதோடங்கடுன்மார்க் கங்களிற் சுகத்தை யெல்லா
நீமுழுவதுங் கெடாம நினைவுடன் கார்த்து நிற்பாய்
நூறு சுலோகம். 57

காதல்கவறாடல் கள்ளுண்டல் பொய்மொழி தல்
ஈதல் மறுத்தலிவை கண்டாய் – போதில்
சினையாமெய் வைகுந்திருநாடா செம்மை
நினையாமெய் பூண்டார் நெறி.

(நளவெண்பா 53)

கள்ளுவிற்று கலக்காசு தேடுவதிலும்
அமுதம் விற்று அரைக்காசுபெற்றுவாழ். (பழ)

4– வது. நாகரீகமான குடி:

குருக்கள்மார் கூடியிருந்த ஓர் கூட்டத்தில் மது விலக்கைப் பற்றி தர்க்கம் நடந்தது. அப்போது திராட்ச ரசத்தைப் பற்றிப்

பேசினார்கள். ஓர் பெயர் பெற்ற போதகர் அதற்குச் சார்பாக அனலான நியாயங்களை எடுத்துரைத் தார். பேசி உட்கார்ந்த உடன், ஒரு பெரியவர் எழுந்து சபா நாயகரே! நானிப்போதெதிர் நியாயங்களை எடுத்துப் பேசவல்ல நம்முடைய அப்பியாசத் திற்குரிய விஷயத்தைப் பற்றிப் பேச விரும்புகிறேன் என்று சொல்லி “நடுத்தரமான நிலைமெயிலிருந்த ஓர்தகப்பனை அறிவேன்; அவனுடைய ஒரே மகன் சாஸ்திர சாலையில் படித்துத் தேற வேண்டு மென்று மிகக் கவலையுள்ளவனா யிருந்தான். அங்கே அவன் பொல்லாத தோழர்களால் தீய வழக்கங்களைக் கற்றான். ஆனால் கல்வி பட்டம் சென்றபின் வீட்டிற்கு வர, நல்ல மாறுதல் அவனிடத்தில் காணப்பட்டது. சில வருஷங்கள் சென்றபின் அவன் கல்வி சாலையை விட்டுத் தனியாய்த் தன் தொழிலை நடத்த வெத்தனப் பட்டான். அப்போது தயாள குணமுள்ளவரும், பல நற்குணங்களில் சிறந்த வருமான ஓர் போதகன் அவனைச் சாப்பாட்டிற்கு அழைத்தார். அப்போது திராட்சரசம் கொண்டு வரப்பட்டது. அவ்வாலிபனுக்குக் கொடுக்க அவன் ஏற்றுக் கொள்ளவில்லை. அதிகமாய் கேட்டுக் கொள்ளப்பட்டும் தடை செய்து போட்டான். இதினால் அவனை எல்லாரும் பரிகாசம் பண்ண எத்தனித் தார்கள். ஆவலை அடக்க அவனுக்குப் பலனிருந்தும், நிந்தையை சகிக்கத் திராணியில்லாமல் குடித்தான். படிப்படியாய் அதில் தேறிக் கடைசியில் வெறியனாய் மறித்தான். சபாநாயகரே! அந்தத் தகப்பன் நான்தான் என்று கண்ணீர்சொரிய “இப்போது உட்கார்ந்து அந்த போதகரின் மேசையிலேயே குடிக்கக் கற்றுப் பரிதாபமாய் மரித்த என் மகனை மறக்கக்கூட வில்லையே யென்று சொல்லி உட்கார்ந்தார்.

நிக்தையில்லாத் தூயோரு நிந்தையர்பாற் சேரிலவர்
நிந்தையவர் தம்மிடத்தே நிற்குமே–நிந் தைமிகுந்
தாலநிழற் கீழிருந்தே தான்பால பருகினு மான்
பாலதெனச் சொல்லுவரோ பார்.

5–வது. குடியை ஒழுங்குபடுத்தல்:

ஸ்காட்லாண்டிலுள்ள ஐயர்லாண்டில் ஓர் போதகர் தன் சபையை சேர்ந்த ஒருவன் குடிக்கிறான் என்று கேட்டு மறுநாள் அவன் வீட்டிற்குப் போய் அவனைக் கண்டித்து குடிக்கிறது

மிகவுந் தப்பிதமென்றார். குற்றவாளியான சபையான் "தங்களைப்போல நான் அதிகமாய் குடிக்கிற தில்லை" என்றான். அதெப்படியென்று கேட்க, "ஐயா! பகலில் சாப்பாட்டுடன் நிர் பிரியப்பட்டு 1 கிளாஸ் உஸ்க்கியும் தண்ணீரும் குடிக்கிறீர் என்று சொல்ல, ஆம்; சாப்பிட்டது ஜீரணமாக வேண்டுமென்று மாத்திரம் நான் கொஞ்சம் உஸ்க்கி குடிக்கிறதுண்டு என்க, படுக்கைக்குப் போகுமுன்னும் தினந்தோறும் ஒரு கிளாஸ் எடுக்கிறீரே! என்றான். மெய்தான் தூக்கம் வருகிறதற்காக நான் அப்படிச் செய்கிறதுண்டு என்றார். அப்போது சபையான் வாரத்தில் பதினான்கு கிளாஸ் ஆகிறது. மாதத்தில் ஏறக்குறைய 60 நாள் மாதத்திற் கொருகரம் குடிக்கிறேன். 60 கிளாஸ் எடுத்தால் ஒரு வாரமுழுவதும் வெறித்துக்கிடப்பேன். உமக்கும் எனக்கும் இருக்கிற வித்தியாசம் என்னவெனில் நீர் என்னைப் பார்க்கக் குடியைக் கிரமப்படுத்திக் கொள்ளுகிறீர் என்றான்.

காலைக் குடியர் கங்காலிக்குடியர் கடுங்குடியர்
மாலைக்குடியர் மங்காதக் குடியர், மடைக்குடியர்
வேலைக்குடியர், விளங்காதக் குடியர் வீண்குடியர்
சோலை குடியரை ஏன்வைத்தீரையா துங்கவனே..

13 ஜூலை, 1910

6. ஒரு ஊரில் ஒரு போதகர் ஓர் ஓய்வு நாளில் குடியைப் பற்றி மிகவும் கண்டிப்பான பிரசங்கம் ஒன்று செய்தார். வீட்டிற்கு போகும் போது, ஒருவரை ஒருவர் பார்த்து, இதென்ன காரணம்! வெகு உரப்பான புத்திமதியா யிருக்கிறதே என்று சொல்ல, அதில் யூகமுள்ள ஓர் மனுஷன் "நான் உங்களுக்குக் காரியத்தைச் சொல்லுகிறேன்; பிரசங்கியாருக்கு நாம் இந்த விஷயத்தில் ஒன்றுஞ் செய்யவில்லை அல்லவா? நாம் சீக்கிரத்தில் அந்தக் காரியத்தைப் பற்றிக் கவலைக் கொள்ள வேண்டியது அவசியம் என்று சொன்னார். அப்படியே, கண்டிப்பாய் பிரசங்கித்த போதகருக்குப் பெரிய காலன் நிறையச் சாராயம் வாங்கி அதோடு சில சினேகிதர்கள் தங்களைக் காப்பாற்றி அவர்களுக்கும் எண்ணிக்கைக்கு அடையாளமாக அனுப்புவதைப் பட்சத்துடன் அங்கீகரிக்கக் கேட்டுக் கொள்ளுகிறோம் என்று மரியாதையான நிருபம் எழுதி யனுப்பினார்கள். போய்ச் சேர்ந்தவுடன் போதகர்

என்ன செய்கிறதென்று முதலில் சற்றுத் திகைத்து தீவரபுத்தியும் கற்பனா சக்தியும், நல்மனசாட்சியு முடையவரா யிருந்ததால் அந்தப் பீப்பா சாராயத்தை தண்ணீர் தொட்டியண்டையில் கொண்டுபோய் அதில் கொஞ்சம் ஊற்றித் தன் குதிரையைக் குடிக்கச் செய்தார். அது தன் மூக்கை விரித்து முகத்தைத் திருப்பிக் கொண்டது. பிறகு தன் பசுவை குடிக்க விட்டார். அதுவும் முகர்ந்து தலையை அசைத்து விட்டுப் போய்விட்டது. பின்பு கிடங்கிலிருந்து பன்றியைத் துரத்தி அதை குடிக்கச் செய்தார். அந்த மிருகமும் முகர்ந்து உறுமி திக்குமுக்கிட்டு இருமலெடுத்து ஓட்டமெடுத்துவிட்டது. இதின்பின் போதகர் தம்முடைய அறைக்குப் போய் பின்வரும் நிரூபத்தை யெழுதி அந்த பீப்பா சாராயத்தை அதுடன் அனுப்பிவிட்டார்.

நிரூப விவரம்:- துரைகளே, துரைமக்களே அன்பார்ந்த நேயர்களே, எமது ஆபத்து தோழர்களின் செல்வ புத்திரர்களே, மிகவும் படிப்பாளிகளான பிரியர்களே, பலதுங் கற்றுணர்ந்த பண்டிதர்களே, விவேகம் மிகுந்த வித்துவான்களே, போதிக்கும் திறமெய்வாய்ந்த புத்தியுள்ள போதகர்களே, உணர்ந்துரையாடும் உபதேசிகளே, குரிப்பிடம் கற்றுக் கொடுக்கும் கோவிற் பிள்ளைகளே, உண்மெயை போதிக்கும் உபாத்தியாயர்களே, சற்சன சவகாசமுற்ற சகோதிரர்களே, நல்லவழிகாட்டும் நாட்டாண்மெய்க் காரர்களே, சிறியவர்கட் கறிவூட்டும் தேசப் பாதுகாவலர்களே, பிச்சைக்காரர்களை ரட்சிக்கும் பிரபுக்களே, மகனுக்கு நல்வழிகாட்டும் மாதாபிதாக்களே, பணம்படைத்த பாக்ஷாக்களே, கால்குடி, அறைக்குடி, முக்கால்குடி, முழுக்குடி, தோண்டிக் குடி, பீப்பாக் குடி, குட்டிக் குடி, நெட்டிக்குடி, மனைவியுந்தானும் மகிழ்ந்துக்குடி, அப்பனும் மகனும் ஆடிக்குடி, கூடிக்குடியர்களே! நீங்கள் அனுப்புவித்த வெகுமதிக்காக நான் நன்றியறித லுள்ளவனானேன். அதை நான் என் குதிரைகளுக்கும், பசுவுக்கும், பன்றிக்கும் கொடுத்தேன் அவைகளி லொன்றும் இதைக் குடிக்கவில்லை. இப்படி மிருகசாதியான இவைகள் அதைக் குடிக்கப் பிரியமற்றிருக்க மனுஷனுக்கது பிரயோசனமா யிருக்கு மென்றாவது, அபாயமின்றி உட்கொள்ளலா மென்றாவது நான் நினைக்கவில்லை. அதை யருந்தினால் சன்மார்க்கக் கேடும், தேகமெலிவும், பொருளின்மெயும், இம்மெய்க்கும் மறுமெய்க்கும் ஹானியும் உண்டாமென்று திட்டமாக வுணர்ந்து

நான் அதைத் திரும்ப அனுப்புவதைப் பற்றி மன்னிக்கக் கோறுகிறேன்.

இப்படிக்கு

உங்கள் உண்மெயுள்ள போதகர்,

துஞ்சினார் செத்தாரின் வேறல்ல ரெஞ்ஞான்று
நஞ்சுண்பார் கள்ளுண் பவர்.

உள்ளொற்றி யுள்ளூர் நகப்படுவரெஞ்ஞான்றுங்
கள்ளொற்றிக் கண்சாய் பவர்.

தி.சி. நாராயணசாமி பிள்ளை, H. F. U.,

உ. கோ.

21 செப்டம்பர், 1910

177. அறிவுக்கேற்ற கடவுளர்

இப்பூமண்டலத்திலுள்ள மனுக்கள் தங்கள் தங்கள் அறிவிற் கும் ஞானத்திற்கும் தக்கபடி மனோசிருட்டி செய்து கொண்ட கடவுளர்களுக்குத் தங்கள் நாகரீகத்திற்குத் தக்கபடி இலக்கணங் களைக் கற்பித்து வேலி வேலியாய் நிலங்களை கோலி, மலைமலையா யுடைத்த கற்களைக் கொண்டு ஆலயங்களைக் கட்டுவித்தும் கற்சிலை, பொற்சிலை, மட்சிலை, செம்புச்சிலை, கம்புச்சிலை, பஞ்ச லோகச் சிலைகளைச் செய்வித்தும் கோபுரம், மண்டபம், திருக்குளம், முதலியன அமைத்தும் புராணங்களைக் கட்டுபித்தும் பிரதிட்டை பூசை, ஆராதனை, நெஞ்சார உண்ண பஞ்சாமர்தம் நைவேத்தியம் திருவிழா முதலிய ஆடம்பரங்களைச் செய்தும் பொருளைச் சூரை யிடுகின்றார் கள். இவர்களிற் சில சபையார் பிம்பாராகனை தகாதென்று மானதபூசை செய்து மனாலயத்தினாலேயே தங்கள் மனசிருட்டியைப் பிரதிட்டை செய்து வைத்திருக் கின்றார்கள். இவ்விருதிறவர் ஆராதனைக்கும் ஆகாரம் மனோசிருட்டி யேயாதலால் இவர்களில் ஒருவருக்கொருவர் விசேஷித்தவர் கள்அல்லர். ஒருவர் கையினாற்செய்த உருவத்தைத் தொழுதால், மற்றவர் மனத்தால் ஓர் உருவைப் பாவனைப்பண்ணித் தொழுகின்றார்கள்.

இவர்கள் ஒருவரை ஒருவர் எளிதம் செய்தல் என்ன மாயிருக்கின்ற தெனின் தன்னைச் சிரிப்பதுணராமல் தான் பிறரைச் சிரிப்பதுபோ லிருக்கின்றது இவ்விருதிறவரில் அவர் சொல்லும் கடவுளைக் கண்டார் யார்? கல்லிலும், களி மண்ணிலும், மரத்தாலும், பொன், வெள்ளி முதலிய பஞ்ச லோகங்களிலும் செய்த உருவம் எப்படிக் கடவுளாகும்? அதற்குச் சக்தி சுவாபீகமாயுள்ளதா, அல்லது மனிதர் கொடுத்ததா? வேதாகமாதி சாத்திரங்களாற் கண்டதெனின் வேதாகமாதிகளைச் செய்தார் யார்? கடவுளெனின், கடவுள் ஓர் நூலை செய்தற்கு அறிவும், அவ்வறிவு விளங்குவதற்கு

தேகமும், அவருக்கு உண்டாயிருத்தல் வேண்டும். உண்டெனின் அவரை அருவமெனத் தொழுதல் தகுமா? அவர் உருவமெனின் அவருக்குக் கரசரணாதி அவயவங்கள் இருத்தல் வேண்டும். கரசரண அவயவ முண்டேல் அவர் எங்கும் நிறைந்தவராகார். இன்னும் அக்கடவுள் நித்தியரென்று கூறுவதிலும் இத்தகைய ஆஷேபங்களே பல உள. ஆதலால் பஞ்சபூதியந்தவிரகடவுளைக் கண்டாரை யாம் இதுகாறும் கண்டதில்லை.

தி. சி. நாராயணசாமி பிள்ளை. H. F.U.

உ.கோ.

20 ஜூலை, 1910

178. முறைத்தப்பிக் கல்யாணஞ் செய்வதனால் உண்டாகும் கெடுதி

நான் ஒருவிதவையைக் கல்யாணஞ் செய்தேன் அவளுக்கு முந்தின புருஷனால் பெரியபெண்ணான ஓர் புத்திரி யிருந்தாள். அந்தப் பெண்ணை என்னுடைய தகப்பனார் விவாகம் பண்ணினார். என்னுடைய கல்யாணத்தில் இந்தப் பெண் எனக்குக் குமாரத்தியும், என் தகப்பனாருடைய கல்யாணத்தில் எனக்குச் சிறிய தாயுமானாள். அப்படியே என் தகப்பனார் எனக்கு மருமகனானார். சொற்ப காலத்துக்குப் பிறகு எனக்கு ஓர் ஆண்குழந்தை பிறந்தது. இவன் என் தகப்பனாருடைய மனைவியின் சகோதர னாகையால் அவருக்கு மைத்துனனும், என் சிறிய தாயாருடைய சகோதரனாகையால் எனக்கு "மாமனுமானான்"

பின்பு என் தகப்பனாருக்கு ஒரு ஆண் குழந்தை பிறந்தது. இவன் என் தகப்பனாருடைய மகனாகையால் என் சகோதரனும், என் மனைவியின் மகளுடைய குமார னாகையால் என் பேரப்பிள்ளையுமானான். என்னுடைய மனைவி என் சிறிய தாயாருடைய தாயாகையால் என் பாட்டியானாள். இப்படி நான் ஒரு வகையிலவளுக்குப் புருஷனும், இன்னொரு வகையிலவளுடைய பேரப் பிள்ளையுமானேன். ஒருவனுடைய பாட்டியின் புருஷன் அவனுக்குப் பாட்டனாகையால் என் பாட்டியின் புருஷனாகிய நான் எனக்குப் பாட்டனானேன்.

"கொழுக்கட்டைக்குத் தலையுமில்லை
குறவனுக்கு முறையுமில்லை"

இதை கண்ணோக்கும் பத்திராதிபர் யாவரும், தங்கள் தங்களுடைய பத்திரிகையினோர் கோணத்திலச் சிட்டுப் பிரசுரஞ் செய்துக் கொள்ளலாம்.

தி. சி. நாராயணசாமி பிள்ளை, H. F.U.

உ. கோ.

6 ஜூலை, 1910

179. திருமணமஹோர்ச்சவம்

எழிலும் புகழும் பெற்ற தமிழன் பத்திராதிபரவர்கட்கு நமஸ்காரம், அடியில் வரைந்துள்ள விஷயங்களை வெளியிட வேணுமாய்த் தங்கள் மேலான கணத்தைக் கோருகிறேன்.

பன்னிலம் புகழும் பொன்விளை களமெனும் மாரிகுப்பம் 9-வது கனிகண்டிராக்ட்டரும் தென்னிந்திய சாக்கைய பௌத்த சங்கப் பிரதம காரியதரிசியுமாகிய கனம் C. குருசாமி உபசாகரவர்கள் சிரேஷ்ட புத்திரன் சிரஞ்சீவி C. ஜகந்நாத உபாசகனுக்கும் பூமலிந்தோங்கும் கழ் கலியாணபுரமெனும் பெங்களூர்வாசி எம். மு. முனிசாமி தொண்டரவர்களின் மருதம் மாரிகுப்பம் சூபரின்டென்ட் MR. A. கி....ர்ட் துரையவர்களின் அரண்மனை உத்தியோகஸ்தருமாகிய கனம் M. ஐயாசாமி பிள்ளையவர்களின் புத்திரி சௌபாக்கியவதி லோகநாயகி யம்மாளுக்கும் 1910 வருஷம் ஜூலை 12-ம் மங்களவாரம் பகல் 11-மணிக்கு சுபமுகூர்த்தம் நிறைவேறிற்று. அதற்கு முன் பந்தலும் மா... வரையும் வெகு அலங்கிருதமாய் புஷ்பத்தால் ஜோடிக்கப் பட்டிருந்தது. முகூர்த்தம் முடிந்தவுடன் புஷ்ப சந்தன தாம்பூல அன்பினுபசரிப்பும் வெகு ஆடம்பரமாய் நிறைவேறிற்று. அன்றிரவு வாஷிங்டன் லைட் போடப் பட்டிருந்தது. அணியணியாய் சீதனங்கள் வந்துக் கொண்டிருந்தது. 9-மணிக்கு மேல் பெருஞ்சனங் கூடிற்று வாத்திய முழக்கம் வெகு ஆனந்தகரமாயிருந்தது. 10 ½ மணிக்கு சென்னை பூலோக வியாசன் பத்திராதிபரும், ரங்கோன் ஆனரெரி மாஜிஸ்டிரேட் ராய்பகதூர் ஸ்ரீமந் P.M. மதுரைப்பிள்ளையவர்கள் சமஸ்தான வித்துவான் முத்தமிழ்புலமை ரத்நாகரருமாகிய சோடசாவதானம் கனம் பூஞ்சோலை முத்துவீர நாவலரவர்களால் திருமணத் திருவாழ்த்தியல் என்னும் புத்தகத்தை அரங்கேற்றினர். அதன்பின் மாரிகுப்பம் தென்னிந்திய சாக்கைய பௌத்த சங்க பொக்கிஷாதிபர் கனம் திருப்பத்தூர் A.P. பெரியசாமிப் புலவரவர்கள் திருப்பத்தூர் தென்னிந்திய சாக்கைய பௌத்த

சங்காதிபர் MR. C.K. நகுலப்பிள்ளை MR. T.R. பெருமாள் பிள்ளை யவர்கள பீஷ்டப்படி விசாகா கல்யாண வைபவ வாழ்த்து என்னும் நீதி சரித்திரத்தைக் கேட்டோர் களிக்க அரங்கேற்றினர்.

அதன்பின்னர் சென்னை பீயர் ஓவர்ஸியர் ம–ள–ள–ஸ்ரீ C. அப்பாசாமி குமாரரும் மொர்சிங் வித்வான்... ஜெய ஜெக ஞாலச்சிங்கமுமாகிய ஸ்ரீமந் .... அகுஸ்தீன் பத்தரவர்கள் அனேக ஜாலை............கை கண்டோர்களி கூர்ந்து சாபஷ் சபாஷ் என்று .... ஆடினர் ஜாலத்தில் மிகவும் கீர்த்திப் பெற்றனரென்றே சொல்லலாம். அதன்பின்னர் .... பம் 9–வது கனி ரயிட்டரும் சுந்தரி ....மாகிய கனம் C.P. ஆறுமுகம்பிள்ளைய ....சுந்தரி வாசிக்கவும் பிட்டில் வித்வான் ....ம்மைய தாஸ் இளைய சகோதரர்பிட்டில் ....வும் அவரது குமாரர் MR. மோகனம் ஆர்மோனியம் வாசிக்கவும் மதுரை யவர்கள் மிருதங்க மடிக்கவும் கனம் சி. அ. அகுஸ்தீன் .... மோர்சிங் வாசிக்கவும் சங்கித வித்வான் .... பாடலும் வெகு ஆனந்தமாயிருந்தது. அதன் பின்னர் பெங்களூர் செயின்ட் ஜோசப் கா..... தமிழ் பண்டிதர் ஸ்ரீ ல ஸ்ரீ சபாபதி நாவலவர்க ளியற்றிய திருமணவாழ்த்தை அரங்கேற்றம் செய்தனர். அதன்பின் மாரிக்குப்பம் சாக்கைய பௌத்த சங்கத்தாரால் நடத்திவரும் ஸ்ரீ கௌதமா ஸ்கூல் போதகாசிரியர் ஸ்ரீ இ.நா.ஐயாகண்ணுப் பாவலரவர்க ளியற்றிய மங்களப் பாத்துணர் அரங்கேற்றஞ் செய்தனர். மாரிகுப்பம் தென்னிந்திய சாக்கைய பௌத்தசங்கத்தா ரபீஷ்டப்படி ஸ்ரீமந் திருப்பத்தூர் A.P. பெரியசாமிப்புலவ ரியற்றிய மங்கள மணிமாலையை மேற்படி சங்க மெம்பர்களில் ஒருவராகிய MR. A. சிந்தாமணி உபாஸகர் அரங்கேற்றினர். இவ்வை பவங்கள் நிகழுவதற்குள் வைகறையாயிற்று. அன்று பகல் கங்கண விசர்ஜன மானபின் மணமகனும் மணமகளும் மாமிவீட்டுக்கேகினர். சுபம்! சுபம்!! சுபம்!!!

கண்டுகளித்தோன்

20 ஜூலை, 1910

180. வந்தனோபசாரம்

மண்ணல மெண்டிசை பண்ணவ ரேற்றுங் கண்ணுத லருட்பெற் றோங்கும் வள்ளல் க. அயோத்திதாஸப் பண்டிதரவர்கட்குச் சாஷ்டாங்க நமஸ்காரம்.

அன்புடையாய்!

பல்லவர்ப் புகழு மிப் பரத கண்டத்திலோர் பாகமாகிய கைலலையப் (கபிலை) பதிபூப்ப பார்ப்பதியாருட னெழுந்தருளி யிருந்த பகவன் சாக்கைய முனிவர் மனுமக்களி னீடேற்றத்தைக் கருதி பார்ப்பதியாரையும் வீரராகவரையும் பஞ்சணையில் விட்டு அரச போகங்களை வெறுத்துத் தவவேடம் பூண்டு கானகத்திடை யரசடி யமர்ந்து காமனை யெரித்துக் காலனை யுதைத்து கருணாகர பரப்பிரம்ம சொரூப சச்சிதானந்தச் சரவணபவகுகச் சதாசிவக் குமரகுரு தேசிகராய் விளங்கி துன்பத் திற்கேகாவண்ணம் நன்மெயை யூட்டிய பகவன் புத்தபிரா னுடைய தர்மோபதேசமுஞ்ஜீவிய சரித்திரமும் பாரஸீக நாட் டாரியரால் மங்கி சத்தியமார்க்கத் தாருமித்தையிலாழ்ந்து கிடப்பதின் செயலை பல நாளுணர்வால் பல்கலையாய்ந்துப் பரிவா யெடுத்து உரிமைப் பெருந்தமிழன் பேர்பூண்ட சஞ்சிகைத் துவக்கி வஞ்சக ரொடுங்க செஞ் சொல் மொழியால் சஞ்சலம் போக்கும் பூர்வத் தமிழொளியென மகுடமிட்டரிய நித்தியமார்க்க கதிரெனக்கண்டு மதியதுத் துலங்க கபிலையம் பதியர் (புத்தர்) ஜீவிய சரித்திரத்தை தாவியே யுரைத்து மேவிட செய்தீர் யாங்கள் கந்தமலரெனக் கரமதிற் றாங்கி சிந்தனையற்று வந்தன முடனோதிப் பந்தினர்க் குரைத்து நிந்தனையகற்றி நேர்ந்திடும் வாரமெப் பொழுதாகுமென் றெதிர் பார்த்திருந்து வாங்கியே பிரித்து தூங்கிடா விழித்துணர்வதைப் பெருக்கி யிருந்தோம். 27–7–10 வெளிவந் துலாவிய தமிழன் பூர்வத்தமிழொளியிற் (பகவன் புத்தர்) இரங்கநாதர் காசி தங்காநதி யருகிற் பள்ளிக் கொண்டப் பரிநிருவாண முடிவுரையைக் கண்டாம்.

அன்றியும் கசடரகமுருகி அசடினைப் போக்கவும் நாவலர், பாவலர், காவலர், மேவலர், புலவர், வித்வான்கள், பண்டிதர்கள், சதுர்க்கவியாளர், கலைவல்லோரி யாவரு மேற்றிடச் சமயச்சரித்திர நூலாதார மூலாதாரவகை யுடனரிய விஷயங்களனைத்து மணியணியாய் வகுத்து, வந்ததை யென்றுமறவோம். இத்தமிழ்நாட்டிலுளசமணக்குலத்தவருமுத்தமரு மறவாரென்பது கர தலாமலகம்! தங்களினரிய பிரயாசையை அளவிடற் கரிதரிது! நங்குல மீட்சியின் பொருட்டெத்தனையோ கஷ்ட நிஷ்டூரத்தை யடைந்து ஞானச் சூன்யர்களால் மானமிழிச் சொல்லுங் கேட்டிருக்கிறீர்! உண்மெயே வுலகுய்யு முத்தம மார்க்கத்தை யொட்டி நின்றவராதலின் பாநுகண்டப் பனிப்போலாயின. வஞ்சகநெஞ்சுடையக் கபோதிகளிற் சிலர் தாங்கள் செய்துவருங் காரியங்கள் உண்மெயென்றுணர்ந்து முள்ளருங்கள்ளருமாக கெடுக்க வெண்ணி யிருப்பார் களெனினும் (நன்மெ செய் நன்மெயா யிரு) வென்னாதி காலத்தில் விநாயகக்கடவுள் திருவுளம் பற்றியுள்ள நீதி மீதிருப்பார்க்கு யாதோ ரிடுக்கணும் நேராது. நன்மெச் செய்தால் பொல்லாங்கு போகிறவழிப் போகும் தன்வினைத் தன்னைச் சுடுமெனு முதுமொழிப்படி அற்பாகந்தை யவர்களை யழிக்குமென்பதுச் சுடராம். பன்னாட்பழக்க மின்னிய விசாரணையாற் சின்னாட்களுக்குமுன் சென்னைப்பதியில் புத்த தர்மத்தை யுரைத்துச் சங்கத்தை நிலைநாட்டு கையில் கேள்வியுற்ற யாங்கள் இதேதோ புது மதம் கிளம்புகிறதென விசாரணைக்குறைவா லெண்ணினோ மவவாரே அனேகர் முரண்பட்டிருக் கிறாரெனக் கேழ்விப்பட்டிருக்கிறோம். தமிழன் தோன்றிய நான்குவருடத்துக்குள் உத்தம தர்மத்தை யுணர்ந்து கோலார் மாரிகுப்பம் பெங்களூர் செக்கந்திராபாத் அரக்கோணம் திருப்பத்தூர் ஆம்பூர் குடியாத்தம் வேலூர் ரங்கோன் முதலிய விடங்களில் அன்பர்கள் சங்கங்களை நிலை நாட்டியும் நாட்டவு முயற்சித்துவருகிறார்கள். இனி நமது சங்கங்களாங்கு நாட்டப்பட்டு சாக்கைய குலத்தோரும் சீரடைந்து வருவார்களென்பது திண்ணம். ஆதலால் தாங்கள் தமிழனிலுள்ள பிரசுரங்களை அச்சிடக் கருதியிருக்குங் கருத்து மிக்க மேலானதேயாம் குறித்த நூல்களை அச்சிட்டும் தமிழில் வெளிவராத நூல்களை வெளிக் கிளப்பியும் சாக்கைய பௌத்த சங்கத்தாருக்கு வேண்டிய அநுபவ வாதாரங்களையுமெடுத்தோதும் தமதிருவடிக் கமலங்களுக்கு மும்முறைப்

பணிவான வந்தனஞ் சமர்ப்பிக்கின்றனம். அஃதோடு தாங்கள் வெளியிடக் கருதியிருக்கும் நூல்களுக்குப் பெரிதுவந்துப் பொருளுதவிச் செய்வாருக்கும் வந்தனம் சுபம் ! சுபம் !! சுபம் !!!

இப்படிக்கு

உத்தரவின்படி

P. S. **அச்சுதாநந்தன்**

தென்னிந்திய சாக்கைய பௌத்த சங்கம்

திருப்பத்தூர் (சேலம் ஜில்லா)

3 ஆகஸ்ட் 1910

181. வெள்ளை யானைக் குட்டி

பர்மாவைச் சேர்ந்த செம்புயூனில் பிடிக்கப்பட்ட ஒரு பெண் யானைக் குட்டியை பர்மிய பௌத்த தன்ம சகோதரர்களுக்கு கனந்தங்கிய கவர்ன்மெண்டாரால் இனாமாகச் கொடுத்துவிடப் பட்டது. செவ்வாய் கிழமையன்று பிக்ஷு நாயக ஆசாரி யர்களின் கூட்டம் ஒன்று சுயதேகன் அறப்பள்ளியில் கூடி பௌத்த வகுப்பினருக்கென்று கவர்ன்மெண்டாரால் அளித்த வெகுமதியை அறப்பள்ளியின் டிரஸ்டிகள் ஏற்றுக் கொண்டனர். அந்த யானைக் குட்டியை முதல் மாண்டலேயில் வைத்திருந்து பின்னர்இரங்கூனுக்குக்கொண்டுவந்துசுயதேகன்அறப்பள்ளியில் ஒரு அறை கட்டி அதில் குடியேற்றும்படி ஆலோசனை செய்து கடந்த ஜூன் மாதம் 23ம் தேதி இரங்கூனுக்குக் கொண்டு வரப்பட்டது. ஸ்டேஷனில் யானைக் குட்டியின் வரவை ஏற்க ஆயிரங்கணக்கான பௌத்த சகோதரர்கள் கூடியிருந் தார்கள் பௌத்ததன்ம டிரஸ்டிகள் வெகு காம்பீரமாக அலங்கரித்த நாலு சக்கர ரதத்தை ஸ்டேஷனண்டை கொண்டுவந்து அதில் யானையை ஏற்றி பெருத்த சாலை மார்க்கமாக சுயதேகன் அறப்பள்ளிக்குக் கொண்டு போனார்கள். பெருத்த குடும்பங்கள் முதல் எளியவர்கள் வரையில் பௌத்த தாயகர்களாம் புருஷர்கள் முதல் ஸ்திரீகள் வரையிலும் சிறுவர்களும், சிறுமிகளுமாக மிக்க ஆனந்தத்துடன் தேரின் வடத்தைப் பிடித்திழுத்தார்கள். தற்போது அறப் பள்ளியில் வைத்திருக் கிறார்கள். கூட்டங் கூட்டமான ஜனங்கள் அக்குட்டி வெள்ளை யானையைப் பார்த்து வருகிறார்கள்.

இரங்கூன் **தி.ச. ஆதிமூலம்.**

28–3–10.

10 ஆகஸ்ட், 1910

182. ஆரியருக்கு தேவாலங்களே அன்னசத்திரமென்பது

இத்தேசத்திலுள்ள சிவன், விஷ்ணுவாதி ஆலயங்க ளனைத்தும் சூத்திராதி வருணத்தவருக்கு மோக்ஷ சாம்பிராச்சியத்திற்கு வழி காட்டும் தேவாலயங்களாகவும் பிராமணருக்கோ அவ்வா றன்று. இம்மெயிலேயே அவர்களை உண்டுடுத்தி சுகித்திருக்கச் செய்விக்கும். அன்ன சத்திரங்களாகவு மிருக்கின்றன. எவ்வா றெனின், ஆலயத்திற்குச் செல்லும் சூத்திராதி வருணத்தவருக்கு விபூதியும், குங்குமமும், துளசியும், துளசி கலந்த நீர்தானுண்டு. பிராமணருக்கோ வெனின், புளியோரை, ததியோதனம், சித்திரான்னம், மிளகு பொங்கல், சருக்கரைப் பொங்கல் வடை, தோசை முதலிய போஜனாதிகளுண்டு. இலவச போஜனம் பற்றியே ஆரியர் சூத்திரர் முதலிய செல்வப் புத்திரரைக் கொண்டு இன்னுமதிக தேவஸ் தானங்களைக் கட்விக்கும்படி போதித்து சுட்டுவித்து வருகின்றனர். ஆலயங்களால் ஆரிய குலத்தவருக்கு யாது அனுகூலமெனின், பிராமணத் திருமேனி களுக்கு போஜனாதிகள் சிறிதுங் குறைவின்றி கிடைத்து வருவதும், சூத்திராதி வருணத்தவர் வயிரெறிந்து போவதுதான். ஆலயத்தாலடைந்த அனுகூலம், ஆரியமத ஆலயங்களால் உத்தமவழிபாடும் உத்தம வழிபாட்டால் நல்லொழுக்கமும் உதயமாய் வருவதை காண்கின்றோமில்லை. தேவஸ் தானங் களின் குருக்கள்மார் சூத்திராதி செல்வப் புத்திரரிடஞ் சென்று ஓ! தேவ, அருள்பெற்ற பிரபுவே! நமது தேவாலயத்தின் தேவதையாகிய அருணாசலீஸ்வரர் இரண்டு தினங்களாக அன்னாபானாதிகளின்றி பட்டிணி யிருக்கத் தாங்கள் மட்டும் போஜனமுண்டு சுகித்திருப்பது தங்களுக்கு அடுக்குமோவென மொழிய அதுகேட்ட அப் பிரபு, ஐயா! சுவாமி பட்டிணியிருப்பது எமக்குத் தெரியாதே! என பிரதாபித்து சுவாமிக்கு இஷ்டான்ன போஜனஞ் சமைக்க எவ்வளவு திரவியம் பிடிக்குமென வினவ

அதற்கு கோவில் குருக்கள் ஐம்பது அறுபது பெயருக்குப் பிடிக்கக் கூடிய செலவை சொல்லிப் பெற்றுச் சென்று போஜனஞ் சமைப்பித்து பிராமணர் கூட்டங் கூட்டமாகக் கூடி திருப்த்தி போஜனமுண்டு வருகின்றனரே யன்றி மற்றைய ஜாதியார் திருப்பணிகளைப் புரிந்து சாம்பரைப் பெற்றுண்டேகுகின்றனர்.

புத்தரை வழிபடும்,

மா. மாசிலாமணி முதலியார்

நெ. 99. வரதா முத்தியப்பன் தெரு,
ஜார்ஜ் டவுன், சென்னை.

31 ஆகஸ்ட், 1910.

183. இத்தேசத்தவரின் ஆசாரத்தைப் பற்றியது

1. வாழை, பெலா, தடா, முருக்கை, ஆல் முதலிய மரங்களில் உட்காரும் புள்ளினங்கள் அம்மரங்களின் மீதே தம் மலமூத்திரங்களை விட அவ்வுச்சிட்டங்கள் அவ்வாறே இலைகலிலுலர்ந்துவிடும், ஆசாரத்தில் முதிர்ந்த இத்தேசத்தவர் அவ்விலைகளை பறித்தேகி குப்பை பெருக்கும் ஈர்க்குகளால் தைத்து போஜன மூண்ணும் இலைகளாக வைத்து அவற்றின் மீது நீர் தெளித்து அதனில் போஜன முண்பர். ஆசாரத்தில் முதிர்ந்த இத்தேசத்தவர் மல மூத்திரங்கள் நிறைந்துள்ள இலைகளில் போஜன முண்பது அநாசாரமல்லவென்றும் இங்கிலாந்து முதலிய இதர தேசங்களினின்று வரும் கோப்பைகளிலும், தகரம் (வெள்ளீயம்) வெண்கலம் முதலிய உலோகங்களால் செய்யப்படும் கிண்ணிகளில் போஜன முண்பது அநாசாரமென்றும் வதருகின்றனர். இது ஆரியமத போதனையின் தடிப்பேயாகும்.

2. வலையர் தம்வலைகளில் அகப்படும் முள் மீன்களின் முட்களை தம் பற்களால் கடித்தொடித்துப் பிடுங்கியெரிந்து அவற்றை மற்ற மீன்களுடன் சேர்த்து மட்பாண்டத்தில் போட்டு ஜலம் விட்டு வைத்திருந்து அம்மீன்களை எடுத்து விற்பர். ஆசாரத்தில் முதிர்ந்த க்ஷத்திரியராதி வருணத்தவர் அம்மச்சங்களை கிரையங் கொடுத்து வாங்கிச்சென்று அம் மச்சங்களை தம்மனை மட் சட்டியி லிட்டு சமைத்துண்பர். ஆசாரமென்பது இது தான்.

3. மாமிசம்விற்கும் மகம்மதியர் ஆட்டின் மாமிசத்தில் நீர்தெளித்து தெளித்து வகிர்ந்து விற்கும் மாமிசத்தை கிறையங்கொடுத்து வாங்கி தம்மனை மட் சட்டியிலிட்டுச் சமைத்துண்பர். ஆசாரமென்பது இதுதான். மாமிசம் மச்சங்களிலும் கள் சாராயம் முதலிய மதுவாதிகளிலும் தீட்டைப்

பாராதிருத்தல் வேண்டுமென ஆரியமத நூல் போதிக்கிறது போலும்.

புத்தரை வழிபடும்,

மா. மாசிலாமணி முதலியார்

31 ஆகஸ்ட், 1910.

184. "தமிழன்" பத்திரிகை புத்தகாபி விருத்தி

நன்கொடை பெட்டித் திறப்பு

மேகந் தவழுங் கமுகமரத்தில் அனந்தாரா வராலினம் வாளை கள் பாய பாளை விரிந்து தேன் பொழியுங் கழனிகள் சூழ், சென்னை இராயப்பேட்டையின்கண் ஸ்ரீ பௌத்த தன்மத்தை ஐயந்திரிபற போதித் தறிவானந்தமுண்டாக்கி, இம்மெய்யிலும் மறுமெய்யிலும் சுகானந்தமுற தினகரன் போல வெழுந்தருளியிருக்கும் நமது ''தமிழன் பத்திரிகை'' யின் யீடேற்றத்தை விரும்பி இந்த நன்கொடை பெட்டியைத் திறந்தமெயால்; இது விஷயத்தில் அன்பார்ந்த கோலார், சாம்பியன்ரீப்ஸ், மாரிகுப்பம், திருப்பத்தூர், சக்கிந்தராபாத், அரக்கோணம், பெங்களூர், இரங்கோன் முதலிய பௌத்தன்ம நேயர்களும் ஏனைய இஷ்டர்களும், தங்கடங்களாலியன்றதைக் கொண்டு ''நன்கொடை பெட்டியை நிறப்பி'' ''தமிழன்'' பத்திரிகையையும், ''புத்தகங்களின்'' விருத்தியையும் ஆதரிக்க வேண்டுமாய் சதா வேண்டுகின்றனன். பலதுளி பெருவெள்ளம்'' என்பதற் கொப்ப அமையுமாயின் நமது ''தமிழன் பத்திரிகை'' நிலை பெற்று யாவத் பிரஜைகளுக்கும் என்றும் மங்கா சன்மார்க்க சத்திய பௌத்த தன்மத்தை போதித்தறிவூட்டித் துலங்குமென்பது யான் சொல்லாமலே விளங்கும்.

இந்த ''நன்கொடை'' பெட்டியை திறப்பதற்கு இவ்வித நல் யோசனையை எம்பாலும் பிறர் பாலும் அடிக்கடி ஓதிவந்த ஸ்ரீமந் தி. சி. நாராயணசாமி பிள்ளை H. F. U. ஊ. கோ. அவர்களுக்கும், எமது வேண்டுகோளுக்கிரங்கி உதவி புரியும் அன்பார்ந்த நண்பர்கட்கும், மிக்க நன்றி இன்றுமென்றும் செலுத்திவர, உள்ளவனாயிருக்கின்றனன்

இக்குவலயத்தின்கண் எக்காரியமும் முன்வருதலுக்கு முக்கிய மாகத் தக்க பொருள் மிக்க வேண்டியிருத்தலால், இக்காரியத்தை ஸ்ரீ மாந் பத்திராதிபதி யவர்கள் தடைசெய்யாமல் க்ஷமித்து

மித்திரன், மித்திரிகள்கண் டுதவிபுரிய பத்திரிகையின் முகப்பில் இரு மூன்று திங்கள் பிரசுரித்துவர பணிதலாய் வேண்டுகின்றனன்.

இங்ஙனம்

தங்கள் விதேயன்

L. P. C. Arokiasawmy Pillai

Bank of Madras, Coimbatore.

31 ஆகஸ்ட், 1910

185. ஆரியர் எழுதியுள்ள இதிகாச வரலாறு

இராமாயணம், பாரதம், விஷ்ணு புராணம், இரகுவம்சம் முதலிய காவியங்களை ஒத்து பார்க்குமிடத்து அவைகளில் எழுதியுள்ள சரித்திரங்களும், காலவரையறையும் ஒன்றுக் கொன்று மாறுபட்டிருக்கின்றன. எங்ஙனமெனின், இலங்கையில் வானரப்படையுடனே சென்று இராட்சத சங்காரஞ்செய்து ஜெயமடைந்தாரென்று சொல்லப்படும் இராமர் சூரிய குலத்தவ ராகிய வைவச்சுத மனுவின் புத்திரர் இட்சுவாகுவின் மரபிலே ஐம்பத்தைந்தாந் தலைமுறையில் உதித்தது அயோத்திமா நகரத்தை அரசாண்டாரென்று எழுதப்பட்டுள்ளது. பாரத யுத்தஞ் செய்த துரியோதனன் முதலிய சுற்றத்தவர்களைக் கொன்று குருட்சேத்திரம் முழுமையும் ஒரு குடைக்கீழ் இராஜபரிபாவனம் செலுத்திய உதிஷ்டிரன் என்னும் அரசன் அரசுபுரிந்தாரெனக் குணிக்கப்பட்ட காலத்திற்கு மிடையே எட்டு இலட்சத்து அறுபத்து நாலாயிரம் வருஷக்காலத்திற்கு இருபத்தொன்பது மன்னர் இராஜரீகஞ் செலுத்தி வந்தார்களௌன எழுதப்பட்டுள்ளது. இக்கணக்கின் படி பார்த்தால் ஏக சகட்டுக்கு ஒவ்வொருவர் ஏறக்குறைய முப்பதினாயிரம் வருடமளவாக இருந்து ராஜ ரீகஞ் செலுத்தினா ரென்னவேண்டும். இதன்றி, மனு சக்கிரவர்த்தி அரசாண்ட காலமுதல் இராமர் அரசாண்ட காலம் வரையில் இடையேயுள்ள தலைமுறை ஏறக்குறைய அறுபது சென்றதென்றும், அந்த மனுச்சக்கிரவர்த்தியின் காலமுதல் உதிஷ்டிரன் அருச்சுனன் முதலியோர் இருந்த கால பரியந்தம் ஐம்பது தலைமுறை சென்றதென்றும் எழுதப் பட்டிருக்கிறது. இக்கணக்கின்படி இராமர் இருந்தரசாண்ட காலத்திற்கு எட்டு இலட்சத்து அறுபத்து நாலாயிரம் வருஷத்தின்பின் இருந்தாரென்று எழுதப் பட்டுள்ள உதிஷ்டிரன் முதலியோர் இராமரிருந்த காலத்திற்குப் பத்து தலைமுறைக்கு முன்னிருந்தார்களௌன்று சொல்ல வேண்டியதா யிருக்கிறது.

பாராத யுத்தம் நடந்தது துவாபர யுகாந்தத்திலே என்று பாரதம் முதலிய நூல்களால் விளங்குகிறது. இராமரின் மரண காலத்திலே துவாபரயுகம் ஆரம்பித்து உதிஷ்டிர மகாராஜனின் தம்பியான அருச்சுனனுடைய பேரப் பிள்ளையாகிய பரிச்சித்து மகாராஜன் மகுடாபிஷேகம் பெற்ற காலத்தில் முற்றும் பெற்றதென்று இதிகாசங்கள் கூறுகின்றன. அந்தத் துவாபர யுகத்திற்கு அளவு எட்டு லட்சத்து அறுபத்து நாலாயிரம் வருடமென்று சில கணிதங்களில் வரையறையாக எழுதப்பட்டிருக்கிறது. ஆகவே அக்காலந்தொடங்கி இக்காலம் வரைக்கும் ஐயாயிரம் வருட காலம் சென்றதாக வேண்டும். கிரீக்தேச சக்கிரவர்த்தியாகிய மகா அலெக்சாண்டர் இந்தியாவில் வந்து யுத்தஞ் செய்தகாலந் தொடங்கி எண்ணிக் கணக்கிடும்பொழுது அந்த மகாபெரிய யுத்தம் கி.பி.12,00 வருடங்களுக்குமுன் நடந்ததென்று விளங்கு கிறது.

கௌசிக அரசனுக்கும், வசிஷ்ட முனிக்கும் நடந்த யுத்தம் இராமரிருந்த காலத்திற்கு அநேக தலைமுறை களுக்குமுன் திரேதாயுக மத்தியில் அயோத்தி மாநகரத்தை அரசாண்ட திரிச் சங்கு மகாராஜனின் நாட்களில் சம்பவித்ததென்று இராமாய ணத்தில் எழுதப்பட்டுள்ளது. பாரதத்தில் சொல்லியபடிக்கு துவாபரயுகத்திலே உதிஷ்டிர மகாராஜனிருந்து அரசாண்டதற்கு சிலகாலத்திற்குமுன் குருட்சேத்திரத்தை அரசாண்ட குரு என் னும் அரசனின் காலத்திற்கும் சகுந்தலையின் கணவனாகிய துஷ்டியந்த மகாராஜனின் காலத்திற்கும் இடையே நிகழ்ந்ததாக எழுதப்பட்டுள்ளது. ஆகையால் இவ்விரு கணக்குகளுக்கும் அநேக இலக்க வருடங்கள் விகற்பப்படுகின்றன.

அரபி தேசத்தவர்களாகிய அராபியர் பாரத யுத்தத்தில் சம்பந்தப்பட்டிருந்தார்க ளென்றும், அவர்கள் குதிரை வியாபார நோக்கங்கொண்டு இந்தியாவுக்கு வந்தார்களென்றும் பற்பல புராணங்களில் எழுதப் பட்டிருக்கிறதினாலும் வாயு புராணம், விஷ்ணு புராணம், பாகவதம், மச்ச புராணம் முதலியவற்றில் ஆந்திரதேசத் தரசரையும் இதரரையும் பற்றி அப்புராணங்களில் எழுதப்பட்டுள்ளது.

ம. மாசிலாமணி முதலியார்.

7 செப்டம்பர், 1910

186. பிரம்மம் வினா

அநாதி, சனாவூர், கயிற்றிற் பாம்பு, ஐந்துக்கண்ணன், இதோ பேய், மலடி சேள், முயற்கோடு, கானநீர், கிளிஞ்சல், வெள்ளி, கந்தர்ப்பநகர் முதலிய பொருளற்ற சொற்களும்;

வந்தியா புத்திர ரிருவர் ஆகாய புட்பஞ்சூடி பேய் தேரூர்ந்து கந்தர்ப்பநகர் சென்று சுக்தி காரஜத்தை விலைபேசி வாங்கி, ஆண்டிருந்து சொற்பன தேயஞ் செல்லுகையில்; ரஜ்ஜு சர்ப்பந் தீண்டி மாண்டார்கள் என்ற வாக்கியம் போலவா;? அல்லது பூதியங்களை நிர்மானித்தோன் வாஸ்த்தவத்தில் ஒருவன் உளனா?

2. ஆத்திகர் கூறும் பிரம்மம் கடவுளுக்கு மனைவிமார்கள் வேண்டுவதோ? வேண்டுவதாயின், நமக்கும் அவருக்கும் என்ன பேதம்?

3. பிரம்மம் ஆணுமல்ல, பெண்ணுமல்ல, அலியுமல்ல, பஞ்சபூதியமுமல்ல, தித்திப்புமல்ல, கசப்புமல்ல, அது உட்ண முமல்ல, சீதனமுமல்லவென்று ஆத்திமர் கூறுகின்றனர். அப்ப டியானால் அதற்கு துதியும், தோத்திராதிகளும் பூசை நைவேத்தியமும் எற்றுக்கு?

4. பிரம்மம் சிலவிடந்தோறும் பரந்து அணுவுக் குளணுவாய் எல்லா உயிர்களிடத்தும் லயித்து எங்கும் நிறைந்து சர்வமும் தாமாயிருக்கையில் அதில் நாமென்ப தென்னை? நமது செய லென்பதென்னை?

5. உண்மெயைக் கற்று, உண்மெய் வழிப்பட்டு, உண்மெயாய் நடப்பதை விட்டுவிட்டு ஓ, ஓ தெய்வமே! தெய்வமே!! என் பாவத்தைத் தீரும் என்று முப்போதும் கூலி பிரார்த்தனை செய் தலைந்தால் பரமண்டலம்! கைலாயம்!! சொர்க்கம்!!! கிட்டுமா?

6. அஞ்ஞானி நாவலராயினும் அந்நாவலரை நேரிற் கண்டு Good morning! நாவலரே என்றாலன்றா அவரும் தலையசைப்பர்.

பிரம்மத்தை நேரிற் காணாது நேர் பாதையை விட்டுவிட்டு அநாச்சாரமாகிய மூலை முடக்குகளில் நின்று Good morning நாவலரே நாவலரே என்றுக் கத்துவானாயின் பார்ப்பவர்கள் எல்லாம் அன்னானை நோக்கி இவனென்னை ஆளைக்காணாது கும்பிடு போடுகின்றானே, இவனென்னை மனவிழிக் குருடனும் பைத்தியக்காரனுமா யிருக்கின்றானே என்று தானே கூறுவர்?

7. பாம்பு விஷமும், ஆன்மாவும், பாம்பானது தேகத்தைக் கடிக்கின்றதோ, அல்லது ஆத்திகர் கூறும் ஆன்மாவைக் கடிக்கின்றதோ? எல்லாம்வல்ல ஆன்மாவானது தேகத்தினுள்ளிருப்பது வாஸ்தவமாயின், பாம்பு தேகத்தைக் கடித்த மாத்திரத்தில் தேகம் வீழ்ந்து சுரணையற்றுப் போவானேன்?

அக்கால் ஆன்மா எங்கேகிற்று? பாம்பின் விஷத்தை மேற்கொள்ளக் கூடாது அஞ்சி துஞ்சி விட்டதோ? டாக்ட்டர், வைத்தியர் கடவுள் வந்து மருந்தேத்தி உயிர் பிச்சை தந்து காப்பாற்றி ரட்சித்தபின்பு தேகம் உணரு கின்றது. உயிர்ப்பிச்சை தந்துக் காப்பாற்றிய வைத்தியர் கடவுளைக் கும்பிட்டு நன்றி செலுத்துவதை விட்டுவிட்டு என்னைக் காப்பாற்றினீரே என்று ஏதோ காணா ஒன்றைக் கும்பிடுவது என்னமதி?

ஆன்மா

8. எல்லாருக்கும் ஆத்திகர் கூறும் ஒரே ஆன்மா விருக்கும்போது ஒருவன் பேசும் பாஷை இன்னொரு பாஷைக்காரனுக்கு ஏன் விளங்கவில்லை?

பழக்கமின்மெ யாலன்றோ? எல்லாமுணர்ந்து வந்த ஆன்மாவுக்கு பின்னும் பழக்கம் வேண்டற்பாலதோ?

சிறுவர் ஆன்மா

9. சிறுவர்கள் விளக்கு சுடுமென்று உணராது தொட எத்தனிக்கின்றமெயால் ஆத்திகர் சொல்லும் பிரத்யேக ஆன்மா அவர்கட் கில்லையோ? அல்லது சிறுவர்கட்குள்ள ஆன்மா நாளுக்கு நாள் வளர்ந்துணர வேண்டுமோ? அல்லது அனுபவக் குறைவோ?

10. பாவ சங்கீர்த்தனஞ் செய்வதைவிட பாவம் செய்யாதிருத்

தல் மேலா? அல்லது பாவம் செய்து கொண்டே சாகும் வரையில் பாவசங்கீர்த்தனம் செய்துவருதல் மேலா?

11. உலகம் முடிந்துப் போனால் அதாவது மனிதர்கள் எல்லாம் மரித்துப் போனால் கடவுளைக் கும்பிடுவதற்கு பூமியில் ஆட்கள் 0 தானே அக்கால் கடவுளைக் கும்பிட ஆளில்லாமெயால் அவர் வியசனமுறுவாரே அப்போது தம்மைக் கும்பிடுவதற்கும், தமக்கு வியசனம் வராமலிருப் பதற்கும் வேறு விகார மனிதர்களை உண்டாக்கி கொள்ளுவாரே?

தி. சி. நாராயணசாமி பிள்ளை H.F.U உ. கோ.

14 செப்டம்பர், 1910

187. உரிகம்

இக் காம்பிள்:– சூபரின்டெண்ட் மிஸ்டர் புல்லன் துரை அவர்கள் குடிகளுக்கு வேண்டிய சவுகரியங்கள் செய்து வருகிறார். இதோடு அரிசி மற்ற தான்ய வகையராக்களை சரியான அளவுடன் விற்கவும், நல்ல சரக்குகளும் விற்க கண்டிப்பான ஆர்டர் அடுத்துத் தருகிறார். லபின்களில் நாய்கள் வைக்கப்படாதென்று கண்டிப்பான உத்திரவு.

கனம் பவுரிங் துரை யவர்கள் தப்பு படி வைத்துக் கொண்டு சந்தையில் தான்ய வகையராக்கள் விற்கும் ஆசாமிகளுக்கு போதுமான தண்டனை விதித்துவருகிறார்.

சேலத்தில் பிளேக் வியாதியை முன்னிட்டு இவ்விடம் சானிட்டேரி போர்டார் அதிக சிரத்தை எடுத்து குடிகளுக்கு அந்நோய் அணுகாதபடி வேண்டிய சவுகரியத்தைச் செய்து வருகின்றார்கள். இதைப்பற்றி யாவரும் நன்றியரி தலுள்ள வந்தனம் செய்கிறோம்.

கேப்டன் லாபோர்ட் துரையவர்கள் சிக் லீ வின்பேரில் 6–மாதத்திற்கு சீர்மைக்குப் பிரயாணமாய் விட்டனர். திரும் புங்கால் டாங்க் மைனில் அலுவல் வகிப்பாரென்று தெரிய வருகிறது.

தமிழன் புத்தகாபிவிர்த்தியின் நன்கொடை பெட்டியை திரந்த கனம் L. P. ஆரோக்கியசாமி பிள்ளைக்கு அத்தியந்த வந்தனம் சமர்பிக்கிறோம்.

இவ்விடம் பூர்வதர்மமாகிய சத்தியமார்க்க பூர்வ சரித்திரத் தைப்பற்றி ஆங்காங்கு அன்பர்களை சந்தித்து கனம் இராகவர் அவர்கள் எப்போதும் மனச்சோர்வு கொள்ளாமல் உள்ள துள்ளபடி நீதிநூற்களி னாதாரப்படி விஷயங்களை கேழ்ப்போர் பிரமிக்கும்படியாக போதித்துவருகின்றார். இவரின் போதனை

யால் அனேக அன்பர்கள் இருட்டறையை விட்டு வெளிச்சத்தை நோக்குகின்றார்கள்.

உரிகம் கன்னிமாநகர் வாசி,

22.4.1910 **ச. மு. இரா. ஆ.**

28 செப்டம்பர், 1910

188. கோலார் கோல்ட் பீல்ட்ஸ்

காலவியல்பு:– தற்போது ஒவ்வோர் வேளைகளில் சிறுமழை பெய்கிறது. பகலில் வெயிலதிகம். காற்றுந் துவக்கமா–யிருக்கிறது. அகவிலை மிகவிலையே.

தென்னிந்திய சாக்கைய பௌத்த சங்க தர்ம சகாயநிதி மீட்டிங்

மாரிகுப்பம் தென்னிந்திய சாக்கைய பௌத்தசங்க ஹாலில் செப்டம்பர் மாதம் 18ந்தேதியிலும், 21ந்தேதி புதன்கிழமையிலும் Mr. M. Y. முருகேஸம் உபாஸகரவர்கள் Mr. ஆர்காடு இராஜு முதலியாரவர்கள் அக்கிராசனத்தின் கீழ் கூடிய மீட்டிங்கில் 9ம் மாதம் வரவு செலவு பாக்கி முதலாய விஷயங்களை வாசித்தபின் கம்மிட்டி மெம்பர்களி லொருவராகிய இரங்கசாமி நாயுடு அவர்களின் பிளாஸ்டர் கோவிந்து முதலியார் பிளாஸ்டில் அடிப்பட்டு இறந்துவிட்ட விஷயங்களை கமிட்டியாரால் ஆலோசிக்கப் பட்டு இறந்துவிட்டவரின் மனைவிக்கு 25 ரூபாய் கொடுக்க தீர்மானித்தார்கள். இன்னொரு மீட்டிங் 25.9.10 ஆதிவாரம் காலை நடக்கும்.

மேற்படி தர்ம சகாயநிதி யதிபர்கள்.

சபாநாயகர் ம–ள–ள–ஸ்ரீ M. Y. முருகேஸம் உபாஸகர் அவர்கள்.

உதவி சபாநாயகர் ம–ள–ள–ஸ்ரீ ஆற்காடு இராஜு முதலியார் அவர்கள்.

காரியதரிசி ம–ள–ள–ஸ்ரீ C. குருஸாமி உபாஸகர் அவர்கள்.

உதவிக் காரியதரிசி ம–ள–ள–ஸ்ரீ தி. ஆ. பார்த்தசாரதி செட்டியார் அவர்கள்.

பொக்கிஷாதிபர் ம–ள–ள–ஸ்ரீ A. P. பெரியசாமி புலவர் அவர்கள்.

Bill Collector கனம் M.P. நயினா பாளையம் உபாஸகர் அவர்கள்.

கமிட்டி மெம்பர்கள்

1. Mr. O. M. பாபு மேஸ்திரி.

2. '' A. மாணிக்க முதலியார்.

3. '' R. L. உமாபதி உபாஸகர்.

4. '' இரங்கசாமி நாயுடு.

5. '' கிருஷ்ணசாமி முதலியார்.

6. '' S. முத்துசாமி மேஸ்திரி

7. '' ஷேக் இப்ராஹிம் சாயபு கண்டிராக்ட்டர்.

8. '' M. பாளையம்.

9. '' சுந்தரம்.

10. '' நாராயணசாமி.

11. '' வெள்ளையன்.

12. '' ஏ. முனுசாமி உபாஸகர்.

13. '' P. முனுசாமி உபாஸகர்.

14. '' சத்திய மங்கலம் சின்னதுரை.

15. '' மேல் இராமசாமி.

16. '' காளத்தி முதலி.

17. '' C. பெருமாள்.

வருகிற வாரம் சபையின் தீர்மானத்தையும்

சகாய நிதி ரூல்ஸூம் வெளியிடப்படும்.

சாக்கைய பௌத்த சங்கம்:– வெகு ஒழுங்காய் நடைபெற்று வருகிறது.

வித்தியாபிவர்த்தனி வாசகசாலை:– நாளுக்குநாள் விர்த்தி யடைந்துவருகிறது.

கௌதமா ஸ்கூல்:– மேற்படி சங்கத்தாரால் ஏழைப்பிள்ளை

களுக்கு இலவசமாய் கல்வி கற்பித்து வருவதோடு மாலை 5 மணிக்குமேல் சங்கீதங்களும் கற்பித்து வருகிறார்கள்.

வந்து சேர்ந்தனர்:- சீர்மையிலிருந்து 20.09.10 சாம்பியன் ரீப்ஸ் அஷியர் ஆபீஸர் Mr. ஸ்டே பீல்டன் துரையவர்கள் தமது பத்தினியாருடன் வந்து சேர்ந்துள்ளார்.

கனகமலை சித்தன்

28 செப்டம்பர், 1910

189. கடிதத்தடை

சென்னை

மயிலைத்தமிழ னென்னும் அன்பரே, தாமெழுதியுள்ள சாமியார்மீது சாதிவருவதும் அன்னோர் மாணாக்கர் கண்டு கோணக்கூத்தாடுவது மாகியச் செயலில் புத்தபிரானைக் கண்டித்துப் பேசினாரென்பதில் எத்தகைய நூலா தாரத்தைக் கொண்டும் எச்செயலைக் கண்டித்துப் பேசினா ரென்றும் கண்டித்துப் பேசிய மொழியைக் கண்டெழுது வீரேல் அதன் காரணகாரியத்தைத் தெள்ளற விளக்குவாம்.

ப.ர்.

மாரிகுப்பம்

மானநஷ்டக்கேசைக் கண்டு களித்த அன்பரே! கேண்மின். இத்தகைய வீண்விஷயங்களை நமது பத்திரிகையில் வெளியிடுதல் அழகின்மெயால் அவற்றை விலக்கிவிட்டோம். வீணர்கள் வாக்கையும், பொய்யர்கள் போக்கையும் திரணஞ் செய்யாதிருப்பீராக.

ப.ர்.

28 செப்டம்பர், 1910

190. மாவலி அமாவாசி தன்மப் பிரசங்கப் பிரகடனம்

ஸ்ரீ அகண்ட சச்சிதானந்தப் பரபிரம்மமாம் ஆதிநாதனருட் பெற்றிலகும் அன்பர்க ளனைவருக்கு மறிவிப்பதி யாதெனில்:–

திருப்பதியென்றும், திருவேங்கடமென்றும் வழங்கிவரும் மாபலிபுரத்தை யரசாண்டுவந்த மாபலிச்சக்கரவர்த்தி பரிநிப் பாணமுற்ற வருஷோற்சவம் 1910ம் வருஷம் அக்டோபர் மாதம் 3ந்தேதி சோமவாரம் (மாவலி அமாவாசி) வருகிறபடியால் அன்று மாலை 6 மணிக்குமேல் மாரிகுப்பம் 9வது சனி யருகிலுள்ள தென்னிந்திய சாக்கைய பௌத்த சங்கத்தில் ஸ்ரீமந் M. ராகவர் அவர்களால் ஸ்ரீ திருப்பாணாழ் வார் சரித்திரமும், மாவலி அமாவாசி தன்ம விபரமும் பிரசங்கிக்கப்படும். சத்புருடர்க ளனைவரும் தங்களிஷ்ட ருடன் விஜயஞ்செய் தேகப் பிரார்த்திக்கின்றனம்.

மாரிகுப்பம்,
தென்னிந்திய சாக்கைய
பௌத்த சங்கத்தார்.

உத்தரவின்படி,
C. **குருசாமி உபாஸகர்,**
காரியதரிசி.

28 செப்டம்பர், 1910

191. கோலார் தென்னிந்திய சாக்கைய பௌத்த தர்ம சகாய நிதியின் தீர்மானங்கள்

கோலார்:– மாரிகுப்பம் 9வது கனி யருகிலுள்ள தென்னிந்திய சாக்கைய பௌத்த சங்க ஆலில் 25.9.1910 ஆதிவாரம் கூடிய மீட்டிங்கின்போது 9 மாச விஷயங் களையும் வரவு செலவுகளையும் வாசிக்கப்பட்டது.

9 மாதத்திய வரவு	ரூ. 630 9 0
ஆஸ்பத்திரிக்குச் சென்ற 98	
பேருக்கு உதவி சம்பளம்	ரூ. 326 8 0
பிளாஸ்டி லடிப்பட்டு மாண்டவரின்	
மனைவிக்கு	ரூ. 25 0 0
குதிக்கால் சதைப் போய்விட்ட	
ஒருவருக்கு உதவி	ரூ. 22 4 0
தர்மசகாயநிதியின் இருப்பு	ரூ. 259 13 0
தர்ம சகாயநிதிக்கு வரவேண்டிய	
பாக்கி	ரூ. 211 8 0

சராசரி 500 மெம்பர்க ளிருக்கிறார்கள்.

உத்தரவின்படி,

C. **குருசாமி உபாசகர்**, செக்ரிடேரி.

5 அக்டோபர், 1910

192. தர்ம சகாயநிதி சட்டங்கள்

சபாநாயகர்

சபைக் கூட்டுங்காலங்களில் முதன்மெயாக விருந்து சகல காரியாதிகளையும் பார்த்துவருவதோடு தர்மசகாயநிதி க்ஷீணத் திசைக்கு வராவழிகளை எடுத்தோத வேண்டும். கணக்குகளும் தீர்மானங்களும் சரியாயிருக்கிறதாவெனப் பார்க்க வேண்டும். பார்வை யிடுங்காலத்தில் பொக்கிஷா திபர் வரவு செலவு புத்தகத்தில் கையெழுத்திட வேண்டும்.

உதவி சபாநாயகர்

சபாநாயக ரில்லாத காலத்தில் மேற்படி விஷயங்களை நடத் தத்தக்கவராவார்.

காரியதரிசி

1. தர்மசகாய நிதியின் கணக்குகளை சரியாய் வைக்க வேண்டும். பிரதிமாதமும் (அடிப்பட்டவர்கள்) ஆஸ்பத்திரியில் வருபவர்களுக்கு சம்பளம் கொடுப்பதைப் பார்க்க வேண்டும். பாக்கியா யுள்ளவர்கட்கு எச்சரிக்கை நோட்டீஸ் கொடுக்கவேண்டும்.

2. வேண்டிய நேரம் சபைக் கூட்டவும் பொக்கிஷாதிபர் கணக்குகளைப் பார்வையிடவும் சகாயநிதியின் விண்ணப் பங்களை கவனிக்கவும் சகாயநிதிக்கு வேண்டிய சகலவித ஏற்பாடுகளைச் செய்யவும் அதிகார முடையவராவார்.

உதவிக்காரியதரிசி

காரியதரிசி இல்லாத காலத்தில் மேற்கண்ட விஷயங்களை நடத்த அதிகாரமுடையவராவார்.

பொக்கிஷாதிபர்

பிரதிமாதமும் பில்கலெக்ட்டர் என்றைக்கும் உதவி பொக்கி ஷாதிபரால் வசூலித்துக் கொண்டுவரும் துகைகளை வரவு புத்தகத்தில் விபரமாய் எழுதிக்கொண்டு மொத்த துகைக்கு பில்கலெக்ட்டர் புத்தகத்தில் கையெழுத்திட வேண்டும். வரவுசெலவுகளை வெகு ஜாக்கிரதையுடன் வைத்திருந்து சபாநாயகர்கள் காரியதரிசிகள் கமிட்டி மெம்பர்கள் விரும்பிய நேரம் யாதொரு தடையுமின்றிக் காண்பித்து பரிசோதகக் கையெழுத்து வாங்க வேண்டும். தர்ம சகாய நிதி நிபந்தனைப்படி காரியதரிசி அல்லது அக்கிராசனாதிபதி முன்னிலையில் சம்பளம் கொடுக்க வேண்டும். காரியதரிசி உத்தரவின்றியும் அக்கிராசனாதிபதி உத்தரவின்றியும் பொக்கிஷாதிபர் யாதொரு செலவும் செய்யக்கூடாது. வசூலில் செலவான துகைபோக மீதியான துகைளை பொக்கிஷசாலையில் சேர்த்துவைக்க வேண்டியது, பாக்கியாயுள்ளத் துகைகளை வரவு புத்தகத்தி லெழுதிவைக்கக் கூடாது, ஆகிய இவைகளுக்கு உத்தரவாத முடையவராவார்.

பில்கலெக்ட்டர் அல்லது உதவி பொக்கிஷாதிபர்

பிரதி மாதமும் மெம்பர்களிடத்தில் பணங்களை வசூலித்து பொக்கிஷாதிபரிடம் சேர்த்து தனது புத்தகத்தில் கையெழுத்து வாங்கவேண்டும். மெம்பர்கள் கொடுத்த துகைக்கு தனது கையெழுத் திட்ட ரசீது கொடுக்க வேண்டும். பாக்கியாயுள்ள மெம்பர்கட்கு காரிய தரிசியவர்கள் கொடுக்கும் நோட் டீசைக் கொண்டுபோய் கொடுக்க வேண்டும். சபைக் கூட வேண்டுமானால் யாவருக்கும் அறிக்கை நோட்டீஸ் கொடுத்து அவர்களுடைய கையெழுத்து வாங்கி வரவேண்டும். இவை முதலிய விஷயங்கட்குக் கடமைப்பட்டவராவார்.

பொக்கிஷசாலை

1,000 ஆயிரம் ரூபாய் வரை Mr. M. Y. முருகேஸம் அண்டு கம்பெனியிலும், அதற்கு மேற்பட்ட துகைளை கவர்ன்மெண்ட் சேவிங்ஸ் பாங்கிலும் சேர்த்துவைக்கப்படும்.

பொக்கிஷ சாலையிலிருந்து பணம் வாங்கும் விதம்

அதிகாரம் பெற்ற காரியதரிசி யவர்கள் சகாயநிதி விஷயமாய் தேவையிருப்பின் பொக்கிஷாதிபர் கையெழுத்துடன் பெறலாம். கமிட்டியார் தீர்மானப்படி சகாயநிதி விஷயமாய் சபாநாயகரும், காரியதரிசி யவர்க ளுத்தரவின்பேரில் பொக்கிஷாதிபர் கையெழுத்துடன் வாங்கலாம். பணம்பெற்ற முகாந்தரங்களை விளம்பர புத்தகத்தி லெழுதிவைக்க வேண்டும்.

கண்டிராக்ட்டர்கள்

a. அதிகாரம் பெற்றக் காரியதரிசியவர்கள் வேண்டு கோளின்படி சபைக்கு வரவேண்டியது.

b. வரமுடியாதபட்சத்தில் தகுதியான காரணங்களை காரியதரிசி யவர்கட்குத் தெரிவிக்க வேண்டியது.

c. மூன்று மாதத்துக்கொருமுறை கணக்குகளை பரிசோதிக்க வேண்டியது.

d. தங்களால் கூடிய பிரயாசை எடுத்து புதிய மெம்பர்களை சேர்க்க வேண்டியது.

பஹிரங்கக் கூட்டம்

6 மாதத்துக் கொருமுறையும், வருஷத்துக் வொருமுறையும் கூட்டப்படும். அக்காலத்தில் வரவுசிலவுகளை பஹிரங்கமாய் வாசித்துக்காட்டப்படும். பாக்கிதாரர்களுக் கெச்சரிக்கையும் செய்யப்படும்.

தர்ம சகாய நிதியின் நோக்கம்

கோலார் கோல்ட் பீல்ட்ஸ் மாரிகுப்பம் கேம்பில் வேலை செய்பவர்களுக்கு அடிப்பட்டு ஆஸ்பத்திரிக்குப் போய் உதவி யில்லாம லிருப்பவர்களுக்கும், அங்கவீனமாகி உதவியின்றி தவிப்பவர்களுக்கும் கனிகளில் தற்செயலாய் மாண்டுவிட்ட வர்களின் மனைவி மக்கள் தாய் தந்தையர்களுக்கும் உதவி செய்யும்பொருட்டு தென்னிந்திய சாக்கைய பௌத்த சங்கத்தார் சில கனவான்களின் ஆலோசனையின்படி ஸ்தாபிக்கப்பட்டது. இந்நிதியில் ஜாதிபேதம் சமயபேதமின்றி சேரலாம். (கம்பனி வேலைக்காரரும் சேரலாம்.)

சகாயநிதியின் நாமதேயம்

தென்னிந்திய சாக்கைய பௌத்ததர்ம சகாயநிதி என்றழைக் கப்படும்.

இருக்குமிடம்

கோலார் கோல்ட் பீல்ட்ஸ் மாரிகுப்பம் 9வது கனியருகில்.

தர்ம சகாயநிதியில் சேரும் விதம்

a. தர்ம சகாய நிதிக்கென்று அச்சிட்ட a பாரத்திலாகிலும், தனிப்பாரத்திலாகிலும் காரியதரிசி யவர்கட்கு விண்ணப்பஞ் செய்துக்கொள்ள வேண்டும்.

b. காரியதரிசி யவர்கள் அனுமதியின்பேரில் பிரவேசக் கட்டணமும், மாதச்சந்தாவும் செலுத்தவேண்டும்.

c. மெம்பராக சேர்த்துகொண்டபின் பிரதி மாசம் தவறாது இருவித சந்தாக்களி லெதையாவது தவறாது செலுத்தவேண்டும்.

சகாயநிதியில் சேர்வதின் பயன்

a. சகாய நிதியில் சேர்ந்தவர்கள் அடிப்பட்டு ஆஸ்பத்திரிக்குச் சென்றதுமுதல் சுகமாய் வரும்வரைக்கும் தினமொன்றுக்கு 0.4.0 நான்கணா வீதமும், 0.8.0 எட்டணா வீதமும் உதவிபுரியப்படும்.

b. அங்கவீனமானவர்கட்கும், தேகம் ஆனியுண்டானவர் கட்கும் ஆஸ்பத்திரி சம்பளம் கொடுப்பதோடி கமிட்டியார் தீர்மானிக்கும் துகையையும் கொடுக்கப்படும்.

c. தற்செயலாய் கனியில் அபாயம் நேரிட்டு மாண்டு விட்டவர்களின் மனைவி மக்களுக்காகிலும், தாய் தந்தையர் களுக்காகிலும் கமிட்டியார் தீர்மானிக்குந் துகையை காரியதரிசி யவர்களின் விசாரணையின்பின் கொடுக்கப்படும்.

5 அக்டோபர், 1910

முக்கியாம்ஸங்களாவன

1. சகாயநிதியில் சேர்ந்தபின் பிரதிமாதமும் தவராமல் சந்தா செலுத்திவர வேண்டும்.

2. மூன்று மாதம்வரைக்கும் சந்தா செலுத்தாவிடில் காரியதரிசி

யவர்களால் நோட்டீஸ் கொடுக்கப்படும்.

3. காரியதரிசியவர்கள் நோட்டீஸ் கண்ட 7 தினத்துக்குள்ளாக பணங்கட்ட வேண்டும் அல்லது தகுதியான காரணம் சொல்ல வேண்டும்.

4. காரியதரிசி யவர்களுடைய நோட்டீஸ் கண்ட 7 தினத்துக் குள்ளாக, பணங்கட்டாமலும், தகுதியான காரணம் சொல்லாமலு மிருப்பவர்கள் தர்மசகாய நிதியின் பாத்தியதை இழந்துவிடு வார்கள்.

5. தர்மசகாய நிதியிலிருந்து நீங்கிவிடப் பிரியமானவர்கள் சபாநாயகருக்காவது, காரியதரிசி யவர்களுக்காவது ராஜிநாமா எழுத வேண்டும்.

6. யாதொரு காரணமுங் காட்டாமல் நீங்கிவிடுபவர்களை தர்மசகாயநிதி நிபந்தனைகளுக்கு மாறாக நடந்தவர்களென் றெண்ணப்படும்.

7. ராஜிநாமா செய்து கொண்டவர்கள் காரியதரிசி யவர் களுடைய (சர்டிபிகேட்) நன்னடத்தைப் பத்திரம் வாங்க வேண்டும்.

8. நீங்கிவிட்ட மெம்பர்கள் திரும்ப சேரவேண்டுமாயின் கமிட்டியார் தீர்மானப்படி சேர்த்துக் கொள்ளப்படும்.

9. நீக்கிவிட்ட மெம்பர்களின் விண்ணப்பங்களை கமிட்டியார் ஒப்புக்கொள்ளாவிடில் சேர்க்கப்பட மாட்டாது.

10. கமிட்டியார் அங்கீகரிக்காத விஷயங்களை விசாரிப்பதில் பிரயோஜனமில்லை.

11. கமிட்டியாருக்கு மேற்பட்ட விஷயங்களை சபாநாயகருக்கு (அப்பீல்) மனு செய்துக் கொள்ள வேண்டும்.

12. விஷஜுரம், வாந்தி, நிமோனியா முதலிய வியாதியால் ஆஸ்பத்திரிக்குப் போய்வந்தாலும் போகாவிடினும் யாது உதவிப்புரியப்படமாட்டாது.

13. அடிப்பட்டு ஆஸ்பத்திரிக்குப் போகாதவர்களுக்கு யாதும் உதவிப்புரியப்பட மாட்டாது.

14. பிரதி மாதமும் 15ந்தேதி சம்பளம் தீர்க்கப்படும்.

15. அவசரமான விஷயங்கட்கு காரியதரிசியின் உத்தரவுபடி வேண்டிய நேரம் சம்பளம் கொடுக்கப்படும்.

16. பத்துபேருக் கதிகப்படாத கமிட்டியின் தீர்மானத்தை ஒப்புக் கொள்ளப்படமாட்டாது.

17. கமிட்டியார் தீர்மானத்தை இரு பிரிவாகப் பிரித்து அதிகம் பேர்வழிகள் அபிப்பிராயத்தையே ஒப்புக் கொள்ளப்படும்.

18. வேண்டிய நேரம் அறிக்கையின் பேரில் சபைக்கூட்ட காரியதரிசியவர்கள் அதிகாரம் பெற்றவராவார்.

19. சந்தா செலுத்துபவர் (பில் கலெக்டர்) உதவி பொக்கிஷா திபரிடம் ரசீது பெறவேண்டும்.

20. ரசீதுகளை பத்திரப்படுத்தி வைக்கவேண்டும். ரசீது பெறா மல் பணம் செலுத்தலாகாது.

21. எவ்விஷயங்களைப் பற்றியாவது சபைக் கூட்ட வேண்டுமாயின் 2 நாளைக்கு முந்தியே காரியதரிசியவர்கட்கு தெரிவிக்க வேண்டும்.

22. சபை கூட்டுங்காலங்களில் லாகிரிவஸ்துக்களை உபயோ கித்து வரக்கூடாது. சுருட்டு, சிகரெட், பீடி முதலியவைகள் குடிக்கக்கூடாது.

23. ஒரு விஷயத்தை ஒருவர் பேசுமட்டும் காத்திருந்து பேச வேண்டும்.

24. அவரவ ரிஷ்டம்போல் நான்கு பக்கங்களிலும் பேசலாகாது.

25. எவ்விஷயமாயினும் பஹிரங்கமாய் சொல்ல வேண்டும்.

26. கமிட்டியார் தீர்மானமின்றி மெம்பர்களை நீக்கப்படாது.

27. தர்மசகாயநிதிக்கு வேண்டிய சிலவுகளை கமிட்டியார் தீர்மானித்தபின் யாவரும் ஒப்புக்கொள்ள வேண்டியது.

28. புதிய மெம்பர்களாய் சேருவோருக்கு உறுதிமொழிப் பத்திரம் கொடுக்கப்படும்.

இருவித சந்தா ஏற்பாடு

a. பிரவேசக் கட்டணம் 4 அணாவும், மாத சந்தா 4 அணாவும் ஆஉ 0 8 0 எட்டணா செலுத்தி பிரதி மாதமும் 0 4 0 சந்தா செலுத்துபவர்கட்கு அடிப்பட்டு ஆஸ்பத்திரிக்கு சென்ற

நாள் துவக்கி சுகமாகும் வரைக்கும் நாளொன்றுக்கு 0 4 0 நான்கணாவீதம் உதவி புரியப்படும்.

b. பிரவேசக் கட்டணம் எட்டணாவும் மாதசந்தா எட்டணாவும் ஆஉ 100 ஒரு ரூபாய் செலுத்தி பிரதிமாதமும் 0 8 0 எட்டணா செலுத்திவருவோருக்கு அடிப்பட்டு ஆஸ்பத்திரிக்குச் சென்று சுகமாகும் வரைக்கும் நாளொன்றுக்கு எட்டணாவீதம் உதவிபுரியப்படும்.

மெம்பர்கள் மாறுதலடைவதைக் குறித்து

கனிகளில் மிஷின்வேலை செய்பவர்கள் அடிக்கடி கண்டி ராக்ட்டர்களிடமிருந்து மாறுதலடைவதால் கண்டிராக்ட்டர்களே ஜவாப்தாரியாயிருந்து ஆட்களின் சந்தாக்களை செலுத்திவர வேண்டும்.

சந்தா செலுத்தாததைக் குறித்து

A. மெம்பர்களாயுள்ள கண்டிராக்ட்டர்கள் சகாயநிதி நிபந் தனைக்கு மாறாக ஆட்களுக்கென்று சந்தா செலுத்தாவிடில் கண்டிப்பாய் யாதும் உதவிப்புரியப்பட மாட்டாது.

B. தர்ம சகாய நிதியிலிருந்து உதவிப்புரியாதவர்கட்கு கண்டிராக்ட்டர்களே ஜவாப்தாரியாக வேண்டும்.

மூலதனத்தைக் குறித்து

A. பிரதி மாசம் செலவானதுபோக மீதிதுகையை தர்ம சகாயநிதிக்கே சேர்த்துவைக்கப்படும்.

B. 5 வருஷகாலம் தர்ம சகாயநிதி நிபந்தனைகளை அநுசரித்து நடப்பவர்கள் நிமோனி, விஷஜுரம், வாந்திபேதி, பிளேக் முதலிய வியாதியால் பட்டு மீண்டவர்கட்கு நிபந்தனைப்படி உதவிப்புரியப்படும்.

C. மேற்குறித்த வியாதிகளில் மாண்டுவிடில் அவரது மனைவி மக்கள் தாந்தந்தைகளில் யாருக்காவது கமிட்டியார் தீர்மானப்படி உதவிப்புரியப்படும்.

D. 10 வருடங்கள்வரை தர்மசகாயநிதியின் சட்டங்களை அனு சரித்து நடப்பவர்கட்கு வேலையில்லாவிடில் 3 மாதம் வரைக்கும் கமிட்டியார் தீர்மானப்படி சம்பளம் கொடுக்கப்படும்.

தீர்மானங்கள்

A. நிதியாதிபர்கள் யாவரேனும் மாறுதலடைந்தால் கமிட்டியார் அபிப்பிராயத்தின்பேரில் தெரிந்தெடுக்கப்படும்.

B. தர்ம சகாயநிதி வருஷாந்தர மீட்டிங்கின் போது வரவு சிலவு இருப்பு பாக்கி முதலியவைகளை அச்சிட்டு வெளிப்படுத்தப்படும்.

C. *2,000* இரண்டாயிரம் மெம்பர்களுக் கதிகப்படாமல் இப்போதுள்ள சந்தாவில் பாதி சந்தாவாக்கப்படும்.

D. கண்டிராக்ட்டர் சகாயநிதியிலிருந்து யாதும் உதவி வாங்காமல் தர்மத்தின் பொருட்டு சந்தா செலுத்துவதால் ஒப்புக் கொண்டிருக்கிறார்கள்.

கண்டிராக்ட்டர்களுக்குள்ள ஏற்பாடு

தர்ம சகாய நிதியிலிருந்து யாதும் உதவியைக் கோராமல் சந்தா செலுத்திவருவதால் கண்டிராக்ட்டர்களுக்கு வேலையில்லாவிடில் கமிட்டியார் தீர்மானப்படி உதவி செய்யப்படும்.

அபராதம்

மீட்டிங் காலங்களில் யாரும் முகாந்தாரமின்றி வராமலிருப்பவர்களுக்கு *040* அபராதம் விதிக்கலாமென ஒப்புக் கொள்ளப்பட்டது.

தென்னிந்திய சாக்கிய பௌத்ததர்ம

சகாயநிதி, மாரிகுப்பம்.

12 அக்டோபர், 1910

193. இரங்கோன்

உலகி லனாவிஷயமான கட்டுக்கதை வைபவங்களின் சாராம் சங்களை விடுத்து பகவன் பகர்ந்த நித்ய ஞானோப தேசங் களை யெடுத்தோதிவரும் தமிழன் பத்திராதிபர வர்களுக் கனந்தவந்தனம்.

ஐயா, இச்சிறியன் தமதுபாலனுப்பிய கடிதத்தை அவசியம் பிரசுரிக்க தமது பெரும்பேற்றைப் பிரார்த்திக்கிறேன். நிகழும் 1910ம் வருடம் செப்டம்பர் மாதம் 7ந்தேதிக்குச் சரியான திராவிடம் சாதாரண வருடம் ஆவணி மாதம் 23ந்தேதி புதவாரம் மாலை 4.30 மணிக்குமேல் இரங்கோன் ஹானரெரி மாஜஸ்டிரேட்டும், முனிசிபல் கமிஷனரும், கனதன வர்த்தகரும், தயாளக்குண வள்ளலுமாகிய யெம்பிரபு ராயபாதூர் பெ.மா. மதுரைப் பிள்ளை அவர்களின் கலாசாலையில் வாசிக்கும் பிள்ளைகள் ''இந்த விர்த் தியார்த்திக ளொற்றுமைச் சங்கமென'' ஸ்தாபித்து ஸ்ரீ விநாயக சதுர்த்தி மகோற்சவத்தை வெகு விமரிசையாக ஒவ்வொரு தினமும் அபிஷேக திருவாராதனை வைபவங் களை நிறைவேற்றி ஐந்தாம் நாளாகிய ஆதிவாரம் மாலை 4 மணிக்கு இந்நகரி லிதுகாறும் பார்த்திராத வண்ணமாக ஸ்ரீலம்போதரன் ரதாரூடராய் வீதிகளில் வலம் வருகவும் இங்கி லீஷ் பாண்ட், சங்கீத மேள வாத்தியங்கள் கோஷிக் கவும், பக்தசிகாமணிகள் அணியாய் நின்று பாசுர கியானங் களாகப் பாடி வருகவும், இரவு 10 மணிக்கு மேற்படி கலா சாலையில் விநாயகக் கடவுள் வந்திறங்க சங்கத்தோர்களால் புஷ்ப தாம்பூலம் பன்னீர் விநியோகிக்க மங்களமாகக் கர கோஷத்துடன் திருவிழா முடிவுபெற்றது. ஆனால் இத்தகைபோல் கலாசாலைப் பிள்ளைகள் பக்தியென்னும் பயிரை விர்த்திச் செய்து மேற்படி திருவிழாவை வருடா வருடம் நடத்திவருவார் களென கோரு பவனாகிய,

இங்ஙனம்

L.S. **இராதாகிருஷ்ணன்,**

M. P. Works, Rangoon.

5 அக்டோபர், 1910

194. ஆசாரம் அல்லது தீட்டென்பது இதுதானோ

1. சூத்திரர் தீண்டின குளத்து ஜலத்தை ஒருங்கே இறைத்து அதில் ஜனிக்கும் ஊற்றுநீரை எடுத்துப் பானஞ் செய்வது மிகு வருத்தமானதால் அது தீட்டல்லவெனவும் முகந்து வைத்த கடத்தின் ஜலத்தை அச்சூத்திரர் தீண்டின் அதைக் கொட்டிவிட்டு மீண்டும் சுலபத்தில் முகந்து கொள்ளக் கூடுமாதலால் அதை மட்டும் தீட்டெனவும் பிராமணர் கூறுகின்றனர். ஆசாராம் தீட்டென்பது இதுதானோ.

2. நியாயாதிபதிகளால் குற்றவாளிகளென்று தீர்மானிக்கப் பட்டு சிறைச்சாலைகளில் அடைக்கப்படும் பிராமணர்களென் போர் சிறைச் சாலைகளில் தாங்களுண்ட பாத்திரங்களை நாடோறும் அலம்பி அவற்றிலேயே போஜன முண்டு வருவதும், அவற்றை எச்சாதியார் தீண்டினும் அவற்றிலேயே போஜன முண்பதும் தீட்டல்லவாம். சிறைச்சாலைகளினின்று விடுதலை யான பின் அப்பிராமணர் சமயல் செய்யும் பாத்திரங்களை சூத்திரர் பார்க்கின் பார்த்தமாத்திரத்தில் அவை தீட்டாயினவென நிஷேதித்து அவற்றை உடைத்தெரிய வேண்டுமாம். ஆசாரம் அல்லது தீட்டென்பது இதுதானோ.

3. பிராமணர் தாம் கருதிய விடத்திற்குச் செல்ல இருப் புப்பாதை ஸ்டேஷன்களில் டிக்கட்டு வாங்கும்போது பறைய ரென்றும், சக்கிலியரென்றும் சொல்லுவோரை பாராமல் ஒருவர் மீதொருவர் நெறுங்கவும் ஒருவர் வேர்வை ஒருவர் மீது வடியவும் மிகுவருத்தத்துடன் நின்று டிக்கட்டு வாங்கி வண்டியின்மீ துட்கார்ந்தபின் அப்பிராமணர் தம் பக்கம் உட்கார்ந்துள்ள அப்பறையர் சக்கிலியோரை நோக்கி அடா ஈனஜாதிப் பயலே மேலே விழாதடா தொடாதடா எனத் தமது ஜாதியினை மேம் படுத்திக் கொள்வதை நாம் பன்முறையும் பார்த்து வருகிறோமே. ஆசாரம் அல்லது தீட்டென்பது இதுதானோ.

4. கடவுளை சொப்பனத்தில் பார்ப்பவர்களாகிய பிராமணர் தாங்கள் இருப்புப்பாதை மார்க்கமாக நெடுந்தூரஞ் செல்ல

நேரிட்டபோது புளியோரை ததியோதனம் முதலிய போஜன வகைகளுடன் வண்டியேறி செல்லுகையில் தம் அருகில் உட்கார்ந்திருக்கும் எச்சாதி யாரையும் கவனியாமல் தாம் கொண்டுவந்த போஜனத்தை யுண்பதை மற்றெச்சாதியார் தீண்டியும் பார்த்துமிருந்தும் போஜனமுண்டு தம்மனைக்குச் சென்றபின் தாமுண்ணும் போஜனத்தை எவர்களும் பார்க்க லாகாதென்று பெருமை பேசிக் கொள்ளுகிறார்கள். ஆசாரம் அல்லது தீட்டென்பது இதுதானோ.

5. பிராமணர் தாம் ஸ்னானஞ்செய்தபின் ஸ்னானஞ் செய்யா திருக்கும் தம்மினத்தவரே தம்மை தீண்டலாகாதென இதர ஜாதியாரிடத்து பகட்டிவாசகம் படித்து தம்மைத் தாமே புகழ்ந்து கொள்ளும் விவேகிகளாகிய பிராமணரில் திரளான பெயர் எவர்களிலும் இழிகுலத்தாராகிய விலைமாதர் மனை களிலும் ஓட்டல்களிலும் மதுமாமிசாதி களுடன் போஜன முண்டுவருகின்றனர். ஆசாரம் அல்லது தீட்டென்பது இது தானோ.

6. சமயல் செய்யும் மட்பாத்திரங்கள் மிகவும் அற்பக் கிரயமுடையதாதலால் அவை சூத்திரரால் பார்க்கப்படுவதினா லேயே தீட்டாயினவென பெருமை சொல்லிக் கொண்டு அவற்றை உடைத்தெரிய வேண்டுமென மொழி கின்றனர். மட்பாத்திரங்களிலும் விலைமிகுந்த செப்புப் பித்தளை பாத்திரங்களோ சூத்திரர் தீண்டத் தீட்டாயினும் அவற்றை உடைத்தெறியாது புளிசாம்பராதிகளால் தேய்த்து அலம்புவதே போதுமானதாம். அவற்றிலும் விலையேறப் பெற்ற வெள்ளி பாத்திரங்கள் சூத்திரரால் தீண்டப்படினும் புளி சாம்பராதிகளால் தேய்க்கின் தேய்ந்து நஷ்டமாகு மெனக் கருதி ஜலத்தினால் அலம்புவதே போதுமெனவும், அதிலும் விலைமிகுந்த பொன் இரத்தினாபரணங்கள் ஜலம்படுமாயின் அவற்றின் மெருகு போய்விடுமென வெண்ணி அவற்றிற்கு தீட்டில்லை யெனவும், வீதிகளிலும் கடைகளிலும் உத்தியோக சாலைகளிலும் ஜலந்தேடி அலம்பி வாங்க அனுகூலிக்காதிருக்கும் ரூபா அணா பைசாக் களுக்கும் ஜலம் பட்டவுடன் பயன்படா தழிந்துபோகும் நோட்டுகளுக்கும் முத்திரை காகிதங்களுக்கும் தீட்டில் லையாம். ஆசாரம் அல்லது தீட்டென்பது இதுதானோ.

7. சூத்திரர் தீண்டின ஜலத்தையும் தீண்டோமென்று பெருமை படைத்துக் கொள்ளும் பிராமணரில் அனேகர் இங்கிலாந்தினின்று செய்துவரும் மீன்எண்ணெயையும், ஆடு மாடு கோழிகளின் மாமிசங்களால் செய்தனுப்பப்படும் பிஸ்கட் முதலிய தின்பண்டங்களையும் பிராந்தி வுஸ்கி முதலிய மயக்க திராவகங்களையும் உண்ணுவதே சுகிர்தமாம். ஆசாரம் அல்லது தீட்டென்பது இதுதானோ.

8. துரைத்தன வைத்திய கலாசாலையில் வைத்திய சாஸ் திரங் கற்று பரீட்சையில் தேர்ந்து வைத்திய உத்தியோகத்தி லமர்ந்திருக்கும் பிராமண வைத்தியர்கள் மூலம், பவுத்திரம், நீரடைப்பு முதலிய வியாதிகளில் வருந்தும் சூத்திரர் பறையர் சக்கிலியர் முதலியவரின் வியாதிகளை பரிசோதித்தும் கத்தியால் வகுந்தும் கழுவியும் அவிழ்தப் பிரயோகஞ்செய்தும் பரிகரித்து வருவதை நாம் பார்த்து வருகிறோமே; ஆசாரம் அல்லது தீட்டென்பது இதுதானோ.

மா. மாசிலாமணி முதலியார்.

12 அக்டோபர், 1910

195. ஆதிகால ஆரியரின் மனோபிராந்தம்

சிறகுள்ள கறையானாகிய ஈசல் செம்மண் நிலத்திலுற்பத்தி யாகும் ஓர்வகை வெண்ணிற எறும்பினமாகும். அவ்வீசல்கள் தாம் வசிக்கவும், தங்குட்டிகள் சிறிதும் அபாயமின்றி பெருகி விருத்தியடைந்து ஆயுள்கால முழுவதும் உயிர்பெற்றிருக்கவும், தம் வாழ்நாட்களில் உட்புறம் உலாவித் திரிவதற்கு வேண்டிய அளவு விசாலமுள்ளதாகவும் அமைத்திருப்பதுடன் தங்களுக்கு ஏதும் அபாயம் நேரிடுவதாக இருந்தாலும் நேரிடுமெனத் தோற்றுமானாலும் அவ் அபாயத்தினின்று தப்பித்துக் கொண்டு வெளிப்பட்டேகிவிட பல வாயல்களை அமைத்து அப்புற்றினுள் வசிக்கும். இது இங்ஙனமிருக்க கடுவிஷமுள்ள பிராணியாகிய நாகசர்ப்பம் மனிதராதி பிராணிகளுக்கு அஞ்சி தன் பிராணனை காப்பாற்றிக் கொள்ள ஈசல் புற்றினுள் புகுந்து அதிலுள்ள ஈசல்களை பட்சித்து அதன்பின் அப்புற்றினுள் வசிக்கும். இத்தேசத்தில் நூதனமாகக் குடியேரிய ஆதிகால ஆரியர் கல்வியறிவு சிறிதுமில்லாத முழுமக்களாக விருந்ததால் இப்பூமியின் மேல்பரப்பின்மீது மனிதர் வசிப்பதைக் கண்டு சர்ப்பம் புற்றினுள்ளிருந்து வெளிப்படுவதைக் கண்டு இப்பூமி–யின்கீழ் ஓர் உலகமிருத்தல் வேண்டுமென்றும், அவ்வுலகத்திற்கு நாகேலாகமென்றும், அங்கு வசிப்பவருக்கு நாகரென்றும் பெயரிட்டனர். அந்த நாகர்களில் எவரேனும் இப்பூலோகத்தைக் காண விரும்பி பூமியின்மீது வர எத்தனித்தபோது அவர்கள் சர்ப்பரூபமெடுத்து ஈசல் புற்றுவழியாக வருகின்றனரென்றும், நாகசர்ப்பம் நாகலோக மனிதரென்றும் எண்ணி அதைப்பற்றி பல கதைகளைக் கட்டி அக்கதைகளை தாமெழுதிய புராணங்களில் சேர்த்து வைத்தனர். இது பூர்வகால ஆரியரின் மனோபிராந்தத்தின் வழுவாகும்.

ம. மாசிலாமணி முதலியார்

19 அக்டோபர், 1910

196. இத்தாலி தேசத்தில் பௌத்த மடம்

ஐரோப்பாக் கண்டத்தைச் சேர்ந்த இத்தாலி தேசத்தில் ஒரு பௌத்த மடம் கட்டப்போகிறதென்றால் ஒவ்வொருவருக்கும் ஆச்சரியத்தை தருமன்றோ. அக்கட்டடத்தைக் கட்ட முயற்சித்திருப்பவர் பிக்ஷு ஞானதிலோகா என்பவர். அவர் ஒரு ஐரோப்பியர். ஜெர்மெனியில் விஸ்பேடன் பட்டணத்தில் பிறந்தவர். அவர் ரோமன் கத்தோலிக் கல்லூரியில் வாசித்து வரும்போது பௌத்த தன்மத்தின் விசாரணை புரிந்துவந்து சிலோன், பர்மா முதலான பௌத்த தேசங்களுக்குச் சென்று அங்குள்ள அறப்பள்ளிகளிலமர்ந்து பௌத்த துறவியாகி 7 வருஷமிருந்தனர். தற்போது அவர் ஐரோப்பிய பௌத்தர்களுடன் சேர்ந்து மலையில் தங்கியிருக்க காலபேதம் சரிப்படுமேல் அங்கு தங்குவர். அவர் இப்போது காட்டுக்கு மத்தியில் ஓர் வீடெடுத்து அதில் தங்கியிருக்கின்றார். அவருக்கு உதவியாக மற்றொரு ஐரோப்பிய பௌத்த துறவியாகிய பிக்ஷு சிலகாரா அவர்களை யழைத்துக் கொள்ளப் போகிறார். தாம் தங்கியுள்ள வீட்டைச் சுற்றி நிலையான கட்டடம் ஏற்படப்போகிறது. அது முடிந்தவுடன் பிரசங்கங்களாலும், மொழிபெயர்ப்பாலும் தாங்கள் கோறிய தன்மத்தை வெளியாக்க நினைத்துள்ளார்கள். இவ் விஷயங்கள் “The Buddhist Review”, “The Century Path” என்னும் பத்திரிகைகளால் தெரியவந்தது.

26 அக்டோபர், 1910

197. தீபாவளி பிரசங்கப் பிரகடனம்

கருணையங் கடலாகிய அறவாழி யந்தணன் அருட்பெற்றி லகும் சற்சங்கத்தா ரனைவருக்கு மறிவிப்பதி யாதெனில்:–

மாரிகுப்பம் தென்னிந்திய சாக்கைய பௌத்த சங்க ஆலில் 1910 வருடம் அக்டோபர் மாதம் 30ந்தேதி ஆதிவாரம் மாலை 6 மணிக்குமேல் ஜனரல் பிரஸிடென்ட் ஸ்ரீமந் எம். இராகவர் அவர்கள் தீபாவளி என்னும் தீபவதி ஸ்நான விளக்கத்தையும் பூர்வ புத்ததர்மத்தையும் பிரசங்கிப்பார். ஆதலால் அன்பர் களனைவரும் விஜயஞ்செய் தேக வேணுமாய்க் கோருகிறோம்.

தென்னிந்திய சாக்கைய	உத்தரவின்படி
பௌத்த சங்கம்	C. **குருஸாமி,**
மாரிகுப்பம்.	உபாசகர்.
K. G. F.	காரியதரிசி.

26 அக்டோபர், 1910

198. கடிதங்களின் தடை

மயிலைவாசி தாமனுப்பியுள்ள ''மடாலயதேசிகர்'' கடிதத்தை சுடாமற் சுட்டுவிட்டோம்.

புதுப்பேட்டைவாசி தாமனுப்பியுள்ள ''நாவலருக்குக் காவலே'' னென்னுங் கடிதத்தை வெளியிடுவதாற் பயனில்லை பலருக்கும் பயன்றருங் கடிதங்களை வரைவீராக.

பெங்களூர் பெ. தருமலிங்கமென்னும் அன்பரே, தாமெழுதி யுள்ளப் பூனைமுகசாமி, யானைமுகசாமி, காளிமுகசாமி, மூளிமுகசாமி யாவும் பொய்யெனத் தமக்கே தெரிந்தும் எமக் கெழுதியுளது வீண்சங்கையேயாம்.

ஆயினும் இந்து மதத்தோர் உலகத்தில் மெய் பேசுவோ ரில்லை யெனப் புராணம் வரைந்து வைத்துக் கொண்டு மேலும் மேலும் பொய்க் குருக்களையும், பொய் மதங்களையும், பொய்ச் சாமிகளை யேற்படுத்திக் கொண்டதுடன் அவர்களது யேற்பாட்டிற் கியல்பாய் மனிதனது தலையை வைத்துக் கொண்டபோதிலும் சாமி, கையை வைத்துக் கொண்டபோதிலும் சாமி, பாதத்தை வைத்துக் கொண்டபோதிலும் சாமியெனத் தொழுவோரின் கருத்தைத் தமிழன் பத்திரிகையில் வரைவது வீணேயாம்.

இந்துக்களென்போர் வரைந்து வைத்துள்ள அரிச்சந்திர புராணத்தில் ஆகாயத்திலுள்ள தேவர்க ளெல்லாங்கூடி பூலோகத் திலுள்ள மனிதர்களில் பொய் சொல்லாதவன் யாரென்று விசாரித்ததில் அரிச்சந்திர னென்னும் அரசனொருவனே பொய் சொல்லாதவனென்று கண்டு கொண்டார்களாம். அப்போது அரிச்சந்திரனிடம் பணம் வாங்க வந்த பாப்பான் முதல் உலகத்திலுள்ள மனுக்கள் யாவரும் பொய்யரென வரைந்து வைத்துக் கொண்டிருக்குங்கால் அரிச்சந்திரன் தவிர மற்றவர்கள் கூறியுள்ள சாமிகளெல்லாம் பொய்ச் சாமிகளென்பதை அவர்கள் புராணத்தைக் கொண்டே தெரிந்துக் கொள்ளுவீராக

ப.ர்.

2 நவம்பர், 1910

199. கார்த்திகை தீபப் பிரசங்கம்

பூசல மெங்கணு மோங்குதற்கரிய நீதியை போதித்த ஆதிபகவ னருட்பெற்றிலகும் அன்பர்கட் கறிவிப்பதி யாதெனில்:–

1910 வருடம் நவம்பர் மாதம் *16*ந்தேதி புதவாரம் மாலை *6* மணிக்குமேல் மாரிகுப்பம் தென்னிந்திய சாக்கைய பௌத்தா சிரமத்தில் ஸ்ரீமத் M. ராகவர், B. P. அவர்களால் கார்த்திகை தீப விபரமும், புத்த தர்மமும், பிரசங்கிக்கப்படு மாதலால் யாவரும் விஜயஞ்செய்தேக வேணுமாய் தங்கள் மேலானகனத்தைக் கோருகிறோம்.

SAKYA BUDDHIST SOCIETY, உத்தரவின்படி,

Marikuppam. C. **குருசாமி, உபாசகர்**

காரியதரிசி.

9 நவம்பர், 1910

200. தீபாவளி கார்த்திகையென்னும் பண்டிகைகள்

இதுவே தீபவதி ஸ்நானம், கார்த்துல தீபமென்று கூறப்படும் இதன் செயல்களோவென்னில், பூர்வ மித்தேசத்தில் பௌத்த தருமம் நிறைந்திருந்தபோது அந்தந்த சங்கங்களிலுள்ள சமண முநிவர்கள் தங்கடங்கள் ஞான விசாரிணை காலங்களும், ஞான சாதனகாலங்களும் நீங்கலாக மற்றய காலங்களில் புற்பூண்டுகளின் குணா குணங்களையும், தானியங்களின் குணா குணங்களையும், விருட்சங்களின் குணா குணங்களையும், கனி வர்க்கங்களின் குணா குணங்களையும், நெய்களின் குணாகுணங்களையும், ஓடதிகளாம் உபரசங்களின் குணாகுணங்களையும், பாஷாணங் களின் குணாகுணங்களையும், நீர்களின் குணா குணங்களையும், மண்களின் குணாகுணங்களையும் ஆராய்ச்சி செய்து சுகபலன் கண்டபோது அத்தேசத்து அரசர்களுக்கும், பௌத்த உபாசகர் களுக்குந் தெரிவித்து அதனை விருத்தி பெறச்செய்து சகல குடிகளுக்கும் உபயோகப்படும் படி செய்வார்கள். அத்தகைய பௌத்த சங்கத்தோர் முயற்சி நாளதுவரையில் ஜப்பான் தேசத் தில் நிறைவேறி வருகின்றது.

இந்திய தேச நடவடிக்கைகள் ஜப்பான் தேசத்திற்கு யெவ் வகையாய் சென்றதென்பீரேல், இத்தேசத்திய திராவிட பௌத்தர்கள் பல தேசங்களுக்குஞ் சென்று தங்கள் வியா பாரங்களை விருத்திசெய்து வந்ததுமன்றி திராவிடருக் குள் சங்கஞ்சேர்த்து சிரமணநிலை கடந்து பிராமண சித்திப் பெற்ற யதார்த்த பிராமணர்கள் ஜப்பான் தேசத்திற்குச் சென்று அவ்விடந் தங்களது சங்கங்களை நாட்டியதுமன்றி மேற்கூறிய உபகார விருத்திகளையுஞ் செய்து வந்தார்கள். அத்தகைய விருத்திகள் யாதெனில்:-

அத்தேச சங்கத்தோர் ஓர் தானியத்தை யேனும், கனிவர்க்கங்களையேனும் கண்டுபிடிப்பார்களாயின் அவற்றை அரசரைக் கொண்டேனும், குடிகளைக் கொண்டேனும் மிக்க

விருத்தி செய்து தானியத்தையோ கனியையோ வேரிடத்திற் சேர்த்து சகல மக்களையுங் தருவித்துப் புசித்து யேழைகளுக் குமீய்ந்து அக்கனிவகையைக் கண்டுபிடித்த முதனாளெனக் கொண்டாடி அதை விடா முயற்சியில் விருத்தி செய்வதற்காய் அதனை கண்டுபிடித்து புசித்த நாளை வருஷந்தோருங் கொண்டாடுவது வழக்கமாம். அத்தகைய நடவடிக்கை நாளது வரையில் அவ்விடத்தில் நடைபெற்று வருகின்றது.

அதுபோலவே நமது தேச பௌத்த சங்கத்தோர் எள்ளினது நெய்யை கண்டுபிடித்து அதைத் தலைமுழுகு தைலமாகவும் பதார்த்தங்களை வருக்கும் நெய்யாகவும் உபயோகித்து சுகங் கண்டத்தின்பேரில் அதனை தங்கள் அரசனுக்குத் தெரிவிக்க அவன் அதனை அதிக விளைவித்து எள்ளிநெய்யெடுத்து தேசக்குடிகளைத் தருவித்து சகலருக்கும்போதுமான நெய் யீய்ந்து அத்தேசத்திலோடுந் தீபவதி நதியில் ஸ்நானஞ் செய்தும் பலகாரங்களைச் சுட்டும் உபயோகித்து சுகபலன் காண்பீர்களாயின் எள்ளை மேலுமேலும் விருத்திசெய்து நெய்யெடுத்து உபயோகித்துக் கொள்ளுங்கோளென்று வுத்திர வளித்ததின்பேரில் சகல குடிகளும் எள்ளி நெய்யாம் எண் ணெய்யை சிரசில் தேய்த்து தீபவதி நதியில் முழுகியதுமன்றி அந்நெயில் பலகாரங்களும் சுட்டுப் புசித்து சுகங்கண்ட நாளை வருஷந்தோறுந் தீபவதி ஸ்நானமெனக் கொண்டாடி பலகாரஞ் சுட்டு அன்பர்கள் வீட்டிற்கு இவர்க ளனுப்புவதும், இவர்கள் வீட்டிற்கு அவர்க ளனுப்புவதுமாகிய வழக்கத்தைப் பெருக்கி எள்ளிநெய்யை விருத்தி செய்துக் கொண்டு வந்தார்கள்.

தீபவதி ஸ்நானமென்பதை தீபவொளி, தீபாவெளி ஸ்நான மென மாற்றிவிட்டார்கள். காரணமோ வென்னில், மாவலி மன்னன் பேரொளியால் தீபவொளியெனக் கொண்டாடிய வார்த்தையைத் தீபவதி ஸ்நானத்தில் மாற்றி எள்ளிநெய்யின் இஸ்நானத்தை மறைத்து தீபாவெளி பண்டிகையென வழங்கி வருகின்றார்கள்.

கார்த்திகைத் தீபமோவென்னில் சமணமுநிவர்களால் ஆம ணக்கு நெய் கண்டுபிடித்து அத்தேசத் தரசனிட மளிக்க அவ்வரசன் இவ்வாமணக்கு நெய்யின் தீபத்தால் குடிகளுக்கும் மற்றும் சீவராசிகளுக்கும் ஏதேனும் துன்பம் விளையுமோவெனக் கருதி அத்தேசத்திலுள்ள அண்ணாந்து மலையினுச்சியில் பள்ளத்தை

வெட்டி அதில் ஆமணக்கு நெய்யைவிட்டு பெரும் வத்திகள் போட்டு தீபமேற்றி இரவும் பகலும் மூன்றுநா ளெறியவிட்டு அவ்விடம் பார்த்தபோது அங்கு சூழ்ந்திருக்கும் ஆடுமாடு களுக்கும் மற்ற பட்சிவகைகளுக்கும் மநுக்களுக்கும் யாதொரு கெடுதியும் நேரிடாதிருப்பதைக் கண்ட வரசன் ஆமணக்குப்பயி றதிக விளைவித்து அதன் நெய்யெடுத்து குடிகளெல்லோருக்குங் கொடுத்து வீடுகடோருந் தீபமேற்றி இருளை விளக்கி வொளியில் வாழ்க்கை புரியுங் கார்த்துலதீப மேற்றுங்கோ ளென்றாக்கியாபித்தான். குடிகள் யாவரும் ஆமணக்கு நெய்யைக் கொண்டுபோய் தங்கள் வீடுகளுக்குள் அத்தீபத்தை யேற்று வதற்கு பயந்து வெளியிலே மூன்றுநா ளெறியவிட்டு யாதொரு துன்பமுங் காணாது சுகங்கண்ட படியால் வீட்டுக்குள் தீபமேற்றும் வழக்கத்தை யநுஷ்டித்தது மன்றி தேசத்தோர் ஆமணக்கு நெய்யை மாறாது விருத்தி செய்வதற்காக வருஷந்தோரும் கார்த்துல தீபமெனக் கொண்டாடி வந்தார்கள். அப்பெயர் தற்காலம் மாறி கார்த்திகைத் தீபமென்று வழங்கியதற்குக் காரண மியாதெனில்: கார்த்திகை மாதத்தில் ஆமணக்குத் தீபமேற்றியதாதலின் இருளை விலக்கும் கார்த்துல தீபப் பெயரை மாற்றிக் கார்த்திகைத் தீபமென வழங்கி வருகின்றார்கள்.

பௌத்தர்களின் உலகவிருத்திச் செயல்களையே வேஷப் பிராமணர்கள் மாற்றி தங்கள் சுயவிருத்திக்கான யேதுக்களைத் தேடிக்கொண்டபடியால் எள்ளிநெய் விருத்தியும், ஆமணக்கு நெய் விருத்தியுங் கெட்டு நாளுக்குநாள் நசிந்து வருகின்றது.

9 நவம்பர், 1910

201. வேதாந்த சிரவணம்

மிகு விவேகமும், பெருந்தகைமையுமுடைய வேதாந்த சிரவணிகளுக்கு:- வேதாந்த சிரவணிகளே, யான் இதனடியில் எழுதியிருப்பதில் ஏதேனும் உங்களுக்கு ஆட்சேபனைத் தோற்றுமாயின் அவ்வாட்சேபனைகளை உங்கள் குருமாரிடத்தில் கேட்டு உங்கள் சந்தேகங்களை நிவர்த்தித்துக் கொள்ளுங்கள்.

அகண்ட சச்சிதானந்த பரிபூரண சுயம்பிரகாசமா யிருக்கிற பிரமத்தினிடத்திலே அந்தகா ரவடிவாயிருக்கிற அவித்தை யுண்டென்று வேதாந்திகள் கூறுகின்றார்கள். சுயம் பிரகாசம் இருட்டிற்கு விரோதமானபடியால் எங்ஙனம் அவ்விரண்டும் பொருந்தி விளங்கி நிற்கும். பிரமம் அகண்ட பரிபூரணமானதால் அவித்தை வசித்தற் கிடனேது? அவித்தை பொய்ப்பொருளாயின் ஆவரண விஷேப சக்த்திகள் மறைக்கவுந் தோற்றவுங் கூடாதே. அவித்தியா வசத்ததாகிய ஆவரண விஷேப சக்த்திகள் இல்லை யென்றபோது குருவும் வேதாந்த சிரவணமும் நிஷ்பிரயோசனமாகிறதே.

உலகாதி சகல வஸ்துக்களும் மித்தையாயின் வேதமும் மித்தை, வேதாந்த சாத்திரங்களும் மித்தையாகின்றனவே. ஆகவே இவற்றைச் சிரவணம், மனனம், நிதித்தியாசனம் செய்வதால் உண்மெ யெங்ஙனம் விளங்கும். சகலமும் மித்தையானபோது வேதமாத்திரம் மித்தையல்லவென்றும், அதனைச் சிரவணஞ் செய்ய வேண்டுமென்றும் மனம் எவ்வாறு நாடக்கூடும். மனமும் மித்தையெனின், மித்தையாகிய மனம் மித்தையாகிய வேதத்தைச் சிரவணஞ்செய்தால் (குருடனைக் குருடன் துணைபற்றிச் செல்லுவதுபோல) உண்மெ யெங்ஙனம் விளங்கும்.

மேலும் வேதாந்த நூல்களில் ஞானவாசிட்ட மெனப்பட்ட நூல் வசிட்டராலே ஸ்ரீராமருக்கு போதிக்கப் பட்டதென்றும் அதனாலே மனோலயமாகுமென்றும் சொல்லுகின்றீர்களே,

வசிட்டர் அந்நூலை இராமருக்கு என்ன பருவத்தில் போதித்தார் அதனால் அவருக்கு மனோலயம் கைவல்லியமாகியதா, ஆயில் அவர் அந்நூலைச் சிரவணஞ் செய்தபின்னர் காமவசத்தராய்ச் சீதையை மணம் புரிந்ததும் பின் இராவணன் சிறையெடுக்க இராகத்துவேஷாதிகள் மேற்கொண்டு இலங்கையிலுள்ள இராக்கதரைக் கொன்று சீதையைச் சிறைமீட்டதும் அந்நூலினா லடைந்த மனோலயப் பிராப்த்திதானோ. வசிட்டரைப் போலொத்த மகரிஷியை நேரே குருவாகப் பெற்று அவர் வாக்கினாற் சொல்ல சிரவணஞ் செய்த ஸ்ரீமன் நாராயண அவதாரமாகிய ஸ்ரீ ராமருக்கே அந்நூல் பிரயோசனப்படாமல் மனோலய கைவல்லியம் பெறக்கூடாததாக விருக்க என்னைப் போன்ற அற்ப அறிவுடையவர் உங்களைப் போன்ற குருமுகமாய் அந்நூலைச் சிரவணஞ் செய்தால் யாதுபயன் கிட்டும்.

சகலமும் மித்தையாயின் பசிவந்த போது உண்டியையும், நோய்வந்த போது மருந்தும், தாகம் உண்டான போது தண்ணீரும், மோகமுண்டான போது பெண்டீரும் மித்தையோ? மித்தையேல், பிணியாதி பசிநோய் காமநோய் உண்டான போது அருந்தல் பொருந்தலாதி பொருள்களைத் தேடுவதேனோ. அவற்றிற்கு விடைகொடுக்க முட்டுப்பட்ட போது கேட்கிறதார் என வினவின் இதுகாறும் யாருக்கு அல்லது எதற்கு வேதாந்த போதகஞ் செய்துவந்ததோ அவரே அல்லது அதுவே கேட்கிறதென்னுங்கள். உம்மெயே திரும்பியும் வினாவினால் எமது அறியாமெயை ஆதரவாக் கொண்டா உமது வேதாந்தத்தை நாட்டப் போகின்றீர்கள் என போதியுங்கள்.

அரும் பதவுரை

பிரக்ஞை – அறிவு.

குணி – ஊமை.

நிராலம்பம் – ஆதாரம் வேண்டாதது.

விதேகம் – தேக விமோசனம்.

அவித்தை – அஞ்ஞானம், மதிமயக்கு

ஆவரணம் – மறைவு.

மித்தை – பொய்.

சிரவணம் – கேள்வி.

நிதித்தியாசனம் – சிந்திப்பு.

மனோலயம் – மன வொடுக்கம்.

இராகத்வேஷாதிகள் – மயக்கமும், வெகுளியும்.

ம. மாசிலாமணி முதலியார்

9 நவம்பர், 1910

202. கோலார் கிறிஸ்துவடியான் அன்பரே

தாங்கள் எம்பால் வினாவியுள்ள 11 வினாக்களுக்கும் ''சிலோன் ச. வே. பாதுகாவலன் பத்திரிகையில் ஏதோ சொல்லித் தொலைத்த விடையுள்ள பத்திரிகையும். அன்பர் பால்குரோஸ் நாய்டு அவர்களால் மேற்படி பத்திரிகையில் தூஷணமாக எழுதியுள்ள பத்திரிகை ஒன்றும் ஆக 2 பத்திரிகை தாங்களனுப்ப இன்று 9.11.10 வரப்பெற்றேன்.

கிறிஸ்துவடியான் அன்பரே,

யான் தெரிந்துக்கொள்ள வேண்டி சென்னை ''தமிழன்'' பத்திரிகையில் வினாவியதற்குத் தாங்கள் சிலோன் ச. வே. பாதுகாவலன் பத்திரிகையில் பதில்செய்தது பொருந்தாது. அஃதெவ்வாறெனின் தமிழன் பத்திரிகையில் எமது வினாக் களைப் பார்வையிட்ட நண்பர்கள் அந்த வினாக்களுக்கு வரும் சிறந்த விடைகளையும் பார்க்க ஆசை வைத்திருப்பறன்றோ?

விடை லண்டன், கல்கத்தா, சிலோன் முதலிய பத்திரிகையி லிருக்குமாயின் தமிழன் பத்திரிகையில் 11 வினாக்களைப் பார்வையிட்ட நண்பர்கள் தாங்கள் சிலோன் ச. வே. பாதுகாவலன் பத்திரிகையில் சொல்லித் தொலைத்த விடைகளை எவ்வாறுக் கண்டுத் தங்களது சுவ்வி சாதுரியத்திற்காக மெச்சுவர். ஆதலின் அன்பரே, எம்மாலெழுதிய 11 வினாக்களுக்கும் தாங்கள் விடுத்த விடைகளை சென்னை தமிழன் பத்திரிகையில் வரிசைக் கிரமமாக (பாரா) பிரித்து எழுதி வரும்படிக்குத் தங்களை மிகவும் கேட்டுக் கொள்ளுகின்றனன். எமது வினாக்கள் விஷயத்தில் தாங்கள் எழுதிவரும் விடைகளுக்கும் இனி எம்மாலெழுதி தங்களால் தெரிந்துக் கொள்ளப்போகும் விடைகளுக்கும் தமிழன் பத்திரிகையில் தங்களுக்கு இடம் கொடுக்கும்படிக்கு ஸ்ரீமத் தமிழன் பத்திராதிபதி அவர்களிடத்தில் தக்க ஏற்பாடு செய்திருக்கின்றனன். ஆதலால் யாதும் தாங்கள் பயப்படாமல் தமிழன் பத்திரிகை முன்வந்து எமக்கும் எம்மனோருக்கும்

உற்றுள்ள சந்தேகங்களை நியாயதார தற்கசாத்திர ரீதியாய் விடையளித்து சந்தேக நிவர்த்தி செய்ய வேண்டுகின்றனன்.

2. மறுவாரம் தாங்கள் சொல்லித் தொலைத்த விடைகளி லுற்றுள்ள சந்தேகங்களையும் வினாவப்படும்.

தி. சி. நாராயணசாமி பிள்ளை, H.F.U.

உ.கோ.

16 நவம்பர், 1910

203. சாம்பியன்ரிப்ஸ் பால்குரோஸ் நாய்டு அன்பரே

தெரிந்துக் கொள்ள வேண்டி எம்மால் சென்னை ''தமிழன்'' பத்திரிகையில் வினாவியுள்ள 11 கேள்விகளுக்கும் தமிழன் பத்திரிகையில் விடைகூறி சந்தேகங்களை நிவர்த்திச் செய்து மகிழ்விக்கக் கூடாது. சிலோன் ச. வே. பாதுகாவலன் பத்திரிகையில் தாங்கள் எழுதிய விஷயம் தமிழன் பத்திரிகையின் சந்தாதார் அறிய வெழிதியதைக் காண்க.

(True Copy)

கோயம்புத்தூர் உமணமாநகர் தி.சி. நாராயணசாமி என்னு மொருவர் தமிழன் பத்திரிகையில் செப்டம்பர் மாதம் 14ந்தேதி பத்திரிகையில் ''பிரம்ம வினா''வின்கீழ்;

தமது வரலாறு யாருக்குந் தெரியாதென்பது போல் 11 கேள்வி கேட்டிருக்கிறார். அவர் கேள்விகளைப் பெண்பாலார் கேட்டால் நகைப்பார்களென்று அதற்கு விடை யெழுதாது விடுத்தேனெனினும் தக்க சமயம் நேரும்போது அவருடைய நீலகிரி மலையின் பூரண சரித்திரத்தோடு மறுமொழி எழுதப்படுமென்று அறியக்கடவாராக.

பால் குரோஸ் நாய்டு,

சாம்பியன்ரீப்ஸ்.

பா. கு. நாய்டு அன்பரே,

எனது அன்பர் கிறிஸ்துவி னடியானாவது எமது 11 கேள்விகளுக்கும் ஒன்றுங்குத்தலுமாக ஏதோ சொல்லித் தொலைத்துள்ளார். தாங்களோ எமது 11 கேள்விகளில் ஒன்றுக்கேனும் விடைகூற சக்தியற்று அந்த குறையை பெண்டுகள் மீதேற்றி மேற்கண்ட தூஷணங்களை வரைந்துள்ளீர்கள். அன்பரே தாங்கள் வினாவுக்குத் தக்க விடை யெழுதுவதை விட்டுவிட்டு ஏது யேதோ உளறியிருக்கின்றீரே இதுதானா தாங்கள்

‘‘வியாகரஹணம், தற்கம், மீமாம்சம் முதலிய தற்க நூல்கள் கற்றுதேர்ந்த துணிபு, இதுதானா தாங்கள் கற்ற கல்வியின் பயன்.

அந்நூல்களிருந்து ஊரிலும் தாங்கள் குடியிருந்தறியீ ரென்று உமது பிரயோசன மற்ற வீண் வார்த்தைகளால் தெற்றென விளங்குகிறது.

எமது வினாக்களுக்கு நீர் எழுதிய 2, 3ஆவது வரியில் (தமிழன் பத்திரிகையில் செப்டம்பர் மாதம் 14ந்தேதி பத்திரிகையில்) என்றெழுதியிருக்கின்றீரே அப்படி எழுதுவதுதான் வசன இலட் சணங்கற்ற முறையோ, அல்லது (செப்டம்பர் மாதம் 14ந்தேதி தமிழன் பத்திரிகையில்) என்றெழுதுவது முறையோவென்று மூன்றாம் வகுப்பில் படிக்கும் ஓர் சிறுமியைக் கேட்டாலும் அவள் உம்மை நோக்கி சிரித்துக்கொண்டே இரண்டாவதுதான் சரியென்று சொல்லிவிடுவாளே. குன்றக்கூறேல், மிகபடக்கூறேல் என்னும் விதியைக்கூடத் தாங்கள் பார்த்ததில்லையா? மேலும் எமது கேள்விகளுக்குப் பதில் கூறாமல் நீர் எழுதியுள்ள விஷயங்களை தற்கசாத்திரம் படித்த வித்துவான்கள் நோக் குவார்களாயின் அதாலே நகைத்து விடுவார்கள் என்பதை அன்பர் கிறிஸ்துவடியானிடத்துத் தற்காலம் படித்துவரும் மாணாக்கர்களிடத்தில் கேட்டுப் பாரும் கோதுகள் விலங்கும். அவர்கேள்விகளைபெண்பாலார்கேட்டால்நகைப்பார்களென்று அதற்கு விடை யெழுதாது விடுத்தேனென்கிறீர். அன்பரே என்ன அவ்வாறு கனவு கண்டீரோ? அல்லதென்ன வெரும்வாயை மென்றீரோ? அன்பரே, ஏட்டுச்சுரைக்காய் கரிக்காகுமா? கேள்வி களுக்கு பதிலெழுதி ஏனையவர்களை மகிழ்விப்பதை விட்டு விட்டு வீண்வார்த்தைகளையெழுதி யேட்டை நிறப்பிய வசனங் களைப் பார்த்து (3, 4–ம்) வகுப்பில் படிக்கும் சிறுமிகளும், உபாத்தியாயர்களும், தற்கசாஸ்திரம் படித்த வித்துவான் களும் நகைக்கின்றார்களே அதற்கென்ன சொல்லித் தொலைக்கப் போகிறீர்?

அன்பரே, வினாக்களுக்கு விடையெழுதித் தங்கள் கல்வி சாதுரியத்தைக் காட்டி எம்மெய்த் தேற்றாமல் தென்னை மரத்துக்குத் தேள்கொட்ட பனைமரத்துக்கு நெறிகட்டிய தொப்ப வெழுதியிருக்கின்றீரே இதுதானா தாங்கள் இலக்கண விலக்கியம் கற்றுத்தேறியத் தெளிவு!!

அன்பரே, தக்க சமயம் நேரும்போது அவருடைய நீலகிரி மலையின் பூரண சரித்திரத்தோடு மறுமொழி யெழுதப்படு மென்றும், விளக்கியிருக்கின்றீர். இதுதானா எமது கேள்விக்கு பதில் அந்தோ! அன்பரே என்ன பயின்டின்மீது கவனமாக தூங்கி விழுந்துக்கொண்டே எழுதிவிட்டீரோ தூங்காதே! தூங்காதே! அன்பரே எழுந்து மீசையை முறுக்கிக் கொண்டு எமது *11* கேள்விகளுக்கும் விடைகூறி தமிழன் பத்திரிகாபி மானிகளையும் ஏனைய நண்பர்களையும் மகிழ்வித்துப் பின்பு நீலகிரி சரித்திரத்தை உண்மெயாக வெழுதும். இல்லா விடில் அன்பரே, கோர்ட்டில் கைக்கட்டிக் கொண்டு அபராதத்திற்கும், அபவாதத்திற்கும் ஆளாக நேரிடும். நிற்க அன்பரே, எமது கேள்விகளுக்கும் விடை கூறுவதாகக் கூறியுள்ளீரன்றா? தாங்கள் எழுதும் விடைகளையும் யான் மறுவார முதல் தங்கள்பால் கேட்டுத் தெரிந்துக் கொள்ளபோம். முக்கிய வினாக்களுக்கு எழுதும் விடை களையும் தடைசெய்யாமல் பிரசுரிக்கும்படிக்கு கனம் தமிழன் பத்திராதிபரிடத்தில் தக்க ஏற்பாடு செய்துள்ளோம். ஆதலால் தமிழன் பத்திரிகையிலேயே வினாக்களுக்குத்தக்க விடையெழுதி யெமது சந்தேகத்தை நீக்கும்படிக்குத் தங்களைக் கேட்டுக் கொள்ளுகின்றனன்.

T. C. நாராயணசாமி பிள்ளை, H. F. U. உ.கோ.

16 நவம்பர், 1910

204. இராம அயனமே சாம அயனமாம்

அன்பரே இராமரென்னும் அரசருடைய சரித்திரம் புத்த பிரான் காலத்திற்குப் பின்பே தோன்றியுள்ளதென்பதை வால்மீகர் கூறியுள்ள இராமாயணம் ஆரண்யபருவம் பதினைந் தாவதத்தியாயத்தில் அநுமார் பௌத்த வியார சிறப்பைக் கூறியுள்ள சுலோகத்தினாலும், வசிஷ்டர் இராமருக்கு போதித்த துரதிஷ்டம் உத்தாலகன் கதையில் புத்தர் தாமரை புட்பத்தில் உழ்க்கார்ந்ததுபோல் உத்தாலகன் உழ்க்கார்ந்தானென்னும் உறுதி மொழியாலு முணர்ந்துக் கொள்ளலாம்.

இராமாயணம் கிரேதாயுகத்தில் நடந்தது திரேதாயுகத்தில் நடந்ததென்பதற்கு தக்க சரித்திர வாதாரங்களேனும், செய்யு ளாதாரங்களேனுங் கிடையாது. ஆனால் இராமனென்னும் அரசனிருந்ததும் மெய், அவருக்கு சீதையென்னுந் தங்கையும், இலட்சமணரென்னும் தம்பியும் இருந்ததும் மெய் அவருக்கு வசிஷ்டரென்னும் புத்தகுருவிலிருந்து ஞானோபதேசஞ் செய் ததும் மெய் அம்மூவரும் அவரது சத்தியோபதேசத்தில் நிலைத்து பன்னக வியாரத்தில் தங்கி பணிரண்டு வருடங் கடந்து தந்தையின் சொற்படி தேசஞ் சென்று அரசை யேற்று சிலகாற் சென்று மடிந்ததும் மெய்யே.

மற்றப்படி சீதையை ராமருக்குப் பெண்சாதியென்று யேற்பட்ட சரித்திரம் விஷ்ணுவே இராமரென்னும் அவதாரங் கொண்டுள்ளாரென்று கூறுகிறபடியால் விஷ்ணுவின் மதமும் அக்கதைகளும் இராமாநுஜர் காலமாகும் இருநூறு வருடங் களுக்குட்படத் தோன்றிய கதையேயாதலின் அக்கால் இலங் கையில் பத்துத்தலை ராவணனிருந்ததுங் கிடையாது. அயோத்தியாபுரியை ராமராண்டதுங் கிடையாது. அதனால் சீதையை பத்துத்தலை ராவணன் பூமியுடன் தூக்கிக் கொண்டு போனானென்று வால்மீகர் கூறியுள்ளதும் பொய், சீதையை ராவணன் கையைப் பிடித்துத் தூக்கிக் கொண்டு போனானென்று கம்பர் கூறியுள்ளதும் பொய்.

இவ்விருவரையும் பொய்யரென்று கூறிய காரணம் யாதென் பீரேல் அவர்களது புராண சரித்திரங்களைக் கொண்டே கூறியுள்ளோம்.

அப்புராணமோ யாதெனில், அரிச்சந்திர புராணமேயாம். அதிற் கூறியுள்ளவை யேதெனில், பூலோகத்தில் பொய்ப் பேசாது மெய்ப் பேசுகிறவர்கள் யாரென தேவர்கள் உசாவிய போது அரிச்சந்திரன் ஒருவனே மெய்யன் மற்றய யாவரும் பொய்யரென்று தீர்த்துள்ளபடியால் வால்மீகரும், கம்பரும், பொய்யருள் சேர்ந்துவிட்டது கண்டு சீதையை பூமியூடு தூக்கிச் சென்றதும் பொய், கையைப்பிடித்துத் தூக்கிச் சென்றதும் பொய்யெனத் துணிந்துக் கூறியுள்ளோம். பத்துத் தலையையுடைய ஓர் மனிதனும் இருந்திருப்பானா மற்றய மனிதர்களைப் போல் அவனது செயல்களும் நிகழ்ந்திருக்குமா வென்பதைக் கூர்ந்து உசாவுவீராயின் மெய் சரித்திரங்களையும், பொய் சரித்திரங்களையும் எளிதில் அறிந்துக்கொள்ளலாம்.

ப.ர்.

16 நவம்பர், 1910

205. கார்த்துல தீபமென்னும் கார்த்திகை தீப மாற்றம்

பூர்வ பௌத்தர்கள் காலத்தில் கார்த்துல தீபமென்று வழங்கி வந்த மொழி தற்காலம் கார்த்திகைத் தீபமென மாற்றி வழங்கி வருங்கால், ஆமணக்கு நெய் கண்டுபிடித்த காலத்தையும், அதனாற் றீபமேற்றி கார்த்துல தீபங்கண்ட காலத்தையும் விவரமாகப் பத்திரிகையில் வரைந்து வந்ததின் பேரில் சென்ற 1909 வருடம் நவம்பர் மாதம் 26 தேதி கார்த்திகை தீபமும், 27ந்தேதி விஷ்ணுவாலய தீபமுமெனக் குறித்திருந்தவர்கள் 1910 வருடம் நவம்பர் மாதம் 16ந்தேதி சர்வாலயத்தீபமென்றும், 17ந்தேதி விஷ்ணுவாலயத் தீபமென்றுங் குறித்துவிட்டு டிசம்பர் மாசம் 14ந்தேதி அண்ணாமலைத்தீபமென மாற்றி வைத்து சிலர் தீபமேற்றி டப்பாஸ் முதலியது சுட்டு கொண்டாடி விட்டார்கள். சிலர் வருகிற கார்த்திகைக்குத் தீபமேற்றவும் டப்பாஸ் சுடவும் கார்த்திருக்கின்றார்கள். இதனை யெவ்வகையாக மாற்றினும் அண்ணாந்துமலை அண்ணாமலையென மாறினும் அஃது பௌத்தர்களது வியாரம் வியாரமேயாம்.

23 நவம்பர், 1910

206. கடிதம் - வியாபாரச் சங்கம்

ஸ்ரீமாந் பத்திராதிபதி யவர்கட்கு வந்தனம்.

ஸ்ரீமான்களாகிய கி.தே. இந்திரவேல் பிள்ளை முதலியவர்கள் ஏற்படுத்தியிருக்கும் வியாபாரச்சங்கமானது நடைப்பெறுமானால் நம்மவர்களும், நமது பின்னடியார் களும் க்ஷேமமுற மிகவும் நல்லவழியென உண்மெயாய் விளங்குகிறது. பொறாமெயற்ற கிறிஸ்தவர்களும், இந்துக்களுமாகிய நம்மவர்கள் இது விஷயத்தில் பின்னடையாமல் முயன்றால் கொண்ட கருத்து முடிவுற்று ஒவ்வொருவரும் நல்ல இலாபமடைந்து நாளுக்கு நாள் விருத்தியடையலாம். அறியாமெய்க்கு ஆட்பட்டு தெரியாமெய்க்கு தொண்டுபூண்டு அந்தகாரத்திற்கு வந்தனஞ் செய்தலையும் சில அறிவிலிகள் மேற்படி வியாபார சங்கத்தில் சேரினும் ஏனையவர்கட்கு கெட்டமதி புகட்டி மெம்பர்களாக வொட்டாமல் தடங்கல் செய்வதாகவும் தன்மநீதியாகிய பௌத்த பேதமறியா பரமபாதகரால் பல துன்மதி செய் வதாகவும் கேள்விப்படுகின்றனன். அந்தோ! அவர்கள் அறிவிருந் தவாரென்னை!! அறிவிலிகள் எக்கேட்டை செய்யினும் ''முயற்சி திருவினையாக்கும்'' ''தெய்வத்தானாகாதெனினும் முயற்சி தன்மெய்வருந்த கூலிதரும்'' என்பதை கைப்பற்றி நடப்பது புத்திசாலிகள் கடன். மேற்படி சங்கம் சென்னையில் நடைபெற்றால் நம்மால் பிழைத்து நம்மால் சகல சுகமும் பெற்றுக் கொண்டு நம்மெக் கீழ்சாதியென்று இழிவு கூறிக் கொண்டே நம்மாலடையும் இலாபத்தில் தமது மனைவி மக்களை பொன்காய்த்த மரம்போலுடுத்தி உலாவச் செய்யும் அந்த விரோதிகள் நாணமுற நாம் சகல விதத்திலும் இலாப மடைந்து க்ஷேமமுறுவோம்.

அதுகொண்டு நமது தாய் தந்தை மனைவி மக்கள் முதலானோர் நல்ல க்ஷேமமுற்று சுகவழியில் என்றும் வாழ்வார்கள். அஃதெவ்வாறெனின்:- சென்னையிலும் ஏனைய ஒவ்வொரு தேயத்திலுமுள்ள ஒவ்வொரு கனம் பட்லர்களும், கூக்குகளும்,

பதார்த்தகுண பண்டிதர்கள் தினம் தங்களுக்கு வேண்டிய சரக்குகளை நம்மைக் கீழ்ச் சாதியாரென்று கூறும் அவர்கள்பால் பெற்று அவர்களை நாளுக்குநாள் நாம் ஈடேற்றுகிறோம்.

மேற்படி வியாபாரச் சங்கத்தில் மேல்கண்ட ஒவ்வொரு வரும் மெம்பர்களாய் வியாபாரம் நடைப்பெற்றால் நம்மெத் தாழ்த்திக் கொண்டே நம்மால் பிழைக்குமவர்கள் அடையும் இலாபத்தை நாமடைந்து எவ்விதத்திலும் இரண்டு பணம் உள்ளவர்களாய் ஜீவிப்போமென்பது சிறுவனாகிய நான் சொல்லாமலே விளங்கும்.

S. T. R. ஏசுதாஸ், ஷேர் – *1.* ரூ.*1000*

கோயமுத்தூர்,

11.11.1910

S. T. R. **ஏசுதாஸ், சோக்றா**

23 நவம்பர், 1910

207. ஒரு சோதிடருக்கு நேர்ந்த கேடு

ராஜமஹேந்திரத்திலிருக்கும் ஜெகநாதய்யங்கார் என்ற ஒரு சோதிடனின் திறமைக்காக மதராஸ் கவர்ன்மெண்டாரால் 50 ஏக்கர் நிலம் இனாமாய் விடப்பட்டிருந்ததாம். இந்த 50 ஏக்கர் நிலம் விடப்படும் விஷயமாய் இவருக்கும் மதராஸ் கவர்ன்மெண்டாருக்கும் விவகாரங்கள் நடந்து முடிவாகு முன்னரே, இந்தியா கவர்ன்மெண்டிலிருந்தும், மதராஸ் கவர்ன் மெண்டிலிருந்தும் தனக்கு ஆர்டர் கிடைத் திருப்பதாய் முன் மதராஸ் கவர்ன்மெண்டு அண்டர் செக்ரட்டெரியாயிருந்த மிஸ்டர் போரின் கையெழுத்துள்ள ஆர்டரைக் கொண்டு கோதாவரிக் கலெக்ட்டரிடம் காண்பித்து தனக்கு 700 ஏக்கர் நிலம் உடனே விடவேண்டு மென்று கேட்டாராம். ஆனால் அந்த கவர்கள் ராஜமஹேந்திரத்திலேயே போஸ்ட் செய்யப்பட்டிருந்ததைக் கண்ட மிஸ்டர் ராபர்ட்ஸன் என்ற கலெக்ட்டர் சந்தேகங் கொண்டு விசாரிக்குமளவில் இது சிருஷ்டனையென்று தெரியவந்ததாம். அந்தச் சோதிடரின் வீட்டைச் சோதனை போட்டபொழுது சில கவர்ன்மெண்டுக் கவர்களும், கவர்ன்மெண்டு நோட்டுப் பேப்பர்களும் அகப்பட்டன வாம். அந்த சோதிடர் அரஸ்ட் செய்யப்பட்டிருக்கிறார். யானைதன் தலையில் மண்ணைவாரிப் போட்டுக் கொண்டவிதமாய் பேராசை பெருநஷ்டமென்ற பழ மொழிக்கிணங்க அய்யங்கார் அகப்பட்டுக் கொண்டார்.

தன்னுடையக் காலபலனைக் கண்டறிந்து நடவாத சோதி டருஞ் சோதிகளி னிடத்தை நன்கறிந்தவராமோ.

30 நவம்பர், 1910

208. கடிதங்களின் தடை

கனம் தி.நா. அவர்கள் தங்கள் கடிதந்தடை யாயினவென் றாயாசங் கொள்ளற்க. காரணம், தம்முன் தோன்றியவர் தமது வினாக்களுக்கு விடையளிக்க வியலாதவரென் றுணர்ந்தும் வினாவியதை வீணென்று விடுத்தோம்.

கனம் டி.டி.நா. அவர்கள் கடிதம் ஊமை எழுத்தும், வணங்காவெழுத்தும் என்னூலுள் வாசித்துள்ளாரோ அந்நூலின் பெயரைக் குறித்து இவரது சங்கையையும் வினவுவரேல் கண்டும் விளக்குவாம்.

கனம் தமிழபிமானி தாம் வினவிய சங்கைகள் விசேஷித்ததாயினும் அவைகளை உணர்ந்து வுசாவலே உத்தமமாகும். அதாவது, வடமொழியுந் தென்மொழியும் ஒருதாயிடந் தோன்றிய இரு சகோதரிகளே யென் றெண்ணல் வேண்டும். அவற்றுள் மொழி, குணசந்தி பெறவேண்டிய இடங்களில் வட அட்சரம் மருவியும், மொழி குறுக்கல் விகார மடையுமிடங்களில் தென் அட்சரம் மருவியும் வருவதியல்பாம், மகட பாஷையினின்று 57 மொழிகள் திராவிட பாஷையில் வழங்கிவருகின்றது. திராவிட பாஷையினின்று 17 மொழிகள் சீனபாஷையில் வழங்கிவருகின்றது. இவைகள் யாவும் கால சேர்க்கை சம்மந்தமும், பிறிவின் மறைவுமேயாகும். சித்திரை யென்பது மேஷம், ஆடுயென்னும் பொருளைத்தரும். வைகாசி யென்பது இரிஷபம், எருது யென்னும் பொருளைத்தரும், அதுபோல் அற்பிசி யென்பது துலாம், தராசு யென்னும் பொருளைத்தரும். பொருட்களைக் கொண்டு அட்சரங்களை யுணர்தலும், அட்சரங்களைக் கொண்டு மொழிகளை யுணர்தலும், இலக்கிய வியல்பென்று நமது தமிழபிமானி யுணர்ந்து ஐற்பிபிசி யென்று வழங்கலாமா, அற்பிசியென்று வழங்கலாமா வென் றறிந்துக் கொள்ளுவாராக.

பெயர் என்பது ஒருமொழி, சொல் என்பது ஒருமொழியாக விளங்க நிற்பதைப் பளிங்குபோற் கண்டும், அவைகள் பகுக்கக்கூடியப் பதங்களென்றுணர்ந்தும் பெயர்ச்சொல் பகுபதமா பகாப்பதமா வென்னில் பகுபதமேயாம். மரம் எனும் பெயர்ச்சொல் பகுபதமா பகாப்பதமா வென்ற விடத்துப் பகாபதமேயாம். இவைகள் யாவும் இலக்கண வாசிரியரை யடுத்துக் கேழ்க்க வேண்டிய பாடங்களேயன்றி பத்திராதிபர்களைக் கேட்பதும் விடை பெறுவதும் வீணேயாம்.

ப.ர்.

30 நவம்பர், 1910

209. கடிதங்களின் தடை

கனம் தொண்டரி லொருவர் ஐயா நாவல ரிருவரில் என்னா வலர் சிறந்தோரென்று தமிழனைக் கேட்பதிற் பயனில்லை. விவேக மிகுத்தோர் தராசுகளைக் கொண்டு நாவலர்களை நடுத்தெருவில் நிருத்துவிடுவீராயின் நன்கு விளங்கும்.

கனம் ஜே. அருளாந்தென்னும் அன்பரே, தாம் வினாவியுள்ள சங்கை பச்சமிகாண்டம், பிராந்தமி காண்டமென்னும் நூற் களினின்று எழுதியுள்ளீரா அன்றேல் புரோட்டிஸ்டாண்ட் கிறிஸ்தவர்களின் பழைய யேற்பாட்டினின்று எழுதியுள்ளீரா அவற்றைக் கண்டெழுது வீரேல் விவரந் தெரிவிப்பாம்.

கனம் A. பால்குருஸ் நாயுடென்னு மன்பரே, தாமெழுதியுள்ள கடிதம் அவிரோததிற்காதார மற்றுள்ளனபடியால் தடை செய்துவிட்டோம். விரோத விருத்தி அன்பையும் ஆற்றலையுங் கெடுத்து இருவருக்கும் விரோதந்தழைப்பதுடன் அவரவர்களின் அன்பர்களுக்கும் விரோதந்தழைத்து ஆற்றலற்று விடுவார்கள்.

அத்தகைய விரோதச் சிந்தனா வழூஉச் சொற்களால் பத்திரிகைக்குப் பங்கமுண்டாவதுடன் பல்லோர் பழிப்பிற்கும் யேதுவாவது கண்டு இருவர் கடிதங்களையுந் தடை செய்து விட்டோம். கற்றோரைக் கற்றோரே காமுறுவ ரென்னு முதுமொழிக்கிணங்க யிருவரு மவிரோதிகளாய் அன்பு பாராட்டுவதே யழகாம். அவிரோதமற்று விரோதம் பெருக்குங் கடிதங்களைப் பத்திரிகைகளில் வெளியிடுவது பயனில்லை யாதலின் அவிரோதம் உந்துவீராக.

அன்றேல் நமது பத்திரிகையில் வெளியிட்டுள்ள அன்னோரது பதினோரு வினாக்களுக்கும் விடைகளை நியாயவாயலாகவும், சகோதிர வாஞ்சையாகவும் வரைந்தனுப்புவீரேல் தடையின்றி வெளியிடக் கார்த்திருக் கின்றோம். அதுவே தார்க்கீக தோர ணைக்கும் அழகாகும்.

கனம் பரசுராமனவர்கள் தங்களது வேண்டு கோளுக்கியைந்து சிற்சில கடிதங்களையும் தமிழனிற் காட்டது தடை செய்து விட்டோம்.

கனம் G. அப்பாதுரை யென்னும் அன்பரே, தமது கடிதம் சிலருக்கு சந்தோஷத்தையும், பலருக்கு ஆயாசத்தையும் உண்டு செய்யும். ஆதலால் தாங்க ளத்தகைய வாயாகத்துக் குட்படா திருக்கக் கடிதம் தடையாயினவென் றறிக.

ப.ர்.

7 டிசம்பர் 1910.

210. ஜாதிபேதமும், கிறீஸ்துவேதமும்

ஜாதிபேதம் இந்தியாவில் மட்டும் உண்டு, அதிலும் தென்னிந்தியாவில் அதிகம் உண்டு. இந்துக்கள் பல ஜாதிகளாகப் பிரிவினையுற்றிருக்கின்றார்கள். ஒருவருக் கொருவர் ''நான் உயர்ந்த ஜாதி, நீ தாழ்ந்த ஜாதியெனப் பகைகொண்டு சகோதர வாஞ்சையும், பிறர் சிநேகமு மற்றுத் தவிக்கின்றார். இந்த ஜாதிவேற்றுமை இந்தியாவில் ஆல விருட்சத்தைப் போல வேரூன்றியிருப்பதற்குக் காரணம் இந்துமதம். இந்து சமயத்தில் முதன்மையாய் நிற்கிற பாகம் ஜாதி வகுப்புத்தான். இச்சாதி வகுப்பு இந்துமத கட்டடத்துக்கு மூலைக்கல்லா யிருக்கிறது. இந்து ஒருவன் பொய்யனாய், திருடனாய், விபசாரனாய், கொலை பாதகனாயும் இருக்கலாம். ஆனால் ஜாதியை மட்டும் விடாமலிருக்க வேண்டும். அப்போ தவனை இந்து சமயத்தானென்று ஒப்புக்கொள்வதில் ஆட்சேபம் இல்லை. இங்ஙனமாக ஜாதிவேற்றுமை இந்து சமயத்துக்குச் சொந்த பொருளாயிருக்கிறது. கிறீஸ்துவேதம் ஜாதியைப் பற்றிப் பிரவர்த்திப்பதென்னை? ஒன்றுமில். ஜாதி வேற்றுமையைப் பற்றிய ஒரு தோற்றம் அல்லது ஒரு ஜாடை அதிற்கிடையாது. எல்லா மனிதர்களும் ''ஏவையின் மக்கள்'' என ஜெயபேரிகை அடிக்கின்றது. கடவுளைக் கிறீஸ்தவர்கள் பரமபீதா வென்றழைக்கிறபோது பிதாவின் பிள்ளை களாகிய மக்கள் யாவரும் ஒருவர்க்கொருவர் சகோதரர் ஆகின்றார்கள். இது சத்தியம். இந்த சித்தாந்தத்தைக் கிறீஸ்தவர்களில் சிலர் பாழாக்கிக் கடவுள் பிதா தன்மையற்றவரென, தாங்கள் அநுசரித்து வரும் ஜாதி வேற்றுமையால் எண்பித்துக் காட்டுகின்றார்கள். அந்தோ! இதென்ன பரிதாபம், விபரீதம். கத்தோலிக்குக் கிறீஸ்தவர்களுக்குள் ஜாதி கிறீஸ்தவர்கள் இற்றைய வரையில் ஜாதி அநுசரிக்கிறது. தாங்கள் அநுசரித்துவரும் கிறீஸ்து வேதத்திற்கும், கிறீஸ்தவர்க ளென்கிற சிறந்த நாமத்திற்கும் பழிப்பாயிருக்கிறது. ''கிறீஸ்தவன்'' என்றால் கிறீஸ்துநாதரின் போதனையின்படி

நடக்கிறவன் என்பது பொருள். ''ஜாதி'' என்பதற்குப் பொருள் வேற்றுமை யென்பதாம். மனிதரா யுள்ளவர்களின் சகோதரத் தன்மையைப் பிரித்து ஒருவருக்கொருவர் பகை மூட்டுவதே ஜாதிவேற்றுமை. இந்த ஜாதி வேற்றுமையாகிய வித்தியாசம் இந்து சமயத்தவருக்கே உரியதும் அவர்களது வேத கோட்பாடும் முற்பிறவியில் செய்த ஊழ்வினைப் பயனால் இப்பிறவியில் உயர்ந்த ஜாதியாகவும் தாழ்ந்த அல்லது இழிவான ஜாதியாகவும் பிறக்கிறார்களென்பது அவர்களது சித்தாந்தமென்பதை விளக்கிக் காட்டியிருக்கின்றோம். இந்துக்களுடைய வேத கோட்பாடாகிய ஜாதி வித்தியா சத்தைச் சருவேசுரனுடைய பிள்ளைகளென்று சொல்லும் கிறீஸ்தவர்கள் அநுசரித்து வருவது தவறான காரியம். அதிலும் சில குருக்களும் மேற்றி ராணிமார்களும் இந்த ஜாதிவேற்றுமைக் கிடந்தந்து ஆதரித்துவருவது பரிதாபமும் துக்கமுமானக் காரியம். இதனால் கிறீஸ்தவர்களுக்குள் பிரி வினை யுண்டாகி ஜாதிக் கிறீஸ்தவர்களென்றும் இருவகுப்புகள் ஏற்பட்டன. இந்த ஜாதிக் கிறீஸ்தவர்கள் தங்கள் சகோதரர்களாகிய ஜாதிபேதமற்ற தமிழ்க் கிறீஸ்தவர்களைப் பகைத்து அவர்கள் நன்றாயிருப்பதைக் காணச் சகியாதவர்களாகியும், ஆலயங்களில் கடவுளைத் தொழும் நேரத்திலும் தேவ சற்பிரசாதம் உட்கொள்ளும் சமயத்திலும் அவர்களை அரோசித்துத் தங்களோ டவர்கள் சமமாய் உட்காரவும், தேவ சற்பிரசாதம் வாங்கவும் கூடாதெனக் கலகமிடுகின்றார்கள். இவ்வித துர்க்கிருத்தியஞ் செய்யும் ஜாதிக் கிறீஸ்தவர்கள் சென்னையில் சிலவிடங்களிலும் கோயமுத்தூர், மதுரை, திருச்சினாப்பள்ளி முதலிய விடங்களில் நிறைந்துள்ளார். தற்போது புதுவையில் ஜாதிபேதமற்ற தமிழ்க் கிறீஸ்தவர்கள் கல்வியினும், செல்வத்திலும் உயர்நிலையில் இருப்பதைக் கண்ட ஜாதிக் கிறீஸ்தவர்கள் பொறாமை மேலீட்டால் இருதய ஆண்டவர் ஆலயத்தில் தாங்களே முந்தியிருக்க வேண்டுமென நிகழ்த்திய கலக விஷயமாய் ஜாதி பேதமற்ற தமிழ்க் கிறீஸ்தவர்கள் விழிப்படைந்து கிறீஸ்து வேதத்திற்கு முற்றும் விரோதமாகிய இவ்வித ஜாதிபேதத்திற்கு இடங்கொடுக் கலாகாதென எதிர் மறுத்து நின்றார்கள். இன்னும் நிற்கின்றார்கள். இது விஷயமாக அநேக துண்டு பத்திரங்கள் வெளிவந்திருப்பதையும் பார்த்திருக்கின்றோம். புதுவையில் கடந்த 1909ஆம் ஆண்டு நவம்பர் மாதம் 17ந்தேதி புதன்கிழமை

வெளியான 'சர்வவியாபி' பத்திரிகையில் 'கோயிற் கலகம்' என்ற மகுடத்தின்கீழ் எழுதியுள்ளதை வாசித்துள்ளோம். அவ்வியாசத்தை எழுதியவர் 'ஓர் ஏழைக் கிறீஸ்துவன்' எனக் கைசாத்திட்டிருப்பதால் அதிற் பொருந்தியுள்ள விஷயங்கள் ஏழையுங் கோழையுமாகவே இருக்கின்றன. ஒரு வகுப்பாரை அநுசரித்துப் பேசுவதைப் போல காட்டித் தங்களுக் கிஷ்டமான ஜாதிக் கிறீஸ்தவர்கள் பழயபடி தேவாலயத்தில் மற்றவர்களை இழிவுபடுத்தும் ஜாதி வேற்றுமையை அநுசரித்துக் கொண்டிருக் கலாமென வற்புறுத்திக் கூறுகின்றனர். இன்னும் அதிற் கண்டுள்ள ஒவ்வொரு விஷயங்களும், நியாய விரோதமும் ஒருதலை துணிபுமா யிருப்பதால் அவை அனைத்தும் நியாயப் பதரெனப் புத்திமான்கள் அறிந்து கொள்வார்கள். சில நாட்களுக்கு முந்தி ஓர் உத்தம கத்தோலிக்குக் குருவானவர் தமது சபையின் ஆலயத்தில் ஜாதி வேற்றுமைக்கு இடந்தராது சில நல்ல ஏற்பாடுகள் செய்தார். இதைக்கண்ட ஜாதிக் கிறீஸ்தவர் மனம் பொறாது 'ஜாதிமானத்துக்கு அப்புறந்தான் மற்ற ஏற்பாடுகள்' எனப் புலம்பித் திரிந்தார். ஜாதிவேற்றுமை சாத்தானுடைய போதனை யென்பதை யுணர்ந்திருப் பாரேயாயின், இவ்விதம் புலம்பித் தியார். ஐயோ! 'ஒருவரை யொருவர் கனம் பண்ணுங்கள்' என்ற கடவுளின் ஏற்பாட்டுக்கு மேற்பட்டதா இந்த கசுமால ஜாதிமானம். நரகத்துக்குப் போனாலும் போவோம் ஜாதியை மட்டும் விடமாட்டோமென்பதும் ஒரு போக்கு. ஜாதி வேற்றுமை இந்துமத சம்பந்தமென்பது உச்சி பகலிலும் தெளிவாயிருக்க, அதை மறைப்பான் வேண்டி 'தென்னிந்தி யாவில் இரண்டு பதங்கள் வழங்குகின்றன. மதம் என்பது வேறு ஜாதி என்பது வேறு' எனப் பிதற்றுவது என்ன மதியோ! தெரிகிலேம். பிரம்மாவின் முகம், புஜம், தொடை, பாதம் என்கிற இந்நான்கு இடங்களிலிருந்து முறையே பிராமணன், ஷத்திரியன், வைசியன், சூத்திரன் முதலிய ஜாதிவேற்றுமை உண்டாயிருக்கின்றன. 'நாலுஜாதிப் பிரிவும் நானே வகுத்தேன்' எனப் பகவத் கீதையில் கிருஷ்ணன் சொல்லுகிறார். மற்றும் ஜாதிப்பிரிவுகள் ஒவ்வொரு இந்து தேவர்களிடத்திலிருந்து உண்டாயிருப்பதாய்ப் புராணங்கள் கூறுகின்றன. ஒருவனுக்குச் சொந்தமில்லாத பொருளை வேறொருவன் எடுப்பானாகில் அது திருட்டென்னுங் குற்றமாகும். இந்துக்களுக்குரிய ஜாதிபேதம்

என்னும் ஆடையைக் கிறீஸ்தவன் எடுத்துப் போர்த்துக்கொண்டு அது தன்னுடையதென்று பெருமை பாராட்டினால் எப்படியும் அது அன்னியப் பொருளே யொழிய சொந்தப்பொருளல்ல. ஆதலின், தனக்குச் சொந்தமல்லாத ஜாதியை முன்வைத்து ஜாதி கிறீஸ்தவன் என்று வெளிவருவதை விட கிறீஸ்தவன் என்று வருவதே மேலானச் செய்கை. இந்து மதத்தைச் சார்ந்தவன் இந்து என்றும், கிறீஸ்து மதத்தைச் சார்ந்தவன் கிறீ–ஸ்தவன் என்றும், மகமது மதத்தைச் சார்ந்தவன் மகமதியன் என்றும், புத்தமதத்தைச் சார்ந்தவன் பௌத்த னென்றும், வழங்கிவருதல் உலக பிரசித்தம். இவ்விதம் எழுதுவதை விட்டு இந்திய கிறீஸ்தவன், சுதேச கிறீஸ்தவனென் றெழுதாமல் இந்து கிறீஸ்தவனென் றெழுதி வருதல் என்ன பேதமையோ! என் மார்க்கம் இருளின் மார்க்கமல்ல என்று வற்புறுத்திக் கூறிய சத்தியப் பரனாகிய கிறீஸ்தேசு நாதப் பெருமானின் போதனைக்கு இது முற்றும் மாறாயிருக்கிறதல்லவா? இந்து கிறீஸ்தவன் என்று சொல்லுகிறபோது இந்து மதத்தையும், கிறீஸ்துமதத்தையும் அநுசரிக்கின்றவனென்றாகிறதே! இப்படிச் செய்வது கிறீஸ்துநாதருக்கு நிந்தையையும், அவமதிப்பையும் உண்டாக்குவதாய் இருக்கிறது. மகமதியன் தன்னை இந்து மகமதியன் என்று வெளிவருவானா? அங்ஙனம் வெளிவருவனேல், உடனே அச்சமயக் குருக்கள் அவனைச் சண்டாளனென்றே கூட்டத்தினின்று நீக்கிவிடுவார். அப்படியே இந்து பௌத்தன் என்பவனையும் புத்தர் கூட்டத்திலிருந்து நீக்கிவிடுவர். இந்து கிறீஸ்தவனென்று சொல்பவனை ஏன் அச்சமயக் குருக்கள் சபையைவிட்டு நீக்கக்கூடாது. தென்னிந்தியாவாசிகளாகிய ஜாதிக் கிறீஸ்தவர்களின் பிடிவாதமும், இருதய கடினமுமே காரணம் எனப் போக்கி சொல்லிக் குருட்டைப் போக்குவதற்குப் பரிகாரந் தேடாமல் அக்குருட்டுத் தன்மையில் அன்னோரை அழுத்தி நீவிர் குருடராகவே இருக்கலாமெனப் போதித்தல் அறநெறியாகுமா? கிறிஸ்துவானவர் ஜாதி வேற்றுமையையல்ல தேவசிநேகம் பிறர் சிநேகத்தையே போதித்தார். இவ்விரண்டு கற்பனை யால் பழைய வேற்படு, புதிய வேற்பாடென்னும் திவ்ய ஆகமங்களை முடித்தார், தெய்வங்காட்டிய வழியை விட்டு ஜாதிவேற்றுமை யென்னும் இந்த ஏற்பாட்டைச் சிரமேற் கொண்டு ‘முழுபூசணிக்காயைச் சோற்றில் மறைத்ததைப்’ போல

இந்துமத சம்மந்தமாகிய ஜாதிபேதத்தை 'தேசாச் சாரம்' எனச் சாற்றி மயங்க வைத்தல் நீதியாமோ!

'சாதியைப் பெருமையாகச் சாற்றியபேர்களுக்கு வாதைகள் மெத்த வுண்டு. மறுமை யிம்மையி லொன்றில்லை. சோதியைப் பெருமையாகச் சொல்லியபேர்களுக்கு நீதியின் பெருமை யுண்டாம் நிலைமையில் முத்திசேர்வார்.'

மயிலை **பானுபாலன்,** B. K.

8.12.1910

14 டிசம்பர், 1910

211. கடிதங்களின் தடை

B கானல் காம்ப் உடுமலைப்பேட்டை S.T.R. ஏசுதாஸ் என்னும் அன்பரே, தமது கடிதத்தை வெளியிடுவதில் அன்னோர்க் கடிதத்தையும் வெளியிடவேண்டிவரும். அவ்வகை வெளியிடாவிடின் வருத்தமுண்டாம். நமது பத்திரிகை பூர்வ சரித்திரங்களையும், ஞானநீதிகளையும் விளக்குவதாக தெளி தோன்றியதேயன்றி சாமிகளை சிருஷ்டிக்குங் கட்டுக்கதைகளையும், அத்தகையப் பொய்ச்சாமி கட்டுக்களுக்காய் ஓதிய மரத்திற்கு முருங்கக்கிளையை முட்டுக்கொடுப்பது போலெழுதும் ஓயாக் கலகங்களையும் வெளியிடுவதற்குத் தோற்றியதன்று.

புரசைத் திருப்பணித் தொண்டர் தங்களுடையக் கடிதமுந் தடையாயின ஆயாசம் வேண்டாம். சைவ சமயத்திற்காக வுழைப்பவர்களாயினும், வைணவ சமயத்திற்காக வுழைப்பவர்களாயினும் அதன் விருத்திகளை தற்கால சென்ச சென்னும் குடிமதிப்புக்கணக்கால் எளிதில் அறிந்துக்கொள்ளலாம்.

ப.ர்.

14 டிசம்பர், 1910

212. பிரம்மம் வினாவுக்கு விடை

சென்னை, செப்டம்பர் மாதம் 14ந்தேதி வெளியான 'தமிழன்' பத்திரிகையின் 2ஆம் பக்கத்தில் தி. சி. நாராயணசாமி பிள்ளை என்னும் அன்பரொருவர் கேட்ட பிரம்மம் வினாவுக்கு விடை தி. சி. நாராயணசாமி பிள்ளையென்னும் அன்பரே, உமது ''பிரம்மம்'' வினாவின் கீழ்கேட்ட 11 கேள்விகளுக்கும் 11 விடைகளளித்துள்ளோம் அவற்றைச் சீர்தூக்கிப் பார்வையிட்டு உமதபிப்பிராய மின்னதென்று கூறும்படி யாசிக்கின்றோம்.

(1) வினா. பூதியங்களை நிர்மானித்தோன் வாஸ்தவந்தி லொருவனுளனா? வென்றீர்.

விடை: அன்பரே பூதியங்களை நிர்மானித்தோ னொரு வனுண்டு. இலையே லவை நிர்மானிக்கப்பட்டவிதங் கூறுக. தேவனே யிலனேல் மோக்ஷந் தீ நரகில்லை வேதம், பாப புண்ணியங்களில்லை பரனிலையென்போனில்லில், மேவலர்தி யிட்டன்னான் விசுவமெல்லாஞ் சிதைத்துச் சீவனை வதை செய்தாலச் சிதடனென்செய்வான் கொல்லோ? என்றும் தீட்டு வோனின்றி யாமோ சித்திரந் திகழ்பொறப்பாவை, யாட்டுவோ னின்றித் தானே யாடுமோ திவ்வியாழின்; மீட்டுவோனின்றிக் கீதம் விளையுமோ சராசரங்கள், நாட்டுவோனொருவனின்றி நன்கமைந் தொழுகுங்கொல்லோ? என்றும் மாயூரம் மாஜி முனிஷிப் ச. வேதநாயகம்பிள்ளை அவர்கள் தமது நீதி நூலுற் கூறியுள்ளார். இன்னும் இவைபோன்ற அநேக உதாரணங் களுண்டெனினு மிவையே போதுமென நிறுத்தினோமென்று உணர்வீராக.

சாம்பியன் ரீப்ஸ்,

9.12.1910 A. **பால்குரோஸ் நாயுடு**

(இன்னும் வரும்)

14 டிசம்பர், 1910

213. இந்திய தேச பௌத்தர்கள்

பௌத்தர்கள் கவனிக்க வேண்டிய முக்கிய விஷயம் சோதிரர் களே, நமது தேசத்தில் பௌத்தர்களென்றும், இந்துக்களென்றும் இருவகுப்பாருண்டு. அவர்களுக்குள் இந்துக்கள் என்பவருக்குள் சாதியாசார மென்னும் பிரிவினைகளுண்டு. பௌத்தர்களுக்குள் அத்தகையப் பிரிவினைபேதங் கிடையாது.

இந்துக்களென்போர் அவரவர்கள் ஏற்படுத்திக் கொண்டுள்ள அவரவர்கள் தேவதைகளைத் தொழுது அவர்களுக்குப் பூசை நெய்வேத்தியஞ் செய்துவந்தால் மோட்சமும் சுகமும் உண் டென்பார்கள். பௌத்தர்களோ நன்மார்க்க நடையில் சீலத் தைப் பின்பற்றி ஒழுக்கத்தில் நிலைப்போர்க்கு முத்திய சுகமுண்டென்பார்கள்.

இந்துக்களென்போர் அவர்கள் ஏற்படுத்திக் கொண்டுள்ள வேதத்தை நம்புவதுடன் சாதியாசாரம் சமயாசாரத்தில் நிலைத் திருக்க வேண்டுமென்பார்கள். பௌத்தர்களோ, தங்கது பௌத் தாகமப் போதத்தின்படி பாவச் செயல்களை யகற்றி நன்மெய்க கடைபிடித்து இதய சுத்தியுடைய வர்களாகி சருவசீவர்கள்மீதும் அன்பு பாராட்ட வேண்டுமென்பார்கள்.

இந்துக்களென்போர்களுக்கு தங்கள் சாதியா சாரங்களுக் குத்தக்க சாதிப் பெயரும் தொடர் மொழியும் இருப்பதுடன் நெற்றியிலும், கழுத்திலும் சமய சின்னங் களாகும் விபூதி, திருமண், உத்திராட்சம் முதலியன விருத்தல் வேண்டும். பௌத்தர்களோ சகல மநுக்களையும் சகோதரரென பார்த்து சகலரும் ஒற்றுமெயின் வாழக்கை பெற விரும்புதலும் பஞ் சபாதகங்களை யகற்றி வாழ்தலே பௌத்த சின்னமென் றெண்ணி பஞ்சசீலத்தையே தியான மாகக் கொண்டு அம் மேறை நடப்பார்கள். அதன் செயல் களைக் கொண்டு சென்னை சாக்கைய பௌத்த சங்கத் தோர்களும், கோலார் சாக்கைய பௌத்த சங்கத்தோர்களும், பெங்களூர் சாக்கைய

பௌத்த சங்கத்தோர்களும், செக்கின்றாபாத் சாக்கைய பௌத்த சங்கத்தோர்களும், திருப்பத்தூர் சாக்கைய பௌத்த சங்கத்தோர்களும், இரங்கூன் சாக்கைய பௌத்த சங்கத் தோர்களும் அங்கங்கு ஒன்றுகூடி தற்கால மெடுக்க வாரம்பிக்கும் சென்ஸ ஸென்னும் குடிமதிப்புக் கணக்கில் பௌத்தர்களை வேறாகவும், இந்துக்களை வேறாகவும் பிரித்துக் கணக் கெடுக்கும்படி நமது கருணைதங்கிய கவர்ன்மெண்டாரை வினவி பௌத்தருக்கென்று வேறுகலமே பிரித்துக் கொள்ளும் ஏதுவைத் தேடுவதற்காக மேற்படி சங்க ஸ்தாபகரும், பொதுக் காரியதரிசியுமாகிய க. அயோத்தி தாஸப் பண்டிதருக்குத் தங்கடங்கள் யேகவாக்கின் கையெழுத்துக்கள் அநுப்பி அவர் மூலமாக இராஜாங் கத்தோருக்கு விண்ணப்பமனுப்ப இராஜாங் கத்தோரும் அவற்றை நன்காராய்ந்து இந்த சென்ஸஸில் பௌத்தர் களுக்கு வேறு கலம், இந்துக்களுக்கு வேறு கலம் வகுக்கத்தக்க யேதுக்களை செய்துவிட்டு சங்கங்களின் பொதுக் காரியதரிசி க. அயோத்திதாஸப் பண்டித ரவர்களுக்கும் மாறுத்திரம் அநுப்பி விட்டார்கள்.

இத்தகையப் பிரிவினைகளைக் கண்டு நடந்துக் கொள்ள வேண்டியக் காரணங்கள் யாதெனில், சாதிப்பெயர்களும், சாதித் தொடர்மொழிகளும், சமயச் சின்னங்களும் இந்துக் களுக்குரியவைகளே யன்றி பௌத்தர்களுக் குரியவைகளன்றாம்.

ஆதலின் பௌத்தர்களென்று சொல்லுவோர்களை யேனை யோர்கள் நீங்கள் என்ன சாதியென்று கேட்கும் ஆதாரமுங் கிடையாது, அவர்களும் தங்களுக்கு சாதி யாசாரமில்லாதபடியால் தங்களை யோர் சாதியானென சொல்லவுமாட்டார்கள்.

மற்றப்படி பௌத்தர்களென்று கூறியவுடன் அதனை எழுதிக் கொள்ளாமல் பௌத்தர்களை இழிவுபடுத்த வேண்டு மென்றெண்ணி நீங்கள் முன்பென்னசாதி பின்பென்ன சாதியென்றும் பயமுறுத்தியும் கேட்பார் களாயின் தக்க சாட்சி யாதாரங்களுடன் ராஜாங்கத் தோருக்கு விளக்கி அதற்குத் தக்க முயற்சி யெடுத்துக் கொள்ளப்படும். அதுவுமன்றி பௌத்தர்களைத் தாழ்த்தி நாசமடையச் செய்வதற்காக ஓர் சாதிப்பெயரைக் குறித்து அழைத்தாலும் ஓர் சாதிப் பெயரைக் குறித்து பத்திரிகை களிலேனும், புத்தகங்களிலேனும் பிரசுரஞ் செய்தாலும் வேண முயற்சிகளை நிறைவேற்றப்படும். இவற்றை

இந்தியதேச பௌத்தர்கள் ஒவ்வொருவரும் நன்குணர்ந்து சத்தியதன்மத்தில் நடந்து இராஜ விசுவாசத்தில் நிலைத்து சீர்பெறுவீர்களென்று நம்புகிறோம்.

இங்ஙனம்

சாக்கைய சங்காதிபர்கள்.

21 டிசம்பர், 1910

214. சந்தேக வினா

கனம் A. பால்குரோஸ் நாயுடு என்னும் அன்பரொருவர் கனம் தி. சி. நாராயணசாமிபிள்ளை என்னும் அன்பர் வினாவிய (பிர்ம்மம்) வினா என்னும் தலைப் பெயர் பூண்டுள்ள வினாக்களுக்குள் ஒன்றாகிய பூதியங்களை நிர்மானித்தோன் வாஸ்த்தவத்திலொருவனுளனா வென்றார். அதற்கு மாஜி முனிஷீப் ச. வேதநாயகம்பிள்ளை கூறியுள்ள நீதிநூற் பாடலை சுட்டிப்பேசி உண்டென்று முடித்துள்ளார். அது சந்தேகமே. எவ்வாறெனில், திவ்வியாழியை அருட்டுங் கருவியின் காரணத்தால் கீதம் விளைவ துண்மையே. இவ்வாறே பஞ் சபூதியங்களையும் ஓர் கருவியைக் கொண்டு நிர்மானித்துளரோ அது என்ன கருவி. இப்பூதியங்களை பின்னபேதமின்றி நிகழ்த்துவது ஆஸ்திகர் கூறும் ஆன்மம்தானோ, வேரேதேனும் உண்டோ. இவ்வான்மம் அநாதி என்னும் பிர்ம்மத்தினிடத்து நின்று தோன்றியதென்று ஆஸ்திகர் கூறுகின்றனர். பிர்ம்மம்கெட்டு ஆன்மம் தோன்றியதா, கெடாது தோன்றியதா கெடாமல் தோன்றியதென்றால் அநாதி என்னும் பிர்ம்மம் அடைய முயலுவது என்னமதி. கெட்டுத் தோன்றியதென்னில் அநாதி யென்னும் பிரம்மம் இல்லை யென்பது துணிபு. இவ்வநாதி என்னும் பிர்ம்மம் ரூபவஸ்துவா, அரூபவஸ்துவா, அரூபமென்றால் அரூபவஸ்துவினிடத்து ரூபவஸ்துவாகிய பஞ் சபூதியங்கள் ஜகம் முதலியவை எவ்வாறு தோன்றும். இதன் ஐதீகம் புல்லறிவாளனாகிய எனக்கு புலப்படாததால் கனம் பால்குரோஸ் நாயுடெனு மன்பர் பார்வைக் கனுப்பினால் ஒருவாறு சந்தேகம் நிவர்த்தியாகலாமென்று எழுதலாயினேன்.

கிறீஸ்தவன் நேயன்;

சாம்பியன் ரீப்ஸ்
16.12.1910

ஜி. அப்பாத்துரை பிள்ளை
மில் டிரைவர்,

21 டிசம்பர், 1910

215. கடிதம்

கனந்தங்கிய பத்திராதிப ரிக்கடிதத்திற் கிடந்தர வேண்டுகிறோம்.

சென்ற புதவாரம் வெளிவந்த நமது பத்திரிகையில் பால் குரூஸ் நாயுடென்பவர் பிரம்மம் வினாவிற்கு விடை கூறியிருக் கின்றார். பிரம்மத்தை மூன்று கூட்டத்தோர் மூன்று வகையாக சிந்திக்கின்றார்கள். அதாவது, பிரம்மா முகத்தில் தோன்றி னோரென்னும் பிராமணர்களென்போர் ஒருவகையாகவும், வேதாந்திகளென்போர் ஒரு வகையாகவும் பிரம்ம சமாஜத்தோர் மற்றொரு வகையாகவும் சிந்திக்கின்றார்கள். இவற்றுள் நமது பால்குரூஸ் நாயுடு எவ்வகுப்பைச் சார்ந்தவர், எதையுஞ் சார்ந்தவரன்றென்பாராயின் அவ்வினாக்களுக்கிவர் விடை யெழுத வேண்டிய வேலையில்லை. கிறீஸ்தவராயிருந்து பிர்ம்ம வினாவிற்கு விடையளித்திருப் பாராயின் பிரம்மபத மரியாதாராகவே யெழுதியிருத்தல் வேண்டும். அங்ஙன மின்றி அறிந்தே யெழுதியிருக்கின்றோ மென்பாராயின் ''பிரம்ம'' மெனுமொழி எப்பாஷையில் யாவரால் வரைந்துளது. அதன் பொருளென்னை, ''நிர்மானித்தல்'' எனுமொழி வடமொழியா, தென்மொழியா, அதன் பொருளென்னை என நேயர் கண்டெழுதி சங்கையை நிவர்த்திப்பாரென்று நம்புகிறோம்.

சென்னை

16.12.1910 **கோ. தனபால்**

21 டிசம்பர், 1910

216. கடிதம்

தேவரீர் தமிழன் பத்திராதிபரவர்கட்குப் பணிவான வந்தனம். ஐயா, எமக்கு நேரிட்டுள்ள சங்கையை கனம் பால்குரூஸ் நாயுடு மூலமாகத் தெரிந்துக் கொள்ளும் படியான அவாக்கொண்டு எழுதியிருக்கின்றேன். இதனைத் தமதரிய தமிழனில் வெளி யிட்டு விளக்குவீராக.

அதாவது, தி.சி. நாராயணசாமிப்பிள்ளை யவர்களின் வினாக் களுக்கு விடையளிப்பதாக பால்குரூஸ் நாயுடென் பவர் வெளிதோன்றி ''நிர்மானித்தோன்'' ஒருவனுண்டென வற் புறுத்திக் கூறியிருக்கின்றார் அவற்றுள் நிர்மானியென் பதற்குப் பொருள் மானமில்லாதவன், நாணமற்றவன் எனும் பொருளைத் தரும்.

அல்லது நிருமானித்தோனென்னில் நியமித்தோ னென்னும் பொருளைத்தரும். நியமனமென்பது படையாட்சி நியமனம். தலையாரி நியமனமென்னுந் தொழிலின் ஆட்சியைக் குறிப் பிப்பதாகும். இவ்விரு பேதத்துள் பிள்ளையவர்கள் எது கருத்தைக் கொண்டு வினவியிருக்கின்றார் அதற்கு நாயுடு அவர்கள் யாது விடையளித்திருக்கின்றார் விவரம் விளங்கவில்லை. ஆதலின் நமது பால்குரூஸ் நாயுடு அவர்கள் இவற்றை விளக்கி இலக்கிய விலக்கண வாதாரங்களுடன் தெரிவிப்பரரென் றெதிர் பார்க்கின்றேன்.

டிசம்பர் 15,

புரசைவாக்கம். **வீ, கோபாலன்**

21 டிசம்பர், 1910

217. கடிதம் – பிரம்மம் விடைக்கு எதிரான சங்கை

மாஷிமை தங்கியப் பத்திராதிபரவர்களுக்கு மிக்க பணிவான வந்தனம். 14.12.1910 புதன்கிழமை வெளியான நமது ''தமிழனில்'' பிரம்மம் வினாவிற்கு:–

A. பால்குரூஸ் நாயுடு என்பவர்,

தீட்டுவோனின்றியாமோ
சித்திரந் திகழ்பொற்பாவை
யாட்டுவோ னின்றிதானே
யாடுமோ திவ்வியாசத்தின்
மீட்டுவோனின்றி கீதம்
விளையுமோ சராசரங்கள்
நாட்டுவோ னொருவனின்றி
நன்கமைந் தொழுகுங்கொல்லோ.

என்றும் மாயூரம் மாஜி முனிஷிப் ச. வேதநாயகம்பிள்ளை தமது நீதிநூலிற் கூறியுள்ளாரென்றும் எழுதியிருப்பதைப் பார்த்து எனக்கு ஒரு சங்கைத் தோன்றிவிட்டது. அதாவது, முனிஷிப் ச. வேதநாயகம்பிள்ளை யென்பவர் ஓர்கால் நாட்டு வளங்களைப் பார்க்கப் போனபோது தாம் கண்ட காட்சிகளை யெல்லாம் செய்யுளாக எழுதிக் கொண்டுவந்து தமது இருப்பிடத்தில் பகிரங்க சபை சேர்த்து அறங்கேற்ற ஆரம்பித்ததாகவும், அச்சமயத்தில் பள்ளிக்கூடங் கலைந்து அவ்வழியே போகும் பள்ளிச் சிறுவர்களும் அப்பந்தலைச் சுற்றிநின்று வேடிக்கைப் பார்த்துக் கொண்டிருந்ததாகவும், அச்சமயத்தில் முனிஷிப் அவர்கள் ஆற்றைக் கடந்து சென்றதைக் கூறத்தொடங்கி,

செய்யாற்றுத்தன்னிலே தங்கியான்
சென்றப்பின் னொன்றுக் கேளீர்.

என்றபோது எதிரில் நின்றிருந்தப் பள்ளிச்சிறுவர்கள் ஆற்றில் வெள்ளம் வந்து விட்டிருந்தால் என்ன செய்வீரென்றுக் கேட்டதாகவும், அதற்கு மேற்படியார் ஸ்தம்பித்து நின்று

விட்டதாகவும், சபை முழுவதும் கரங் கொட்டி நகைத்ததாகவும், பிறகு சபை அமைதியானவுடன் ச. வேதநாயகம் பிள்ளை யவர்களின் குமாரத்தி,

செய்யாற்றுக் கரைதனில் தங்கியான்
சென்றபின் னொன்றுக்கேளீர்.

என்று அச்செய்யுளை முடித்ததாகவும், எனது சிறுவயதி லிருந்து அநேகரால் கேள்விப் பட்டுக்கொண்டு வருகிறேன். ஆதலால் ச. வேதநாயகம் பிள்ளை யென்பவரின் 'நீதி நூலை' உதாரணமாய்க் கொடுத்திருந்தப் படியால் இவ்வேதநாயக மென்பவர் பள்ளிச் சிறுவர்களால் நகைக்கப்பட்ட வேதநாயக மென்பவர்தானோ? அல்லது அப்பேருடையவர்கள் வேறே யாராகிலு மிருந்தார்களோ இதை தயவுசெய்து தெரிவிக்கும்படி வெகுவாய் வேண்டிக் கொள்ளுகிறேன். அவரேயாயின் A. பால்குருஸ் நாயுடு என்பவர் எழுதிய நீதிநூல் பயன்படா தென்பது துணிபு. தன்னை சபையில் சிறுவர்கள் இக்கேள்வி கேழ்க்க வருவார் களென்று முன்னமே அறிந்துக் கொள்ள சக்தியற்றவர். எவ்விடத்திலேயோ 'பிரம்மம்' என்பது இருக்கிற தென்றுப் பாடிவிட்டால் இவர் அறிந்த விதமென்னவென்று யாராகிலும் கேட்டால் சிறுவர்கள் எதிரில் ஸ்தம்பித்த மாரிதானே.

BANGALORE

18.12.1910 **Miss. M. Venkatachallam.**

21 டிசம்பர், 1910

218. கனகமணி கடிதக்காரர்

நமது கனந்தங்கிய திராவிடாபிமானி பத்திரிகையில் எழுவாய்ப் பயனிலை கண்டெழுத வரியாக் ''கனகமணி'' யென்னுங் கடிதகீகாரரொருவர் தோன்றி தமிழன் பத்திராதிபரையும் பெரிய சாமிப் புலவர்களையும் பிழைபடக் கூறியுள்ளது பெரும் விந்தையேயாகும்.

அதாவது கனகமணியென்னு மன்பர் ''அதீத ராமாயணத்தில் அநேகம் பொய்தான்'' என ஞான வெட்டியார் கூறியுள்ளதை நன்குணர்ந்து பொய்யை யகற்றி மெய்யைக் கண்டுணராது ஒதிய மரக்கிளை வொடிவதைக் கண்டு முருங்கக்கிளையை முட்டுக் கொடுப்பதுபோல் இராமாயணக் கதையை மெய்ப்பிக்கத் தோன்றியுள்ளார்.

அன்பரே தமிழன் பத்திராதிபருக்கும் பெரியசாமிப் புலவருக்குந் தமிழ் தெரியாதெனக் கூறி, தாமோ மிக்க தெரிந்தவர் போல் நடித்து அவ்வகைத் தெரிந்தெழுதிய கடிதத்தின் முகப்பில் வரைந்துள்ள வாக்கியங்களுக்கு எழுவா யெவை பயனிலை யெது அவை யறியா தெழுதிய தாயினும் தமது கடிதத்தின் பதிமூன்றாம் வரியில் ''மிகப் பொருத்தமுனன்யது'' என்றும், பதினைந்தாவது வரியில் பான்ப்பட்டது எனுந் தமிழ் மொழியை யெங்கெழுதக் கற்றுக் கொண்டீர், இத்தகையத் தமிழெழுதும் வல்லவர்தானோ பேஷ், பேஷெனத் துடைதட்டி கெக்கலிகின்றீர் அதுவும் ஓரறியா வானந்தமாயினுமாகுக.

நமதன்பர் பெரியசாமிப் புலவரெழுதியுள்ளக் கடிதத்தில் சோழன் வேண்டுகோளின்படி கம்பர் கவிபாடியிருக்க பாண் டியன் காலமென்று கூறியுள்ளது பொருந்தா தென்கின்றீர். இராமாயணம் பாடிய காலத்தை அவர் குறிப்பிட்ட தாயின் நீவிர் சோழனது வேண்டுகோளை யேற்றுக் கொள்ளுவது வித்தியாபாசிபோலும். அவைநிற்க இருபெரியோர் இராமா யணக் காதையை வரைந்தவற்றுள் ஒருவர் சீதையைத்

தொட்டுத் தூக்கிப்போயினனென்றும், மற்றொருவர் தொடாது தூக்கிப்போயினனென்றுங் கூறிய கருத்துள் தொட்டே தூக்கி னான் அன்று தொடாமலே தூக்கினானென்னுஞ் சிறப்பை தாங்கள் விவரிக்க வேண்டிய திருக்க கம்பர் கூறியதை வால்மீகர் கூறினாரென்றும், வால்மீகர் கூறியதை கம்பர் கூறினார் என்றும் புலவர் வரைந்ததைப் பெரும்பிழைபோ லெண்ணி பேஷ் பேஷெனக் கூறிவிட்டீர். அங்ஙனங் கூறியுள்ளோர் யாவராயினும் அவ்விருவருள் ஒருவரைத் தூற்றவும், மற்றவரைப் போற்றவும்போமோ. இருவர் கூறியதும் பொய்யாயின் புலவர் கூறியது பழியாமோ. ஒருக்காலும் பழியாகாவாம்.

பொய்யை மெய்யென்று கூறும் புராணிகரைப்போல் இல்லதை யுண்டென்று கூறும் இதிகாசத்திற் குதவியாகத் தோன்றிய கனகமணியென்னு மன்பரே, தமிழன் பத்திரிகையில் எப்பக்கம் எத்தனையாவது வரியில் ''அவனை'' என்றெழுத வேண்டியவற்றிற்கு 'அவனெய்' என்றெழுதியுளது, அவற்றைப் பின்னொளியாது கண்டெழுதுவீராக.

நன்மெய், தீமெய் யென சுட்டுப் பொருளுணர்த்தும் உருவக மொழியின் இலக்கியக் கருத்தும் புறமெய், உண்மெய்யென்னும் உரூபகாய தன்மகாயங்களின் அந்தரார்த்தங்களுக்குரிய ஞான கருத்தும்; நன்மெய் எனு மொழி தன்மகாயத்தைக் குறித்தலால் அதற்காய வெழுத்திலக்கண விதிகளு மனந்தமுண்டு.

தமிழ் பாஷையினை இயற்றியவர் சாக்கைய முனிவர். அதனை வளர்த்தவர்கள் சமண முனிவர்களேயாகும். அத்தமிழினை வளர்த்தவர்களுக்கே அதனட்சர லட்சணங்களும் மொழிகளின் அந்தரார்த்தங்களும் விளங்குமே யன்றி யேனையோர்க்கு விளங்காதென்பது துணிபு.

காரணமியாதெனில், தமிழ் பாஷைத் தோன்றும் போதே உயிரெழுத்தென்றும், மெய்யெழுத்தென்றும் விளங்கி உண் மெய்ப்பொருளை விளக்குவான்வேண்டி ''அறி நமோத்து சிநீதமென'' முகப்பிட்டு அருங்கலை யாய்ந்து உடலுயிற்றின் உணர்ச்சிகண்டு உள்ளத்தை சுத்திகரிக்கும் வழியில் விடுத் திருக்கின்றார்கள்.

உடலுயிர் கொண்ட உறுப்புகளிடத்தே நஞ்சுறுப்பும், அமுதவுறுப்பு மடங்கியுள்ளது போல் உயிரெழுத்து மெய்

யெழுத்தெனத் தோன்றியுள்ள தமிழ் பாஷை யினிடத்தும் நஞ் செழுத்தென்றும் அழுதெழுத் தென்றும் இரு வகையுண்டு.

இவற்றுள் மகர ஐகாரங் கொண்டுவரு மட்சரங்களின் பொருட்களும், மகர எகரமும் யகர வொற்றுங் கொண்டுவரு மட்சரங்களும் வெவ்வேறு பொருள் கொண்டு பேதப் படுதலால் அதனை ஆய்ந்தெழுதுவதே யழகாகும். கனகமணியன்பரே, சமண் முனிவர்கள் வகுத்துள்ள எழுத்தினது லட்சணங்களும், சொல்லினது லட்சணங்களுந் தெரியாவிடில் பெரியோரை யடுத்து தொண்டு புரிந்து தெரிந்துக் கொள்ளுவீராக. அங்ஙனந் தெரிந்துக்கொள்ளா துளருவதில் கம்பனது கவிகளைப் பாடி கரக்கம்பம் சிரக்கம்பம் பெற போற்றுவீரேல் காசு கிடைக்கும். தமிழன் பத்திரிகையை விரோத சிந்தையால் தூற்றுவீரேல் விவேகிகளா லேசுகிடைக்கும்.

ஆதலின் கற்றது கைப்பிடியளவு, கல்லாதது உலகளவென விவேகிகள் வகுத்துள்ளபடியால் கலையற்ற கல்விகற்று நொய்யரிசி கொதித்தாங்காதுக் கொப்பளித்துழிவதுபோல் ஒழியாது விளங்க வேண்டுகிறோம்.

21 டிசம்பர், 1910

219. மாரிகுப்பம் வந்தேனாபசாரப் பத்திரம்

அகிலமெல்லாம் போற்று மறவாழியானாகிய ஸ்ரீ புத்த பிரானருள் மலிந்தோங்கு வடிவாய்வந்த வள்ளலாம் க. அயோத்திதாஸப் பண்டிதப் பூமானவர்கள் பாதக் கமலங் கட்குச் சாஷ்டாங்க நமஸ்காரம்.

ஞானமுடைய கண்ணுதலீர்,

மோன மழைப் பெய்து ஞானப்பயிரோங்கும் சென்னை ராயப்பேட்டையின்கண் ணெழுந்தருளி நமது குல வீடேற்றத்தின் பொருட்டு சகல சாஸ்திரங்களையு முணர்ந்து தமிழன் என்ற அரியப் பத்திரிகையைத் துவக்கி உண்மெக்குத்தாரமா யுழைத்து வருவதைப் புகழாதாரில்லை. பூர்வ தர்மத்தின் பொருட்டும், சாக்கைய பௌத்தர்களின் பொருட்டும், தாங்கள் பாடுபடுவதுபோலும் கோலார் புத்தசங்க ஜனரல் பிரசிடெண்ட் கனம் K. ராகவர்போலும் சிலரெழுந்துப் பாடுபடுவார்களாகில் அஞ்ஞானிகளின் ஆர்ப்பாட்ட மொடுங்கி மெய்ஞ்ஞானம் இத்தென்னாடெங் கும் ஜொலிப்பதோடு புத்த தர்மத்தின் மீது பாசிபோல் மூடியிருக்கும் மதங்களெல்லாம் பாநுகண்ட பனிபோலோடு மென்பது திண்ணம். தென்னாட்டார் கொண்டாடுந் தெய்வமா யெழுந்து பூர்வக் கிரந்தங்களை யெல்லாம் விளக்கிக் காட்டினீர், புத்தர் சரித்திரத்தையும், தர்மத்தையும் விளக்கினீர். இதுவே போதுமான தென்றெண்ணி ஆங்காங்கு சங்கங்களை நிலைநாட்ட உத்தேசித் திருக்குங்கால் ஜாதி குப்பையை சிரம் பூண்டவர்களின் கொறூரச் செயலால் விவேகிகளும் கண்கலங்கி கதறியழ காருண்ய கவர்ன் மெண்டாருக்கு விண்ணப்பமனுப்பி பௌத்தர்களுக்கு கலம் பிரித்து ஏற்கும் பதிலைப் பெற்றதும் பெருமெயே பெருமெ யென்றானந்தக் கரகோஷத்துடன் மும்முறைப் பணிகின்றோம்.

இப்படிக்கு

15.12.1910 **தென்னிந்திய சாக்கைய புத்த சங்கத்தார்,**

மாரிகுப்பம்.

21 டிசம்பர், 1910

220. திருப்பத்தூர் வந்தனோபசாரப் பத்திரம்

ஞானமே யோருருவாய் வந்த பிரம்மஸ்ரீ, க. அயோத்திதாஸப் பூமானவர்கட்கு நமஸ்காரம்:-

வள்ளலீர்,

இன்னிலத்தார் துன்மார்க்கத்திற் கேகாவண்ணம் நன்மார்க் கத்தை போதித்த தருமராஜனாகிய புத்ததேவன் ஆதிகாலத் திலுரைத்த சத்திய தர்மமானது ஆரியரால் மாறுபட்டு இதுநாட்பரியந்தம் யாருக்குமே விளங்காம லிருக்க நீவிர் கண்டுணர்ந்துரைத்ததை நோக்கில் பெரும் ஆச்சரியத்தை யென்னேரமும் விளைவிக்கின்றது. ஈதிங்ஙனமிருக்க தங்களால் வெளியிடும் அரிய தமிழன் பத்திரிகையை பார்த்து வருங்கால் சற்று விளங்கி புத்த சங்கத்தில் சேர்ந்தோம். விசாரணையற்ற சிலர் புத்த தர்மத்தைப் புதிய மதமென்றும் தாழ்ந்த வகுப்பா ரினிமேலேறுவ தெங்ஙனமென்றும் பிதற்ற வாரம்பித்தும் சங்கத்தை நிலைநாட்ட மெத்த பிரயாசை யெடுத்துழைத்து வருகின்றோம். அன்றியும் உயர்தரப் படிப்பாளிகளாகிய B. A. முதலியவர்கள் பௌத்தர்களைத் தங்களைப்போ லரவணைத்து புத்த தர்மத்தை யேற்றுக் கொள்ளுகின்றனர். ஆயினும் நமது சங்கங்கள் காருண்ய கவர்ன்மெண்டில் சாங்ஷன் ஆகவில்லையே யென சிறி தாயாச முற்றிருக் குங்கால் எங்களுடைய விண்ணப்பம் அனுப்பும்படி கேட்டீர். அவ்வாறனுப்பிய சின்னாட் களுக்குள் இவ்வருஷ குடிகணக் கெடுக்குநாளிலே பௌத்தர்களுக்கு தனிஇடம் பிரித்துக் கொடுக்கச் சம்மதித்து மக்கனுப்பிய இராஜாங்கத்தோர் மறுமொழியை 14.12.1910 வெளியான தமிழன் பத்திரிகையில் கண்டானந்தங் கொண்டாடி ஆரவாரத் துடன் உம தளவுபடா அரும்பிரயாசையின் பொருட்டென்னா ளும் நன்றியுள்ள வந்தனத்தோடு கரகோஷ்டஞ் செய்கின்றோம்.

தென்னிந்திய சாக்கைய புத்த சங்கத்தார்,

திருப்பத்தூர், சேலம் ஜில்லா.

15.12.1910

21 டிசம்பர், 1910

221. கடிதங்களின் தடை

ஆஸ்திக நாஸ்திக சம்வாதம் – தங்களுடையக் கடிதம் வருகிற வாரம் வெளியாகும்.

மதுவிலக்கு வீ. மாரிமுத்து தங்களுடையக் கடிதம் தடையாயின வென்றாயாசங்கொள்ளற்க. அந்தரங்கத்திற் குடிப்பவனுங் குடியனே, பயிரங்கத்திற் பல்லோர் நகைக்கக் குடிப்பவனுங் குடியனேயாதலால் இவற்றுள் உயர்ந்தவன் தாழ்ந்தவன் கிடையா.

பால்குரூஸ் நாயுடுக்கும் பிரம்மத்திற்கும் சம்மந்தமென்ன –ஐயா இத்தலைப் யெர்ப் பூண்டக் கடிதம் தமிழன் பத்திரிகையில் வெளிவரமாட்டாது. காரணம், இப்பத்திரிகைக்குத் தாங்கள் போஷகருமன்று, கையொப்ப நேயருமன்று, சாது சங்கத்தவருமன்று, வெறுமனே வேதனாயகனென்று வந்தபடியால் சிறுமனே காததூரங் கிழித்தெரிந்து விட்டோம்.

ப.ர்.

21 டிசம்பர், 1910

222. கடிதங்களின் தடை

ஆரிய தன்மம், ஆரியரென்போர்களை பௌத்த நூற்களில் மிலேச்சரென்று வகுத்துள்ளபடியால் அவர்களது தன்மத்தை நமது பத்திரிகையில் வெளியிடலாகாது.

பௌத்த சங்கை புத்தர் முந்நூறு வருடத்திற்கு முன்பு பிறந்தாரென்றும் வெளியையே நிருவாணமாகக் கொண்டா ரென்றும் அவரது சரித்திரத்தை வாசிக்காமலும் கேட்டறியா மலும் ஓர்போக்கர் மனம் போனவரெழுதிக் கொடுத்துள்ளக் கடிதத்தை வெளியிடுவது வீணேயாம்.

எதார்த்தவாதி, தமது கடிதம் அதிக விரிவாயுள்ளதுமன்றி அதைக் கண்ணுறும் தமிழன் பத்திரிகையின் சத்துருக்கள் துள்ளிக்குதித்து தொப்பென விழுந்து விடுவார்கள். அவி வேகிகளாதலால் மறுப்புக்கூற மதிபற்று, வையவும், புறங் கூறவும் தூஷிக்கவும் ஆரம்பிக்கின்றார்கள். அவர்களுக்கு நியாயபோதமும், எதார்த்தவாதமும் விளங்கமாட்டாது. ஆதலின் தற்காலம் பிறப்பித்திருக்கும் இராஜாங்க சட்டத்தைக் கொண்டு அவர்களுக்கு விவேகமுறுத்த வேண்டுமேயன்றி நீதியின் போதத்தா லடங்கமாட்டார்கள்.

28 டிசம்பர், 1910

223. பிரம்மம் விடைக்கு மேல் வினா

தங்கள தநுபவத்திற் கண்டுக் கூறப்படாது கனம் வேதநாயக விற்பனரின் நீதிநூலி லெடுத்துக் காட்டிய ''தேவன்'' என்னும் அப்பொருள் நியாயாதாரமாக நிக்ஷபமானப்பின்பன்றோ மோக்கம், நரகம், பாவம், புண்ணியம், பரனிலையென்போன், உண்டென்போன், மேவலர், சீவன், அதை யடைபவனும், தீட்டுவோனும், ஆட்டுவோனும், மீட்டுவோனு மாகையால்;

தடையிலா விடையைத் தயையுடனளிக்கப்
படைதனையெடுத்துப் பண்புடன் கொடுத்து
கடையுடன்முடிக்க நன்கியோசித்து
இடைதனிலொன்று மிடரெய்தாமல்
அடைவுடன் (விடை) கொடுத்த லதிக நன்றாம்.

அயையாவன:

1. தேவனென்றா லென்னை?

2. அது பிரகாசமா? அப்பிரகாசமா?

3. பொருண்மொழியா? வெறுமொழியா?

4. பொருளே லப்பொருளாலதி யாது?

5. எத்தகையது?

6. எந்நிறத்தது?

7. எங்குள்ளது?

8. எப்பிரமாணத்தது?

9. எக்குணத்தது?

10. எச்செயலது?

தி. சி. நாராயணசாமி பிள்ளை H. F.U

உ.கோ.

28 டிசம்பர், 1910

224. முகில் வினா

தேவனே யிலனேல் மோக்கந் தீநரகில்லை
 வேதம்
பாவபுண்ணியங்களில்லை பரனிலை யென்
 போனில்லில்
மேவலர் தீயிட்டன்னான் விசுவமெல்லாஞ்
 சிதைத்துச்
சீவனை வதைசெய்தா லச்சிதடனென்
 செய்வான்கொல்லோ.

என்று கற்பனை யலங்காரத்துடன் பாடிய கனம் வேதநாயக விற்பனர் தமது கடவுளாலாய.

மேகத்தைப்பற்றி,

வேண்டும்போதிற் பொய்யாய் வேண்டா
 தபோது பொய்வாய்
தாண்டுநீ செய்வதெல்லாந் தப்புகளே—
 நீண்டுலகில்
வட்டமுகிலே யுனக்கு 'மாசெ' னப்பே
 ரிட்டோருக்குப்
பட்டமது கட்டுவேன் பார்.

என்றுப் பாடியுள்ளார். இவர் என்ன அவரது 'கடவுளாய' 'மேகத்தை'க் குற்றப்படுத்துகின்றாரா? அல்லது அவரது 'தேவனை'க் குற்றப்படுத்துகின்றாரா? என்பது அடியேனுக்கு நன்கு விளங்கா திருக்கின்றமெயால் தயைசெய்து கற்றறிந்த நண்பர்கள் உள்ளக் கருத்தை விளக்க வேண்டுகின்றனன்.

19.12.10 இங்ஙனம்

Coimbatore P. **பரசுராமன்.**

28 டிசம்பர், 1910

225. பொறாமெக் காய்ச்சல்

தமிழன் பத்திராதிபர் போதித்தறிவு விளக்கிவருவது உண்மெய்யைக் கைப்பற்றி யொழுக முயல்பவருக்கே விளங்குமன்றி ஏனைய அஞ்ஞானிகளுக்கு ஒருபோதும் விளங்காதென்பது திண்ணம். அவரது உத்தமப் போதனையை சீர்தூக்கிப்பார்த்து ஏதேனும் சந்தேக முளதேலதனை உசாவி தெளிதல் நலம். முன்னும்பின் முறணாகத் தோற்றுமாயின் பின்னுமுசாவலாம், அல்லது நாமே புகட்டலாம். அதனைவிட்டு வீணே 'தமிழன்' பத்திராதிபரை தூஷண வார்த்தைகளால் சிலோன் சத்தியவேத பாதுகாவலன் பத்திரிகையில் பொறாமெய்க் காய்ச்சல் கொண்டு தூஷிப்பது அறிஞர்கழகன்று. தர்க்கம் நேர்ந்தால் வினாவுக்கு விடையும், விடைக்கு மேல் வினாவுமாகத் தற்கித்து விஷயஞானங்களை தெரிந்து உஜ்ஜீவிப்பது உலக மக்களுக்குப் பொருந்தும். எக்காலும் ஏனைய பத்திரிகைகளில் வீணே தூஷணமாக யெழுதுவதுதானோ நாம் கற்றுக்கொண்ட படிப்பின் பிரயோசனம். அந்தோ! (கல்வியைக் கற்றபடி நில்) என்னும் மூதுரையை மறந்துப்போகவா நாம் பாடுபட்டுக் கற்றது. தூஷிப்பதை விட்டு நேசிப்பதைத் தொட்டு நடக்க ஏசுவும் சொல்லிச் சென்றாரே அன்பர்களே படிப்பது 'பைபில்' இடிப்பது ஏசுகோவிலா. நிற்க அன்பர் பானுபாலன் B. K. அவர்கள் உண்மெய்க்குத்தாரமாகச் சென்றவாரம் ஜாதிபேதமும் கிறிஸ்துவேதமும் என்று மகுடமிட்டு நீள நினைந்தெழுதியுள்ள விஷயத்தை கத்தோலிக்கு ஜாதி கிறிஸ்தவர்களால் தாழ்ந்த சாதியோரென்று சொல்லப்படும். காத்தோலிக்கு சாதியில்லா கிறிஸ்தவர்கள் கற்பகத் தருவெனக் கரமேற்றும் முத்திரட்டுவதை விட்டுவிட்டு அதற்கு மறுப்பெழுதி தூஷிக்க நினைவு கொண்டாலும் கொள்ளுவார்கள் போலும். ஏனெனில் சிலர் தூஷணத்திலேயே பிறந்து தூஷணத்திலேயே வளர்ந்து காய்ச்சல் கொண்டு தூஷணமே செய்துவருவதால்தான்.

கோயமுத்தூர் — இப்படிக்கு

20.12.1910 — S. P. **பரசுராமன் பிள்ளை**

28 டிசம்பர், 1910

226. இந்தியதேசப் பூர்வக் குடிகளும்

தற்காலம் பஞ்சமரென் றழைக்கப் பெற்றவர்களுமாகிய மேல பாக்கம், பாஞ்சாலம், சாத்தனூர் கிராமக் குடிகள் யாவருஞ் சேர்ந்து கனமுங் கருணையுந்தங்கிய கவர்னரவர்களுக்குக் கொடுத்துள்ள விண்ணப்ப சுருக்கம்.

பூமணம்போன் மலர்ந்து, பொன்னிறமா யலர்ந்து சுவைக்கத் தேனமிர்தாய்ச் சொற்கள் புனைக்கும் ஸ்ரீமானீர் தன்னாமந்தரு பொருத்தம் செந்தமிழ்ச்சீர் மங்களஞ் சிதைவற வாய்ந்து 'தமிழன்' எனுஞ் ஜனோபகார குலாபிமானப் பத்திரிக்கையை வெளியிட்டுவரும் தங்கட் கனேக வந்தனம் தந்தனம். ஐயா, 1910ஆம் வருடம் நவம்பர் மாதம் 18ஆம் தேதியன்று மாட்சிமைதங்கிய கவர்னர் பிரவு அவர்களுக்கு மேல்பாக்கம், பாஞ்சாலம், சாத்தனூர் ஆகிய மூன்று கிராமத்திலுள்ள பஞ்சம ஏழைக்குடிகளாகிய நாங்கள் ஒன்றுசேர்ந்து எழுதி அச்சிட்டு விடுத்த விண்ணப்பத்தை தங்களது மேன்மை பொருந்திய பத்திரிகையினோர் கலத்துட் பிரசரிக்க வெகுவாய்க் கேட்டுக் கொள்ளுகிறோம்.

விண்ணப்பம்

மாட்சிமைத் தங்கிய றைட் ஹானரெபில் ஸர் ஆர்த்தர் லாலி, கே.ஸி.எம்.ஜி., ஜி.ஹி.ஜ.இ கவர்னர் அவர்கள் திவ்ய சமுகத்திற்கு:-

தென்னாற்காடு டிஸ்டிரிக்ட் திண்டிவனம் தாலுக்காவைச் சார்ந்த மேல்பாக்கம், பாஞ்சாலம், சாத்தனூர் ஆகிய இம்மூன்று கிராமத்திலுள்ள ஏழை பஞ்சமர்களாகிய நாங்கள் அனேக சலாம் செய்து எழுதிக் கொள்ளும் விண்ணப்பம் என்னவென்றால்:

தென்னாற்காடு டிஸ்டிரிக்ட் திண்டிவனம் தாலுக்கா விலிருந்து மேல்பாக்கம், பாஞ்சாலம், சாத்தனூர் ஆகிய இம்மூன்று கிராமத்திற்கு வருகிற பாதையில் சுமார் 1,000 ஏக்ரா நிலமும்

1875ம் வருடம் வரையில் எங்களிற் சிலராலும் மற்ற இதர ஜாதிகளாலும் சாகுபடியாகி வந்தது.

2. 1875 முதல் 1877வது வருடம் வரையில் கொடிய பஞ்சம் நேர்ந்தமையால் எங்களிற் சிலராலும் மற்றவர்களாலும் மேற்படி நிலங்களைப் பயிரிட சக்தியில்லாமல் விட்டு விடவே பாரெஸ்ட் இலாகாதாரர் சேர்த்துக்கொண்டார்கள். நெடுநாளாகக் காடு விர்த்தியாகாமற்போகவே மேற்படி நிலமானது காடு வளர்ப்பதற்கு யோக்யதையான பூமியல்லவென்றும், சாகுபடி செய்வதற்கே தக்க பூமியென்று மேற்படி காட்டை எடுத்து விடும்படியாக அப்போது பாரெஸ்ட் டிபார்ட்மென்ட் கமிஷன ராகவிருந்த ஒயர் துரை அவர்கள் 1897ஆம் வருடம் மார்ச் மாதம் 12ந்தேதியன்று கெஜட்டில் பிரசுரஞ் செய்திருக்கிறார். பிறகு பஞ் சமர் களாகிய நாங்கள் முந்தி பயிரிட்ட அந்நிலத்தில் கொஞ்சம் விடும்படியாக டிஸ்டிரிக்ட் கலெக்ட்டர் அவர் களைக் கேட்டுக் கொண்டோம். அதற்கவர் ஓர் உத்திரவுங் கொடுக்க வில்லை. அதனை விசாரிக்குங்கால் மேற்படி கிராமத்து மணியம், கர்னம் அவர்கள் ஆடு மாடுகள் மேய்வதற்கு இதைவிட வேறு ஜாகா கிடையாது, அதற்காகவே முக்கியமாக இதனை விடப்பட்டிருக் கிறதென்று சொன்னார்கள். இன்னமும் அதேவிதமாகச் சொல்லிக் கொண்டும் அதிகாரிகளுக்கு ரிப்போர்ட் எழுதிக் கொண்டும் வருகிறார்கள். ஆனால் ஏறக்குறைய 30 ஏக்ரா நிலம் அதில் மேல்பாக்கம், பாஞ்சாலமாகிய இரண்டு கிராமத்திலுள்ள இரண்டு தனவந்த ரெட்டிகளுக்குக் கொடுக்கப்பட்டு நாளது வரையில் சாகுபடி செய்துக் கொண்டு வருகிறார்கள். ஒவ்வொ ருவருக்கும் 50 ஏக்ரா நிலத்திற்கு மேலாகவிருக்கிறது. ஆனால் மேல்பாக்கம் கிராமத்திற்கு மேற்கே 20 கிராமத்து ஆடுமாடுகள் மேயும்படியானக் காடு இருக்கிறது.

3. 34ஆம் வருடத்திற்குமுன் மேற்படி 1,000 ஏக்ரா நிலமும் பயிரிடப்பட்டுவந்தது. அக்காலத்திலும் பாரெஸ்ட் இலாகாதாரர் தரப்பில் இருந்தபோதும் ஆடுமாடுகள் மேயப்படவில்லை. மீறிவந்து மேயுங்கால் ஆடுமாடுகளை பவுண்டி லடைத்து சொந்தக்காரர்களுக்கு அபராதம் விதித்து வந்தார்கள். அப்போ திருந்த ஆடுமாடுகளில் பத்தில் ஒருபங்கு தற்போது கிடையாது. இந்த திண்டிவனம் தாலுக்காவில் 500 சில்லரை கிராமங்கள் இருக்கிறது. இந்த மூன்று கிராமத்தாருடைய ஆடுமாடுகள் மாத்திரம் மேற்வதற்காக 1,000 ஏக்ரா நிலமும் விடப்பட்டால் நீக்கு

497 சில்லரை கிராமக் குடிகளினது மாடுகள் எங்கே மேய்கிறது. இதனை மாட்சிமைதங்கிய தங்களது பட்சமான ஆலோசனைக்கு நாங்கள் மிக்க தாழ்மெயுடன தெரிவிக்கின்றோம்.

4. 1875ஆம் வருடம் முதல் 1909ஆம் வருடம் வரையில் 1,000 ஏக்ரா நிலமும் பயிடப்பட்டுவந்தால் நம்முடைய மேன்மை பொருந்தியதும் ஆசீர்வதிக்கப்பட்டதுமாகிய கவர்ன்மெண்டும் ஏழைக்குடிகளும் அதினால் லாபத்தை அடைந்திருக்கக் கூடும். 497 கிராமத்திற்கு மாத்திரம் 1,000 ஏக்ரா நிலம் மேய்க்காலிற்கு விடப்பட்டிருப்பது நஷ்டமும் காரணமின்மையுமேயாம்.

5. நாங்கள் பஞ்சமர்கள், மிகவும் ஏழைக்குடிகள், எங்களில் அநேகருக்கு நன்செயிலும் புன்செயிலும், பயிரிடுவதற்கு ஒரு ஏக்ரா நிலமும் கிடையாது. மேற்படி கிராமத்து ரெட்டி களிடத்திலும், நாய்க்கர்களிடத்திலும் முக்கால்படி நெல்லுக்கு காலை 6 மணி முதல் மாலை 7 மணி வரையில் அதிக கஷ்டத்துடன் வேலை செய்துவருகிறோம். அந்த முக்கால்படி நெல்லைக் குத்தி எடுத்தால் மூன்று ஆழாக்கு அரிசி ஆகிறது. அதில் நாங்களும், சமுசாரம், பிள்ளைகள் சாப்பிட்டு வஸ்திரம் முதலியவைகளும் தரித்துக் கொள்ள வேண்டும். ஒரு ஏக்ரா நன்செய் நிலம் சரியானபடி விளைந்தால் அது அறுவடையாகும் போது 1,800 படி அல்ல 50 கலம் நெல்லாகிறது. இந்த ஏழை பஞ் சமர்கள் 40 படி நெல்கூட கூலி பெறுகிறதில்லை. ஒவ்வொரு ஏக்ராவிற்கும் சொற்ப ஆள்தான் நியமிக்கப்பட்டு கஷ்டத்துடன் வேலை செய்து தீரவேண்டும். விவாகம், வியாதி, மரணம் இவைகள் சம்பவித்தால் மேற்படி ரெட்டி நாய்க்கர்களிடத்திலே கடன் வாங்க நேரிடுகிறது. நாங்கள் சாகிறபரியந்தம் அக்கடன் தீருகிறதில்லை. எங்களுக்குப் பிறகு எங்கள் பிள்ளைகள் அக்கடனை அவர் களிடத்திலேயே அடிமையாக வேலைசெய்து தீர்க்க வேண்டும். எங்கள் தகப்பனார் உள்ள வரையில் அடிமை யாகக் கடனுக்காக உழைத்தாரே எங்களையும் அக்கடன் கொடுக்கும் படியாகக் கேழ்ப்பது தர்மந்தானாவென்று கேட்டால் எங்களைத் தொழுவில் மாட்டி பலவித இம்சை செய்கிறார்கள். இந்த நீதி அரசாட்சியில் ரெட்டி நாய்க்கர்கள் கிஞ்சித்தேனும் பயப்படவில்லை. அவர்கள் இஷ்டப்படியே நடத்துகிறார்கள்.

6. மாட்சிமை தங்கிய பிரபுவே, உண்மையாக நாங்கள் சொல்வது இரவும் பகலும் ஏழை பஞ்சமர்களாகிய நாங்களும்,

எங்கள் பிள்ளைகளும் படும் கஷ்டத்தினால் தான் ரெட்டி நாய்க்கர்கள் அதிக நிலங்களைச் சம்பாதித்து தனவந்தரானார்கள். ரெட்டி நாய்க்கர்கள் விசேட நிலங்களை வகித்திருக்கின்றார்கள். நம்முடைய நீதியுள்ள நல்ல கவர்ன்மெண்ட் சுதேச ஆபீசர்கள் அவர்களுக்கே சகாயஞ் செய்து வருகின்றார்கள், ஆனால் ஏழை பஞ்சமர்களை கனிப்பதும் சாகயஞ்செய்வதும் கிடையாது. மேலுமேலும் கஷ்டத்தையே கொடுத்து வருகிறார்கள்.

7. கடந்த 5 வருடகாலமாகவும் அதற்கு முன்னமும் நாங்கள் ஏழைப் பஞ்சமர்கள் டிஸ்டிரிக்ட் கலெக்ட்டர், சப் கலெக்ட்டர், தாசில்தார்முதலியவர்களுக்குஅநேகதர்க்காஸ்கள்கொடுத்தோம். அவர்கள் ஒன்றுக்கேனும் உத்திரவு செய்யவில்லை. நாங்கள் மறுபடியும் 1909ஆம் வருடம் செப்டம்பர் மாதம் 15ந்தேதியன்று பஞ்சம பள்ளிக்கூடம் விஷயமாக மு. தங்கவேல் புலவர் பேருக்கு 10 ஏக்ரா அமடானஞ் செய்யும்படியாக டிஸ்டிரிக்ட் கலெக்டர் நாப்துரை யவர்களுக்கு தர்க்காஸ் ஒன்று எழுதி விடுத்தோம். டிஸ்டிரிக்ட் கலெட்டர் இரண்டு மாதத்திற்குப் பிறகு அதாவது 1909ஆம் வருடம் நவம்பர் மாதம் 16ந்தேதி யன்று என்ன எழுதினாரென்றால், 'அடமானஞ் செய்யும் படியாக முந்தி; விண்ணப்பங்களை எழுதியிருக்கிற திண்டிவனம் தாசில்தார் அவர்களுக்கே விண்ணப்பதாரி தெரிவித்துக் கொள்ள வேண்டும் என்று எழுதியிருக்கிறார்.' அவ்வண்ணமே நாங்கள் மேற்படி தாலுக்கா தாசில்தாரவர்களுக்கு எழுதி விடுத்தோம். அதற்கவர் 1910ஆம் வருடம் ஜனவரி 16ந்தேதியன்று என்ன உத்திரவு கொடுத்தாரென்றால், சாத்தனூர், மேல்பாக்கம், சலவாதி முதலிய கிராமத்து ஆடுமாடுகள் மேய்வதற்கு மேய்காலாம் உபயோகப்படுவதாலும்; சாத்தனூர், மேல்பாக்கம் குளத்திற்கு ஜலம் போகிற வழியாய் இருப்பதாலும் அடமானஞ்செய்ய அருகமில்லை தள்ளுபடி என்று எழுதியிருக்கிறார். ஆனால் இரண்டு தனவந்த ரெட்டிகள் மாத்திரம் கிருபை பெற்றவர்கள் (தயவு செய்து இரண்டாவது பாராவின் கடைசியில் பார்க்கவும்.)

8. ஒரு பிரைமெரி பள்ளிக்கூடம், குளம், தோப்பு, கோவில், இதுகள் முக்கியமாம் விடத்தாரான் குட்டையண்டை யிருத்தல் அவசியம். அது திண்டிவனத்திற்கும் பாஞ்சாலத்திற்கும் மத்தியிலிருக்கிறது. அது பாதையோரத்தி லிருக்கிறது. ஜனங் கள், வண்டிகள், அடுமாடுகள் முதலியவைகள் அவ்வழி யாய்ப் போகிறது. கல்வியில்லாத அனேகர் இந்த பஞ்சம

பிரைமெரி பள்ளிக்கூடத்தில் கல்விப் பயிற்சி செய்யலாம். உபாத்தியாயராகிய மு. தங்கவேலு புலவர் பள்ளிக்கூடமும் அவ்விடத்தில் ஏற்படும் புது பஞ்சம கிராமத்திற்கும் கவர்னர் பிரவு அவர்களின் பெயரையே சூட்ட வேண்டும். அதாவது 'லாலியூர்' என்று அழைக்கப்பட வேண்டுமென்று வெகுவாய் கோருகிறார்.

9. மேற்குறித்த விஷயங்களைப் பற்றி மாக்ஷிமை தங்கிய பிரவு அவர்களை நாங்கள் மிக்க தாழ்மையுடன் வெகுவாய்க் கேட்டுக் கொள்வதாவது, முந்தி நாங்கள் பயிரிட்ட நிலத் திலேயே மேல்பாக்கம் பஞ்சமர்களுக்கு 200 ஏக்ரா நிலமும், பாஞ்சாலம், சாத்தனூர் கிராம பஞ்சமர்களுக்கு விடத்தாரான் குட்டைக்கு கிழக்கு அல்லது மேற்கு திக்கில் 200 ஏக்ரா நிலமும் கொடுக்கும்படியாக ஆக மொத்தம் 400 ஏக்ராக்கள் மேற்படி 1,000 ஏக்ரா நிலத்தில் மூன்று கிராமத்து பஞ்சமர்களுக்கும் கொடுக்கும் படியாய்க் கோருகிறோம்.

துன்பப்படும் ஏழைகளின் மிக்கத் தாழ்மையுள்ள வேண்டு கோளிற்கு மாட்சிமைதங்கிய பிரபு அவர்கள் கிருபை செய்வீராகில் இக்கிராமங்களிலுள்ள பஞ்சமர் களாகிய நாங்கள் யாதொரு வித்தியாசமின்றி சமரசமாகத் தலைக்கு இரண்டு ஏக்ரா விழுக்காடாகப் பாகித்துக் கொள்ளுகிறோம். தாசில்தார் அவர்கள் உத்தரவின் படியேயும், அபிப்பிராயத்தின்படியேயும் மிச்சம் 600 ஏக்ரா நிலம் இருக்கிறது. அதில் தற்போதுள்ள சொற்ப ஆடுமாடுகளின் மேய்காலிற்கும் ஜலம்போக வழிக்கும் போதுமானது அதனை உபயோகித்துக் கொள்ளலாம்.

10. நாங்கள் தற்போது குடியிருக்கிற இந்த மூன்று கிராமங்களில் வீடு கட்டிக் கொள்வதற்கும் வசிப்பதற்கும் இடமில்லாமல் வெகு கஷ்டமாய் இருக்கிறது. நாங்கள் திரும் பவும் ஒன்று கேட்டுக் கொள்வதாவது, அதி மேன்மையும், தருமதயாள குணசீலமும் வகித்த பிரபுவே, ஆதரவற்ற ஏழை பஞ்சமர்கள்பால் அன்பு கூர்ந்து 30 அல்லது 40 குடிசைகள் குடியிருப்புக்காகக் கிருபை செய்யும்படியாக வெகுவாய்க் கேட்டுக் கொள்ளுகிறோம்.

திண்டிவனத்திற்கும் எங்கள் கிராமத்திற்கும் ஏறக்குறைய 3 மைல் தூரமிருக்கிறது. நாங்கள் ஏதாவது கடைக்குப்போய் வாங்க வேண்டியிருந்தால் 3 மைல்தூரம் போக வேண்டும்.

அவ்விடத்திற்குப் போய்விடுவோமானால் திண்டி வனத்திற்கு வெகுசமீபமாயிருக்கும். அதாவது ஒன்னரைமைல் பள்ளிக்கூடம், தோப்பு, குளம், கோவில் முதலியவைகளும் இருப்பது மிகவும் முக்கியமானவைகளே. பஞ்சம குடிகளாகிய நாங்கள் மு. தங்கவேற் புலவருக்காக *10* ஏக்ரா தர்க்காஸ் கொடுத்துக் கொண்டோமே அதனையும் பிரவு அவர்கள் கவனித்து கிருபை செய்யும் படியாய்க் கேட்டுக் கொள்ளுகிறோம். மாஷிமை தங்கிய பிரபு அவர்கள் பிரதியுத்தரம் உபகரிக்கும்படியாய் நாங்கள் தாழ்மெயுடன் வேண்டிக் கொள்ளுகிறோம்.

இப்பேர்கொற்ற தருமார்த்த விஷயத்தை செய்வதற்காக நாங்கள் எஞ்ஞான்றும் துதிப்போமாக.

இப்படிக்கு

மாஷிமெதங்கிய பிரபு அவர்களின் மிக்க
கீழ்படிதலும் தாழ்மெயுமுள்ள ஊழியர்களாகிய
மேல்பாக்கம், பாஞ்சாலம், சாத்தனூர்
பஞ்சமர்கள்.

28 டிசம்பர், 1910

227. பௌத்தர்களின் நம்பிக்கை

புத்தரையே பகவனென்றும், யீசனென்றும், கடவு ளென்றும், சிவனென்றும், பிரமமென்றும், பரமென்றும், திருமாலென்றும், அவரது நற்கிரியைகளுக்குத் தக்க ஆயிரநாமங்களை யளித்து சகஸ்திரநாம பகவனென்றும், ஆயிரநாமத்தாழியனென்றுங் கொண்டாடிப் பூர்வத் தமிழ் நூற்கள் யாவிலும் வரைந்துள போதினும் அவரது அளவுபடா வன்பிற்கும், குறைவுபடா ஞானத்திற்கும் பொதுவாய் புண்ணிய திருமேனிக்கும் அருள் நிறைந்த வுள்ளத்திற்கும், மலைவுபடா அவரது வாய் மொழிக்குமே அமர்ந்தும் அன்பு கொண்டும் ஆனந்தமாக சிந்தித்தும் அவரது போதனா நீதிநெறி வாய்மெய் வழுவாது நடந்து வருவார்களன்றி பகவனே எங்கள் பாவத்தைப் போக்க வேணும், கடவுளே எங்களைக் காப்பாற்ற வேண்டும், பிரமனே எங்களைப் பாதுகாக்க வேண்டும், சிவனே எங்களை சீர்திருத்த வேண்டுமென சிந்திக்கமாட்டார்கள். காரணமோ வென்னில், தாங்கள் செய்த தீவினையைத் தாங்களே யநுபவிக்க வேண்டுமென்னும் நம்பிக்கையும் அநுபவமு முடையவர்களாதலின் தங்கள் தீவினைகளை வெல்லுதற்கு அறவாழியானின் அறமொழியில் அஞ்சலியஸ் தராகி அற நெறியில் நடந்து தாங்களே யத்தீவினையை வெல்ல வேண்டியதே யன்றி மற்றெவராலும் அத்தீ வினையைப் போக்கலாகாதென்பதே நம்பிக்கையாகும்.

இதுவே பௌத்த தன்மத்தின் விசேஷ நம்பிக்கையாதலின் அன்னியர் பொருளை யபகரித்து அதிகாரிகளிடம் அகப் பட்டுக் கொண்டு ஆண்டவனே என்னைக் காப்பாற்ற வேண்டு மென்றால் காப்பாற்றுவரோ, இல்லை. அன்னியர் பொருளை யபகரிக்க லாகாதென்று கூறியிருந்தும் அம்மொழியை சிரமேற்று நடவாது திருடிவிட்டு தண்டனை நேருங்கால் ஆண்டவனே ஆண்டவனே என்பதின் பயன் செய்த தீவினைக்குத் தக்க தண்டனையை அநுபவிக்க வேண்டியதே பயனாதலின் பௌத்தர்களொவ்

வொருவரும் தாங்கள் செய்த தீவினைக்கு பயன் தாங்களே யநுபவித்துத் தீரல் வேண்டுமென்பதே நம்பிக்கையாகும். தங்களது துற் செயலாந் தீவினையை யேனையோர் வந்து தீர்ப்பார் களென்று கனவிலும் நம்பமாட்டார்கள்.

இத்தகைய சிறந்த நம்பிக்கை யற்று தங்கடங்கட் கொடூரச் செயலால் கொலை, களவு, குடிகேடு, வஞ்சினம், விபசாரம், பொய், கடுஞ்சொல் முதலியத் தீவினைகளைச் செய்துவிட்டு யேனைய வொருவரத் தீவினைகளை நீக்கிவிடுவாரென்னும் பொய் நம்பிக்கை அதிகரித்து விட்டபடியால் நாளுக்குநாள் பொய்யும், திருடும், குடியும், விபச்சாரமும், கொலையு மதிகரித்து வாழ்க்கைத்துணை நலமின்றி ஒருவருக்கொருவர் நம்பிக்கையற்று சீர்கெடுவதுடன் வித்தையும் புத்தியுமற்று யாதொரு தொழிலுமற்று சாமி கொடுப்பார் சாமி கொடுப் பாரென்னுஞ் சோம்பேறி உள்ளதுங் கெட்டுப் பாழடையும் நம்பிக்கைகளே பலமாகிவிட்டது.

இத்தகைய சீர்கேட்டிற்கு மூலமாம் பாழ் நம்பிக்கைகளை விட்டு முயற்சி திருவினையாக்குமென்னும் நல்முயற்சி, நல் லூக்கம், நற்கடைபிடி யென்னும் பௌத்தர்களது நம்பிக்கையைப் பின்பற்றி அதன் பயனைக் கண்டடை வார்களென்று நம்புகிறோம்.

''அவர்கள் அளந்ததையே அவர்களுக்களக்கப்படும்.''

''தினையை விளைத்தவன் தினையையே அறுப்பன்.''

அவனவன் செய்வினைக்கு இதுவே அநுபவமுங் காட்சியு மாகும்.

11 ஜனவரி, 1911

228. கோலார் சங்கறாந்திப் பண்டிகைப் பிரகடனம்

புண்யசீலர்கள் அனைவருக்கு மறிவிப்பதியா தெனில்:-

ஜகத்ரட்சகனாகவும், சற்குருவாகவுந் தோன்றிய காசி நாதராம் (புத்தபிரான்) பரிநிப்பாணமுற்ற 3,311ஆம் வருஷக் கொண்டாட்டத்தை (போகி பண்டிகை) முன்னிட்டு அடியிற் குறித்த விஷய சூசிகைப்படி நடத்தப்படுமாதலால் விஜயஞ் செய் தேகவேணுமாய்த் தங்கள் மேலான கணத்தைக் கோருகிறோம்.

விஷயசூசிகை

12.1.1911 மாலை 6 மணிமுதல் 7 மணிவரைக்கும் ஸ்ரீமந் A.P. பெரியசாமிப்புலவ ரவர்கள் இயற்றிய உயிர் வருக்கமாலை அறங்கேற்றம்.

12.1.1911 7 மணிமுதல் 9 மணி வரைக்கும் ஸ்ரீமந் M. ராகவரவர்களால் பரிநிப்பாணப் பிரசங்கம்.

12.1.1911 இரவு 9 மணிமுதல் வைகறை 5 மணிவரைக்கும் பஜனைக் காலட்சேபம்.

13.1.1911 வைகறை 5 மணிக்கு ஜோதி மஹோற்சவம்.

13.1.1911 காலை 6 மணிக்கு புத்ததர்ம சங்கக் கொடியேற்றம்.

13.1.1911 காலை 6 மணிமுதல் 9 மணிவரைக்கும் பஞ்சசீல தர்மோபதேசம்.

13.1.1911 மாலை 6 மணிமுதல் 9 மணிவரைக்கும் பஜனைக் காலட்சேபம்.

14.1.1911 மாலை 6 மணிமுதல் 9 மணிவரைக்கும் பஜனைக் காலட்சேபம்.

முக்கிய கவனிப்பு:- 13.1.1911 சுக்கிரவாரம் போகி பண்டி கையும், 14.1.911 பௌர்ணமியும், சங்கறாந்திப் பண்டி கையும் வருகிறபடியால் உபாசகிகள் இரண்டு தினங்களிலும் காலை

6 மணிமுதல் 11 மணிவரைக்கும், மாலை ஒரு மணிமுதல் 6 மணிவரைக்கும் ஆலயத்துக்கு வந்தேகலாம். பிரதி பௌர்ணமி அமாவாசிக் காலங்களிலும் உபாசகர் உபாசகிகள் ஆலயத்துக்கு வந்தேகக் கோருகிறோம்.

தென்னிந்திய சாக்கைய
பௌத்த சங்கம்,
மாரிகுப்பம், K.G.F.

உத்தரவின்படி
C. **குருசாமி உபாசகர்**
காரியதரிசி.

11 ஜனவரி. 1911

229. சந்தேக வினா மறுப்பு

கனம் பத்திராதிபரவர்கட்குத் தாழ்மையான வந்தனம். ஐயா, நானிதன்கீழ் வரையும் ''சந்தேக வினா மறுப்பு'' என்னுஞ் சங்கையைத் தங்கள் பத்திரிகையில் இடந்தர வேண்டுகின்றேன்.

1910ஆம் வருடம் டிசம்பர் மாதம் 21ந்தேதி வெளியான தமிழன் பத்திரிகையில் ''சந்தேக வினா'' என்னுந் தலைப் பெயருடன் வெளிவந்து குதர்க்கங்களும், தூஷணங்களும் கக்குகின்ற G. அப்பாதுரை பிள்ளை, சோ. தனப்பல். வீ. கோபாலன், Miss. M. Venkattachalam என்னும் அன்பர்கள் வரைந்துள்ள சங்கைகள் கல்வி கேள்விகளா ணிறைந்த சற்ஜன வித்வான்களாற் புகழப்பெற் றேந்துகொள்ள போந்தவையென்றெனத் தள்ளிவிட நியாயமிருப்பினும் பத்திராதிபரர் அப்படிப்பட்ட கடிதங்களுக்கு கிடங் கொடுத்தது பற்றி யானு மவைகட்கு பதிலளிக்க வேண்டியதாயிற்று. நிற்க அன்பர்காள்:-

1. ''திவ்வியாழியை யருட்டுங் காரணத்தாற் கீதம் விளைவ துண்மைபோல்'', பஞ்சபூதிய முதலிய சகலத்தையும் ''ஆம்'' என்னு மொரே வார்த்தையாகிய கருவியைக் கொண்டு நிர்மானித்ததாகும் என்றுணர்வீர்களாக.

2. அன்பர்காள்:- பிரமத்தைப் பற்றியும் ஆன்மாவைப் பற்றியும் பேசப்புகுமுன் பிரம, ஆன்ம வித்தியாசத்தைப் பற்றி முந்த முந்த வறியவேண்டியிருக்கிறது. முதலாவது பிரம்மம் என்றால் சோ. தனபாலன் என்னு மன்பர் கூறும் பிரமனல்லன். இந்த பிரமன் மும்மூர்த்திகளி லொருவனு மவர்களில் முதன்மை யானவனுமாம். இவன்

''கான்முகத் திங்கணெற்றிக் கோதையர் குழுவுக்கெல்லாந்
தான்முத லிறைவியாகத் தன்கையாற் சமைக்கத்தக்க
மான்முக நோக்கு முன்னோர் மலரயன் மையலாகி
நான்முகனானானென்ப நாமுணராததென்னே?''

என்றும்,

''தான்பெற்ற பெண்மேல் விசாரத்தினைக்கொண்டு
தளர்வுற்றனன்
மான்பெற்ற கரன் மத்தகங் காண்கிலாமற் பொய்யுறை
சொற்றனன்
சான்பெற்ற முனிவன் கறைத்திட்ட சாபத்திரளிலற்றனன்
தேன்பெற்றமலர் நான்முகத்தோனையுந் தெய்வ
மெனலாகுமோ?''

என்றுஞ் சொல்லப்பட்ட வசாச்சாரத் துர்நடக்கை யுள்ள வனாமிவன் பிரம்மம் என்றால் கடவுள், தெய்வம், சர்வேசுரன், பரமன், பராபரன் இன்னு மநேக நாமதேயங்க ளுண்டு. பிங்கலை திவாகரம், சூடாமணி, புதிய நுட்பம், பழைய நுட்பமென்னும் இலக்கியங்களிலும், யாழ்ப்பாண அகராதி, சதுரகராதி, பேரகராதி, சிற்றகராதி முதலான வகராதிகளிலும், பிரஞ்ச், லாத்தீன், தமிழ் யென்னு முப்பாஷைக்கொண்ட வொரே புத்தகமாகிய வகராதியிலும் காண்க. மேலும் பிரம்மம் தானாயகாதியாய் சர்வாந்தரி யரமியாய் என்று மெங்கு நிறைந்த ஞானபேரொளி யானந்தனாய் விளங்கும் வஸ்துவே யாவன். உதாரணம் ''ஆணலன், பெண்ணலன், அஃறி ணையலன், பாரல்லன், புனல்காலல்லன், றீயல ணைம் புலத்தாற் காணரும் வடிவனித்தன், சரத்தனம் மத்தன், சுத்தன், மாணற முடுக்கோண்டன்ன யாட்சியான் பிரம்மம்தானே'' என்ற மிவைபோன்ற வநேக திருஷ்டாந்த முள. ஆன்மாவோ அவனால் உண்டாக்கப்பட்டு பின்னழியா வஸ்து. ஆசையால் பிரம்மத்துக்கு அநாதிநித்திய வஸ்து என்றும், ஆன்மாவுக்கு ஆதிரித்திய வஸ்து என்றுஞ் சொல்லப்படும். ஆகையால் பின்னபேதமின்றி பூதியங்களை நிகழ்த்துவது ஆஸ்த்திகர் கடனும், ஆன்மாவோ அல்லது வேறெதேனு முளதோ வென்றும் பிரமத்தினிடத்திலிருந்து ஆன்மா தோன்றியதாவென்றும், பிரம்மம் கெட்டு அல்லது கெடாமல் ஆன்மா தோன்றியதாவென்றும், பிரம்மம் என்பது ரூபவஸ்துவா அரூப வஸ்துவா வென்றும் அடாத குதர்க்க கேள்விகட் கிடந்தரா தொழிந்தேனென் றறிவீர்களாக.

பிரம்மா முகத்தில் தோன்றினோ ரென்னும் பிராமணரும், வேதாந்திகளும், சமாஜத்தோருமென்பது வீண் குருட்டுக் கதை யென்பது பிரமபுராணத்திற் காணலாம். நிஸ்தார ரத்னாகாரம் என்னும் நூலிலும் பார்க்க. பிரம்மா முகத்தில் தோன்றியது

பிராமணரென்பது போல அவன் பாதத்தில் தோன்றிய சூத்திரனை மாத்திரம் பறையரென்று தள்ளுவது என்னமதி. இது யாவுங் குருட்டுவழு.

நான் கிறிஸ்தவனே கிறிஸ்தனாயினும் பிரம்ம வினாவுக்கு விடையளிக்க காரணமியாதெனில் அஞ்ஞானத் தால் தாழ்ந்த வநேகர் பிரமத்தைப் பற்றிச் சரியா யறியாது முன்சொன்ன பிரமனே யவனென்று குருட்டு வழியில் நடந்து தவறி யிடறிவிடுவதை யறிந்து அன்னவருக் குணர்த்து வான்வேண்டி விடையளித்தேனென் றறிக. பிரமம் என்பது எப்பாஷையின் மொழியென்றும், யாவரால் வரைந்துள்ளது என்றறிய விரும்பின் ''சர்வகதம்பலாநூல்'' 48ஆம் அதிகாரம் 76ஆம் வசனத்திற் பார்க்கவும்.

வீ. கோபாலன் என்னு மன்பர் நிர்மானித்தோனென்னும் பதத்தை ''நிர்மானி'' எனப் பிரித்து மானமில்லாதவன், நாண மற்றவன் என்ற விகார பொருள்படுத்திப் பேசியவசங் கைப் படுத்து முமது சங்கைக்கு மறுமொழி யெழுதுவது தகாதெனத் தள்ளினோம்.

Miss. வெங்கடாச்சலம் யென்னுமோர் பெண்பால் கனம் ச. வேதநாயகம் பிள்ளையவர்களையும் அவரா லுண்டுபட்ட நூற்களையும் தூஷணமாகப் பேசியபடியால் அவர்களின் சங்கைக்கும் நாம் விடையளிப்பது தகுதியன்றெனத் தோன்றினும் பத்திராதிபரிடங் கொடுத்தமையால் யானு மதை யேந்து விடையளிக்க வந்தேன். இந்த அம்மையவர்கள் சொல்லிய கட்டுக்கதை முழுவதும் பொய்யென்பதற்குச் சான்றாக எனக்கும் ஓர சங்கை தோன்றிவிட்ட தென்னும்போது இச்சங்கை யெந்த சரித்திரத்தில் வாசித் துளரோ வறியோம். அவருடைய ஜீவிய சரித்திரத்தி லடங்கிய வேதநாயக விற்பன்னர் சரித்திரம் என்ற புத்த கத்தில் அவர் பிறப்புமுதல் அவர் இறப்பு வரைக்கும் சரித்திரம் பூரணமாயுள்ளது. அச்சரித்திரம் இயற்றியவர் அவரிடம் எட் முனிஷியாயிருந்த கனம் ஞானப்பிரகாசம் பிள்ளையவர்களால் இயற்றப்பட்டது. அதில் இக்கட்டுக் கதையே இல்லை என்பதுபற்றி கதையே தள்ளினோம்.

மேலும் அவராலியற்றியுள்ள வநேக நூற்களில் சிறந்தது நீதிநூலே யாகுமென்ற எக்குலத்தினரும் எம்மதத்தினரும் சாட்சிக் கொடுத்திருப்பதோடு அநேகாயிரம் வித்வான் களால்

சாத்துக்கவிகளும் புகழ்ந்து கொடுக்கப் பட்டிருக்க இம்மாது சிரோமணிமாத்திரம் நீதிநூற் பயன்படாதென்பது துணிபு என்றால் என்னமதி. ஆனதுபற்றி யானு மிம்மாது சிரோமணியின் வாக்கை நம்பற் கிடமின்மையாம் என்றறிவாராகவும்.

இங்ஙனம்

A. பால்குருஸ் நாயுடு.

11 ஜனவரி, 1911

230. பிரம்மம் விடைக்கு மேல்வினாவுக்கு மேல்வினா

கனம் தி. சி. நாராயணசாமி பிள்ளையென்னு மன்பரே டிசம்பர் மாதம் 28ந்தேதி வெளியான தமிழன் பத்திரிகையில் ‘‘தங்களது பவத்திற் கண்டு கூறப்படாது கனம் வேதநாயக விற்பன்னரின் நீதி நூலி லெடுத்துக் காட்டிய தேவன் யென்னும் பொருள் நியாயாதாரமாக நிட்சயமான பின்பன்றோ மோக்கம், நரகம், பாவம், புண்ணியம் முதலியன ஆகையால் தேவனைப்பற்றி 10 கேள்விகள் கேட்டீர் அன்பரே, தேவனைப்பற்றி இத்தனை கேள்விக் கேட்ட உம்மையோர் கேள்வி கேட்கிறேன் அதற்கு நீர்விடை கூறியபின் உமது கேள்விக்கு விடை கூறலாம்.

(1) அன்பரே, உமது சரீரத்துள்ளிருந்து கிரியை நடத்திவரும் உமது ஆன்மா என்பதென்னை, அது எத்தகையது, எந்நிறத்தது, எங்குள்ளது, எச்செயலது, சற்று தெளிவான விடை அருளுவீராக.

(2) அன்பரே, நீர் கற்ற கல்வி, சாஸ்திரம், ஞானம், உமது அனுபவத்திற் கண்டு கூறவந்தீரோ அல்லது உமது முன்னோர் களால் கற்பிக்கப்பட்டதைக் கண்டு கற்று தேறி வெளிவந்தீரோ சற்று அறிவுவிளங்க விடை கூறுவீராக.

இப்படிக்கு

A. பால்குருஸ் நாயுடு.

11 ஜனவரி, 1911

231. முகில் வினாவிடை

கனம் P. பரசுராமனென்னு மன்பரே வேதநாயக விற்பன்னர் கடவுளாலாய மேகத்தைக் குற்றப்படுத்த வில்லை, அவரது தேவனையும் குற்றப்படுத்தவில்லை. காலவரையளவில் முகிலாகிய நீ பெய்யாதபடியால் உனக்கு குற்றம் யென்னும் பெயர் கொடுத்த வித்வான்களைப் புகழ்ந்து அவர்களுக்கு நற்பெயரடையப் பட்டங்கட்டுவேன் என்று புகழ்ச்சியாகவே சொன்னாரன்றி மற்றபடி யன்று.

இப்படிக்கு

சாம்பியன் ரீப்ஸ். **9 பால்குருஸ் நாயுடு.**

11 ஜனவரி, 1911

232. கடிதம்

மகிநலமெல்லாமஹாஞானபோதகரென ஏற்றற்
குரியசுயஞ்ஞானவருள்வடிவா யமர்ந்திலகும்
என் அன்பார்ந்த தமிழன் பத்திராதிபர்
அவர்கட்குபலமலர்கொண்டு பாதமதில்
சொரிந்து என் சிற்றறிவுடைய சிரத்
தைச்சாய்த்து பார்தனில் படுங்க
ஷ்ட கரந்தனைக் குவித்து நுன்
பாததொண்ட நமஸ்காரஞ்செ
ய்து கீழ்கண்டிருக்கு மித
னை நின்னருமந்தப்பத்
திரிகை வாயலாய்ப்
பிரசுரிக்க வேண்
டிக் கேட்டுக்கொள்ளுகிறேன்.

அதாவது கொல்லன், தச்சன், தட்டான், கன்னான், குயவன், வண்ணான் முதலிய வின்னமனேகத் தொழிலாளிகளுண்டு அவர்களெல்லாந் தன்தன் தொழில்களை கசடறக் கற்று அந்தத் தொழிலால் ஜீவனஞ் செய்து கொண்டு வருகின்றார்க ளதுபோல் யோகிகளும், ஞானிகளும், மதஸ்தாபித மடாதிபதிகளு மெவ் வகைப்பட்ட பேர்களாக யிருக்க வேணுமானாலிந்த பிரவஞ்ச மெதினால் யெப்படி வந்தது அவற்றிலனந்த வுருபேதங்களு மறிவுபேத முதலிய சுகதுக்கங்களுமாக வுண்டாகவு மப்படி வுண்டாகிறவஸ்துக்கள்சிலகாலமிருந்துஅழிந்துபோகும்உருவமு முண்டாகுங் காரணமென்னவென்று ஆழ்ந்து ஆலோசித்து அறிந்து இம்மூவகைப்பட்ட பேர்களும் வெளிப்பட்டிருந்தா லவர்களால், விவ்வுலகத்தின் மனுக்கள் பிரயோசனத்தை யடைவார்க ளப்படிக்கில்லாமல் தன்தன் வுயிர் பிழைக்க வேடம் பூண்டு கொண்டு மனிதருக்கு உண்மெத் தெரிய வொட்டாமல் பலவாறாகக் கெடுத்து விட்டார் களாயினு மிதில் சிலர் இந்த மத பேதங்களையு மற்றுமுள்ள பேதங்களையுந் தமதறிவா

லறிந்துக் கொண்டு வுலக வழக்கம் நீங்காமல் நிற்கின்றார்கள். சிலர் தான் பிடித்ததே பிடியென்று சாதிக்கின்றார்க ளாகையால், கீழ்வரும் சில வரியையுங் கவனமாகப் பாருங்கள். ஒவ்வொரு மதஸ்தர் களும் தன்தன் மதத்துக்குரிய ஒரு தேவன் உண்டென்று இசைவற்று நிற்கின்றார்கள் இப்படி ஒவ்வொரு மதஸ்தர்களுக்கு மொவ்வொரு...... அந்தத் தேவன் தமது மதத்துக்குரிய மனுக் களுக்குத் தனித்தனியே வெவ்வேறு பூமியைப் படைத்து தமது மதஸ்தர்களுக்கு உருவங் களிலேதாவது ஒவ்வொரு பேதங்கள் படைத் திருக்கலாமே, அப்படியுங் காணவில்லை. நாமும் நாமிருக்கும் பூமியும் நான்கு சத்து நிறைந்து நிற்கின்ற வெளியிலிருந்து இயல்பாய் பலகாரணங் கொண்டு வந்திருக்கின்றோம். இதை வோராமல் வீண் வாதம் பேசுவ தினாலென்ன பிரயோசன முண்டாகும், ஒன்று மாகமாட்டாது. ஸ்தல பேதங்களினால் பாஷை முதலிய வுடை நடை பாவனைகள் வெவ்வேறா யிருந்தாலும் தேவனென் றொருவனிருந்தால் வெவ்வேறா யிருப்பானோ, அதை யோசித்துப் பாருங்கள். ஆனால் நான்கு பேதமுண்டு, அதனை விபரமாய்ச் சொல்லு கிறோம். அதாவது தாபர வஸ்துக்களெல்லாம் பிருதிவியினம் சமாகையா லந்த தாபரப் பொருளெல்லா அந்தப் பூமியை தன் தெய்வமென்று தொழலாம். ஊர்வனங்களெல்லா மப்புவியினம் சமாகையால் அவைகளெல்லாம் ஜலத்தை தன் தெய்வமென்று தொழலாம். மிருகங்களெல்லா மக்கினி யம்சமாகையால் அந்த மிருகங்களெல்லாம் அக்கினியைத் தன் தெய்வமென்று தொழலாம். பறவைகளெல்லாம் வாய் விளம்பரமாகையால் அவைகளெல்லாம் வாய்வைத் தன் தெய்வமென்று தொழலாம். அப்படியெல்லாம் வணங் கினாலு மதினால் யாதொரு பிரயோசனமுமில்லை யென்றறியவும். ஆனால் ஜெகத்துக்கு இவைகளெல்லா மலங்காரமாகவே யிருக்கின்றது.

விஞ்ஞானதீபம் 106–வது பாடல்

பாணியா லுதித்துப்பின்னும் பரவிய புவி
யில்வந்து
மாணிய சுகத்தாலிங்கு மலைந்துபட்டது
வுங்கோடி
ஆணியே நோக்கிடாதிங் கலைந்ததுங்கோ
டாகோடி

பூணியே யறிந்தோர் தங்கட் கிங்குள தங்
குமாமே.

விஞ்ஞானதீபம் 147–வது பாடல்

ஒரு பொருளை யுண்டுபண்ணினவ னழிக்கான்.
கற்றோனோடந் தனைச் சமைத்து
கருதியதைப் பின்னுடைப்பானோ
எத்தேவரையு முருக்களையும்
யேதுக்கமைத்தா னேனழித்தான்
பித்தோ வவனைப் பெரும்பேயோ
பிடித்தோபடைத்துப் பிழைசெய்தான்
சற்றே யிதனைப் பகுத்தறிந்தால்
சகத்தி னியல்பு வெளியாமே.

விஞ்ஞானதீபம் 181–வது பாடல்

உன்னுடல் தனிலே தேவ னுண்டெனிற்
பாண்டு குட்டம்
என்னுமோ ரனந்த நோய்க ளிசைந்துநின்
றிடுமோ நின்றாற்
பின்னுமவ் வுளத்தேநின்று பெருமைகொ
ள்வானோ யீசன்
மன்னுயி ரிதனையுற்று மதித்திடா தென்
னே யென்னே.

மாரிகுப்பம் நெ. 9, **கங்காதரம் உபாசகர்,**
ஆம்பூர்
9.1.11

18 ஜனவரி, 1911

233. கடிதங்கள்– ஸ்ரீ புத்தரது பதுமாசன சிலை

ம–ள–ள–ஸ்ரீ பத்திராதிபரவர்களுக்கு மிக்க வந்தனம்.

இந்தியா (Bihar) பீஹார் என்னும் நாட்டிற்கு இரண்டு மைல் துலவிலுள்ள (Turi) டூரி என்னும் நாட்டுப்புறத்தைச் சேர்ந்த மஹம்மதியர்கள் மேற்படி நாட்டுப்புறத்தின் சிற்றாற்றின் கரையிலுள்ள மண்மேட்டில் நெடுங்காலமாகத் தங்களின் பிணங்களைப் புதைத்துக் கொண்டு வருகின்றார்களாம்.

சில நாளைக்குமுன் பிணம் புதைப்பதற்காக வேண்டி குழியொன்று தோண்டியபோது ஐந்து அடி உயரமுள்ளதும், கருப்புக் கல்லினாற் செய்யப்பட்டதுமான ஸ்ரீ புத்தரது ''பதுமாசன'' சிலை யொன்று கிடைத்ததாக ''பீஹார் ஹெரல்ட்'' என்னும் பத்திரிகை கூறுகின்றது.

5.1.1911

இரங்கோன் **தி. ச. ஆதிமூலம்.**

18 ஜனவரி, 1911

234. சந்தேக வினா

மறுப்பிற்குத் திருப்பு

கனந்தங்கிய பத்திராப்திபவர்கட்குப் பணிவான வந்தனம். இதனுள் ளெழுதியுள்ளக் கடிதத்தைத் தங்கள் பத்திரிகையினோர் கோணத்தில் பிரசுரிக்கும்படி வேண்டுகிறேன்.

பால்குருஸ் நாயுடென்னு மன்பரே சற்று கவனிப்பீராக. பிரம்ம மென்னும் பொருளைக் கொண்டாடும் மதஸ்தர்கள் வேறு, தமது மதம் வேறு அங்ஙனமிருக்க பிரம்மத்தை தொழூஉம் மதத்தினருக்கு அறிவு போராது எமக்கு மிக்க வறிவுள்ளபடியால் பிரம்மத்தின் அந்தரார்த்தங் கூற வெளிவந்ததோமென்று வரைந்துள்ள நுமது அந்தகாரக் கடிதத்திற்கு நுமது சொந்தக் காரரே மெச்சல் வேண்டும். பிரம்மத்தைத் தொழுவோருக்கு பிரம்ம ரகசியந் தெரியாது. ஓர் கத்தோலிக்கு கிறீஸ்தவருக்கே தெரியுமென்பதில் பிரம்ம ரகசியத்தை அருளப்பராயினும், இராயப்பராயினும் தங்கள் சரித்திரங்களில் வரைந்துள்ளாரோ யாதோவென சந்தேகிப் பதற்கு யிடனுண்டாகின்றது. ஆதலின் பிரம்ம ரகசியம் ''சர்வகதம்பலாநூல்'' 48–ம் அதிகாரம், 76–ம் வசனத்தைப் பார்க்கும்படி வரைந்துள்ளீர். அன்னூல் யாவரா லியற்றியது அஃதெங்குளது. அதன்விலை யென்னை, உடனே கண்டெழுதுவீராக, கண்டெழுதாது பதுங்குவீரேல் எமதிறகிற்குக் கொண்டாட்டங் கொண்டாட்டமேயாம்.

சோ. தனப்பால்

18 ஜனவரி, 1911

235. கேட்டுள்ள வினாக்களுக்கு விடையளிக்க வியலாது வினாவுக்கு மேல்வினா தோன்றியது விந்தையே

ஆயினும் அவர் கேட்டுள்ள வினாவிற்கு ஆதாரமான விடையளிக்கின்றோம். நமதன்பர் பால்குரூஸ் நாயுடவர்கள் அதன் விதியையுணர்ந்தேனும் நமது வினாக்களுக்குத் தக்க விடை பகர்வாராக.

அன்பரே, ''ஆன்மா'' வென்னு மொழிக்குப் ''புருஷ'' னென்னும் பொருட் கூறப்படும். அது எத்தகையதென்னில், மனிதவுரு போன்றது. என்னிறத்ததென்னில், மானிறம் போன்றது. எங்குள தென்னில், கோயமுத்தூரிலுள்ளது. அது எப்பிரமாணத்ததென்னில், அதிக வுயரமுமின்றி அதிகக் குறைவுமின்றி சமப் பிரமாணத்தது. அது எக்குணத்த தென்னில், இங்குள்ளது சாமி அங்குள்ளது சாமி யென்பவர்களின் பொய்ம்மொழிகளை நம்பாது அச்சாமியை ஆராந்தறிய வேண்டிய குணமுள்ளது. அது எச்செயல தென்னில், வியாபாரச் செயலிலுள்ளது. இதுவே பால்குரூஸ் நாயுடவர்கள் கேட்டுள்ள மேல்வினாக்களுக்குக் கொடுத்துள்ளப் பொருந்திய விடைகளாகும். இதனது விடை நடைகளைாகும். இதனது விடைநடைகளைக் கண்டுணர்ந் தேனும் எமது வினாக்களுக்குத் தக்க விடை பகர்வாரென வெதிர்பார்க்கின்றோம்.

தி. சி. நாராயணசாமி பிள்ளை.

தமிழர் கரத்தெங்கும் ஆனந்தமாக வுலாவும் ''தமிழன்'' பத்திராதிபருக்கு வந்தனம். இக்கடிதத்தைத் தங்கள் பத்திரிகையில் வெளியிட வேண்டுகிறேன்.

பால்குரூஸ் நாயுடென்னு மன்பர் மானியென்பதின் பொருளும் நிர்மானி யென்பதின் பொருளு மறியாது மிக்கக் கற்றவர் போல் அபினயித் தெழுதியுள்ளக் கடிதத்தைக் கண்ட கற்றவர்கள் யாவரும் அவரது வுச்சாக மொழிக்கு மெச்சிக்

கொண்டாடுகின்றார்கள். இதுபற்றி தமிழினது மொழி பேதங் களும், பொருள்பேதங்களு மறியா தெழுதுவோர் கடிதங்களுக்கு தமிழன் பத்திரிகையி லிடந்தராதிருப்பதே யழகாகும். அங்ஙன மின்றி தமிழனது வாசகப்பொருளறியா தெழுதுங் கடிதங்களை தமிழன் பத்திரிகையில் வெளியிடுதல் அதனழகு குன்றிப்போம். ஆதலின் பத்திராதிபர் அவ்வகைக் குன்றாதிருக்கச் செய்வாரென்று நம்புகிறோம்.

வீ. கோபாலன்.

தேவரீர் தமிழன் பத்திராதிபவர்கட்கு வந்தனம். ஐயா யான் வரைந்துள்ள கடிதத்தைத் தங்களது பத்திரிகையில் வெளியிடும்படி வேண்டுகிறேன்.

கிறிஸ்தவர்களுக்குள் நாயுடென வெளிதோன்றிய வன்பரே யாம் வரைந்துள்ளக் கடிதத்தில் எமது சிறு வயது முதல் நாளதுவரையில் பெரியோர்களால் கூறக் கேட்டுள்ள மொழி களென்று விளக்கி அப்பாடலையும் வரைந்துள்ளோம். அவற்றைக் கண்ணுற்ற நீவிர் அதன் கருத்தறியாது எச்சரித் திரத்தில் வாசித்துளரோ வென வரைந்திருக்கு முமது நுட்பவறிவை நோக்கில் ''அப்பா உன் தகப்பனார் ஓர் சங்கதி சொல்லி யனுப்பியுள்ளா ரென்றவுடன் மைந்த னெழுந்து அம்மே அதை நான் எந்த புத்தகத்திலும் வாசிக்கவில்லையே'' என்றானாம், அதுபோல் யாம் சுருதியா லறிந்துள்ளோ மென்னும் பொருளறியாது எப்புத்தகத்தில் வாசித்தீரோ வென்னும் மறுப்பெழுதிய வுமது பகுத்தறிவிற்கு பள்ளிச் சிறுவர்களில் போர்த் ஸ்டாண்டார்ட் பிள்ளைகளும் பற்கடிப்பரென்பது திண்ணம். ஆதலின் இத்தகைய விதரணையற்றக் கடிதங்களுக்கும், தருக்கப் பாங்கறியா வாசகங்களுக்கும் இனி நமது பத்திராதிபரிடந் தராதிருக்கும்படி வேண்டுகிறோம். கற்றோர் கடிதம் கலகமறுக்கும், கல்லார் கடிதம் கலகை பெருக்கும்.

M.V.

18 ஜனவரி, 1911

236. கடிதங்களின் தடை

தெருப்பணியார் தங்களுடைய சுவையற்ற கடிதத்தை தமிழன் பத்திரிகையில் வெளியிடுதல் தகாதென நிறுத்திவிட்டோம்.

அருள்தாசரைப் பற்றியேனும், பால்குரூஸ் நாயுடு அவர்களைப் பற்றியேனும் வருங் கடிதங்களைப் பிரசுரப்படுத்துவதிற் பயனில்லை யாதலின் வரையாதிருக்க வேண்டுகிறோம்.

யாதார்த்தவாதி – நந்தன் கதையை ஞானமாகச் சொல்லினும், அரிச்சந்திரன் கதையை அஞ்ஞானமாகச் சொல்லினும் அவ்விரண்டு கதைகளும் மெய்யாயின் மேற்கோள் வேண்டுவதில்லை. அவ்விரண்டு காதைகளும் பொய்க் காதைகளாதலின் புதின புதின பொருந்தா மேற்கோள் புதுக்கி பொய்யை மெய்யாகப் புகட்டினும் அஃது பிரயோசனமற்றப் பொய்மகாதைகளென்றே துணிந்து புறக்கழிப்பீராக.

18 ஜனவரி, 1911

237. சாதிபேதமற்ற திராவிடர்கள்

எனக் குறிப்பிட்டு பூலோகவியாசனுள் வரைந்துள்ளக் கருத்தை அசத்தியர்களாலும், அசப்பியர்களாலும், துன்மார்க்காகளாலும் பொறாமெ கொண்டு பூர்வ பௌத்தர்களுக்களித்துள்ள சாதிப் பெயர்களை யகற்றி சுயம்பில் (சென்செஸ் கலத்தில்) வெளிவருவதுடன் மதக்களிம் பேறியுள்ள மற்றவர்களுக்கும் விளக்கி பௌத்த கலத்தில் சேர்க்க வேண்டும் எனுங் கோரிக்கையால் வரைந்தது என்பது கருத்தாம். அன்னோர் ஓதலும் பிறர்க் குரைத்தலுமாகியச் செயலில் நிகழ்வாராயின் அழகும் ஆனந்தமுமேயாம்.

18 ஜனவரி, 1911

238. A FOOT BALL MATCH

நாளது *1911*ஆம் வருடம் ஜனவரி மாதம் *4*ந்தேதி புதவாரம் அன்று சாம்பியன் ரீப்சிலுள்ள ஈஸ்டர்ன் ஸ்டார் ஹாக்கி புட்பால் கிளப், யூனியன் ஜாக் புட்பால் கிளப்புடன் மூன் லைட் கிரண்டில் விளையாடியதால் ஈஸ்டர்ன் ஸ்டார் கிளப் இரண்டு கோல் எடுத்தார்கள்

CHAMPION REEFS G. C. D. **துரைசாமி,**

24.1.11

25 ஜனவரி, 1911

239. பெங்களூர்

நிகழும் 1911ஆம் வருடம் ஜனவரி மாதம் 1ந்தேதி கதிர் வாரமன்று மாலை 6 மணிக்கு பெங்களூர் சாக்கைய பௌத்த சங்கத்தின் அங்கத்தவர்களெல்லா மொருங்கு கூடி ஆலோசித்த தென்னவெனில் நாம் சின்னாளாக ''தரும வாசகசாலை'' விஷயத்தை கவனியாமல் விட்டிருப்பது தகுதியல்ல. அஃதை எவ்வாறாகிலும் பூர்த்திசெய்ய முயல வேண்டுமென்றனர். கடந்த 1910ஆம் வருடம் டிசம்பர் மாதம் 18ந்தேதி பானுவாரம் பெங்களூர் சாக்கைய பௌத்த சங்கத்தின் ஸ்ரீ சரஸ்வதி பாடசாலையில் தருமவாசக சாலை விஷயமாக ஸ்ரீ A.D. இராஜலிங்கங்காரு சுபேதார் மேஜர் சந்தார் பஹதூர் அவர்களை அக்கிராசனாதிபதியாக நியமிக்கும்படி சபையார் அங்கீகரித்தார்கள். அவ்விதமாக அன்று சில விஷயங்களைப் பேசி முடித்து மறுகூட்டத்தில் தக்க ஏற்பாடு செய்யலாமென்று தீர்மானித்ததற்கு ஸ்ரீ உபகாரியதரிசி T.N. ஹரிதாஸ அவர்க ளெழுந்து அக்கிரா சனாதிபதி அவர்களுக்கும் சபையோருக்கும் வந்தனம்புரிந்து சபைக் கலையப்பெற்றது யாவருக்குந் தெரிந்த விஷயமே.

இந்த ஜனவரி பண்டிகையினிமித்தம் மேற்படி அக்கிரா சனாதிபதி அவர்கள் வர சில அசந்தர்ப்பம் நேரிட்ட படியால் கனம் மைசூர் இம்பீரியல் சர்விஸ் லான்சர்ஸ் ஜமேதார் V. ஜீவரத்தினமவர்களும், கனம் 81–வது பைநீர் சுபேதார் M.V. பெருமாளவர்களு மெழுந்து பௌத்த குரு சுவாமி அவர்களை மிகவும் பணிவுடன் இத்தரும வாசக சாலை உத்தேசிப்புக்குத் தாம் அக்கிராசனாதிபதியாக வீற்றிருத்தல் வேண்டுமென மனக்களிப்புடன் வற்புறுத்தி வேண்டினர். அவ்வண்ணமே சுவாமியாரவர்களாகுகவெனத்தாமெழுந்துதருமவாசகசாலைக்கு பல்லாண்டு பல்லாண்டென வாசிக்கூறி அதினபிவிருத்தியை முன்னிட்டு வெகுவூக்கத்துட னொவ்வொருவரும் தம்மா லீன்றப் பொருளுதவிச் செய்து இதனை கைசோரவிடாமற் படி தற்கார்த்தருள்வீரென ஆங்கிலேய பாஷையில் வெகு வுர்ச்சாகத்துடன் பிரசங்கித்து முடித்தனர். அதன்பிறகு வாசக சாலை காரியதரிசி ஸ்ரீ V. ஆறுமுகமவர்க ளெழுந்து அக்கிரா

சனாதிபதி யவர்களுக்கு வந்தன மிதமுடன் தந்து ஸ்ரீ M.V. பெருமாள் சுபேதாரவர்களைத் தெள்ளென விளங்குபடி பௌத்த தருமத்தையும் வாசகசாலையின் விர்த்தியைப் பற்றியும் தமிழில் யாவருக்கும் நன்கு விளங்குபடி உபந்நியாசிக்க வேண்டிக் கொண்டதினிமித்தம் அன்னவரெழுந்து மிக்க சாதுர்யத்துடன் பௌத்த தருமத்தையும் வாசகசாலையின் குணநோக்கத்தையும் சமயோசிதமாக ஆங்காங்கெடுத்து பூட்டி சகலர் மனமுங்குதூகலிக்கும்படி புத்தகசாலை இன்றுமுதல் தினந்தோரும் மாலை 6 மணி துடங்கி 8 மணி வரையில் திறந்திருக்கப்படும். யாவருந் தடையின்றி வந்து இங்ஙனமுள்ள பத்திரிகைகளையும், புத்தகங்களையும் திருப்திகரமாய் வாசித் தறியலாம். அன்றியு மதற்குஅங்கமாய்ச்சேரவிருப்பமுள்ளவர்கள் 2 அல்லது 4 அணா கொடுத்து அங்கமாகலாமென்று விளம்பி அக்கிராசனாதி பதிக்கும் விஜயமா யிருந்த சகலருக்கும் வந்தனமளித்து தன் பிரசங்கத்தை நிறுத்தினார். அதன்பிறகு வாசகசாலை காரியாதிபதி V. ஆறுமுக மவர்களெழுந்து புத்த குருசுவாமி அவர்கள் அக்கிராசனாதிபதியாக வகித்ததற்காகவும் M.V. பெருமாள் சுபேதார் அவர்களுக்கும், சபையோர்களுக்கும் நன்றியறிதலான வந்தனங்கூறி கரக்கோஷ்டத்துடன் சபை கலையப்பெற்றன. வாசக சாலைக்கு பௌத்தகுருசுவாமி அவர்கள் ''பர்மன்ஜர்னல்'' பத்திரிகையும், கனம் M.V. பெருமாள் சுபேதார் ''தமிழன்'' பத்திரிகையும், கனம் P.M. தருமலிங்கம் அவர்கள் ''சுதேசமித்திரன்'' பத்திரிகையும், கனம் பெங்களூர் கன்பெக்ஷனர் M. மதுரையவர்கள் ''டெய்லி போஸ்ட்'' பத்திரி கையும், கனம் கன்பெக்ஷனர் M. இராமசாமி யவர்கள் ''ஆர்மி சிவில்நியூஸ்'' பத்திரிகையும் இன்னும் மற்ற சகோதரர்கள் புத்தகங்கள் அளித்திருக் கின்றார்கள்.

இதனைக் கண்ணுறும் கனவான்கள் தயைகூர்ந்து தங்களல் இயன்ற பொருளுதவியும், புஸ்தகங்களும், பத்திரிகைகளும் நமது வாசகசாலைக்கு இனாமாக அளிப்பீர்களென்று கோரு கின்றேன்.

இப்படிக்கு

V. **ஆறுமுகம்**

வாசகசாலை காரியதரிசி

1 பிப்ரவரி, 1911

240. கடிதங்களின் தடை

புதுவை – வடிவேலு

நீலகிரி – சு. மாணிக்கம்

கோலார் – வீ. பாபு

மயிலை – பானுபாலன், B.K.

தங்கள் நால்வருடைய கடிதங்களும் ஒருவர் பேரில் வந்திருப்பது பல பத்திரிகைகளில் எழுதியுள்ளவற்றிற்கு நமது பத்திரிகையில் விடை யெழுதுவது நியாயமாகக் காணவில்லை. அதே பத்திரிகைகளுக்குக் கையொப்ப நேயர்களாகிக் கடிதமெழுதி கண்டிப்பீர்களேல் கனமுண்டாம். அங்ஙனமின்றி தங்களில் ஒருவர் கடிதத்தை வெளியிடுவோமாயின் மற்ற மூவருக்கும் மனத்தாங்க லுண்டாகும். நால்வர் கடிதங்களையும் வெளியிடின் நமது பத்திரிகையில் வேறு சங்கதிகளுக்கு வெளியில்லாமற் போகும். ஆதலின் தங்கள் நான்கு கடிதங்களையும் நிறுத்திவிட்டோம்.

தி. சி. நா.

உரிகம் P.G. வடிவேலன்.

ராபின்சன்பேட் G. A. தேவநேசம்பிள்ளை.

சாம்பியன் ரீப்ஸ் யதார்த்தப் பிரியன்.

K.G. A. P.

உரிகம் M P. G. நடராஜன்.

தங்களுடையக் கடிதங்கள் வருகிறவாரம் வெளிவரும். அன்பர்களே ''கட்டுப்பட்டாலும் கவரிமான் கயிற்றால் கட்டப் பட வேண்டும், குட்டுப்பட்டாலும் மோதிரக் கையால் குட்டுப்பட வேண்டும்'' மென்னும் பழமொழிக் கிணங்க கற்றோர்களுடனெதிர்க்கில் பலப்பொருட் கியானமும், கலை

நூற் தெளிவுமுண்டாகும். அங்ஙனமின்றி கல்லாத கசடர் களுட னெதிர்க்கில் கேட்டுள்ள கேள்விகளும், அதினந் தரார்த்தங்களுமே அவர்களுக்கு விளங்காது.

அசுவலயவாளர்போல் அவன் கூழ்குடித்து கெட்டுப் போன வன் இவன் கஞ்சிக்குச் செற்றவன் அவன் சப்பாணி இவன் நொண்டி எனக் குலைக்க வாரம்பித்துக் கொள்ளுவார்கள். அவர்களுள்தமிழனது வாசகப்பொருள்அறியாது தட்டுக்கெட்டுத் தடுமாடுவோர் தங்க ளவிவேகத்தால் தலையிலடிக்கவரினும் வருவர், ஆதலின் கல்லாரை எதிர்த்துக் கடித மெழுதாதிருக்க வேண்டுகிறோம்.

1 பிப்ரவரி, 1911

241. கோயமுத்தூர்

கோயமுத்தூர் பிளேக்

தற்காலம் இந்நகரானது மிகவும் சிரேஷ்ட நிலையாகிய உன்னதப் பதவியில் வந்தும் ''பிளேக்'' என்னும் வீரி ஒரு வருடத்துள் இருமுறை டவுனுக்குள் விஜயமாகி மநுக்களை வாயில் போட்டுக் கொண்டனள். முனிசிபாலிட்டியார் முக்கியப் பிரயாசையெடுத்து வேண்டிய ஏற்பாடுகள் செய்துவந்தும் அன்னாள் விலகுவதைக் காண்கிலன். அப்பிளேக் மாது நல்லாரையும், பொல்லாரையும் கொள்ளைக்கொண்டு போவது மல்லாமல் நிரபராதிகளாகிய சிறுவன் சிறுமிகளையும் பூமிக்கிரையாக்கி விடுகின்றனன். டவுனுக்குள் அரிசி முதலிய கடைகளைக் காண்பது கஷ்டமாய்விட்டது. ஏழை ஜனங்கள் படும்பாடோ மெத்தக் கஷ்டம். டவுனுக்குள் இருப்பது கூடாதென்று விப்பிரர்கள் யூரோப்பியர் டவுன்பக்கம் குடி யேறியிருப்பதோடு சொந்தத்தில் பூமிவாங்கி பங்களாக்கள் கட்டிக் கொள்ளு கிறார்கள். வியாபாரிகளோ கடைகளைச் சாத்திவிட்டு வலசை வாங்கிவிட்டார்கள். டவுன் விஷயத்தில் கனம் சேர்மன் அவர்கள் எடுத்துக் கொள்ளும் பிரயாசம் கொஞ் சமல்ல. மிக்க நல்லவர். அஃதோடு மெடல்பெற்ற கனம் குலாம் காதர் சாயப் அவர்களும் வேண்டிய பரி பாலனஞ் செய்து வருகின்றனர். மேற்படி இருவருக்கும் வந்தனப்பூர்வமாய் நன்றிச் செலுத்துவது நலம்.

கோயமுத்தூர் அல்லா பண்டிகை

கோயமுத்தூர் போலீஸ் டவுன் இன்ஸ்பெக்ட்டர் கதும் சவுரிராஜலு நாயுடு அவர்கள் இங்கு இன்ஸ்பெக்ட்டராக விஜயமான பின்புதான் இவ்விடத்திய போக்கிரிகள், சூதாடிகள், இராப்பகற் கொள்ளைக்காரர்கள், வேசிக் காந்தர்கள், குடியர்கள் கொட்டமெல்லாம் அடங்கிற்று. இவர் வந்தபின்புதான் இரவில் 9 மணிக்குமேல் சாராயம், கள் விற்கும் மீறுதலும் நின்றது.

இந்த இன்ஸ்பெக்ட்டர் கனம் நாயுடு அவர்கள் மேற்கண்ட அயோக்கியர்களெல்லாம் ஓர் புலிபோன்றவர். இவரைக் கண்டால் மேற்படி அயோக்கியர் களெல்லாம் பூனையைக் கண்ட எலி அஞ்சி யொடுங்குவது போல் ஒடுங்கி அடங்குவர். அநேக துன்மார்க்கர்களெல்லாம் இவரால் நல்வழியடைந்தார்கள் என்பதும் உண்மெயான வதந்தி.

இவர் அல்லா பண்டிகை 10–வது நாள் பாஸ் இல்லாது புலிவேடம் போட்டவர்களை அரஸ்ட் செய்ததின்பேரில் சில போக்கிரி துலுக்கர்கள் போலீஸ் ஸ்டேஷனுக்குள் நுழைந்து அவரை அடிக்க வெத்தனித்தும் ஆபீசுக்குள் நுழைந்து போலீஸ் ரிக்கார்டுகளையும், தடிகளையும், துப்பாக்கிகளையும் கொளுத்தி விட்டதல்லாமல் அப்ஸ் டேரின் மரப்படிகளையும் கொளுத்திவிட்டார்கள். இந்த அட்டூழியங்களைக் கண்ட கனம் இன்ஸ்பெக்ட்டர் மேல்மாடியிலிருந்து ஒரு வேட்டுச் சுட்டும் மேல்படியார்கள் பயப்படவில்லை. பின்பு ரிசர்வ் போலீஸ் வந்தபோது குடிகள் அடங்கினர். ஆறு அல்லா கூண்டையும் யாரோ நடுரோட்டில் கொளுத்திவிட்டார்கள். மசூதிக்குள் நுழைந்து லஸ்தர் லாந்தர் முதலியவற்றையும் உடைத்து விட்டார்கள். கலகம் பெரிதே.

தற்காலம் எல்லா விஷயமும் விசாரணையிலிருக்கிறது. அநேக துலுக்கர்களை அரஸ்ட் செய்யப்பட்டிருக்கிறது.

தி. சி. நாராயணசாமி பிள்ளை H.F.U

உ. கோ.

1 பிப்ரவரி, 1911

242. கடிதம் - கழுமரம்

கோலார்,
கழுவைத் தொழுவோன்.

ஐயா தங்களுடையக் கடிதத்தை வெளியிடுவதிற் பயனில்லை. காரணமோவென்னில், பூர்வகாலத்தில் கள்ளர்களையும், கொலைஞர்களையும் தெண்டிக்கும் ''கழுவென்னும்'' ஓர் கருவியிருந்தது, அதாவது, கழுவென்னும் பட்சியானது இரண்டு ரெக்கையை விரித் திருப்பது போல் மரத்திற் செய்து பாதகர்களை, ஆணி வைத்தரைந்து தெண்டித்தல். தற்காலம் அத்தகையக் கருவிகளை நீக்கிவிட்டு கள்ளர்களை கட்டிவைத்தடித்தலும், காராக்கிரகமடைத்தலும், கை கால்களில் விலங்கு பூட்டலுமாகியக் கருவிகளை யேற்றுக் கொண்டார்கள்.

பாதகர்களை தெண்டிக்குங் கழுவை ராஜாங்கத்தோரே மாற்றிவிட்டு வேறு கருவிகளமைத்திருக்க அவற்றைக் குடிகள் மட்டும் சிந்திப்பது யாதுக்கோ விளங்கவில்லை. அவ்வகை சிந்திப்பதினும் அக்கழுமரத்தைத் தொழ வேண்டுமென்பதுயென்னமதியோ அதுவும் விளங்கவில்லை. ஓர் மனிதனையெய்து கொன்ற அம்பை நோவதா, அம்பை யெய்தவனை நோவதா. அம்பை நோவதாயின் அம்பு தானேவந்து தைத்திருக்குமா; அதுபோல் கழுமரங் கள்ளர்களை தானே யேற்றியிருக்குமா அல்லது யேற்றும் வேவுகரால் ஏற்றியிருப்பார்களா, கள்ளரையும், கொலைஞரையும் கழுவிலேற்றுவோரே ஏற்றியிருப்பரென்பது அநுபவக் காட்சியாகும். அங்கனம் கழுவில் யேற்றுவோரைக் கள்ளர்க ளெல்லவருங் கூடி போற்றித் துதிப்பரேல், கள்ளர்களைக் கண்டவுடன் சற்று தயைபுரிவார்கள். அஃதின்றி கழுவினைத் தொழுவது கல்லாக் குறைவேயாம். அம்பை யெய்தியவனைத் தொழுது வேண்டிக்கொள்வது அம்பை பிடித்துதொழூம்உம் அறிவிலிகட் கொக்கும் கழுமரத்தின் தயவும் அதன் சிந்தையும்

கள்ளர்களுக்கும், கொலைஞர் களுக்கும், குடியர்களுக்குமே வேண்டும். நமக்கு வேண்டியது ராஜாங்கத்தோர் தயவும் அவர்களது சிந்தனையுமேயாம். ஆதலிற் தாங்க ளத்தகைய வீணரின் கடிதங்களை நோக்காதிருக்க வேண்டுகிறோம்.

ப.ர்.

1 பிப்ரவரி, 1911

243. A FOOTBALL MATCH

1911ஆம் வருடம் ஜனவரி மாதம் 21ந்தேதி சனிக் கிழமை யன்று சாம்பியன் ரீப்ஸிலுள்ள ஈஸ்டர்ன் ஸ்டார் புட்பால் கிளப்புடன் உரிகம் மாரல் மிஷாஸ் கிரவுண்டில் விளையாடியதால் ஈஸ்டர்ன் ஸ்டார் கிளப் இரண்டு கோல் எடுத்தார்கள்.

CHAMPION REEFS G.C.S. **துரைசாமி**

27.1.1911

1 பிப்ரவரி, 1911

244. கடிதங்களின் தடை

அப்பாதுரையென்னு மன்பரே, தமது கடிதங்களை வெளி யிடவில்லையென்று ஆயாசப்பட வேண்டாம். உமக்கு யெதிரிடையாயக் கடிதக்காரர்கள் தோன்றும் வினாக்களின் காரணகாரிய மறியாதவர்களும், தொடுக்கு மொழியின் எழுவாய் பயனிலை உணராதவர்களும், வாசக மூவின மெழு தத் தெரியாதவர்களும், சகோதிர வாஞ்சை அற்றவர்களும், தாங்களெழுதும் வரிகளிலுள்ளக் குறைகளைத் தாங்களே அறியாதவர்களும், வீண்வாதத்தைப் பெருக்கு கின்றவர் களும், வினாக்களின் விடை தோன்றாவிடின் வைய வாரம் பிக்கின்றவர்களுமா யிருக்கின்ற படியால் நீரவர்களுடன் வாதுபுரிதல் மனத்தாங்கலுக் கேதுவைத் தருமேயன்றி அவர்களது சங்கையறவும், உமது சங்கையறவு மின்றி யேனையோர் கண்டு களித்து கலைவிருத்தி அடைவதற்கு மேதுவில்லாமற்போம். ஆதலின் கண்டு படிக்காத தெண்டபடிப்பாளரிடம் கலகம் நேராதிருக்க வேண்டுகிறோம்.

கோலார் புத்த சங்கை வினவி

ஐயா தாம் வினவிய சங்கை வித்தையும் விதரணையுமற்று விகடமேவேதமொழியாகக்கொண்ட வீணர்களின்சங்கையாகும். புத்தமென்னு மொழி வடமொழியா தென்மொழியா வென்று கண்டெழுத வகையற்றவர்களு மோர் கலை வல்லவர்களாவரோ அத்தகையக் கல்லாதவர் பால் வாதிடுவது மழகாமோ மகட பாஷையில் புத்த மென்னு மொழிக்கு, திராவிட பாஷையில் மெய்யென்று கூறப்படும். அதற்கு எதிரடையாக மகட பாஷையில் அபுத்தமென்னு மொழிக்கு, திராவிட பாஷையில் பொய்யென்று கூறப்படும். தன்னிற்றானே உண்மெ யுணர்ந்த சித்தார்த்த சக்கிரவர்த்தியாரவர்களின் மலைவுபடா வாய்மெ யுணர்ந்த பெரியோர்கள் அவரை மகடபாஷையில் புத்த

ரென்றும், திராவிடபாஷையில் மெய்யரென்றும் அவரை அழைத்துள்ளார்கள்.

அத்தகைய மேலோனது தன்மத்தின் சாராம்ஸ மறியாது வாய் பதங்கொண்டு தூஷிக்கும் அகங்காரிகள் அதன் பல னையும், துற்குணத்திற்கேற்ற செயலையும் கூடிய சீக்கிரம் அனுபவிப்பார்கள். அத்தகைய வாய்மதத்தோருட் சிலர் நாவில் லூனீர்வடிய அநுபவித்தும் வருகின்றார்கள். புத்தமென்பது மெய், அப்புத்தமென்பது பொய், பொய்யர் கள் எல்லோருங்கூடி மெய்யரை தூஷிப்பார்களாயின் அஃது மெய் பெறுமோ. மேதினி மேன்மக்கள் புகழ்வரோ ஒருக்காலும் புகழமாட்டார்கள். இத்தகையாய் தூஷிக்குங் குணமே பூஷிப்பாக உள்ளபடியால் அவர்களது மதத்தைச் சார்ந்த அரசர்களும், அவர்களது குருக் களும், அவர்களது மடங்களும், சத்துருக்களா லோடியும் அக்கினியினால் வெந்தும் நீரிலமிழ்ந்தும் நசித்துவருவதை நன்குணர்ந்து கொள்ளலாம். தங்களது மதத்தைச் சார்ந்த வரசர்களும், மடங்களும், மடாதிபர்களும் தாங்கள் முன்செய்த தீவினை யால் நாளுக்குநாள் நசிந்துவருவதை நன்குணராது பெரியோரையும், பெரியோர்களது தன்மத்தையும் தூஷிக்குந் துன்மார்க்கர்கள் அதனினு மிக்கக் கேட்டுக்குள் ஆழ்ந்து அதி துக்கத்தை யநுபவிப்பார்களென்பது சத்தியமாகும். அறிவிலிகள் பெரியோரை தூஷித்து அவதியுறினு முறட்டும் நீங்கள் மட்டிலும் பெரியோர்களையேனும், அவர்களது போதகங்களையேனுந் தூஷிக்காமலிருக்க வேண்டுகிறோம்.

8 பிப்ரவரி, 1911

245. கடிதம் - கல்விக்கு அரசனாகிய தமிழன் பத்திராதிபரே

இவ்வுலகத்து மானிடர்களுக்கு அறம் என்னும் தருமத்தை நிலையாட்டிய நமது ஒப்பிலா அப்பன் சற்குருவின் அருளால் கல்விக்கு அரச சிங்கமாகத் தோன்றிய எமதருமெய்த் ''தமிழன்'' பத்திராதிபர் பொற்பாத கமலங்களுக்கு யானாகிய சிறுவன் பெ.ம. தருமலிங்கம் அனேகமுறை தங்கள் இரு பொற்பாத மதை முத்தமிட்டு நமஸ்கரித்து எழுதும் விஷயமாவது இப்பவும் யான் சிலகாலமாக நமது இந்திய நாட்டில் பிரசுரமாகும் தமிழ் பத்திரிகைகளை அநேகம் வாசித்தும் என்னறிவுக்கு யாதும் நல்வழி கிடையாமல் பெங்களூர் ''சாக்கைய பௌத்த சங்கத்து'' அங்கமாகிய கனம் சி. மாணிக்க மென்னும் நண்பரால் 'தமிழன்' பத்திரிகை வாங்கி வாசித்து அதனால் யான் உலகின் நன்மானிடனாய் பிறந்து நமது வாழ்ணா ளெல்லாம் வீணில் கழித்துவிட்டோமென்று வெகுவிசனம் கொண்டு பிறகு இனி மேலாவது சுகவழிகளைக் கண்டு நடக்க வேணும் என்று மனதிடம் கொண்டேன். ஆ! என் கல்விக்கு அரசனாகிய 'தமிழன்' பத்திராதிபரே, நீர் இவ்வளவு கருணைபுரிந்து ஏனையோர்களுக்கு சுகவழிகளை கண்டறியும் பொருட்டு எங்களுக்கு தெள்ளமுது தேன் சுவையைப் போன்ற அறிவையூட்டி வளர்க்கின்ற எனது ஒப்பில்லாவப்பனே பத்திராதிபரே நீரே என் சற்குருவும், கல்வி பெருமானும், கல்விக்கரசனும், என் தந்தைதாயும் நீரே என்று இரவும் பகலும் இடைவிடாமல் உம்மெ பூஜிக் கின்றேன். இன்னும் எம்மெப்போன்றவரும் இந்த பத்திரிகை வாசித்துப் பார்த்து சுகவழியை கண்டறிவாராகவும். இன்னும் தாங்கள் எடுத்த பூர்வத்தமிழொளி சிறு புத்தகங் களுக்காக நண்பர்கள் கூடிய சீக்கிரம் திரவிய பொருளீய்ந்து சீக்கிரம் முன்னுக்கு கொண்டு வருவாராகில் கூடிய சீக்கிரம் எம்மெப் போன்றவர்கள் சுகவழிகளையும் கண்டு ஆனந்திப்பார்கள். மேலும் இந்திய நாட்டு சங்கம் முழுவதும் கூடி நமது பத்திராதிபர் எடுத்த

விடாமுயற்சியை அரங்கேற்றுவார்களென்று நம்பி நமது சங்கத்து அங்கமாகிய யாவருக்கும் இடைவிடாமல் நமஸ்கரிக்கின்றேன். உமதாயுசு நீடியகாலம் ஓங்கி வளரவும், உமது பத்திரிகை தாமரை கொடியைப் போல் ஓங்கி படரவும் உமது வாயினால் பிரசங்கிக்கும்படியான சொற்கள் முத்துக்களைப் போல பத்திரிகையில் துலங்கவும் மாணிக்கம் போல் பிரகாசிக்கவும் அதில் கண்டு ஆனந்திக்கும்படியான சொற்கள் அன்பர் களுக்கு ஆபரணம்போல அணியவும் இதை கண்டு எங்கள் மனைவி மக்கள் ஆசை கொண்டது போல உமது பத்திரிகையில் வரும் நற்பயன்களை நாங்கள் வாசிக்கும் போது எங்கள் குடும்பத்தார் கேட்டு மகா உச்சாகம் கொண்ட உமது அருமெயான தமிழன் பத்திரிகைக்கும், உமக்கும் உமது ஆபீசு உத்தியோகஸ்தருக்கும் யானும் என் குடும்பத்தாரும் இடைவிடாமல் நமஸ்காரம் புரிந்தோம்.

பெங்களூர் **பெ. ம. தருமலிங்கம்.**

5.2.11

8 பிப்ரவரி, 1911

246. கடிதம் – சர்வவியாபி பத்திரிகை

சர்வவியாபியில் வெளிதோன்றுங் கடிதக்காரர்களை ஒரு நியாயங் கேட்டுக் கொள்கிறேன். அதாவது, என் சிற்றறிவிற்கெட்டா சில சங்கைகள் தோன்றிவிட்டிருக்கிறது. இச்சங்கைகளை மேற்படி மகுடம்பெற்றவர்கள் யாரேனும் நிவர்த்திக்க வல்லவர்களாயின் மகாகனந்தங்கிய 'சர்வவியாபி' பத்திரிகையில் வினாக்களுக்கும் விடை களுக்கும் இடந்தர கேட்டுக் கொண்டு விடையளிப்பே னென்று வெளிவருவரேல் தடையின்றி சர்வவியாபி பத்திரா திபருக்கு நன்றி கூறி எமது சங்கைகளைவெளியிடுவேன். நிபுணர்கள்நிவர்த்திப்பார்களாயின் அவரது கமலங்களைப் போற்றுவேனென்பதற்கு ஐயமில்லை. யாதலின் நண்பர்களே இவையல்லோ கற்றவருக்கு களிப்பும், காண்பவர்களுக்கு ஆனந்தமும், இஃதின்றி வீணில் மித்துருபேதஞ் செய்யா திருக்க வேண்டுகிறேன்.

மகாகனம் தங்கிய கனம் 'தமிழன்' பத்திராதிப அண்ணலே உமதடியான் நி. அப்பாதுரை பிள்ளை தங்களை வெகுவாய் கேட்டுக்கொள்ளுகிறது யாதெனில் தயவுசெய்து இக்கடிதத்திற்கு இடந்தருவரேல் சர்வவியாபி பத்திரிகையின் வாயலாய்த் தருக்கித்துக் கொள்வேன். தயவுசெய்து தடை செய்யாதிருக்கக் கோருகிறேன்.

இங்ஙனம்

யதார்த்தப் பிரியன் G.C.A.P.

15 பிப்ரவரி, 1911

247. தற்கால பிராமணர்கள் செய்யும் விவாகமும் முற்கால வள்ளுவர்கள் செய்யும் விவாகமும் இந்து விவாகமாமோ

ஒருக்காலுமாகாவாம் இந்து மதமென்பது யாவருடைய தென்னில் கற்காலம் பிராமணரென்று சொல்லிக் கொள்ளுவோர் போதனைகளுக்குட்பட்டதும், அவர்களது மதத்திற்கடங்கியதும், அவர்கள் வருத்துப் போக்குக் கிடமாயதும், அவர்களது ஆலயத்துக்குட் பிரவேசிக்க சுதந்திரமுடையதும், பிராமணர்கள் என்போர்களுக்குத் தானங்கொடுக்கக் கூடியவர்களுக்கும் பிராமணர்க ளென்போர்களையே தெய்வமாகவும், குருவாகவும் சிந்திக்குங் கூட்டத்தோர்கள் யாரோ அவர்களே இந்துக்க ளென்றழைக்கப் படுவார்கள். பிராமணர்களென்று சொல்லிக் கொள்ளுவோர் முதலாகனின்று விவாகக் கிரியைகளை நடாத்தி மாங்கல்யம் சூட்டுவதாயின் அதையே இந்து விவாகமென்று கூறப்படும். பிராமணர்க ளென்போர் வந்து முன்னின்று செய்யப்படாத விவாகங்களை இந்து விவாகங்களென்று சொல்லுவதற் காதாரமில்லை.

இந்துக்களென்னும் ஆரிய வகுப்போரித் தேசத்தில் வந்து குடியேறுவதற்கு முன்பிருந்த பௌத்தவரசர்களும் பௌத்த வியாபாரிகளும், பௌத்த விவசாயிகளுமாகிய முத்தொழி லாளருக்கும் கன்மகுருக்களாயிருந்து தன்ம கன்மங்களாம் விவாகக் கிரியைகளை பரம்பரையாக நடாத்தி வந்தவர்கள் வள்ளுவர்களேயாவர்.

பௌத்தர்களுக்குள் ஞானகுருக்களாம் பிராமணர் களென் றழைக்கப் பெற்றவர்கள் விவாக முதலியக் கன்மக் கிரியை களுக்குப் பிரவேசிக்கமாட்டார்கள். குடிகளுக்கு நீதியையும், நெறியையும், வாய்மெயையும் போதிக்கும் தன்மச் செயலிலேயே நிற்பார்கள். வள்ளுவர், நிமித்தகர், சாக்கைய ரென்றழைக்கப் பெற்ற, கன்மகுருக்களே விவாக முதலிய தன்மகன்மங்களை நடாத்தியும் வந்தார்கள். நாளதுவரையில் நடத்தியும் வருகின்றார்கள்.

முன்கலை திவாகரம்

வள்ளுவர் சாக்கையரெனும் பெயர் மன்னர்க்
குள்படு கருமத் தலைவர்க் கொக்கும்.

பின்கலை நிகண்டு

வரு நிமித்தகன் பேர் சாக்கை வள்ளுவ
னென்றுமாகும்.

பௌத்தமார்க்க வாசகர்களுக்கும், பௌத்தமார்க்க வியாபாரிகளுக்கும், பௌத்த மார்க்க விவசாயிகளுக்கும் வள்ளுவர், சாக்கையர், நிமித்தகரென் றழைக்கப் பெற்றவர்களே கன்ம குருக்களாயிருந்து விவாக முதலிய தன்ம கன்மங்களை நிறைவேற்றியுள்ளவற்றை மணிமேகலை, சீவகசிந்தாமணி, சூளாமணி, சிலப்பதிகார முதலிய சமண முனிவர்கள் நூலால் தெரிந்துக் கொள்ளலாம். தங்காலந் தோன்றியுள்ள இந்துமதச் செயல்களுக்கும் பூர்வ பௌத்தமதச் செயல்களுக்கும் அனந்த பேதமுண்டு.

தற்காலந் தோன்றியுள்ள இந்து மதம் சற்று சிறப்புற்றும், பூர்வபௌத்த தன்மம் சிறப்புக்குன்றியு மிருக்கின்றபடியால் பூர்வ சரித்திரங்களை ஆராய்ந் தறியாதவர்கள் எங்களது இந்துமதக் கிரியைகளைத்தான் வள்ளுவர்கள் செய்கின்றார்களென்று கூறுவது முண்டு. அத்தகையோர் கூற்று பௌத்த தன்ம கன்மங்களை யறியாதோர் வாய் மொழியாகும். பௌத்தர்களின் தன்மங்களை நன்காராய்ந்தும் உணர்ந்து மிருப்பார்களாயின் விவாக காலங்களில் அரச ஆணிக்கால் நடுவதும் சிந்தாவிளக்காம் குடவிளக்கேற்றுவதும், விவாக மண்டபத்தில் இந்திரத்தியான பலவர்ண நீலச் செப்புகள் வைப்பதுமாகியச் செயல்கள் பௌத்ததன்மச் செயல்களே யன்றி இந்துக்களின் செயல்களல்லவென்று தெள்ளறத் தெளிந்துக் கொள்ளுவார்கள். பௌத்தர்களது கிரியை களினின்று சிலவற்றை தற்கால பிராமணர்களேற்றுக் கொண்டு அக்கிரியைகள் யாவும் எங்கள் இந்துமதத்தைச் சார்ந்ததென்று கூறுவது ஆதாரமற்ற மொழியேயாம்.

வள்ளுவர்கள் நடாத்தும் விவாகக் கிரியைகளை இந்துக்கள் விவாக சம்மந்தத்துடன் சேர்ப்பதற்கு எள்ளளவேனு மிடங் கிடையாது. பூர்வ வள்ளுவர்களின் கிரியைகளை தற்கால

பிராமணர்கள் கிரியைகளுடன் பொருந்த வைக்கவுமாகாது.

தற்கால பிராமணர்களைக் கண்டவுடன் வள்ளுவர்களும் அவர்களைச் சார்ந்தவர்களுங்கூடி அடித்துத் துறத்தி சாணச் சட்டியை யுடைப்பதும், வள்ளுவர்களையும் அவர்களைச் சார்ந்த வர்களையும், தற்காலப் பிராமணர்கள் தங்கள் வீதிகளிற் கண்டவுடன் அவ்வழியே வரவிடாமல் அடித்துத் துறத்துவது மாகிய விரோதச்செயல்கள்நாளது வரையில்அநுபவக்காட்சியாய் இருப்பதை யுணர்ந்தும், வள்ளுவர்களால் நடாத்தும் விவாகக் கிரியைகளை இந்துக்களது விவாக்கிரியைகளுடன் சேர்ப்பது முற்றும் பிசகேயாம். இந்துக்களென்னும் தற்கால பிராமணர் களுக்கும் வள்ளுவர்களென்னும் பூர்வகன்ம குருக்களுக்கும் அவர்களைச் சார்ந்தவர்களுக்குமுள்ளத் தீராப் பகை நாளது வரையிலுமிருக்க இருவர் விவாகமும் ஒன்றாகாதென்பது துணிபு.

22 பிப்ரவரி, 1911

248. கடிதம் – செக்கந்திராபாத் பௌத்த கிளைச் சங்கத்தார்

நேரிசைக்கட்டளைக் கலித்துறை

உண்பினஞ் சூழ்சோ லையம்பதி யென்
றோங்க வாய்ந்த வெங்கள்
தண்ணிழற் கீழமர் சாஷாத் சமணர்
சமயி கட்குக்
கண்டின மேல்வறைக் கோற்போற் றிட
மா யளி அயோத்தி
பண்டித ஸ்ரீமான் பெறுவரெற் பாரென்
கை ஓலையிதே.

என்னில்

செக்கந்திராபாத் 1911ஆம் வருடம் பிப்ரவரி மாதம் 14ந்தேதி மாலை 6 மணிக்கு அறிக்கைப்படி பௌத்த குரு விசுத்த பீக்ஷு சுவாமிகள் (J.W. Moore) புகைரத மார்க்கமாய் செக்ந்திராபாத் ஸ்டேஷனுள் வந்திறங்க, இவரது வரவுக்காக கார்த்திருந்த செக்கந்திராபாத் பௌத்த கிளைச் சங்கத்தார் சகிதமாய் James Basaar. park Lane சவுக்கார் பெட்சு வீரன்னா அவர்களுடைய மடிகையில் ஸ்தாபிதமாக மறுநாட் காலை முதல் விளம்பரப்படி அநேகநேகரால் தரிசிக்கப் பெற்று மவரால் விவித சந்தேகங் களை நிவர்த்தித்தும், பஞ்சசீல முதலியதும் பெற்றோ ரனேகர் இவ்விட மிவரதுவரவால் தற்போதிய கிளைச் சங்கம் பலப்பட யேதுவாமென்ப தெமதுறுதி மேற்படி ஸ்வாமிகள் 22ந்தேதி பிப்ரவரி மாதம் மாலைவண்டியில் பிரயாணமாகி விஜயநகரஞ் சென்றனர்.

இப்படிக்கு,

பஞ்சசீலம் பெற்றோரு ளொருவனும்,
''தமிழன்'' கையொப்பநேயனுமாகிய,
R.V. **சபாபதியர்.**

1 மார்ச், 1911

249. சக்கந்திராபாத் சாக்கைய பௌத்த சங்கம்

திரிசரண பஞ்சசீலம் பெற்றோர்

1911 வருடம் பிப்ரவரி மாதம் 15, 16, 17 தேதிகளில் சமண விசுத்தா அவர்களிடம் திரிசரண பஞ்சசீலம் பெற்றவர்களின் நாமதேயங்கள்.

1. பிரஸ் போர்மேன் கனம் R.V. சபாபதி யவர்களுடன் அவரது மனைவி மீனாட்சி யம்மாளும், அவரது புத்திரர் மாணிக்கமும்

2. கனம் வீராசாமி நாயுடு அவர்களின் புத்திரர் D. சக்கரபாணி, (Medical Practitioner.)

3. கனம் ஆற்காடு அரங்கசாமி முதலியார் அவர்களின் புத்திரர் A.D. மூர்த்தி, (Sub-Overseer.)

4. கனம் சேலம் S.M. சின்னையா நாயுடு அவர்களின் புத்திரர் S.I. சின்னையா, (Clerk.)

5. கனம் பெங்களூர் சின்னசாமி யவர்களின் புத்திரர் V.C. லட்சுமணன் அவர்களும், அவரது மனைவி ருக்மணி யம்மாளும்.

பெல்காமில் பிக்ஷு ஞானவந்தா அவர்களால் 1911 வருடம் பிப்ரவரி மாதம் 25ந்தேதி திரிசரண பஞ்சசீல உறுதிப்பெற்றவர் கனம் C. மஹாலிங்கம், (Sub-Overseer.)

1 மார்ச், 1911

250. சற்குவேநம பௌத்ததன்மப் பிரசங்கப் பிரகடநம்

இதனாற் சகலவன்பர்களுக்கும் அறிவிக்கும் சங்கதி யாதெனில்:– நிகழும் 1911 வருடம் மார்ச் மாதம் 5ந்தேதி ஆதிவாரம் மாலை 3 மணிமுதல் 4 மணிவரையில் புதுப்பேட்டை வெள்ளரியான் வீதி மதுரை ஜில்லாவில் சங்கீத காலட்சேபமும், 4–மணி முதல் பச்சையப்பன் காலேஜ் பிரபசர் P. லட்சுமிநரசு B.A. அவர்கள் அக்கிராசனத்தின்கீழ் ம–ள–ள–ஸ்ரீ M. சிங்காரவேலு, B.A.,B.L அவர்களால் வேதாந்தத்தைப் பற்றியும், க. அயோத்தி தாச பண்டிதரவர்களால் புத்த தன்மத்தைப் பற்றியும் பிரசங் கிக்கப்படும். இது விஷயத்திற்குத் தங்களன்பர் களுடன் வரும் படி வேண்டும்;

தங்களன்பர்கள்

புதுப்பேட்டை
27.2.11

A. **நாராயணசாமி**
M. **ஆதிவேலு**

1 மார்ச், 1911

251. திரிசிரபுரம்

பிரஜாநுகூல சமரச சமாஜம்

பிரஜாநுகூலன் பத்திராதிபர் மிஸ்டர் S.G. இராமாநுஜலு நாயுடு அவர்கள் எடுத்துக் கொண்ட முயற்சியை நாம் மனப் பூர்வமாகி வாழ்த்தி அதன் அபிவிர்த்தியை விரும்பு கின்றோம். அவர் திருச்சியிலே பிரஜாநுகூல சமரச சமாஜம் என்ற பெயரால் ஒரு பெரிய சபையை ஸ்தாபித்திருக்கிறார். திரிச்சிராப்பள்ளியில் இவ்விதமான ஏற்பாட்டைத் தைரியத் துடன் செய்து முடித்த விஷயத்தில் அவ்வூர்வாசிகள் அனை வரும் அவருக்கு நன்றியுள்ளவர்களா யிருக்கக் கடமைப் பட்டுள்ளார்கள். இந்த சமாஜம் இம்மாதம் 12ந்தேதி யன்று முதல் முதலாகக் கூடிற்று. அதன் இரண்டாவது கூட்டம் 19ந்தேதி யன்று நடைபெற அதில் S.P.G. காலேஜ் தமிழ்ப் பண்டிதர் அவர்கள் சபாநாயகராக வீற்றிருக்க ஸ்ரீமாந் ராமாநுஜலு நாயுடு அவர்கள் ''மெஸ்மரிஸம்'' என்ற விஷயத்தைப் பற்றிக் கேட்பவர் பிரமித்துப் போகும்படியாக வெகு அழகாகப் பிரசங்கித்தார். பிரதிவாரத்திலும் 600–க்குக் குறை வில்லாதபடி ஜனங்கள் கூடுகிறார்களென்றால் சபையின் உற்சாகத்தையும், திரிச்சிராப்பள்ளிவாசிகள் ஸ்ரீமாந் S.G. இராமா நுஜலு நாயுடவர்கள்மீது வைத்திருக்கும் அன்பும், மதிப்பும் இத்துணையதென்பது நாம் சொல்லா மலே விளங்கும். இந்த சமாஜம் மேன்மேலும் விருத்தி யடைந்து சகல மக்களுக்கும் சுகமருளுமென்று நம்புகிறோம்.

கண்டுகளித்தோன்

1 மார்ச், 1911

252. FOOT BALL MATCH

என்னும் பந்தாட்டம் கடந்த சனிவாரம் 25ந்தேதி ஈஸ்டர்ன் ஸ்டார் கிளப் எக்ஸல்ஷியர் என்னும் கிளப்புடன் மாரிகுப்பம் ஆபீஸர்ஸ் ஜிம்கானா கிரௌண்டில் (Bet Match) என்னும் பந்தய ஆட்டத்தை ஆடினதில் இருபக்கத்தாரும் சமமாய்விட்டதால் அதே பந்தய ஆட்டத்தை அடுத்த சனிவாரம் 4.3.11–ல் ஆடும்பொருட்டாய் இரு கிளபின் கமிட்டியாராலும் ஆலோசித்து முடிவுபெற்றது.

A. P. Arockiyanathan,

President

EASTERN STAR CLUB

CHAMPION REEFS, K. G. F.

1 மார்ச், 1911

253. இரங்கூன், சாக்கைய பௌத்த சங்கம்

1911 வருடம் பிப்ரவரி மாதம் *19*ந்தேதி ஆதிவாரமன்று மாலை *3* மணிக்கு கனம் ஐயாபிள்ளை அவர்களுடைய கிருகத்தில் ஓர் பிரத்தியேக கூட்டம் வைக்கப்பட்டு அடியிற் குறித்துள்ள விஷயங்களை தீர்மானத்துக்குக் கொண்டு வரப்பட்டன.

நமது சாக்கைய குல சகோதரர்களின் அபிவிர்த்திக்காக அன்னோருடைய பூர்வசரித்திரம் முதலியவைகளை வெகு சிரமத்துடன் விசேஷ ஆராய்ச்சிசெய்து சிலகாலமாக சங்கை தமிழன் பத்திராதிபரும், நமது சென்னை பௌத்த சங்கத்துக்கு பொதுக் காரியதரிசியாருமாகிய ஸ்ரீ க. அயோத்திதாஸ பண்டிதர் அவர்களால் மேற்படி 'தமிழன்' வாயிலாக அநேகமாய் பிரசுரஞ் செய்யப்பட்டிருந்தவைகள் எல்லாம் திரட்டி புத்தக ரூபங்களாக அச்சிட்டு வெளியாக்க போதுமான திரவிய சகாயமில்லாததால் இச்சங்கத்தின் நன்முயற்சியால் வேண்டிய சில தொகையை சடுதியில் சேகரித்து கனம் பண்டிதரவர்களுக்கு அனுப்பி அந்நூல்கள் யாவையும் பிரசுரிக்கச் செய்வதற்கேயாம்.

அன்று விஜயஞ்செய்திருந்த சகோதரர்களில் கனம் ஐயாகண் அவர்கள் இப்புத்தக நன்கொடை நிதிக்காக பொக்கிஷாதிபராக நியமிக்கப்பட்டார். அன்று கூடியிருந்த சகோதரர்கள் பின்வருமாறு மேற்கண்ட நிதிக்கு நன்கொடையாக,

ஸ்ரீமான்	ஐயாகண் அவர்கள்	ரூ.10
''	Z. ஆஷல் ''	ரூ.10
''	J. இஸரவேல் உபாத்தியாயர்	ரூ.5
''	S. அண்ணாமலை அவர்கள்	ரூ.10
''	P. கிருஷ்ணசாமி அவர்கள்	ரூ.10
''	இந்திரவேல் அவர்கள்	ரூ.5
''	C. V. குப்புசாமி அவர்கள்	ரூ.5

'' T. V. இராமசாமி அவர்கள் ரூ.5

'' A. சுகானந்தம் அவர்கள் ரூ.10

முன் செலுத்தியது நீங்கலாக கையொப்பமிட்டனர்.

இதைத்தவிர சகோதரர்கள் யாவரும் தனித்தனியே மற்றவர்களிடமிருந்தும், அவரவர்க்கியன்றவரை சேகரித்து கொடுப்பதாய் வாக்களித்து மிருக்கின்றனர்.

அடுத்த வாரம் ஞாயிற்றுக்கிழமை மறுகூட்டம் கூடப்படும். சுபம்.

இப்படிக்கு

வேணும்-அடிமை,
சபையார் உத்திரவின்படி,
P. **கிருஷ்ணசாமி.**

RANGOON,
22.2.11

8 மார்ச், 1911

254. கடிதங்களின் தடை

கொளம்பு, V. அந்தோனி,

ஐயா தாங்க ளெழுதியுள்ளப் பத்திராதிபரின் கருத்தையும் அவரது கொள்கைகளையும் ஆராய்ந்தே பேசல்வேண்டும். யீதன்றி நீதிசாஸ்திர சுருக்கங்களையும் வேதசாஸ்திர சுருக்கங் களையும், தருக்கசாஸ்திர சுருக்கங்களையும் நன்குணர்ந்திருப் பரேல் தார்க்கீக விஷயங்களையும், வேதசார விஷயங்களையும் ஒட்டிப் பேசுவோரை வெட்டிப் பேசுவோர் விஷயங்களை வெட்டிப் பேசுகின்றார்களா விஷயம் வொட்டிப் பேசுவோனை வெட்டிப் பேசுகின்றார் களா வென வாராய்ந்து விஷயங்களை நியாயவாயலாக வொட்டி யெழுதிவருங்கடிதங்களையேற்றியும், விஷயங் களை விடுத்து விஷய மெழுதுவோனை தூஷித்தும் வைது மெழுதுங் கடிதங்களைதூற்றியும் மதிகூறி யகற்றிவிடுவார். அங்ஙனமின்றி ஒருவரை தூஷித்தும், புறங்கூறியும், வைதும் வரைந்துள்ளக் கடிதங்களை பொன்போலேற்று பரவச் செய்பவரு மப்பத்திராதிபரா யிருக்கின்றபடியால் கடிதக் காரரை யொத்தக் கல்வியுள்ளா ரவருமென்றெண்ணி தங்கள் கடிதத்தை வெளியிடாது நிறுத்திவிட்டோம். ஆயாசம் கொள்ளற்க.

புரசை, வி.பி. ஜோனாஸ் எனுமன்பரே,

தாமெழுதியுள்ள கடிதம் மிக்க விவேகமும் பெருந்தக மெயும் வாய்த்தோருக் கெழுதவேண்டிய கடிதமேயன்றி அவிவேகிகளுக் கெழுதக் கூடியதன்று. கஸ்த்தூரி பாண்டத்தை திறக்கின் அது பரவுமளவும் நற்கந்தம் வீசும். கசிமல பாண்டத்தை திறக்கின் அது பரவுமளவும் துற்கந்தம் வீசும். அதுபோல் துன்மார்க்கர்கள் எழுதுவதும் பேசுவதும் துன்மொழியே யாதலின் நன்மார்க்கத்தோ ரவற்றை நாடாமலும் செவியிற்

போடாமலுமிருக்க வேண்டுகிறோம்.

கோ.மா.பா. முநிசாமி என்னு மன்பரே,

ஆயாசப்பட வேண்டாம். உலகத்தில் நன்முயற்சியாக வெளி தோன்றிய மேன்மக்களையும், மகாஞானிகளையும், கீழ்மக் களும் அஞ்ஞானிகளுமாகியக் கூட்டத்தோர் எவ்வளவோ அவமதிப்புத் தீங்குகளுஞ் செய்திருக்கின்றார் கள். அத்தகைய விவேகமிகுத்தோர் பெற்றுள்ள அவமதிப் பிலும் தீங்கிலும் நாம் பெறு மவமதிப்புந் தீங்கும் ஒரணுவாக மாட்டாவாம் அறிவிலிகளென்றறிந்தும் அவர்களுடன் வாதுபுரிதல் அறிவில்லார் செயலேயாகும். அவர்களது வேதத்தைக் கண்ணாற் பார்த்துமிரார்கள், கேட்டுமிரார்கள், வாசித்துமிரார்கள். அன் னியன் பிள்ளையைக் கையிலேந்தி தன்பிள்ளை யெனத் தாலாட்டுவது போல் அன்னியர் வேதத்தைக் கையிலேந்தி அதன் வாக்கியத்தால் சீர்பெற்றுப் போகப்பார்க் கின்றார்கள்.

யீதன்றி தங்களுக்கு நீதிநூற்கள் யேதுமின்றி பௌத்தர்களின் நீதிநூற்களை பத்திரிகைகளில் வரைந்து பரிமளித்துக் கொள்ளப் பார்க்கின்றார்கள். அத்தகைய வேதமும் நீதியுமற்ற வீணர்களின் கடிதங்களைக் கண்டு தாங்களெழுதியுள்ள கடிதம் மிக்க வாயாசங்கொண் டெழுதியுள்ளதாக விளங்குகிறபடியால் அவற்றை வெளியிடாது நிறுத்திவிட்டோம். சத்திய தன்மமாகிய பௌத்ததன்மம் நாளுக்குநாள் மேலுக்குமேல் பரவிக் கொண்டு வருகின்றபடியால் அவற்றை கண்டு சகியா வஞ்சினமிகுத்த அஞ்ஞானிகள் வைதும் புறங்கூறியுந் திரிகின்றார்கள். ஆயாசங் கொள்ளற்க. வேதமில்லா மதத்தா ரென்னவேதம் பேசுவார்கள். நீதியில்லா மதத்தா ரென்னநீதி பேசுவார்கள், வைவதும், புறங்கூறுவதுமே அவர்கள் செயலாகும். ஆதலின் சத்தியதன்ம விவேகிகள் அன்னோரை யெதிர்க்காமலும் வையாமலும் தன்மவிருத்தி காரியத்திற் கண்ணாயிருக்க வேண்டுகிறோம்.

ப.ர்.

யதார்த்தப்பிரியன் G. A. P.,

தங்களுடைய கடிதம் வருகிறவாரம் வெளிவரும்

ப.ர்.

8 மார்ச், 1911

255. காமதகன விளம்பரம்

இதனால் சகலருக்குந் தெரிவிப்பதியாதெனில், பிரதிவருடமும் சேலம் ஜில்லா திருப்பத்தூரில் காமன் பண்டிகைக் கொண் டாடிவருவது வழக்கம். பிளேக்கினி மித்தம் சாம்பியன்ரீப்ஸ் H. புளாக் லைனிலிருக்கும் மேட்டுக்கடை எதிரில் *1911* வருடம் மார்ச்சு மாதம் *14*ந்தேதி செவ்வாய்க்கிழமை மாலை *7* மணியிலிருந்து அழகிய ரதத்தில் ரதி மன்மதனை யேற்றி தீவட்டி மத்தாப்பு புரூஸ் முதலிய வேடிக்கைகளுடன் ஆடல்பாடலும் நடத்தப்படும். அதுவுமன்றி உரிகம் கேம்ப் பக்கமாய் பீர்ஷாப் என்றழைக்கும் ஸ்டீவன்சன் கேம்புக்கும் போகப்படும்.

இப்படிக்கு

காரியதரிசிகள்,

T.M. **கொளந்தை மேஸ்திரி,**

R. **இராமசாமி மேஸ்திரி,**

C. **தாயப்ப மேஸ்திரி**

8 மார்ச், 1911

256. M. அருள்தாஸ் குளறுபடையின் விடைகளுக்குத் தடை

அருள்தாஸ் எனும் அன்பரும், கிறிஸ்துவின் அடிமைக் கடிமை யெனும் அன்பரும், மோஸெஸ் மகாஞானியார் வரைந்துள்ள சரித்திர சங்கையின் கேள்விகளுக்கு வேதத்தி லில்லாததும், சரித்திரங்களுக்கு தகாததும், கிறிஸ்தவர்கள் ஒப்பக் கூடாததுமான விடைகளை கொடுத்துள்ளார்கள். ஆதலின் மெய்கதைகளுக்கு மேற்கோள்கள் வேண்டுவ தில்லை. பொய் கதைகளுக்கு மேற்கோள்கள் அவசியம் வேண்டுமாதலால் இவர்கள் கூறிய கூற்றினாலேயே மேற்படி சரிதை போலியாயின. ஆதலால் அவைகளுக்கு மறுப்பு எழுதுவது நியாயமாய்க் காணவில்லை. அன்பர்காள், யான் இதனடியில் வரையும் சங்கைகளுக்கு நடுநிலை பிறழாதும், மித்துருபேதஞ் செய்யாமலும் விடைபகர தங்களை கேட்டுக் கொள்ளுகின்றனன்.

(1) ஜகம் சத்தா அசத்தா வென்ற வினாவுக்கு அன்பர் அசத் தெனக் கூறியுள்ளார். அசத்தாயின் ஏன்தோன்றுகிறது. அசத் தெனும் பொருள் எதுவோ அதற்கு இன்பம், துன்பம், பிணி, மூப்பு, சாக்காடுடையதாக வேண்டும். பிணி, மூப்பு, சாக்காடுடைய தெதுவோ அதையே அசத்தென்னப்படும். ஆயினும் ஜகத்தில் தோன்றும் தாபரங்கள், ஊர்வன பறப்பன நடப்பன நீர்வாழ்வன கடைசியில் சொல்லப்புகின் நீயும் நானும் பிணி மூப்பு சக்கரமாம் உலகபாசத்தில் சுழன்று சாக்காடெனும் சம்பளத்தைப் பெருகிறோம். ஆதலின் இச்சகத்தில் தோன்றுவனயாவும் திரிகலெனும் மூப்படைந்தும், கெடுதலெனும் சாக்காடை யடைந்தும், சூன்னியமாகிறோம். ஆதலின் அன்பரே தோன்றல், திரிதல், கெடுதலெனும் இயல்பினத்ததும்; பிணி, மூப்பு, சாக்காடுகளதுமான பொருளே அசத்தென்னப்படும். பிணி, மூப்பு, சாக்காடில்லாததும்; தோன்றல், திரிதல், கெடுதல் எனும் முத்தொழிலுள்ளதுமான ஜகத்தை அசத்து (பொய்) என்கிறீர்.

1. ஜகம் அசத்துப் (பொய்) என்பது ஞானத்தாலா, அஞ் ஞானத்தாலா.

2. ஞானம் தேகத்தாலா, ஆத்துமாவினாலா

3. அஞ்ஞானம் தேகத்தாலா, ஆத்துமாவினாலா.

4. ஞானமெனும் (ஒளியும் அஞ்ஞானமெனும் (இருளும்) ஒன்றில் பொருந்துவதெப்படி? ஆதலின் இவர் ஜகம் அசத்தென கூறும் கூற்று ஜணப்பன் வீட்டுக் கோழி தானே விலங்கில் மாட்டிக் கொள்வது போலாயிற்று.

(2) ஜீவம் சத்தா அசத்தா வென்ற வினாவுக்கு சத்து என்கிறார். அன்பரே சத்துப்பொருளெதுவோ அது முக்காலத்திலு முளதாக வேண்டும். முக்காலத்திலு முளகெதுவோ அது நித்தியப்பொரு ளாக வேண்டும் நித்தியப் பொருளெதுவோ அது பரிபூரண பொருளாக வேண்டும் பரிபூரண பொருளெதுவோ அது நிர் அசைவுள்ளதாக வேண்டும். நிர் அசைவுள்ள தெதுவோ அதற் கின்பதுன்ப மில்லை. அதற்கு மாறாக வேறு பொருள் கூடாது. அவற்றையே ஆன்றோர்கள் சத்துப் பொருளென வகுத்திருக் கின்றார்கள். ஆதலின் அன்பரே நீர் கூறும் ஆன்மம் ஓர் காலத்தி லுண்டாக்கப்பட்டதும், முக்காலத்திலு மில்லா ததும், இன்பதுன்பமெனும் மோஷ நரகத்தை போக்கக் கூடியதும், பல துண்டங்களாக பல்லாயிரம் ஆன்மாக்க ளுளதுமாகையால் ஆன்மம் சத்துப்பொருளெனக் கூறிய உமது சித்தாந்தம் கல்லின் மேலிட்ட கலமென் றறிவீராக. அன்பரே, ஆன்மம் சத்துப் பொருளாயின் அசத்தெனும் தேகத்தில் சிக்குப்பட்டு இன்பதுன்ப மடைவான் ஏன் சிக்குப்பட்ட ஆன்மம் (Nervous Temprament) மிருது தேகக்கூறுடைய அவயவங்களாம் (Organs) எனும் உறுப்புகளாம் செவிகண் முதலிய பூதியங்களில் (Actions) எனும் தொழில்களில் பின்னமாயின் அபின்னப்படுத்த ஏன் கூடவில்லை. பாம்பு கடி மயக்கம் முதலியவற்றால் தேகம் ஏன் சோறுகிறது. சோறுமக்குணத்தில் ஆன்மம் என்னபேத மடைந்து போயிற்று. இத்தியாதி அற்பத் தொழிலில் குறைவுபட்டு நிறைவேற்ற சக்தியற்றதாகிய ஆன்மாவை சத்தெனக் கூறிய உமது சித்தாந்தம் கானலை நீரென் றெண்ணி களித்தவன்போலும்

ஆகாய தாமரையை கொய்ய ஆசித்தவன்போலும். (ரஜ்ஜு) சர்பமென்றெண்ணிவ மிரண்டவன் போலும். கடைசியாய் சொல்லப்புகின் ஆன்மாவை சத்தென்று கூறியது அந்தகன் அம்பெய்த வாறாய் முடிந்ததென் றறிவராக.

அன்பரே பதிக்கு

1. ஜகம் பின்னமா, அபின்னமா, பின்னாபின்னமா.

பதிக்கு

2. ஜீவம் பின்னமா, அபின்னமா, பின்னாபின்னமா.

பதிக்கு

3. ஜகம், குணமா, பொருளா, தொழிலா.

பதிக்கு

4. ஜீவம் குணமா, பொருளா, தொழிலா.

5. ஜகம் ஜீவம் எக்காலத்திலுமுள்ளதா, இல்லையா.

6. இல்லாத காலத்தில் எங்கே இருக்கும்.

7. பரத்திலென்றால் பரம் சத்தா, அசத்தா, சதசத்தா.

8. அசத்தில் சத்தும், சத்தில் அசத்தும் பரிணமிக்குமா, இல்லையா.

9. ஜீவம் கடைசியில் நித்தியானந்தமென்னும் பரி பூரணத்தி லயப்படுகிறதென்றார். பரிபூரணத்தி லயப்பட இடமுண்டா, இடமுண்டாயில் பரிபூரணமென்று சொல்லப்போமோ. ஒரு காலமும் கூடாது. ஆகலின் இதற்குமோர் தாட்டாந்தம் நன்கு விளக்கிக்காட்டுதும் நீர் நிறைந்ததும், மேல்மூடி இட்டதுமான ஓர் புட்டியை அசைப்பிக்கின் அசையுறுமோ. அவற்றில் இரண்டொரு துளி குறைந்ததென்றே சொல்லவேண்டும். ஆதலின் நித்தியானந்த மென்னும் பரிபூரணமென்று சொல்லல் வேண்டும். ஜீவான்மம் சேருவதற்குமுன் பரிபூரணம் எவ்வா ராய் நின்றது. இச்ஜீவான்மம் பதியின்கண் பேதப்பட்டுத் தோன்றியதா. பேதப்படாமல் தோன்றியதா, பேதா பேதப்பட்டுத் தோன்றியதா. இத்தியாதி எமது பெரும் சந்தே கங்களுக்கு

அன்பர் வெற்றுரை மொழிந்து தூற்றாமலும், கற்றவர் இகழ கழறாமலும், கற்றமிழோர் புகழ நன்மதிவைத்து கொச்சையின்றி விடை பகர தங்களை மேன்மேலும் மும்முறை கேட்கும்.

இங்ஙனம்
யதார்த்தப்பிரியன்
சாம்பியன் ரீப்ஸ்,

6.3.11

15 மார்ச், 1911

257. கடிதம் – அரியான்தெடல் என்னும் சுடலையின் விவரம்

மகா கனமும் மேன்மையும் தங்கிய 'தமிழன்' பத்திராதிபர் அவர்களுக்கு அநேக வந்தனம் சமர்ப்பித்து தெரிவிப்பது தாங்கள் பறையர் விஷயத்தைப்பற்றி வெகுவாய் சிரத்தையெடுத்து அவர்களுக்கு மேல் ஜாதியாரால் நேரிட்டுவரும் கஷ்டநிஷ் டூரங்களை பிரிட்டிஷ் ராஜாங்கத்தாருக்கு பத்திரிகைவாயலாக தெரிவித்து வருவதை நாங்கள் மேன்மை பொருந்திய தமிழன் பத்திரிகை யால் தெரிந்து அதிக சந்தோஷமடைகிறோம். அதுபோலவே எங்களுக்கு நெடுநாளாக சுடலை விஷயமாக நேரிட்டு வரும் கஷ்ட நிஷ்டூரங்களையும் அதுவுந்தவிர மேல்ஜாதியாரால் வெளியிடும் நோட்டீசுகளில் பஞ்சமருக்கு இடம் கிடைக்கப் படாது என்று நாளதுவரையில் இம்சை செய்து வரு வதையும் தங்கள் பத்திரிகைவாயலாக பிரிட்டிஷ், அரசாங்கத்தாருக்கு எடுத்துக்காட்டுவீர்களாகில் எங்களுக்கு நீடியகாலமாக உள்ள சுடலைக்கு நியாயம் பிறக்குமென்று முழுமனதாய் நம்பி யிதனை வரைகிறோம்.

சுடலையின் விவரம்

தஞ்சாவூர் ஜில்லா நாகப்பட்டணம் தாலூகா காடர்கோன் பாடியில் அரியான்தெடல் என்று பெயர் வழங்கும்படியான சுடலை யிருக்கிறது. அச்சுடலைப் பறையருக்கும், பள்ளருக்கும் உள்ளது. அச்சுடலைக்கு சுமார் 250 குழி நிலம் இருக்கலாம். இது உலாந்தா அரசாட்சி காலத்திலிருந்து நாளதுவரையில் எங்கள் மூதாக்களுக்குப் பின் நாங்களும் முறையே அந்த நிலத்தில் சமாதி செய்து வருகிறோம். அந்த சுடலை நிலைத்தை நாளுக்குநாள் கொஞ்ச கொஞ்சமாக வெட்டி அண்டைநிலத்து மிராசுதார் அவர்கள் தங்கள் மாசூல் நிலத்தில் சேர்த்துக் கொண்டார்கள். சுமார் 250 குழியுள்ள சுடலைநிலம் இப்போது சுமார் 5 குழிநிலம் யிருக்கும். இந்த சுடலைக்கு பாதை சர்க்கார்

ரோட்டிலிருந்து போகவேண்டிய 1 1/2 கோல் அகலமுள்ள பாதை நிலைத்தையும் மிராசுதார்கள் தங்கள் மாசூல் நிலத்தில் சேர்த்துக் கொண்டார்கள். இப்போது பிரேதம்போக பாதையே கிடையாது. அதை அடுத்தாப் போலிருக்கும் சாணான் குளத்தின் கரைமேல் போனதற்கு அந்த பாதைக்கும் வேலி அடைத்து ஒவ்வொருவராய் தாண்டிப் போகும்படியான கவைக் கொம்பு நாட்டியிருக்கிறார்கள். இப்படி ஒருவர் தாண்டிப் போகக்கூடிய கவைக்கொம்பின் வழியாய் பிரேதத்தை தூக்கிக் கொண்டு 4 பேர் என்னவிதமாய்ப் போகக்கூடும். இது மகாபெரிய கடூர கஷ்டம். இந்த கஷ்டத்தோடும் தூக்கிக் கொண்டு போனால் வேறேபாதை கிடையாது. சுற்றிலும் வயல்களாக யிருக்கிறது. வயலுக்கு ஜலம்பாயும் வாய்க்கால் வழியாய் சவத்தைக் கொண்டுபோகவும் மெத்த இடஞ்சலாக யிருக்கிறது. தூக்கிக்கொண்டு போகிற நாலுபேரில் ஒருவர் மேடுபள்ளத்தில் கொஞ்சம் தவறினால் பிரேதமும் மற்ற மூன்றுபேரும் சேர்ந்து இப்படியே பள்ளத்தின் ஜலத்தில் விழுந்து நனைந்துபோக வேண்டியது. பிணம் எடுத்துப் போகவும் வழியற்றப் பாவிகளா யிருக்கின்றோம். அந்த வாய்க்கால் வழியாய்ப் போகாமல் பழைய பாதை இருந்த வழியாய் சவத்தைக் கொண்டுபோனதற்கு மிராசுதாரர்கள் அவாள் மாசூலை நஷ்டப்படுதினதாக மாஜிஸ்டிரேட்டில் எங்கள் பேரில் பிராது செய்து எங்களுக்கு அபராதம் போடு வித்தார்கள். நாங்கள் என்ன செய்வோம். ஏழைக் குடிகளாகிய நாங்கள் அந்த அபராதத்தை வயிறெரிந்து கொடுத்தோம். பிறகு நாங்கள் சிவில் முனிசிப் கோர்ட்டில் சுடலை பழைய பாதைக்காக பிரியாது கொடுத்ததில் தயாள குணமுள்ள சிவில் முனிசிப் கோர்ட்டார் தீரமாக விசாரித்து நீதியின் பிரகாரம் பிரேதங்களை மாமுல்படி பழைய பாதை யாகவே போகும்படி தீர்ப்பு செய்தார். மிராசுதாரர்கள் மனம்பொறுக்காமல் எங்கள்பேரில் வைராக்கியமாக அப்பீல் செய்தார்கள். அந்த அப்பீல் தஞ்சையில் விசாரணைக்கு வரும்படியாக தெரிவித்தார்கள். இதை நாங்கள் எங்கள் மிராசுதார் அவர்களுக்குத் தெரியப்படுத்தி நாங்கள் போக வேண்டியதென்று உத்திரவு கேட்டபோது அவர் நீங்கள் ஏண்டா போகிறீர்கள் போகவர சிலவு துகையை என்னிடம் கொடுத்தால் நான் உங்களுக்காக பேசுகிறேனென்று சொன்னார். அப்படியே நல்லதென்று கொடுத்தோம். எங்களை நிறுத்திவிட்டு எங்கள் மிராசுதார் தஞ்சைக்குப் போய் திரும்பவந்து சொன்னதாவது,

அப்பீல் கொத்தவர்கள் பக்கமே தீர்ப்பாய்விட்டதென்று சொன்னார். மெத்தவும் விசனத்தை யடைந்தோம். அதன்பிறகு அப்பீல்செய்த மிராசுதாரராகிய பொன்னுசாமி முதலியார் மகன் ரத்தின சபாபதி முதலியார் அவருக்கு நேரிட்ட சிலவு துகையை எங்களிடமிருந்து வசூல் செய்துக் கொண்டார்கள். ஆகையால் நாளது வரையில் எங்களுக்கு சுடலைக்குப் போக பாதையில்லாமல் படும் கஷ்டநிஷ்டூரம் வாய்திறந்து சொல்லமுடியாது. இவ்வித கஷ்டத்தை முன்னிட்டு ஏழைகளாகிய எங்களுக்கு பழைய பாதையாய் போகும்படி இராஜாங்கத்தோருக்குத் தெரிவித்து எங்கள் சுடலைப் பூமியின் கஷ்டத்தை நிவர்த்திக்கும்படி வேண்டி இக்கடிதத்தை அநுப் பியிருக்கின்றோம்.

இதிற் கண்டுள்ள நான்குபேர்களுடன் 144 பெயர்கள் கையெழுத்து வைத்திருக்கின்றோம்.

இப்படிக்கு,

பக்கிரியா பிள்ளை

சவரிமா குட்டி

பிரா சரிவரியா குட்டி

நாகப்பட்டணம் இ. இராஜரத்தினம்

15.3.11

22 மார்ச், 1911

258. மரணம்

என்பது மனுக்களின் வாழ்நாளின் முடிவல்லவா? அது விசேஷமாக முடிவான துக்கத்திற் குறியதே. மரணம் இரவோ, பகலோ, நித்திரையிலோ, காலையோ, மாலையோ, வினாடியோ, மணுதியாலத்திலோ, இமைப்பொழுதோ, உண்ணும்போதோ, உடுக்கும்போதோ, எண்ணும்போதோ, இடையிலோ, கடை–யிலோ வந்துவிடுகிறது. அதற்கு நாள்கெடுவு, சந்தர்ப்பம் சமயம் கிடையாது. சந்தோடத் திலும், துக்கத்திலும் மரணம் வந்துவிடுகிறது. மணவீடு பிணவிடானதையும் கண்டுள்ளோம். திடீரென பூமி யதிர்ச்சி யுண்டாய் வீடு, பாடம், கூடம், கோவில் முதலியன இடிந்துவீழ்ந்து ஆயிரம் பதினாயிரமாகப் பிரஜைகள் மரண மானதைக் கண்டுள்ளோம்.

மரணமானது தாயையும், பிள்ளையையும் கொண்டுப் போய் விடுகிறது குழவி கூக்குறலிட்டழ தாயையும், தந்தையையும் வாறிக்கொண்டு போய்விடுகிறது. கிரீடந் தரித்த லட்சணமே அரசன் பிணமாகின்றான் உலகம் சதமல்லவென்று சதாநிட்டை யிலிருந்து யோகிகளும் பிரம்மமே தான், தானே பிரம்மம் என்று உலகறிய வார்த்தை யாடும் வேதாந்திகளும் மரணத்துக்குத் தப்புவிக்கவில்லை. யோகிகளும், முனிவர்களும், தபோதனர் களும், சந்நியாசி களும் மரணத்தினின்று விலகி நிலைத் தார்களில்லை.

மரமறுக்க வோர்காலம், மலர்கொய்ய வோர்காலம், கல்லறுக்க வோர்காலம், கதிரறுக்க வோர்காலம் நிமுத்தமுண்டு. அதாவது அந்தந்த வஸ்துக்கள் முத்தியபின்பு தான் அறுத்து வுபயோகிப்பது வழக்கம். ஆனால் மக்கள் தாயார் கற்பத்திலோ, பிறக்கும்போதோ, பிறந்தபின்போ, சிறுவயதிலோ, பாலவய திலோ, கால், அரை, முக்கால், முதிர்வயதிலோ, எக்காலத்தோ மரணம்வந்து வாரிக் கொண்டு போய்விடுகிறது.

இடியாலோ, மின்னலாலோ, மழையாலோ, காற்றாலோ, உட்ணத்தாலோ, சீதளத்தாலோ, கல்லடிப்பட்டோ, வில்லடிப் பட்டோ, மரம் வீழ்ந்தோ, தண்ணீரடைத்துக் கொண்டோ, சாதமடைத்தோ, சம்பாஷிக்கும்போதோ, நன்மெயோ தின் மெயோ செய்யுங்காலத்தோ, பாம்புக் கடித்தோ, புலியடித்தோ, புளியங்கொட்டை வீழ்ந்தோ, புட்ப வாசனையாலோ, நுட்பமான புகையாலோ, அற்பவத்து வாலோ, அறிவு மிகுதியாலோ ஆலோசனையாலோ, பைத்தியத்தாலோ பட்டிணியாலோ, வியசனத்தாலோ, விண்வீழ் கொள்ளியாலோ, நல்லாரையும் பொல்லாரையும் மரணம் தமது வலையிலகப்படுத்திக் கொள்ளுகிறது.

புட்பமானது மலர்ந்தபின்புதான் வாசனைத் தரு மென்பது திடம் கனியானது பழுத்தப் பின்புதான் உதிரு மென்பது நிக்ஷயம். ஆனால், மனிதருக்கோ அந்தத்திடம் நிட்சயம் கிடையவே கிடையாது. மரணமானது தேகத்தில் லயமாயிருக்கிறது.

ஒரு பாத்திரமுடைந்தால் அத்துண்டு வேறொரு பிரயோசனத் திற்காம், காடழிந்தால் விறகாகும், மாடாடு முதலிய மிருக ஜீவன்கள் இறந்தால் அவைகளின் தோல், மயிர், கொம்பு, குளம்பு, எலும்பு முதலியன ஏதும் உபயோகத்திற்காகும். அதன் மாமிஷமும் ஏனைய ஜீவ ஜந்துக்களுக்கு உணவாகும். இந்த மாயக்கூடாகிய தேகம் வீழ்ந்தாலோ என்ன பிரயோசனத் திற்காகும். மரணத்தைப் பற்றி யோசிப்போமாக.

ஆனதால் நன்மெய் தீமெய் என்ப திரண்டு தான் ஒவ்வொருவருக்கும் உரிய முக்கிய சொத்து. அதில் முந்தியது எக்காலத்தும் புகழ்மெய்க்காக்கும். பிந்தியதோ எம்மெய்க்கும் பாழ்படுத்தியேவரும். ஆனதால் புகழ் உடம்பெடுத்த துய்ய ஸ்ரீ புத்தபிரான் உணர்ந்தறிந்து பரிநிருவாணமுற்றதுபோல உள்ளவர்களும் அவரது சத்திய சன்மார்க்க பௌத்ததன்ம போதத்தை யுணர்ந்து நடந்துவருவார்களாக.

பௌத்ததன்ம நூலாகிய (பூர்வத்தமிழொளியை) பார்வை யிடவும்.

''உண்மெக்கடைபிடி''

அனைத்துயிர் ஒன்றென்றெண்ணி

அரும்பசி யெவர்க்கு மாற்றி
மனத்துளே பேதாபேதம் வஞ்சனைக் கபடுசூது
சினத்தையுந் தவிர்ப்பாராகில்
செய்தவம் வேறொன்றுண்டோ?

''உன்னைப்போல் பிறரையும் நேசி''

முடிசார்ந்த மன்னரு மற்று முள்ளோரு
முடிவிலொரு
பிடிசாம்பராய்வெந்து மண்ணாவதுங்கண்டு
பின்னுமிந்தப்
படிசார்ந்தவாழ்வை நினைப்பதல்லாற்
பொன்னி னம்பலவ
னடிசார்ந்து வுய்யவேண்டு மென்றே யிருப்
பாரில்லையே.

திக்குமுக்கிட்டோ திடுக்கிட்டோ சோறுதிண்க
லக்கியோ வாந்தி மிகக்கண்டோ– கக்கிடமாய்த்
தானோ பெரும்பேதித் தானெடுத்தோ வெப்படியோ
வாணா ளழியும் வகை.

எந்தவிடத்திலோ வெப்போதோ வெப்படியோ வெந்த மணிநேரமோ வேதாலோ – வந்தவினைக் கென்னமா யெண் ணிலையாய்ச் சாவாரெனவறியார்

பின்னையும்வீம் பேன் பேசுவார்.

விலங்காலோகஞ்சாலோ வீடிடிந்தோ வீழ்ந்தோ சலங்காற்றி தீமழையாற்றானே–கலங்கவெட்டும் பஞ்சம்படைநோய் படு குண் டிடிவிழுந்தோ

துஞ்சும் வகை யேதாலோ சோர்வு.
பிறந்ததொரு நாளென்றாய் பேதையீர்
நாங்க ளிறந்ததொரு நாளென்றிராதோ.
நாளைக்கிருப்பாரை நாம்காணோம் நம்மைநாம்
நாளைக்குங்காணோமென் றுண்மெபெற
நம்பிக்கையில்லையென் றுண்மெபெற.
ஓர் நிமிஷத்திலே–பூலோகவாழ்வழியும்
சாவணுகில் எல்லா–மகிழ்ச்சியு முகியும்.
மற்றங்கறங்க மணப்பறை யாயின
வன்றவர்க்காங்கேபிணப்பறையாய், பின்றை

யொலித்தலுமுண்டாமென்றுய்ந்துபோமாறே
வலிக்குமா மாண்டார் மனம்.
சூரியன் கீழ்கண்டதெல்லா
மாயையல்லவோ சால்மோன
பாரறியச் சொன்னதை நீ
பார்த்தறியாயோ.
''கல்லுமல்லவேகாயம்=வல்லுமல்லவே''
கொஞ்சநாள் மினுக்கும் நர
ரின் சிறப்புகள் செருக்கை
வெஞ்சிறு பூச்சிக ளரிக்கும்
வீழிக்குமே.
புன்னுனிமேநீர்போ நிலையாமெயென்றெண்ணி
யின்னினியெ செய்தவறவினை–யின்னினியே
நின்றா னிருந்தான் கிடந்தான் றன்கேளலறச்
சென்றா னெனப்படுதலான்.
வானுலா மருணனென்னு மக்களாயுளின்
கணக்கன்
றானெழுமுன்னெழாரைச் சகத்திரக்கரத்
தாற்றட்டி
மேனெனவெழார் வாழ்நாளையெண்குறைத்
தெழுதிக்கொள்வர்
தானது கண்டுகால னவரிடமணுகுவானே.

LIFE'S EMBLEMS

ஜீவனின் ஒப்பனை

இறையின்மேற் பாய்கிற கழுகுக்கும்	... யோபு	*9–21*
பரதேசிக்கும்	... மோசே	*47–9*
ஒரு கதைக்கும்	... சங்கீதம்	*90–9*
அஞ்சல் ஓட்டத்துக்கும்	... யோபு	*9–25*
கப்பல் ஓட்டத்துக்கும்	... ''	*9–26*
ஒருகை அகலத்திற்கும்	... சங்கீதம்	*39–5*
மேய்ப்பனுடைய கூடார பெயர்ச்சிக்கும்	... ஏசயா	*38–12*

சொற்பனத்துக்கும்		... சங்கீதம்	73–20
நித்திரைக்கும்	...	... ,,	90–5
புகைக்கும்	...	... யாக்கோபு	4–14
நிழலுக்கும்	...	... பிரசங்கி	6–12
நெய்கிறவன் அறுக்கும் நூலுக்கும்		... ஏசயா	38–12
நெய்கிறவன் நாடாவின் ஓட்டத்துக்கும்		... யோபு	7–6
பூவுக்கும்	... ...	... ,,	14–2
புல்லுக்கும்	... ...	1 பேதுரு	1–24
தரையிலே சவருகிற தண்ணீருக்கும்		... 2 சாமுவேல்	14–14
காற்றுக்கும்	... ...	... யோபு	7–7

ஒப்பிடப்பட்டிருக்கிறது.

பொன்னினம்பலவர் = புத்தர்.

சீனர் மனுஷஜீவனை

பின்வருமாறு வகுத்திருக்கிறார்கள்:

10	வயதில்	துலக்கம்.
20	,,	வாலிப முடிவு.
30	,,	ஸ்திரமும், மணமும்.
40	,,	வேலையில் சுறுசுறுப்பு.
50	,,	குற்றம் பிடிப்பு.
60	,,	காலசக்கர முடிவு.
70	,,	அபரூப முதிர் வயது.
80	,,	பதனிழந்த முகரூபு.
90	,,	தாமதம்.
100	,,	ஆயுள் முடிவு.

உலகிலுள்ள சர்வஜனங்களுக்குள்ளும்.

1 வினாடியில் ஒருவன்		1	மரிக்கிறான்
1 நிமிஷத்தில்	,,	60	,,
5 ,,	,,	300	,,
1 மணியில்	,,	3,600	,,
1 நாளில்	,,	86,400	,,
1 வருஷத்தில்	,,	3,156,227	,,
30 வருஷத்தில்	,,	946,986,810	,,

நிழற்குங் கனவுக்கு நீர்க்குமிளிக்கு
மழலவன் கண்ட பனிக்கும்–விழியிமைக்குங்
கானலுக்கு மொப்பாய்க் கழிந்துபோம் வாழ்வன்றோ
வேனம்பிக் கொண்டிருக்கிறார்.

சந்தைக் கூட்டம் பொம்மலாட்டம் தண்ணீரோட்ட
மந்தைவேடிக்கை பதுமத்துளிகளுந்து
புகைக்காற்று மின்னற் பழுதி மேற்பூச்சு
சிகைமுடிவேடஞ் செகம்.

மனிதற்கு நூறல்லதில்லை வாணாளவற்று
ளிரவைப்பொழுதோ லைம்பது நீக்கி
புற்றவிளமை யோரைந்து நீக்கி
நின்ற வயது நாற்பத்தைந்தறி
லாற்றாமுதுமெய்க கைமூன்று நீக்கி
நூற்றிற்றெளிந்தது முப்பதுவயதெ யிதி
லின்புறு நாளுஞ் சில்வே யின்புறாத
துன்புறநாளுஞ் சிலவே யாதலாற்
பெருக்கா றொத்தது செல்வம் பெருக்காற்
றடிகரையொத்த திளமெய் யிடிகரை
வாழ்மரமொத்தது வாழ்நாள்.

கதையைப்போலக் கழியுதே காலம்–பழ.
பண்டுதவிதோடு பாசிலாதெண்பதாண்
டுண்டுநன்மெய்துன் மெய்யுணர்கிலேனுண்டு
பொசித்தால் குடித்தால் புகழ்கிர்த்தனங்க
ளிசைத்த லின்பமில்லையென்ற நேர்.

இந்தவருடமோ வின்னஞ் சிலவாண்டோ
வந்தமழைகாலமோ மற்றொன்றோ தந்த
மிளமெயிலோ வாலிபத்தோ வெப்போதோமாக்க
ளிழவுவரு மென்றறிந்ததில்.
பிறந்ததொரு நாளென்றார் பேதையீர் நாங்க
ளிறந்ததொரு நாளென்றிராதோ– மறந்து
மருட்பிடித்துப் பாவவழிநடந்தா
லிருட்பிடித்த வீட்டிலிடும்.

நெருகளுலனொருவனின் றில்லையென்னும்
பெருமையுடைத் திவ்வுலகு. *குறள்: 34–6.*

மாயையே மாயை எல்லாம் மாயையே.
கிரேதா, திரேதா, துவாபர, கலி
யுலகத்தவரெங்கே?

T. C. நாராயணசாமி பிள்ளை, H. F. U. உ. கோ.

22 மார்ச், 1911

259. "தமிழன்" பத்திரிகை புத்தகாபி விருத்தி நன்கொடை பெட்டித் திறப்பு

மேகந் தவழுங் மமுகமரத்தில் அனந்தாராவராலினம் வாளைகள் பாய பாளை விரிந்து தேன்பொழியிங் கழனிகள் சூழ், சென்னை இராயப்பேட்டையின்கண் ஸ்ரீ பௌத்த தன்மத்தை ஐயந்திரிபற போதித் தறிவானந்தமுண்டாக்கி, இம்மெய்யிலும் மறுமெய்யிலும் சுகானந்தமுற தினகரன் போல வெழுந்தருளியிருக்கும் நமது ''தமிழன் பாத்திரிகை'' யின் யீடேற்றத்தை விரும்பி இந்த நன்கொடை பெட்டியைத் திறந்தமெயால்; இதுவிஷயத்தில் அன்பார்ந்த கோலார், சாம்பியன்ரீப்ஸ், மாரிகுப்பம், திருப்பத்தூர், சக்கிந்தராபாத், அரக்கோணம், பெங்களூர், இரங்கோன் முதலிய பௌத்ததன்ம நேயர்களும் ஏனைய இஷ்டர்களும் தங்கடங்களா லியன்றதைக் கொண்டு ''நன்கொடை பெட்டியை நிறப்பி'' தமிழன் பத்திரிகையையும், ''புத்தகங்களின்'' விருத்தியையும் ஆதரிக்க வேண்டுமாய் சதா வேண்டுகின்றனன். 'பலதுளி பெருவெள்ளம்' என்பதற் கொப்ப அமையுமாயின் நமது தமிழன் பத்திரிகை நிலைபெற்று யாவத் பிரஜைகளுக்கும் என்றும் மங்கா சன்மார்க்க சத்திய பௌத்த தன்மத்தை போதித் தறிவூட்டித் துலங்குமென்பது யான் சொல்லாமலே விளங்கும்.

இந்த ''நன்கொடை'' பெட்டியைத் திறப்பதற்கு இவ்வித நல் யோசனையை எம்பாலும் பிறர்பாலும் அடிக்கடி ஓதிவந்த ஸ்ரீமந் தி. சி. நாராயணசாமி பிள்ளை, H.F.U. உ.கோ. அவர்களுக்கும், எமது வேண்டுகோளுக்கிரங்கி உதவிபுரியும் அன்பார்ந்த நண்பர்கட்கும், மிக்க நன்றி இன்று மென்றும் செலுத்திவர உள்ளவனாயிருக்கின்றனன்.

இக்குவலயத்தின்கண் எக்காரியமும் முன்வருதலுக்கு முக்கியமாகத் தக்க பொருள் மிக்க வேண்டி யிருத்தலால், இக்காரியத்தை ஸ்ரீமாந் பத்திராதிபதி யவர்கள் தடை செய்யாமல்

க்ஷமித்து மித்திரன், மித்திரிகள் கண்டுதவிபுரிய பத்திரிகையின் முகப்பில் இது மூன்று திங்கள் பிரசுரித்துவர பணிதலாய் வேண்டுகின்றனன்.

இங்ஙனம்

L. P. C. Arockiaswamy Pillai.

Bank of Madras.

Coimbatore.

22 மார்ச், 1911

260. கடிதங்களின் தடை

பெங்களூர் M. தருமலிங்கம் ஐயா, தங்களுடைய கடிதங்களை வெளியிடவில்லை யென்று ஆயாசப்பட வேண்டாம். தமிழன் பத்திரிகையைப் பற்றி விவேகிகள் எழுதுங் கடிதங்களை அதன் விரோதிகளாகும் அவிவேகிகள் காணுங்கால் அவர்களுக் குண்டாகும் பெறாமெயும், பொ – எறிப்பும் சொல்லத்தரமன்று. ஆதலின் தமிழனைப்பற்றி சிறப்பித்துவருங் கடிதங்களை வெளியிடாது நிறுத்தியிருக் கின்றோம்.

கோயமுத்தூர் தி. நாராயணசாமிப் பிள்ளை தங்களுடையத் தமிழன் தலையிலடி யென்னுந் தாற்பரியக் கடிதம் சிலநாள் தடைபெற்று வெளிவருங் காரணமோ வென்னில், அப்புத் தகத்தை அதிகாரிகளுக் கீய்ந்தும் அதனை வரைந்துள்ளவர் பெயரும் அவர் யாரும் சரிவரக்கிடையாமல் விசாரிணையி லிருக்கின்றது. அதையெழுதிய தூஷணாவிவேகி தென்படும் வரையில் அதைச்சார்ந்த கடிதங்களை நிறுத்திவைக்கப்படும்.

அறிவிலிக்கு அறிவுறுத்தல்

ஐயா இக்கடிதத்தை வெளியிடுவோமாயின் எதிர் வீட்டுக் காரன் பக்கத்துவீட்டுக்காரனை வைவதுபோக எதிர்காணு வோர்கள் யாவரையும் வைது கண்கலக்கங் கொள்ளுவர்.

காரணமியாதென்னில் உமது கடிதத்தின் உட்கருத்தும் உபமேயமு முணராது உளரிக் கொண்டு வெளிவந்தவர் தங்களையும் வைது தமிழனையும் வைது தத்தளிப்பதுடன் தமிழனதலையி லடியென்னும் புத்தகத்தை பத்திரிகையில் வெளியிடுவோமென்னும் ஓர் பூச்சுங் காட்டுகின்றார். இவரது பூச்சுக்கஞ்சி வுமது கடிதத்தை தடை செய்துள்ளோ மென் றஞ்சவேண்டாம். அதாவது தமிழினது மூவினப் புணர்ச் சிக்கண் டெழுதவரியா வோர் முகைத்தமிழன் தலை

யிலடி யென்றெழுதவும் அஃது துஷ்டனது செய்கை யென்றுணராவன்னோ ரிஷ்டர் மெச்சிக் கொண்டாடுவது மாகியச் செயலை அவருக்கவரே மெச்சி யஞ்ச வேண்டியவர் களன்றி தமிழ னஞ்சானென்பது திண்ணம். உமது கடிதத்தைக் கற்றோர் முன் விடுவதே கனம், மற்றோர்முன் விடுவது சினமேயாம்.

ப.ர்.

29 மார்ச், 1911

261. இந்து பெண்கள் கல்விச்சாலையும் கோலாட்டமும்

கல்வி என்பது கற்கப்படுவது. இஃது மனம், வாக்கு, காயம் ஆகிய முவ்வகைக் காரணங்களினாலும், கற்கப்படுவது. கண், காது இவைகளினின்று புலங்களினால் பயிலப்படுவது. (நூல் வாயிலா லோதுவது, சித்திரங்கள் வனைவது, சங்கீதங்கள் பாடுவது, சில கட்புல னில்லாதார் காதினாலேயே கேட்டு கற்று நடப்பது.) தேகப் பயிற்சியினால் செய்வது நடப்பது (பலவித கைத்தொழில்கள் செய்யக் கற்பது, பழகும் பழக்க வாசனைகட்கீடாக நல்வினை துர்வினைகள் செய்ய கடக்கக் கற்பது. அதாவது அன்பு, அநுதாபம், காருண்யம், வணக்கம், குருபக்தி, அதிதிபூஜை, சுற்றந்தழுவல், ஒற்றுமெய் இவை முதலாய நற்குண நற்செய்கைகள் நல்லோர்கள் பழக்கங்ளினால் பழகுவது, கற்றுக் கொள்வது பொய், கொலை, களவு, சூது, வியபசாரம், மதுபானம், முரட்டுத்தனம், நிரநுதாபம், பொறாமெய், பந்து மித்திரர்களை அவமதித்து நடக்கும் அகங்காரம், இத்தியாதி துர்க்குண துர்செய்கைகள் துர்ச்சன பழக்கங்களால் பழகப் படுவது இவ்வாறே வாயினால் பேசக் கற்கப்படுவது நூலோதாமலேயே அநேகர் செவிப்புல னுதவியால் பாடவும், கதை காவியங்கள் கூறவும் பழகி-யிருக்கின்றனர்கள்.

எவ்விஷயத்தையேனும் சாதிப்பதாக இருக்கின் இடம், பொருள், ஏவல் எனு முவ்வகைக் காரணங்களும் ஆவசியக மாக இருக்கின்றன. அப்படியே கற்பிக்கும், கல்விச்சாலையும், உபாத்திமார்களும், பொருளும் (கற்பதற்குச் சன்மார்க்க போதகக் கல்விப்பொருளும், கல்விச்சாலையை நடத்த செல்வப்பொருளும்) இன்றியமையாச் சாதனங்களாக இருக் கின்றன.

''ஒன்றாகக் காண்பதே காட்சி புலனைந்தும் வென்றான் தன்வீரமே வீரமாம் என்றும், சாகாமறக்கற்பதே கல்வி பிறர்பொருள்

வவ்வாமலுண்பதே ஊண்'' என்றபடி இம்மெச்சுகங்களை தேகமடைவதற்கும், நித்தியானந்த மென்றும், ஜீவன்முக்த விதேகமுக்த நிலையென்றும், நிர்ப்பாற நிலையென்றும் சொல்லும்படியான மறுமெய்ச் சுகத்தை ஜீவனடைவதற்கும் உற்ற சாதனங்களை முன்னோர்கள் அனுபவார்த்தமாக வரைந்துள்ள நூல்வாயலா லறிந்து நடப்பதற்கு அக்ஷரதுணை வேண்டி கல்வி கற்கக் கலாசாலைக்கு பெற்றோர்கள் தத்தம் பிள்ளைகளை அனுப்புவதாக யிருக்கின்றது.

''அறம்பொருளின்பம் வீடும்பயக்கும்
புறங்கடை நல்லிசையும் நாட்டு–முறுங்கவலென்,
றுற்றுழியுங் கைகொடுக்குங் கல்வியுனூஉங்கில்லைச்
சிற்றுயிர்க் குற்ற துணை''

என்று நாலடியாரிலும்,

''இழுக்க லுடையுழி யூற்றுக்கோ லற்றே
ஒழுக்கமுடையார் வாய்ச் சொல்''

என்று திருவள்ளுவர் பாடியிருக்கின்ற குறட்பாக்களிலும், மனுக்குலத்தவர்க்கு இம்மெய் மறுமெய்ச் சுகங்களை அடைவதற்கும், தங்களுடைய ஜீவகாலத்தில் நேரும் கஷ்ட நஷ்டங்களினின்று விலகி நடப்பதற்கு குருடன், முடவன் இவர்களுக்கு ஊன்றுகோ லுதவி செய்வதுபோல நந்தேய முதாதைகளின் சுயானுபவ காருண்யாமிர்த வசனங்கள் நிறைந் துள்ள நூற்கள் ஊன்றுகோலா யுதவுகிறதென்றுங் கூறியிருக் கின்றனர். இதன்றியும்,

''கண்ணுடையரென்பவர் கற்றோர் முகத்திரண்டு
புண்ணுடையவர் கல்லா தவர்

என்று திருவள்ளுவரும்,

எண்ணுமெழுத்துங் கண்ணெனத் தகும்''

என்று ஔவையும் கூறியதன் கருத்தென்னை எனில், தேகத்திற்குக் கண்ணானது எத்தகைய ஆபத்துகள் நேர வொட்டாமல் காப்பு செய்வதற்கும், ஆனந்தத்தைத் தரும் காட்சிகளைக்கண்டு மனதிற்கு சந்தோஷத்தைத் தருவதற்கும் இருக்கிறதுபோல கல்வியானது மெய், வாய், கண், மூக்குச், செவி எனும் ஐம்புலன்களுக்கும் மனதிற்கும் கண்ணாக இருக்கின்றது. ஆயினமையின்

''கண்ணிரண்டே யாவர்க்கும் கற்றோர்க்கு மூன்றுவிழி
எண்ணும்விழி ஏழாகும் ஈவோர்க்கு கண்ணும்
அனந்தத் தவத்தால் அருள்ஞானம் பெற்றோர்க்கு
அனந்தம் விழியென் றறி''

என்று நாண்மணிக்கடிகையில் நவின்றுளதைக் காண நன்கு விளங்கும்.

இத்தகைய கல்வியைக் கற்பதற்கு ஏற்ற காலமாயுள்ளது பால்யமே. ஏனெனில் எத்தகைய விஷய விசாரணைகளும், கவலைகளும், துராசையால் உண்டாம் ஏக்கங்களுமில்லாத மாசற்ற மனமாக இருக்கின்றது. ஆதலின் ''இளமெயிற் கல்'' என்று ஔவையும் ஓதியுள்ளார். இதனுடன் கேள்வியும் அறிவை விருத்தி செய்யும் உபகரணமாக இருக்கின்றது. ''தொட்டிற் பழக்கம் சுடுகாடுமட்டும்'' எனும் பழமொழிக் கிணங்க பால் யத்தில் ஆடவமடந்தையர் சிறுவர்கள் எவ்வெவர்களுடன் கூடி எவ்வெப் பழக்கங்கள் பழகு கிறார்களோ அவ்வப் பழக்கங்களே அவர்களின் ஆயுளி னின்றிறுதிவரையும் அஸ்தியைப் பற்றி நிலைத்துகிடக்கும். அப்பழக்கத்தை மாறும்படிச் செய்வ தரிதாகும். ஆதலின் சிறுவர்களுக்கு நல்ல பழக்கங்களைப் பழகப் பார்க்க வேண்டும். இவ்விஷயத்தில் ஆடவர்களைப் பார்க்கினும் மடந்தையர்களையே அதிக சிரத்தையுடன் கவனிக்க வேண்டும். ஏனெனில் நம் இந்திய தேச வழக்கமானது ஆடவர்கள் எத்தகைய பாதகங்கள் செய்யினும் அவர்களைக் குற்றவாளிகளென்று கூறுகிறதுமில்லை அவர்களுக்கு எவ்வித தண்டனைகளும் செய்கிறதுமின்று. பெண்கள் குற்றஞ் செய்கிறதாகயிருப்பின் தினையளவாக யிருக்கிறதையும் பனை யளவாகக் கொண்டு பெரிய தண்டனைகள் செய்வதும் வழக்கம். ஆயினமையின், சிறுமியர்களுக்கு நல்ல விஷயங்களில் மனம் செல்லவும் அவ்விஷயங்களைச் செய்யவும் நடக்கவும் பழக்குதல் வேண்டும். துஷ்டப் பிள்ளை களையும் நல்ல பிள்ளை களாகச் செய்வதற்கே கலை யோதுவித்தல் வேண்டு மென்பதும் பெற்றோர் துணிபு. இங்ஙனமிருக்க தற்கால பெண்கள் கல்விச்சாலையில் அக்ஷராப்பியாசம் செய்து விப்பதுடன் கோலாட்டமும் கற்பித்து வருகின்றனர். அன்றியும் நாடகமும் பயிற்றுவிக்கத் தொடங்கி யிருக்கின்றனர். இவ் விஷயம் நம் பெண்மக்களுக்கு நலந்தருவனவா அல்லது பொலந்தருவனவா என்பதைச் சற்றே இவண் உசாவுவாம். பெண்கல்வியால் பலகோடி நலம் விளைவனவாக இருப்பினும்,

சிறுகுற்றம் ஒன்று உளதேல் (கலப்பாலில் துளி மோர் விடக் கலப்பாலும் மாறிவிடுவதுபோல) பெரிய குற்றவாளிகளென்று அவர்களைப் பலவித தண்டனைகள் செய்வதுடன் பெண்களின் பெற்றார் உற்றார் புருஷன் சகலத்திராளுமே அவர்களை குலப் பிரஷ்டத்துவம் செய்துவிடுகின்றனர். பெண்களின் விபசார குற்றத்திற்கு கல்விகூற்று துணி யென்கின்றனர். எவ்வாறெனில் கள்ளப்புருஷனுக்குக் கடிதமெழுதி தனது கோரிக்கையை முடித்துக் கொள் கின்றனர்கள் என்கின்றனர்கள். இத்தகைய குறைகூறும் நிரனுதாப முழுமூடச் சிகாமணிகள் குறை கூறாவண்ணம் நம் பெண்மக்களை, கல்வி பயிலுங்காலே நல்லொழுக் கங்களையும், இந்திய தேச ஆசாரத்தின்படி பெண்களுக் குரிய பிரதம இலக்கணங்களாம் அச்சம், நாணம், மடம், பயிர்ப்பு இந்நால்வகையினையும் அவர்களுக்கு அமையச் செய்தல் வேண்டும். பிறகு பெற்றோர், உற்றார், குரு, இவர்களுக்கு பணிந்து உபசரிப்பது விலகாக் கடமெய் என்பதை அவர்கள் மனதிற் பதிந்து நடந்துக் கொள்ளும்படி விளங்க விளக்க வேண்டும். கணவனுக்கு நடந்துக் கொள்ள வேண்டிய விதம் (தனது தேகத்தைப்போற்றுவது எவ்விதமோ அவ்விதமாக) எவ்விதமென்பதையும் கணவனின் பெற்றார் உற்றார்களுக்கு நடந்துக்கொள்வ திவ்வகையென்பதை நன்கு புலப்படுத்தி நம் தேசாசாரத்தையும் நல்லொழுக்கங்களை விளக்கும் பூர்வ பெண்மணிகளின் சரிதைகளையும் வாசிக் கும்படி செய்தல் வேண்டும். தங்களுக்கும் பிறர்க்கும் மனதிற் கினிமெயைத் தரக்கூடியதாகவும் ஏதுவானதென்றும் கூறும் சங்கீதத்தை ஒருவாறு கற்பித்தல் போதுமானதாகயிருக்கும். சிறுவர்களுக்குத் தேக அப்பியாஞ் செய்தற்கு டிறில் கோலாட்டம் வைத்தல் வேண்டுமென்பது அனாவசியமான தென்று சிறியேனின் சிற்றறிவிற்குப் புலப்பட்டிருக்கின்றது. எவ்வாறெனில், நம் தேசத்து எத்தகைய செல்வந்தர்களின் பெண்களும் வீட்டில் எவ்வகையான தொழிலேனும் புரிவதே சகஜமாக இருக்கின்றது. பெண்கள் தேக பலஹீனமும் மனோ பலஹீனமும் உடையவர்களாக யிருப்பதால் அவர்களைச் சபலசித்தர்க ளென்றும், மெல்லியர்க ளென்றும், பேதையர்க ளென்றும், சொல்லுகின்றனர்கள். ஆங்கில நாட்டுப் பெண்களின் ஒழுக்க வழக்கங்களை நம் நாட்டுப் பெண்கள் பழகச் செய்வது கூடாதகாரியம்.

இவ்வித வழக்கத்தை பாடசாலைகளினின்று நீக்குதலே நலம். கோலாட்டம் நம்நாட்டில் கோயில் பணிப் பெண்களாம் தேவதாசியர்களுக்குப் பழக்குவிக்கப் பட்டிருந்தது. இதை

பாடசாலை சிறுமியர்களுக்குப் பழக்கு விப்பதால் நித்தியத் துவம் பெறச் சென்ற கும்பகர்ணன் நித்திரைத்துவம் பெற்று வந்ததுபோல கல்விச்சாலையில் பெரியோர் வணக்கம், அச்சம், நாணம், பயிர்ப்பு இத்தகைய சன்மார்க்க போதகங்களைப் பயில்வதற்கு மாறாக அச்சம், நாணம், பயிர்ப்பு இவைகளை விட்டு ஆடவர்கள் முன்னிலையில் அபிநயம் செய்யவும், கோலாட்டம் நடித்துக் காட்டவும் ஆகின்றனர்கள். அந்தோ இவ்வாறு செய்வதும் நம்மனோர்க் கழகாகுமா. பெண் கல்வி விருத்தி அடையவும், கலாசாலை நிலைக்கவும், தேசம் திருத்த மடையவும் ஹேது உண்டாமா. நன்றாய் யோசித்து நடத்துங் கள். இத்தகைய விஷயங்களை நடத்துபவர்கள் என்னைப் பார்க்கிலும் வயதிலும், புத்தியிலும், சன்மார்க்க நடைப் பழக்கங்களிலும் மீசுரப்பட்டிருக்கிலும் இருக்கலாம். அடியே னின் வேண்டுகைக்குத் தக்க சமாதானம் நியாயவாயிலால் திருஷ்டாந்த தாஷ்டாந்தத்துடன் விளங்க விளக்கின் திருப்திகரமாகயிருக்கும். நாடகத்திற்குக் கண்காட்சிக்காகவும், கர்ணானந்தத்திற்கென்றும் சிறுமியர்கள் நல்ல உயர் குலத்தில் பிறந்த விவேகசாலிகளாகவும், செல்வ வதிகளாகவும், இருந்த பெண்கள் மூன்று பேர் (பிராமன குலபாலாம்பாள், சூத்திரகுலம் மீனாட்சி, பாலாம்பா ளுடனிருப்பவள் பிராம்மணப் பெண்) நாடகற் பெண் களாகிவிட்ட காட்சியைக் கண்டிலர் போலும், கேட்டிலர் போலும். ஆதலின் நாடகம், கோலாட்டம் ஆகிய பரத சாஸ்திரத்தைப் பெண்களுக்குக் கற்பிப்பதிலும் பாக சாஸ்திரங் கற்பிப்பது உத்தமம். தையல் வேலைகள், சித்திரம் வனைதல், பலவகைப் புஷ்பங்களைக் கொண்டும் தரையிலும், சுவற்றிலும் சித்திரங்கள் (அலங்காரம்) செய்தல், புஷ்பந் தொடுத்தல், மண், சுண்ணாம்பு, மெழுகு, (தக்கை) சடை இவை முதலாயவைகளைக் கொண்டு விளையாட்டுக் கருவிகள் செய்தல் ஆகிய இவைகளைக் கற்பிக்க வேண்டியது. இதை வாசிக்கும் சோதர சோதரிகள் இதில் இல்லாதவற்றை சேர்த்து இதர பத்திரிகைகளில் பிரசுரஞ் செய்வதும் யுத்தமே.

இங்ஙனம்

சர்வஜனசகோதரி,

கோ. ஸ்வப்பநேஸ்வரி அம்பாள்.

5 ஏப்ரல், 1911

262. பரம் பிரம்மம் கடவுள் யாது

1. கடவுள் எனு மொழி தமிழா, கன்னடமா, தெலுங்கா, மராஷ்டிரமா வென வாராயுங்கால் அஃது தமிழ் மொழி யென்றே கூறத்தகும். சிலர் இக்கடவுடென்னு மொழிக்கு சிருஷ்டிகரென்னும் விகாரப்பெயர் கொடுத்தும், நிர்விகாரன் நிர்க்குணன், நிர்மலன், நிராலம்பன் என லட்சணம் கூறி போற்றுகிறார்கள். போற்று மிக்கூற்று வேற்றுரையாமோவென வாராய்வாம்.

2. நிர்விகாரத் தன்மெயையுடைய கடவுள் சிருட்டி என்னும் விகாரத் தொழில் பரிவிதப்பம்.

அங்ஙனம் சிருட்டி தொழில் புரியும் விசாரியை நிர்விகாரி எண லட்சணம் பேசுவது தகாது.

நிர்விகாரியாகிய கடவுள் மனிதரையும், பிரபஞ்சத்தையு முண்டாக்கினதெப்படி. நிர்வீகாரியில் விசாரியாவ தியல்போ.

அன்றியும் பிர்மம், பதி, பரம் அல்லது கடவுள் ஓர் காலத்தில் ஆதியந்த மாநுட சீவராசிகளை படைத்த தென்கிறார்கள்.

கடவுள் நிர்குணராதலின் விகாரப் பொருட்களை படைக்கும் குணமுண்டாயதெப்படி.

கடவுளென்னும் மொழிக்கு சிருட்டிகரென விடை பகருவது இலக்கணமா, இலக்கியமா, எந்த பூர்வீக நூற்களில் கடவுள் எனும் மொழிக்கு சிருட்டிகரென விடை கூறியுள்ளனர்.

இச்கிருட்டித் தொழிலைப் பற்றி பின்பெடுத்து பேசுவோ மாதலின் நாம் கடவுளென்று மொழி தமிழா, கன்னடமா, தெலுகா, மராஷ்டிரமாவென வினவி தமிழ் மொழியென்றே கூறத்தகுமென கூறிப் போந்தமையால் சற்று விவரிப் போமாக.

3. இக்கடவுளென்னும் மொழியை வரைந்துள்ளவர்கள் சைவர்களா, வைணவர்களா, வேதாந்திகளா, கிறிஸ்தவர் களா மற்றுள்ள சில மதஸ்தினர்களாவென வாராயுங்கால்

தர்மசார்பினர்க ளாருவின்றி திரிபீடகங்களுக்கு சார்புநூல் தர்ம நன்றினர்கள் வரைந்துள்ள (சமண முனிவர்க ளென்றே) வெள்ளிடை மலைபோல் தெள்ளற விளங்குகின்றது. இவ்வகை விளங்கும் கடவுளென்னும் மொழிக்கு மறுபெயர் யாது கூறியுள்ளாரென் றாராயுங்கால்.

11–வது நிகண்டு

இகல்பகை வலிபோர் முப்பேரிகுளையே தோழிநட்பாம்
புகரென்ப மழைக் கோள்குற்றம் புற்கெனுநிறமுமுப்பேர்
நகமனையுகிர் மரப் பேர் நகைமகிழொளி சிரிப்பாங்
ககனம் விண்படை காடென்ப கடவுள்தே முநிநன்மைப்பேர்.

4. கடவுளென்னு மொழிக்கு நன்மெயென்னும் பொருள் கூறியிருக்கின்றார்கள். அதை யனுசரித்தே கடவுள், கடவுளர், கடவுளர்கள் என்னும் மொழிகளும் பிறந்திருக்கின்றன. இவ் வகைப் பிறந்துள்ள மொழியை யாருக்கு மகுடமா யளித் துள்ளாரென் றாராயப்புகின் உலக யீடேற்றத்திற்காக ஆதியில் உதாரண புருஷராய் விளங்கி தன்ம சக்கரத்தை யுருட்டி மருளையோட்டி தெருளையூட்டி அருளைநாட்டிய அருளாழி அய்யனாய் விளங்கும் பகவனாம் சாக்கைய முனிவரையே ஆதிகடவுளென்றும், ஆதிநாதனென்றும், ஆதிதேவனென்றும் வரையறுத்து வரைந்திருக்கிறார்கள்.

பின்கலை நிகண்டு

தருமராசன் முன்னிந்திரன் சினன் பஞ்ச
தாரைவிட்டே
யருள் சுரந்த வுணர்கூட்டுந் ததாகதன்
(ஆதிதேவன்)
விரவு சாக்கையனே சைனன் விநாயகன்
சினந்தவிர்ந்தோன்
அரச நிழலிலிருந்தோன் அறி அறன் பக
வன் செல்வன்.

சூளாமணி

ஆதியங்கடவுளை யருமறைப் பயந்தனை
போதியங் கிழவனை பூமிசை யொதிங்கினை
போதியங் கிழவனை பூமிசை யொதிங்கிய
சேதியஞ்செல்வனின் றிருவடிவணங்கினம்.

5. என்று கூறியிருக்கின்றபடியால், ஆதிதேவனாக சித்தார்த்தி வேந்தனையே கடவுள் என்று கூறியிருக் கின்றார்கள். இத்தகைய கடவுளென்னும் நன்மெயாஞ் செயலை (பௌத் தர்கள்) இல்லையென்று சாதிக்கிறார்கள் என்று அதன் பொருளறியாமலும் நூற்களை நோக்கினும் நுட்பமறியாமலும் சொன்னதைச் சொல்லும் கிளிபோ லிவர்கள் கடவுளுக்கு கூறும் கூற்று குழறுபடையேயாம். காரணம், அருளாழி அய்யனாம் பகவனுக்கே (சகஸ்திரநாம பகவனென்று கமல சூத்திரத்தாலும்) ஆயிர நாமத்தாழியன் திருவடி வென்று (மணிமேகலையிலும்) பெயர்களாகும்.

6. அன்றியும் பிரம்மம், கடவுள், யீசன், பரமன், மாயோன் என்றும் புத்தருக்குக் கூறிய பெயர்களை (திவாகரம்) (மணி மேகலை) (சீவகசிந்தாமணி) (சிலப்பதிகாரம்) (சூளாமணி) (கமலசூத்திரம்) (நந்நூல்) முதலிய அரிய நூற்களை நன்கு வாசித்துள்ளோர் புத்தருக்குரிய நாமமல்ல வென்று மறுக்கத் துணியமாட்டார். இதன் அந்தரார்த்த மறியாச் சிலர் கடவுளுக்கு நிர்மலம் நிராலம்பம், நிஷ்களம், நிற்குணம், நிர்விகாரம் என வெற்றுரையாடி வெறியயர்ந்தவர் போல் பிதற்றித் திரிவார்களன்றி நூலாதாரத்துடன் இலக்கண இலக்கிய முதலிய சூத்திரத்துடன் கடவு ளென்னும் மொழிக்கு சிருட்டிகரென உவமான உவமேயத்துடன் இதுகாரும் கூறினார்களில்லை.

இங்ஙனம்

பொய்மத கண்டனக் கோடரி

(எஞ்சியது வரும்)

19 ஏப்ரல், 1911

263. விசேஷ வினா

ஆதிசூழ் உலகின் அருளாழி அய்யனாம் சகஸ்திரநாம பகவனின் அருள்மறை வழி காட்டியாய் நின்றீங்கும் மாட்சி மெதங்கிய தமிழனாரது மகிழ்வருள் வாய்ந்த இரு பொற் கழல்களுக்கும் புகழான வந்தனம். மகிழாக தந்தனம்.

வள்ளலீர்,

இக்கடிதத்திற் கிடந்தர கோருகின்றனன். அதாவது சாம்பியன் ரீப்ஸ் ஐ. பிளாக் லயனில் கம்பனியாரால் பல்லாண்டுகளுக்கு முந்தி பொதுப்படக் கட்டியுள்ள பஜனைக்கூட மொன்றுண்டு. அப்பொதுப்படக் கட்டிய பஜனையில் இதுகாறும் யாதொரு எச்சரிக்கை விளம்பரமும் வெளியிட்டுளதை கண்டிலேன். தற்போது அதாவது 1911 வருடம் ஏப்ரல் மாதம் வெளியிட்டுள்ள ஓர் விளம்பரச் சின்னத்தில் பஞ்சமியர் உள்ளே பிரவேசிக்கக் கூடாதென வெளியிட்டுளதைக் கண்டு வியப்புறறேன். ஆதலின்,

1. பஞ்சமியர் என்றால் என்ன?

2. பஞ்சபாண்டவாளின் வம்சத்தாரா?

3. பஞ்ச லட்சணமுள்ளவர்களா?

4. பஞ்சநதி யோரம் வசிப்பவர்களா?

5. பஞ்ச வறிவுடையவர்களா?

6. பஞ்சபுலன் வாய்ந்தவர்களா?

7. பஞ்சைகளென்னும் ஏழைகளா?

8. பஞ்ச தொழில் செய்பவர்களா?

இவற்றுள் பஞ்சமியர் யார் தயவுசெய்து மேற்படி நூதன விளம்பரம் வெளியாக்கிய நூதன விவேகி மேற் கேட்டுள்ள கேள்விகளுக்கு நூலாதார இலக்கண இலக்கியத்துடன்

விடையளித்து விட்டு அத்தகைய விளம்பரம் வெளியாக்குவரேல் நல்லறிவுடைய கல்விமானென்றே புகழலாம்.

இங்ஙனம்

S. தனபால் உபாத்தியாயர்

சாம்பியன் ரீப்ஸ்.

26 ஏப்ரல், 1911

264. THE YOUNG MEN'S UNION
Established 1909. OORGAUM, K. G. F.

1909 வருடம் மார்ச்சு மாதம் என்னிலமும் புகழ் நன்னிலமாகிய கோலார் தங்கவயலின்கண் வாழாநின்ற சில சிறுவர்கள் ஒருங்கு சேர்ந்து ''கற்றதனாலாய பயனென்கொல் வாலறிவ நற்றாடொழா அரெனின்'' என்னும் குறள் நூலுக்கிணங்கி தங்கள் வாழ்நாட்களையும் வீணிற் கழிக்காது கற்றதையும் நல்லொழுக்கத்திற் சிறந்து பஞ்சபூதநாதிகளை ஒன்றாக்கி பலவித நன்னெரிக ளடங்கிய பஜனைகளாலும் பிரசங்கங்களாலும் பஜிக்கும் பொருட்டு நமக்கு ஏதுவாகிய ஓரிடம் வேண்டி கோலார் தங்கவயலின்கண் (Young Men's Union) பாலிய ஒற்றுமெ சங்கத்தை தெரிந்து கொண்டு கடந்த வருடம் தங்கள் முதல் வருடத்தின் மஹோற்சவத்தை நிறை வேற்றி அதினின்று சங்கத்தின் அங்கத்தார்களின் பெரு முயற்சியினால் இதுவரையிலும் யாதொரு குறைவின்றி தமது இரண்டாம் வருஷாந்திரம் (Anniversary) மஹோற்சவத்தை கடந்த ஏப்ரல் மாதம் 29ந்தேதி சனிக்கிழமையன்று அறிவிலுயர்ந்த அன்பர்களால் நிறைந்த பெரும் சபையில் மேற்குறித்த சங்கத்தினர்;

1. திரளான ஏழை ஜனங்களுக்கு அமுது பரப்ப வேண்டி அளந்தார்கள்.

2. அருமெயான சொற்களமைந்த சம்பாஷணையால் தங்களுடைய கருத்தை தெரிவித்தார்கள்.

3. MR. M. தேவராஜி என்னும் வாலிபர் தங்களால் கைதேர்ந்த (இன்டியன் கிளப்ஸ்) என்னும் ஆட்டத்தை வாத்தியத்துடன் நிறைவேற்றினார்.

4. சங்கத்தின் காரியதரிசியாகிய MR. V.D.M. சந்தியாகு பிள்ளை வருஷாந்திரம் (Annual Report) ஆன்னியல் ரிப்போர்ட் வாசித்தார்.

5. MR. A.V. Kallappa Naidu அவர்கள் ஆங்கிலேய பாஷை

யினால் சகலரும் மதிக்கத்தக்கதாக ஐக்கியத்தைப் பற்றிப் பிரசங்கித்தார்.

6. MR. V. D. Thumboosawmy Pillay சபாநாயகராய வீற்றிருந்து சகல காரியங்களையும் சபையோருக்கு விளங்கச் செய்து மதுவிலக்கத்தைப் பற்றி ஓர் இனிய பிரசங்கத்தை நிறைவேற்றி அவரும் சபையோரை மனங்களிக்கச் செய்து மீட்டிங்கை முடித்தார்.

7. சங்கத்தின் அக்கிராஸனாதிபதி யாகிய MR. V.K. Duraisawmy யவர்கள் சபாநாயகராக வீற்றிருந்த MR. V.D. Thumboosawmy Pillay யவர்கட்கு அருமெயான சொற் களமைந்த ஓர் வந்தன உபசனத்தை செலுத்தினார். சபையோர்கள் அதனை அங்கீகரித்து கர காஷ்ட மிட்டனர்கள்.

கடைசியில் புட்பம் தாம்பூலம் யின்னும் சில சிற்றுண்டி உபசரிப்புடன் மங்கள முழங்க சபையோர் பிரிவுற்றார்கள்.

V. K. Duraisawmy Pillay,
President.

V. D. M. Santiago Pillay,
Honry Secretary.

10 மே, 1911

265. ஓர் வேண்டுகோள்

தமிழன்'' நன்கொடைப்பெட்டி சகாயநிதி

நண்பர்காள் நமது பத்திராதிபதி உலகோபகார்த்தமாய் அச்சிடவேண்டி நமது ''தமிழன்'' பத்திரிகையில் தீட்டியிருந்த புத்தகங்களை அச்சிடத் தொடங்கி விட்டபடியால், அதற்கென்று உபகாரஞ் செய்ய வெண்ணி உபகரித்தத் தொகைகளை அந்தந்த நண்பர்களைக் கண்டு விஷயார்த்தத்தைக் கற்கண்டென விண்டு தொகையை வசூலித்துப் பத்திராதிபருக் கனுப்பிவைக்க வேண்டு கின்றனன். போதுமானத் தொகை சேருமானால் (பூர்வத் தமிழொளி) யாகிய பௌத்ததன்ம (பைபில்) பெரிய புத்தகத்தையும் அச்சிடுவதாகத் தெரிவித்துள்ளது நண்பர்களுக்குத் தெரிந்த விஷயமே.

நிற்க கோலார் நண்பர்கள் ''நன்கொடைப்பெட்டித் திறப்பு'' விஷயமாகக் கிஞ்சித்துக் கவனஞ் செலுத்துவார் களென்று உண்மெயாய் நம்புகின்றனன்.

அன்பிற் சிறந்த நண்பர்களாகிய ''சவுத் ஆபிரிக்கா'' பௌத்த தன்ம சங்கநேயர்களே, ''பூர்வத்தமிழொளி'' முதலிய புத்தகங்களை அச்சிடுவதற்குத் தங்களால் கூடியதை உதவிசெய்ய பணிதலாய் வேண்டுகின்றனன்.

மேலும் பத்திராதிபரவர்கள் தயைபாலித்து ''பூர்வத் தமிழொளி'' பெரிய புத்தகத்தை முன்னே அச்சிட்டுக் கொடுக்கும்படிக்கும் மிகவும் பணிதலாய்க் கேட்டுக் கொள்ளுவதுடன், ஒவ்வொரு புத்தகங்களிலும் 10 புஸ்தகம் விற்பனை செய்துக் கொடுக்கவும் வாக்கிடுகின்றனன்.

சுபம். வந்தனம்.

T. C. Narayanasawmy Pillay. H.F.U

உ. கோ.

10 மே, 1911

266. கடிதம் - பூட் பால் டோர்னமெண்ட்

4 மே, *1911*

இப்பரதகண்டத்தில் ஜாதிபேதமற்ற திராவிட மக்களுக் கென்றே சதா உழைத்துவரும் ம-ள-ள-ஸ்ரீ ஐயா தமிழன் பத்திராதிபர் அவர்கள் திவ்வியசமுகத்திற்கு அனந்த நமஸ்காரம்.

ஐயா சகலருக்கும் தேகப்பயிர்ச்சி முக்கியமானதால் விதனடியில் குறித்திருக்கும் விஷயத்தை தங்களது பெருமை தங்கிய பத்திரிகையினோர் கோணத்தில் பிரசுரிக்க வேண்டு கின்றனன். அதாவது,

சென்னை சுதேசFoot Ball Tournament பூட் பால் டோர்னமெண்ட் யென்று சிலவருடங்களாக கோட்டைக் கடுத்த மைதானத்தில் ஆடி வருகின்றனர்கள். ஆனால் இவ்வருஷம் அனேக டீம்கள் யென்டராகி விளையாடி தோல்வியடைந்துக் கடைசியாக சென்னை சிந்தாதிரிப் பேட்டை காக்ஸ் வீதியின் ''இலெவன் ஸ்டார்'' யூனியன் டீமும், மேற்படியூர் சாமிநாய்க்கன் வீதியின்'' ஆக்ட் இலெவன்'' டீமும் 23, 24 தேதிகளில் வெகு சாமார்த்தியமாக விளையாடினதுமன்றி ஒருவரையொருவர் ஜெயிக்க முடியாமல் களைத்துவிட்டனர்க ளாயினும் (ஆக்ட் இலெவன்) வெகு கஷ்டமாக கோல் செய்து ஜெயமடைந்தது. 24ந்தேதி அன்று மாலை 6.30 மணிக்கு வெள்ளியினால் செய்த கப்(சிஹிறி) பும், சில மெடலும் பரிசளிக்கப்பட்டது.

ஆனால் அருள்தாஸ் என்னும் சிறுவன் ஆடின சாமர்த்தியமான ஆட்டத்தைக் குறித்து பார்க்க வந்த ஆயிரங்கணக்கான ஜனங்களும் ஆர்ப்பரித்து யாவரும் கரகோஷ்டம் செய்தே யிருந்தனர்கள். மற்றவர்களும் சாமார்த்தியமாகவே ஆடினர்களாயினும் ரூபன் என்பவர் வெகு ஜாக்கிரதையாக பந்தை விடாமல் தடுத்துக் கொண்டிருந்தார்.

இங்ஙனம்,
D. P. I.

10 மே, 1911

267. Wesak Day THE SAKYA BUDDHIST SOCIETY MADRAS.

சாக்கைய ஜினஜென்ம மகோற்சவம்

சாக்கைய சமாஜசன்மார்க்கர்கான் உலகரட்சகனும், உலக நீதி போதித்தவனும் ஜகத்குருவும், ஜகநாதனுமாகிய ஒப்பிலா அப்பன் சித்தார்த்தி சக்கிரவர்த்தியார் பிறந்த வைசாக பௌர்ணமி மே மாதம் 12ந்தேதி சுக்கிரவாரம் மாலை மூன்று மணிக்குமேலுதய மாகின்றபடியால் இராயப்பேட்டை சாக்கைய பௌத்தாச்சிரமத்தில் மாலை சற்குரு பூஜையும், தியானகோஷமும், சங்கத்தோரால் நிறைவேற்றிவந்த செயல்களின் அறிக்கையும் படித்து மறுநாள் சனிவார முற்பகல் சமண முனிவர்கலுக் கன்னமலித்தபின்னர் வருந்தோரும் நடாத்திவருஞ் செயல் போல் ஏழைகளுக்கு அன்னதானஞ் செய்யப்படும்.

10 மே, 1911

268. KOLAR – புத்த ஜயந்தி பிரகடனம்

உலகெலா மேற்று முத்தம புத்தர் ஜனனோற்சவக் கொண் டாட்டம் 1911ஆம் வருடம் மே மாதம் 12ந்தேதி சுக்கிரவாரம் வருகிறபடியால் மாலை 6 மணிக்கு மேல் அடியில் குறித்த விஷய சூசிகைப்படி நடத்தப்படுமாதலால் அன்பர்களனைவரும் வந்தேகக் கோருகிறோம்.

10 மே, 1911

விஷயசூசிகை

5.12.11ல் மாலை 6 மணியிலிருந்து 6 1/2 மணிவரைக்கும் பஜனைக் காலட்சேபம். 6 1/2 முதல் 7 வரைக்கும் மாட்சிமை தங்கிய தமிழன் பத்திராபதிபர் க. அயோத்திதாஸப் பண்டி தரவர்கட்கு வந்தனோபசாரப் பத்திரம் வாசித்தல்.

7 முதல் 8 வரைக்கும் குறிக்கப்படும் 4 அன்பர்களின் (சங்கத் தார் கோறிக்கைப்படி) பிரசங்கம் 8 முதல் 8 1/2 புத்தர் சித்தார்த்தி) ஜனனோற் கொண்டாட்டம் 8 முதல் 9 வரைக்கும் உபசரிப்பும் மங்களமும் நடத்தப்படும்.

முக்கியக் குறிப்பு:– பிறந்தநாள் கொண்டாட்டத்துக்காக பிரதிவருடமும் 2,000 இரண்டாயிரம் ஏழைகளுக்கு அன்னதானஞ் செய்வதுவழக்கம். இவ்வருடம் மைனிங் சம்பளநாள் வருகிற தைப்பற்றி அடுத்த அமாவாசிக்கு அன்னதான தானஞ் செய்யத் தீர்மானிக்கப்பட்டது.

உலகெலா மேற்று மூத்தம புத்தர் ஜனனோற்சவக் கொண் டாட்டம் 1911 வருடம் மே மாதம் 12ந்தேதி சுக்கிறவாரம் வருகிறபடியால் மாலை 6 மணிக்குமேல் அடியில் குறித்த விஷய சூசிகைப்படி நடத்தப்படுமாதலால் அன்பர்க ளனைவரும் வந்தேகக் கோருகிறோம்.

சாக்கைய பௌத்த சங்கத்தார், மாரிகுப்பம்

உத்திரவின்படி காரியதரிசி

C. குருசாமி, உபாஸகர்

10 மே, 1911

269. கடிதம்

அஞ்ஞான பொய்க்கதா விஷயங்களை சிக்கற விளக்கிவரும் தமிழன் பத்திராதிபராகிய ஸ்ரீமந் க. அயோத்திதாசப் பண்டிதரவர்களுக் கனந்த வந்தனம். ஐயா யெம்மீதுக் கருணைபாலித் திக்கடிதத்தை பிரசுரிக்க தேவரீர் திருப் பாதார விந்தக்கமலங்களை நமஸ்கரிக்கின்றோம். அஃதாவது மஹா சென்னை சாக்கைய பௌத்த சங்க சபாநாயகர் முதல் அதிற் சேர்ந்துள்ள மெம்பர் களுக்கும் கோலார், மாரிகுப்பம், பெங்களூர் சபையோர்களாகிய கனம் M. ராகவர், M.Y. முருகேச உபாசகர், C. குருசாமி உபாசகர், A.P. பெரியசாமிப் புலவர், சுபேதார் பெருமாள், முதலானவர்களுக்கும் சக்கந்திராபாக்கத்தின் சபையோர் களுக்கும் திருப்பத்தூர் சபையோர்களாகிய கனம் அச்சுதாநந்தம் முதலானவர்களுக்கும், இரங்கூன் சபையோர் களாகிய வல்ல காளத்திநகர் வீ, அ, இராமச்சந்திரப் புலவர், S. அண்ணா மலையர், கிருஷ்ணசாமியர் முதலானவர்கட்கும் நெட்டால் சங்கத் தோர்களுக்கும் மிக்க தாழ்மையோடு வந்தனஞ்செய்துக் கேட்டுக் கொள்வதென்னவென்றால் காமிப்புடவியில் யிது காறும் மிலேச்சர்களா லேற்படுத்திய பொறாமெய் பொய்க்கதா காரியங்களை வுள்ளங்கை நெல்லிக்கனிபோல் நமது பத்திராதி பரவர்கள் கஷ்ட நஷ்டங்களை கவனியாது மிக்க சிரத்தையுடன் புகட்டி வருவது வுலகந் தெரிந்த விஷயமே.

என்றாலும் அவரெடுத்துள்ள அரிய பெரியக் காரியங்களை நாம் பூர்த்திச் செய்துவைப்பது நமது கடமையாயிருக்க இதுகாறும் அதுவிஷயத்தைப் பற்றி இன்னும் அனேக நம் சோதரர்கள் முன்வந்து பத்திராதிப ரவர்கள் அச்சிட்டுவரும் புத்தகங்களுக்கு வேண்டுமான வுற்சாக தனசகாயஞ் செய்யாது மௌனஞ்சாதிப்பதா லிதை யெடுத்துக்கூற வெளிவந்தோம். ஆகையால் மேல்கண்ட சபையோர்களும் மற்றும் அஞ்ஞான மார்க்கத்தை விட்டு மெஞ்ஞானத்திற்கே துவாகிய பகவனது தன்மங்களை சதா 'தமிழன்' பத்திரிகையிற் கண்டுக் களிப்புறும்

யேனை யோர்களும் தங்களாலியன்ற தனசகாயஞ்செய்து நமது பத்திராதிபரவர்களை வுற்சாகப்படுத்தி பகவனது சத்திய மார்க்க வழிகளை யெடுத்தோதி வருகவும் அந்த புத்தகங்கள் யாவும் மங்களமாக முடிந்து துரிதத்தில் வெளிவருகவும் அன்பு பாராட்டுவீர்களென வுங்க ளனைவோரையும் பணிதலாக கோறுபவர்களாகிய,

இங்ஙனம்,

கி. தெ. இந்திரவேலர்.

த. தாழமலையர்.

17 மே, 1911

270. மதப் போராட்டம்

விட்ணுவுக்குப் பரத்துவமில்லையென்று சைவர்களும், சிவனுக்குப் பரத்துவமில்லையென்று வைஷ்ணவர்களும், மேலைய இருமதஸ்தர்களுக்கும் பரத்துவமில்லையென்று கிறிஸ்துவர்களும், மேலைய மும்மதஸ்தர்களுக்கும் பரத்துவ மில்லையென்று ஏனைய மதஸ்தர்களும் ஏணியின்மீது நின்றுக்கொண்டு மிகவும் அசுவதாட்டியாம் உரையாடி போர்புரிந்து நிற்கின்றனர். மேலைய நால்வருக்கும் பரபிரம்ம உண்மெயும் பரத்துவமு மில்லையென்றும், தானே பிரம்மம் பிரம்மமே தானென்றும் வேதாந்திகளும், வேதாந்திகள் கூற்று சரியன்றென்று துவைதிகளும் மல்லாடி நிற்கின்றனர். நெருப்பே தெய்வமென்று பார்சிகளும், எதுவுந் தெய்வமல்ல அறிவே தெய்வமென்றோர் சார்பாரும், மேலைய தெதுவும் தெய்வமல்ல பஞ்சபூதியமே தெய்வம் அதற்கு ளடக்கந்தான் மற்ற சிறுபெரு தெய்வங்களெல்லா மென்றும் பிரத்தி யட்சத்தைக் காட்டி ஓர் சார்பார் வாதாடுகின்றனர். ஓர் சார்பார் தீபத்திலிருந்து தீபந்தான் வருமேயல்லாமல் இருட்டுவராதே! ஆதலால் நாம் ஓர் பிரம்மத்தினிடமாக வந்திருந்தால் நாமும் பிரம்மமே நம்மாலாகாததென்னை? அவராலாகுவதெது? என்றும் சாமார்த்தியங் கூறா நிற்கின்றனர். சர்வமும் தாமாயிருக்க அதன் நடுவில் நாமென்பதென்னை? நமது செயலென்பதென்னை யென்று ஓர் சார்பார் தீட்டி வாட்டுகின்றனர். தொன்று தொட்டிது காறும் ஒவ்வொருவரும் சேற்றில் நட்ட கம்பம்போல ஊசலாடி நிற்கின்றனரேயல்லாமல் இதுதான் சரியென எம்மதமும் சம்மதப்பட உரைத்தாரில்லை. உரைக்க உண்மெயைக் கற்றாருமில்லை. ஒன்றுக்கொன்று முரண் பட்டு மாளுகின்றது.

இவற்றுள் எவைதான் சரியென வாராய்ந்தறிந்தொழுக ஆயுளுமில்லை. இவைகளெல்லாம் மகா தொல்லை தொல்லை. என துக்கம் சந்தேகம் சந்தேகம் என்னும் வாரு தியில் வீழ்த்திக்

கலங்கஞ்செய்யுகின்ற மெயால் உலகானு பவத்தை யொட்டி சத்தியத்தைக் கைப்பற்றிப் பார்க்குங்கால் (11வது நிகண்டில்) கடவுடே முனிநன் மெப்பேர் என்பதில் கடவுளென்னு மொழிக்கு நன்மெயென்னும் பொருள் கூறியிருக்கின்றார்கள். இவ்வகைப் பிறந்துள்ள மொழியை யாருக்கு மகுடமாக அளித்தார்களென் றாராயுங்கால், உலகமீடேற்றத்துக்காக உதார புருஷனாக விளங்கி யாவத் பிரஜைகளுக்கும் சத்திய சன்மார்க்க தன்மத்தைப் போதித் தறிவூட்டிய பகவனாம் சாக்கைய முனிவரையே ஆதிகடவுளென்று தீர்த்திருக்கின்றனர். கடவுள் ஆன்மா, மோக்ஷம், நரகம் என்னும் மயக்கத்தில் மக்களை வீழ்த்தி அல்லலாடச் செய்யாமல் உண்மெ ஞானானுபவத்தை யுணர்ந்துய்ய பௌத்ததன்மத்தைப்போதித்து உண்மெயறிவூட்டிய புத்தபிரானே எம்மதமும் சம்மதமுற போதித்தப் படிப்பாளி நன்மெய்யுற்றோன் நன்மெ யடைய போதித்த நற்குணாளன். ஆகையால் ஆராய்ச்சிமிகுத்தோர் பௌத்ததன்ம நூலாகிய (பூர்வத்தமிழொளி) முதலிய உண்மெஞான புத்தகங்களைக் கரமேந்தி சத்தியவிசாரநூ லென்னுங் குன்றேறி நின்று வாசித்துணர்வார்களாயின் இம்மெய்யிலும் மறுமெய்யிலும் நன்மெய் யடைவர்.

பின்கலை நிகண்டு

தருமராசன் முன்னிந்திரன் சினன் பஞ்ச
 தாரையிட்டே
யருள் சுரந்தவுணர்கூட்டுந் ததாகதன்
 (ஆதிதேவன்)
விரவு சாக்கையனே சைனன் வினாயகன்
 சினந் தவிர்ந்தோன்
அரச நீழலி லிருந்தோன் அறி அறன்
 பகவன் செல்வன்.

குறள்

அறவாழி யந்தணன் தாள்சேர்ந்தார்க் கல்லாற்
பிறவாழி நீந்த லறிது.

காக்கைபாடியம்

ஆதிகாலந் தந்தண னறவோன்

போதிவேந்தன் புகன்ற மெய்ஞ்ஞான
நீதிநெறியாம் வாய்மெயி னின்றோர்
சோதியுரைமெய்த் தொடருவரன்றே.

T. C. Narayanasawmy. H. F. U.

உ.கோ.

17 மே, 1911

271. இந்திரர் ஜெநநவிழாக் கொண்டாட்டம்

மே மாதம் 12ந்தேதி சுக்கிர வாரம்மாலை 6 மணிக்குமேல் இராயப்பேட்டை பௌத்தாச்சிரமத்தில் இந்திரரென்னும் புத்த பிரான் பிறந்த வைசாக பௌர்ணமி நாளைப் பெருங்கூட்டத்தோர் மத்தியில் ஆனந்தமாகக் கொண்டாடி குருபூஜை நிறைவேற் றியதில் ஐந்து சமண முனிவர்கள் வீற்று பஞ்சசீலம் நடத்தி னார்கள்.

அவைகளுள் கனந்தங்கிய A. S. முதலியாரவர்க ளெழுந்து புத்தபிரான் சிறப்பையும் அவரது அளவுபடா அன்பின் மிகுதியையும் அவரது மலைவுபடா வார்த்தையின் தன்மபோத காட்சியின் அநுபவங்களையும் சகலருள்ளத்தும் பொருந்த வாங்கில பாஷையில் விளக்கியதுமன்றி ஆங்கிலேய விவேக மிகுத்தவர்களால் புத்த பிரானைப் பற்றி யெழுதியுள்ள பெருங் கருத்துக்களையும் சபையோர்களுக்கு விளக்கி தனது உபந் நியாசத்தை நிறுத்தினார்.

இரண்டாவது 'பூலோகவியாசன்' பத்திராதிப ரெழுந்து புத்தரைப் பற்றியும் அவரது தன்மத்தைப் பற்றியும் சங்கத்தைப் பற்றியும் விவரித்து வந்தவற்றுள் தற்காலம் இந்திய தேசத்தில் வழங்கிவரும் இலக்கிய விலக்கண நூற்கள் யாவும் பௌத்தர்களா லியற்றப்பட்டதென்றும் அவர்களால் தான் ஆதிகாலத்தி லித்தேசம் சிறப்புற்று விளங்கியதென்றும் ஆரியரென்னும் மிலேச்சர்களா லத்தன்மம் நிலைகுலைந்து சீரழிந்தபோது தேசமும் தேச சிறப்பும் தேச மக்களும் நிலை குலைந்து சீரழிந்தார்களென்றும் நன்கு விளக்கி அவரது சரித்திரங்களையும் பௌத்தர்களா லெழுதி வைத்துள்ள நீதிநூற்களையும் நன்கு ஆராய்ந்தறியாதவர்கள் புத்த தன் மத்தை நூதன தன்மமென்றும் அஃது புதிதாகத் தோன்றிய மதமென்றும் தங்கடங்கட் பொய்க்குருக்களா லவைகள் மடிந்து போயினவென்றும் வீணே பிதற்றி விவாதஞ் செய்கின்றார்களன்றி வேறன்று.

அவர்களுக்குள் தக்கக் கல்வியின் பயிற்சியும், விவேகப் பெருக்கும், பெரியோர்கள் நேசமும் இருக்குமாயின் புத்தரையும் அவரது தம்மத்தையும் மறந்தும் தூஷிக்க மாட்டார்கள்.

கலைநூற்களைக் கல்லாக் குறைவாலும், விவேகமிகுதி யில்லாக் குறைவாலும், விவேக மிகுத்தவர்பால் சாலக் குறையாதுமே துஷிக்கின்றார்களென்பது அவர்கள் கற்றக் கல்வியே சான்றாம். தாங்கள் கற்றக் கல்வியை கண்டு படித்திருப்பார்களாயின் அக்கலை நூற்களுக்குக் காரண கர்த்தனாகும் கணநாயகனாம் கமலாசனனைக் கனவிலுந் தூஷிக்க மாட்டார்கள். கல்வியைக் கண்டுபடிக்காத தெண்ட படிப்பை படித்தவர்களாதலின் தங்களது மதோற்பவமு மறியாது தடமாடுகின்றார்கள்.

இலக்கண வித்துவான்களென சிலர் நடித்து பௌத்த தன் மத்தையும் பௌத்தர்களையும் தூஷித்து இழிபடக் கூறினராம். இவரது இலக்கணங்கற்ற மதி யெவ்வாறோ வென்னில் உலக் கணமுதிய வுறதுருத்தென்றே கூறல் வேண்டுமென விளக்கி தனது பிரசங்கத்தை நிறுத்தினார்.

மூன்றாவது சபையின் பொதுக்காரியதரிசியார் சபையோர் களை நோக்கி அன்பர்களே, இன்று நாம் கூடியுள்ளக் கூட்டத்தின் செயலும் அதன் கருத்தும் யாதெனில், வைசாக பௌர்ணமியில் பகவன் பிறந்தநா ளாதலின் அப்பெருநாளைத் திருநாளாகக் கொண்டாடும் படி யாரம்பித்துள்ளோம். இவற் றுள் அவர் பிறந்த நாள் வைகாசி பௌர்ணமியும், அவர் துறந்த நாள் மாசி பௌர்ணமியும், நிருவாணமுற்று காமனையுங் காலனையும் ஜெயித்த நாள் பங்குனி பௌர்ணமியும், பரிநிருவாண மென்னும் மாற்றுப்பிறந்த நாள் மார்கழி பௌர்ணமியு மாதலால் அவ்வொவ்வொரு பெருநாளையுந் திருநாளெனக் கொண்டாடி யிந்திரவிழாவை நிறைவேற்று வதுடன் நாமும் சத்திய தன்மத்தைக் கண்டு பூர்வநிலையில் நின்று அசத்திய சத்துருக்களை வென்று ஆனந்தம் பெறுவதற்கு இதுவே காலமாதலின் ஒவ்வோரன்பர்களும் பிடகதன்மத்தை ஆராயவேண்டுமென விளங்கக்கூறினர். அன்பர்கள் யாவருங் கரகோஷானந்தஞ் செய்தேகிய மறுநாள் பகல் ஐந்து சமண முனிவர்களுக் கன்னமளித்து ஐன்னூறு யேழைகளுக் கன்ன தானஞ் செய்தார்கள்.

கண்டுகளித்தோன்.

17 மே, 1911

272. பகவான் புத்தஜயந்தி கொண்டாட்டம்

கோலார் கோல்ட் பீல்ட்ஸ் மாரிகுப்பம் தென்னிந்திய சாக்கைய பௌத்த சங்கத்தார் விளம்பரத்தைக் கண்ட யாம் எமது அன்பர்களுடன் 12.5.11 மாலை 5 ½ மணிக்கு ஆசீர்மத்துக்குச் சென்றோம். சங்கக்கொடி ஏற்றியிருந்தது. ஆசீர்மத்தைச் சுத்தப்படுத்தி ரத்தினக் கம்பளங்கள் விரித் திருந்தது நன்றாய் ஜொலிக்கும் விளக்குள் தொங்க விட்டிருந்தது. சங்கக் காரியதரிசி விஸி C. குருசாமி உபாஸகரவர்களும் சங்கத்தலைவர்களில் சிலரும் வெளியிலிருந்து வருகின்றவர்களை வரவேற்றார்கள். மாலை 6 மணியிலிருந்து பஜனையோர் இசைக்கருவிகளுடன் இனிய ராகத்தில் பஜித்துக் கொண்டிருந்தார்கள். 6 ½ மணிக்கு சங்கமணி அடிப்பட்டவுடன் சாமி விசுத்தா பிக்ஷு எழுந்தருளி பஞ்சசீல தர்மோபதேசஞ் செய்தார். 7 மணிக்கு மேல் சங்கத்தார் வேண்டுகோட்படி ஸ்ரீமந் M.Y. முருகேசம் உபாசகரவர்கள் அக்கிராசனம் வகித்தார். சங்க பொக்கிஷாதிபர் MR. A.P. பெரியசாமிப் புலவரவர்கள் எழுந்து சபை வணக்கத்துடன் தமிழன் பத்திராதிபர் ஸ்ரீலஸ்ரீ க. அயோத்திதாஸப் பண்டிதர் ஆற்றலையும் புகழையும் அவர் செய்த சரித்திர ஆராச்சி சமய ஆராய்ச்சியினால் நமது குலத்தின் விர்த்தியை நாடி அவர் பாடுபடுவதையும் அஞ்ஞானிகளா லிவரடைந்து வரும் கஷ்டநிஷ்டூரங்களையு மோதி பொதுச்சபாநாயகர் ஸ்ரீமந் M. ராகவர் அவர்கள் நமது குலவிர்த்தியை நாடிபாடுபடுவதையும் வெகு சாதுர் யமாய் பேசி இவர்களுக்கு வந்தனோபகாரமாக மும்முறைக் கரகோஷ்டம் செய்யக் கேட்டுக்கொண்டார். கௌதமா பாடசாலையின் உபாத்தியாயர் MR. N. ஐயாகண் பாவலர் எழுந்து தமிழ் பாஷையைப் பற்றி மேதாவியர்கள் விளக்கியுள்ளபடி எடுத்துக்காட்டி பகவான் புத்தர் தென் மொழியை அகத்தியமுனிவர் மூலமாய் பரவச் செய்தா ரென்று முடித்தார்.

சங்க ஆனரெரி மெம்பரி லொருவராகிய MR. M. கந்த கோபால் உபாசகரவர்கள் சின்னாட்களுக்கு முன் பண்டிதர் பெருமான் அவர்க ளனுப்பியப் பிரசங்க தீபிகையை வெகு சாதுர்யமாய் விளக்கினார். பின்னர் ஸ்ரீமந் M. ராகவர் அவர் களெழுந்து சர்க்கரைப் பந்தலில் தேன்மாரிப் பொழிந்தது போல் பகவான் புத்தருடைய சரித்திரத்தையும் பகவான் கண்டுபிடித்த தர்மத்தின் ஆற்றலையும் சரஞ்சரமாய் எடுத்துக் கண்டோர் களித்துத் தலையசைக்கும் வண்ணம் பிரசங்கஞ்செய்து MR. C. குருசாமி உபாஸகர், MR. M.Y. முருகேசம் உபாஸகர் மற்றும் சங்கத்தார் செய்து வரும் ஒவ்வொரு நன்மெயான காரியங்களைப் பற்றி ஆனந்த கரகோஷ்டத்தோடு முடித்தார். பின் சபை யுபசாரம் மங்களோபசாரத்துடன் இரவு 10 மணிக்கு முடிவு பெற்றது.

15.5.11 **கண்டுகளித்தோன்**

17 மே, 1911

273. நமோ புத்தாய: புத்தஜயந்தி மஹோற்சவப்ரகடனம்

பெங்களூர் ஓள்ட் பூரவுஸ் ரோட் 231வது கிருகத்தில் ஸ்தா பித்திருக்கும் சாக்கைய பௌத்த ஆசிர்மத்தில் 1911 வருடம் மே மாதம் 12ந்தேதி சுக்கிர வாரம் மாலை 5 மணிக்கு உலகநாதனாம் புத்தபிரானின் 3,397ஆம் வருஷத்திய ஜனனநாளை கீழ்கண்ட விஷய சூசிகைப்படி நடத்தலாயிற்று.

1. 5.30 மணிக்கு பௌத்த தருமக் கொடி உயர்த்தப்பட்டது.

2. சங்கக்கூட்டம் ம–ள–ள–ஸ்ரீ பு. வி. பொன்னுசாமி பிள்ளை சபாநாயகராக வீற்றிருந்தார். அத்தருணம் சபை காரியதரிசி மைசூர் இம்பீரியல் ஸர்விஸ் லான்ஸர்ஸ் ஜமேதார் ம–ள–ள–ஸ்ரீ V. ஜீவரத்தினம் பிள்ளை அவரால் மேற்படி சங்கத்தின் ஸ்ரீ சரஸ்வதி பாடசாலையின் ரிபோர்ட் வாசிக்கப்பட்டது.

3. அங்கத்தினர் ஓர் டைரெக்ட்டரால் பகவான் புத்த பிரானின் உற்பவத்தையும், அவர் போதித்த நல்லறத்தையும் கேட்டோர் மனப்புளாங்கிக்க கர்ணாமிர்தமாக மொழியலுற்றார்.

4. வைதீக வித்வாம்ஸ ம–ள–ள–ஸ்ரீ அ. மதுரநாயகம் அவர்களால் மேற்படி பாடசாலையின் அபிவிருத்தியைப் பற்றியும், கல்வியின் பயனைக் குறித்தும் வெகு சாதுர்யமாய் உபந்நியாசிக்கப்பட்டது.

5. மேற்படி பாடசாலை சிறுவர்களுக்கு சிற்றுண்டி பரிமாரப்பட்டதுடன் காரியதரிசி V. ஜீவரத்தினமவர்களால் சங்கத்தின் அபிவிர்த்திக்காகவும், சோர்வில்லாமல் ஊக்கத்துடன் உழைத்துவரும் MR. C. மாணிக்கம், MR. V. ஆறுமுகம், விஸி. ஸி. நமசிவாயம் இவர்களது நன்முயற்சியையும் சபையோர் வியக்கத்தக்க விதமாய் புகழந்துரைத்தனர்.

6. சபாநாயகருக்கும் மற்றும் சபையோருக்கும் வந்தனோப

சாரத்துடன் புஷ்ப தாம்பூலம் அளிக்கப் பட்டதுடன் கீதவாத்திய கோஷ்டமாய் சபை கலையப் பெற்றது.

பெங்களூர், இப்படிக்கு

14.5.11 **தாமோதரம் உபாஸகர்,**

17 மே, 1911

274. திருப்பத்தூர்சாக்கைய பௌத்த சங்கம் (15.5.1911)

கருவிகாணாதியெலா மொருநிலை நிறுத்தி சுருகிடு மாந்தர் கட் கொரு தாயாகி யமுதூட்டி. யகங்களிக்கச் செய்து உலக ரட்சகராகவும் சங்கறாச்சாரியாகவும் விளங்கிய ஒப்பிலா பகவான் புத்த தேவனுடைய 3397 வருஷோற்சவம் 1911 வருடம் மே மாதம் 12ந்தேதி சுக்கிரவாரம் வந்தபடியால் அதிகாலையி லெழுந்து நீராடி பகவான் புத்தருக்கு திரிசரணஞ் செய்து மாவிலைத் தோரணங் கட்டி ஆனந்தகரமாய் சமண முனிவர்கட் கமுதளித்துவந்த அன்பு மறக்காமல் ஓரிலையில் அன்னமெடுத்து பகவான் சந்நிதியில் வைத்தபின் 100 ஏழைகளுக்குக் கதிகமாய் அன்ன மிட்டார்கள். மாலை 5 மணிக்குமேல் பஜனையோர் பஜித்துக் கொண்டிருந்தார்கள். 7 மணிக்குமேல் ஸ்ரீமந் Y. A. சின்னபுட்டு சாமியார் பகவான் சரித்திரத்தை விளக்கினார். 10 மணிக்கு சபையோருக்கு புஷ்பசந்தன தாம்பூல மளித்தபின் மங்களோபசாரத்துடன் சபைக் கலைந்தது. அன்றியும் 5.5.11ல் மாட்சிமைத் தங்கிய முனிசிபாலிட்டியா ரிடமிருந்து புத்தாலயங் கட்டிக் கொள்ள உத்திரவு வந்திருந்தபடியால் கட்டடவேலைத் துவக்கவும் தீர்மானித்தார்கள்.

சி. கே. நகுல உபாஸகர்.

17 மே, 1911

275. தர்மக்கைங்கிரியப் பிரகடனம்

ஜகமேறும் வழிக்காட்டி மலர் சிகரமேற்றி வைத்த ஜகநாத னருட்பெறுந் தர்மகுணப் பிரபுக்க ளனைவருக்கு மறி விப்பதியாதெனில், வட ஆற்காடு ஜில்லா திருப்பத்தூர் B டிவிஷன் கிருஷ்ணகிரி ரோட்டுக் கருகாமையில் புத்தசங்க மேற்படுத்தி சத்திய தன்மத்தைச் சமண முனிவர்களா லுறைத்து உத்தமவழி நடக்கச் செய்விப்பான் வேண்டி செங்கல், மரம் முதலியவை தயார் செய்திருந்தும் மாட்சிமை தங்கிய கவர்ன்மெண்டார்உத்தரவில்லாதபடியாலிதுகாறுந்தவணையா–யிருந்தது. புத்ததன்மப் பிரியர்களும் மனங்கசிந்திருந்தனராயினும் கனம் V. தத்தப்பன் அவர்களளவில் சங்கத்தை நடாத்திவந்தே... *5.5.1911*ல் கொடுதிருந்தோர், சந்தோஷங்கொள்ள மாட்சிமை தங்கிய முனிசிபா லிட்டியாரிடமிருந்து லைசென்ஸ் வந்து விட்டது. விரோதிகிருது வருடம் சித்திரை மாதத்திலி ருந்து வேலைத் துவக்கியிருக்கிறபடியால் தர்மக்குணப் பிரபுக்கள் தங்களாலீன்ற உதவிப்புரிய வேணுமாய்க் கேட்டுக் கொள்ளுகிறோம்.

இங்ஙனம்,

தென்னிந்திய சாக்கைய பௌத்த சங்கத்தார்,

திருப்பத்தூர்.

24 மே, 1911

276. "இந்துதேய பூர்வக் குடிகள் முன்னேற்றத்திற்காய முயற்சி"

உலகில் நிகழும் துக்க நிவர்த்திக்காய் முக்தி தன்மங்களை தெள்ளென விளக்கி மனுமக்கட் சீர்பெற வெளிவந்துலாவும் மாட்சிமை தங்கிய ''தமிழன்'' பத்திராதிபரவர்களின் கமல பாதங்களை நன்றியறிதலான பத்தியுடன் மிகவும் பணிந்தனம்.

இதனடியிற் சுருக்கமாய் வரைந்துள்ள பரோபகாரமாய மனுவை தாங்களரிய சஞ்சிகையினோர் கோணமதிற் றவறாமற் பிரசுரிக்க வேணுமென தங்களிட மேலான கனத்தை மிகுந்த தாழ்மையுடன் வேண்டுகிறோம்.

கனவீர்:-

இதனை யிதனா லிவன்முடிக்கு மென்றாய்ந்
ததனை யவன் கண்விடல் (திரிக்குறள்)

என்றபடி புனல்சூழு மிப்புடவியின்கண் சாக்கைய புத்த சங்கம் சக்கரவாளப் பறவைபோல் வெளி தோன்றி விவேகிகள் மதிக்குமாறு நம் பூர்வமத சித்தாந்தங்களை ஐயந்திரிபற நம்மவர்களுட னேனையோர்களு முய்த்துணர நூலாதார நியாயாசாரங்களா லிதுகாறு மறிதற்கரிய பற்பல விஷயார்த்தங்களை பத்திரிகையின் வாயலா யுள்ளங்கை நெல்லிக்கனிபோல் விளக்கிவருமும தன்பார்ந்த செய்கை களை முழுதுமுணர்ந்தே யிம்மனுவை திட விதமா யனுப் பியுள்ளேம்.

இத்தேயத்துப் பூர்வக்குடிக ளிழந்திருந்த பௌத்த மதஸ்தாபகராகவும், கருதற்கரிய தமிழன் பத்திராதிபரெனவும், முன்வந்து சுமார் 60 லட்சத்திற்கு மேற்பட்ட ஏழை மக்களை சீர்திருத்த முயற்சித்து சென்ற ஏப்ரல் மாத மேற்பட்ட சென்சசின்போது கருணைதங்கிய இராஜாங்க அங்கத்தினராய மகாகனமும் மேன்மையும் பொருந்திய சென்னை கவர்னர்

பிரவுவிடம் விண்ணப்பித் தன்னோர் தயவேற்று ''இந்திய பௌத்தர்'' என பிரித் தெழுதவைத்த நும் வீரச்செய்கையை எம்போன்றவர்கள் புகழ வல்லவராவனரோ?

தாங்கள் மகா யூகை, யுக்தி, சாதுரிய முயற்சிகளாற் சாதி, மத வித்தியாசங்களை கண்டனமாக்க துண்டித்து பேசிவருந் தன்மெய்களை யறிந்த பூர்வ விரோத சந்ததியார்களும் அவர்களால் மமதை கொண்டவர்களும் ''ஆரிய வீரனெனினுங் காரியத்தின்மேற் கண்ணாயிருங்கோ'' ளென்றொருவர்க்கொருவ ரெச்சரித்துக் கொண்டு குக்ஷிபாதையில் கவனஞ் செலுத்தி வருகின்றார்க ளென்பதை யும்பால் முறையிடவுங் கூடுமா?

நிற்க பூர்வக் குடிகளாய 60 லட்ச மேழை மக்களுஞ் சுலபமாய் முன்னேறுவதற்கு கல்வியே சாதனமென் றோர்ந்த அரசாங்க ஆங்கிலேய விவேக சிகாமணிகள் காருண்யமாய் ஏழைப் பிள்ளைகளுக்கென பஞ்சம பிரைமெரி ஸ்கூல்க ளேற்படுத்தி இலவசமாய் கற்கவைத்து முன்னேற்றுவித்து வருகின்றார்க ளெனினும் ஏழைசிறுவர்கள் சிறிது கல்வியை கற்றுங் கல்லாதவர்களென விளங்குவ துண்மெயே.

ஆகவே அறிவிற் சிறந்தொளிரு மகானுபாவர், காற்றுள்ள போதே தூற்றிக் கொளல் வேண்டு மென்றதற் கேற்ப ஜெய வீரசிங்கப் பிரதாபரான மகா மாட்சிமை தங்கிய ஐந்தாம் ஜார்ஜ் சக்கரவர்த்திப் பெருமானவர்கள் இந்தியாவிற்கு விஜயமாதச்சே தாங்கள் பரோபகாரமாய் ஏழைமக்களின் பரிதாப நிலைமையையும், ஏனைய மதத்தினராலவர்கள் நசிவ டைந்தே வருவதையும் நாயினுங் கடையரென விளங்குங் கேவலங்களையும் மற்றும் பல விஷயார்த்தங்களையும் அம்மதிபருக்கு தெள்ளென விளங்கும்படி பயபக்தியுடன் விண்ணப்பித்து இந்திய தேச பூர்வ குடிகள் சீர்பட்டு முன்னுக்குவர கல்வியே பிரதான ஆவசியகமென்றோதி மேற்படி ஏழை சிறுவர்களுக்கென தற்போ தேற்பட்டுள்ள பஞ்சம பிரைமரி பாடசாலைகளின் நீதியை யனுசரித்தே ஹை ஸ்கூல்கள் (மெற்றிக்குலேஷன் வரை) இந்தியாவில் ஆங்காங்கு ஸ்தாபித்து இலவசமாய் கற்பிதஞ்செய்ய வேணுமென்றாவது அல்லது தற்போதுள்ள ஹை ஸ்கூல்களிலேயே ஏழை சிறுவர்களை

யாதுந்தடை யின்றி சேர்த்து இலவசமாய் கற்பிக்கச் செய்ய வேணு மென்றாவது அம்மகா பெருமானவர்களிடம் விண்ணப் பிக்கும்படி முறையிடுகிறோம்.

ஆதிநாதனது போதனை தர்மநெறி யுணர்ந்த கனவீராய தாம் இம்மனுவை யாலசிக்காமல் பரோபகாரமாய் மேற் கோறியவற்றை மனோற்சாகமாய் அனுகூலப்படுத்தி வைத்து விடுவீரேல் உம் கீர்த்தி உலகெங்கணும் பரவி 60 லட்சம் ஏழைமக்களும் வாயாரவாழ்த்தி மனதாரப் போற்றி புத்திர, பவுத்திர, பாரம்பரியமாய் உமது நாமதேயத்தை கொண்டாடி வருவார்க ளன்றியும் புத்ததன்மத்தை தாமேயேற்று சீர்படுவார் களென்பதற்கோ ரையமில்லை.

இதைக் கண்ணுறும் கோலார், நெட்டால், ரங்கோன், ஐதிராபாத், பெங்களூர், திருப்பத்தூர், அரக்கோணம், சென்னை வாசிகளான பௌத்ததன்ம நேர்களுட னேனையோர்களும் லோகோபகாரமாய் முன்வந்து பத்திராதிபருக்குப் பலமா யுறுதிகூறி மனமிடையாது வேண்டிய பொருளுதவியும் புரிந் துற்சாகப்படுத்தி ஏழைமக்களை தேற்றுவிப்பார்களென நம்புகிறோம்.

பத்திராதிபரவர்கள் தங்களது கருத்தை தமிழனின் வாயலாய் தெரிவிப்பாரென நம்புகிறோம்.

இங்ஙனம்

C. Muthukumaraswami Pillai.

Head Master.

P. S. T. Nathamuni, Teacher.

Jolarpet.

31 மே, 1911

277. பண்டிதர் அயோத்திதாஸ் அவர்களும் மகாபோதி சங்கமும்

கனம்பொருந்திய பத்திராதிபருக்கு:-

ஐயா,

தாங்கள் 17ந்தேதி தமிழன் சஞ்சிகையிற் கோமளீஸ்வரன் பேட்டையில் ஸ்தாபித்திருக்கும் மகாபோதி சங்க பிராஞ்சுக்கு தாங்கள் வராத விஷயத்தைப்பற்றி சில காரணங்கள் தெரிவித்திருக்கின்றீர். அக்காரணங்களாவன:-

1. தங்கள் சங்கம் சாக்கிய பௌத்த சங்கமென்றும், அவர்கள் சங்கம் மகாபோதி சங்கமென்றும், தங்கள் சங்கத்தின் கருத்தோவெனில் ஜாதி கட்டுபாடுகளை கவனிக்கக் கூடாதென்பதும்;

2. மகாபோதி சங்க கருத்தோவெனில் புத்ததர்மம் போதிக்க வந்தாலும் அவற்றை தாழ்ந்த வகுப்புகளுக்கு போதிக்கப் போகின்றோமென்று சொல்லுகிறபடியால் தங்களைத் தாங்களே உயர்த்திக்கொண்டதை புத்த தர்மமென்று கூறுகின்றார்கள்.

3. தங்களுடைய சங்கத்தின் தர்மபோதம் ஒவ்வொருவனும் நீதிநெறி வாய்மைனின்று மெய்ப்பொருளை உணர்த்துவது.

4. மகாபோதி சங்கத்தோருக்கு மெய்ப்பொருளென்பது ஒன்று கிடையாது.

5. சாக்கிய சங்கத்தாருக்கு மறுபிறப்பு உண்டு.

6. மகாபோதி சங்கத்தாருக்கு மறுபிறப்பென்பதே கிடையாது. சாகவேண்டியதே முடிபு.

7. இவ்வித ஜாதிசம்மந்தத்திலும், தர்மசம்மந்தத்திலும் நேர் விரோதமாயிருப்பதால் தாங்கள் மகாபோதி சங்கத்திற்கு வாராமைக்கு காரணம் என்கின்றீர். இக்காரணங்களுக்கு அத்தாட்சியான தரும பாலா அவர்கள் பிரசுரித்துவரும் மகாபோதி ஜர்னலிலும்

இந்து பத்திரிகையிலும், நந்தராம பிக்ஷு கடிதத்திலும் கண்டி ருக்கும் விஷயங்களை காட்டு கின்றீர்.

முதலாவது, 1891 முதல் இந்தியாவில் தோன்றிய புத்த சங்கங்கள் யாவும் புத்ததருமத்தை பொதுவாக சகலருக்கும் போதிக்க வேண்டி ஸ்தாபிக்கப்பட்டன. அத்தருமங்களுக்கு பீடக நூல்களே ஆதி ஆதாரங்களாக ஏற்பட்டிருக்கின்றன. இதனால் வேறு நூல்கள் ஆதி ஆதாரங்க ளல்லயென்று பெறப்பட்டது. இவ்விஷயங்களை ஒத்துக்கொண்டே தாங்கள் சென்னை மகா போதி சங்கத்திற்கு கமிட்டி மெம்பர்களில் ஒருவராக நாளதுவரையில் இருக்கின்றீர்.

இரண்டாவது, சென்னை மகாபோதி சங்கம் 1899ஆம் வருஷத்தில் ஸ்தாபிக்கப்பட்டது. இச்சபையின் பிராஞ்சு ஒன்று இராயப்பேட்டையில் 1903ல் ஏற்படுத்தினோம். 1906ஆம் வருஷத்தில் தாங்கள் சாக்கிய சங்கமென்று ஒரு புத்த சங்கத்தை ஸ்தாபித்தீர். 1899ஆம் வருஷமுதல் சென்ற மே திங்கள் 15ந்தேதி வரையில் 12 வருஷகலமாக நானும், மிஸ்டர் லட்சுமிநரசு தருமபாலா அவர்களும் மகாபோதி சங்கத்திலும், சாக்கிய புத்த சங்கத்திலும் பலதடவை பிரசங்க மூலமாகவும், சஞ்சிகை மூலமாகவும் புத்ததரும போதனையை தங்கள் முன்னிலையில் செய்திருந்தும் மகாபோதி சங்கத்தவருக்கு ஜாதிபேதம் உண்டு கண்டதே காட்சி, கொண்டதே கோலமென்று போதிக்கின்றார்கள் என்று தாங்கள் சொல்லுவது எமக்கு விளங்கவில்லை. தங்கள் பூரண அநுபவத்தில் மகாபோதி சங்கத்தவர் ஜாதி பேதம் அற்றவர்களென்று தெரிந்திருந்தும் இத்தியாதி விஷயத்தில் நாளது மாதம் 17ந்தேதி இக்கற்பனை விரோதத்தை காட்டிய விஷயத்தின் காரணம் தெரியவில்லை.

மூன்றாவது தங்கள் சங்கமென்றும், அவர்கள் சங்கமென்றும் வித்தியாசப்படுத்திக் காட்டுவது தங்களுக்கு தருமமல்ல ஏனெனில் தாங்களும் சென்னை மகாபோதி சங்கத்திற்கு மெம்பராக இருப்பதாலும், மகாபோதி சங்கத்தின் கருத்துக்களை தழுவி தாங்கள் இருப்பதாலும் நாளது வரையிலும் புத்த சங்கங்களின் கருத்து ஒன்றாயிருப் பதாலும், தாங்கள் இவ்வாறு வித்தியாசப்படுத்துவது நலமல்ல.

நான்காவது, தாழ்ந்த வகுப்போருக்கு போதிக்க வந்தார் களென்று மகாபோதி சங்கத்தவர் சொல்லிக் கொள்ளு

கின்றார்களென்று வரைந்திருக்கின்றீர். கனம் தருமபாலா அவர்கள் சொல்லிய விஷயத்தை அதற்கு அத்தாட்சியாக கூறுகின்றீர். ஆனால் அது தங்களுக்கு உத்தமமாக தோன்றா விட்டால் அந்த வசனத்தை அவரை உபயோகிக்க வேண்டாமென்று தாங்கள் அவருக்குத் தெரிவித்திருக்கலாம்.

புத்த தருமத்தை தழுவிய தாங்கள் பிசகிய சகோதரரை திருத்த தங்களுக்கு அவ்வளவு காருண்யம் இல்லாமல் போனது யாதுக்கோ? ஆனால் அவர் டிப்பிரஸ்ட் கிளாசுகளுக்கும், அனாகரீகர்களுக்கும் தருமத்தை போதிக் கின்றோமென்று சொன்னதை ஒருஜாதி வகுப்பாரை குறித்தாரென்று தாங்கள் அர்த்தப்படுத்தியது அதர்ம சிந்தனையாகும். புத்த வசனப்படி புத்ததருமத்தை அனுசரிக்காதவர்கள் யாவரும் அநாகரீகர்களாவர். பிராமணர்களால் தாழ்த்தப்பட்டவர்களென்று கூறப்படும் வகையோர் யாவரும் டிப்பிரஸ்ட் கிளாசுகளென்று அழைக் கப்பட்டு வருகின்றார்கள். இவ்வித கூட்டத்தார் பல சூத்திர ஜாதிகளிலும் இருக்கிறார்கள். இத்தகையோர் களாகிய சாணார், பள்ளிகள், கரையார், பறையர், ஒட்டர், குறவர் முதலாகிய கூட்டத்தாரை இந்து ஆகமம் இந்த 1,000 வருஷ காலமாக சீர்தூக்காமையால் மகாபோதி சங்கத்தவர் சீர்தூக்க முயலுகின்றோமென்றால் இது எந்த வருணத்தாருக்கு தாழ் வாகும்? அப்படிச் சொல்வதாலும் யாது பிசகு? அறிவுடையோர் இதனை தாழ்வாகவும், பிசகாகவும் கருதாரென்று நாம் வற்புறுத்திக் கூறவந்தோம். கனம் தருமபாலா 20 வருஷ காலமாக தன்னுடைய அளவிலாச் செல்வத்தையும், தாய், தந்தை, சகோதரர் முதலாகிய பந்துவர்க்கங்களையும் விட்டுவிட்டு இந்தியர் களை புத்ததருமத்தால் சீர்திருத்த காருண்யம் கொண்டு ஏராளமாக தன் பணத்தையும், சுகத்தையும் தான் செலவழித்து வருவதைத் தாங்கள் கண்டிருந்தும் அந்த சிறந்தோர் தன்னைத்தான் உயர்த்திக் கொள்ள வந்திருக் கின்றாரென்று தங்கள் நாவினால் கூறுவது நாம் தழுவிய தருமத்துக்கு அழகாகுமா?

ஐந்தாவது தாங்கள் மெய்ப்பொருள் ஒன்று உண்டு என்று கூறுவதாகவும், அதை மகாபோதி சங்கத்தார் இல்லை யென்று மறுப்பதாகவும் தாங்கள் சொல்லி வந்தது எமக்கு ஒன்றும் விளங்கவில்லை. சைவ, வைணவ வேதாந்திகளும், ஆஸ்த்தி

கர்களுமன்றோ மெய்பொருள் ஒன்று உண்டென்று கூறுவது அவர்களைப் போல் தாங்கள் மெய்ப்பொருள் ஒன்று உண் டென்றால் அவர்கள் போதத்திற்கும், தங்கள் போதத்திற்கும் யாது வித்தியாசம்?

நிர்வாணத் தன்மையை தாங்கள் மெய்ப்பொருளென்று கூறுவீராகில் அதுவும் புத்ததர்மத்திற்கு ஒவ்வாது. ஏனெனில் நிர்வாணம் மனிதனுடைய நிலமையே ஒழிய ஒரு தனிப்பொரு ளாகமாட்டாது. மேலும் பௌத்தர்களை அனாத்மவாதிகளென்று தங்கள் முக்கிய சித்தாந்தப்படி அழைக்கப்பட்டிருக்கின்றமை யால் மெய்ப்பொருள் ஒன்று இல்லையென்று சொல்லுவோர் தான் பௌத்தர்களாவர்.

புத்த வசனமாகிய துக்க அனித்திய அனாத்மசருக்க சித்தாந்தத்திலும் சகல குற்றங்களையும் விலக்குவதும், சகல நன்மையும் செய்வதும், மனதை பரிசுத்தம் செய்வதுமாகிய சருக்க தருமவாக்கியத்திலும் எவ்வித மெய்ப்பொருளுக்கும் இடமில்லாதிருக்க தாங்கள் போதிக்கும் தருமம் யாதோ அறிகிலேன்?

கடைசியில் தாங்கள் மறுபிறப்பு கூறுவதாகவும் அதை மகாபோதி சங்கத்தார் மறுப்பதாக ஓர் வித்தியாசத்தை காட்டு கின்றீர். மறுபிறப்பு விஷயத்தைப் பற்றி ஏனைய மதஸ்த்தர்கள் பலவிதமாக அருத்தப்படுத்துவது தங்களுக் குத் தெரிந்த விஷயமே. தாங்கள் கூறும் மறுபிறப்பு அவ்வித மறுபிறப்பு அல்லவென்றால் தங்களுக்கும் மகாபோதி சங்கத்தவர்களுக்கும் என்ன வித்தியாச மிருக்கின்றன? அன்னிய மதஸ்த்தர், தங்கள் சீவனை மறுபிறப்பு எடுப்பதாக கூறுகின்றார்கள். அவ்வித மறுபிறப்பு தாங்கள் கூறுவதாக எண்ணயிடமில்லை அவ்வித மறுபிறப்பு இல்லையென்று ஒழிந்தால் வேறு என்னவித மிருக்கின்றது? இலையேல், உமக்கும் நமக்கும் எவ்வித வித்தியாசமும் இல்லையென்று ஏற்பட்டது.

மேற்கூறிய ஞாயம் யாவும் தங்கள் சம்மதத்திற்கு பொருந்தும்பட்சத்தில் (பொருந்துமென்றே நாம் நம்புகின் றோம்.) தங்களுக்கும் மகாபோதி சங்கத்தவர் களுக்கும் யாதொரு வித்தியாசமுமில்லை யென்று கண்டு தெளிவார்க ளென்று இதை எழுதவந்தோமேயொழிய கண்டிக்க வந்ததாக

எண்ணாதிருக்குமாறு மிக வந்தனத்துடன் கோரும் தங்கள் நண்பன்.

20.5.1911

சென்னை மகாபோதி சங்கம் **ம. சிங்காரவேலு**

திருவல்லிக்கேணி

கடித மறுப்பு

சென்னை திருவல்லிக்கேணி மகாபோதி சங்கக் காரியதரிசி M. சிங்காரவேலு அவர்களுக்கு ஐயா, தாமெழுதியுள்ளக் கடிதத்தின் கருத்துக்கள் யாவும் பஞ்சசீலத்திற்கு மாறிட்டிருப்பது மிக்க விசனமே.

எவ்வித மாறுதலென்னில், 1891 வருடம் முதல் இந்தியா வெங்கும் புத்தசங்கங்கள் ஸ்தாபித்துள்ளன வென்பது முதல் மாறுதலேயாம்.

யீதன்றி 1898 வருடம் மே மாதம் 8 – சென்னையில் சாக்கைய புத்த சங்கத்தை ஸ்தாபிப்பதற்காக கர்னல் ஆல்காட், தர்மபாலா, குணவரதனா வென்னும் புத்த குரு இம்மூவர் முன்னிலையில் ம–ள–ள–ஸ்ரீ துரைசாமி நாயுடு அவர்கள் பங்களாவில் பஞ்சசீலத்துடன் சங்கம் ஸ்தாபிக்கப் பட்டதைத் தாங்கள் காணாதிருப்பினும் பத்திரிகைகளில் (ரிவைவல் ஆப் புட்டிசம் இன்ச..ரன் இண்டியா) வென வெளிவந்துள்ளதை வாசித்தேனு மிருப்பீரென்று நம்புகிறேன்.

அதன்பின் 1898 வருடம் ஜூன் மாதம் 25ந்தேதி பெருங் கூட்டம் சென்னையில் வைத்துவிட்டு கர்னல் ஆல்காட் துரையும் யானும் கிருஷ்ணசாமி உபாத்தியாயரும் இலங்காதீவத்திற்குச் சென்று விசாக பௌர்ணமியன்று ஸ்ரீ சுமங்கல மகா நாயகா அவர்களால் சீலம் பெற்றதுடன் கண்டி, கால், கொலம்போ முதலிய விடங்களிலுள்ள எட்டுப் பிரதம பௌத்த குருக்களின் அநுமதியும், ஆசீரும் பாண்டிய வரசனால் கண்டியரசனுக் கனுப்பியிருந்த பரிநிருவாண சிலையும் பெற்று சென்னை வந்து சேர்ந்து அடையார், இராயப்பேட்டை, கொன்றைராயன் வீதி, பேரிய மேட்டு, நுங்கம்பாக்கம், பரங்கிமலை முதலிய

விடங்களெங்கும் பௌத்ததன்மத்தைப் பரவச்செய்து வருங்கால் தாங்க ளெம்மிடம் வந்து தருமபாலாவுக்கும் எமக்கும் பரிட்சை கிடையாது தாங்க ளவரைத் தருவிக்க வேண்டுமென 1899 வருடம் செப்டம்பர் மாதம் வந்து கேட்டுக்கொண்டீர். தங்கள் கருத்திற்கிசைந்து எங்கள் சங்கத்தோரில் சிலர் கையெழுத்து தருமபாலாவுக் கனுப்பி யவரை வரவழைத்து தங்கள் வீட்டில் வைத்தபோது அவரது செலவிற்காக சாக்கைய புத்தசங்கத்தார் பத்துரூபாயுந் தங்களிடங் கொடுத் திருக்கின்றார்கள். அதேகாலத்தில் தாங்கள் மகாபோதி சங்கத்தை ஸ்தாபித்தபோது தர்மபாலா சாக்கைய புத்த சங்கமென்னும் பெயரை யெடுத்துவிட்டு மகாபோதி சங்கமென்றே ஒன்றாக நடத்தவேண்டுமென்றார். நான் அவர் வார்த்தைக்கு வொப்புக் கொள்ளாது இருசங்கமாகவே இருக்க வேண்டுமென்று முடிவு செய்துக் கொண்டது அங்கு வந்திருந்த சகலரும் அறிந்த விஷயமே. பின்னர் தமது சங்கம் அவ்விடம் சரிவர நிலைபெறாது இராயப்பேட்டையிலேயே இரு சங்கத்தையும் ஒன்றாக வைத்து நடத்தலாமெனத் தாம் கேட்டுக்கொண்டபடி சிலகால் நடத்தியும் ஒத்துவராத படியால் நாம் வேறாகப் பிரித்துக்கொண்டு சாக்கைய பௌத்த சங்கமட்டிலும் வேறாக நடாத்திவந்ததும் நாளது வரையில் நடந்துவருவதும் சகலரு மறிந்த விஷயமே. ஆதலின் சாக்கைய புத்த சங்கத்தோரைக் கொண்டே சென்னையில் மகாபோதி சங்கத்தை ஸ்தாபித்தும் அதன் செயலால் நிலைபெறாது போயது சகலரு மறிந்திருக்க மகாபோதி சங்கத்திற்குப் பின்னர் சாக்கைய பௌத்த சங்கம் தோன்றியதுபோல் வரைந்துள்ளவை மிக்கவிந்தையேயாம்.

தாங்கள் மகாபோதி சங்கத்தின் ஓர் அங்கத்த வராயிருந்தும் வேறாகப் பிரிக்கலாமோ வென்கின்றீர். அவை தங்கள் மனசாட்சிக்கே விளங்கும். அதாவது யான் இரண்டாவது முறை கொளம்புக்குப் போய்வருவதற்கு முன்பு பர்ம்மா விலிருந்து வந்திருந்த தேக்குமரங்கள் யாவையுந் தங்க ளிஷ்டம்போல விற்றுவிட்டீர். யான் வந்த பின்பு கூட்டத்தோர் யாவரையுந் தருவித்து மரங்கள் யாவையும் யாருடைய வாலோசினையின்பேரில் விற்று விட்டீரென்று யான் கேட்ட போதுதங்களைச்சார்ந்தஅன்பரொருவர்எம்மெய்நோக்கிதாங்கள் சாக்கைய புத்த சங்கத்தார் மகாபோதி சங்கத்தோருக்குவந்த மரத்தைப்பற்றிக் கேழ்க்க வேண்டிய அவசியந் தங்களுக்

கில்லையேயென பெருங்கூட்டத்தோர் முன் கூறினார். அவர் கூறியவற்றைக் கேட்டிருந்த தாங்கள் உடனே அவரை மறுத்து அவர் மகா போதி சங்கத்திலும் ஓர் அங்கத்தவராதலின் அவர் கேட்பதற்கு ஆசாரமுண்டென்று விடுத்திருப்பீராயின் இப்போது தாம் கூறியமொழி ஆனந்தத்தைத்தரும் அக்கால வருடைய கேழ்விக்கு யாதாமொரு மறுமொழியுங் கூறாது மவுனஞ்சாதித்த தாங்கள் தற்கால மெம்மெயோர் மெம்பராகக் கூறவந்தது மிக்க வியப்பேயாகும்.

யீதன்றி தற்காலந் தமது சபையில் வந்துள்ள சிலோன் பிரீஸ்ட் நந்தாராமாவென்பவர் ஐந்து வருடங்களுக்கு முன்பு வந்தபோது மகாபோதி சங்கத்தோருக்குக் கடிதங் கொண்டு வந்தாரன்றி சாக்கைய புத்த சங்கத்தோருக்குக் கொண்டு வரவில்லை. அக்கால் அவருக்கும் அவருடன் வந்திருந்த சிறுவனுக்கும் சாக்கைய புத்தசங்கத்தோர் உதவியின்றியும் மகாபோதி சங்கத்தோர் உதவியின்றியும் எமது சொந்த செலவில் புசிப்பளித்துவந்தேன். அவைகள்யாவையும்தாங்கள்கணக்கிட்டு 130 ரூபா மொத்தந்தரித்து அதில் 30 ரூபாய் கழித்துவிட்டு 100 ரூபாயாக்கி 50 ரூபாய் மகாபோதி சங்கசெலவென்றும், 50 ரூபா சாக்கைய புத்தசங்க செலவென்றுங் கூறி 50 ரூபாய் செக்கொன்று யெமக் கனுப்பினீர் அதைத் திருப்பி தங்களுக்கே அநுப்பி விட்டேன். அதுமுதல் இதுவரையிலும் அத்தொகையை யெமக்குக் கொடுத்தவர் ஒருவருங் கிடையாது. தாங்களும் யேனையோருங் கணக்குப் பார்த்தவர்களன்றி தொகை செலுத்தியவரில்லை அதனால் தங்களுக்கு யதார்த்தத்தில் மகாபோதி சங்கத்து மெம்பரா யிருப்பேனாயின் சொந்தத்திற் செலவிட்டு மகாபோதி சங்கத்திற்கு வந்துள்ள பிரீஸ்டுக்கு புசிப்பளித்த மொத்தத் தொகையை யெமக்களித்து விட்டிருப்பீர் எம்மெய் மகாபோதி சங்கத்தின் மெம்பரென்று சொல்லவுந்தகும். என் சொந்த செலவை மகாபோதி சங்கத்தோருக்குப் பாதியும் சாக்கைய புத்தசங்கத்தோருக்குப் பாதியும் பகுந்து பிரித்து விட்டு யேதுங்கொடாதவர்கள் மகாபோதி சங்கத்தோனென வெம்மெக் கூறத்துணிந்தது முற்றும் பிசகேயாம்.

தங்களது சௌத் பிச்சு மகாபோதி சங்கம் யாதொரு சந்தடியுமின்றி மடிந்து யேழெட்டு வருடமாகி தற்காலம் கோமளீஸ்வரன் பேட்டையில் தோன்றிய மகாபோதி சங்கம் டிப்பிரஸ் கிளாசை சீர்திருத்தப்போகின்றோ மென்று

மகாபோதி ஜர்னலிலும் வந்துள்ள பிரீஸ்டின் கையிலும் இந்து பத்திரிகையிலும் தெளிவாக வரைந்து வெளிவந்திருக்க நாங்கள் சாதிவித்தியாசம் பாராட்டுவதில்லையென்று வெளிவந்தது முழு பூசுணைக்காயை பிடி சாதத்தால் மறைப்பதற் கொக்கும்.

சாணார், பள்ளிகள், கரையார், பறையர், ஒட்டர், குறவரிவர்களை டிப்பிரஸ்கிளாசென வகுத்து ஆயிரம் வருடமாகத் தாழ்த்துவதை தாங்கள் ஒப்புக்கொள்ளுவதா அன்றேல் அச்சாதியார்கள் யாவரும் தங்களை தாழ்ந்த வகுப்போரென்று ஒப்புக்கொள்ளுகின்றார்களா வென வுணர்ந்திருப்பீராயின் தங்கள் சங்கத்தில் காப்பினீர் காய்ச்சிக் கொடுத்தவர்களை மட்டிலும் பறையர்களென்று பயிரங்கத்தில் கூறியிருப்பீரா ஒருவாரு அன்னிய மதத்தோர் தான் அவ்வகைக் கூறியிருப்பினும் தாங்களெதார்த்த பௌத்தராயின் சாதி மொழி யெழலாமோ இல்லை தாங்க ளவ்விடம் சாதி சம்பந்தமொழி பேசவேண்டிய அவசியம் இல்லாதிருக்க பறையர் செய்த காப்பியென்று பயிரங்கத்திற் கூறியிழிவுபடுத்திய மொழி யாதுக்கு வோர் சாதியாரை மட்டிலும் சுட்டிக் கூறியது சகலருள்ளத்தும் பதிந்திருக்க யாங்கள் சாதி வித்தியாசம் பேசவந்தோமில்லை யென்பது பெரும் வியப்பேயாம்.

பெருத்த வோட்டல்களிலும் ரப்ரஷ்மென்ட் ரூம்களிலும், யங்மென் அசோசியேஷன் கட்டிடங்களிலும் நாளது வரையில் காப்பி செய்பவர்கள் யார், அருந்துபவர்கள் யார் இவைகள் யாவுந் தாங்க ளறியாததோ. அறிந்திருந்தும் தங்கள் சங்கத்தில் காப்பி செய்தவர்கள் பறையர்க ளென்றெண்ணி குடிக்காமல் சிலர் போய்விட்டார்களென விழிபடத் தாம் கூறியது வோர் கூட்டத்தோரைக் குறித்த மொழியா பலகூட்டத்தோரைக் குறித்த மொழியா வென்பதைத் தாங்களே தெரிந்துக்கொள்ள வேண்டியது தான்.

மெய்ப்பொரு ளென்பது வேதாந்திகளும், சைவர்களும் சொல்லு மொழியேயன்றி பௌத்தர்களுக்கு மெய்ப்பொருள் கிடையாவென்று கூறவந்தீர்.

அவ்வகைக் கூற்றுக்குக் காரணம் இத்தேசத்தில் பிறந்து வளர்ந்து போதித்த ஞானத்தையும், அதன் செயலையும் இத் தேசத்து நூற்களால் கண்டறிந்திருப்பீராயின் மெய்ப் பொருளில்லையென்று கூற யிடமிராது. அவர் பிறந்து வளர்ந்த தேசத்

தோர் நூற்களை ஆராயாது ஆங்கில பாஷையிலுள்ள சில புத்த கங்களை மட்டிலும் வாசித்துக் கொண்டு தாங்கள் முன்பிருந்த சூன்ய வாதமாம் நாஸ்திக நிலையைக் கைக்கொண்டுள்ள வராதலின் புத்ததன்மமே மெய்ப் பொரு ளென்பது விளங்காது கூறவந்தீர். சித்தார்த்தி யென்னு மரயனுக்கு புத்தரென்னும் பெயர்வாய்த்த காரண மியாதென்று கண்டறிவீராயின் மெய்ப் பொருளில்லை யென்று மறந்துங் கூறமாட்டீர்.

பொய்ப்பொருளை யகற்றி மெய்ப்பொருளைக் கண்டு துக்கத் தைப் போக்கவேண்டுமென்பதே பிடக நூலாதார மாதலின், மணிமேகலையில் அவரவர்கள் சமயங்களை ஆராய்ந்து மெய்ப் பொருள் விளங்காவிடின் பெரியோன் பிடகநெறி கடவாவென்னு மொழியை கண்டறியலாம்.

மணிமேகலை

''அவ்வவர் சமயத் தறிபொருள் கேட்டு
மெய்வகை யின்மை நினக்கே விளங்கிய
பின்னர் பெரியோன் பிடகநெறி கடவா.''

மெய்ப்பொருளைக் கண்டு உலகத்திற்கு மெய்யறத்தைப் போதித்தவர் புத்தபிரானாதலின் புத்தமித்திரனா லியற்றியுள்ள வீரசோழியத்தில்,

''**மெய்ப்பொருளை** யறிந்தோய் நீ
மெய்யற மிங்களித்தோய் நீ.''

என்று கூறியவற்றிற்குப் பகரமாக சூளாமணியில் பகவனை சிந்திக்குமிடத்தில்,

''விளியாத **மெய்ப்பொருளை** நீவிரி
த்தா யென்கோ
நீவிரித்தவாறே **மெய்ப்
பொருள்** விரிந்ததென்கோ.''

இதற்குப் பகரமாக துக்கத்தைப் போக்குதற்கு முதனூலாய பிடகமே ஆதாரமாகக் கொண்டு,

அருங்கலைச்செப்பு
மெய்ப்பொருள் காட்டி உயிர்கட்கறனாகி
துக்கங் கெடுப்பது நூல்.

எனக் கூறியுள்ள சார்பு நூற்களுக்கு முன்னம் வழிநூற் கூறியுள்ள திருவள்ளுவனாயனார் திரிபிடகங்களுக்கு வழியாய் திரிக்குற ளியற்றியுள்ளவற்றுள்,

''எப்பொருள் யார்யார்வாய் கேட்பினு மப்பொருள்
மெய்ப்பொருள் காண்ப தறிவு.''

''ஐயுணர் வெய்திய கண்ணும் பயமின்றே
மெய்யுணர் வில்லாதவர்க்கு.''

''கற்றீண்டு **மெய்ப்பொருள்** கண்டார் தலைப்படுவர்
மற்றீண்டு வாரா நெறி.''

இம்மெயிற் செய்த தீவினையை மறுமெய்யில் அநுபவிப் பானென்றும், மறுமெய்க்கு வாராநெறி மெய்ப்பொருள் காட் சியே யென்றும் பௌத்த நூலோர் யாவருங் கூறியிருக்கத் தாங்க ளெத்தகைய பௌத்தநூலைக்கொண்டு மெய்ப்பொருளுமில்லை, பிறவியு மில்லையெனக் கூறத்துணிந்தீரோ விளங்கவில்லை.

தீவினைகளாலும், அவாவினாலுமே பிறவியின் துக்கங்கள் உண்டென்றும்; அவாவும், தீவினையும் ஒழிந்தவிடத்து ஆனந்த சுகம் உண்டென்பதை மணி மேகலையிற் காணலாம்.

''தீவினை யென்பதி யாதென வினவி
னாய்தொடி நல்லா யாங்கது கேளாய்
கொலையே களவே காமத் தீவினை
யுலையா துடம்பிற் றோன்றுவ மூன்றும்
பொய்யே குறளை கடுஞ்சொல் பயனில்
சொல்லே சொல்லிற் றோன்றுவ நான்கும்
வெஃகல் வெகுளல் பொல்லாக் காட்சி
யென்றுளந் தனினிருப்பு மூன்று மெனப்
பத்து வகையாற் பயன் றெரிபுலவ
ரித்திரம் படார் படாகுவ ராயின்
விலங்கும் பேயும் நரகரு மாகிக்
கலங்கிய வுள்ளக் கவலையிற் றோன்றுவர்
நல்வினை யென்பதி யாதென வினவிற்
சொல்லிய பத்தின் றொகுதியு நீத்துச்
சீலந் தாங்கித் தானந் தலை நின்று
மேலென வகுத்த வொருமூன்று திறத்துத்
தேவரு மக்களும் பிரமரு மாகி
மேவிய மகிழ்ச்சி வினைப்பய னுகர்வர்.''

பற்றாகிய அவாவே பிறவிக்கு மூலமென்றும், பற்றாகிய அவா வொழிந்தவிடமே பிறவியற்ற நிலையென்றும் பௌத்த சாஸ்திரிகள் கூறியிருக்க பிறவில்லை யென்பது விசாரிணைக் குறைவேயாம். பிறவியினது துக்க மிராவிடின் நற்கரும மென் றும், துற்கருமமென்றும் பிரிவினைக் கேதுவில்லாமற் போம். துற்கன்மத்துக்குத் தக்கப் பிறவி யுண்டென்பது அநுபவக் காட்சியாதலின்துற்கன்மத்தை யொழித்து பிறவிப் பெருங்கடலை நீந்தவேண்டுமென வற்புறுத்திக் கூறியுள்ளார்கள்.

வாய் புளித்ததோ மாங்காய் புளித்ததோவென்பவற்றுள் வாயிலும் புளிப்பில்லை மாங்காயிலும் புளிப்பில்லை. சுவைப் பில் புளிப்புண்டென்பதை யுணருவதுபோல், ''செத்தான் பிறப் பானோ பிறவானோ'' வென்னும் வினாவிற்கு பற்றறுந்தானோ வனமகனோவென்னும் எதிர் வினா தோற்றியுளதால் மணி மேகலையின் தருக்கபோத ரீதியாய் பற்றற்றவிடத்து செத்தோன் பிறவானென்றும், அவாவென்னும் பற்றுமிகுத்தோனாயின் பிறப் பானென்றுங் கூறியுள்ளவற்றை அநுபவங்களால் கண்டுணர வேண்டுமே யன்றி வாய்பறையாலும், கைக்கருவியாலும் கண் டுணரக் கூடாது. அங்ஙனந் தங்களால் விளங்கிக் கொள்ளக் கூடாததை இல்லையென வற்புறுத்திக் கூறுவது முழுப் பொய்யேயாம். பொய்ப்பொருள் உண்டா யில்லையா, செத் தோன் பிறப்பானா பிறவானா, பரிநிருவாண நித்திய சுகமுண்டா யில்லையாவென்பதைத் தங்களிடமுள்ள புத்த குருவைக் கொண்டே யுணர்ந்துக் கொள்ளல் வேண்டும். அதனை யுணரும் சாதனமின்றி பொய்சொல்லுவோர் புத்தர் களாதலின் யாங்கள் புத்ததன்மங் கூறப் போகின்றோ மென்று வெளிவராமலிருக்க வேண்டுகிறோம்.

31 மே, 1911

கனம்பொருந்திய பத்திராதிபருக்கு:-

ஐயா,

1. நாளது மாதம் 31ந்தேதி தமிழனில் கடித மறுப் பென்ற தலைப்பின்கீழ் தங்களைப்பற்றி சில விஷயங்களையும், தருமத்தைப்பற்றி சில விஷயங்களையும் வரைந்திருக்கின்றீர். தங்களைப்பற்றிய விஷயங்கள் யாவும் இந்த மே மாதம் 17ந்தேதி வரையிலும் அதன்பிறகும் மகாபோதி சங்கத்தவர்

கள் தங்களிடம் பல தடவை வந்திருந்தும் யாரிடமும் இந்த 12 வருஷகாலம் முறையிடாது இன்றைய தினம் தங்கள் தமிழனில் வெளியிட்டதை நோக்க தாங்கள் சொல்வ தெல்லாம் சமயோர்ச்சிதமாக ஏற்படுகின்றபடியால் அவ்விஷயங்களைப் பற்றி விவரமாக மறுப்பது பயனில்லை யெனக் கருதி இத்துடன் வொழித்தோம்.

2. அதுநிற்க, 1892–ம் வருடத்தில் மகாபோதி சங்கம் கனம் தர்மபாலா அவர்களால் ஏற்படுத்தப்பட்டது. சரித்திர உண்மை –ஆனால் சாக்கிய புத்தசங்கத்தை யாவருக்கு முன்பே தாங்களே ஸ்தாபித்ததாக சொல்கின்றமையால் அந்த சிறப்பை தாங்களே வைத்துக்கொள்ளலாம். அதனை விரும்புவோர் நமது புத்தசங்கத்தில் யாருமில்லை.

முன்பு ஸ்தாபித்ததினால் இதுகாறும் இனிமேலும் வரும் கீர்த்தியை யாராகிலும் பங்கிட்டுக்கொள்ள, ''மடிந்துபோன'' மகாபோதி சங்கத்தை உயிர்த்தெழச் செய்யவந்தார்களெனக் கருதாது ஏதோ அவரவர்களுக்குள்ள சக்தியால் தருமத்தை போதிக்க முயல்கின்றார்களெனக் கருதி சந்தேக விபரீதங்களை வொழித்து வாழ்வீரெனக் கோருகின்றோம்.

3. கோமளீஸ்வரன்பேட்டையில் ''காபிகாச்சிக் கொடுத்த'' விஷயமாக விளைந்த சில வார்த்தைகளைப்பற்றித் தாங்கள் கோபத்துடனும், கடுரத்துடனும் எழுதியதைப்பற்றி மிக விசனிக் கிறோம். தாங்கள் நேரில்வந்து கேட்காமலிருக்க ''எப்பொருள் யார்யார் வாய்க்கேட்பினும்'' அப்பொருளின் மெய்பொருளைக் கண்டியாது வந்தவாறு எழுதத் துணிந்த தவறு வுங்களுக்கு அமையலாகாது.

4. வைசாக பௌர்ணமி கொண்டாடிய தினம் தேத்தண் ணியும், பிஸ்கட்டும் கொடுத்துக் கொண்டுவரும் போது அவ்விடம் வந்திருந்த பல சிறுவர் தேத்தண்ணி பறையரால் செய்யப்பட்டதென்று தங்களுக்குள் சொல்லிக் கொண்டு அதை வேண்டாமென்று பிஸ்கட்டை மாத்திரம் முதலில் பெற்றுக் கொண்டு போய்விட்டார்கள். அதைக் கேட்ட யாம் மாலையில் செய்த பிரசங்கத்தில் ஜாதியால் விளைந்த தீமைகளைப் பற்றி பேசிவருங்கால் ஜாதி கட்டு பாடானது தருமமாகக் கொடுத்த சுத்தமான டீயைக்கூட தள்ளிவிடும்படி சிறு குழந்தைகளுக்கும் தீவினையை விளைவித்ததே யென்று பரிதபித்தோம். நடந்த

மொய்ப் பொருள் இவ்வாறிருக்க தாங்கள் அவசர கோலங் கொண்டெழுதியது அதனினும் பரிதபிக்கத்தக்கத் தெனத் தோன்றுகின்றது.

5. தாங்கள் செய்யும் வொவ்வாரு பிரசங்கத்திலும் இடை விடாது ''பறையர், பறையர்'' என்று ஜாதி மொழியை தாங்கள் உபயோகித்தும் தியசாபிகல் சபையாருடைய ''பஞ்சம நிதி''யிலிருந்து தாங்கள் அந்த நிதியின் பெயரைக் கண்டிக்காமலே மாதந்தோறும் உதவி பெற்றும் இருக்க, பிறர் தங்களைப் போல் அம்மொழிகளை உபயோகித்தால் அவர்களை அபத்தர்களென தாங்கள் பெயரிட்டு அழைக்கும் வார்த்தை தங்களுக்கும் பொருந்துமன்றோ? இதனை கவனிக்கவில்லைபோலும்!

6. புத்ததருமத்தில் மெய்ப்பொருளாகிய ஒரு தனி வஸ்து உளதெனக் காட்ட மணிமேகலை, வீரசோழியம் முதலிய நூல்களிலிருந்து சில மேற்கோள் காட்டியிருக்கின்றீர். ஐயா, பண்டிதரே, மெய்ப்பொருதி என்பதற்குப் பொருள் வஸ்து வல்லவென்றும், விஷயம் தருமம் என்று பொருள் படுவது தாங்கள் கூறியுள்ள செய்யுள்களின் மேற்கோள் களால் ஏற்படு கின்றது. மெய்ப்பொருளை ''நீவிரித்தாய்'' ''நீ அறிந்தாய்''. மெய்ப்பொருள் ''அவ்வாறே விரிந்தது'' ''மெய் வகை'' விளங்கிய பின்னர் என்றபோதே அந்த பதத்தின் பொருள் தனிவஸ்து அல்லவென்று பெறப்பட்டது. ஆதலால் தாங்கள் கொண்ட அர்த்தம் சரியல்லவெனத் தோன்று கின்றது. தங்கள் அர்த்தமே சரியென்று சாதிப்பீராயின் அபுத்தமெனவும், அபுத்தரெனவும் பெரட்டிய தொக்கும். வேதாந்திகளைப் போல் வார்த்தை ஜாலம் செய்வதால் மருளுண்டாகுமே யொழிய தெளிவுண்டாகது.

7. திரிபிடக நூல்களை பாலிபாஷையிலேனும் மொழி பெயர்ப்புகளிலேனும் வாசியாத கற்பனைக் காவியங்களாகிய மணிமேகலை முதலிய நூல்களை புத்த தருமத்திற்கு ஆதாரமாகக் கொள்ளப்படாதென்பதே நமது அபிப்பிராயம். முக்கிய சித்தாந் தங்களாகிய துக்க, அனித்திய, அனாத்தும பசப்பொருளை (அதாவது அர்த்தத்தை) கவனியாது புத்ததருமத்தை போதிக்க முயல்வதிலும் பயனில்லையென்றே கருதுகின்றோம்.

8. மறுபிறவியைப்பற்றி மணிமேகலையில் கூறியுள்ள விஷயம் புத்தபுராணக் கதைகளிலும் நீதியைக்குறிக்கும் ஜாதக்

கதைகளிலும் காணலாம். அவைகள் கதைகளெனத் தெரிந்துக் கொள்ளும்வரையில் புத்ததருமத்தின் கருத்து விளங்காதென்பது நமது துணிபு. செய்கையின் பலனைக் குறிக்க ஏற்பட்டக் கதைகளாகும். வாஸ்தவத்தில் நிகழ்ந்த சரித்திரங்களைக் கண்டார் அறிஞர்.

9. வாய்மை நான்கும் உணர்ந்து அஷ்டாங்கமார்க்கப்படி நடப்பதே நிர்வாணநிலையாகும். இதைத்தான் புத்த தருமத்தின் பழுதிலா வாக்கை யென்பார் பெரியோர். இவ்வாழ்க்கைக்கு சகலமும் அனித்தியமென்றிம், சகலமுந் துக்கத்தோடு கலந்த தென்றும் சகலத்திலும் ஒரு தனிப் பொருள் இல்லையென்று தெளிய வேண்டிய தவசிய மென்பதை சூத்திரபிடகம் அங்குத்தர நிகாயத்தில் காணலாம். இவ்வித தருமத்தை போதியாது மிச்சா திருஷ்டிகளின் மெய்ப்பொருளையும், புனர் ஜனனத்தையும், மோட்ச நரகங்களையும் போதிப்பீராயின்; சைவ, வைணவ வேதாந்திகளில் தாங்களும் ஒருவராக நன்குமதிக்கப்படுவது திண்ணம். இவ்விதப் பதவியைக் கருதாதிருப்பீராக.

10. புத்ததன்மம் தங்களுக்குக் கூறவேண்டாமென தாங்கள் கடைசியிற் கூறியுள்ளக் கட்டளைப்படி இத்துடன் நிறுத்து கின்றோம். ஆதலால் நாம் தழுவியத் தருமத்தைச் சற்று கவனித்து நம்முடைய சகோதரர்களை கடின வார்த்தை களால் அழைக்காதிருக்க தங்களை வேண்டிக் கொள்ளும் நண்பன்,

31.5.1911

சென்னை மகாபோதி சங்கம், **ம. சிங்காரவேலு.**
சவுத்பீச்,
திருவல்லிக்கேணி.

மறு கடித மறுப்பு

கனந்தங்கிய சிங்காரவேலென்னு மன்பரே, தா மெழுதி யுள்ளக் கருத்தை தாமே ஆலோசித்துப் பார்த்துக் கொள்ள வேண்டியதேயாம். அதாவது, மகாபோதி சங்கமும் பண்டிதரு மென்பவற்றுள் இக்கடிதத்தை மகாபோதி சங்கத்தவர்கள் ளெழு தியுள்ளார்களா அன்றோல் தாங்களொருவரே எழுதியுள்ளீரா விளங்கவில்லை.

யாமெழுதியுள்ள சங்கதிகள் யாவும் பெருங் கூட்டங் களில் நடந்துள்ளவைகளாதலின் அவற்றை பலகாலுஞ் சொல்லாது சமயோசிதமாகக் காலம்நேர்ந்த போது கூறியுள்ளோம். புத்த குருக்களுக் கன்னமளித்த செலவைத் தங்கள்பாற் சிலகால் கேட்போமென்று மச்சங்கொள்ளற்க.

1892– ம் வருடம் கல்கத்தாவில் மகாபோதி கட்டிடத்தின்பேரில் தர்மபாலா வழக்கு தொடுத்து கடந்தேறி வந்ததை சகலரு மறிவார்களன்றி கல்கத்தாவில் மகாபோதி சங்கத்தை நாட்டி பத்து பேர் பஞ்சசீலம் பெற்று புத்தகுருக்களுக்கு அன்னமளித்து வருகின்றார்களென்னும் வதந்தியே கிடையாவாம். யாது வதந்தி யுண்டெனில் கல்கத்தாவிலுள்ள ஓர் புத்த குருவின் சாப்பாட்டு செலவிற்கு கொளம்பிலிருந்தே வுதவிபுரிகின்றார்க ளென்பதேயாம். சென்னையிற் றோன்றிய மகாபோதி சங்கத் திற்கு யாதார பூதமாக நின்றவர்கள் சாக்கைய புத்த சங்கத்தோர் களேயாகும். அதனை தாம் கவனியாமலும் கணக்கின் வரவுசெலவு புத்தகங்களை நோக்காமலும், சென்னை மகாபோதி சங்கத்திற்குப் பின்னர் சாக்கைய புத்தசங்கந் தோன்றிற்றென்று கூறியபிசகே மறுப்பிற் கேதுவாயதென் றறிவீரன்றி மற்றும் புகழுக்கும் டமபத்திற்குமென் றெண்ணற்க.

தாங்க ளெதார்த்தத்தில் சாதிபேதமின்றி மெய்பொரு ளுணர்த்தி சகலரையும் சீர்திருத்தத் தோன்றியவர்களென்றே எண்ணி மகாபோதி சங்கத்திற்கென்று சென்றமாதம் வந்த புத்தகுருவின் வண்டிசெலவிற்கா இரண்டு ரூபாயும், அவருக்கும் அவருடன் வந்திருக்கும் சிறுவருக்கும் சாப்பாட்டு செலவும் ஆறுநாள் நடத்தியிருக்கின்றோம். இத்தகையச் செயல்கள்யாவும் டம்பத்திற்கும், புகழுக்கும் நடத்தியதா அன்றேல் அன்பு கொண்டு நடத்தியதா வென்பதைத் தாங்களே அறிந்துக்கொள்ள வேண்டியதாகும்.

கோமளீஸ்வரன் பேட்டையில் நடந்த காப்பிநீரின் குறை அறியா சிறுவர்களால் நேரிட்டவையெனத் தாங்க ளறிந்தும் பயிரங்கமாகப் பெரியோர்கள்முன் இழிவுபடக் கூறத்தகுமோ, அவ்வகைக் கூறியவர் பரிதாபத்தாற் கூறினோ மென்பதும் பொருந்துமோ வென்பதற்குத் தங்கள் ளுள்ளமே சாட்சியாகும்.

யாம் செய்துவரும் பிரசங்கங்களிலும், எழுதிவரும் பத்திரி கைகளிலும் மிலேச்சர்களால் பூர்வ பௌத்தர் களாகிய மேன்

மக்களை பறையரென்றும், வலங்கைய ரென்றும் பழித்து பாழ்படச் செய்து வந்தார்களென்றே பிரசங்கித்து எழுதியும் வருகின்றோம். அதனைக் கேழ்ப்போர் தங்களைத் தாழ்ந்தவர் களென் றெண்ணி நிலைகுலையாது முன்னேறுவார்களென்பது அநுபவக் காட்சியாகும். மற்றுமோர் கூட்டத்தோரை தாழ்ந் தவர் களென்று கூறி தாழ்த்திக் கொண்டேவருவதாயின் தாழ்ச்சி யடைந்து முன்வாறார்களென்பது திண்ணம். ஆதலின் யாம் கூறும்மெழியாலும், பௌத்த வுபாசகர் கர்னல் ஆல்காட் துரையவர்களால் பெற்றுவருந் தொகையாலு மழிவு பெறமாட் டார்கள். மெய்ப்பொரு ளில்லை யென்றும், பொய்ப்பொருளாம் தாழ்ந்த வகுப்போ ருண்டென்றுங் கூறும் அபுத்தர்களா லழைக்கு மொழி யிழிதருமாதலின் பௌத்தர்க ளவற்றை யேற்றுக்கொள்ள மாட்டார்கள்.

புத்ததன்மத்தில் அழியும் பொருட்கள் பொய்ப் பொரு ளென்றும், அழியாப் பொருளே மெய்ப் பொரு ளென்றும், அதற்குப் பகரமாய் நிருவாண காட்சியே நிலையுள்ளதென்றும், வெளியாய நிலையே நித்தியமென்றும் பகவன் பகுத்திருக்க அதனை சாதித்துணர்ந்த பின்னர் உண்டென்றேனும் இல்லை யென்றேனுங் கூறுவது உறுதி மொழியாகும். அத்தகைய சாதனங்களாகிய பஞ்ச சீலத்திலேனும் நடந்திருத்தல் வேண்டும். அஷ்டாங்க மார்க்கத்திலேனும் அமர்ந்திருத்தல் வேண்டும். அங்ஙனமின்றி காட்சியன்றென்று கூறுவதும் தமிழ் மொழிகளின் அந்தரார்த்த மறியா மயக்கேயாம்.

வஸ்துவென்றும், பொருளென்றுந் தோன்றும் மொழி களுக்கு எவ்வஸ்து எப்பொருளென்னு எதிர்வினா தோன்றுத லியல்பாதலின் அதன் மறுப்பாய் வஸ்துவு மில்லை பொருளுமில்லை யென்பதாயின் மொழிகளின் தோற்றத்திற்கும் அதன் செயலுக்கும் விகாரமுண்டாமன்றோ அத்தகைய விகாரமொழிகளைக் கூறி வீண்வாதம் செய்வதில் நானோர் பௌத்தனென்று கூறுமொழியை யொழித்து நானோர் நாஸ்திகனென வெளிவருவீராயின் காண முயன்றும் கண்டறியா நாஸ்திகரென சகலருங் கொண்டாடு வார்கள்.

கண்டறிய முயலாமலும், காருண்யம் நிலையாமலும், இதய சுத்தம் செய்யாமலும் மெய்ப்பொரு ளொன்றில்லை யென்று கூறுவது உத்தமர்க்கழகன்றாம்.

இதுகாருந் தாங்கள் பேசிவந்த வார்த்தைகளில் மணிமேகலை ஒன்றுதான் பௌத்த நூலென்றும் மற்றவை யாவும் வேறு நூலென்றுங் கூறிவந்ததை சகலரு மறிந்திருக்க தற்கால மம்மணி மேகலையையும் கற்பனாநூலெனக் கூறத்துணிந்தது அதனை வாசித்துணராதவர்களது கற்பனைபோலும், அந்தோவேதாந்தி களை மாறுபடக் கூறுபவரென்று நீவிர் தாமே மாறுபடக் கூறத்துணிந்தது விந்தையிலும் விந்தையேயாம்.

பாலிபாஷையில் மெய்பொரு ளுண்டென வாங்கில பாஷை யில் மொழி பெயர்த்துள்ள ஐரோப்பிய அமேரிக்க விவேகிகளின் புத்ததன்மத்தை யிவ்விடம் விளக்குகின்றோம். அவர்களது முழு கருத்துகளையேனும் நன்காராய்ந் துணர்வீராக.

புத்தபிரானை ஆசியா கண்டத்தின் ஒளியென் றெழுதியுள்ள சர். எட்வின் ஆர்னால்ட் துரையவர்களும், எர்பர்ட் இஸ்பென்ஸ ரவர்களும் அவரவருள் மெய்ப் பொருளொன் றுண்டென்பதைத் தெளிவாக வரைந் திருக்கின்றார்கள்.

பாலிபாஷையினின்று மொழிபெயர்த்துள்ள விவேகிகளே மெய்ப்பொரு ளிருப்பதென்று விவரித்திருக்க பாலி பாஷை யையும், தமிழ் பாஷையையும் நன்காராயாத நீவிர் மெய்ப் பொருளில்லை யென்று கூறுத்துணிந்தது ஆயாசமேயாம்.

(வஸ்த்து) வென்று எப்போது கூறத்துணிந்தீரோ அப்போதே அவ்வஸ்த்து வென்னுமொழிக்கு மூலம் வாஸ்த்து வாஸ்த்தவ மென்பதுவேயாம்.

நித்தியமென்பதற்கு எதிரடை அநித்தியமென்றும், சத்திய மென்பதற்கு எதிரிடை அச்சத்தியமென்றும், கண்டத்திற்கு எதிரிடை அக்கண்டமென்றும், வழங்குவது போல் புத்தத்திற்கு எதிரிடை அபுத்தமென்றுங் கூறியுள்ள மொழியின் பேதத்தையும் அதன் திரிபுகளையும் நன்குணராது தெலுகர் கூறும் அபத்த மென்னு மொழியை அபுத்தமென்று கூறியுள்ளோமென் றறியாது கூறியது அதனினும் ஆயாசமேயாம்.

தங்களது மகாபோதி சங்கத்தின் ஆதரணைக்கர்த்தராம் H. தர்மபாலா அவர்களும் மகாபோதி சங்கத்திற்கு புத்தகுருவாக வந்திருக்கும் நந்தாராமா அவர்களும் அஷ்டாங்கமார்க்கத்தில் நடந்து இதய சுத்தமடைந்தவர் களுக்கு மெய்ப்பொருளொன்

றில்லையென்று கூறுவார் களாயின் இத்தேகப் பஞ்சகாவியங்கள் யாவையும் ஒழித்துவிடுகின்றோம்.

அங்ஙனமவர்களிருவரும் உண்டென்று கூறுவராயின் தாங்கள் மெய்ப்பொருளில்லையென்று கூறும்மொழியை மறந்து அஷ் டாங்கமார்க்கப்படி நடந்து இதயத்தை சுத்தி செய்து மெய்ப் பொருளுண்டா யில்லையா வென் பதைத் தானே தெரிந்துக் கொள்ளுவீராக.

இப்பவுந் தங்கள் சங்கத்தார் டிப்பிரஸ்கிளாசென்னு மொழியை யொழித்து இந்தியர்களுக்கு தன்மமும் யேழைகளுக்குக் கல்விசாலையும் வைப்பதாக பத்திரிகை களில் வெளிதோன்றியது மிக்க வானந்தமேயாம். அதுபோல் இதய சுத்தமானவிடத்து மெய்ப்பொரு ளுண்டாயில்லையா வென்பதை தர்ம்மபாலா அவர்களையும், புத்தகுரு நந்தாராமா அவர்களையும் விசாரித்து விளக்குவீராயின் அதனினும் ஆனந்தமேயாம். அங்ஙன மவ்விருவருக்கும் தெரியா தென்பீராயின் தங்களுக்கு முற்றுந் தெரியா தென்பது முடிவு.

யாங் கூறுந் தன்மங்கள் யாவும் சய்யக் திருஷ்டியென் றறிந்துக் கொள்ளுவீராக.

7 ஜூன், 1911

278. L.P.C. AROCKIASAMY PILLAY மரணம்

கோயமுத்தூர் உமணர்பதி 1. பாக்கியம் பட்லர் அவர்களின் துவிதியபுத்திரனும், நமது ''தமிழன்'' பத்திரிகைபுத்தகாபிவிருத்தி நனகொடை பெட்டித் திறப்பு ஏற்படுத்தியவருமாகிய ஸ்ரீமாந் L.P.C. ஆரோக்கியசாமி பிள்ளை அவர்கள் 1911ஆம் வருடம் மே மாதம் 23ந்தேதி காலை 8 1/2 மணிக்கு வயிற்றுவலி என்னும் வியாதியால் தமது 27வது குமாரபருவத்தில் மரண மடைந்துவிட்டனர்.

கோமுத்தூர்,　　　　இங்ஙனம்

23.5.11　　　　T.C. **நாராயணசாமி பிள்ளை**

H.F.U. உ. கோ

31 மே, 1911

279. கடிதம் – நாவலர் பட்டமும் கேவல புத்தியும்

மாட்சிமைதங்கிய ''தமிழன்'' பத்திராதிபரவர்கட்கு அடியில் கையொப்பமிட்ட யான் நமஸ்காரம் புரிந்தெழுதியது யாதெனில், இதன் கீழ்குறித்த விஷயங்களை தமிழன் பத்திரிகையில் வெளியிடவேணுமாய்க் கோருகிறேன் எத்தனையோ கடிதங் களை வெளியிடாமல் நிறுத்தி விடுகின்றீர்கள். அவர்கள் தங்களையும் எங்களையும் எவ்வளவோ நிந்தித்து பத்திரிகையில் பேசுகின்றார்கள். தயவுசெய்து வெளியிடக் கோருகிறேன்.

நாவலர் பட்டமும் கேவல புத்தியும்

சிறப்புப் பெற்றோங்கிய இவ்விந்தியாவின் தஷ்ணு பாகத்தில் வழங்குந் தமிழை ஆதியாக பகவனிடங் கற்று பரவச் செய்தவர் அகஸ்திய மகாமுனிவரென்றுக் கலைவல்லோ ரனைவருங் கண்டுரைத்திருக்கின்றனர். அகத்தியரா லனந்த நூல்கள் வெளி வந்திருக்கின்றன. அதன் பின்னர் சமணமுனிவர்கள் உலகின் நன்மையை நாடி இலக்கண விலக்கிய நீதிநூற்களைச் செய் திருக்கின்றனர். அம்முன்னோர்கள் வழியைக் கொண்டே பின்னோர்கள் ஆசு, மதுரம், சித்திரம், வித்தாரமெனும் கவிகளாய் விளங்கித் தமிழ் சங்கங்களில் தங்களின் சாதுரியங்களைக் காட்டி நாவலர், பாவலர், பண்டிதர், புலவர், வித்வான்களெனப் பட்டப் பெயர் பெற்று உலகோம்பி, இல்லோம்பி வாழ்ந் திருக்கின்றனர். அதே வழியாய் தற்காலமும் நடந்து வருகிறது. இத்தகையப் பட்டப் பெயர்களைப் பெறுவதற்கு எவ்வளவோ கஷ்டமிருக்கிறதென்பதை இந்நாடறியாததல்ல. தமிழரசர் காலத்தில் தமிழ் சங்கங்கள் ஆங்காங்கு நீடூழி நிலைப் பெற்று வந்ததானது தற்காலம் ஆதரவில்லாத படியால் தமிழ்மணங் குன்றி தமிழறிந்தா ரனைவரும் தயங்கிக் கிடக் கின்றனராயினும் ஒருவருக்குப் பட்டபெயர் அளிக்க வேண் டுமாயின் பெருஞ்சபைக் கூட்டி கால வித்வான்கள் முன்

னிலையில் சூட்டுவ தனுபவமா யிருக்கின்றது. முன்னோர்களின் வழியையும் சாஸ்திரங் களையும் அறியா சிலர் தான்தோன்றித் தம்பிரான்களா ஏற்பட்டு யாரடாவிட்டது மானியமென்றால் யானே விட்டுக் கொண்டேனென்பது போல் தங்களுக்குத்தாங்களே 2 முழம் 3 முழம் நீளமுள்ள பேர்களை மாத்திரம் வைத்துக் கொண்டு ஞானிகளையும், கற்றோரையும் நிந்தித்து சொற்சுவை பொருட்சுவையின்றி இலக்கிய வழுவோடுப் பாடல் செய்யவாரம்பித்துக் கொண்டனர். இவர்களால் நன்கு கற்றாருக்கும் கனக்குறைவு நேரிடுகின்றது. கெட்டிக் காரனென்றுப் பட்டாங்கடித்து மட்டிலா மமதைக் கொள்வதைக் கண்டோர் மட்டியெனத் தட்டிப் பேதக்கின்றனர். பட்டாங்கடிக்கும் நாவலர் கொட்டாவிட்டு மட்டித்தனமாய் முட்டி பேசித் திட்ட வாரம்பித்துக் கொண்டு பல்லோர் நகைக்கக் கவிபாட வெளிவருகின்றனர். இதற்குவமானமாக திண்டிவனம் ஸ்ரீமான் தோமாஸ் பிள்ளை விருப்பத்தின்படி ஸ்ரீமான் சே. அ. ஆ. அந்தோணிப் பிள்ளை யென்பவர் அர்ச் சூசையப்பர் மீது ஐம்பதிற்றந்தாதி யியற்றி சித்திரக்கவி நாவலர் சா. செ. துரைசாமிப் பிள்ளையிடங் காண்பிக்க அவர் கொடுத்த சாற்றுக்கவி முதலாவது பாட்டில் அந்தோணி புலவரியற்றிய ஐம்பதிற்றந்தாதியை நன்னூலென்று இவர் மெச்சிக் கொண்ட படியால் கும்பமுனியுஞ் சேடனும் ஆக்கியோன் காலெழுத்தைக் காண வெட்கி மலையிலும் பூமியிலும் புகுந்துக் கொண்டார்களாம். 2–வது இந்த அந்தாதியைக் கண்டு அரன், அயன், மால் மூவரும் நெருப்பு, தண்ணீர், மண்ணாய்ப் போய்விட்டார்களாம்.

3–வது பாடல்

நாலடியார் நானூறு மிரண்டடியாந் திருக்
  குறளும் நன்னூறென்பார்
மாலடியார் சிவனடியார் சாக்கைய பௌத்
  தரெனு மத நாஸ்திக
பாலடியார் மிகமதிக்க அந்தோணிப் புலவ
  னைம்பதிற் றந்தாதி
நூலடியா லியற்றி தந்தா னிதனையே ந
  ன்னூலென்பர் நூல்வல்லோரே.

கல்லாடர்

கடுகைத் துளைத்தேழ் கடலைப் புகட்டி
குறுகத் தரித்தக் குறள்.

ஔவையார்

அணுவைத் துளைத்தேழ் கடலைப் புகட்டிக்
குறுகத் தரித்தக் குறள்.

என்னுந் திருவாக்கின்படியும் 'நாலுமிரண்டுஞ் சொல்லுக் குருதி' என்னும் பழமொழிப்படியும் சர்வ மதத்தினரு மொப்புக்கொண்ட நூற்களின் சாரமறியாமல் நிந்தித்துக் காட்டு மிவரை நாவலரென்பதை விட்டு கேவலரென்றே புகன்ற சான்று சைவ வைணவ பௌத்த மதமென்னும் குணச்சந்தியையிட்டு பௌத்தரெனு மதநாஸ்திகரென இலக்கண யிலக்கிய வழுவோர் அந்தாதியே நன்னூலெனப் புகலு மிவா மதியூகித்தனத்தை யின்னு முரைப்பாம். சைவ வைணவ மதக் கொள்கைகள் பொய்யென ரோமான் கத்தோலிக்கு மதத்தில் சேர்ந்த விவர் திரும்பவும் சேடன் கதையையும், அரனயன் மால் கதையையும் சிரமேற்றாங்கி உவமானமாய்க் காட்டி மெய்மைச் சொல்லித் திரியும் பேதைகளைப்போல் பிதற்றுவதென்னோ. ஆஸ்திகார ரென்று நாஸ்திகத்தைப் பேசியது பூஸ்திதிக்கா, வேறெதுக்கோ விளங்கவில்லை.

4–வதுப்பாடலில் காவியங்காப்பிய மின்ன தென்றறியாது கூறுமிவர் கல்வி சாதுர்யத்தை என்னென்றுரைப்பேன். இதினா லிவருக்கு வித்வசிங்கமெனப் பெயரிடுதலுஞ் சான்று. முன்னொ ருகால் காலஞ்சென்ற பிரைஸ் குரு சுவாமிக்காகப் பாடியப் பாடலில் சைவ வைணவ ...... தமதங்க ளழியவும், கத்தோலிக்குத் திரு.... வோஙகைவுமெனப் பாடியிருக்கின்றனர்கள். வீடு நசியவும், இவர்வீடு செழிக்கவும் மன்...... பிரார்த்தனை எங்கு கற்றோரோ அறிகிலேம். முன்னோரியற்றிய நூலை யாதோராதாரமுமில்லா திந்திகதப் பாடலை யொப்புக் கொண்ட ஆ.... யோன் கருத்து மம்மட்டேயாகும். பேயேடு ஆடவந்தேனெனுங் கருத்தறிந்தப் பெரியோரை நிந்தித்துப் பேயரெனப் பேரெடுக்காமல் சத்தியத்தை நாடி நித்தியத்தைப் பெறுவ துத்தமமாகும். ஏனை யோரை நிந்தித்தால் நமக்கிழிவுண்டாமெனு முத்தமவழிச் சாராவிடில் மத்திபமாகும். அவரவர்கள் வினைக்குத் தக்கப் பலன் நிகழுமேயன்றி வேறன்று. நாஸ்திகரென்றும் ஆஸ்திகரென்றுந்

திரிவதால் யாது பயன். ஆஸ்திகரென்ன மீண்டு, நாஸ்திகரென்ன மாண்டது. இத்தகைய ஆராய்ச்சி செய்யாவிடில் சாராயத்தைப் பூராக்குடித்து பாராயணஞ் செய்துப் பதங்கலைந்ததற் கொக்கும்.

இங்ஙனம்

மாரிகுப்பம் — R. **துரைசாமி**

1.6.1911 — 9–வது கெனி, மாரிகுப்பம்

7 ஜுன், 1911